ग्रेट किंग्स इन द वर्ल्ड मराठी

मनोज डोळे

Made with ♥ on the Notion Press Platform
www.notionpress.com

भारत हा इतिहास आणि वारसा या बाबतीत जगातील सर्वात श्रीमंत देशांपैकी एक आहे. जगाच्या इतिहासात अनेक महान राज्यकर्ते आपल्या देशात जन्माला आले आहेत. या पुस्तकातील या यादीमध्ये भारत आणि इतर देशात बीसी काळापासून आधुनिक भारतापर्यंत राज्य केलेल्या राजांचा समावेश आहे. या यादीत अशी काही नावे असू शकतात जी पारंपारिक अर्थाने राजे नव्हती, परंतु ज्यांनी त्यांच्या राज्यांमध्ये महत्त्वाची भूमिका बजावली.

सुंदर देश, भारत, संपूर्ण जगात सर्वाधिक लोकसंख्या असलेला लोकशाही आहे. ही दोलायमान लोकशाही जड राजकीय आणि कार्यकारी यंत्रणांच्या मदतीने चालते. सुमारे 600 बीसीईपासून देश विविध साम्राज्यांच्या चढ-उतारांना तोंड देत आहे आणि या विस्तीर्ण भूमीचे योग्य शासन सुनिश्चित करण्यासाठी अनेक महान शासकांची गरज आहे. साम्राज्ये आणि राज्यकर्त्यांच्या आकर्षक कथांनी भरलेला एक जीवंत इतिहास भारताचा आहे, हे वेगळे सांगण्याची गरज नाही. अशाच काही महान शासकांची यादी येथे आहे. हे शक्तिशाली राज्यकर्ते आणि त्यांची शासन पद्धती भारताच्या अशांत तरीही गौरवशाली भूतकाळाची झलक दाखवते. सायरस द ग्रेट आणि अर्थातच अलेक्झांडर द ग्रेट यांच्या नेतृत्वाखाली पर्शियन अचेमेनिडसह अनेक वेन्नाब सम्राटांकडूनही आपले महान राष्ट्र आगीखाली आले. वर्षानुवर्षे येथे विविध राज्ये उदयास आली, त्यातील काहींचे अवशेष आजही शिल्लक आहेत. आणि या राज्यांमध्ये, भारताच्या इतिहासावर आणि संस्कृतीवर प्रचंड प्रभाव पाडणारी काही राज्ये आहेत.

जगाने पाहिलेले अनेक राजे आणि राज्ये आहेत. त्यामुळे सर्व काळातील सर्वात महान राजाला थेट उत्तर देणे शक्य नाही कारण त्यांना वेगवेगळ्या परिस्थिती आणि परिस्थितींचा सामना करावा लागतो आणि त्यांचे राज्य उदय होण्यापूर्वी विश्वासघातही होतो. पण माझ्या मते या पुस्तकातील राजांची यादी सर्व काळातील जगातील महान राजे आहेत.

अनुक्रमणिका

अनुक्रमणिका

1

छत्रपती शिवाजी महाराज

छत्रपती शिवाजी महाराज

Scan for Story Videos - www.itibook.com

छत्रपती शिवाजी महाराज भोंसले 19 फेब्रुवारी 1630 – 3 एप्रिल 1680 5 , असेही संबोधले जाते. छत्रपती छत्रपती शिवाजी महाराज, एक भारतीय शासक आणि भोंसले मराठा कुळातील सदस्य होते. छत्रपती शिवाजी महाराजांनी विजापूरच्या ढासळत्या आदिलशाही सल्तनतीतून स्वतःचे स्वतंत्र राज्य निर्माण केले ज्याने मराठा साम्राज्याची उत्पत्ती केली. 1674 मध्ये, रायगड किल्ल्यावर त्यांना औपचारिकपणे छत्रपती म्हणून राज्याभिषेक करण्यात आला.

आपल्या आयुष्यादरम्यान, छत्रपती शिवाजी महाराजांनी मुघल साम्राज्य, गोलकोंडाची सल्तनत, विजापूरची सल्तनत आणि युरोपियन वसाहतवादी शक्तींशी युती आणि शत्रुत्व दोन्ही केले. छत्रपती शिवाजी महाराजांच्या लष्करी सैन्याने मराठा प्रभाव क्षेत्राचा विस्तार केला, किल्ले ताब्यात घेतले आणि बांधले आणि मराठा नौदल तयार केले. छत्रपती शिवाजी महाराजांनी सुसंरचित प्रशासकीय संघटनांसह सक्षम आणि प्रगतीशील नागरी शासन स्थापन केले. त्यांनी प्राचीन हिंदू राजकीय परंपरा, न्यायालयीन अधिवेशने पुनरुज्जीवित केली आणि मराठी आणि संस्कृत भाषांच्या वापराला चालना दिली, कोर्टात आणि प्रशासनात पर्शियनची जागा घेतली.

छत्रपती शिवाजी महाराजांचा वारसा निरीक्षक आणि काळानुसार बदलत होता, परंतु त्यांच्या मृत्यूनंतर सुमारे दोन शतकांनंतर, भारतीय स्वातंत्र्य चळवळीच्या उदयानंतर त्यांना अधिक महत्त्व मिळू लागले, कारण अनेक भारतीय राष्ट्रवाद्यांनी त्यांना प्रोटो-राष्ट्रवादी आणि नायक म्हणून उंच केले.

छत्रपती शिवाजी महाराजांचा जन्म आता पुणे जिल्ह्यात असलेल्या जुन्नर शहराजवळील शिवनेरी या डोंगरी किल्ल्यावर झाला. त्याच्या जन्मतारखेबद्दल विद्वानांमध्ये एकमत नाही. महाराष्ट्र सरकारने 19 फेब्रुवारीला छत्रपती शिवाजी महाराजांच्या जन्माच्या (छत्रपती शिवाजी महाराज जयंती) स्मरणार्थ सुट्टी म्हणून सूचीबद्ध केले आहे. छत्रपती शिवाजी महाराजांचे नाव स्थानिक देवता, देवी शिवाई यांच्या नावावरून ठेवण्यात आले आहे. छत्रपती शिवाजी महाराजांचे वडील शहाजी भोंसले हे मराठा सेनापती होते ज्यांनी डेक्कन सल्तनतची सेवा केली होती. त्यांची आई जिजाबाई होती, सिंदखेड येथील लखुजी जाधवराव यांची कन्या, मुघल-संलग्न सरदार जी देवगिरीच्या यादव राजघराण्यातील वंशज असल्याचा दावा करतात.

छत्रपती शिवाजी महाराज हे भोंसले कुळातील मराठा घराण्यातील होते. त्यांचे आजोबा मालोजी (१५५२-१५९७) अहमदनगर सल्तनतचे एक प्रभावशाली सेनापती होते आणि त्यांना "राजा" ही उपाधी देण्यात आली होती. लष्करी खर्चासाठी त्यांना पुणे, सुपे, चाकण आणि इंदापूरचे देशमुखी हक्क देण्यात आले. त्यांना त्यांच्या कुटुंबाच्या निवासस्थानासाठी शिवनेरी किल्ला देखील देण्यात आला होता.

छत्रपती शिवाजी महाराजांच्या जन्माच्या वेळी, दख्खनमधील सत्ता तीन इस्लामिक सल्तनतांनी सामायिक केली होती: विजापूर, अहमदनगर आणि गोलकोंडा. शहाजीने अहमदनगरची निजामशाही, विजापूरची आदिलशाह आणि मुघल यांच्यात अनेकदा आपली निष्ठा बदलली, परंतु त्याची जहागीर (जागीर) पुण्यात आणि त्याचे छोटेसे सैन्य नेहमी ठेवले.

1636 मध्ये, विजापूरच्या आदिल शाही सल्तनतने दक्षिणेकडील राज्यांवर आक्रमण केले. सल्तनत अलीकडे मुघल साम्राज्याची उपनदी राज्य बनली होती. त्याला शहाजी मदत करत होता, जो त्या वेळी पश्चिम भारतातील मराठा उंच प्रदेशातील सरदार होता. शहाजी जिंकलेल्या प्रदेशातील जहागीर जमिनीच्या बक्षिसाच्या संधी शोधत होता, ज्यावर तो वार्षिकी म्हणून कर वसूल करू शकतो.

शहाजी हा थोडक्यात मुघल सेवेतील बंडखोर होता. शहाजीच्या मुघलांविरुद्धच्या मोहिमा, विजापूर सरकारच्या पाठिंब्याने, साधारणपणे अयशस्वी ठरल्या. मुघल सैन्याने त्यांचा सतत पाठलाग केला आणि छत्रपती शिवाजी महाराज आणि त्यांची आई जिजाबाई यांना किल्ल्यावरून गडावर जावे लागले.

1636 मध्ये शहाजी विजापूरच्या सेवेत रुजू झाला आणि पूना हे अनुदान म्हणून मिळवले. छत्रपती शिवाजी महाराज आणि जिजाबाई पूना येथे स्थायिक झाले. शहाजी, विजापुरी शासक आदिलशहाने बंगलोर येथे तैनात केले होते, दादोजी कोंडादेव यांना प्रशासक म्हणून नियुक्त केले. 1647 मध्ये कोंडादेव मरण पावला आणि छत्रपती शिवाजी महाराजांनी कारभार हाती घेतला. त्याच्या पहिल्या कृतीने थेट विजापुरी सरकारला आव्हान दिले.

विजापूर सल्तनतीशी संघर्ष

१६४६ मध्ये, सुलतानच्या आजारपणामुळे विजापूर दरबारात निर्माण झालेल्या गोंधळाचा फायदा घेत १६ वर्षीय छत्रपती शिवाजी महाराजांनी तोरणा किल्ला घेतला आणि तेथे सापडलेला मोठा खजिना ताब्यात घेतला. पुढील दोन वर्षात छत्रपती शिवाजी महाराजांनी पुण्याजवळ अनेक महत्त्वाचे किल्ले घेतले, त्यात पुरंधर, कोंढाणा आणि चाकण यांचा समावेश आहे. तसेच त्यांनी सुपा, बारामती आणि इंदापूर ही आपल्या थेट ताब्यात घेतली. तोरणा येथे सापडलेल्या खजिन्याचा उपयोग त्यांनी नवीन किल्ला राजगड बांधण्यासाठी केला, जो एक दशकाहून अधिक काळ त्याची राजधानी म्हणून काम करत होता. यानंतर छत्रपती शिवाजी महाराज कोकणाकडे वळले आणि त्यांनी कल्याण हे महत्त्वाचे शहर ताब्यात घेतले. विजापूर सरकारने या घटनांची दखल घेऊन कारवाईची मागणी केली. 25 जुलै 1648 रोजी, छत्रपती शिवाजी महाराजांना ताब्यात घेण्याच्या प्रयत्नात, विजापूर सरकारच्या आदेशानुसार बाजी घोरपडे नावाच्या सहकारी मराठा सरदाराने शहाजीला कैद केले.

१६४९ मध्ये जिंजी ताब्यात घेतल्यानंतर कर्नाटकात आदिलशहाचे स्थान मिळवल्यानंतर शहाजीची सुटका झाली. 1649-1655 दरम्यान छत्रपती शिवाजी महाराजांनी त्यांच्या विजयात विराम दिला आणि शांतपणे त्यांचे फायदे एकत्र केले. वडिलांच्या सुटकेनंतर, छत्रपती शिवाजी महाराजांनी पुन्हा छापेमारी सुरू केली आणि 1656 मध्ये, वादग्रस्त परिस्थितीत, विजापूरचे सहकारी मराठा सरंजामदार चंद्रराव मोरे यांची हत्या केली आणि त्यांच्याकडून सध्याच्या महाबळेश्वरच्या हिल स्टेशनजवळील जावळीची खोरी ताब्यात घेतली. भोसले आणि मोरे घराण्यांव्यतिरिक्त, सावंतवाडीचे सावंत, मुधोळचे घोरपडे, फलटणचे निंबाळकर, शिर्के, माने आणि मोहिते यांच्यासह अनेकांनी विजापूरच्या आदिलशाहीची सेवा केली, अनेकांनी देशमुखी हक्काने काम केले. छत्रपती शिवाजी महाराजांनी या शक्तिशाली कुटुंबांना वश करण्यासाठी विविध धोरणे स्वीकारली जसे की वैवाहिक संबंध तयार करणे, देशमुखांना मागे टाकण्यासाठी गावातील पाटलांशी थेट व्यवहार करणे किंवा त्यांच्याशी लढणे. शहाजीने त्याच्या नंतरच्या काळात आपल्या मुलाबद्दल द्विधा वृत्ती बाळगली आणि त्याच्या बंडखोर कारवाया नाकारल्या. त्याने विजापुरींना छत्रपती शिवाजी महाराजांसोबत जे हवे ते करण्यास सांगितले. 1664-1665 मध्ये शहाजीचा शिकार अपघातात मृत्यू झाला.

प्रतापगड किल्ला

अफझलखानाशी लढा

छत्रपती शिवाजी महाराजांच्या सैन्याला झालेल्या नुकसानीमुळे विजापूर सल्तनत नाराज होती, ज्याला शहाजीने नाकारले. मुघलांशी शांतता करार झाल्यानंतर आणि तरुण अली आदिल शाह II याला सुलतान म्हणून सर्वसाधारणपणे स्वीकारल्यानंतर, विजापूर सरकार अधिक स्थिर झाले आणि आपले लक्ष छत्रपती शिवाजी महाराजांकडे वळवले. 1657 मध्ये सुलतानने, किंवा बहुधा त्याची आई आणि कारभारी, अफझल खान या अनुभवी सेनापतीला छत्रपती शिवाजी महाराजांना अटक करण्यासाठी पाठवले. त्याला अडकवण्याआधी, विजापुरी सैन्याने छत्रपती शिवाजी महाराजांच्या घराण्याचे पवित्र तुळजा भवानी मंदिर आणि हिंदूंचे प्रमुख तीर्थक्षेत्र असलेल्या पंढरपूर येथील विठोबा मंदिराची विटंबना केली.

विजापुरी सैन्याने पाठलाग करून, छत्रपती शिवाजी महाराज प्रतापगड किल्ल्यावर माघारले, जिथे त्यांच्या अनेक सहकाऱ्यांनी त्यांना शरण येण्यासाठी दबाव आणला. छत्रपती शिवाजी महाराज वेढा मोडू शकले नाहीत, तर अफझलखानाकडे शक्तिशाली घोडदळ असूनही वेढा घालण्याची साधने नसल्यामुळे दोन्ही सैन्याने गडबड सुरू केली होती. दोन महिन्यांनंतर, अफझलखानाने छत्रपती शिवाजी महाराजांकडे दूत पाठवून दोन्ही नेत्यांना किल्ल्याच्या बाहेर एकांतात भेटावे असे सुचवले.

दोघे 10 नोव्हेंबर 1659 रोजी प्रतापगड किल्ल्याच्या पायथ्याशी एका झोपडीत भेटले. प्रत्येकजण फक्त तलवार घेऊन आला होता आणि एक अनुयायी उपस्थित होता असे व्यवस्थेने सांगितले होते. छत्रपती शिवाजी महाराज, अफझलखान त्याला अटक करेल किंवा त्याच्यावर हल्ला करेल असा संशय होता, त्यांच्या कपड्यांखाली चिलखत घातली होती, त्यांच्या डाव्या हातावर बाघ नख (धातूचा "वाघाचा

पंजा") लपवला होता आणि उजव्या हातात खंजीर होता. तंतोतंत घडलेल्या घटना ऐतिहासिक निश्चिततेनुसार वसूल करण्यायोग्य नाहीत आणि मराठा स्त्रोतांमधील दंतकथांशी संलग्न आहेत; तथापि, ते या वस्तुस्थितीवर सहमत आहेत की नायक स्वतःला एका शारीरिक संघर्षात उतरले जे खानसाठी घातक ठरेल. खानचा खंजीर छत्रपती शिवाजी महाराजांच्या चिलखतांना टोचण्यात अयशस्वी झाला, परंतु छत्रपती शिवाजी महाराजांनी त्याचे अंतःकरण केले; त्यानंतर त्याने आपल्या लपलेल्या सैन्याला विजापुरी सैन्यावर हल्ला करण्याचा इशारा देण्यासाठी तोफ डागली.

10 नोव्हेंबर 1659 रोजी झालेल्या प्रतापगडच्या लढाईत छत्रपती शिवाजी महाराजांच्या सैन्याने विजापूर सल्तनतच्या सैन्याचा निर्णायकपणे पराभव केला. विजापूरच्या सैन्यातील 3,000 हून अधिक सैनिक मारले गेले आणि एक सरदार, अफझलखानचे दोन पुत्र आणि दोन मराठा सरदार कैदी झाले. विजयानंतर प्रतापगड खाली छत्रपती शिवाजी महाराजांचा भव्य आढावा घेण्यात आला. पकडले गेलेले शत्रू, अधिकारी आणि पुरुष दोघेही मुक्त झाले आणि त्यांना पैसे, अन्न आणि इतर भेटवस्तू देऊन त्यांच्या घरी परत पाठवण्यात आले. मराठ्यांना त्यानुसार बक्षीस मिळाले.

पन्हाळ्याला वेढा घातला

आपल्या विरुद्ध पाठवलेल्या विजापुरी सैन्याचा पराभव केल्यावर, छत्रपती शिवाजी महाराजांच्या सैन्याने कोकण आणि कोल्हापूरच्या दिशेने कूच केले, पन्हाळा किल्ला ताब्यात घेतला आणि 1659 मध्ये रुस्तम जमान आणि फझल खान यांच्या नेतृत्वाखाली पाठवलेल्या विजापुरी सैन्याचा पराभव केला. १६६० मध्ये, आदिलशहाने आपला सेनापती सिद्दी जौहरला छत्रपती शिवाजी महाराजांच्या दक्षिण सीमेवर हल्ला करण्यासाठी पाठवले, ज्यांनी उत्तरेकडून आक्रमण करण्याची योजना आखली होती. त्यावेळी छत्रपती शिवाजी महाराज आपल्या सैन्यासह पन्हाळा किल्ल्यावर तळ ठोकून होते. 1660 च्या मध्यात सिद्दी जौहरच्या सैन्याने पन्हाळ्याला वेढा घातला आणि किल्ल्याचा पुरवठा मार्ग बंद केला. पन्हाळ्यावरील गोळीबाराच्या वेळी, सिद्दी जौहरने त्याची कार्यक्षमता वाढवण्यासाठी राजापूर येथे इंग्रजांकडून हातबॉम्ब विकत घेतले आणि किल्ल्यावर केलेल्या भडिमारात मदत करण्यासाठी काही इंग्रज तोफखान्यांची नेमणूक केली, इंग्रजांनी वापरलेला ध्वज सुस्पष्टपणे फडकवला. या समजलेल्या विश्वासघातामुळे छत्रपती शिवाजी महाराज संतप्त झाले, ज्यांनी डिसेंबरमध्ये राजापूर येथील इंग्रज कारखाना लुटून बदला घेतला आणि चार घटकांना पकडले, त्यांना 1663 च्या मध्यापर्यंत तुरुंगात डांबले.

अनेक महिन्यांच्या वेढा नंतर, छत्रपती शिवाजी महाराजांनी सिद्दी जौहरशी वाटाघाटी केली आणि 22 सप्टेंबर 1660 रोजी किल्ला विशाळगडाकडे परत दिला; छत्रपती शिवाजी महाराजांनी 1673 मध्ये पन्हाळा परत घेतला.

पावनखिंडीची लढाई

छत्रपती शिवाजी महाराज रात्रीच्या वेळी पन्हाळ्यातून निसटले आणि शत्रूच्या घोडदळांनी त्यांचा पाठलाग केला असता, बांदल देशमुखांचे मराठा सरदार बाजी प्रभू देशपांडे, 300 सैनिकांसह घोडखिंड येथे शत्रूला रोखण्यासाठी मरण पत्करण्यासाठी स्वेच्छेने लढले. ("घोडा घाट") छत्रपती शिवाजी महाराज आणि उर्वरित सैन्याला विशाळगड किल्ल्याच्या सुरक्षिततेपर्यंत पोहोचण्याची संधी देण्यासाठी.

पुढच्या पावनखिंडच्या लढाईत, छोट्या मराठा सैन्याने मोठ्या शत्रूला रोखून छत्रपती शिवाजी महाराजांना पळून जाण्यासाठी वेळ दिला. बाजी प्रभू देशपांडे जखमी झाले पण त्यांनी विशाळगडावरून तोफगोळीचा आवाज येईपर्यंत लढाई सुरूच ठेवली, छत्रपती शिवाजी महाराज सुरक्षितपणे गडावर पोहोचल्याचे संकेत देत १३ जुलै १६६० च्या संध्याकाळी. घोड खिंड (खिंड म्हणजे "अरुंद डोंगराची खिंड") नंतर बाजीप्रभू देशपांडे, शिबोसिंग जाधव, फुलोजी आणि तेथे लढलेल्या इतर सर्व सैनिकांच्या सन्मानार्थ पावन खिंड ("पवित्र खिंड") असे नामकरण करण्यात आले.

मुघलांशी संघर्ष

1657 पर्यंत, छत्रपती शिवाजी महाराजांनी मुघल साम्राज्याशी शांततापूर्ण संबंध ठेवले. छत्रपती शिवाजी महाराजांनी दख्खनचा मुघल व्हाईसरॉय आणि मुघल सम्राटाचा मुलगा असलेल्या औरंगजेबाला विजापुरी किल्ल्यांवर आणि त्यांच्या ताब्यातील गावांवर अधिकृत मान्यता देण्याच्या बदल्यात विजापूर जिंकण्यासाठी आपली मदत देऊ केली. मुघलांच्या प्रतिसादावर असमाधानी, आणि विजापूरकडून चांगली ऑफर मिळाल्याने, त्याने मुघल दख्खनवर हल्ला केला. छत्रपती शिवाजी महाराजांचा मुघलांशी संघर्ष मार्च १६५७ मध्ये सुरू झाला, जेव्हा छत्रपती शिवाजी महाराजांच्या दोन अधिकाऱ्यांनी अहमदनगरजवळील मुघल प्रदेशावर छापा टाकला. यानंतर जुन्नर येथे छापे टाकण्यात आले, छत्रपती शिवाजी महाराज 300,000 हुन रोख आणि 200 घोडे घेऊन गेले. अहमदनगर येथे छत्रपती शिवाजी महाराजांच्या सैन्याचा पराभव करणाऱ्या नासिरी खानला औरंगजेबाने छाप्याला उत्तर दिले. तथापि, छत्रपती शिवाजी महाराजांविरुद्ध औरंगजेबाच्या प्रतिउत्तरांमध्ये पावसाळ्यात व्यत्यय आला आणि सम्राट शाहजहानच्या आजारपणानंतर मुघल सिंहासनासाठी त्याच्या भावांसोबतच्या लढाईत व्यत्यय आला.

शाइस्ताखान आणि सुरतवर हल्ले

विजापूरच्या बडी बेगमच्या विनंतीवरून, औरंगजेबाने, जो आताचा मुघल सम्राट आहे, त्याचा मामा शाइस्ताखान, 150,000 हून अधिक सैन्यासह जानेवारी 1660 मध्ये छत्रपती शिवाजी महाराजांवर हल्ला करण्यासाठी विजापूरच्या सैन्याच्या नेतृत्वाखाली एक शक्तिशाली

तोफखाना पाठवला. सिद्दी जौहर. शाइस्ताखानाने आपल्या ८०,००० च्या सुसज्ज आणि सुसज्ज सैन्यासह पुणे ताब्यात घेतले. त्याने जवळचा चाकणचा किल्ला देखील घेतला आणि भिंतीला तडा जाण्यापूर्वी दीड महिना त्याला वेढा घातला. शाइस्ता खानने मोठे, चांगले तरतुदीचे आणि जोरदार सशस्त्र मुघल सैन्य असण्याचा फायदा उचलला आणि काही मराठा प्रदेशात घुसखोरी केली, पुणे शहर ताब्यात घेतले आणि लाल महालाच्या छत्रपती शिवाजी महाराजांच्या राजवाड्यात आपले निवासस्थान स्थापित केले.

5 एप्रिल, 1663 च्या रात्री, छत्रपती शिवाजी महाराजांनी शाईस्ताखानच्या छावणीवर रात्रीचा धाडसी हल्ला केला. त्याने आपल्या 400 माणसांसह शाइस्ता खानच्या हवेलीवर हल्ला केला, खानच्या बेडरूममध्ये घुसून त्याला जखमी केले. खानने तीन बोटे गमावली. हाणामारीत, शाइस्ता खानचा मुलगा, त्याच्या अनेक बायका, नोकर आणि सैनिक मारले गेले. खानने पुण्याच्या बाहेर मुघल सैन्याचा आश्रय घेतला आणि औरंगजेबाने त्याला बंगालमध्ये बदली करून या लाजिरवाण्यापणाची शिक्षा दिली.

शाइस्ताखानाच्या हल्ल्यांचा बदला म्हणून, आणि त्याचा आता संपलेला खजिना भरून काढण्यासाठी, 1664 मध्ये छत्रपती शिवाजी महाराजांनी सुरत हे बंदर शहर, एक श्रीमंत मुघल व्यापारी केंद्र पाडले.

पुरंदरचा तह

शाइस्ताखान आणि सुरतेवरील हल्ल्यांनी औरंगजेब संतप्त झाला. प्रत्युत्तरादाखल, त्याने राजपूत मिर्झा राजा जयसिंग I याला छत्रपती शिवाजी महाराजांचा पराभव करण्यासाठी सुमारे 15,000 सैन्यासह पाठवले. 1665 मध्ये, जयसिंगच्या सैन्याने छत्रपती शिवाजी महाराजांवर दबाव आणला, त्यांच्या घोडदळांनी ग्रामीण भाग उध्वस्त केला आणि त्यांच्या वेढा घातल्या गेलेल्या सैन्याने छत्रपती शिवाजी महाराजांच्या किल्ल्यांची गुंतवणूक केली. मुघल सेनापती छत्रपती शिवाजी महाराजांच्या अनेक प्रमुख सेनापतींना आणि त्यांच्या अनेक घोडदळांना मुघल सेवेत आकर्षित करण्यात यशस्वी झाला. 1665 च्या मध्यापर्यंत, पुरंदरच्या किल्ल्याला वेढा घातला आणि ताब्यात घेण्याच्या जवळ आल्याने, छत्रपती शिवाजी महाराजांना जयसिंगशी करार करण्यास भाग पाडले गेले.

11 जून 1665 रोजी छत्रपती शिवाजी महाराज आणि जयसिंग यांच्यात झालेल्या पुरंदरच्या तहात, छत्रपती शिवाजी महाराजांनी 23 किल्ले सोडून देण्याचे कबूल केले, 12 स्वतःकडे ठेवले आणि मोगलांना 400,000 सोन्याचे हुन भरपाई दिली. छत्रपती शिवाजी महाराजांनी मुघल साम्राज्याचा जामीनदार बनण्यास आणि त्यांचा मुलगा संभाजी यांना 5,000 घोडेस्वारांसह दख्खनमध्ये मुघलांशी लढण्यासाठी मनसबदार म्हणून पाठविण्याचे मान्य केले.

आग्रा येथे अटक करून पळून गेले

1666 मध्ये, औरंगजेबाने छत्रपती शिवाजी महाराजांना आग्रा येथे बोलावले (जरी काही स्त्रोत त्याऐवजी दिल्ली राज्य करतात), त्याचा नऊ वर्षांचा मुलगा संभाजीसह. मुघल साम्राज्याच्या वायव्य सरहद्दीला मजबूत करण्यासाठी छत्रपती शिवाजी महाराजांना आता अफगाणिस्तानात असलेल्या कंदाहार येथे पाठवण्याची औरंगजेबाची योजना होती. तथापि, दरबारात, 12 मे 1666 रोजी, छत्रपती शिवाजी महाराजांना तुलनेने खालच्या दर्जाच्या उच्चपदस्थांच्या बरोबर उभे करण्यात आले, ज्या पुरुषांनी त्यांनी युद्धात आधीच पराभूत केले होते. छत्रपती शिवाजी महाराजांनी गुन्हा केला आणि न्यायालयाबाहेर धाव घेतली, आणि त्यांना तातडीने नजरकैदेत ठेवण्यात आले. जयसिंगचा मुलगा रामसिंग याने छत्रपती शिवाजी महाराज आणि त्यांच्या मुलाच्या ताब्यात देण्याची हमी दिली.

छत्रपती शिवाजी महाराजांची नजरकैदेत असलेली स्थिती धोक्याची होती, कारण औरंगजेबाच्या दरबारात त्यांना मारायचे की त्यांना कामावर ठेवायचे यावर वादविवाद होता. जयसिंगने छत्रपती शिवाजी महाराजांना त्यांच्या वैयक्तिक सुरक्षेचे आश्वासन देऊन औरंगजेबाच्या निर्णयावर प्रभाव टाकण्याचा प्रयत्न केला. दरम्यान, छत्रपती शिवाजी महाराजांनी स्वतःला मुक्त करण्याची योजना आखली. त्याने आपल्या बहुतेक लोकांना घरी परत पाठवले आणि रामसिंगला सम्राटाकडे दिलेली हमी स्वतःच्या आणि मुलाच्या सुरक्षिततेसाठी मागे घेण्यास सांगितले आणि स्वतःला मुघल सैन्याच्या स्वाधीन केले. छत्रपती शिवाजी महाराजांनी आजारी असल्याचे भासवले आणि ब्राह्मण आणि गरिबांना प्रायश्चित्त म्हणून मिठाईने भरलेल्या मोठ्या टोपल्या पाठवायला सुरुवात केली. 17 ऑगस्ट 1666 रोजी, एका मोठ्या टोपलीत स्वतःला आणि त्यांचा मुलगा संभाजीला दुसऱ्या टोपलीत घालून, छत्रपती शिवाजी महाराज निसटले आणि आग्रा सोडले.

मुघलांशी शांतता

छत्रपती शिवाजी महाराजांच्या सुटकेनंतर, मुघलांशी शत्रुत्व कमी झाले, मुघल सरदार जसवंत सिंग यांनी छत्रपती शिवाजी महाराज आणि औरंगजेब यांच्यात नवीन शांतता प्रस्तावासाठी मध्यस्थ म्हणून काम केले. १६६६ ते १६६८ या काळात औरंगजेबाने छत्रपती शिवाजी महाराजांना राजा ही पदवी बहाल केली. संभाजीला 5,000 घोड्यांसह मुघल मनसबदार म्हणून बहाल करण्यात आले. छत्रपती शिवाजी महाराजांनी त्यावेळेस संभाजीला जनरल प्रतापराव गुजर यांच्यासमवेत औरंगाबाद येथे मुघल व्हाईसरॉय प्रिन्स मुअज्जम यांच्याकडे सेवा करण्यासाठी पाठवले. संभाजीला बेरारमध्ये महसूल वसुलीसाठी प्रदेशही देण्यात आला होता. औरंगजेबानेही छत्रपती शिवाजी महाराजांना क्षय होत चाललेल्या आदिलशाहीवर हल्ला करण्याची परवानगी दिली; कमकुवत झालेला सुलतान अली आदिल शाह II याने शांततेसाठी दावा ठोकला आणि सरदेशमुखी आणि चौथाईचे अधिकार छत्रपती शिवाजी महाराजांना दिले.

छत्रपती शिवाजी महाराज आणि मुघल यांच्यातील शांतता 1670 पर्यंत टिकली. त्यावेळी औरंगजेबाला छत्रपती शिवाजी महाराज आणि मुअज्जम यांच्यातील घनिष्ट संबंधांबद्दल संशय आला, जो त्याला वाटत होता की ते आपले सिंहासन बळकावू शकतात आणि छत्रपती शिवाजींकडून लाच देखील घेत असावेत. महाराज. त्याच वेळी, औरंगजेबाने, अफगाणांशी लढताना, दख्खनमधील आपले सैन्य खूप कमी केले; बरखास्त केलेले बरेच सैनिक मराठा सेवेत त्वरीत रुजू झाले. मुघलांनी काही वर्षांपूर्वी छत्रपती शिवाजी महाराजांना दिलेले पैसे वसूल करण्यासाठी बेरारची जहागीरही काढून घेतली. प्रत्युत्तर म्हणून, छत्रपती शिवाजी महाराजांनी मुघलांवर आक्रमण केले आणि चार महिन्यांच्या कालावधीत त्यांना शरण आलेल्या प्रदेशाचा मोठा भाग परत मिळवला.

छत्रपती शिवाजी महाराजांनी 1670 मध्ये दुसऱ्यांदा सुरतेचा पाडाव केला; इंग्रज आणि डच कारखाने त्याचा हल्ला परतवून लावू शकले, परंतु मक्केहून परतणाऱ्या मावरा-उन-नाहर येथील मुस्लिम राजपुत्राचा माल लुटण्यासह त्याने शहरच उद्ध्वस्त केले. नव्याने झालेल्या हल्ल्यांमुळे संतप्त झालेल्या मुघलांनी मराठ्यांशी पुन्हा शत्रुत्व सुरू केले, छत्रपती शिवाजी महाराजांना सुरतहून घरी परतल्यावर रोखण्यासाठी दाऊद खानच्या नेतृत्वाखाली सैन्य पाठवले, परंतु सध्याच्या नाशिकजवळील वणी-दिंडोरीच्या लढाईत त्यांचा पराभव झाला.

ऑक्टोबर 1670 मध्ये, छत्रपती शिवाजी महाराजांनी मुंबई येथे इंग्रजांना त्रास देण्यासाठी आपले सैन्य पाठवले; त्यांनी त्याला युद्धसामुग्री विकण्यास नकार दिल्याने त्याच्या सैन्याने इंग्रज लाकूड तोडणाऱ्या पक्षांना मुंबई सोडण्यापासून रोखले. सप्टेंबर 1671 मध्ये, छत्रपती शिवाजी महाराजांनी दांडा-राजपुरी विरुद्धच्या लढाईसाठी पुन्हा साहित्य मागवून मुंबईत राजदूत पाठवले. या विजयामुळे छत्रपती शिवाजी महाराजांना किती फायदे होतील याची इंग्रजांना शंका होती, परंतु राजापूरचे कारखाने लुटल्याची भरपाई मिळण्याची एकही संधी त्यांना गमावायची नव्हती. इंग्रजांनी लेफ्टनंट स्टीफन उस्टिकला छत्रपती शिवाजी महाराजांशी उपचार करण्यासाठी पाठवले, परंतु राजापूर नुकसानभरपाईच्या मुद्द्यावर वाटाघाटी अयशस्वी झाल्या. 1674 मध्ये शस्त्रास्त्रांच्या मुद्द्यांबाबत काही करारांसह, पुढील वर्षांमध्ये अनेक राजदूतांची देवाणघेवाण झाली, परंतु छत्रपती शिवाजी महाराजांना त्यांच्या मृत्यूपूर्वी राजापूरची नुकसानभरपाई कधीही भरायची नव्हती आणि 1682 च्या शेवटी तेथील कारखाना विसर्जित झाला.

उमराणी आणि नेसरीच्या लढाया

१६७४ मध्ये, मराठा सैन्याचे सरसेनापती प्रतापराव गुजर यांना विजापुरी सेनापती बहलोल खान यांच्या नेतृत्वाखालील आक्रमक सैन्याला मागे ढकलण्यासाठी पाठवण्यात आले. प्रतापरावांच्या सैन्याने लढाईत विरोधी सेनापतीचा पराभव करून त्यांना पकडले, एका मोक्याच्या तलावाला वेढा घालून त्यांचा पाणीपुरवठा खंडित केला, ज्यामुळे बहलोल खानला शांततेसाठी खटला भरण्यास प्रवृत्त केले. छत्रपती शिवाजी महाराजांनी असे करण्याविरूद्ध विशिष्ट इशारे देऊनही, प्रतापरावांनी बहलोल खानची सुटका केली, ज्याने नव्याने आक्रमणाची तयारी सुरू केली.

छत्रपती शिवाजी महाराजांनी प्रतापरावांना एक नाराजी पत्र पाठवून बहलोल खानला पुन्हा पकडले जाईपर्यंत त्याला नकार दिला. आपल्या सेनापतीच्या फटकारामुळे अस्वस्थ झालेल्या प्रतापरावांनी बहलोल खानला शोधून काढले आणि आपले मुख्य सैन्य मागे सोडून फक्त सहा इतर घोडेस्वारांवर आपली जबाबदारी सोपवली. प्रतापराव युद्धात मारले गेले; प्रतापरावांच्या मृत्यूची बातमी ऐकून छत्रपती शिवाजी महाराजांना खूप दुःख झाले आणि त्यांनी आपला दुसरा मुलगा राजाराम याचा विवाह प्रतापरावांच्या मुलीशी लावला. प्रतापरावांच्या पश्चात हंबीरराव मोहिते नवीन सरनौबत (मराठा सैन्याचा सरसेनापती) म्हणून नियुक्त झाले. रायगड किल्ला हिरोजी इंदुलकर यांनी नवजात मराठा राज्याची राजधानी म्हणून नव्याने बांधला होता.

राज्याभिषेक

छत्रपती शिवाजी महाराजांनी त्यांच्या मोहिमेद्वारे मोठ्या प्रमाणावर जमीन आणि संपत्ती मिळवली होती, परंतु औपचारिक पदवी नसतानाही, ते तांत्रिकदृष्ट्या मुघल जमीनदार किंवा विजापुरी जहागीरदाराचे पुत्र होते, त्यांच्या वास्तविक डोमेनवर राज्य करण्यासाठी कोणताही कायदेशीर आधार नव्हता. एक राजेशाही पदवी यास संबोधित करू शकते आणि इतर मराठा नेत्यांच्या कोणत्याही आव्हानांना प्रतिबंधित करू शकते, ज्यांच्याशी ते तांत्रिकदृष्ट्या समान होते. ते हिंदू मराठ्यांना अन्यथा मुस्लिम शासित प्रदेशात एक सहकारी हिंदू सार्वभौम देखील प्रदान करेल.

प्रस्तावित राज्याभिषेकाची तयारी 1673 मध्ये सुरू झाली. तथापि, काही वादग्रस्त समस्यांमुळे राज्याभिषेकाला जवळपास एक वर्ष उशीर झाला. छत्रपती शिवाजी महाराजांच्या दरबारातील ब्राह्मणांमध्ये वाद निर्माण झाला: त्यांनी छत्रपती शिवाजी महाराजांना राजा म्हणून राज्याभिषेक करण्यास नकार दिला कारण तो दर्जा हिंदू समाजातील क्षत्रिय (योद्धा) वर्णांसाठी राखीव होता. छत्रपती शिवाजी महाराज हे शेती करणाऱ्या खेड्यांच्या प्रमुखांच्या पंक्तीचे वंशज होते आणि ब्राह्मणांनी त्यानुसार त्यांना शूद्र (शेती करणारा) वर्ण म्हणून वर्गीकृत केले. त्यांनी नमूद केले की छत्रपती शिवाजी महाराजांचा पवित्र धागा समारंभ कधीच झाला नव्हता आणि त्यांनी तो धागा घातला नाही, जो क्षत्रिय करेल. छत्रपती शिवाजी महाराजांनी वाराणसीचे पंडित गागा भट्ट यांना बोलावून घेतले, ज्यांनी सांगितले की त्यांना छत्रपती शिवाजी महाराज हे सिसोदियांचे वंशज असल्याचे सिद्ध करणारी एक वंशावली सापडली आहे आणि अशा प्रकारे खरोखरच एक क्षत्रिय आहे, जरी त्यांच्या पदासाठी समारंभांची गरज होती. हा दर्जा लागू करण्यासाठी, छत्रपती शिवाजी महाराजांना एक पवित्र धागा समारंभ देण्यात आला

आणि क्षत्रियाकडून अपेक्षित असलेल्या वैदिक रीतीरिवाजांनुसार त्यांच्या जोडीदाराचा पुनर्विवाह केला. तथापि, ऐतिहासिक पुराव्यांवरून, छत्रपती शिवाजी महाराजांचा राजपूतांवरचा दावा, आणि विशेषतः सिसोदिया वंशाचा अर्थ अत्यंत क्षुल्लक ते उत्कृष्ट, कल्पक असा अर्थ लावला जाऊ शकतो.

28 मे रोजी, छत्रपती शिवाजी महाराजांनी त्यांच्या पूर्वजांनी आणि स्वतः क्षत्रिय संस्कार इतके दिवस पाळले नाहीत म्हणून तपश्चर्या केली. नंतर त्याला गागा भट्ट यांनी पवित्र धाग्याने गुंतवले. इतर ब्राह्मणांच्या आग्रहास्तव, गागा भट्ट यांनी वैदिक मंत्र सोडला आणि छत्रपती शिवाजी महाराजांना ब्राह्मणांच्या बरोबरीने न ठेवता दोनदा जन्मलेल्यांच्या जीवनाच्या सुधारित स्वरूपात दीक्षा दिली. दुसऱ्या दिवशी, छत्रपती शिवाजी महाराजांनी स्वतःच्या हयातीत जाणूनबुजून किंवा चुकून केलेल्या पापांचे प्रायश्चित्त केले. त्याचे सोने, चांदी यासह सात धातू आणि तलम तागाचे कापड, कापूर, मीठ, साखर इत्यादी सात धातूंशी स्वतंत्रपणे तोलण्यात आले. हे सर्व धातू आणि वस्तू आणि एक लाख हूण ब्राह्मणांमध्ये वाटण्यात आले. पण यातूनही ब्राह्मणांचा लोभ भागला नाही. दोन विद्वान ब्राह्मणांनी निदर्शनास आणून दिले की छत्रपती शिवाजी महाराजांनी छापे टाकताना ब्राह्मण, गायी, स्त्रिया आणि लहान मुले यांचा मृत्यू असलेली शहरे जाळली होती आणि त्यांना या पापातून १०० रुपये किंमत देऊन शुद्ध केले जाऊ शकते. 8,000, आणि छत्रपती शिवाजी महाराजांनी ही रक्कम दिली. संमेलनाचे भोजन, सामान्य भिक्षा, सिंहासन आणि दागिने यासाठी केलेला एकूण खर्च 1.5 दशलक्ष रुपयांपर्यंत पोहोचला.

6 जून 1674 रोजी रायगड किल्ल्यावर एका भव्य समारंभात छत्रपती शिवाजी महाराजांना मराठा साम्राज्याचा (हिंदवी स्वराज) राज्याभिषेक करण्यात आला. हिंदू कॅलेंडरमध्ये तो 1596 मध्ये ज्येष्ठ महिन्याच्या पहिल्या पंधरवड्याच्या 13 व्या दिवशी (त्रयोदशी) होता. गागा भट्ट यांनी यमुना, सिंधू, गंगा, गोदावरी, नर्मदा, कृष्णा आणि कावेरी या सात पवित्र नद्यांच्या पाण्याने भरलेल्या सोन्याच्या पात्रातून छत्रपती शिवाजी महाराजांच्या डोक्यावर पाणी ओतले आणि वैदिक राज्याभिषेक मंत्रांचा उच्चार केला. स्नानानंतर छत्रपती शिवाजी महाराजांनी जिजाबाईंपुढे नतमस्तक होऊन तिच्या चरणांना स्पर्श केला. सोहळ्यासाठी रायगडावर जवळपास पन्नास हजार लोक जमले होते. छत्रपती शिवाजी महाराजांना शककर्ता ("युगाचे संस्थापक") आणि छत्रपती ("सार्वभौम") असे शीर्षक होते. त्यांनी हैंदव धर्मोद्धारक (हिंदू धर्माचे रक्षक) ही पदवी देखील घेतली.

18 जून 1674 रोजी छत्रपती शिवाजी महाराजांच्या आई जिजाबाई यांचे निधन झाले. मराठ्यांनी निश्चल पुरी गोस्वामी, तांत्रिक पुजारी यांना बोलावले, ज्याने घोषित केले की मूळ राज्याभिषेक अशुभ ताऱ्यांखाली झाला होता आणि दुसरा राज्याभिषेक आवश्यक होता. 24 सप्टेंबर 1674 रोजी झालेल्या या दुसऱ्या राज्याभिषेकाचा दुहेरी उपयोग झाला, ज्यांचा अजूनही असा विश्वास होता की छत्रपती शिवाजी महाराज त्यांच्या पहिल्या राज्याभिषेकाच्या वैदिक विधीसाठी पात्र नव्हते, कमी स्पर्धात्मक अतिरिक्त सोहळा पार पाडून.

दक्षिण भारताचा विजय

1674 च्या सुरुवातीस, मराठ्यांनी आक्रमक मोहीम हाती घेतली, खान्देश (ऑक्टोबर) मध्ये छापे टाकले, विजापुरी फोंडा (एप्रिल 1675), कारवार (मध्य वर्ष), आणि कोल्हापूर (जुलै) ताब्यात घेतला. नोव्हेंबरमध्ये, मराठा नौदलाची जंजिऱ्याच्या सिद्दींशी चकमक झाली, परंतु त्यांना हुसकावून लावण्यात ते अयशस्वी ठरले. आजारातून बरे झाल्यावर, आणि विजापूर येथे दख्खनी आणि अफगाण यांच्यात सुरू झालेल्या गृहयुद्धाचा फायदा घेऊन, छत्रपती शिवाजी महाराजांनी एप्रिल 1676 मध्ये अथणीवर छापा टाकला.

आपल्या मोहिमेच्या धावपळीत, छत्रपती शिवाजी महाराजांनी दख्खनी देशभक्तीच्या भावनेला आवाहन केले की, दक्षिण भारत हे एक मातृभूमी आहे ज्याचे बाहेरच्या लोकांपासून संरक्षण केले पाहिजे. त्यांचे आवाहन काही प्रमाणात यशस्वी झाले आणि 1677 मध्ये छत्रपती शिवाजी महाराजांनी एका महिन्यासाठी हैदराबादला भेट दिली आणि गोलकोंडा सल्तनतच्या कुतुबशाहशी करार केला, विजापूरशी त्यांची युती नाकारण्याचे आणि मुघलांना एकत्रितपणे विरोध करण्याचे मान्य केले. 1677 मध्ये, छत्रपती शिवाजी महाराजांनी 30,000 घोडदळ आणि 40,000 पायदळ, गोलकोंडा तोफखाना आणि निधीच्या मदतीने कर्नाटकवर आक्रमण केले. दक्षिणेकडे पुढे जाताना, छत्रपती शिवाजी महाराजांनी वेल्लोर आणि गिंजीचे किल्ले ताब्यात घेतले; नंतरचा त्यांचा मुलगा राजाराम पहिला याच्या काळात मराठ्यांची राजधानी म्हणून काम करेल.

छत्रपती शिवाजी महाराजांनी त्यांचा सावत्र भाऊ व्यंकोजी (एकोजी पहिला), शहाजीचा मुलगा, त्यांची दुसरी पत्नी, तुकाबाई (नी मोहिते) यांच्याशी समेट घडवून आणण्याचा हेतू होता, ज्याने शहाजीनंतर तंजावर (तंजावर) राज्य केले. सुरुवातीला आश्वासक वाटाघाटी अयशस्वी ठरल्या, म्हणून रायगडावर परतताना, छत्रपती शिवाजी महाराजांनी २६ नोव्हेंबर १६७७ रोजी आपल्या सावत्र भावाच्या सैन्याचा पराभव केला आणि म्हैसूर पठारावरील बहुतेक संपत्ती ताब्यात घेतली. व्यंकोजीच्या पत्नी दीपाबाई, ज्यांचा छत्रपती शिवाजी महाराज मनापासून आदर करतात, त्यांनी छत्रपती शिवाजी महाराजांशी नवीन वाटाघाटी केल्या आणि आपल्या पतीला मुस्लिम सल्लागारांपासून दूर राहण्यास पटवून दिले. सरतेशेवटी, छत्रपती शिवाजी महाराजांनी तिला आणि तिच्या महिला वंशजांना त्यांनी ताब्यात घेतलेल्या अनेक संपत्ती वळवण्यास संमती दिली, वेंकोजीने प्रांतांचे योग्य प्रशासन आणि शाहजीच्या स्मारकाच्या (समाधी) देखभालीसाठी अनेक अटी मान्य केल्या.

मृत्यू आणि उत्तराधिकार

छत्रपती शिवाजी महाराजांच्या वारसदाराचा प्रश्न गुंतागुंतीचा होता. छत्रपती शिवाजी महाराजांनी 1678 मध्ये आपल्या मुलाला पन्हाळा येथे बंदिस्त केले, केवळ राजकुमार आपल्या पत्नीसह पळून गेला आणि एक वर्षासाठी मुघलांकडे गेला. संभाजी नंतर पश्चात्ताप न करता घरी परतले आणि पुन्हा पन्हाळ्याला बंदिस्त झाले.

छत्रपती शिवाजी महाराज 3-5 एप्रिल 1680 रोजी वयाच्या 50 व्या वर्षी, हनुमान जयंतीच्या पूर्वसंध्येला मरण पावले. छत्रपती शिवाजी महाराजांच्या मृत्यूचे कारण वादग्रस्त आहे. ब्रिटीश नोंदी सांगतात की छत्रपती शिवाजी महाराज 12 दिवस आजारी असल्याने रक्तरंजित प्रवाहामुळे मरण पावले. f पोर्तुगीजमधील बिब्लियोटेका नॅसिओनल डी लिस्बोआ या समकालीन कामात, छत्रपती शिवाजी महाराजांच्या मृत्यूचे कारण अँथ्रॅक्स आहे. तथापि, कृष्णाजी अनंत सभासद, सभासद बखरचे लेखक, छत्रपती शिवाजी महाराजांचे चरित्र, यांनी ताप हे छत्रपती शिवाजी महाराजांच्या मृत्यूचे कारण म्हणून नमूद केले आहे. छत्रपती शिवाजी महाराजांच्या हयात असलेल्या पत्नींपैकी निपुत्रिक ज्येष्ठ असलेल्या पुतळाबाई यांनी त्यांच्या अंत्यसंस्कारात उडी घेऊन सती केली. दुसरी हयात असलेली जोडीदार, सकवारबाई, यांना एक तरुण मुलगी असल्यामुळे त्यांना अनुकरण करण्याची परवानगी नव्हती. नंतरच्या विद्वानांनी संशय व्यक्त केला असला तरी, त्यांच्या दुसऱ्या पत्नी सोयराबाईने तिचा 10 वर्षांचा मुलगा राजाराम याला गादीवर बसवण्यासाठी त्याला विषप्रयोग केला होता, असा आरोपही करण्यात आला होता.

छत्रपती शिवाजी महाराजांच्या मृत्यूनंतर, सोयराबाईंनी प्रशासनातील विविध मंत्र्यांसोबत आपला सावत्र मुलगा संभाजीऐवजी आपला मुलगा राजारामचा राज्याभिषेक करण्याची योजना आखली. 21 एप्रिल 1680 रोजी दहा वर्षांच्या राजारामला गादीवर बसवण्यात आले. तथापि, संभाजीने सेनापतीला मारून रायगड किल्ला ताब्यात घेतला आणि 18 जून रोजी रायगडावर ताबा मिळवला आणि 20 जुलै रोजी औपचारिकपणे सिंहासनावर आरूढ झाला. राजाराम, त्यांची पत्नी जानकीबाई आणि आई सोयराबाई यांना तुरुंगात टाकण्यात आले आणि त्या ऑक्टोबरमध्ये सोयराबाईंना कटाच्या आरोपाखाली फाशी देण्यात आली.

शासन

आठ मंत्र्यांची परिषद, किंवा अष्ट प्रधान मंडळ, ही छत्रपती शिवाजी महाराजांनी स्थापन केलेली प्रशासकीय आणि सल्लागार परिषद होती. त्यात आठ मंत्र्यांचा समावेश होता जे नियमितपणे छत्रपती शिवाजी महाराजांना राजकीय आणि प्रशासकीय बाबींवर सल्ला देत असत.

पेशवे किंवा पंतप्रधान :- सामान्य प्रशासन

अमात्य किंवा अर्थमंत्री :- सार्वजनिक खाती सांभाळणे

मंत्री किंवा क्रॉनिकलर:- न्यायालयीन नोंदी ठेवणे

सुमंत किंवा डबीर किंवा परराष्ट्र सचिव:- इतर राज्यांशी संबंधांशी संबंधित सर्व बाबी

सचिव किंवा शुरन नविस किंवा गृहसचिव:- राजाचा पत्रव्यवहार व्यवस्थापित करणे

पंडितराव किंवा चर्चचे प्रमुख:- धार्मिक बाबी

न्यायधीश किंवा मुख्य न्यायाधीश:- दिवाणी आणि लष्करी न्याय

सेनापती/सारी नौबत किंवा सेनापती:- राजाच्या सैन्याशी संबंधित सर्व बाबी

पंडितराव आणि न्यायधीश वगळता इतर सर्व मंत्र्यांकडे लष्करी कमांड होते, त्यांची नागरी कर्तव्ये बहुधा डेप्युटींकडून पार पाडली जात होती.

मराठी आणि संस्कृतचा प्रचार

त्यांच्या दरबारात, छत्रपती शिवाजी महाराजांनी फारसी, या प्रदेशातील सामान्य दरबारी भाषा मराठीने बदलली आणि हिंदू राजकीय आणि दरबारी परंपरांवर जोर दिला. छत्रपती शिवाजी महाराजांच्या कारकिर्दीने पद्धतशीर वर्णन आणि समजून घेण्याचे साधन म्हणून मराठीच्या उपयोजनाला चालना दिली. छत्रपती शिवाजी महाराजांचा शाही शिक्का संस्कृतमध्ये होता. छत्रपती शिवाजी महाराजांनी त्यांच्या एका अधिकाऱ्याला फारसी आणि अरबी शब्दांच्या जागी त्यांच्या संस्कृत समतुल्य शब्दांचा व्यापक कोश तयार करण्यास नियुक्त केले. यामुळे 1677 मध्ये 'राजव्यवहारकोसा', राज्य वापराचा कोश तयार झाला.

धार्मिक धोरण

छत्रपती शिवाजी महाराज हे त्यांच्या उदारमतवादी आणि सहिष्णू धार्मिक धोरणांसाठी ओळखले जातात. हिंदू शासकांच्या अधिपत्याखाली हिंदूंना मुक्तपणे त्यांच्या धर्माचे पालन करण्यास मोकळीक मिळाली असताना, छत्रपती शिवाजी महाराजांनी मुस्लिमांना छळ न करता केवळ धर्म पाळण्याची परवानगी दिली नाही, तर त्यांच्या मंत्रालयांना देणगी देऊन पाठिंबा दिला. 3 एप्रिल 1679 रोजी औरंगजेबाने बिगर मुस्लिमांवर जिझिया कर लावला तेव्हा छत्रपती शिवाजी महाराजांनी औरंगजेबाला कठोर पत्र लिहून त्याच्या कर धोरणावर टीका केली. त्याने लिहिले:

कठोर न्यायात जिझिया अजिबात कायदेशीर नाही. हिंदूंवर अत्याचार आणि दहशत माजवण्यामध्ये धार्मिकतेची कल्पना केल्यास, तुम्ही प्रथम राजसिंग पहिला, जो हिंदूंचा प्रमुख आहे, यांच्यावर कर लावला पाहिजे. पण मुंग्या आणि माशांवर अत्याचार करणे म्हणजे शौर्य किंवा

आत्मा नाही. जर तुमचा कुराणवर विश्वास असेल तर, देव हा सर्व माणसांचा स्वामी आहे आणि केवळ मुस्लिमांचा नाही. खरेच, इस्लाम आणि हिंदू धर्म या परस्परविरोधी शब्द आहेत. ते रंगांचे मिश्रण आणि बाह्यरेखा भरण्यासाठी खरे दिव्य चित्रकार वापरतात. जर ती मशीद असेल तर देवाच्या स्मरणार्थ प्रार्थनेची हाक दिली जाते. मंदिर असेल तर केवळ देवाच्या आकांताने घंटा वाजवल्या जातात. कोणत्याही माणसाच्या धर्म आणि प्रथांबद्दल कट्टरता दाखवणे म्हणजे पवित्र ग्रंथातील शब्द बदलणे होय.

छत्रपती शिवाजी महाराज सार्वत्रिक हिंदू राजवट निर्माण करण्याचा प्रयत्न करत नव्हते. तो विविध धर्मांप्रती सहिष्णू होता आणि समरसतेवर विश्वास ठेवत होता. त्याने औरंगजेबाला हिंदू श्रद्धा आणि स्थळांनुसार अकबराप्रमाणे वागण्याची विनंती केली. छत्रपती शिवाजी महाराजांना आजूबाजूच्या मुस्लिम राष्ट्रांशी अगदी हिंदू शक्तींविरुद्ध युती करण्यात फारसा त्रास झाला नाही. त्याने मुघलांशी लढण्यासाठी राजपूत यांसारख्या इतर हिंदू शक्तींसोबत देखील सामील झाले नाही. पहिली पठाण तुकडी १६५६ मध्ये स्थापन झाली. त्याचे नौदल ॲडमिरल दर्या सारंग, १४६ मुस्लिम होते.

छत्रपती शिवाजी महाराजांचा शाही शिक्का

सील हे अधिकृत दस्तऐवजांना सत्यता प्रदान करण्याचे साधन होते. शहाजी आणि जिजाबाई यांच्याकडे पर्शियन शिक्के होते. पण छत्रपती शिवाजी महाराजांनी सुरुवातीपासूनच संस्कृतचा वापर आपल्या शिक्का मारण्यासाठी केला. 7 सील घोषित करतेः "शहाचा मुलगा शिवाचा हा शिक्का लोकांच्या कल्याणासाठी चमकत आहे आणि चंद्राच्या पहिल्या टप्प्याप्रमाणे विश्वाचा आदर वाढवण्यासाठी आहे."

छत्रपती शिवाजी महाराजांची युद्ध पद्धती

छत्रपती शिवाजी महाराजांनी एक लहान पण प्रभावी उभी फौज सांभाळली. छत्रपती शिवाजी महाराजांच्या सैन्याचा गाभा मराठा आणि कुणबी जातीतील शेतकऱ्यांचा समावेश होता. छत्रपती शिवाजी महाराजांना आपल्या सैन्याच्या मर्यादांची जाणीव होती. मैदानी तोफखान्याने सुसज्ज असलेल्या मुघलांच्या मोठ्या, प्रशिक्षित घोडदळाचा सामना करण्यासाठी पारंपारिक युद्ध पद्धती अपुरी असल्याचे त्यांच्या लक्षात आले. परिणामी, छत्रपती शिवाजी महाराजांनी गनिमी काव्याचा अवलंब केला जो 'गनिमी कावा' म्हणून ओळखला जाऊ लागला. छत्रपती शिवाजी महाराज हे गनिमी काव्यात निपुण होते. त्याच्या रणनीतीने सतत गोंधळात टाकले आणि त्याच्याविरुद्ध पाठवलेल्या सैन्याचा पराभव केला. त्याच्या लक्षात आले की त्यावेळच्या मोठ्या, संथ गतीने चालणाऱ्या सैन्याचा सर्वात असुरक्षित मुद्दा म्हणजे पुरवठा. त्याने स्थानिक भूभागाचे ज्ञान आणि त्याच्या हलक्या घोडदळाच्या उत्कृष्ट गतिशीलतेचा उपयोग शत्रूला पुरवठा खंडित करण्यासाठी केला. छत्रपती शिवाजी महाराजांनी खडतर युद्धांमध्ये सामना करण्यास नकार दिला. त्याऐवजी, त्याने शत्रूंना स्वतःच्या पसंतीच्या कठीण टेकड्या आणि जंगलांमध्ये आकर्षित केले, त्यांना गैरसोयीच्या वेळी पकडले आणि मार्ग काढला. छत्रपती शिवाजी महाराज एका विशिष्ट युक्तीला चिकटून राहिले नाहीत परंतु परिस्थितीनुसार आवश्यकतेनुसार शत्रूंचा पराभव करण्यासाठी त्यांनी अनेक पद्धतींचा अवलंब केला, जसे की अचानक छापे, झाडू आणि घातपात आणि मानसिक दबाव वापरणे.

छत्रपती शिवाजी महाराजांना औरंगजेब आणि त्याच्या सेनापतींनी तिरस्काराने "पहाडी उंदीर" म्हटले कारण शत्रूच्या सैन्यावर हल्ला करण्याच्या आणि नंतर त्यांच्या पर्वतीय किल्ल्यांमध्ये माघार घेण्याच्या त्यांच्या गनिमी रणनीतीमुळे.

लष्करी

छत्रपती शिवाजी महाराजांनी त्यांची लष्करी संघटना तयार करण्यात मोठे कौशल्य दाखवले, जे मराठा साम्राज्याच्या अंतापर्यंत टिकले. त्याची रणनीती त्याच्या भूदल, नौदल दल आणि त्याच्या प्रदेशातील किल्ल्यांच्या मालिकेवर अवलंबून होती. मावळच्या पायदळांनी त्यांच्या भूदलाचा मुख्य भाग म्हणून काम केले (कर्नाटकातील तेलंगी मस्केटियर्ससह प्रबलित), मराठा घोडदळाचे समर्थन. त्याचा तोफखाना तुलनेने अविकसित होता आणि युरोपियन पुरवठादारांवर विसंबून होता, ज्यामुळे तो युद्धाच्या अतिशय मोबाइल प्रकाराकडे झुकत होता.

डोंगरी किल्ले

छत्रपती शिवाजी महाराजांच्या रणनीतीत डोंगरी किल्ल्यांचा मोलाचा वाटा आहे. त्याने मुरंबदेव (राजगड), तोरणा, कोंढाणा (सिंहगड) आणि पुरंदर हे महत्त्वाचे किल्ले काबीज केले. त्याने फायदेशीर ठिकाणी अनेक किल्ल्यांची पुनर्बांधणी किंवा दुरुस्ती केली. याशिवाय छत्रपती शिवाजी महाराजांनी अनेक किल्ले बांधले; काही खात्यांमध्ये "111" हा आकडा नोंदवला गेला आहे, परंतु कदाचित वास्तविक संख्या "18 पेक्षा जास्त नसेल." इतिहासकार जदुनाथ सरकार यांनी असे मूल्यांकन केले की छत्रपती शिवाजी महाराजांच्या मृत्यूच्या वेळी त्यांच्याकडे सुमारे 240-280 किल्ले होते. प्रत्येकाला समान दर्जाच्या तीन अधिकाऱ्यांच्या खाली ठेवण्यात आले होते, जेणेकरून एकाच देशद्रोहीला लाच दिली जाऊ नये किंवा ते शत्रूला देण्याचा मोह होऊ नये. अधिकाऱ्यांनी संयुक्तपणे कार्य केले आणि परस्पर धनादेश आणि शिल्लक प्रदान केली.

नौदल

कोकण किनारपट्टीवर नियंत्रण ठेवण्यासाठी नौदल शक्तीची गरज ओळखून, छत्रपती शिवाजी महाराजांनी 1657 किंवा 1659 मध्ये बासीनच्या पोर्तुगीज शिपयार्ड्सकडून वीस गॅलिव्हॅट्स खरेदी करून आपले नौदल तयार करण्यास सुरुवात केली. मराठी इतिहास सांगतो की त्याच्या ताफ्याने त्याच्या उंचीवर सुमारे 400 युद्धनौका मोजल्या होत्या, जरी समकालीन इंग्रजी इतिहासानुसार ही संख्या कधीही 160 पेक्षा

जास्त नव्हती.

मराठ्यांना जमीन-आधारित सैन्याची सवय झाल्यामुळे, छत्रपती शिवाजी महाराजांनी त्यांच्या जहाजांसाठी पात्र क्रू शोधण्याचा प्रयत्न वाढवला आणि नौदलाच्या कारवायांशी फार पूर्वीपासून परिचित असलेल्या खालच्या जातीतील हिंदूंना ताब्यात घेतले. तसेच मुस्लिम भाडोत्री सैनिक. पोर्तुगीज नौदलाचे सामर्थ्य लक्षात घेऊन, छत्रपती शिवाजी महाराजांनी अनेक पोर्तुगीज खलाशी आणि गोव्यातील ख्रिश्चन धर्मांतरितांना कामावर घेतले आणि रुई लेताओ व्हिएगास यांना त्यांच्या ताफ्याचा सेनापती बनवले. व्हिएगास नंतर 300 खलाशी घेऊन पोर्तुगीजांकडे परत गेला.

छत्रपती शिवाजी महाराजांनी किनारपट्टीवरील किल्ले ताब्यात घेऊन त्यांचे नूतनीकरण करून आपली किनारपट्टी मजबूत केली आणि सिंधुदुर्ग येथे पहिला सागरी किल्ला बांधला, जो मराठा नौदलाचे मुख्यालय बनणार होता. नौदल ही एक तटीय नौदल होती, ज्याचा भर समुद्रकिनारी असलेल्या भागात प्रवास आणि लढाईवर केंद्रित होता, आणि समुद्रापर्यंत जाण्याचा हेतू नव्हता.

छत्रपती शिवाजी महाराजांनंतर मराठा साम्राज्याचा विस्तार

1758 मध्ये मराठा साम्राज्य शिखरावर होते

छत्रपती शिवाजी महाराजांनी मुघलांशी नेहमी मतभेद असलेले राज्य मागे सोडले. त्याच्या मृत्यूनंतर, 1681 मध्ये, औरंगजेबाने मराठ्यांच्या ताब्यातील प्रदेश, विजापूरस्थित आदिलशाही आणि गोलकोंडाची कुतुबशाही अनुक्रमे ताब्यात घेण्यासाठी दक्षिणेत आक्रमण सुरू केले. सल्तनतांचा नायनाट करण्यात तो यशस्वी झाला पण दख्खनमध्ये २७ वर्षे घालवल्यानंतर मराठ्यांना वश करू शकला नाही. या काळात 1689 मध्ये संभाजीला पकडणे, छळ करणे आणि फाशी देण्यात आली आणि मराठ्यांनी संभाजीचे उत्तराधिकारी राजाराम आणि नंतर राजारामची विधवा ताराबाई यांच्या नेतृत्वाखाली जोरदार प्रतिकार केला. मुघल आणि मराठे यांच्यात प्रदेश वारंवार बदलले; 1707 मध्ये मुघलांच्या पराभवात संघर्ष संपला.

छत्रपती शिवाजी महाराजांचे नातू आणि संभाजींचे पुत्र शाहू यांना २७ वर्षांच्या संघर्षात औरंगजेबाने कैदेत ठेवले होते. नंतरच्या मृत्यूनंतर त्याच्या वारसांनी शाहूची सुटका केली. त्यांची मावशी ताराबाई यांच्या वारसाहक्कासाठी अल्पशा सत्ता संघर्षानंतर, शाहूने 1707 ते 1749 पर्यंत मराठा साम्राज्यावर राज्य केले. त्यांच्या कारकिर्दीच्या सुरुवातीस, त्यांनी बाळाजी विश्वनाथ आणि नंतर त्यांच्या वंशजांना, मराठा साम्राज्याचे पेशवे (पंतप्रधान) म्हणून नियुक्त केले. बाळाजीचा मुलगा, पेशवा बाजीराव पहिला आणि नातू, पेशवा बाळाजी बाजीराव यांच्या नेतृत्वाखाली साम्राज्याचा मोठ्या प्रमाणात विस्तार झाला. त्याच्या शिखरावर, मराठा साम्राज्य दक्षिणेला तामिळनाडू पासून उत्तरेला पेशावर (आधुनिक खैबर पख्तूनख्वा) आणि पूर्वेला बंगालपर्यंत पसरले होते. 1761 मध्ये, मराठा सैन्याने पानिपतची तिसरी लढाई अफगाण दुर्रानी साम्राज्याच्या अहमद शाह अब्दालीशी गमावली, ज्यामुळे वायव्य भारतात त्यांचा साम्राज्य विस्तार थांबला. पानिपतानंतर दहा वर्षांनी, माधवराव पेशव्यांच्या राजवटीत मराठ्यांनी उत्तर भारतात पुन्हा प्रभाव मिळवला.

मोठ्या साम्राज्याचे प्रभावीपणे व्यवस्थापन करण्याच्या प्रयत्नात, शाहू आणि पेशव्यांनी सर्वात बलाढ्य शूरवीरांना अर्ध-स्वायत्तता दिली, मराठा संघाची निर्मिती केली. ते बडोद्याचे गायकवाड, इंदूर आणि माळव्याचे होळकर, ग्वाल्हेरचे सिंधिया आणि नागपूरचे भोंसले म्हणून ओळखले जाऊ लागले. 1775 मध्ये, ईस्ट इंडिया कंपनीने पुण्यातील उत्तराधिकारी संघर्षात हस्तक्षेप केला, जे पहिले अँग्लो-मराठा युद्ध ठरले. दुसऱ्या आणि तिसऱ्या अँग्लो-मराठा युद्धात (१८०५-१८१८) इंग्रजांकडून पराभव होईपर्यंत मराठे भारतातील प्रख्यात सत्ता राहिले, ज्यामुळे कंपनीला भारतातील बहुतेक भागांत प्रबळ सत्ता मिळाली.

वारसा

छत्रपती शिवाजी महाराज हे त्यांच्या मजबूत धार्मिक आणि योद्धा आचारसंहिता आणि अनुकरणीय चारित्र्यासाठी प्रसिद्ध होते. भारतीय स्वातंत्र्य चळवळीदरम्यान त्यांना राष्ट्रीय नायक म्हणून ओळखले गेले. छत्रपती शिवाजी महाराजांच्या काही लेखांत असे म्हटले आहे की ते ब्राह्मण गुरू समर्थ रामदास यांच्यामुळे खूप प्रभावित होते, तर इतरांनी असे म्हटले आहे की त्यांचे स्थान वाढवण्यासाठी नंतरच्या ब्राह्मण भाष्यकारांनी रामदासांच्या भूमिकेवर जास्त जोर दिला आहे.

प्रारंभिक चित्रण

इंग्रजी, फ्रेंच, डच, पोर्तुगीज आणि इटालियन लेखकांच्या समकालीन खात्यांमध्ये छत्रपती शिवाजी महाराजांना त्यांच्या वीर कारनाम्यांबद्दल आणि हुशार डावपेचांबद्दल प्रशंसा करण्यात आली. समकालीन इंग्रजी लेखकांनी त्यांची तुलना अलेक्झांडर, हॅनिबल आणि ज्युलियस सीझर यांच्याशी केली. फ्रेंच प्रवासी फ्रँकोइस बर्नियरने त्याच्या ट्रॅव्हल्स इन मुघल इंडियामध्ये लिहिले:

सौराते, सेवाजी, पवित्र सेवा-जीच्या लुटण्याच्या वेळी मी हे नमूद करायला विसरलो! आदरणीय वडील ॲम्ब्रोस, कॅपुचिन मिशनरी यांच्या वस्तीचा आदर केला. 'फ्रँकिश पॅड्रेस चांगले लोक आहेत', तो म्हणाला 'आणि त्यांच्यावर हल्ला होणार नाही.' त्याने डच लोकांच्या मृत डेलेल किंवा जेंटाइल ब्रोकरचे घर देखील वाचवले, कारण त्याने खात्री दिली की तो जिवंत असताना खूप दानशूर होता.

छत्रपती शिवाजी महाराजांचे मुघल चित्रण मोठ्या प्रमाणात नकारात्मक होते, त्यांना सन्माननीय "-जी" शिवाय "शिवा" असे संबोधत होते. 1700 च्या सुरुवातीच्या काळात एका मुघल लेखकाने छत्रपती शिवाजी महाराजांच्या मृत्यूचे वर्णन काफिर बी जहन्नम राफ्ट (लि.?

'काफिर नरकात गेले') असे केले.

19व्या शतकाच्या मध्यात, मराठी समाजसुधारक ज्योतिराव फुले यांनी छत्रपती शिवाजी महाराजांच्या आख्यायिकेची व्याख्या लिहून त्यांना शूद्र आणि दलितांचे नायक म्हणून चित्रित केले. फुले यांनी छत्रपती शिवाजी महाराजांच्या दंतकथांचा उपयोग ब्राह्मणांना कमी करण्यासाठी आणि कथनाला अपहृत केल्याचा आरोप लावण्यासाठी आणि खालच्या वर्गाचे उत्थान करण्यासाठी केला; त्यांची छत्रपती शिवाजी महाराजांची 1869 मधील बॅलड-फॉर्म कथेला ब्राह्मण-वर्चस्व असलेल्या माध्यमांनी प्रचंड विरोध केला. 19व्या शतकाच्या शेवटी, छत्रपती शिवाजी महाराजांच्या स्मृतीचा लाभ मुंबईतील ब्राह्मणेतर विचारवंतांनी घेतला, ज्यांना त्यांचे वंशज म्हणून ओळखले जाते आणि त्यांच्याद्वारे क्षत्रिय वर्णाचा दावा केला जातो. काही ब्राह्मणांनी या ओळखीचे खंडन केले, त्यांना निम्न शूद्र वर्ण म्हणून परिभाषित केले, तर इतर ब्राह्मणांनी भारतीय स्वातंत्र्य चळवळीतील मराठ्यांची उपयुक्तता ओळखली आणि या क्षत्रिय वारशाचे आणि छत्रपती शिवाजी महाराजांच्या महत्त्वाचे समर्थन केले.

1895 मध्ये, भारतीय राष्ट्रवादी नेते लोकमान्य टिळक यांनी छत्रपती शिवाजी महाराजांच्या जयंतीनिमित्त वार्षिक उत्सवाचे आयोजन केले होते. त्यांनी छत्रपती शिवाजी महाराजांना "जुल्मीचा विरोधक" म्हणून चित्रित केले, वसाहतवादी सरकारशी संबंधित संभाव्य नकारात्मक परिणामांसह. टिळकांनी त्यांचा सण मुस्लीमविरोधी किंवा सरकारशी अविश्वासू असल्याच्या कोणत्याही सूचनेला नकार दिला, परंतु तो केवळ वीराचा उत्सव आहे. या उत्सवांनी 1906 मध्ये एका ब्रिटीश समालोचकाला हे लक्षात घेण्यास प्रवृत्त केले: "हिंदू वंशाच्या इतिहासात अशा एका नायकाकडे लक्ष वेधले जाऊ शकत नाही ज्याची निंदा करण्याची जीभ देखील डाकूंचा प्रमुख म्हणण्याची हिंमत करणार नाही...?"

छत्रपती शिवाजी महाराजांच्या ब्रिटिश दृष्टिकोनाचे पुनर्मूल्यांकन करणारे पहिले भाष्यकार एम.जी. रानडे होते, ज्यांच्या रायझ ऑफ द मराठा पॉवर (1900) यांनी छत्रपती शिवाजी महाराजांच्या कर्तृत्वाला आधुनिक राष्ट्रनिर्मितीची सुरुवात म्हणून घोषित केले. छत्रपती शिवाजी महाराजांच्या राज्याच्या पूर्वीच्या ब्रिटिश चित्रणांवर रानडे यांनी टीका केली की, "एक मुक्त बूटिंग शक्ती, जी लुटमार आणि साहसाने भरभराटीला आली आणि ती सर्वात धूर्त आणि साहसी असल्यामुळेच यशस्वी झाली... ही वाचकांची एक सामान्य भावना आहे, ज्यांनी त्यांचे राज्य काढले आहे. या घटनांचे ज्ञान केवळ इंग्लिश इतिहासकारांच्या कृतीतून."

स्मरणार्थ

छत्रपती शिवाजी महाराजांच्या स्मृती भारतभर आढळतात, विशेषतः महाराष्ट्रात. छत्रपती शिवाजी महाराजांचे पुतळे आणि स्मारके महाराष्ट्रातील जवळपास प्रत्येक गाव आणि शहरात तसेच भारतभर विविध ठिकाणी आढळतात. इतर स्मारकांमध्ये भारतीय नौदलाचे स्टेशन INS छत्रपती शिवाजी महाराज, असंख्य टपाल तिकिटे, आणि मुंबईतील मुख्य विमानतळ आणि रेल्वे मुख्यालय यांचा समावेश होतो. महाराष्ट्रात, छत्रपती शिवाजी महाराजांच्या स्मरणार्थ दिवाळीच्या सणाच्या वेळी मुलांनी खेळण्यातील सैनिक आणि इतर आकृत्यांसह प्रतिकृती किल्ला बनवण्याची प्रदीर्घ परंपरा आहे.

मुंबईजवळ अरबी समुद्रातील एका छोट्या बेटावर शिवस्मारक नावाचे महाकाय स्मारक उभारण्याचा प्रस्ताव 2016 मध्ये मंजूर करण्यात आला होता. तो 210 मीटर उंच असेल, शक्यतो 2021 मध्ये पूर्ण झाल्यावर तो जगातील सर्वात मोठा पुतळा बनवेल.

2

छत्रपती संभाजी महाराज

छत्रपती संभाजी महाराज

Scan for Story Videos - www.itibook.com

छत्रपती संभाजी महाराज भोसले (१४ मे १६५७ - ११ मार्च १६८९) हे मराठा साम्राज्याचे दुसरे छत्रपती होते, त्यांनी १६८१ ते १६८९ पर्यंत राज्य केले. ते मराठा साम्राज्याचे संस्थापक शिवाजी यांचे ज्येष्ठ पुत्र होते. मराठा साम्राज्य आणि मुघल साम्राज्य, तसेच गोव्यातील सिद्दी, म्हैसूर आणि पोर्तुगीज यांसारख्या इतर शेजारील सत्ता यांच्यात सुरू असलेल्या युद्धांमुळे छत्रपती संभाजी राजवट मोठ्या प्रमाणात आकाराला आली. संभाजीच्या मृत्यूनंतर त्यांचा भाऊ राजाराम पहिला हा पुढील छत्रपती म्हणून गादीवर आला.

त्यांचा जन्म 14 मे, 1657 रोजी झाला होता आणि तो 11 मार्च 1689 पर्यंत जगला होता. ते मराठा साम्राज्याचे संस्थापक छत्रपती शिवाजी यांचे ज्येष्ठ पुत्र होते. शिवाजी महाराजांची पहिली पत्नी सईबाई यांच्या पोटी भोसले यांचा जन्म झाला.

छत्रपती संभाजी भोसले हे मराठा राज्याचे दुसरे शासक होते जे त्यांचे वडील छत्रपती शिवाजीच्या मृत्यूनंतर राज्यावर आले. त्याने फक्त नऊ वर्षे राज्य केले.

तथापि, त्याचे शासन मराठा साम्राज्य आणि मुघल साम्राज्य यांच्यातील चालू युद्धांसाठी प्रसिद्ध होते. त्याचे साम्राज्य गोव्यातील सिद्दी, म्हैसूर आणि पोर्तुगीज यांसारख्या शेजारील शक्तींशी लढण्यातही सामील होते.

दुर्दैवाने, शक्तिशाली मुघल साम्राज्याने त्याला पकडले, छळले आणि मृत्युदंड दिला.

छत्रपती संभाजींचा जन्म एका मराठी हिंदू कुटुंबात पुरंदर किल्ल्यावर मराठा शासक शिवाजी यांच्या घरी झाला आणि त्यांची पहिली पत्नी सईबाई, ज्यांचे ते दोन वर्षांचे असताना निधन झाले आणि त्यांचे संगोपन त्यांच्या आजी जिजाबाई यांनी केले.11 जून 1665 रोजी छत्रपती शिवाजीने मुघलांशी केलेल्या पुरंदरच्या तहाचे पालन व्हावे यासाठी वयाच्या नऊव्या वर्षी संभाजीला अंबरचा राजा जयसिंग प्रथम याच्याकडे राजकीय बंधक म्हणून राहण्यास पाठवण्यात आले. तहाचा परिणाम म्हणून संभाजी मुघल मनसबदार झाला. 12 मे 1666 रोजी तो आणि त्याचे वडील छत्रपती शिवाजी आग्रा येथे मुघल सम्राट औरंगजेबाच्या दरबारात गेले. औरंगजेबाने दोघांनाही नजरकैदेत ठेवले पण ते 22 जुलै 1666 रोजी पळून गेले. तथापि, 1666-1670 या कालावधीत दोन्ही बाजूंनी समेट केला आणि सौहार्दपूर्ण संबंध होते. १६६६ ते १६६८ या काळात औरंगजेबाने शिवाजीला राजा ही पदवी बहाल केली. संभाजीला 5,000 घोड्यांसह मुघल मनसबदार म्हणून बहाल करण्यात आले. त्यावेळी शिवाजीने संभाजीला जनरल प्रतापराव गुजर यांच्यासोबत औरंगाबादेत मुघल व्हाईसरॉय प्रिन्स मुअज्जमची सेवा करण्यासाठी पाठवले. संभाजीला बेरारमध्ये महसूल वसुलीसाठी प्रदेशही देण्यात आला होता. या काळात शिवाजी आणि संभाजी यांनी मुघलांसोबत विजापूरच्या सल्तनतीविरुद्ध लढा दिला.

लग्न

राजकीय युतीच्या विवाहात संभाजींचा विवाह जिवुबाईशी झाला; मराठा प्रथेनुसार तिने येसूबाई हे नाव ठेवले. जिवुबाई ही पिलाजीराव शिर्के यांची कन्या होती, जी त्यांचे पूर्वीचे आश्रयदाता असलेले शक्तिशाली देशमुख राव राणा सूर्याजीराव सुर्वे यांच्या पराभवानंतर छत्रपती शिवाजीच्या सेवेत दाखल झाले होते. या विवाहामुळे शिवाजीला कोकण किनारपट्टीवर प्रवेश मिळाला. येसूबाईंना दोन मुले, मुलगी भवानीबाई आणि नंतर शाहू नावाचा मुलगा, जो पुढे मराठा साम्राज्याचा छत्रपती झाला.

नजरकैदेत आणि मुघलांना पक्षांतर

कथित बेजबाबदारपणा आणि कामुक सुखांचे व्यसन यासह संभाजीच्या वागणुकीमुळे शिवाजीला त्याच्या वर्तनाला आळा घालण्यासाठी 1678 मध्ये पन्हाळा किल्ल्यावर त्याच्या मुलाला कैद करावे लागले. छत्रपती संभाजी आपल्या पत्नीसह किल्ल्यावरून निसटला आणि डिसेंबर 1678 मध्ये एक वर्षासाठी मुघलांकडे गेला, परंतु त्याला अटक करून दिल्लीला पाठवण्याची दख्खनचा मुघल व्हाईसरॉय दिलर खान याच्या योजनेची माहिती मिळाल्यावर तो घरी परतला. घरी परतल्यावर, संभाजीला पश्चात्ताप झाला नाही आणि त्याला पन्हाळा येथे निगराणीखाली ठेवण्यात आले.

प्रवेश

एप्रिल १६८० च्या पहिल्या आठवड्यात छत्रपती शिवाजीचा मृत्यू झाला, तेव्हाही संभाजी पन्हाळा किल्ल्यावर बंदिवान होते. त्यावेळी, सोयराबाई, शिवाजीची महत्वाकांक्षी विधवा आणि संभाजीची सावत्र आई, अण्णाजी दत्तो आणि इतर मंत्र्यांसारख्या प्रभावशाली दरबारींनी संभाजीला गादीवर बसवण्यापासून रोखण्यासाठी षड्यंत्र रचले. घाईघाईने त्यांनी सोयराबाईची स्थापना केली. मुलगा, आणि संभाजीचा सावत्र भाऊ, राजाराम, वयाच्या दहाव्या वर्षी, 21 एप्रिल 1680 रोजी गादीवर बसला. ही बातमी कळताच संभाजीने पळून जाण्याचा कट रचला आणि किल्लेदाराचा वध करून २७ एप्रिल रोजी पन्हाळा किल्ला ताब्यात घेतला. १८ जून रोजी त्यांनी रायगड किल्ल्याचा ताबा मिळवला. 20 जुलै 1680 रोजी संभाजी औपचारिकपणे सिंहासनावर आरूढ झाले. राजाराम, त्यांची पत्नी जानकीबाई आणि आई सोयराबाई यांना कैद करण्यात आले. त्यानंतर लगेचच राजकुमार अकबराचा वापर करून संभाजीविरुद्ध आणखी एक कट रचण्याचा प्रयत्न झाला, १२ औरंगजेबाचा चौथा मुलगा सोयराबाई, शिर्के घराण्यातील तिचे नातेवाईक आणि अण्णाजी दत्तोसारख्या शिवाजीच्या काही मंत्र्यांना कटाच्या आरोपाखाली फाशी देण्यात आली.

लष्करी मोहिमा आणि संघर्ष

बुरहानपूरवर हल्ला

बुरहानपूरच्या किल्ल्याचा पहिला कारभार बहादूर खान होता ज्याने नंतर तो काकर खानला दिला. बुर्हाणपूरच्या हिंदू नागरिकांकडून जिझिया कर वसूल करण्याचे कर्तव्य काकरवर होते. जिझिया गोळा करून बुरहानपूर किल्ल्यावर बंदिस्त करून ठेवला होता. 1680 मध्ये संभाजीने बुऱ्हाणपूर लुटले आणि उध्वस्त केले. त्याच्या सैन्याने मुघल चौकीचा पूर्णपणे पराभव केला आणि कैद्यांना दंडात्मकरित्या फाशी दिली. त्यानंतर मराठ्यांनी शहर लुटले आणि बंदरे जाळली. त्यानंतर संभाजीने मुघल सेनापती खान जहाँ बहादूर याच्या सैन्यापासून दूर राहून बागलाना येथे माघार घेतली.

मुघल साम्राज्य

1681 मध्ये, औरंगजेबाचा चौथा मुलगा अकबर काही मुस्लिम मनसबदार समर्थकांसह मुघल दरबार सोडून दख्खनमधील मुस्लिम बंडखोरांमध्ये सामील झाला. औरंगजेबाने प्रत्युत्तर म्हणून आपला दरबार दक्षिणेकडे औरंगाबादला हलवला आणि दख्खन मोहिमेची कमान हाती घेतली. बंडखोरांचा पराभव झाला आणि अकबर संभाजीकडे आश्रय घेण्यासाठी दक्षिणेकडे पळून गेला. अण्णाजी दत्तो यांच्यासह छत्रपती संभाजीच्या मंत्र्यांनी आणि इतर मंत्र्यांनी ही संधी साधून पुन्हा राजारामांना गादीवर बसवण्याचा कट रचला. त्यांनी छत्रपती संभाजीविरुद्ध राजद्रोहाच्या पत्रावर स्वाक्षरी केली ज्यात त्यांनी अकबराला सामील होण्याचे वचन दिले होते, ज्याला हे पत्र पाठवले गेले होते. अकबराने हे पत्र संभाजीला दिले. संतापलेल्या संभाजीने देशद्रोहाच्या आरोपाखाली कटकारस्थान करणाऱ्यांना फाशी दिली.

पाच वर्षे, अकबर छत्रपती संभाजीबरोबर राहिला, या आशेने की नंतरचे संभाजी त्याला मुघल सिंहासन ताब्यात घेण्यासाठी माणसे आणि पैसे देतील. संभाजीच्या दुर्दैवाने अकबराला आश्रय देण्याचे फळ मिळाले नाही. अखेरीस संभाजीने अकबराला पर्शियाला पळून जाण्यास मदत केली. दुसरीकडे, औरंगजेब दख्खनला आल्यानंतर उत्तरेकडील राजधानीत परतला नाही.

रामसेजचा वेढा (१६८२)

1682 मध्ये, मुघलांनी रामसेजच्या मराठा किल्ल्याला वेढा घातला, परंतु पाच महिन्यांच्या अयशस्वी प्रयत्नांनंतर, स्फोटक खाणी लावणे आणि भिंती मिळविण्यासाठी लाकडी बुरुज बांधणे यासह मुघलांचा वेढा अयशस्वी झाला.

औरंगजेबाने मराठा साम्राज्यावर चारही दिशांनी हल्ला करण्याचा प्रयत्न केला. मुघल संख्यात्मक श्रेष्ठता आपल्या फायद्यासाठी वापरण्याचा त्याचा हेतू होता. संभाजींनी आक्रमणांची चांगली तयारी केली होती आणि मराठा सैन्याने गनिमी युद्ध रणनीती वापरून संख्यात्मकदृष्ट्या बलाढ्य मुघल सैन्याला तत्परतेने अनेक छोट्या लढायांमध्ये सहभागी करून घेतले. तथापि, संभाजी आणि त्यांच्या सेनापतींनी मुघल सेनापतींना मराठ्यांच्या गडाच्या प्रदेशात निर्णायक लढाईत प्रलोभन देण्याची संधी मिळताच त्यांच्यावर हल्ला केला आणि त्यांचा पराभव केला. संभाजीने आपल्या बाजूने कमीत कमी नुकसान करण्याचे धोरण आखले होते. संधी असायची तर मराठ्यांच्या सैन्याने निर्णायक हल्ला केला, मात्र जर मुघल संख्याबळाने जास्त असतील तर मराठे मागे हटायचे. औरंगजेबाचे सेनापती तीन वर्षांच्या कालावधीत मराठा प्रदेश काबीज करू शकले नाहीत म्हणून ही एक अतिशय प्रभावी रणनीती ठरली.

कोकणावरील मुघल आक्रमणे (१६८४)

त्यानंतर औरंगजेबाने मराठ्यांची राजधानी रायगड किल्ल्यावर थेट उत्तर आणि दक्षिण दिशांनी हल्ला करण्याचा निर्णय घेतला. त्याने मराठ्यांच्या राजधानीला वेढा घालण्याचा जोरदार प्रयत्न केला ज्यामुळे कोकणावर मुघल आक्रमणे झाली (1684). मराठ्यांच्या रणनीतीमुळे आणि प्रदेशातील कठोर हवामानामुळे मुघलांचा पराभव झाला. या अपयशांमुळे औरंगजेबाला मराठा साम्राज्यापासून दूर जाण्यास भाग पाडले आणि कुतुबशाही घराणे आणि आदिल शाही घराण्याविरुद्ध यशाचा शोध घ्यावा लागला. संभाजी (1680-89) च्या नेतृत्वाखाली मराठ्यांनी पश्चिम भारतात वर-खाली केले.

जंजिऱ्याचे सिद्दी

शिवाजीच्या अधिपत्याखालील मराठ्यांचा कोकण किनाऱ्यावर ताबा मिळवून भारतात स्थायिक झालेल्या अबिसिनियन वंशाच्या सिद्दींशी संघर्ष झाला. जंजिरा या तटबंदीच्या बेटावर शिवाजी त्यांची उपस्थिती कमी करू शकला. संभाजींनी त्यांच्याविरुद्ध मराठा मोहीम चालू ठेवली, त्या वेळी सिद्दींनी मुघलांशी युती केली. 1682 च्या सुरूवातीस, मराठा सैन्य नंतर संभाजीसह वैयक्तिकरित्या सामील झाले, त्यांनी बेटावर तीस दिवस हल्ला केला, मोठ्या प्रमाणात नुकसान केले परंतु त्याच्या संरक्षणाचे उल्लंघन करण्यात अयशस्वी झाले. संभाजीने नंतर एक षड्यंत्र करण्याचा प्रयत्न केला, आपल्या लोकांचा एक पक्ष सिद्दीकडे पाठवला आणि तो पक्षांतर करणारा असल्याचा दावा केला. त्यांना किल्ल्यात प्रवेश देण्यात आला आणि येत्या मराठ्यांच्या हल्ल्यात गनपावडर मॅगझिनचा स्फोट घडवण्याची त्यांची योजना होती. तथापि, एक महिला दलाल एका सिद्दी पुरुषाशी संलग्न झाला आणि त्याने हा कट उघड केला, आणि घुसखोरांना फाशी देण्यात आली. त्यानंतर मराठ्यांनी किनाऱ्यापासून बेटापर्यंत दगडी कॉजवे बांधण्याचा प्रयत्न केला, परंतु मुघल सैन्याने रायगडावर हल्ला केल्यावर अर्ध्या रस्त्यात अडथळा आला. त्यांचा मुकाबला करण्यासाठी संभाजी परत आला आणि त्याच्या उरलेल्या सैन्याला जंजिरा चौकी आणि त्याचे रक्षण करणाऱ्या सिद्दी ताफ्यावर मात करता आली नाही.

पोर्तुगीज आणि इंग्रजी

1682 मध्ये जंजिरा घेण्यास अयशस्वी झाल्यामुळे, छत्रपती संभाजीने त्याऐवजी अंजदिवाचा पोर्तुगीज किनारी किल्ला ताब्यात घेण्यासाठी सेनापती पाठवला. मराठ्यांनी किल्ला ताब्यात घेतला, ते नाविक तळ बनवण्याचा प्रयत्न केला, परंतु एप्रिल 1682 मध्ये 200 पोर्तुगीजांच्या तुकडीने किल्ल्यातून बाहेर काढले. या घटनेमुळे दोन प्रादेशिक शक्तींमध्ये मोठा संघर्ष झाला.

त्यावेळच्या गोव्यातील पोर्तुगीज वसाहतीने मुघलांना पुरवठा केला, त्यांना भारतातील पोर्तुगीज बंदरे वापरण्याची आणि त्यांच्या प्रदेशातून जाण्याची परवानगी दिली. मुघलांना हा पाठिंबा नाकारण्यासाठी, संभाजीने 1683 च्या उत्तरार्धात पोर्तुगीज गोव्याविरुद्ध मोहीम हाती घेतली, वसाहतीवर हल्ला केला आणि किल्ले ताब्यात घेतले. वसाहतवाद्यांची परिस्थिती इतकी भयावह बनली की पोर्तुगीज व्हाईसरॉय, फ्रान्सिस्को डी टाव्होरा, कोंडे डी अल्व्होर हे आपल्या उर्वरित समर्थकांसह सेंट फ्रान्सिस झेवियरची क्रिप्ट ठेवलेल्या कॅथेड्रलमध्ये गेले, जिथे त्यांनी सुटकेसाठी प्रार्थना केली. व्हाईसरॉयने ताबूत उघडले आणि संताच्या शरीराला त्याचा दंडुका, शाही ओळखपत्रे आणि संताच्या समर्थनाची विनंती करणारे पत्र दिले. जानेवारी 1684 मध्ये मुघल सैन्य आणि नौदलाच्या आगमनाने संभाजीची गोवा मोहीम तपासली गेली आणि त्यांना माघार घ्यायला लावली.

दरम्यान, 1684 मध्ये संभाजीने इंग्रजांशी बॉम्बे येथे संरक्षणात्मक करार केला, इंग्रजी शस्त्रास्त्रे आणि तोफखाना यांची गरज ओळखून, विशेषत: त्यांच्याकडे तोफखाना आणि स्फोटकांचा अभाव असल्यामुळे तटबंदीला वेढा घालण्याच्या मराठ्यांच्या क्षमतेला अडथळा निर्माण झाला. अशा प्रकारे बळकट होऊन, संभाजीने प्रतापगड आणि घाटांच्या बाजूने किल्ल्यांची मालिका घेतली.

म्हैसूर

त्याचे वडील छत्रपती शिवाजीच्या कर्नाटक मोहिमेप्रमाणेच, संभाजीने 1681 मध्ये म्हैसूरवर आक्रमण करण्याचा प्रयत्न केला, तेव्हा वोडेयार चिक्कदेवराजाने शासित दक्षिणेकडील संस्थान. संभाजीच्या मोठ्या सैन्याला मागे टाकण्यात आले, २६ जसे १६७५ मध्ये शिवाजीला घडले होते. चिक्कदेवराजाने नंतर तह केले आणि १६८२-१६८६ च्या संघर्षांदरम्यान मराठा राज्याला खंडणी दिली. चिक्कदेवराजा मात्र मुघल साम्राज्याच्या जवळ येऊ लागला आणि त्याने मराठ्यांशी केलेल्या करारांचे पालन करणे बंद केले. प्रत्युत्तर म्हणून, संभाजीने 1686 मध्ये म्हैसूरवर स्वारी केली, त्याचे ब्राह्मण मित्र आणि कवी कलश यांच्या सोबत होते.

1687 च्या वाईच्या लढाईत मराठा सैन्य मुघलांनी खूपच कमकुवत झाले. प्रमुख मराठा सेनापती हंबीराव मोहिते मारले गेले आणि सैन्याने मराठा सैन्य सोडण्यास सुरुवात केली. संभाजीच्या पोझिशन्सची हेरगिरी त्यांच्याच नातेवाइकांनी, शिर्के घराण्याने केली होती, ज्यांनी मुघलांकडे वळले होते. संभाजी आणि त्यांच्या 25 सल्लागारांना फेब्रुवारी 1689 मध्ये संगमेश्वर येथे झालेल्या चकमकीत मुकर्रब खानच्या मुघल सैन्याने पकडले होते.

तुळापूर येथील संभाजींचा पुतळा.

संभाजीचा मुघल शासकाशी सामना आणि छळ, मृत्युदंड आणि त्याच्या शरीराची विल्हेवाट लावण्याचे वृत्तांत, स्त्रोताच्या आधारावर मोठ्या प्रमाणावर भिन्न आहेत, जरी सामान्यतः सर्व मान्य करतात की सम्राटाच्या आदेशानुसार त्याचा छळ करण्यात आला आणि त्याला मारण्यात आले.

पकडले गेलेले संभाजी आणि कवी कलश यांना सध्याच्या अहमदनगर जिल्ह्यातील बहादूरगडावर नेण्यात आले, तिथे औरंगजेबाने त्यांना विदूषकांचे कपडे परिधान करून त्यांचा अपमान केला आणि मुघल सैनिकांनी त्यांचा अपमान केला. पुढे काय झाले याची कारणे वेगवेगळी आहेत: मुघल लेखाजोखा सांगतात की संभाजीला त्याचे किल्ले, खजिना आणि मुघल सहकार्यांची नावे मराठ्यांकडे समर्पण करण्यास सांगण्यात आले होते आणि त्याने चौकशीदरम्यान सम्राट आणि इस्लामिक पैगंबर मुहम्मद यांचा अपमान करून आपले नशीब सील केले होते. आणि मुस्लिमांना मारल्याबद्दल फाशी देण्यात आली. मुघल साम्राज्याच्या उलेमांनी संभाजीला त्याच्या सैन्याने बुरहानपूरमध्ये मुस्लिमांवर केलेल्या अत्याचारासाठी मृत्युदंडाची शिक्षा सुनावली.

मराठा लेखाऐवजी असे सांगतात की त्याला औरंगजेबासमोर नतमस्तक होण्याचा आणि इस्लाम स्वीकारण्याचा आदेश देण्यात आला होता आणि त्याने तसे करण्यास नकार दिला होता, ज्या दिवशी सम्राटाने त्याला त्याच्या मुलीचा हात दिला त्या दिवशी तो इस्लाम स्वीकारेल असे सांगून, ज्यामुळे त्याचा मृत्यू झाला. असे करून त्यांनी धर्मवीर ("धर्माचे रक्षक") ही पदवी मिळविली. औरंगजेबाने संभाजी आणि कवी कलश यांना छळ करून ठार मारण्याचा आदेश दिला; या प्रक्रियेला पंधरा दिवस लागले आणि त्यात त्यांचे डोळे आणि जीभ बाहेर काढणे, त्यांची नखे बाहेर काढणे आणि त्यांची त्वचा काढणे समाविष्ट होते. शेवटी 11 मार्च 1689 रोजी छत्रपती संभाजीला पुण्याजवळ भीमा नदीच्या काठावर तुळापूर येथे मारले गेले.

शासन

छत्रपती शिवाजीने निर्माण केलेल्या राज्यपद्धतीचा वारसा छत्रपती संभाजींना मिळाला. त्याने आपल्या वडिलांची बहुतेक धोरणे चालू ठेवली. राज्याचा कारभार संभाजी चंदोगामात्या आणि आठ मंत्र्यांच्या सहाय्याने सांभाळत होता. पुनश्च जोशींच्या मते संभाजी हे एक उत्तम प्रशासक होते ज्यांनी आपल्या प्रजेला निष्पक्ष न्याय दिला.

दुष्काळावर उपाययोजना

छत्रपती संभाजी राजवटीत (१६८४-८८) महाराष्ट्रात भीषण दुष्काळ पडला होता. परिस्थिती हाताळण्यासाठी संभाजीला अनेक प्रशासकीय उपाययोजना कराव्या लागल्या. गरीब शेतकऱ्यांना मदत करून संभाजींनी छत्रपती शिवाजीची धोरणे चालू ठेवली. शंकर नारायण जोशी यांनी म्हटले आहे की, दुष्काळाविरुद्धचा त्यांचा दृष्टिकोन अतिशय रचनात्मक होता आणि त्यांनी अनेक गुंतागुंतीच्या समस्यांवर तोडगा काढला. त्यांची जलसाठवण, सिंचन आणि पीक पद्धती विकसित करण्याच्या धोरणांवरून त्यांची प्रगतीशील धोरणे दिसून येतात.

संभाजींनी दुष्काळी परिस्थितीत शेतकऱ्यांना धान्य बियाणे, करात सूट, शेती कामासाठी बैल आणि शेतीची अवजारे दिली. या सर्व उपाययोजना दुष्काळाच्या काळात प्रामाणिकपणे राबवल्या गेल्या.

कृषी उपक्रमांना प्रोत्साहन

संभाजींनी मराठा राज्यातील कृषी कार्याला प्रोत्साहन दिले. शेती हा ग्रामीण मराठा अर्थव्यवस्थेचा कणा होता. त्यांनी लोकांना अधिकाधिक जमिनीची लागवड करण्यास प्रोत्साहित केले. संभाजी सरकारने मुघलांपासून स्वातंत्र्य मिळविलेल्या मराठ्यांना सुरक्षिततेची आश्वासने दिली आणि त्यांना त्यांच्या प्रदेशात पूर्वीची लागवडीची कामे करण्यास सांगितले. तसेच कर भरण्यास असमर्थतेमुळे फरार झालेल्या लोकांनाही परत बोलावले आणि त्यांना पूर्वीचे शेतीचे काम करण्यास सांगितले.

संभाजींनी ३ जून १६८४ रोजी हरी शिवदेव (तारफ चौलचे सुभेदार आणि करकुन) यांना लिहिलेल्या पत्रात त्यांचे पेशवे नीलकंठ मोरेश्वर यांनी त्यांना सरकारने जप्त केलेल्या गावांतील शेतजमीन लागवडीखाली आणण्याचे निर्देश दिले होते, अन्यथा ती बिनशेती राहिली असती. त्याने हरी शिवदेवांना सागरगडावरून पाठवलेल्या पन्नास खंडी धान्याचे वाटप करण्यास सांगितले.

संभाजींनी शेतीच्या कामातून उत्पन्न (महसूल) वाढवण्याचा प्रयत्न केला. त्यांनी अधिक पडीक किंवा नापीक जमिनीची लागवड करण्याचा प्रयत्न केला.

धार्मिक धोरण

पीएस जोशी सांगतात की संभाजी, त्यांचे मंत्री आणि अधिकारी यांनी राज्यातील सांस्कृतिक आणि धार्मिक उपक्रमांना पाठिंबा देण्यात रस घेतला. त्यांनी विद्वानांना जमीन, धान्य आणि पैसा देऊन शिक्षणाचा सन्मान आणि प्रोत्साहन दिले.

साहित्यिक योगदान

संभाजी हे अत्याधुनिक, सुशिक्षित आणि मराठी व्यतिरिक्त काही भाषांचे जाणकार होते. केशव पंडित हे संभाजींच्या शिक्षणासाठी कामाला होते. शृंगारपूरचे केशव पंडित उर्फ केशव भट्ट हे नितीशास्त्र आणि संस्कृत भाषा आणि साहित्याचे पंडित होते. संस्कृत वाङ्मयाच्या निरनिराळ्या स्वरूपांचे त्यांना सखोल ज्ञान आहे असे दिसते; हिंदू न्यायशास्त्र आणि पुराण. प्राचीन विद्वानांनी संस्कृत भाषेत लिहिलेल्या विविध शास्त्रांच्या आणि संगीताच्या प्रसिद्ध कृतींशीही त्यांनी संभाजींना परिचित करून दिलेले दिसते.

संभाजींनी आपल्या हयातीत अनेक ग्रंथ रचले. मराठी आणि संस्कृतमध्ये लिहिलेले बुधभूषणम हे सर्वात उल्लेखनीय आहे आणि नायिकाभेद, सातसातक, नखशिखा ही तीन पुस्तके हिंदुस्थानी भाषेत आहेत. बुधभूषणममध्ये संभाजींनी राजकारणावर कविता लिहिली. पुस्तकात संभाजी राजासाठी काय करावे आणि करू नये याबद्दल लिहितात आणि लष्करी डावपेचांची चर्चा करतात. पहिले काही श्लोक हे शहाजी (त्यांचे आजोबा) आणि त्यांचे वडील शिवाजी यांची स्तुती करणारे आहेत. बुधभूषणमध्ये संभाजी शिवाजी हा अवतार मानतात ज्याने पृथ्वीचे रक्षण केले आणि धार्मिकता पुनर्संचयित केली.

नवकल्पना

संभाजींनी आपल्या मोहिमेदरम्यान अनेक नवकल्पनांचा वापर केला होता, असाच एक नवकल्पना म्हणजे म्हैसूरविरुद्धच्या मोहिमेदरम्यान म्हैसूरच्या सैन्याने मारलेल्या प्राणघातक बाणांपासून संरक्षण मिळावे म्हणून त्यांनी आपल्या सैनिकांसाठी चामड्याचे जॅकेट बनवले, ते सुरुवातीच्या काळात यशस्वी झाले. विषारी बाणांमुळे मराठा सैन्याचा पराभव झाला, मराठा सैन्य बाणांना नकार देऊ शकले आणि या लेदर जॅकेट्सचा वापर करून विजय संपादन केला.

जंजिऱ्याच्या सिद्दींचा पराभव करण्यासाठी राजापुरी ते जंजिऱ्याच्या वेशीपर्यंत समुद्रात कॉजवे बांधण्याची त्यांची कल्पना होती, असे म्हटले जाते की त्यांनी 800 मीटरचा कॉजवे देखील बांधला होता परंतु मुघलांच्या आक्रमणामुळे तो पुढे जाऊ शकला नाही. हसन अली खान कल्याण-भिवंडी येथे. उद्धरण आवश्यक

उत्तराधिकारी

संभाजींच्या मृत्यूने मराठा राज्य विस्कळीत झाले आणि त्यांचा धाकटा सावत्र भाऊ राजाराम पहिला याने गादी स्वीकारली. राजारामने मराठ्यांची राजधानी दक्षिणेला जिंजीला हलवली, तर संताजी घोरपडे आणि धनाजी जाधव यांच्या नेतृत्वाखालील मराठा गनिमी सैनिकांनी मुघल सैन्याला त्रास देणे सुरूच ठेवले. संभाजीच्या मृत्यूनंतर काही दिवसांनी राजधानी रायगड किल्ला मुघलांच्या ताब्यात गेला. संभाजीची विधवा येसूबाई, मुलगा, शाहू आणि शिवाजीची विधवा, सकवारबाई यांना पकडण्यात आले; मुघल कैदेत सकवारबाईचा मृत्यू झाला. पकडले गेले तेव्हा सात वर्षांचे असलेले शाहू फेब्रुवारी १६८९ ते १७०७ मध्ये मुघल सम्राट औरंगजेबाच्या मृत्यूपर्यंत १८ वर्षे मुघलांच्या कैदी राहिले. त्यानंतर औरंगजेबाचा मुलगा सम्राट मुहम्मद आझम शाह याने शाहूची सुटका केली. त्याच्या सुटकेनंतर शाहूला त्याची मावशी ताराबाई,

राजारामची विधवा, जिने स्वतःच्या मुलासाठी, शिवाजी II साठी सिंहासनावर दावा केला होता, यांच्याशी एक संक्षिप्त युद्ध लढावे लागले. शाहूंनी त्यांच्या सुटकेच्या अटींचे पालन केले आहे याची खात्री करण्यासाठी मुघलांनी येसूबाईला कैदेत ठेवले. 1719 मध्ये शाहू आणि पेशवा बाळाजी विश्वनाथ यांच्या नेतृत्वाखाली मराठे पुरेसे मजबूत झाले तेव्हा तिची सुटका झाली.

3

अशोक द ग्रेट

अशोक द ग्रेट

Scan for Story Videos - www.itibook.com

अशोक c 304 - 232 BCE), अशोक द ग्रेट म्हणून प्रसिद्ध, मौर्य साम्राज्याचा एक भारतीय सम्राट होता, बिंदुसाराचा मुलगा, ज्याने c.?268 ते 232 BCE पर्यंत जवळजवळ संपूर्ण भारतीय उपखंडावर राज्य केले. अशोकाने प्राचीन आशियामध्ये बौद्ध धर्माचा प्रसार केला. अनेकांना भारतातील महान सम्राटांपैकी एक मानले जाते, अशोकाने चंद्रगुप्ताच्या साम्राज्याचा विस्तार पश्चिमेकडील सध्याच्या अफगाणिस्तानपासून पूर्वेकडील सध्याच्या बांगलादेशापर्यंत पसरलेल्या प्रदेशावर राज्य करण्यासाठी केला. त्यात सध्याचे केरळ आणि तामिळनाडूचा काही भाग वगळता संपूर्ण भारतीय उपखंडाचा समावेश होतो. तक्षशिला (नंतर तक्षशिला) आणि उज्जैन येथे प्रांतीय राजधान्यांसह साम्राज्याची राजधानी पाटलीपुत्र (मगध, सध्याचे पाटणा) होती. अशोक, कलिंगाच्या युद्धानंतर, रक्तपातामुळे अस्वस्थ झाला आणि त्याने पुन्हा कधीही विजयाचे युद्ध न करण्याची शपथ घेतली. त्यांनी आपल्या कारकिर्दीत बौद्ध धर्माचे संरक्षण केले.

अशोकाने कलिंग राज्याविरुद्ध विशेषतः विनाशकारी युद्ध पुकारले, जे त्याने सुमारे 260 BCE मध्ये जिंकले. त्याच्या आज्ञेच्या स्पष्टीकरणानुसार, कलिंग युद्धातील सामूहिक मृत्यू पाहिल्यानंतर त्याने बौद्ध धर्म स्वीकारला , जे त्याने जिंकण्याच्या इच्छेतून केले होते आणि ज्याचा परिणाम थेट 100,000 हून अधिक मृत्यू आणि 150,000 हद्दपारीमध्ये झाला होता. अशोक स्तंभ उभारण्यासाठी आणि त्यांच्या शिफारशींचा प्रसार करण्यासाठी, श्रीलंका आणि मध्य आशियामध्ये बौद्ध भिक्षूंना पाठवल्याबद्दल, आणि गौतम बुद्धांच्या जीवनातील अनेक महत्त्वपूर्ण स्थळे चिन्हांकित करणारी स्मारके उभारण्यासाठी त्यांची आठवण केली जाते.

अशोकाच्या आज्ञेपलीकडे, त्याच्याबद्दलची चरित्रात्मक माहिती शतकानुशतके लिहिल्या गेलेल्या दंतकथांवर अवलंबून आहे, जसे की द्वितीय शतकातील अशोकवदन ("अशोकाचे वर्णन", दिव्यवादनाचा एक भाग), आणि श्रीलंकेतील महावंश ("ग्रेट क्रॉनिकल) या ग्रंथातील "). आधुनिक प्रजासत्ताक भारताचे प्रतीक अशोकाच्या सिंहाच्या राजधानीचे रूपांतर आहे. त्याच्या संस्कृत नावाचा अर्थ "असोका" म्हणजे "वेदनारहित, दुःखाशिवाय" (एक खाजगी आणि सोका, "वेदना, त्रास"). त्याच्या आज्ञेत, त्याला देवनामप्रिया (पाली देवना? पिया किंवा "देवांचा प्रिय"), आणि प्रियदर्शिन किंवा प्रियदर्शी (पाली पियादसी किंवा "जो सर्वांना आपुलकीने मानतो") असे संबोधले जाते. झाडाबद्दलची त्यांची आवड हेच त्याचे नाव "अशोक वृक्ष" किंवा सारका असोकाशी जोडले गेले आहे आणि अशोकवादनात याचा उल्लेख आहे.

द आऊटलाइन ऑफ हिस्ट्री (1920) मध्ये, एचजी वेल्स यांनी लिहिले, "इतिहासाच्या स्तंभांवर गर्दी करणाऱ्या राजांच्या हजारो नावांमध्ये, त्यांचे वैभव आणि दयाळूपणा आणि शांतता आणि राजेशाही उच्चता आणि यासारख्या, अशोकाचे नाव चमकले आणि चमकतो, जवळजवळ एकटा, एक तारा."

अशोकाविषयीची माहिती त्याच्या शिलालेखांवरून मिळते; इतर शिलालेख ज्यात त्याचा उल्लेख आहे किंवा शक्यतो त्याच्या कारकिर्दीतील आहे; आणि प्राचीन साहित्य, विशेषतः बौद्ध ग्रंथ. विविध इतिहासकारांनी त्यांची साक्ष जोडण्याचा प्रयत्न केला असला तरी हे स्रोत अनेकदा एकमेकांच्या विरोधात असतात. पुष्कळ माहीत आहे किंवा माहीत नाही. म्हणून, उदाहरणार्थ, अशोकाला त्याच्या काळात अनेक रुग्णालये बांधण्याचे श्रेय दिले जात असताना, ख्रिस्तपूर्व तिसऱ्या शतकात प्राचीन भारतात कोणतीही रुग्णालये अस्तित्वात होती किंवा कोणत्याही बांधकामासाठी अशोक जबाबदार होता याचा कोणताही स्पष्ट पुरावा नाही.

जुनागढ येथील अशोकाच्या प्रमुख शिलालेखात अशोक (अशोकाच्या चौदा शिलालेख), रुद्रदमन पहिला आणि स्कंदगुप्त यांचे शिलालेख आहेत.

शिलालेख

अशोकाचे शिलालेख हे भारतीय उपखंडातील शाही शक्तीचे सर्वात जुने स्व-प्रतिनिधी आहेत. तथापि, हे शिलालेख मुख्यत्वे धम्माच्या विषयावर केंद्रित आहेत आणि मौर्य राज्य आणि समाजाच्या इतर पैलूंबद्दल थोडी माहिती देतात. धम्माच्या विषयावरही, या शिलालेखांच्या मजकुराचे मूल्यमापन केले जाऊ शकत नाही. अमेरिकन शैक्षणिक जॉन एस. स्ट्रॉन्ग यांच्या शब्दात, अशोकाच्या संदेशांना एखाद्या राजकारण्याचा प्रचार म्हणून विचार करणे कधीकधी उपयुक्त ठरते ज्याचा उद्देश ऐतिहासिक तथ्ये नोंदवण्याऐवजी स्वतःची आणि त्याच्या प्रशासनाची अनुकूल प्रतिमा सादर करणे आहे.

इतर काही शिलालेख देखील अशोकाबद्दल काही माहिती देतात. 16 उदाहरणार्थ, रुद्रदमनच्या दुसऱ्या शतकातील जुनागढ शिलालेखात त्याचा उल्लेख आढळतो. 20 सिरकप येथे सापडलेल्या एका शिलालेखात "प्री" ने सुरू होणाऱ्या हरवलेल्या शब्दाचा उल्लेख आहे, ज्याला अशोकाचे "प्रियदर्शी" शीर्षक असल्याचे सिद्धांत मानले जाते, जरी हे निश्चित नाही. इतर काही शिलालेख, जसे की सोहगौरा ताम्रपट शिलालेख, विद्वानांच्या एका वर्गाने तात्पुरते अशोकाच्या कालखंडातील आहेत, जरी इतरांनी याला विरोध केला.

बौद्ध दंतकथा

अशोकाविषयीची बरीचशी माहिती बौद्ध दंतकथांमधून मिळते, जी त्याला एक महान, आदर्श राजा म्हणून सादर करतात. या दंतकथा अशोकाच्या समकालीन नसलेल्या ग्रंथांमध्ये आढळतात आणि बौद्ध लेखकांनी रचल्या होत्या, ज्यांनी अशोकावरील त्यांच्या श्रद्धेचा प्रभाव स्पष्ट करण्यासाठी विविध कथांचा वापर केला होता. यामुळे ऐतिहासिक माहितीसाठी त्यांच्यावर विसंबून राहून सावधगिरी बाळगणे आवश्यक होते. आधुनिक विद्वानांमध्ये, या दंतकथांना पौराणिक म्हणून पूर्णपणे नाकारण्यापासून ते प्रशंसनीय वाटणारे सर्व ऐतिहासिक भाग स्वीकारण्यापर्यंतची मते आहेत.

अशोकाविषयी बौद्ध दंतकथा संस्कृत, पाली, तिबेटी, चिनी, बर्मी, सिंहली, थाई, लाओ आणि खोतानीसह अनेक भाषांमध्ये अस्तित्वात आहेत. या सर्व दंतकथा दोन प्राथमिक परंपरांमध्ये शोधल्या जाऊ शकतात:

उत्तर भारतीय परंपरा संस्कृत भाषेतील ग्रंथांमध्ये जतन केलेली आहे जसे की दिव्यवादना (त्यातील घटक अशोकवदनासह); आणि चीनी स्रोत जसे की ए-यु वांग चुआन आणि ए-यु वांग चिंग.

दीपवंश, महावंश, वंशसत्थापकसिनी (महावंशावरील भाष्य), बुद्धघोषाचे विनयावरील भाष्य आणि सामंत-पसादिक यासारख्या पाली भाषेतील ग्रंथांमध्ये श्रीलंकेची परंपरा जतन केली गेली आहे.

दोन परंपरांमध्ये अनेक महत्त्वपूर्ण फरक आहेत. उदाहरणार्थ, श्रीलंकेची परंपरा तिसरी बौद्ध परिषद बोलावण्यात अशोकाच्या भूमिकेवर आणि त्याचा मुलगा महिंदा यांच्यासह अनेक मिशनरींना श्रीलंकेत पाठवण्यावर जोर देते. तथापि, उत्तर भारतीय परंपरेत या घटनांचा उल्लेख नाही. हे श्रीलंकेच्या परंपरेत न आढळलेल्या इतर घटनांचे वर्णन करते, जसे की कुणाला नावाच्या दुसऱ्या मुलाची कथा.

सामान्य कथा सांगतानाही, दोन परंपरा अनेक प्रकारे भिन्न आहेत. उदाहरणार्थ, अशोकवदन आणि महावंश या दोघांचा उल्लेख आहे की अशोकाची राणी तिष्यरक्षिताने बोधीवृक्षाचा नाश केला होता. अशोकवदनामध्ये, राणीला तिची चूक लक्षात आल्यानंतर झाडाला बरे केले जाते. महावंशामध्ये, ती झाडाचा कायमचा नाश करते, परंतु श्रीलंकेत झाडाच्या एका फांदीचे प्रत्यारोपण झाल्यानंतरच. दुसऱ्या कथेत, दोन्ही ग्रंथ रामग्रामातून गौतम बुद्धांचे अवशेष गोळा करण्याच्या अशोकाच्या अयशस्वी प्रयत्नांचे वर्णन करतात. अशोकवदनामध्ये, तो असे करण्यात अपयशी ठरतो कारण तो अवशेष धारण करणाऱ्या नागांच्या भक्तीशी जुळू शकत नाही; तथापि, महावंशामध्ये, तो असे करण्यात अयशस्वी ठरला कारण बुद्धाने हे अवशेष श्रीलंकेचा राजा दत्तगमनी याने नियोजित केले होते. अशा कथांचा वापर करून, महावंशाने श्रीलंकेला बौद्ध धर्माचे नवीन संरक्षण म्हणून गौरवले आहे.

नाणिक, शिल्पकला आणि पुरातत्वीय पुरावे अशोकावरील संशोधनाला पूरक आहेत. विविध पुराणांतील मौर्य राजांच्या यादीत अशोकाचे नाव आढळते. तथापि, हे ग्रंथ त्यांच्याबद्दल अधिक तपशील देत नाहीत, कारण त्यांच्या ब्राह्मणवादी लेखकांना मौर्यांचे संरक्षण मिळाले नाही. इतर ग्रंथ, जसे की अर्थशास्त्र आणि इंडिका ऑफ मेगास्थिनीस, जे मौर्य कालखंडाविषयी सामान्य माहिती देतात, त्यांचा उपयोग अशोकाच्या कारकिर्दीबद्दल अनुमान काढण्यासाठी केला जाऊ शकतो. 33 तथापि, अर्थशास्त्र हा एक आदर्श मजकूर आहे जो ऐतिहासिक राज्याऐवजी आदर्शावर केंद्रित आहे आणि त्याचे मौर्य काळाशी डेटिंग हा वादाचा विषय आहे. इंडिका हे एक हरवलेले काम आहे आणि त्यातील काही भागच नंतरच्या लिखाणात पॅराफ्रेजच्या स्वरूपात टिकून आहेत.

बाराव्या शतकातील राजतरंगिनी ग्रंथात गोनंदिया वंशातील काश्मिरी राजा अशोकाचा उल्लेख आहे ज्याने अनेक स्तूप बांधले: ऑरेल स्टीन सारख्या काही विद्वानांनी या राजाला मौर्य राजा अशोकासोबत ओळखले आहे; इतर, जसे की आनंदा डब्ल्यूपी गुरुगे ही ओळख चुकीची असल्याचे नाकारतात.

दोन प्रकारच्या शिलालेखांनी व्यापलेली वेगवेगळी क्षेत्रे आणि बौद्ध धर्माच्या संदर्भात त्यांची भिन्न सामग्री, वेगवेगळ्या शासकांकडे निर्देश करू शकते.

क्रिस्टोफर I. बेकविथ सारख्या काही विद्वानांसाठी अशोक, ज्यांचे नाव फक्त मायनर रॉक एडिट्समध्ये आढळते, ते राजा पियादासी किंवा देवनमपिया पियादासी (म्हणजे "देवांचा प्रिय पियादासी", "देवांचा प्रिय" असण्यासारखे नाही. "किंग" साठी एक बऱ्यापैकी व्यापक शीर्षक), ज्याचे नाव मेजर पिलर एडिक्ट्स आणि मेजर रॉक एडिक्ट्सचे लेखक म्हणून आहे.

बेकविथ असे सुचवितो की पियादासी ख्रिस्तपूर्व तिसऱ्या शतकात राहत होता, बहुधा चंद्रगुप्त मौर्याचा मुलगा होता जो ग्रीक लोकांना अमित्रोचेट्स म्हणून ओळखला जातो, आणि त्याने बौद्ध धर्माचा उल्लेख न करता, त्याच्या प्रमुख स्तंभ शिष्यांमध्ये आणि प्रमुख शिलालेखांमध्ये केवळ धार्मिकतेचा ("धर्म") समर्थन केला होता. , बुद्ध किंवा संघ (एकच उल्लेखनीय अपवाद म्हणजे प्रमुख स्तंभ शिष्यांचा 7 वा आदेश आहे ज्यात समघाचा उल्लेख आहे, परंतु बेकविथने नंतरचे बनावट मानले आहे). तसेच, त्याच्या शिलालेखाचा भौगोलिक प्रसार दर्शवितो की पियादासीने पश्चिमेकडील सेलुसिड साम्राज्याशी संलग्न असलेल्या विशाल साम्राज्यावर राज्य केले.

याउलट, बेकविथसाठी, अशोक हा इ.स.च्या पहिल्या-दुसऱ्या शतकातील नंतरचा राजा होता, ज्याचे नाव केवळ मायनर रॉक एडिक्ट्समध्ये स्पष्टपणे दिसते आणि मायनर पिलर एडिक्ट्समध्ये स्पष्टपणे दिसते आणि जो बुद्ध आणि संघाचा उल्लेख करतो, स्पष्टपणे प्रचार करतो. बौद्ध धर्म. "प्रियादर्शी" हे नाव दोन किरकोळ आज्ञापत्रांमध्ये आढळते (गुजरा आणि बैराट), परंतु बेकविथ पुन्हा त्यांना नंतरच्या बनावटी मानतात. 35 किरकोळ शिलालेखांमध्ये मध्य भारतातील एक अतिशय भिन्न आणि खूपच लहान भौगोलिक क्षेत्र समाविष्ट आहे. 35 बेकविथच्या मते, या नंतरच्या अशोकाचे शिलालेख हे "आदर्श बौद्ध धर्म" च्या नंतरच्या स्वरूपाचे वैशिष्ट्य होते, जे सहस्राब्दीच्या वळणावर आणि कुशाण साम्राज्याच्या आसपासच्या शिलालेख आणि गांधारी हस्तलिखितांवरून चांगले प्रमाणित आहेत. या अशोकाच्या शिलालेखांचा दर्जा पूर्वीच्या पियादसींच्या शिलालेखांच्या गुणवत्तेपेक्षा खूपच कमी आहे.

अशोकाच्या शिलालेखांमध्ये त्याच्या देवनामपिया (संस्कृत: देवनामप्रिया, "देवांचा प्रिय") शीर्षकाचा उल्लेख आहे. देवनमपिया आणि अशोक यांची ओळख एकच व्यक्ती म्हणून मस्की आणि गुजरा शिलालेखांनी स्थापित केली आहे, जे या दोन्ही संज्ञा राजासाठी वापरतात.

अनुराधापुराचा समकालीन राजा देवनमपिया टिस्सा आणि अशोकाचे वंशज दशरथ मौर्य यांच्यासह इतर राजांनी ही पदवी स्वीकारली होती.

तारीख

अशोकाच्या मेजर रॉक एडिक्ट क्र. १३ मध्ये ग्रीक राजे अँटिओकस, टॉलेमी, अँटिगोनस, मॅगास आणि अलेक्झांडर यांचा उल्लेख त्याच्या शिकवणींचे प्राप्तकर्ता म्हणून नावाने केला आहे.

अशोकाच्या जन्माची नेमकी तारीख निश्चित नाही, कारण सध्याच्या समकालीन भारतीय ग्रंथांमध्ये अशा तपशीलांची नोंद नाही. हे ज्ञात आहे की तो ख्रिस्तपूर्व तिसऱ्या शतकात राहत होता, कारण त्याच्या शिलालेखांमध्ये अनेक समकालीन शासकांचा उल्लेख आहे ज्यांच्या तारखा अधिक निश्चितपणे ओळखल्या जातात, जसे की अँटीओकस II थिओस, टॉलेमी II फिलाडेल्फस, अँटिगोनस II गोनाटस, सायरेनचा मॅगास आणि अलेक्झांडर (एपिरसचा). किंवा करिंथ). अशा प्रकारे, अशोकाचा जन्म इ.स.पू. 4थ्या शतकाच्या उत्तरार्धात किंवा 3ऱ्या शतकाच्या पूर्वार्धात झाला असावा,

पाटलीपुत्र राजधानी

अशोकाचा जन्म पाटलीपुत्र शहरात झाला असावा. आधुनिक पाटणा शहराच्या मध्यवर्ती भागात उत्खननात त्या काळातील शहराचे अवशेष सापडले आहेत.

वंशपरंपरा

अशोकाचे स्वतःचे शिलालेख बऱ्यापैकी तपशीलवार आहेत परंतु त्यांच्या पूर्वजांचा उल्लेख नाही. इतर स्त्रोत, जसे की पुराण आणि महावंश सांगतात की त्याचे वडील मौर्य सम्राट बिंदुसार होते आणि त्याचे आजोबा चंद्रगुप्त होते - साम्राज्याचे संस्थापक. अशोकवदनाने त्याच्या वडिलांचे नाव बिंदुसार असे ठेवले आहे, परंतु त्याचा वंश अजातशत्रू, उदयिन, मुंडा, काकवर्णिन, सहलीन, तुळकुची, महामंडल, प्रसेनजित आणि नंदा यांच्याद्वारे बुद्धाच्या समकालीन राजा बिंबिसारापर्यंत आहे. १६व्या शतकातील तिबेटी भिक्षू तारनाथ, ज्यांचे खाते पूर्वीच्या परंपरांचे विकृत रूप आहे, अशोकाचे वर्णन चंपारणाच्या राजा नेमिताचा एका व्यापाऱ्याच्या कन्येतून झालेला अवैध मुलगा आहे.

अशोकवदनात असे म्हटले आहे की अशोकाची आई चंपा येथील एका ब्राह्मणाची मुलगी होती आणि तिला राजाशी लग्न करण्याची भविष्यवाणी करण्यात आली होती. त्यानुसार, तिचे वडील तिला पाटलीपुत्र येथे घेऊन गेले, जिथे तिला बिंदुसाराच्या हरममध्ये सामील करून घेण्यात आले आणि शेवटी ती त्याची मुख्य राणी बनली. अशोकवादनात तिचा नावाने उल्लेख नाही, जरी इतर दंतकथा तिला वेगवेगळी नावे देतात. उदाहरणार्थ, अशोकवदनमाला तिला सुभद्रांगी म्हणतात. वंशसत्थपकासिनी किंवा महावंश-टिक, महावंशावरील भाष्य, तिला "धर्म" (पालीमध्ये "धम्म") असे संबोधते आणि ती मोरिया क्षत्रिय कुळातील होती असे म्हणते. दिव्यवादनाच्या आख्यायिकेने तिला जनपद-कल्याणी असे संबोधले; विद्वान आनंद डब्ल्यूपी गुरुगे यांच्या मते, हे नाव नाही, तर विशेषण आहे.

दुसऱ्या शतकातील इतिहासकार अप्पियन यांच्या मते, चंद्रगुप्ताने ग्रीक शासक सेलुकस I निकेटर याच्याशी वैवाहिक संबंध जोडले, ज्यामुळे चंद्रगुप्त किंवा त्याचा मुलगा बिंदुसार याने ग्रीक राजकन्येशी लग्न केले असा अंदाज बांधला जात आहे. तथापि, अशोकाची आई किंवा आजी ग्रीक होती याचा कोणताही पुरावा नाही आणि बहुतेक इतिहासकारांनी ही कल्पना नाकारली आहे.

राजपुत्र म्हणून

अशोकाचे स्वतःचे शिलालेख त्याच्या सुरुवातीच्या जीवनाचे वर्णन करत नाहीत, आणि या विषयावरील बरीचशी माहिती त्याच्या शेकडो वर्षांनी लिहिलेल्या अपोक्रिफल दंतकथांमधून मिळते. या दंतकथांमध्ये अशोकाच्या भूतकाळातील कथांसारख्या काल्पनिक तपशीलांचा समावेश असला तरी, त्यांच्याकडे अशोकाच्या कालखंडाविषयी काही प्रशंसनीय ऐतिहासिक माहिती आहे.

अशोकवदनानुसार बिंदुसाराला अशोकाला त्याच्या उग्र त्वचेमुळे आवडत नसे. एके दिवशी बिंदुसाराने तपस्वी पिंगल-वत्सजिवाला त्याचा कोणता पुत्र त्याचा उत्तराधिकारी होण्यास योग्य आहे हे ठरवण्यास सांगितले. त्याने तपस्वीच्या सल्ल्यानुसार सर्व राजकुमारांना गोल्डन पॅव्हेलियनच्या बागेत एकत्र येण्यास सांगितले. अशोक जाण्यास नाखूष होता कारण त्याच्या वडिलांना तो आवडत नव्हता, परंतु त्याच्या आईने त्याला तसे करण्यास पटवले. जेव्हा मंत्री राधागुप्ताने अशोकाला बागेसाठी राजधानी सोडताना पाहिले तेव्हा त्याने राजकुमाराला प्रवासासाठी एक शाही हत्ती देण्याची ऑफर दिली. बागेत, पिंगला-वत्सजिवाने राजपुत्रांची तपासणी केली आणि समजले की अशोक पुढील राजा असेल. बिंदुसाराला त्रास होऊ नये म्हणून तपस्वीने उत्तराधिकारी नाव देण्यास नकार दिला. त्याऐवजी, तो म्हणाला की ज्याच्याकडे उत्तम आरोहण, आसन, पेय, पात्र आणि अन्न असेल तोच पुढचा राजा होईल; प्रत्येक वेळी, अशोकाने घोषित केले की तो निकष पूर्ण करतो. नंतर, त्याने अशोकाच्या आईला सांगितले की तिचा मुलगा पुढचा राजा होईल, आणि तिच्या सल्ल्यानुसार, बिंदुसाराचा क्रोध टाळण्यासाठी राज्य सोडले.

बिंदुसाराला अशोकाचे रागीट रूप आवडले नाही असे आख्यायिका सांगतात, ते असेही सांगतात की बिंदुसाराने त्याला तक्षशिला (उत्तर भारतीय परंपरेनुसार) बंड दडपून टाकणे आणि उज्जैनवर (श्रीलंकेच्या परंपरेनुसार) शासन करणे यासारख्या महत्त्वाच्या जबाबदाऱ्या दिल्या. हे सूचित करते की बिंदुसार राजपुत्राच्या इतर गुणांनी प्रभावित झाला होता. दुसरी शक्यता अशी आहे की त्याने अशोकाला शाही राजधानीपासून दूर ठेवण्यासाठी दूरच्या प्रदेशात पाठवले होते.

तक्षशिला येथे बंड

तक्षशिलाच्या अरामी शिलालेखात बहुधा अशोकाचा उल्लेख आहे.

अशोकवदनानुसार, बिंदुसाराने राजकुमार अशोकला तक्षशिला (पाकिस्तानमधील सध्याचे भीर माउंड) शहरात बंड दडपण्यासाठी पाठवले. श्रीलंकेच्या परंपरेत या भागाचा उल्लेख नाही, ज्यात असे म्हटले आहे की बिंदुसाराने अशोकाला उज्जैनवर राज्य करण्यासाठी पाठवले. इतर दोन बौद्ध ग्रंथ - अशोक-सूत्र आणि कुणाल-सूत्र - असे सांगतात की बिंदुसाराने अशोकाला उज्जैन नव्हे तर गांधार (जिथे तक्षशिला होती) व्हाईसरॉय म्हणून नियुक्त केले.

अशोकवदनात असे म्हटले आहे की बिंदुसाराने अशोकाला चौपट सैन्य (घोडे, हत्ती, रथ आणि पायदळ यांचा समावेश होता) प्रदान केले परंतु या सैन्यासाठी कोणतीही शस्त्रे देण्यास नकार दिला. अशोकाने घोषित केले की जर तो राजा होण्याच्या लायकीचा असेल तर त्याच्यासमोर शस्त्रे येतील आणि नंतर, देवतांनी पृथ्वीवरून प्रकट होऊन सैन्याला शस्त्रे पुरवली. अशोक जेव्हा तक्षशिलाला पोहोचला तेव्हा तेथील नागरिकांनी त्यांचे स्वागत केले आणि त्यांना सांगितले की त्यांचे बंड हे केवळ दुष्ट मंत्र्यांविरुद्ध आहे, राजाविरुद्ध नाही. काही काळानंतर, खासा प्रदेशात अशोकाचे अशाच प्रकारे स्वागत करण्यात आले आणि देवतांनी घोषित केले की तो संपूर्ण पृथ्वी जिंकण्यासाठी पुढे जाईल.

तक्षशिला हे एक समृद्ध आणि भूराजकीयदृष्ट्या प्रभावशाली शहर होते आणि ऐतिहासिक पुरावे सिद्ध करतात की अशोकाच्या काळापर्यंत ते उत्तरपथा व्यापार मार्गाने मौर्य राजधानी पाटलीपुत्रशी चांगले जोडलेले होते. तथापि, कोणत्याही विद्यमान समकालीन स्रोताने तक्षशिला बंडाचा उल्लेख केलेला नाही, आणि अशोकाच्या कोणत्याही नोंदीमध्ये असे नमूद केलेले नाही की त्याने कधीही शहराला भेट दिली होती. तक्षशिला बंडात अशोकाच्या सहभागाबद्दलच्या आख्यायिकेची ऐतिहासिकता तक्षशिलाजवळील सिरकप येथे सापडलेल्या अरामी भाषेतील शिलालेखाने पुष्टी केली जाऊ शकते. शिलालेखात "प्रयद्र" या अक्षरांनी सुरू होणारे नाव समाविष्ट आहे आणि बहुतेक विद्वानांनी ते "प्रियदर्शी" म्हणून पुनर्संचयित केले आहे, जे अशोकाचे शीर्षक होते. अशोकाचा शहराशी संबंध असल्याचा आणखी एक पुरावा म्हणजे तक्षशिलाजवळील धर्मराजिका स्तूपाचे नाव; नावावरून असे सूचित होते की ते अशोकाने ("धर्म-राजा") बांधले होते.

अशोकाकडे चमत्कारिकरीत्या शस्त्रे आणणाऱ्या देवतांची कथा ही अशोकाला देवता बनवण्याचा मजकूर असू शकतो; किंवा बिंदुसार - ज्याला अशोक नापसंत होता - तो तक्षशिलामध्ये अयशस्वी व्हावा अशी इच्छा होती.

उज्जैनचे राज्यपाल

महावंशानुसार, बिंदुसाराने अशोकाची सध्याच्या उज्जैन (उज्जेनी) चे व्हाईसरॉय म्हणून नियुक्ती केली, जे मध्य भारतातील अवंती प्रांतातील एक महत्त्वाचे प्रशासकीय आणि व्यावसायिक केंद्र होते. या परंपरेला मध्य भारतात सापडलेल्या सरू मारू शिलालेखाने पुष्टी दिली आहे; या शिलालेखात असे म्हटले आहे की त्यांनी राजकुमार म्हणून या ठिकाणी भेट दिली होती. अशोकाच्या स्वत:च्या शिलालेखात त्याच्या कारकिर्दीत उज्जैन येथे राजकुमार व्हाईसरॉयच्या उपस्थितीचा उल्लेख आहे, जे पुढे उज्जैन येथे व्हाईसरॉय म्हणून काम केलेल्या परंपरेला समर्थन देते.

सरू मारू स्मरणार्थी शिलालेखात अशोकाच्या उज्जैनच्या परिसरात अस्तित्वाचा उल्लेख आढळतो कारण तो अजूनही राजकुमार होता.

अशोकाच्या काळात पाटलीपुत्र हे उज्जैनशी अनेक मार्गांनी जोडले गेले होते आणि वाटेत अशोकाच्या दलाने रुपनाथ येथे तळ ठोकला असावा, जिथे त्याचा शिलालेख सापडला आहे.

श्रीलंकेच्या परंपरेनुसार, अशोकाने विदिशाला भेट दिली, जिथे तो उज्जैनला जाताना एका सुंदर स्त्रीच्या प्रेमात पडला. दीपमवंश आणि महावंशानुसार, ती स्त्री देवी होती - एका व्यापाऱ्याची मुलगी. महाबोधी-वंशानुसार, ती विदिशा-महादेवी होती आणि गौतम बुद्धांच्या शाक्य कुळातील होती. बौद्ध इतिहासकारांनी अशोकाच्या कुटुंबाला बुद्धाशी जोडण्यासाठी शाक्य संबंध तयार केला असावा. बौद्ध ग्रंथ तिच्या नंतरच्या काळात बौद्ध असण्याचा संकेत देतात परंतु तिच्या बौद्ध धर्मात झालेल्या रूपांतरणाचे वर्णन करत नाही. त्यामुळे अशोकाला भेटल्यावर ती आधीच बौद्ध होती अशी शक्यता आहे.

महावंश सांगते की देवी यांनी अशोकाचा मुलगा महिंदा याला उज्जैनमध्ये जन्म दिला आणि दोन वर्षांनंतर संघमित्ता नावाच्या मुलीला जन्म दिला. महावंशानुसार, अशोकाच्या कारकिर्दीच्या सहाव्या वर्षी अशोकाचा मुलगा महिंदा वयाच्या 20 व्या वर्षी नियुक्त झाला होता. म्हणजे अशोक सिंहासनावर बसला तेव्हा महिंदा 14 वर्षांचा असावा. अशोक 20 वर्षांचा असताना महिंदाचा जन्म झाला असला, तरी अशोकाने 34 व्या वर्षी सिंहासनावर आरूढ झाला असावा, याचा अर्थ त्याने अनेक वर्षे व्हाइसरॉय म्हणून काम केले असावे.

सिंहासनावर आरोहण

दंतकथा सुचवितात की अशोक हा युवराज नव्हता आणि त्याचे सिंहासनावर आरोहण वादग्रस्त होते.

अशोकवदन सांगतात की बिंदुसाराचा मोठा मुलगा सुसीमा याने एकदा टक्कल पडलेल्या मंत्र्याच्या डोक्यावर थट्टा मारली. मंत्र्याला भिती वाटली की सिंहासनावर आरूढ झाल्यावर सुसीमा गंमतीने त्याला तलवारीने दुखवू शकते. म्हणून, अशोकाला चक्रवर्तीन (सार्वभौमिक शासक) होण्याची भविष्यवाणी करण्यात आली होती हे लक्षात घेऊन, वेळ आल्यावर त्यांनी अशोकाच्या सिंहासनावरील दाव्याचे समर्थन

करण्यासाठी पाचशे मंत्र्यांना प्रवृत्त केले. काही काळानंतर तक्षशिलेने पुन्हा बंड केले आणि बिंदुसाराने बंड रोखण्यासाठी सुसीमाला पाठवले. काही काळानंतर, बिंदुसार आजारी पडला आणि लवकरच त्याचा मृत्यू होईल अशी अपेक्षा होती. बंड दडपण्यात अयशस्वी ठरलेली सुसीमा अजूनही तक्षशिलेतच होती. बिंदुसाराने त्याला राजधानीत परत बोलावले आणि अशोकाला तक्षशिलाकडे कूच करण्यास सांगितले. तथापि, मंत्र्यांनी त्याला अशोक आजारी असल्याचे सांगितले आणि सुस्मिया तक्षशिलेहून परत येईपर्यंत अशोकाला तात्पुरते सिंहासनावर बसवण्याचे सुचवले. जेव्हा बिंदुसाराने तसे करण्यास नकार दिला तेव्हा अशोकाने घोषित केले की जर सिंहासन योग्यरित्या त्याचे असेल तर देवता त्याला पुढील राजा म्हणून मुकुट घालतील. त्या वेळी, देवांनी तसे केले, बिंदुसाराचा मृत्यू झाला आणि अशोकाचा अधिकार पृथ्वीच्या वर स्थित यक्ष प्रदेश आणि पृथ्वीच्या खाली असलेल्या नागा प्रदेशासह संपूर्ण जगावर पसरला. जेव्हा सुसिमा राजधानीत परतली तेव्हा अशोकाच्या नवनियुक्त पंतप्रधान राधागुप्ताने त्याला कोळशाच्या खड्ड्यात फसवले. सुसीमाचा एक वेदनादायक मृत्यू झाला आणि त्याचा सेनापती भद्रायुध बौद्ध भिक्षू बनला.

सारनाथमधील अशोकाची सिंहाची राजधानी, त्याचे चार आशियाई सिंह पाठीमागे उभे असलेले दाखवत आहेत, आणि बौद्ध धर्माच्या चार उदात्त सत्यांचे प्रतीक आहे, नैतिक कायद्याच्या चाकाला समर्थन देते (धर्मचक्र, सारनाथ संग्रहालयाच्या नोटिसनुसार पुनर्रचना). सिंह एका गोलाकार ॲबॅकसवर उभे असतात, धर्मचक्रांनी सुशोभित केलेले चार प्राणी: घोडा, बैल, हत्ती आणि सिंह. ॲबॅकसच्या खाली असलेली स्थापत्य घंटा, एक शैलीकृत वरची कमळ आहे. सारनाथ संग्रहालय.

महावंश सांगते की जेव्हा बिंदुसार आजारी पडला तेव्हा अशोक उज्जैनहून पाटलीपुत्रला परतला आणि राजधानीवर ताबा मिळवला. त्याच्या वडिलांच्या मृत्यूनंतर, अशोकाने त्याच्या ज्येष्ठ भावाला ठार मारून सिंहासनावर बसवले. मजकूरात असेही नमूद केले आहे की अशोकाने सुमना यांच्यासह त्यांच्या सावत्र भावांपैकी एकोणण्णव जणांना ठार मारले. दीपवंश सांगते की त्याने आपल्या शंभर भावांना मारले आणि चार वर्षांनंतर त्याचा राज्याभिषेक झाला. वंशसत्थापकसिनी पुढे सांगतात की अशोकाच्या आईच्या स्वप्नाच्या उलगड्यावर आधारित एका अजीविका तपस्वीने या हत्याकांडाची भविष्यवाणी केली होती. या लेखांनुसार, केवळ अशोकाचा गर्भाशय भाऊ टिसा वाचला होता. इतर स्त्रोतांनी जिवंत भाऊ विताशोका, विगतशोक, सुदत्त (ए-यी-उआंग-चुआन मधील सो-टा-टू) किंवा सुगात्रा (फेन-पाई-कुंग-ते-हुन मधील सिउ-का-तू-लू) यांची नावे दिली आहेत.

99 आणि 100 सारखे आकडे अतिशयोक्तीपूर्ण आहेत आणि अशोकाने त्याच्या अनेक भावांना ठार मारल्याचे सांगण्याचा एक मार्ग आहे असे दिसते. तारानाथ सांगतात की अशोक, जो त्याच्या पूर्ववर्तीचा अवैध मुलगा होता, त्याने सिंहासनावर बसण्यासाठी सहा वैध राजपुत्रांची हत्या केली. हे शक्य आहे की अशोक सिंहासनाचा योग्य वारस नव्हता आणि सिंहासन मिळवण्यासाठी त्याने एका भावाला (किंवा भाऊ) मारले. तथापि, बौद्ध स्त्रोतांनी या कथेला अतिशयोक्तीपूर्ण केले आहे, ज्यात त्याचे बौद्ध धर्मात रूपांतरण होण्यापूर्वी त्याला वाईट म्हणून चित्रित करण्याचा प्रयत्न केला जातो. अशोकाच्या रॉक एडिट क्र. 5 मध्ये अशा अधिकाऱ्यांचा उल्लेख आहे ज्यांच्या कर्तव्यात "त्याचे भाऊ, बहिणी आणि इतर नातेवाईकांच्या कुटुंबांच्या" कल्याणाची देखरेख करणे समाविष्ट आहे. हे सूचित करते की त्याचे एकापेक्षा जास्त भाऊ त्याच्या स्वर्गारोहणातून वाचले. तथापि, काही विद्वानांनी या सूचनेला विरोध केला आणि असा युक्तिवाद केला की शिलालेख केवळ त्याच्या भावांच्या कुटुंबाबद्दल बोलतो, स्वतःच्या भावांबद्दल नाही.

स्वर्गारोहणाची तारीख

श्रीलंकन ग्रंथ महावंश आणि दीपवंशानुसार, अशोक गौतम बुद्धांच्या मृत्यूनंतर 218 वर्षांनी सिंहासनावर बसला आणि 37 वर्षे राज्य केले. बुद्धाच्या मृत्यूची तारीख स्वतःच वादाचा विषय आहे, आणि उत्तर भारतीय परंपरेनुसार अशोकाने बुद्धाच्या मृत्यूनंतर शंभर वर्षे राज्य केले, ज्यामुळे या तारखेबद्दल आणखी वाद निर्माण झाले.

श्रीलंकन परंपरा बरोबर आहे असे गृहीत धरून, आणि बुद्धाचा मृत्यू 483 BCE मध्ये झाला असे गृहीत धरून - अनेक विद्वानांनी सुचविलेली तारीख - अशोकाने 265 BCE मध्ये सिंहासनावर आरूढ झाला असावा. पुराणात असे म्हटले आहे की अशोकाचे वडील बिंदुसार यांनी 25 वर्षे राज्य केले, श्रीलंकन परंपरेनुसार 28 वर्षे नाही. हे खरे असल्यास, अशोकाचे स्वर्गारोहण तीन वर्षे अगोदर म्हणजे 268 ईसापूर्व आहे. वैकल्पिकरित्या, जर श्रीलंकन परंपरा बरोबर असेल, परंतु जर आपण असे गृहीत धरले की बुद्धांचा मृत्यू 486 BCE मध्ये झाला (कँटोनीज डॉटेड रेकॉर्डद्वारे समर्थित तारीख), अशोकाच्या स्वर्गारोहणाची तारीख 268 BCE असू शकते. महावंश सांगते की अशोकाने सार्वभौम झाल्यानंतर चार वर्षांनी स्वतःला राजा म्हणून पवित्र केले. या चार वर्षांमध्ये त्याने बिंदुसाराच्या इतर मुलांबरोबर उत्तराधिकारी युद्ध केले असे गृहीत धरून या अंतराचे स्पष्टीकरण केले जाऊ शकते.

अशोकवादनात अशोकाचा मंत्री यश याने सूर्याला हाताने लपवल्याची कथा आहे. प्रोफेसर PHL एगरमॉट यांनी सिद्धांत मांडला की ही कथा 4 मे 249 BCE रोजी उत्तर भारतात दिसलेल्या आंशिक सूर्यग्रहणाचा संदर्भ आहे. अशोकवदनानुसार, या ग्रहणानंतर अशोक विविध बौद्ध स्थळांच्या यात्रेला गेला होता. अशोकाच्या रुम्मिंडेई स्तंभाच्या शिलालेखात असे म्हटले आहे की त्याने त्याच्या 21व्या राजवटीत लुंबिनीला भेट दिली होती. ही भेट मजकूरात वर्णन केलेल्या तीर्थयात्रेचा एक भाग आहे असे गृहीत धरले आणि अशोकाने सूर्यग्रहणानंतर सुमारे 1-2 वर्षांनी लुंबिनीला भेट दिली असे गृहीत धरल्यास, 268-269 BCE ची स्वर्गारोहण तारीख अधिक शक्यता दिसते. तथापि, हा

सिद्धांत सर्वत्र मान्य झालेला नाही. उदाहरणार्थ, जॉन एस. स्ट्रॉन्ग यांच्या मते, अशोकवादनात वर्णन केलेल्या घटनेचा कालक्रमाशी काहीही संबंध नाही, आणि एगरमॉटच्या व्याख्याने दंतकथेच्या साहित्यिक आणि धार्मिक संदर्भाकडे पूर्णपणे दुर्लक्ष केले आहे.

बौद्ध प्रभावापूर्वी राज्य

श्रीलंकन आणि उत्तर भारतीय दोन्ही परंपरा सांगतात की बौद्ध धर्मापूर्वी अशोक हा हिंसक व्यक्ती होता. तरनाथाने असेही म्हटले आहे की अशोकाला सुरुवातीला "कामाशोक" म्हटले जात असे कारण त्याने अनेक वर्षे आनंददायक शोधात (काम) घालवली; तेव्हा त्याला "चंदशोक" ("अशोक द भयंकर") म्हटले गेले कारण त्याने काही वर्षे वाईट कृत्ये केली; आणि शेवटी, बौद्ध धर्म स्वीकारल्यानंतर त्याला धम्मशोक ("अशोक नीतिमान") म्हणून ओळखले जाऊ लागले.

अशोकवादनात त्याला "चंदशोक" असेही संबोधले जाते आणि त्याच्या अनेक क्रूर कृत्यांचे वर्णन केले आहे.

ज्या मंत्र्यांनी त्याला सिंहासनावर बसण्यास मदत केली होती ते त्याच्या आरोहणानंतर त्याच्याशी तुच्छतेने वागू लागले. त्यांच्या निष्ठेची चाचणी घेण्यासाठी अशोकाने त्यांना प्रत्येक फूल आणि फळ देणारे झाड तोडण्याचा मूर्खपणाचा आदेश दिला. जेव्हा ते या आदेशाची अंमलबजावणी करण्यात अयशस्वी ठरले, तेव्हा अशोकाने वैयक्तिकरित्या 500 मंत्र्यांचे मुंडके कापले.

एके दिवशी, एका उद्यानात फेरफटका मारत असताना, अशोक आणि त्याच्या उपपत्नींना एका सुंदर अशोकाचे झाड भेटले. या दृश्याने त्याला कामुक मनःस्थिती दिली, परंतु स्त्रियांना त्याच्या उग्र त्वचेची काळजी घेण्यात आनंद झाला नाही. काही वेळाने अशोक झोपला तेव्हा संतापलेल्या स्त्रियांनी त्याच्या नावाच्या झाडाची फुले व फांद्या तोडल्या. अशोक जागे झाल्यानंतर, त्याने शिक्षा म्हणून त्याच्या 500 उपपत्नींना जाळून मारले.

अशा हत्याकांडात राजाच्या सहभागामुळे घाबरून, पंतप्रधान राधा-गुप्ता यांनी भविष्यातील सामूहिक हत्याकांडासाठी एका जल्लादाची नियुक्ती करण्याचा प्रस्ताव मांडला, जेणेकरून राजाला असुरक्षित राहावे लागेल. गिरीका, मगध गावातील मुलगा ज्याने आपण संपूर्ण जंबुद्वीपाचा अंमल करू शकतो अशी बढाई मारली होती, त्याला या हेतूने कामावर ठेवले होते. त्याला चंदगिरीका ("गिरिका द फिअर") म्हणून ओळखले जाऊ लागले आणि त्याच्या विनंतीवरून अशोकाने पाटलीपुत्र येथे तुरुंग बांधला. अशोकाचा नरक म्हटला जाणारा तुरुंग बाहेरून सुंदर दिसत होता, पण आतमध्ये गिरिकाने कैद्यांवर क्रूरपणे छळ केला.

5 व्या शतकातील चिनी प्रवासी फॅक्सियन सांगतात की अशोकाने वैयक्तिकरित्या अंडरवर्ल्डला भेट देऊन अत्याचार पद्धतींचा अभ्यास केला आणि नंतर त्याच्या पद्धती शोधल्या. 7व्या शतकातील प्रवासी झुआनझांगने अशोकाच्या "नरक" च्या जागेवर एक स्तंभ पाहिल्याचा दावा केला आहे.

महावंशाने अशोकाच्या क्रूरतेचाही थोडक्यात उल्लेख केला आहे, असे म्हटले आहे की अशोकाला त्याच्या वाईट कृत्यांमुळे पूर्वी चंदशोक म्हटले गेले होते परंतु बौद्ध धर्म स्वीकारल्यानंतर त्याच्या धार्मिक कृत्यांमुळे त्याला धर्मशोक म्हटले जाऊ लागले. तथापि, उत्तर भारतीय परंपरेच्या विपरीत, श्रीलंकन ग्रंथात अशोकाने केलेल्या कोणत्याही विशिष्ट वाईट कृत्यांचा उल्लेख नाही, त्याच्या 99 भावांची हत्या वगळता.

अशोकाचे बौद्ध धर्मात रुपांतर होण्याआधी एक दुष्ट व्यक्ती असे वर्णन बौद्ध लेखकांनी बनवलेले दिसते, ज्यांनी बौद्ध धर्माने त्याच्यामध्ये आणलेला बदल एक चमत्कार म्हणून मांडण्याचा प्रयत्न केला. या बदलाचे नाट्यमयीकरण करण्याच्या प्रयत्नात, अशा दंतकथा अशोकाच्या भूतकाळातील दुष्टपणा आणि धर्मांतरानंतरच्या त्याच्या धार्मिकतेची अतिशयोक्ती करतात.

कलिंग युद्ध आणि बौद्ध धर्मात परिवर्तन

अशोकाच्या शिलालेखांमध्ये उल्लेख आहे की त्याने त्याच्या 8 व्या राजवटीच्या वर्षात कलिंग प्रदेश जिंकला: युद्धादरम्यान झालेल्या विनाशामुळे त्याला हिंसाचाराचा पश्चात्ताप झाला आणि त्यानंतरच्या वर्षांत तो बौद्ध धर्माकडे आकर्षित झाला. अशोक रॉक शिलालेखांच्या 13 व्या आदेशात कलिंगाचा नाश पाहिल्यानंतर राजाला वाटलेला मोठा पश्चाताप व्यक्त केला आहे:

थेट, कलिंगांना जोडले गेल्यानंतर, परमपवित्र महामहिमांच्या धर्मनिष्ठेच्या कायद्याचे आवेशी संरक्षण, त्या कायद्यावरील त्यांचे प्रेम आणि त्या कायद्याचे पालन करण्यास सुरुवात झाली. कलिंगांवर विजय मिळवल्याबद्दल महामहिमांच्या पश्चातापाची भावना तेव्हापासून उद्भवते कारण पूर्वी अजिंक्य झालेल्या देशाच्या विजयात कत्तल, मृत्यू आणि लोकांना कैद करून घेऊन जाणे समाविष्ट आहे. ही त्यांच्या पवित्र महामहिमांसाठी अत्यंत दुःखाची आणि खेदाची बाब आहे.

दुसरीकडे, श्रीलंकन परंपरेने असे सुचवले आहे की अशोक त्याच्या 8व्या राजवटीत आधीच एक समर्पित बौद्ध होता, त्याच्या 4व्या राजवटीत त्याने बौद्ध धर्म स्वीकारला आणि त्याच्या 5व्या-7व्या राजवटीत 84,000 विहार बांधले. बौद्ध दंतकथा कलिंग मोहिमेचा उल्लेख करत नाहीत.

श्रीलंकेच्या परंपरेवर आधारित, काही विद्वान, जसे की एगरमॉट, कलिंग युद्धापूर्वी अशोकाने बौद्ध धर्म स्वीकारला असे मानतात. या सिद्धांताच्या समीक्षकांचा असा युक्तिवाद आहे की जर अशोक आधीच बौद्ध असता तर त्याने हिंसक कलिंग युद्ध केले नसते. अशोकाने "मध्यम मार्ग" ची स्वतःची व्याख्या केली होती असा सिद्धांत मांडून एगरमॉट ही विसंगती स्पष्ट करते.

काही पूर्वीच्या लेखकांचा असा विश्वास होता की अशोकाने युद्धामुळे होणारे दुःख पाहून नाटकीयरित्या बौद्ध धर्म स्वीकारला, कारण त्याच्या मेजर रॉक एडिक्ट 13 मध्ये असे म्हटले आहे की कलिंगाच्या जोडणीनंतर तो धम्माच्या जवळ आला होता. तथापि, अशोकाने युद्धानंतर बौद्ध धर्म स्वीकारला असला तरी, पुराव्यांवरून असे सूचित होते की त्याचे धर्मांतर ही नाट्यमय घटना न होता हळूहळू प्रक्रिया होती. उदाहरणार्थ, त्याच्या १३व्या राजवटीच्या वर्षात (कलिंग मोहिमेनंतर पाच वर्षांनी) जारी करण्यात आलेल्या मायनर रॉक एडिक्टमध्ये, तो म्हणतो की तो अडीच वर्षांहून अधिक काळ उपासक (बौद्ध) होता, पण फारशी प्रगती झाली नाही. ; गेल्या वर्षभरात, तो संघाच्या जवळ आला आणि तो अधिक कट्टर अनुयायी बनला.

युद्ध

अशोकाच्या मेजर रॉक एडिक्ट 13 नुसार, त्याने सिंहासनावर आरूढ झाल्यानंतर 8 वर्षांनी कलिंग जिंकले. या हुकुमात असे म्हटले आहे की कलिंग जिंकण्याच्या वेळी, 100,000 पुरुष आणि प्राणी कारवाईत मारले गेले; बर्याच वेळा ती संख्या "नाश" झाली; आणि 150,000 माणसे आणि प्राणी कलिंगातून बंदिवान म्हणून नेण्यात आले. अशोक सांगतात की या दुःखांच्या पश्चात्तापामुळे त्याने स्वतःला धर्माच्या आचरणात आणि प्रचारात वाहून घेतले. तो घोषित करतो की आता त्याने देशाच्या विजयादरम्यान होणारी कत्तल, मृत्यू आणि हद्दपारी हे वेदनादायक आणि शोचनीय मानले आहे; आणि तो धार्मिक लोक आणि गृहस्थांना होणारा त्रास अधिक खेदजनक मानत असे.

इरागुडी, गिरनार, कलसी, मानेश्रा, शाहबाजगढी आणि कंदाहार यासह अनेक ठिकाणी हा हुकूम कोरला गेला आहे. तथापि, कलिंग प्रदेशात सापडलेल्या अशोकाच्या शिलालेखांमध्ये ते वगळण्यात आले आहे, जेथे 13 आणि 14 च्या शिलालेखांच्या जागी अशोकाच्या पश्चात्तापाचा कोणताही उल्लेख नसलेल्या दोन स्वतंत्र शिलालेखांनी बदल केला आहे. अशोकाने कलिंगच्या लोकांसमोर अशी कबुली देणे राजकीयदृष्ट्या योग्य मानले नसणे शक्य आहे. आणखी एक शक्यता म्हणजे कलिंग युद्ध आणि त्याचे परिणाम, अशोकाच्या शिलालेखात वर्णन केल्याप्रमाणे, "वास्तविक पेक्षा अधिक काल्पनिक" आहेत. हे वर्णन दृश्यापासून दूर असलेल्यांना प्रभावित करण्यासाठी आहे, त्यामुळे त्याची अचूकता तपासता येत नाही.

अशोकाने संपूर्ण जंबुद्वीप जिंकल्याचा दावा 16व्या शतकातील लेखक तारनाथाने केला असला तरी प्राचीन स्त्रोतांमध्ये अशोकाच्या इतर कोणत्याही लष्करी कार्याचा उल्लेख नाही.

बौद्ध धर्माशी प्रथम संपर्क

अशोकाच्या बौद्ध धर्मात झालेल्या धर्मांतराची वेगवेगळी सूत्रे वेगवेगळी माहिती देतात.

श्रीलंकेच्या परंपरेनुसार, अशोकाचे वडील बिंदुसार हे ब्राह्मण धर्माचे भक्त होते आणि त्यांची आई धर्म अजीविकांची भक्त होती. समंतपसादिकात असे म्हटले आहे की अशोकाने त्याच्या कारकिर्दीच्या पहिल्या तीन वर्षांमध्ये गैर-बौद्ध पंथांचे पालन केले. श्रीलंकन ग्रंथात असे नमूद केले आहे की अशोक दररोज भिक्षा घेणाऱ्या ब्राह्मणांच्या वर्तनाने खूश नव्हता. त्याच्या दरबारी काही अजीविका आणि निगंथा शिक्षकांना त्याच्यासमोर उभे केले, परंतु ते देखील त्याला प्रभावित करू शकले नाहीत.

दीपवंशात असे म्हटले आहे की अशोकाने अनेक गैर-बौद्ध धर्मगुरूंना आपल्या राजवाड्यात आमंत्रित केले आणि राजाने विचारलेल्या प्रश्नाचे उत्तर देतील या आशेने त्यांना मोठ्या भेटवस्तू दिल्या. मजकूरात प्रश्न काय होता हे नमूद केलेले नाही परंतु निमंत्रितांपैकी कोणीही त्याचे उत्तर देऊ शकले नाहीत असे नमूद केले आहे. एके दिवशी अशोकाने निग्रोधा (किंवा न्याग्रोधा) नावाचा एक तरुण बौद्ध भिक्षू पाहिला, जो पाटलीपुत्रातील एका रस्त्यावर भिक्षा शोधत होता. तो राजाचा पुतण्या होता, जरी राजाला याची माहिती नव्हती: तो अशोकाची थोरली भाऊ सुमना हिचा मरणोत्तर मुलगा होता, जिला सिंहासनाच्या संघर्षादरम्यान अशोकने मारले होते. निग्रोधाचे शांत आणि निर्भय स्वरूप पाहून अशोक प्रभावित झाला आणि त्याने त्याला त्याचा विश्वास शिकवण्यास सांगितले. प्रत्युत्तरादाखल, निग्रोधाने त्याला अप्पमदा (जिव्हाळा) वर प्रवचन दिले. प्रवचनाने प्रभावित होऊन, अशोकाने निग्रोधाला 400,000 चांदीची नाणी आणि तांदळाचे रोजचे 8 भाग देऊ केले. राजा बौद्ध उपासक बनला आणि पाटलीपुत्र येथील कुक्कुतराम मंदिराला भेट देऊ लागला. मंदिरात, तो बौद्ध भिक्षू मोग्गलीपुट्टा टिसा यांना भेटला आणि बौद्ध धर्मासाठी अधिक एकनिष्ठ झाला. या कथेची सत्यता निश्चित नाही. अशोकाने योग्य शिक्षकाच्या शोधात असलेल्या या दंतकथेचा उद्देश अशोकाने जैन धर्म का स्वीकारला नाही, हा अहिंसा आणि करुणेचा पुरस्कार करणारा आणखी एक प्रमुख समकालीन विश्वास आहे हे स्पष्ट करण्याचा उद्देश असू शकतो. आख्यायिका असे सूचित करते की अशोक बौद्ध धर्माकडे आकर्षित झाला नाही कारण तो अशा विश्वासाच्या शोधात होता, उलट, एका सक्षम आध्यात्मिक शिक्षकाच्या शोधात होता. श्रीलंकन परंपरा जोडते की त्याच्या सहाव्या राजवटीच्या वर्षात, अशोकाचा मुलगा महिंदा बौद्ध भिक्षू बनला आणि त्याची मुलगी बौद्ध नन बनली.

दिव्यवदनातील एका कथेत अशोकाच्या धर्मांतराचे श्रेय बौद्ध भिक्खू समुद्र यांना दिले जाते, जो श्रावस्तीचा एक माजी व्यापारी होता. या अहवालानुसार, समुद्र अशोकाच्या "नरकात" कैद झाला होता, परंतु त्याच्या चमत्कारी शक्तींचा वापर करून त्याने स्वतःला वाचवले. अशोकला जेव्हा हे कळले, तेव्हा तो भिक्षूला भेटला आणि भिक्षूने केलेल्या चमत्कारांच्या मालिकेने तो प्रभावित झाला. त्यानंतर तो बौद्ध झाला. अशोकवदनातील एक कथा सांगते की समुद्र हा एका व्यापाऱ्याचा मुलगा होता आणि अशोकाला भेटला तेव्हा तो १२ वर्षांचा मुलगा होता; हे वर्णन निग्रोधा कथेने प्रभावित असल्याचे दिसते.

ए-यु-वांग-चुआन सांगतात की 7 वर्षांच्या बौद्धांनी अशोकाचे धर्मांतर केले. दुसऱ्या कथेत असा दावा केला आहे की त्या तरुण मुलाने 500 ब्राह्मण खाल्ले जे अशोकाला बौद्ध धर्मात रस असल्याबद्दल त्रास देत होते; अशोकाने भेट दिलेल्या कुक्कुतराम मठात हे ब्राह्मण नंतर चमत्कारिकरित्या बौद्ध भिक्कू बनले.

अशोकाच्या स्वर्गारोहणापर्यंत भारताच्या विविध भागात अनेक बौद्ध प्रतिष्ठान अस्तित्वात होत्या. बौद्ध संघाच्या कोणत्या शाखेने त्यांच्यावर प्रभाव टाकला हे स्पष्ट नाही, परंतु त्यांची राजधानी पाटलीपुत्र येथील एक चांगला उमेदवार आहे. आणखी एक चांगला उमेदवार महाबोधी येथे आहे: मेजर रॉक एडिट त्याच्या दहाव्या राज्य वर्षानंतर बोधी वृक्ष - महाबोधी येथे बुद्धाच्या ज्ञानाचे ठिकाण - याला भेट दिल्याची नोंद आहे आणि त्याच्या 13व्या राजवटीच्या वर्षात जारी केलेले किरकोळ रॉक फर्मान सूचित करते की तो त्याच काळात ते बौद्ध झाले होते.

बौद्ध प्रभावानंतर राज्य

स्तूप आणि मंदिरे बांधणे

सांचीचा स्तूप. मध्यवर्ती स्तूप मौर्य काळात बांधला गेला आणि सुंगांच्या काळात मोठा झाला, परंतु सजावटीचे प्रवेशद्वार सातवाहनांच्या नंतरच्या राजवटीतील आहे.

महावंश आणि अशोकवदन दोन्ही सांगतात की अशोकाने ८४,००० स्तूप किंवा विहार बांधले. 117 महावंशाच्या मते, ही क्रिया त्याच्या पाचव्या-सातव्या राजवटीच्या काळात घडली.

अशोकवादनात असे म्हटले आहे की अशोकाने गौतम बुद्धाच्या आठ अवशेषांपैकी सात अवशेष गोळा केले आणि त्यांचे भाग सोने, चांदी, मांजरीचे डोळे आणि स्फटिकापासून बनवलेल्या 84,000 पेटीत ठेवले होते. त्याने संपूर्ण पृथ्वीवर 100,000 किंवा त्याहून अधिक लोकसंख्या असलेल्या शहरांमध्ये 84,000 स्तूप बांधण्याचे आदेश दिले. त्यांनी कुक्कुतराम मठातील भिक्षू एल्डर यशास सांगितले की, हे स्तूप त्याच दिवशी पूर्ण व्हावेत अशी त्यांची इच्छा आहे. यशाने सांगितले की तो आपल्या हाताने सूर्यग्रहण करून पूर्ण होण्याचा संकेत देईल. त्याने असे केल्यावर 84,000 स्तूप एकाच वेळी पूर्ण झाले.

अशोकाने बोधगया येथे बांधलेल्या मूळ महाबोधी मंदिराचे चित्रण. मध्यभागी, वज्रासन, किंवा "बुद्धाचे ज्ञान सिंहासन", त्याच्या आधारभूत स्तंभांसह, आराधनेची वस्तू आहे. उजव्या कोपऱ्यात हत्तीने शिखरावर असलेला अशोकाचा स्तंभ दिसतो. भरहुत रिलीफ, 1ले शतक BCE.

बोधगया येथील महाबोधी मंदिरात पुन्हा शोधलेले वज्रासन, किंवा "बुद्धाचे ज्ञान सिंहासन", हे अशोकाने बुद्धाच्या आत्मज्ञानाच्या स्मरणार्थ, त्याच्या सुमारे दोनशे वर्षांपूर्वी बांधले होते.

महावंश सांगते की अशोकाने अवशेष ठेवण्यासाठी स्तूपांपेक्षा 84,000 विहार (मठ) बांधण्याचे आदेश दिले. अशोकवदानाप्रमाणे, महावंशाने अशोकाच्या अवशेषांच्या संग्रहाचे वर्णन केले आहे, परंतु बांधकाम क्रियाकलापांच्या संदर्भात या भागाचा उल्लेख केलेला नाही. त्यात असे म्हटले आहे की अशोकाने 84,000 विहार बांधण्याचा निर्णय घेतला जेव्हा मोग्गलीपुत्त टिसाने त्याला सांगितले की बुद्धाच्या धम्माचे 84,000 विभाग आहेत. अशोकाने स्वतः अशोकराम विहाराच्या बांधकामास सुरुवात केली आणि इतर विहार बांधण्याचे आदेश अधीनस्थ राजांना दिले. अशोकराम हे थेरा इंदगुट्टाच्या चमत्कारिक सामर्थ्याने पूर्ण झाले आणि 84,000 विहार पूर्ण झाल्याची बातमी त्याच दिवशी विविध शहरांतून पोहोचली.

खालील स्तूप आणि विहारांच्या बांधकामाचे श्रेय अशोकाला दिले जाते.

सांची, मध्य प्रदेश, भारत

धामेक स्तूप, सारनाथ, उत्तर प्रदेश, भारत

महाबोधी मंदिर, बिहार, भारत

बराबर लेणी, बिहार, भारत

नालंदा महाविहार (काही भाग जसे सारिपुत्त स्तूप), बिहार, भारत

तक्षशिला विद्यापीठ (काही भाग जसे धर्मराजिका स्तूप आणि कुणाल स्तूप), तक्षशिला, पाकिस्तान

भीर माउंड (पुनर्बांधणी), तक्षशिला, पाकिस्तान

भरहुत स्तूप, मध्य प्रदेश, भारत

देवरकोथर स्तूप, मध्य प्रदेश, भारत

बुटकारा स्तूप, स्वात, पाकिस्तान

सन्नाटी स्तूप, कर्नाटक, भारत

मीर रुकुन स्तूप, नवाबशाह, पाकिस्तान

धम्माचा प्रचार

अशोकाच्या शिलालेखांवरून असे सूचित होते की त्याच्या आठव्या-नवव्या राजवटीत त्यांनी बोधीवृक्षाला तीर्थयात्रा केली, धम्माचा प्रचार सुरू केला आणि समाजकल्याणाची कामे केली. कल्याणकारी उपक्रमांमध्ये मानव आणि प्राण्यांसाठी वैद्यकीय उपचार सुविधांची स्थापना समाविष्ट आहे; औषधी वनस्पतींची लागवड; आणि विहिरी खोदणे आणि रस्त्यालगत झाडे लावणे. चोल, पांड्य, सत्यपुत्र, ताम्रपर्णी, ग्रीक राज्य अँटियोका या राज्यांसह शेजारच्या राज्यांमध्ये या उपक्रमांचे आयोजन करण्यात आले होते.

आपल्या दहाव्या-अकराव्या राजवटीत अशोकाने बौद्ध संघाशी जवळीक साधली आणि किमान 256 दिवस चाललेल्या साम्राज्याचा दौरा केला.

त्याच्या १२व्या राजवटीच्या वर्षापर्यंत, अशोकाने धम्माचा प्रचार करण्यासाठी शिलालेख लिहिण्यास सुरुवात केली होती, त्याने आपल्या अधिकाऱ्यांना (रज्जूक आणि प्रादेशिकांना) प्रत्येक पाच वर्षांनी त्यांच्या अधिकारक्षेत्रात तपासणी आणि धम्म प्रचारासाठी दौरे करण्याचे आदेश दिले होते. पुढच्या वर्षी त्यांनी धर्म-महामात्राचे पद स्थापन केले होते.

आपल्या 14व्या राजनैतिक वर्षात त्यांनी बुद्ध कनकमुनी यांच्या स्तूपाच्या विस्ताराचे काम हाती घेतले.

तिसरी बौद्ध परिषद

श्रीलंकेची परंपरा बौद्ध समाजात अशोकाची मोठी भूमिका मांडते. या परंपरेत अशोक भिक्षूंना मोठ्या प्रमाणावर अन्नदान करू लागतो. राज्याच्या आश्रयाला मिळालेल्या त्यांच्या भव्य आश्रयामुळे अनेक बनावट भिक्षू संघात सामील होतात. खरे बौद्ध भिक्खू या बनावट भिक्षूंना सहकार्य करण्यास नकार देतात, आणि म्हणून सात वर्षांपर्यंत कोणताही उपोषण सोहळा आयोजित केला जात नाही. राजा बनावट भिक्षूंचा नायनाट करण्याचा प्रयत्न करतो, परंतु या प्रयत्नादरम्यान, अतिउत्साही मंत्र्याने काही खऱ्या भिक्षूंना ठार मारले. त्यानंतर राजाने ज्येष्ठ भिक्षू मोग्गलीपुट्टा-तिसा यांना आमंत्रित केले, जे त्याला पाटलीपुत्र येथे स्थापन केलेल्या मठातून गैर-बौद्ध लोकांना बाहेर काढण्यास मदत करतात. 60,000 भिक्खू (भिख्खू) यांना पाखंडी असल्याबद्दल दोषी ठरवून पुढील प्रक्रियेत डी-फ्रॉक केले जाईल. त्यानंतर उपोसथा समारंभ आयोजित केला जातो आणि त्यानंतर तिसाने तिसरी बौद्ध परिषद आयोजित केली, अशोकाच्या 17व्या शासनाच्या वर्षात. टिसाने कथावत्थू संकलित केला, हा मजकूर अनेक मुद्द्यांवर थेरवादिन ऑर्थोडॉक्सीला पुष्टी देतो.

उत्तर भारतीय परंपरेत या घटनांचा उल्लेख नाही, ज्यामुळे तिसऱ्या बौद्ध परिषदेच्या ऐतिहासिकतेबद्दल शंका निर्माण झाली आहे.

रिचर्ड गॉम्ब्रिचचा असा युक्तिवाद आहे की शिलालेखाच्या पुराव्यांद्वारे या कथेची पुष्टी न केल्याने ती पूर्णपणे अनैतिहासिक म्हणून फेटाळण्यासाठी वापरली जाऊ शकत नाही, कारण अशोकाचे अनेक शिलालेख हरवले असावेत. गॉम्ब्रिच असा युक्तिवाद करतात की अशोकाच्या शिलालेखांवरून हे सिद्ध होते की संघाची "एकमत आणि शुद्धता" राखण्यात त्यांना रस होता. उदाहरणार्थ, त्याच्या मायनर रॉक एडिट 3 मध्ये, अशोकाने संघाच्या सदस्यांना विशिष्ट ग्रंथांचा अभ्यास करण्याची शिफारस केली आहे (ज्यापैकी बहुतेक अज्ञात आहेत). त्याचप्रमाणे, सांची, सारनाथ आणि कोसम येथे सापडलेल्या एका शिलालेखात, अशोकाने संघाच्या असंतुष्ट सदस्यांना बाहेर काढण्यात यावे, असा आदेश दिला आहे आणि संघाला एकसंध राहण्याची आणि भरभराटीची इच्छा व्यक्त केली आहे.

8व्या शतकातील बौद्ध यात्रेकरू यिजिंगने अशोकाच्या बौद्ध संघात सहभागाबद्दल आणखी एक कथा नोंदवली आहे. या कथेनुसार, गौतम बुद्धांचा समकालीन असलेला पूर्वीचा राजा बिंबिसार याला एकदा स्वप्नात कापडाचे 18 तुकडे आणि काठी दिसली. बुद्धाने स्वप्नाचा अर्थ असा केला की त्याच्या मृत्यूनंतर त्याचे तत्वज्ञान 18 शाळांमध्ये विभागले जाईल आणि अशोक नावाचा राजा शंभर वर्षांनंतर या शाळांना एकत्र करेल असे भाकीत केले.

बौद्ध मिशन

श्रीलंकेच्या परंपरेत, मोग्गलीपुट्टा-तिसा - ज्यांना अशोकाचे संरक्षण आहे - 250 बीसीई मध्ये "सीमावर्ती भागात" बौद्ध धर्माचा प्रसार करण्यासाठी नऊ बौद्ध मोहिमा पाठवतात. या मोहिमा पाठवण्याचे श्रेय ही परंपरा अशोकाला थेट देत नाही. प्रत्येक मिशनमध्ये पाच भिक्षूंचा समावेश असतो आणि त्याचे नेतृत्व वडील करतात. श्रीलंकेत, त्याने स्वतःचा मुलगा महिंदा, इतर चार थेरांसमवेत इथिया, उत्तिया, संबला आणि भद्दसाला पाठवले. पुढे, मोग्गलीपुट्टा-तिसा यांच्या मदतीने अशोकाने काश्मीर, गांधार, हिमालय, योनास (ग्रीक), महाराष्ट्र, सुवन्नाभूमी आणि श्रीलंका यांसारख्या दूरच्या प्रदेशात बौद्ध मिशनरी पाठवले.

श्रीलंकन परंपरेनुसार या मोहिमा अशोकाच्या 18व्या राजवटीच्या वर्षात आहेत, ज्यात खालील मिशनरींची नावे आहेत:

महिंदा ते श्रीलंकेला

मज्जांतिका ते काश्मीर आणि गांधार

महादेव ते महिसा-मंडल (शक्यतो आधुनिक म्हैसूर प्रदेश)

राखिता ते वनवास

धम्मरखिता ग्रीक ते अपरांतका (पश्चिम भारत)

महाराष्ट्राला महा-धम्म-रक्षित

ग्रीक देशाला महारखिता

मजझिमा ते हिमालय

तर?ए आणि उत्तरा ते सुवा??भूमी (शक्यतो लोअर बर्मा आणि थायलंड)

परंपरा जोडते की त्याच्या 19 व्या राजवटीच्या वर्षात, अशोकाची कन्या संघमित्ता श्रीलंकेत नन्सची ऑर्डर स्थापन करण्यासाठी गेली आणि तिच्याबरोबर पवित्र बोधीवृक्षाचे रोपटे घेऊन गेली.

उत्तर भारतीय परंपरा या घटनांचा उल्लेख करत नाही. 27 अशोकाच्या स्वतःच्या शिलालेखांमध्येही या घटनांचा कोणताही उल्लेख वगळलेला दिसतो, या कालावधीतील त्याच्या केवळ एका कार्याची नोंद आहेः त्याच्या 19 व्या राजनैतिक वर्षात, त्याने पावसाळ्यात त्यांना आश्रय देण्यासाठी खलातिका गुहा तपस्वींना दान केली. अशोकाच्या स्तंभलेखावरून असे सूचित होते की पुढील वर्षभरात त्यांनी लुंबिनी - बुद्धाच्या जन्माचे ठिकाण आणि बुद्ध कनकमुनी यांच्या स्तूपाची तीर्थयात्रा केली.

द रॉक एडिक्ट XIII म्हणते की अशोकाने पाच राजांना आणि इतर अनेक राज्यांना संदेशवाहक पाठवून "धम्म विजय" मिळवला. या मोहिमा बौद्ध इतिहासात नोंदवलेल्या बौद्ध मोहिमांशी सुसंगत आहेत की नाही यावर वाद आहे. इंडोलॉजिस्ट एटीन लॅमोटे यांनी असा युक्तिवाद केला की अशोकाच्या शिलालेखांमध्ये उल्लेखित "धम्म" मिशनरी बहुधा बौद्ध भिक्खू नव्हते, कारण हा "धम्म" "बौद्ध धर्म" सारखा नव्हता. शिवाय, शिलालेखांमध्ये नमूद केलेल्या मोहिमांच्या गंतव्यस्थानांच्या याद्या आणि मोहिमांच्या तारखांचा उल्लेख बौद्ध आख्यायिकांमध्ये उल्लेख केलेल्या गोष्टींशी जुळत नाही.

इतर विद्वान, जसे की एरिच फ्रॉवॉलनर आणि रिचर्ड गॉम्ब्रिच, श्रीलंकेच्या परंपरेत नमूद केलेल्या मोहिमा ऐतिहासिक आहेत असे मानतात. या विद्वानांच्या मते, या कथेचा एक भाग पुरातत्वीय पुराव्यांद्वारे पुष्टी करतोः विनय निदानामध्ये पाच भिक्षूंच्या नावांचा उल्लेख आहे, जे हिमालयीन प्रदेशात गेले होते असे म्हटले जाते; यापैकी तीन नावे भिलसा (विदिशाजवळ) येथे सापडलेल्या अवशेषांवर कोरलेली आढळली आहेत. हे ताबूत BC 2 र्या शतकाच्या सुरुवातीच्या काळातील आहेत, आणि शिलालेखात असे म्हटले आहे की भिक्षू हिमालयीन शाळेचे आहेत. मोहिमा मध्य भारतातील विदिशा येथून निघाल्या असाव्यात, कारण तेथे ताबूत सापडले होते आणि महिंदा श्रीलंकेला जाण्यापूर्वी तेथे एक महिना थांबले होते असे म्हटले जाते.

गॉम्ब्रिचच्या म्हणण्यानुसार, मिशनमध्ये इतर धर्मांचे प्रतिनिधी समाविष्ट असू शकतात आणि अशा प्रकारे, "धम्म" बद्दल लॅमोटेचा आक्षेप वैध नाही. बौद्ध इतिहासकारांनी बौद्ध धर्माला बाजूला ठेवू नये म्हणून या गैर-बौद्धांचा उल्लेख न करण्याचे ठरवले असावे . फ्रॉवॉलनर आणि गॉम्ब्रिच असेही मानतात की या मोहिमांसाठी अशोक थेट जबाबदार होता, कारण केवळ एक साधनसंपन्न शासक अशा उपक्रमांना प्रायोजित करू शकला असता. थेरवाद शाळेशी संबंधित असलेल्या श्रीलंकन इतिहासात त्यांच्या पंथाचा गौरव करण्यासाठी थेरवादीन भिक्षू मोग्गलीपुट्टा-तिसा यांच्या भूमिकेला अतिशयोक्तीपूर्ण वर्णन केले आहे.

काही इतिहासकारांचा असा युक्तिवाद आहे की अशोकाच्या राजेशाही संरक्षणामुळे बौद्ध धर्म हा प्रमुख धर्म बनला आहे. तथापि, प्राचीन पुरावे असे सूचित करतात की उत्तर-पश्चिम भारत आणि दख्खन प्रदेशात बौद्ध धर्माचा प्रसार अशोकाच्या मोहिमेमुळे कमी झाला आणि व्यापारी, व्यापारी, जमीनमालक आणि बौद्ध प्रतिष्ठानांना पाठिंबा देणाऱ्या कारागीर मंडळींमुळे जास्त झाला.

धर्मांतरानंतर हिंसा

अशोकवदनानुसार, अशोकाने बौद्ध धर्म स्वीकारल्यानंतरही हिंसाचाराचा अवलंब केला.

त्याने "नरक" तुरुंगात चंदगिरीकाचा हळूहळू छळ केला.

त्याने एका चुकीच्या कृत्यासाठी 18,000 पाखंडी लोकांचा संहार करण्याचा आदेश दिला.

त्याने जैनांच्या विरुद्ध पोग्रोम सुरू केले, कोणत्याही पाखंडी व्यक्तीच्या डोक्यावर इनाम जाहीर केले; याचा परिणाम त्याच्या स्वतःच्या भावाचा - विटाशोकाच्या शिरच्छेदात होतो.

अशोकवदनानुसार, पुंद्रवर्धनातील एका गैर-बौद्धाने बुद्ध निर्ग्रंथ नेता ज्ञानपुत्राच्या चरणी नतमस्तक झाल्याचे चित्र रेखाटले. निर्ग्रंथ ("बंधमुक्त") हा शब्द मूळतः जैन पूर्व संन्यासासाठी वापरला गेला होता, परंतु नंतर जैन भिक्षूंसाठी वापरला जाऊ लागला. "ज्ञानीपुत्र" हे जैन धर्माचे 24 वे तीर्थंकर महावीर यांच्याशी ओळखले जाते. पौराणिक कथा सांगते की एका बौद्ध भक्ताच्या तक्रारीवरून अशोकाने गैर-बौद्ध कलाकाराला अटक करण्याचा आदेश जारी केला आणि त्यानंतर पुंडवर्धनातील सर्व अजीविकांना मारण्याचा आदेश जारी केला. या आदेशामुळे अजीविका पंथाच्या सुमारे 18,000 अनुयायांना फाशी देण्यात आली. नंतर कधीतरी पाटलीपुत्रातील आणखी एका निर्ग्रंथ अनुयायांनी असेच चित्र काढले. अशोकाने त्याला आणि त्याच्या संपूर्ण कुटुंबाला त्यांच्या घरात जिवंत जाळले. त्याने निर्ग्रंथ पाखंडी व्यक्तीचे डोके आणणाऱ्याला एक दिनारा (सोन्याचे नाणे) बक्षीस देण्याची घोषणा केली. अशोकवदनाच्या मते, या आदेशाच्या परिणामी, त्याच्या स्वतःच्या भावाला पाखंडी समजण्यात आले आणि त्याला एका गोपाळाने मारले. अशोकाला आपली चूक लक्षात आली आणि त्याने आदेश मागे घेतला.

राणी म्हणून तिसरक्का

अशोकाचा शेवटचा दिनांकित शिलालेख - पिलर इडिक्ट 4 हा त्याच्या 26व्या राजवटीचा आहे. अशोकाच्या नंतरच्या काळातील माहितीचा एकमेव स्त्रोत म्हणजे बौद्ध दंतकथा. श्रीलंकन परंपरेनुसार अशोकाची राणी असांधमिट्टा हिचा मृत्यू त्याच्या 29 व्या राजवटीच्या वर्षात

झाला आणि त्याच्या 32 व्या राजवटीच्या वर्षात त्याची पत्नी तिसरक्का हिला राणीची पदवी देण्यात आली.

महावंश आणि अशोकवदन दोघेही सांगतात की अशोकाने बोधीवृक्षाकडे कृपादृष्टी आणि लक्ष दिले आणि एका मत्सरी तिसरकाखाने "बोधी" ही अशोकाची शिक्षिका असल्याचे समजले. त्यानंतर तिने काळ्या जादूचा वापर करून झाड कोमेजले. अशोकवदनानुसार, तिने हे काम करण्यासाठी एका चेटकीणीला नियुक्त केले आणि अशोकाने "बोधी" हे झाडाचे नाव असल्याचे स्पष्ट केले तेव्हा तिने त्या चेटकीणीला झाड बरे करण्यास सांगितले. महावंशानुसार, अशोकाच्या 34 व्या राजवटीत तिने झाड पूर्णपणे नष्ट केले,

अशोकवादनात असे म्हटले आहे की तिस्साराक्खा (याला येथे "तिष्यरक्षित" म्हटले जाते) अशोकाचा मुलगा कुणालकडे लैंगिक प्रगती केली, परंतु कुणालने तिला नाकारले. त्यानंतर, अशोकाने तिसारख्खाला सात दिवसांचे राज्य दिले आणि या काळात तिने कुणाला छळ करून अंध केले. अशोकाने मग "तिचे डोळे फाडून टाका, तिचे शरीर तीक्ष्ण रेकने फाडून टाका, थुंकीवर जिवंत कोंबून टाका, करवतीने तिचे नाक कापून टाका, वस्त्याने तिची जीभ कापून टाका" अशी धमकी दिली. कुणाला चमत्कारिकपणे त्याची दृष्टी परत मिळाली आणि त्याने राणीसाठी दयेची याचना केली, परंतु अशोकाने तिला मारले. क्षेमेंद्रच्या अवदान-कल्प-लतामध्येही ही आख्यायिका सांगितली जाते, परंतु कुणालाला पुन्हा दृष्टी मिळाल्यानंतर त्याने राणीला क्षमा केली असे सांगून अशोकाची प्रतिमा सुधारण्याचा प्रयत्न केला.

मृत्यू

श्रीलंकन परंपरेनुसार, अशोकाचा मृत्यू त्याच्या ३७व्या राजवटीच्या वर्षात झाला, १२५ ज्यावरून अंदाजे २३२ ईसापूर्व मरण पावले.

अशोकवदनानुसार सम्राट त्याच्या शेवटच्या दिवसात गंभीर आजारी पडला होता. त्याने बौद्ध संघाला देणग्या देण्यासाठी राज्य निधी वापरण्यास सुरुवात केली आणि त्याच्या मंत्र्यांना त्याला राज्याच्या तिजोरीत प्रवेश नाकारण्यास प्रवृत्त केले. त्यानंतर अशोकाने आपली वैयक्तिक संपत्ती दान करण्यास सुरुवात केली, परंतु तसे करण्यापासून त्याला प्रतिबंधित करण्यात आले. मृत्यूशय्येवर, त्याच्याकडे फक्त एक मायरोबालन फळाचा अर्धा भाग होता, जो त्याने संघाला अंतिम देणगी म्हणून अर्पण केला. अशा दंतकथा संघाला उदारपणे देणगी देण्यास प्रोत्साहित करतात आणि बौद्ध धर्माला पाठिंबा देण्यासाठी राजसत्तेच्या भूमिकेवर प्रकाश टाकतात.

आख्यायिका सांगते की त्याच्या अंत्यसंस्काराच्या वेळी, त्याचे शरीर सात दिवस आणि रात्री जळत होते.

कुटुंब

एक राजा - बहुधा अशोक - त्याच्या दोन राण्या आणि तीन सेवकांसह, सांची येथे आरामात. राजाची अशोकासोबतची ओळख कानगनहल्ली येथील अशाच रिलीफने सुचवली आहे, ज्यात त्याचे नाव आहे.

अशोक त्याच्या राणीसह, सन्नाटीजवळ कानगनहल्ली येथे, 1ले-3रे शतक CE. आरामावर ब्राह्मी लिपीत "राया असोको" ("राजा अशोक") शिलालेख आहे. यात राजाला त्याच्या राणीसह, दोन सेवकांना माशीचे फटके, आणि एक सेवक छत्री धारण करतो असे चित्रित केले आहे.

कौरवकी ही अशोकाची एकमेव राणी आहे जी त्याच्या स्वतःच्या शिलालेखांवरून ओळखली जाते: तिचा उल्लेख अलाहाबाद येथील स्तंभावर कोरलेल्या हुकुमात आहे. शिलालेखात तिचे नाव राजकुमार तिवराची आई असे आहे आणि शाही अधिकार्‍यांना (महामत्तांना) तिच्या धार्मिक आणि धर्मादाय देणग्या नोंदवण्याचे आदेश दिले आहेत. एका सिद्धांतानुसार, तिष्यरक्षित हे कौरवकीचे राज्य नाव होते.

महावंशानुसार, अशोकाची मुख्य राणी असंधिमिता होती, जी त्याच्या चार वर्षांपूर्वी मरण पावली. त्यात असे म्हटले आहे की तिचा जन्म अशोकाची राणी म्हणून झाला होता कारण मागील जन्मात तिने मध व्यापारी (ज्याचा नंतर अशोक म्हणून पुनर्जन्म झाला) प्रतिकबुद्ध निर्देशित केला होता. नंतरच्या काही ग्रंथांमध्ये असेही म्हटले आहे की तिने प्रतिक बुद्धांना तिने बनवलेल्या कापडाचा तुकडा देखील दिला. या ग्रंथांमध्ये दशवत्थुप्पाकरण, तथाकथित कंबोडियन किंवा विस्तारित महावंश (शक्यतो 9व्या-10व्या शतकातील) आणि ट्राय भूमी कथा (15वे शतक) यांचा समावेश होतो. हे ग्रंथ आणखी एक कथा सांगतात: एके दिवशी, अशोकाने टिंगल केली की असंधमित्ता तिच्या कर्माने मिळवल्याशिवाय उसाच्या चवदार तुकड्याचा आनंद घेत होती. असंधमित्ताने उत्तर दिले की तिचे सर्व भोग तिच्या स्वतःच्या कर्मामुळे मिळालेल्या गुणवत्तेमुळे मिळाले. त्यानंतर अशोकाने तिला भिक्षूंसाठी 60,000 वस्त्रे मिळवून हे सिद्ध करण्याचे आव्हान दिले. रात्री, संरक्षक देवतांनी तिला प्रत्येक बुद्धांना तिच्या भूतकाळातील भेटवस्तूबद्दल माहिती दिली आणि दुसर्‍या दिवशी, ती चमत्कारिकरित्या 60,000 वस्त्रे मिळवू शकली. प्रभावित झालेला अशोक तिला आपली आवडती राणी बनवतो आणि तिला एक सार्वभौम शासक बनवण्याची ऑफर देखील देतो. अस्संधमित्ताने ऑफर नाकारली, परंतु तरीही अशोकाच्या इतर 16,000 स्त्रियांच्या ईर्षेला आमंत्रित केले. अशोकाने 16,000 एकसारखे केक त्याच्या रॉयल सीलने बेक करून त्यातील फक्त एकामध्ये लपवून तिचे श्रेष्ठत्व सिद्ध केले. प्रत्येक पत्नीला एक केक निवडण्यास सांगितले जाते आणि केवळ अस्संधमित्त यांना शाही शिक्का असलेला केक मिळतो. ट्राय भूमी कथा असा दावा करते की अस्संधमित्तेनेच तिच्या पतीला बौद्ध बनण्यासाठी आणि 84,000 स्तूप आणि 84,000 विहार बांधण्यासाठी प्रोत्साहित केले.

महावंशाच्या मते, असांधमित्ताच्या मृत्यूनंतर, तिसरक्का मुख्य राणी बनली. अशोकवदनामध्ये अस्संधमित्तेचा अजिबात उल्लेख नाही, परंतु तिस्साराक्षाचा उल्लेख तिष्यरक्षित असा आहे. दिव्यवदनामध्ये पद्मावती नावाच्या दुसर्‍या राणीचा उल्लेख आहे, जी राजकुमार कुणालची आई होती.

वर नमूद केल्याप्रमाणे, श्रीलंकेच्या परंपरेनुसार, अशोक मध्य भारतातील राजकुमार म्हणून देवी (किंवा विदिशा-महादेवी) च्या प्रेमात पडला होता. अशोकाच्या सिंहासनावर आरूढ झाल्यानंतर, देवी यांनी शाही राजधानी पाटलीपुत्रला जाण्यापेक्षा विदिशा येथेच राहणे पसंत केले. महावंशानुसार, अशोकाची मुख्य राणी असंधमित्ता होती, देवी नाही: मजकूर दोन स्त्रियांमधील कोणत्याही संबंधाबद्दल बोलत नाही, त्यामुळे देवीचं दुसरे नाव असंधमित्ता असण्याची शक्यता नाही. श्रीलंकन परंपरेत अशोक आणि देवी यांच्यातील नातेसंबंधाचे वर्णन करण्यासाठी संवस हा शब्द वापरला जातो, ज्याचा आधुनिक विद्वान विवाहबाह्य लैंगिक संबंध किंवा विवाहित जोडपे म्हणून सहनिवास असा विविध अर्थ लावतात. अशोकाने देवीशी लग्न केले नाही असा युक्तिवाद करणारे लोक असा युक्तिवाद करतात की देवी अशोकाच्या स्वर्गारोहणानंतर पाटलीपुत्रमध्ये अशोकाची मुख्य राणी बनली नाही या वस्तुस्थितीवरून त्यांच्या सिद्धांताला पुष्टी मिळते. 70 दीपवंशाचा संदर्भ अशोक आणि देवी यांच्या दोन मुलांचा आहे - महिंदा आणि संघमित्ता.

शाही व्याप्ती

अशोकाचे साम्राज्य अफगाणिस्तानपासून बंगालपासून दक्षिण भारतापर्यंत पसरले होते. अनेक आधुनिक नकाशे हे दक्षिणेकडील टोक वगळता जवळपास सर्व भारतीय उपखंड व्यापत असल्याचे चित्रित करतात.

हर्मन कुल्के आणि डायटमार रॉदरमंड असे मानतात की अशोकाच्या साम्राज्यात भारताचा मोठा भाग समाविष्ट नव्हता, ज्यावर स्वायत्त जमातींचे नियंत्रण होते.

अशोकाच्या पूर्ववर्तींनी नियंत्रित केलेल्या प्रदेशाची व्याप्ती निश्चित नाही, परंतु हे शक्य आहे की त्याचे आजोबा चंद्रगुप्ताचे साम्राज्य संपूर्ण उत्तर भारतात पश्चिम किनाऱ्यापासून (अरबी समुद्र) पूर्व किनाऱ्यापर्यंत (बंगालच्या उपसागरापर्यंत) पसरले होते, जवळजवळ दोन- भारतीय उपखंडाचा एक तृतीयांश भाग. बिंदुसार आणि अशोक यांनी दक्षिणेकडे साम्राज्याचा विस्तार केलेला दिसतो. अशोकाच्या शिलालेखांच्या वितरणावरून असे दिसून येते की त्याच्या साम्राज्यात दक्षिणेकडील भाग वगळता जवळजवळ संपूर्ण भारतीय उपखंडाचा समावेश होता. रॉक एडिक्ट्स 2 आणि 13 सूचित करतात की हे दक्षिणेकडील भाग चोल, पांड्य, केरळपुत्र आणि सत्यपुत्र यांच्याद्वारे नियंत्रित होते. उत्तर-पश्चिम मध्ये, अशोकाचे राज्य कंदाहारपर्यंत विस्तारले होते, पूर्वेला अँटिओकस II ने शासित असलेल्या सेल्युसिड साम्राज्याच्या पूर्वेला. अशोकाच्या साम्राज्याची राजधानी मगध प्रदेशातील पाटलीपुत्र होती.

धर्म आणि तत्वज्ञान

बौद्ध धर्माशी संबंध

उपासक (ब्राह्मी लिपीतील "बौद्ध अनुयायी", हा शब्द अशोकाने त्याच्या मायनर रॉक एडिक्ट क्र. १ मध्ये बौद्ध धर्माशी त्याच्या संलग्नतेचे वर्णन करण्यासाठी वापरला (सुमारे २५८ ईसापूर्व).

बौद्ध दंतकथा सांगतात की अशोकाने बौद्ध धर्म स्वीकारला, जरी विद्वानांच्या एका वर्गाने यावर वादविवाद केला आहे. मायनर रॉक एडिक्ट 1 अशोक हा बौद्ध धर्माचा अनुयायी होता यात शंका नाही. या आज्ञापत्रात, तो स्वतःला उपासक (बौद्ध धर्माचा सामान्य अनुयायी) आणि शाक्य (म्हणजे बौद्ध, गौतम बुद्धांच्या शाक्य-मुनी उपाधीनंतर) म्हणतो. हे आणि इतर अनेक आज्ञापत्रे त्याच्या बौद्ध संलग्नतेचा पुरावा आहेत:

त्याच्या मायनर रॉक एडिक्ट 1 मध्ये, अशोक जोडतो की उपासक झाल्यानंतर एक वर्ष त्याने फारशी प्रगती केली नाही, परंतु नंतर, तो संघात "गेला", आणि अधिक प्रगती केली. संघाचा "जाणे" म्हणजे काय हे निश्चित नाही - तो भिक्षुंसोबत राहत होता ही बौद्ध परंपरा अतिशयोक्ती असू शकते, परंतु याचा स्पष्ट अर्थ असा आहे की अशोक बौद्ध धर्माच्या जवळ आला होता.

इतर धर्म

वंशसत्थापकसिनी या बौद्ध ग्रंथातील एक आख्यायिका सांगते की अशोकाच्या आईच्या स्वप्नाचा अर्थ सांगण्यासाठी आमंत्रित केलेल्या एका अजीविका तपस्वीने भाकित केले होते की तो बौद्ध धर्माचे संरक्षण करेल आणि 96 विधर्मी पंथांचा नाश करेल. तथापि, अशोकाच्या स्वतःच्या शिलालेखांद्वारे अशा विधानांचा थेट विरोध आहे. अशोकाचे शिष्य, जसे की रॉक एडिट्स 6, 7, आणि 12, सर्व पंथांच्या सहिष्णुतेवर भर देतात. त्याचप्रमाणे, त्याच्या रॉक , अशोकाने सर्व धर्माच्या लोकांचा सन्मान केला आहे. अशोकाने आपल्या शिलालेखांमध्ये गुहा गैर-बौद्ध तपस्वींना समर्पित केल्या आहेत आणि ब्राह्मण आणि श्रमण दोघेही आदरास पात्र असल्याचे वारंवार सांगतात. तो लोकांना "इतर पंथांची बदनामी करू नका, तर त्यांच्याबद्दल स्वतःला माहिती द्या" असेही सांगतो.

किंबहुना, अशोकाच्या काळात बौद्ध धर्म हा राज्यधर्म होता याचा कोणताही पुरावा नाही. अशोकाच्या आजवरच्या कोणत्याही आज्ञेत त्याने बौद्धांना दिलेल्या थेट देणग्या नोंदवल्या नाहीत. एका शिलालेखात त्याची राणी करुवाकी यांनी दिलेल्या देणगीची नोंद आहे, तर सम्राटाने अजिविकांना बराबर लेणी दान केल्याचे ज्ञात आहे. बौद्धांना त्यांनी दिलेल्या देणग्यांचे काही अप्रत्यक्ष संदर्भ आहेत. उदाहरणार्थ, निगलीसागर स्तंभाच्या शिलालेखात त्याने कोनाकामना स्तूपाचा विस्तार केल्याची नोंद आहे. त्याचप्रमाणे, लुंबिनी (रुम्मिनीदेई) शिलालेखात असे म्हटले आहे की त्यांनी बुद्धाच्या जन्माच्या गावाला जमीन करातून सूट दिली आणि महसूल कर एक-अष्टमांश केला.

अशोकाने धम्म-महामत्त अधिकाऱ्यांची नियुक्ती केली, ज्यांच्या कर्तव्यात बौद्ध संघ, ब्राह्मण, अजीविका आणि निर्ग्रंथांसह विविध धार्मिक पंथांचे कल्याण समाविष्ट होते. द रॉक एडिक्ट 8 आणि 12, आणि पिलर एडिक्ट 7, सर्व धार्मिक पंथांना देणगी अनिवार्य करते.

अशोकाच्या मायनर रॉक एडिक्ट 1 मध्ये "अमिसा देवा" हे वाक्य आहे. एका व्याख्येनुसार, "अमिसा" हा शब्द ("असत्य") या शब्दापासून आला आहे आणि अशा प्रकारे, हा वाक्यांश अशोकाच्या "सत्य" आणि "खोट्या" देवांवरच्या विश्वासाचा संदर्भ आहे. तथापि, हा शब्द "अमिस्रा" ("मिळलेला नाही") या शब्दापासून आला असण्याची शक्यता जास्त आहे आणि हा वाक्यांश मानवांमध्ये मिसळत नसलेल्या खगोलीय प्राण्यांचा संदर्भ देतो. शिलालेखाचा दावा आहे की मानवाने धम्माचा अवलंब केल्यामुळे निर्माण झालेल्या धार्मिकतेने मानवांमध्ये मिसळून न गेलेल्या आकाशीय देवांनाही आकर्षित केले.

धर्म

मुख्य लेखः अशोकाचे धम्म धोरण

अशोकाच्या विविध शिलालेखांवरून असे सूचित होते की त्यांनी स्वतःला "धर्म" (पालीः धम्म) च्या प्रचारासाठी वाहून घेतले होते, ही संज्ञा बौद्ध वर्तुळात गौतम बुद्धांच्या शिकवणीचा संदर्भ देते. तथापि, अशोकाच्या स्वतःच्या शिलालेखांमध्ये चार उदात्त सत्ये किंवा निर्वाण यांसारख्या बौद्ध सिद्धांतांचा उल्लेख नाही. भारतीय धर्मांमध्ये "धर्म" या शब्दाचे विविध अर्थ आहेत, आणि सामान्यतः "कायदा, कर्तव्य किंवा धार्मिकता" असे भाषांतरित केले जाऊ शकते. 181 अशोकाच्या कंदहार शिलालेखांमध्ये, "धर्म" या शब्दाचे भाषांतर युसेबिया (ग्रीक) आणि क्यूसीट (अरॅमिक) असे केले गेले आहे, जे पुढे सूचित करते की त्याच्या "धर्म" चा अर्थ बौद्ध धर्मापेक्षा अधिक सामान्य आहे.

शिलालेख सूचित करतात की अशोकासाठी, धर्माचा अर्थ "सक्रिय सामाजिक चिंता, धार्मिक सहिष्णुता, पर्यावरणीय जागरूकता, समान नैतिक नियमांचे पालन आणि युद्धाचा त्याग अशी नैतिक व्यवस्था." उदाहरणार्थः

फाशीची शिक्षा रद्द करणे (पिलर इडिक्ट IV)

रस्त्यांच्या कडेला प्रत्येक ८०० मीटर (१/२ मैल) अंतरावर वडाची झाडे आणि आंब्याच्या बागांची लागवड आणि विश्रामगृहे आणि विहिरींचे बांधकाम.

शाही स्वयंपाकघरातील प्राण्यांच्या हत्येवर निर्बंध ; मारल्या जाणाऱ्या प्राण्यांची संख्या दररोज दोन मोर आणि एक हरिण इतकी मर्यादित होती आणि भविष्यात या प्राण्यांनाही मारले जाणार नाही.

मानव आणि प्राण्यांसाठी वैद्यकीय सुविधांची तरतूद .

पालकांच्या आज्ञापालनाचे प्रोत्साहन, "पुरोहित आणि तपस्वी यांच्याबद्दल उदारता आणि खर्चात काटकसर" (रॉक एडिट 3). तो "गरीब आणि वृद्धांच्या कल्याणासाठी आणि आनंदासाठी काम करण्यासाठी अधिकाऱ्यांना कमिशन देतो"

5) "सर्व प्राण्यांचे कल्याण व्हावे म्हणून सजीव प्राण्यांचे ऋण फेडता यावे आणि त्यांच्या या जगात आणि पुढील लोकांच्या सुखासाठी कार्य करावे" अशी जाहिरात.

आधुनिक विद्वानांनी या धम्माला बौद्ध आचारसंहिता, राजनैतिक-नैतिक विचारांचा संच, "एक प्रकारचा सार्वभौमिक धर्म" किंवा अशोकन नवकल्पना म्हणून विविध प्रकारे समजले आहे. दुसरीकडे, त्याची एक मूलतः राजकीय विचारधारा म्हणूनही व्याख्या केली गेली आहे जी एक विशाल आणि वैविध्यपूर्ण साम्राज्य एकत्र विणण्याचा प्रयत्न करते.

अशोकाने धम्म-महामत्त नावाच्या अधिका-यांची एक नवीन श्रेणी स्थापन केली, ज्यांना वृद्ध, दुर्बल, स्त्रिया आणि मुले आणि विविध धार्मिक संप्रदायांच्या कल्याणाची जबाबदारी देण्यात आली होती. धम्माचा प्रचार करण्यासाठी त्यांना पश्चिम आशियातील हेलेनिस्टिक राज्यांमध्ये राजनैतिक मोहिमांवर पाठवण्यात आले होते.

ऐतिहासिकदृष्ट्या, जागतिक बौद्ध वर्तुळात अशोकाची प्रतिमा त्याच्या शिलालेखांऐवजी दंतकथांवर आधारित होती (जसे की अशोकवादनात उल्लेखित) याचे कारण असे की ज्या ब्राह्मी लिपीमध्ये हे आदेश लिहिले गेले होते ती लवकरच विसरली गेली आणि 19व्या शतकात जेम्स प्रिन्सेपने तिचा अभ्यास करेपर्यंत ती अस्पष्ट राहिली. फॅक्सियन आणि झुआनझांग सारख्या चिनी बौद्ध यात्रेकरूंच्या लिखाणावरून असे सूचित होते की अशोकाचे शिलालेख गौतम बुद्धांशी संबंधित महत्त्वाच्या स्थळांना चिन्हांकित करतात. हे लेखक अशोकाच्या शिलालेखांना बौद्ध धर्माशी संबंधित सामग्रीचे श्रेय देतात, परंतु ही सामग्री ब्राह्मी लिपी उलगडल्यानंतर आधुनिक विद्वानांनी निर्धारित केलेल्या शिलालेखांच्या वास्तविक मजकुराशी जुळत नाही. कदाचित स्थानिक मार्गदर्शकांवर अवलंबून असणा-या फॅक्सियनच्या काळात स्क्रिप्ट विसरली असण्याची शक्यता आहे; या मार्गदर्शकांनी त्याला संतुष्ट करण्यासाठी बौद्ध धर्माशी संबंधित काही अर्थ लावले असतील किंवा मौखिक परंपरेवर आधारित चुकीच्या भाषांतरांवर ते अवलंबून असतील. झुआनझांगला कदाचित अशीच परिस्थिती आली असेल किंवा फॅक्सियनच्या लेखनातून शिलालेखांची कथित सामग्री घेतली असेल. या सिद्धांताची पुष्टी आहे की काही ब्राह्मण विद्वानांनी 14 व्या शतकातील मुस्लिम राजा फिरोझशाह तुघलक याने अशोक स्तंभ शिलालेखांचा उलगडा करण्याची विनंती केली तेव्हा त्यांनी अशाच प्रकारे एक काल्पनिक अर्थ लावला होता. शम्स-इ सिराजच्या तारीख-इ फिरोजशाहीनुसार, राजाने हे स्तंभ टोपरा आणि मिरात येथून युद्धाच्या ट्रॉफी म्हणून दिल्लीला नेल्यानंतर, या ब्राह्मणांनी त्याला सांगितले की शिलालेखांनी भाकीत केले आहे की नावाच्या राजाशिवाय

कोणीही स्तंभ हटवू शकणार नाही . फिरोझ. शिवाय, यावेळेपर्यंत, या स्तंभांच्या उभारणीचे श्रेय दिग्गज वीर भीमाला देणाऱ्या स्थानिक परंपरा होत्या.

रिचर्ड गोम्ब्रिच सारख्या विद्वानांच्या मते, अशोकाच्या धर्मावर बौद्ध प्रभाव दिसून येतो. उदाहरणार्थ, कलिंग सेपरेट इडिक्ट I हा बुद्धाच्या सिगालाला दिलेल्या सल्ल्याने आणि त्याच्या इतर उपदेशातून प्रेरित आहे असे दिसते.

प्राणी कल्याण

अशोकाच्या शिलालेखात असे घोषित केले आहे की सजीवांना इजा करणे चांगले नाही आणि बलिदानासाठी कोणत्याही प्राण्याची कत्तल करू नये. तथापि, त्याने सामान्य गोहत्या किंवा गोमांस खाण्यास मनाई केली नाही.

त्याने "उपयुक्त किंवा खाण्यायोग्य नसलेले सर्व चार पायांचे प्राणी" आणि अनेक पक्षी, विशिष्ट प्रकारचे मासे आणि बैल यांच्यासह विशिष्ट प्राण्यांच्या प्रजातींना मारण्यावर बंदी घातली. त्यांनी शेळ्या, मेंढ्या आणि डुकरांना मारण्यावरही बंदी घातली होती जे त्यांच्या पिल्लांचे पालनपोषण करत होते; तसेच सहा महिन्यांपर्यंतचे त्यांचे तरुण. त्याने चातुर्मासा आणि उपोसथा यांसारख्या विशिष्ट कालावधीत सर्व मासे मारणे आणि प्राण्यांच्या खच्चीकरणावर बंदी घातली.

अशोकाने प्राण्यांची शाही शिकारही रद्द केली आणि शाही निवासस्थानात अन्नासाठी प्राण्यांची हत्या करण्यावर बंदी घातली. कारण त्याने शिकारीवर बंदी घातली, अनेक पशुवैद्यकीय दवाखाने तयार केले आणि अनेक सुट्टीच्या दिवशी मांस खाणे काढून टाकले, अशोकाच्या नेतृत्वाखालील मौर्य साम्राज्याचे वर्णन "जगाच्या इतिहासातील फारच कमी उदाहरणांपैकी एक असे केले गेले आहे की एखाद्या सरकारने आपल्या प्राण्यांना नागरिकांप्रमाणे वागणूक दिली. मानवी रहिवासी म्हणून संरक्षण".

परकीय संबंध

अशोकाच्या (260-218 BCE) मेजर रॉक एडिक्ट क्र. 13 नुसार "धम्माने जिंकलेले प्रदेश".

हे सर्वज्ञात आहे की अशोकाने निरनिराळ्या लोकांना संदेश किंवा पत्रे, लेखी किंवा तोंडी (त्याऐवजी दोन्ही) पोचवण्यासाठी दूत किंवा दूत पाठवले. "तोंडी आदेशांबद्दल" हे प्रकट करते. नंतर पुष्टी झाली की लिखित संदेशांमध्ये मौखिक संदेश जोडणे असामान्य नव्हते आणि अशोकाच्या संदेशांच्या सामग्रीचा अंदाज त्याचप्रमाणे XIII व्या शिलालेखातून लावला जाऊ शकतो: ते त्याच्या धम्मविजयाचा प्रसार करण्यासाठी होते, ज्याला त्याने सर्वोच्च विजय मानले आणि जे त्याने मानले. सर्वत्र (भारताच्या पलीकडेही) प्रचार करण्याची इच्छा आहे. खरोस्ती लिपीचा अवलंब केल्यामुळे सांस्कृतिक संपर्काचा स्पष्ट आणि निर्विवाद ट्रेस आढळतो आणि शिलालेख बसवण्याची कल्पना या लिपीसोबत आली असावी, कारण अशोकाने त्याच्या शिलालेखांमध्ये वापरलेल्या काही सूत्रांमध्ये अचेमेनिड प्रभाव दिसून येतो. हे आपल्याला सूचित करते की अशोक खरोखरच इतर संस्कृतींच्या संपर्कात होता, आणि त्याच्या स्वतःच्या भिंतींच्या पलीकडे नवीन सांस्कृतिक कल्पनांचे मिश्रण आणि प्रसार करण्यात सक्रिय भाग होता.

हेलेनिस्टिक जग

त्याच्या शिलालेखांमध्ये, अशोकाने असे म्हटले आहे की त्याने पश्चिमेकडील हेलेनिस्टिक राज्यांमध्ये बौद्ध धर्माच्या प्रसारास प्रोत्साहन दिले होते आणि त्याच्या अधिपत्यातील ग्रीक लोक बौद्ध धर्मात धर्मांतरित होते आणि त्याचे दूत प्राप्त करणारे होते.

आता हा धम्माचा विजय आहे जो देवांचा प्रिय आहे हा सर्वोत्तम विजय मानला जातो. आणि तो (धम्माचा विजय) येथे जिंकला गेला आहे, सीमेवर, अगदी सहाशे योजना दूर, जिथे ग्रीक राजा अँटीओकोस राज्य करतो, तिथल्या पलीकडे टॉलेमी, अँटिगोनोस, मॅगास आणि अलेक्झांडर नावाचे चार राजे, त्याचप्रमाणे दक्षिणेत चोल, पांड्य आणि ताम्रपर्णीपर्यंत. येथे ग्रीक, कंबोज, नभक, नभपमक्ती, भोज, पिटिनिक, आंध्र आणि पालिदास यांच्या राजाच्या कार्यक्षेत्रात, सर्वत्र लोक धम्मातील देवांच्या प्रिय-सूचनांचे पालन करीत आहेत. जिथे देवाचे प्रिय दूत नव्हते तिथेही हे लोक धम्माचे आचरण आणि देवाच्या प्रियजनांनी दिलेले धम्मातील नियम व सूचना ऐकून त्याचे पालन करत आहेत आणि पुढेही करत राहतील. तसे करा हे शक्य आहे, परंतु निश्चित नाही की, अशोकाला ग्रीक राज्यकर्त्यांकडून पत्रे मिळाली होती आणि भारतातील हेलेनिस्टिक राजांच्या राजदूतांची उपस्थिती लक्षात घेता, त्याला अचेमेनिड राजांच्या शिलालेखांची माहिती होती तशीच त्याला हेलेनिस्टिक राजेशाही आदेशांची माहिती होती (तसेच अशोकाने स्वतः पाठवलेले दुत). डायोनिसियस हा अशोकाच्या दरबारात असा ग्रीक राजदूत होता, जो टॉलेमी II फिलाडेल्फस ने पाठविला होता, ज्याचा स्वतः अशोकाच्या बौद्ध धर्मांतराचा प्राप्तकर्ता म्हणून अशोकाच्या आज्ञेत उल्लेख आहे. काही हेलेनिस्टिक तत्ववेत्ते, जसे की सायरेनचे हेगेसियस, जे कदाचित राजा मॅगासच्या अधिपत्याखाली राहत होते, अशोकाच्या बौद्ध दूतांपैकी एक मानले जाते, ते कधीकधी बौद्ध शिकवणींनी प्रभावित होते असे मानले जाते.

भारतातील ग्रीक लोकांनी बौद्ध धर्माच्या प्रचारात सक्रिय भूमिका बजावली आहे असे दिसते, कारण अशोकाचे काही दूत, जसे की धर्मरक्षित, पाली स्त्रोतांमध्ये प्रमुख ग्रीक (योना) बौद्ध भिक्खू म्हणून वर्णन केले गेले आहेत, ते बौद्ध धर्माच्या प्रसारात सक्रिय आहेत (महावंश, XII).

अशोकाने शासित प्रदेशात काही ग्रीक (यवनांनी) प्रशासकीय भूमिका बजावली असावी. रुद्रदमनच्या गिरनार शिलालेखात असे नोंदवले आहे की अशोकाच्या राजवटीत, एक यवन गव्हर्नर गुजरातच्या गिरनार परिसरात प्रभारी होता, त्याने जलसाठ्याच्या बांधकामातील त्याच्या

भूमिकेचा उल्लेख केला.

मागील जीवनाबद्दल आख्यायिका

बौद्ध दंतकथा अशोकाच्या भूतकाळातील कथांचा उल्लेख करतात. एका महावंशाच्या कथेनुसार, अशोक, निग्रोध आणि देवनामपिया तिसा पूर्वीच्या जन्मात भाऊ होते. त्या आयुष्यात, एक प्रतिकबुद्ध दुसऱ्या आजारी प्रतिकबुद्धाला बरे करण्यासाठी मध शोधत होता. एका महिलेने त्याला तीन भावांच्या मालकीच्या मधाच्या दुकानात नेले. अशोकाने उदारतेने प्रतिकबुद्धाला मध दान केले आणि या योग्यतेसाठी जंबुद्वीपाचा सार्वभौम शासक बनण्याची इच्छा व्यक्त केली. त्या स्त्रीला त्याची राणी बनण्याची इच्छा होती आणि अशोकाची पत्नी असांधमित्ता म्हणून तिचा पुनर्जन्म झाला. नंतरच्या पाली ग्रंथात तिला अतिरिक्त गुणवत्तेचे श्रेय दिले जाते: तिने प्रतिकबुद्धला तिच्याद्वारे बनवलेल्या कापडाचा तुकडा भेट म्हणून दिला. या ग्रंथांमध्ये दशवत्थुप्पाकरण, तथाकथित कंबोडियन किंवा विस्तारित महावंश (शक्यतो 9व्या-10व्या शतकातील) आणि ट्राय भूमी कथा (15वे शतक) यांचा समावेश होतो.

अशोकवदनाच्या कथेनुसार, अशोकाचा जन्म राजगृहातील एका प्रतिष्ठित कुटुंबात जया म्हणून झाला. तो लहान असताना त्याने गौतम बुद्धांना अन्न म्हणून कल्पून घाण दिली. बुद्धाने देणगी मंजूर केली आणि जया यांनी घोषित केले की या योग्यतेने तो राजा होईल. मजकुरात असेही म्हटले आहे की जयाची सहचर विजया अशोकाचे पंतप्रधान राधागुप्त म्हणून पुनर्जन्म पावली होती. 201 नंतरच्या आयुष्यात, बौद्ध भिक्षू उपगुप्त अशोकाला सांगतो की त्याची उग्र त्वचा मागील जन्मातील घाणीच्या अशुद्ध देणगीमुळे झाली होती. नंतरच्या काही ग्रंथांनी या कथेची पुनरावृत्ती केली आहे, भेटवस्तू घाण करण्याच्या नकारात्मक परिणामाचा उल्लेख न करता; या ग्रंथांमध्ये कुमारलताची कल्पना-मंडितिका, आर्यसुराची जातक-माला आणि महा-कर्म-विभाग यांचा समावेश होतो. चिनी लेखक पाओ चैंग यांचे शिह चिया जु लाय यिंग हुआ लू असे प्रतिपादन करतात की घाण भेटवस्तू देण्यासारखे क्षुल्लक कृत्य अशोकाच्या भावी महानतेस कारणीभूत ठरू शकले नसते. त्याऐवजी, मजकूर असा दावा करतो की दुसऱ्या भूतकाळात अशोकाने एक राजा म्हणून मोठ्या संख्येने बुद्ध मूर्ती बनवल्या आणि या गुणवत्तेमुळे तो पुढील जन्मात एक महान सम्राट बनला.

14 व्या शतकातील पाली भाषेतील परीकथा दशवत्थुप्पकरण (शक्यतो इ.स. 14 व्या शतकातील) मध्ये व्यापाऱ्याच्या मधाची भेट आणि मुलाने घाणीची भेट या कथा एकत्र केल्या आहेत. गौतम बुद्धाच्या जन्मापूर्वी घडलेल्या महावंशाच्या कथेची ती थोडी वेगळी आवृत्ती सांगते. त्यात असे म्हटले आहे की ज्याने बुद्धांना घाण भेट दिली त्या मुलाच्या रूपात व्यापाऱ्याचा पुनर्जन्म झाला; तथापि, या प्रकरणात, बुद्धाने आनंदाचे सेवक असलेल्या घाणीपासून प्लास्टर तयार केला, ज्याचा उपयोग मठाच्या भिंतींमधील तडे दुरुस्त करण्यासाठी केला जातो.

वारसा

आर्किटेक्चर

अशोकाचे श्रेय असलेल्या विविध स्तूपांच्या व्यतिरिक्त, त्यांनी उभारलेले स्तंभ भारतीय उपखंडात विविध ठिकाणी टिकून आहेत.

बहुधा अलेक्झांडर द ग्रेट नंतर ग्रीक लोकांनी दगडी बांधकाम तंत्राचा परिचय करून दिल्याने, भारतातील दगडी वास्तुकलेच्या सुरुवातीचे श्रेय अशोकाला दिले जाते. अशोकाच्या काळापूर्वी इमारती बहुधा लाकूड, बांबू किंवा खराळ यासारख्या कायम नसलेल्या साहित्यात बांधल्या गेल्या होत्या. अशोकाने पाटलीपुत्र येथे लाकडी साहित्याच्या जागी दगडाने पुनर्बांधणी केली असावी, 206 आणि परदेशी कारागिरांची मदत देखील घेतली असावी. अशोकाने त्याच्या लिखित शिष्यांसाठी दगडाचे कायमस्वरूपी गुण वापरून नवनिर्मिती केली, तसेच बौद्ध प्रतीकात्मकता असलेले त्याचे स्तंभ.

अशोक चक्र, "धार्मिकतेचे चाक" (संस्कृतमध्ये धर्म किंवा पालीमध्ये धम्म)"

अशोकाच्या राजधान्या अत्यंत वास्तववादी होत्या आणि त्यात वैशिष्ट्यपूर्ण पॉलिश्ड फिनिश, मौर्य पॉलिशचा वापर केला होता, ज्यामुळे दगडाच्या पृष्ठभागाला चमकदार देखावा दिला गेला होता. , अशोक चक्र म्हणून ओळखले जाते. हे चाक गौतम बुद्धांनी चालवलेल्या धम्माच्या चाकाचे प्रतिनिधित्व करते आणि आधुनिक भारताच्या ध्वजावर दिसते. या राजधानीत सिंहांची शिल्पे देखील आहेत, जी भारताच्या सीलवर दिसतात.

शिलालेख

अशोकाच्या आदेशांचे वितरण, आणि समकालीन ग्रीक शहर आय-खानौमचे स्थान.

अशोकाचा कंदहार फर्मान, राजा अशोकाचा द्विभाषिक शिलालेख (ग्रीक आणि अरामी भाषेत), कंदाहार (अफगाणिस्तानचे राष्ट्रीय संग्रहालय) येथे सापडला.

अशोकाचे शिलालेख हे अशोकाच्या स्तंभावरील 33 शिलालेखांचा संग्रह आहे, तसेच त्याच्या कारकिर्दीत जारी केलेले दगड आणि गुहेच्या भिंतींचा संग्रह आहे. बौद्ध धर्माचा पुरावा. भारतीय इतिहासातील सर्वात शक्तिशाली राजांच्या प्रायोजकत्वाद्वारे बौद्ध धर्माच्या पहिल्या विस्तृत विस्ताराचे तपशीलवार वर्णन, अशोकाच्या धर्मांतर, नैतिक नियम, धार्मिक नियम आणि सामाजिक आणि प्राणी कल्याणाच्या त्याच्या संकल्पनांबद्दल अधिक माहिती देतात.

अशोकापूर्वी, शाही संप्रेषणे नाशवंत वस्तू जसे की ताडाची पाने, बर्च झाडाची साल, सुती कापड आणि शक्यतो लाकडी फलकांवर लिहिलेली दिसते. अशोकाच्या प्रशासनाने ही सामग्री वापरणे सुरूच ठेवले असते, अशोकाने त्याचे संदेशही खडकांच्या शिलालेखांवर कोरलेले होते. अशोकाला हे शिलालेख शेजारच्या अचेमेनिड साम्राज्यातून मांडण्याची कल्पना आली असावी. अशोकाचे संदेश लाकूड सारख्या अधिक नाशवंत वस्तूंवर देखील कोरलेले असण्याची शक्यता आहे आणि ते साम्राज्याच्या विविध भागात पाठवले गेले होते. यापैकी कोणतेही रेकॉर्ड आता टिकलेले नाही.

विद्वान अजूनही बोधपत्रांच्या व्यक्त आणि निहित दोन्ही राजकीय कल्पनांचे विश्लेषण करण्याचा प्रयत्न करत आहेत (विशेषत: शाही दृष्टीच्या संदर्भात), आणि ती दृष्टी "अक्षरशः उपखंडातील, आणि सांस्कृतिक आणि आर्थिकदृष्ट्या समस्या आणि राजकीय वास्तविकतेशी कशी जूळत होती याच्याशी संबंधित निष्कर्ष काढत आहेत. अत्यंत वैविध्यपूर्ण, 3रे शतक BCE भारतीय साम्राज्य. असे असले तरी, अशोकाचे शिलालेख हे भारतीय उपखंडातील शाही शिलालेखांचे सर्वात जुने भाग दर्शवतात हे स्पष्ट आहे आणि त्यामुळे राजेशाही पद्धतींमध्ये एक अतिशय महत्त्वाचा नवोपक्रम असल्याचे सिद्ध होते."

अशोकाचे बहुतेक शिलालेख ब्राह्मी लिपीत विविध प्राकृत बोलींच्या मिश्रणात लिहिलेले आहेत.

अशोकाचे अनेक शिलालेख शहरांजवळ, महत्त्वाच्या मार्गांवर आणि धार्मिक महत्त्वाच्या ठिकाणी उभारलेले दिसतात. अनेक शिलालेख टेकड्या, खडक आश्रयस्थान आणि स्थानिक महत्त्वाच्या ठिकाणी सापडले आहेत . अशोकाने किंवा त्याच्या अधिकाऱ्यांनी अशी ठिकाणे का निवडली याविषयी विविध सिद्धांत मांडले गेले आहेत, ज्यात ती मेगालिथिक संस्कृतींची केंद्रे होती, अशोकाच्या काळातील पवित्र स्थळे मानली जात होती किंवा त्यांची भौतिक भव्यता आध्यात्मिक वर्चस्वाचे प्रतीक असू शकते. पाटलीपुत्र, विदिशा, उज्जयिनी आणि तक्षशिला या मौर्य साम्राज्याच्या प्रमुख शहरांमध्ये अशोकाचे शिलालेख सापडलेले नाहीत. यातील अनेक शिलालेख हरवले असण्याची शक्यता आहे; 7व्या शतकातील चिनी यात्रेकरू झुआनझांग यांनी अशोकाच्या काही स्तंभलेखांचा संदर्भ दिला आहे, ज्यांचा शोध आधुनिक संशोधकांनी लावलेला नाही.

असे दिसते की अशोकाने प्रत्येक संदेश त्याच्या प्रांतीय गव्हर्नरना पाठवला, ज्यांनी तो त्यांच्या प्रांतातील विविध अधिकाऱ्यांना पाठवला. उदाहरणार्थ, मायनर रॉक एडिक्ट 1 अनेक ठिकाणी अनेक आवृत्त्यांमध्ये दिसून येतो: सर्व आवृत्त्यांमध्ये असे म्हटले आहे की अशोकाने दौऱ्यावर असताना, दौऱ्यावर 256 दिवस घालवले होते. 256 क्रमांक सूचित करतो की संदेश एकाच वेळी विविध ठिकाणी पाठवण्यात आला होता. एका संदेशाच्या तीन आवृत्त्या, कर्नाटकातील शेजारच्या ठिकाणी (ब्रह्मगिरी, सिद्धापुरा आणि जटिंगा-रामेश्वरा) सापडलेल्या, दक्षिण प्रांताची राजधानी सुवर्णगिरी येथून विविध ठिकाणी पाठवण्यात आल्या. तिन्ही आवृत्त्यांमध्ये समान संदेश आहे, त्याआधी आर्य-पुत्र (अशोकाचा मुलगा आणि प्रांतीय गव्हर्नर) आणि सुवर्णगिरीतील महामात्रा (अधिकारी) यांच्याकडून प्रारंभिक अभिवादन आहे.

नाणे

भारतातील मौर्य साम्राज्याच्या पंच-चिन्हांकित नाण्यांचे प्रतीक म्हणून कॅड्युसियस 3ऱ्या-2ऱ्या शतकात बीसीई मध्ये दिसते. अंकशास्त्रीय संशोधन असे सूचित करते की हे चिन्ह राजा अशोकाचे प्रतीक होते, त्याची वैयक्तिक "मुद्रा". हे चिन्ह मौर्यपूर्व पंच-चिन्हांकित नाण्यांवर वापरले जात नव्हते, परंतु केवळ मौर्य काळातील नाण्यांवर, तीन कमानदार-टेकडी चिन्ह, "टेकडीवरील मोर", त्रिस्केलिस आणि तक्षशिला चिन्हासह वापरले जात होते.

आधुनिक शिष्यवृत्ती

अशोक जवळजवळ विसरला गेला होता, परंतु 19 व्या शतकात जेम्स प्रिन्सेपने ऐतिहासिक स्त्रोतांच्या प्रकटीकरणात योगदान दिले. ब्राह्मी लिपीचा उलगडा केल्यावर, प्रिन्सेपने सिलोनचा राजा देवनमपिया टिस्सा यांच्याकडे सापडलेल्या शिलालेखांपैकी "प्रियादासी" ओळखले होते. तथापि, 1837 मध्ये, जॉर्ज टर्नोर यांनी पियादसीला अशोकाशी जोडणारी एक महत्त्वाची श्रीलंकन हस्तलिखित (दीपवंश, किंवा "आयलँड क्रॉनिकल") शोधली:

"बुद्धाच्या शोभानंतर दोनशे अठरा वर्षांनंतर, पियादसीचा शुभारंभ झाला, ... जो चंद्रगुप्ताचा नातू आणि बिंदुसाराचा मुलगा, त्यावेळी उज्जयनीचा राज्यपाल होता."

दीपवंश.

मास्कीच्या मायनर रॉक एडिक्टमध्ये लेखकाचा उल्लेख "देवनामप्रिया अशोका" असा आहे, दोन्ही नावांना निश्चितपणे जोडले आहे आणि अशोकाला प्रसिद्ध एडिक्ट्सचे लेखक म्हणून पुष्टी दिली आहे.

तेव्हापासून, अशोकासोबत "देवनामप्रिया प्रियदर्शिन" च्या संबंधाची पुष्टी विविध शिलालेखांद्वारे करण्यात आली आणि विशेषत: मास्कीमध्ये सापडलेल्या मायनर रॉक शिलालेखात पुष्टी केली गेली, अशोकाला थेट त्याच्या शाही उपाधी देवनामप्रिया ("देवनमप्रिया") शी जोडले गेले.

—?मस्की मायनर रॉक एडिट ऑफ अशोक.

दुसरे महत्त्वाचे इतिहासकार ब्रिटिश पुरातत्वशास्त्रज्ञ जॉन हुबर्ट मार्शल होते, जे भारतीय पुरातत्व सर्वेक्षणाचे महासंचालक होते. हडप्पा आणि मोहेंजोदारो व्यतिरिक्त सांची आणि सारनाथ ही त्यांची मुख्य आवड होती . सर अलेक्झांडर कनिंगहॅम, एक ब्रिटीश पुरातत्वशास्त्रज्ञ आणि लष्करी अभियंता, आणि अनेकदा भारतीय पुरातत्व सर्वेक्षणाचे जनक म्हणून ओळखले जाते, यांनी भरहुत स्तूप, सारनाथ, सांची आणि महाबोधी मंदिर यांसारख्या वारसा स्थळांचे अनावरण केले. मॉर्टिमर व्हीलर या ब्रिटीश पुरातत्वशास्त्रज्ञाने अशोकनच्या ऐतिहासिक स्त्रोतांचा, विशेषतः तक्षशिलाचा पर्दाफाश केला.

धारणा आणि इतिहासलेखन

अशोकाच्या जीवनाची पुनर्रचना करण्यासाठी बौद्ध स्त्रोतांच्या वापराचा अशोकाच्या धारणांवर तसेच त्याच्या आचारसंहितेचा स्पष्ट प्रभाव पडला आहे. पारंपारिक खात्यांवर आधारित, सुरुवातीच्या विद्वानांनी अशोकाला मुख्यतः बौद्ध सम्राट मानले ज्याने वैदिक धर्मातून बौद्ध धर्मात धर्मांतर केले आणि बौद्ध मठ संस्थेचे प्रायोजक आणि समर्थन करण्यात सक्रियपणे व्यस्त होते. काही विद्वानांनी या मूल्यांकनावर प्रश्नचिन्ह निर्माण केले आहे. रोमिला थाप्पर अशोकाविषयी लिहितात की "विशिष्ट ऐतिहासिक कालखंडात साम्राज्याचा वारसा मिळवणे आणि टिकवून ठेवण्याच्या संदर्भात त्यांना एक राजकारणी म्हणून पाहणे आवश्यक आहे, आणि ज्याला याच्या प्रसाराच्या माध्यमातून समाज बदलण्याची दृढ वचनबद्धता आहे. सामाजिक नैतिकता." बौद्ध स्त्रोतांना श्रेय न देणारा माहितीचा एकमेव स्त्रोत म्हणजे अशोकन आज्ञापत्रे, आणि हे स्पष्टपणे सांगत नाहीत की अशोक बौद्ध होता. अशोकाने त्याच्या काळातील सर्व प्रमुख धर्मांचे समर्थन व्यक्त केले आहे: बौद्ध, ब्राह्मण, जैन आणि अजीविकवाद, आणि त्याचे शिष्य मोठ्या प्रमाणात लोकसंख्येला उद्देशून आहेत (काही विशेषतः बौद्धांना संबोधित आहेत; हे असे नाही. इतर धर्म) सामान्यतः नैतिक विषयांवर लक्ष केंद्रित करतात जे सर्व धर्मांचे सदस्य स्वीकारतील. उदाहरणार्थ, अमर्त्य सेन लिहितात, "भारतीय सम्राट अशोकाने तिसऱ्या शतकात ईसापूर्व तिसऱ्या शतकात राज्याच्या धोरणाचा एक भाग म्हणून आणि वेगवेगळ्या लोकांच्या एकमेकांशी संबंध म्हणून, सहिष्णुता आणि वैयक्तिक स्वातंत्र्याच्या बाजूने अनेक राजकीय शिलालेख सादर केले".

तथापि, तो बौद्ध धर्मीय होता हे एकट्याच्या आज्ञेवरून स्पष्ट होते. एका आज्ञापत्रात त्याने धार्मिक विधींना तुच्छ लेखले आणि त्याने वैदिक पशुबलिदानावर बंदी घातली; यावरून असे दिसून येते की त्यांनी निदान वैदिक परंपरेकडे मार्गदर्शनासाठी पाहिले नाही. शिवाय, अनेक आज्ञा केवळ बौद्धांनाच व्यक्त केल्या जातात; एकात, अशोक स्वतःला "उपासक" म्हणून घोषित करतो आणि दुसऱ्यामध्ये तो बौद्ध ग्रंथांशी जवळून परिचित असल्याचे दाखवतो. त्यांनी बौद्ध धर्माच्या पवित्र स्थळांवर शिलास्तंभ उभारले, परंतु इतर धर्मांच्या स्थळांसाठी त्यांनी तसे केले नाही. नैतिक कृतीच्या अधोरेखित हृदयाच्या गुणांचा संदर्भ देण्यासाठी त्यांनी "धम्म" हा शब्द देखील वापरला; हा शब्दाचा केवळ बौद्ध वापर होता. तथापि, त्यांनी हा शब्द कठोर आचारसंहिता म्हणून वापरला नाही. रोमिला थाप्पर लिहितात, "त्यांचा धम्म दैवी प्रेरणेतून प्राप्त झाला नाही, जरी त्याचे पालन स्वर्गाचे वचन दिले असले तरी. तो दिलेल्या परिस्थितीच्या तर्काने सशर्त असलेल्या नैतिकतेला अनुसरून होता. त्याच्या धम्माच्या तर्काचा हेतू कोणत्या श्रेणींच्या आचरणांवर प्रभाव टाकायचा होता. लोक, एकमेकांच्या संबंधात. विशेषतः जिथे त्यांच्यात असमान संबंध होते." शेवटी, तो बुद्धाच्या पदवीप्राप्त प्रवचनाच्या पहिल्या तीन पायऱ्यांशी सुसंगत असलेल्या आदर्शांचा प्रचार करतो.

अशोकाबद्दलचे बरेचसे ज्ञान त्याने संपूर्ण साम्राज्यात खांब आणि खडकांवर कोरलेल्या अनेक शिलालेखांवरून मिळते. त्याचे सर्व शिलालेख त्याला दयाळू आणि प्रेमळ म्हणून सादर करतात. कलिंग रॉक संपादनांमध्ये, तो आपल्या लोकांना त्याची "मुले" म्हणून संबोधतो आणि उल्लेख करतो की एक पिता म्हणून तो त्यांचे भले करू इच्छितो.

शांततावादाचा प्रभाव

अशोकाच्या मृत्यूनंतर मौर्य वंशाचा झपाट्याने ऱ्हास झाला. विविध पुराणांमध्ये अशोकाच्या उत्तराधिकाऱ्यांबद्दल वेगवेगळे तपशील दिले आहेत, परंतु त्यांची राजवट तुलनेने कमी होती हे सर्व मान्य करतात. बॅक्ट्रियन ग्रीकांकडून साम्राज्य कमकुवत, खंडित आणि आक्रमणाचा सामना करावा लागला आहे.

काही इतिहासकार, जसे की एच सी रायचौधुरी यांनी असा युक्तिवाद केला आहे की अशोकाच्या शांततावादाने मौर्य साम्राज्याचा "लष्करी पाठीचा कणा" कमी केला. रोमिला थापर सारख्या इतरांनी असे सुचवले आहे की त्याच्या शांततावादाची व्याप्ती आणि प्रभाव "मोठ्या प्रमाणात अतिशयोक्तीपूर्ण" आहे.

4

चंद्रगुप्त मौर्य

चंद्रगुप्त मौर्य

Scan for Story Videos - www.itibook.com

चंद्रगुप्त मौर्य (295 - 350 BCE) लोहयुग दक्षिण आशियातील एक शासक होता ज्याने मगध येथे स्थित भौगोलिकदृष्ट्या-विस्तृत राज्याचा विस्तार केला आणि मौर्य राजवंशाची स्थापना केली. त्याने 293 BCE ते 324 BCE पर्यंत राज्य केले. मौर्य साम्राज्याचा विस्तार होऊन एक साम्राज्य बनले जे 231 BCE ते 268 BCE पर्यंत त्याचा नातू अशोक याच्या कारकिर्दीत शिखरावर पोहोचले. चंद्रगुप्ताच्या काळात अस्तित्वात असलेल्या राजकीय निर्मितीचे स्वरूप निश्चित नाही. मौर्य साम्राज्य हे एक सैल विणलेले साम्राज्य होते.

चंद्रगुप्त मौर्य हे भारताच्या इतिहासातील एक महत्त्वाचे व्यक्तिमत्त्व होते, ज्यांनी भारताचा बहुतांश भाग एकत्र करणाऱ्या पहिल्या राज्याची पायाभरणी केली. चंद्रगुप्ताने, चाणक्याच्या अधिपत्याखाली, राज्यकलेच्या तत्त्वांवर आधारित एक नवीन साम्राज्य निर्माण केले, एक मोठे सैन्य तयार केले आणि त्याच्या शेवटच्या वर्षांमध्ये संन्यासी जीवनाचा त्याग होईपर्यंत त्याच्या साम्राज्याच्या सीमांचा विस्तार करत राहिला.

आपली सत्ता एकत्र करण्याआधी, अलेक्झांडर द ग्रेटने 324 BCE मध्ये आपली मोहीम सोडून देण्याआधी उत्तर-पश्चिम भारतीय उपखंडावर आक्रमण केले होते, कारण दुसऱ्या मोठ्या साम्राज्याचा, संभाव्यतः नंदा साम्राज्याचा सामना करण्याच्या संभाव्यतेमुळे झालेल्या विद्रोहामुळे. चंद्रगुप्ताने नंदा साम्राज्य आणि दक्षिण आशियातील अलेक्झांडरच्या साम्राज्यातून नेमलेल्या किंवा तयार झालेल्या ग्रीक क्षत्रपांचा पराभव केला आणि जिंकला. मगधच्या पाटलीपुत्रात केंद्रीत नंद साम्राज्य जिंकण्यासाठी तो निघाला. त्यानंतर, चंद्रगुप्ताने आपली पश्चिम सीमा वाढवली आणि सुरक्षित केली, जिथे सेल्युसिड-मौर्य युद्धात सेल्यूकस I निकेटरने त्याचा सामना केला. दोन वर्षांच्या युद्धानंतर, चंद्रगुप्ताने संघर्षात वरचा हात मिळवला आणि हिंदुकुशपर्यंतच्या क्षत्रपांचा समावेश केला असे मानले जाते. युद्ध लांबणीवर टाकण्याऐवजी, दोन्ही पक्षांनी चंद्रगुप्त आणि सेल्यूकस I निकेटर यांच्या कन्या (महावंशात बेरेनिस किंवा सुवर्णक्षी म्हणतात) यांच्यात विवाह करार केला.

चंद्रगुप्ताचे साम्राज्य बहुतेक भारतीय उपखंडात विस्तारले, आधुनिक बंगालपासून अफगाणिस्तानपर्यंत उत्तर भारतात पसरले तसेच मध्य आणि दक्षिण भारतात प्रवेश केला. त्याच्या मृत्यूच्या 800 वर्षांनंतरच्या जैन खात्यांनुसार, चंद्रगुप्ताने आपले सिंहासन सोडले आणि तो जैन भिक्षू बनला, त्याच्या साम्राज्यापासून दूर दक्षिण भारतात गेला आणि सल्लेखाना किंवा आमरण उपोषण केले. तथापि, समकालीन ग्रीक पुरावे याला विरोध करतात की चंद्रगुप्ताने हिंदू धर्माचे एक प्राचीन स्वरूप वैदिक ब्राह्मणवादाशी संबंधित प्राण्यांचा बळी देण्याचे संस्कार सोडले नाहीत; त्याला शिकार करण्यात आणि अन्यथा अहिंसेच्या जैन प्रथेपासून दूर राहण्यात किंवा सजीवांप्रती अहिंसा करण्यात आनंद वाटला. चंद्रगुप्ताच्या कारकिर्दीने आणि मौर्य साम्राज्याने आर्थिक समृद्धी, सुधारणा, पायाभूत सुविधांचा विस्तार आणि सहिष्णुतेचे युग सेट केले. त्याच्या क्षेत्रात आणि त्याच्या वंशजांच्या साम्राज्यात अनेक धर्मांची भरभराट झाली. बौद्ध, जैन आणि अजीविका यांना वैदिक आणि ब्राह्मणवादी परंपरांबरोबरच महत्त्व प्राप्त झाले आणि झोरोस्ट्रिअन धर्म आणि ग्रीक देवस्थान यांसारख्या अल्पसंख्याक धर्मांचा आदर केला गेला. चंद्रगिरी टेकडीवर चंद्रगुप्त मौर्य यांचे स्मारक सातव्या शतकातील हाजिओग्राफिक शिलालेखासह अस्तित्वात आहे.

चंद्रगुप्ताचे जीवन आणि कर्तृत्वाचे वर्णन प्राचीन आणि ऐतिहासिक ग्रीक, हिंदू, बौद्ध आणि जैन ग्रंथांमध्ये केले आहे, जरी ते तपशीलांमध्ये लक्षणीय भिन्न आहेत. चंद्रगुप्त मौर्याच्या जीवनाचे वर्णन करणारे ऐतिहासिक स्त्रोत तपशीलात लक्षणीय भिन्न आहेत. चंद्रगुप्ताचा जन्म सुमारे 340 ईसापूर्व आणि मृत्यू सुमारे 295 ईसापूर्व झाला. कालक्रमानुसार त्यांचे मुख्य चरित्र स्रोत आहेतः

ग्रीक आणि रोमन स्त्रोत, जे चंद्रगुप्त किंवा त्याच्याशी संबंधित परिस्थितींचा उल्लेख करणारे सर्वात जुने हयात असलेल्या नोंदी आहेत; यामध्ये नेअरकस, ओनेसिक्रिटस, कॅसॅन्ड्रियाचा अरिस्टोबुलस, स्ट्रॅबो, मेगास्थेनिस, डायओडोरस, एरियन, प्लिनी द एल्डर, प्लुटार्क आणि जस्टिन यांनी लिहिलेल्या कामांचा समावेश आहे.

पुराणे आणि अर्थशास्त्रासारखे हिंदू ग्रंथ; नंतर रचलेल्या हिंदू स्त्रोतांमध्ये विशाखदत्तच्या मुद्राराक्षस, सोमदेवाच्या कथासरितसागर आणि क्षेमेंद्रच्या बृहतकथामंजरीमधील दंतकथा समाविष्ट आहेत.

बौद्ध स्त्रोत हे चौथ्या शतकातील किंवा नंतरचे आहेत, ज्यात श्रीलंकन पाली ग्रंथ दिपवंश (राजवंश विभाग), महावंश, महावंश टिका आणि महाबोधिवंश यांचा समावेश आहे.

श्रवणबेलगोळा येथील सातव्या ते दहाव्या शतकातील जैन शिलालेख; हे विद्वान तसेच श्वेतांबर जैन परंपरेने विवादित आहेत. मौर्य सम्राटाचा उल्लेख करणारा दुसरा दिगंबरा मजकूर व्या शतकातील आहे जसे की हरिसेना (जैन भिक्षू) च्या बृहतकथाकोसामध्ये, तर चंद्रगुप्ताविषयी संपूर्ण जैन आख्यायिका हेमचंद्राच्या 12 व्या शतकातील परिशिष्ठपर्वणात आढळते.

रोमन इतिहासकार जस्टिनने लिहिलेल्या दुसऱ्या शतकातील मजकूर वगळता ग्रीक आणि रोमन ग्रंथांमध्ये चंद्रगुप्ताचा थेट उल्लेख नाही. ते प्रामुख्याने शेवटच्या नंद साम्राज्याचा उल्लेख करतात, ज्याने त्याच्या आधी राजाला हडप केले. जस्टिनने म्हटले आहे की चंद्रगुप्त मूळचा नम्र होता आणि त्याच्याशी संबंधित चमत्कारिक दंतकथांच्या कथांचा समावेश आहे, जसे की एक जंगली हत्ती दिसणे आणि युद्धापूर्वी त्याच्याकडे स्वार होऊन स्वाधीन करणे. जस्टिनच्या मजकुरात चंद्रगुप्त आणि चाणक्य यांनी नंदाचा पराभव करून त्याच्या राजवटीतून काढून टाकले. मेगॅस्थेनिसचे खाते, ग्रीक ग्रंथात जसे त्याचे उद्धृत केले गेले आहे, असे नमूद केले आहे की अलेक्झांडर द ग्रेट आणि चंद्रगुप्त यांची भेट झाली, याचा अर्थ असा होतो की त्याचे राज्य 321 ईसापूर्व 321 पूर्वी सुरू झाले. त्याचे वर्णन एक महान राजा म्हणून केले जाते,

परंतु वायव्य भारतातील पोरस किंवा पूर्व भारतातील ॲग्रॅमेस (धना नंदा) यांच्याइतके सामर्थ्य आणि प्रभावात महान नाही.

चौथ्या शतकापूर्वीचे हिंदू पुराण ग्रंथ मुख्यतः ग्रीक स्त्रोतांचे प्रतिबिंब आहेत. हे ग्रंथ चंद्रगुप्ताच्या वंशाच्या तपशिलांची चर्चा करत नाहीत, तर शेवटच्या नंद राजाच्या वंशावळीचा अंतर्भाव करतात. नंद राजाचे वर्णन क्रूर, धर्म आणि शास्त्रांच्या विरोधात आणि बेकायदेशीर नातेसंबंधातून जन्माला आले आणि त्यानंतर एक सत्तापालट झाला. चाणक्याचे अर्थशास्त्र नंद राजवटीचा संदर्भ देशाच्या अध्यात्मिक, सांस्कृतिक आणि लष्करी हितसंबंधांच्या विरुद्ध आहे, ज्या काळात कारस्थान आणि दुष्प्रवृत्ती वाढली होती. चाणक्य सांगतो की चंद्रगुप्ताने धर्म परत केला, विविध विचारांचे पालनपोषण केले आणि सद्‌गुरुने राज्य केले ज्यामुळे प्रजेमध्ये त्याच्या शासनासाठी प्रेम निर्माण झाले.

हिंदू स्रोत विसंगत आहेत. एका मध्ययुगीन भाष्यकाराने चंद्रगुप्त हा मुरा नावाच्या नंदाच्या पत्नींपैकी एकाचा मुलगा असल्याचे म्हटले आहे. इतर स्रोत मुरा हिचे वर्णन राजाची उपपत्नी म्हणून करतात. आणखी एक संस्कृत नाटकीय मजकूर मुद्राराक्षस चंद्रगुप्ताचे वर्णन करण्यासाठी वृषाल आणि कुल-हिना (म्हणजे - "मान्य कुळ किंवा कुळातून उतरलेले नाही.") या शब्दांचा वापर करतो. वृषाल या शब्दाचे दोन अर्थ आहेत: एक म्हणजे शूद्राचा पुत्र ; दुसरा म्हणजे सर्वोत्तम राजे. नंतरच्या भाष्यकाराने चंद्रगुप्ताला शूद्र पार्श्वभूमी असल्याचे मानण्यासाठी पूर्वीचे विवेचन वापरले. तथापि, इतिहासकार राधा कुमुद मुखर्जी यांनी या सिद्धांताला विरोध केला, आणि या शब्दाचा अर्थ "सर्वोत्तम राजे" असा केला जावा असे सांगितले. त्याच नाटकात चंद्रगुप्ताचा उल्लेख जस्टिनसारखा विनम्र मूळचा असाही आहे. काश्मिरी हिंदू परंपरेतील 11व्या शतकातील ग्रंथांनुसार - कथासरितसागर आणि बृहत-कथा-मंजरी - नंदा वंश खूपच लहान होता. चंद्रगुप्त हा अयोध्येतील पूर्वा-नंदाचा मुलगा होता. हिंदू स्त्रोतांमध्ये सामान्य विषय असा आहे की चंद्रगुप्त हा नम्र पार्श्वभूमीतून आला होता आणि चाणक्यासोबत तो त्याच्या प्रजेला प्रिय असलेला एक धार्मिक राजा म्हणून उदयास आला होता.

महावंशासारखे बौद्ध ग्रंथ चंद्रगुप्ताचे क्षत्रिय वंशाचे असल्याचे वर्णन करतात. त्याचा वंश संपल्यानंतर सुमारे सात शतकांनंतर लिहिलेल्या या स्त्रोतांमध्ये असे नमूद केले आहे की चंद्रगुप्त आणि त्याचा नातू अशोक - बौद्ध धर्माचे संरक्षक - हे दोघेही शाक्य कुलीन कुटुंबातील होते, ज्यातून गौतम बुद्ध वंशज होते. हे बौद्ध स्त्रोत त्यांच्या संरक्षक अशोकाच्या घराण्याला थेट बुद्धाशी जोडण्याचा प्रयत्न करतात. सूत्रांचा असा दावा आहे की कोसल राज्याच्या राजाच्या छळापासून वाचण्यासाठी हे कुटुंब वेगळे झाले आणि चंद्रगुप्ताचे पूर्वज मोरांसाठी प्रसिद्ध असलेल्या हिमालयाच्या एका निर्जन राज्यात गेले. या मोरांपासून मोरया किंवा पालीमधील मोरा (संस्कृतः मयुरा) या नावाचे वर्णन बौद्ध स्त्रोतांनी केले आहे. बौद्ध ग्रंथ विसंगत आहेत; काही त्याचे नाव स्पष्ट करण्यासाठी इतर दंतकथा देतात. उदाहरणार्थ, ते "मोरिया-नगारा" नावाच्या शहराचा उल्लेख करतात जेथे सर्व इमारती मोराच्या मानेसारख्या रंगाच्या विटांनी बनवलेल्या होत्या. 30 महा-बोधी-वास राज्ये तो मोरिया-नगारा येथील होता, तर दिघा-निकया राज्यांत तो पिप्पलिवनाच्या मोरिया कुळातून आला होता. 27 बौद्ध सूत्रांनी असेही नमूद केले आहे की "ब्राह्मण चाणक्य" हा त्याचा सल्लागार होता आणि ज्याच्या मदतीने चंद्रगुप्त पाटलीपुत्र येथे राजा झाला. त्याच जीवनातील घटनांच्या कारणास्तव शशिगुप्ता (ज्याला चंद्रगुप्तासारखीच व्युत्पत्ती आहे) परोपमिसाडे यांच्याशीही त्यांची ओळख पटली आहे.

श्रवणबेळगोला येथील ७व्या शतकातील भद्रबाहू शिलालेख (संस्कृत, पूर्वहाले कन्नड लिपी). हा साइटवरील सर्वात जुना शिलालेख असून त्यात भद्रबाहू आणि प्रभाचंद्र यांचा उल्लेख आहे. लुईस राइस आणि दिगंबरा जैन प्रभाचंद्राचा चंद्रगुप्त मौर्य असा अर्थ लावतात, तर जेएफ फ्लीट, व्हीआर रामचंद्र दीक्षित आणि श्वेतांबरा जैन यांसारख्या इतरांनी ही व्याख्या चुकीची असल्याचे सांगितले.

हेमचंद्राचा १२व्या शतकातील दिगंबरा ग्रंथ परिशिष्टपर्व हा चंद्रगुप्ताच्या संपूर्ण दंतकथेचा मुख्य आणि सर्वात जुना जैन स्रोत आहे. हे चंद्रगुप्ताच्या मृत्यूनंतर सुमारे 1,400 वर्षांनी लिहिले गेले. कॅन्टो , श्लोक 170 ते 469, चंद्रगुप्ताच्या आख्यायिका आणि त्याच्यावर चाणक्याच्या प्रभावाचे वर्णन करते. इतर दिगंबरा जैन सूत्रांनी सांगितले की, तो आपल्या राज्याचा त्याग केल्यानंतर कर्नाटकात गेला आणि सल्लेखाना - उपवास करून मृत्यूचे शांततेने स्वागत करण्याचा जैन धार्मिक विधी केला. चंद्रगुप्ताच्या विधी मृत्यूचा सर्वात जुना उल्लेख हरिसेनाच्या ब्रहतकथाकोसामध्ये आढळतो, जो दिगंबरा जैनांच्या कथांचा संस्कृत ग्रंथ आहे. ब्रहत्कथाकोसामध्ये भद्रबाहूच्या आख्यायिकेचे वर्णन केले आहे आणि चंद्रगुप्ताचा उल्लेख त्याच्या १३१व्या कथेत आहे. तथापि, कथेत मौर्य साम्राज्याचा उल्लेख नाही, आणि उल्लेख आहे की त्याचा शिष्य चंद्रगुप्त उज्जैन येथे राहत होता आणि स्थलांतरित झाला होता - मगध आणि पाटलीपुत्र (मध्य बिहार) च्या पश्चिमेस सुमारे एक हजार किलोमीटर अंतरावर असलेले एक राज्य (वायव्य मध्य प्रदेश). यामुळे हरीसेनाचा चंद्रगुप्त हा नंतरच्या काळातील, वेगळा व्यक्ती असावा असा प्रस्ताव पुढे आला आहे.

तारीख

चंद्रगुप्ताचा जन्म कधी झाला याचा उल्लेख कोणत्याही प्राचीन ग्रंथात नाही. प्लुटार्कचा असा दावा आहे की अलेक्झांडरच्या भारतावरील आक्रमणादरम्यान (सी. ३२६-३२५) तो तरुण होता. प्लुटार्क खाते खरे आहे असे गृहीत धरून, रायचौधुरी यांनी 1923 मध्ये असा प्रस्ताव मांडला की चंद्रगुप्ताचा जन्म 350 ईसापूर्व नंतर झाला असावा. इतर ग्रीको-रोमन ग्रंथांनुसार, चंद्रगुप्ताने ग्रीक-भारतीय राज्यपालांवर अलेक्झांडरच्या मृत्यूनंतर (सी. ३२३ बीसीई) हल्ला केला आणि अनेक वर्षांनी चंद्रगुप्तासोबत करार केला. 39 सेल्यूकस निकेटरने या करारानुसार 500 युद्ध हत्तींच्या बदल्यात अरकोशिया (कंदहार), गेड्रोसिया (मक्रान) आणि परोपनिसदाई (परोपामिसाडे, काबुल)

चंद्रगुप्ताला दिले.

ग्रंथांमध्ये चंद्रगुप्ताच्या कारकिर्दीचा प्रारंभ किंवा शेवटचा वर्ष समाविष्ट नाही. काही हिंदू आणि बौद्ध ग्रंथांनुसार, चंद्रगुप्ताने 24 वर्षे राज्य केले. बौद्ध स्त्रोतांनुसार चंद्रगुप्त मौर्याने बुद्धाच्या मृत्यूनंतर 162 वर्षे राज्य केले. तथापि, बुद्धाचा जन्म आणि मृत्यू स्त्रोतानुसार बदलतो आणि या सर्व गोष्टींमुळे ग्रीक-रोमन रेकॉर्डपेक्षा लक्षणीय भिन्न कालगणना होते. त्याचप्रमाणे जैन सूत्रांनी रचलेल्या महावीरांचा मृत्यू आणि त्यांचे राज्यारोहण यात भिन्न अंतर आढळते. बुद्धाच्या मृत्यूप्रमाणेच, महावीरांच्या मृत्यूची तारीख देखील वादाचा विषय आहे आणि जैन लेखकांमधील विसंगती आणि एकमताचा अभाव जैन स्त्रोतांवर संशय निर्माण करतो. ही दिगंबरा जैन कालगणना, इतर भारतीय आणि गैर-भारतीय स्त्रोतांमध्ये निहित कालगणनेशी सुसंगत नाही.

इरफान हबीब आणि विवेकानंद झा यांसारखे इतिहासकार चंद्रगुप्ताच्या कारकिर्दीला इ.स. 322-298 BCE. उपिंदर सिंग यांनी 324 किंवा 321 बीसीई ते 297 बीसीई या काळात आपल्या राजवटीची तारीख सांगितली. क्रिस्टी विली म्हणतात की त्याने 320 ते 293 बीसीई दरम्यान राज्य केले.

प्रारंभिक जीवन

चंद्रगुप्त मौर्याचे प्रारंभिक जीवन अस्पष्ट आहे आणि स्त्रोतानुसार बदलते. सिंहली बौद्ध परंपरेनुसार, चंद्रगुप्ताची आई गरोदर होती जेव्हा त्याचे वडील - जे मोरिया कुळाचे प्रमुख होते - एका युद्धात मारले गेले. त्याची आई आपल्या भावांच्या मदतीने पाटलीपुत्रात पळून गेली. चंद्रगुप्ताच्या सुरक्षिततेसाठी, त्याच्या मामाने एका गुराख्याला त्याला दत्तक घेण्यास मदत केली. चंद्रगुप्त मोठा झाल्यावर गुराख्याने त्याला एका शिकारीला विकले ज्याने त्याला गुरेढोरे पाळायला लावले.

हेमचंद्राच्या दिगंबरा कथेनुसार, चाणक्य हा जैन धर्मीय आणि ब्राह्मण होता. चाणक्याचा जन्म झाला तेव्हा जैन भिक्षूंनी भाकीत केले की चाणक्य एक दिवस मोठा होऊन एखाद्याला सम्राट बनविण्यास मदत करेल आणि सिंहासनामागील शक्ती असेल. चाणक्यने भविष्यवाणीवर विश्वास ठेवला आणि एका मोर-प्रजनन समुदायाच्या प्रमुखाच्या मुलीला मुलाला जन्म देण्यास मदत करण्याचे मान्य करून ते पूर्ण केले. बदल्यात, त्याने आईला मुलगा सोडून देण्यास सांगितले आणि नंतरच्या तारखेला त्याला दत्तक घेऊ दिले. त्यानंतर जैन ब्राह्मण जादूच्या माध्यमातून पैसे कमविण्यास निघाले, आणि नंतर परतले तरुण चंद्रगुप्त, ज्याला त्याने शिकवले आणि प्रशिक्षित केले. त्यांनी मिळून सैनिकांची भरती केली आणि नंद राज्यावर हल्ला केला. अखेरीस, त्यांनी जिंकले आणि पाटलीपुत्रला त्यांची राजधानी म्हणून घोषित केले.

चाणक्य (कौटिल्य) चा प्रभाव

चंद्रगुप्ताचा गुरू चाणक्य होता, ज्यांच्याकडे त्याने लहानपणी शिक्षण घेतले आणि ज्यांच्या सल्ल्याने त्याने साम्राज्य निर्माण केले.

बौद्ध आणि हिंदू स्त्रोत चंद्रगुप्त चाणक्याला कसा भेटला याच्या वेगवेगळ्या आवृत्त्या मांडतात. स्थूलपणे, ते तरुण चंद्रगुप्ताने एका राजदरबाराचा उपहासात्मक खेळ तयार करण्याचा उल्लेख करतात जो तो आणि त्याचे गोपाळ मित्र विंझा जंगलाजवळ खेळला होता. चाणक्याने त्याला इतरांना आदेश देताना पाहिले, त्याला शिकारीकडून विकत घेतले आणि चंद्रगुप्ताला दत्तक घेतले. वेद, लष्करी कला, कायदा आणि इतर शास्त्रांचा अभ्यास करण्यासाठी चाणक्याने त्याला तक्षशिलामध्ये शिकवले आणि दाखल केले.

तक्षशिलानंतर, चंद्रगुप्त आणि चाणक्य भारताच्या पूर्व मगध राज्याची राजधानी आणि ऐतिहासिक शिक्षण केंद्र पाटलीपुत्र येथे गेले. हिंदू स्त्रोतांनुसार ते नंदा आणि पाली भाषेतील बौद्ध स्त्रोतांनुसार धना नंदा यांना भेटले. चंद्रगुप्त नंदा सैन्याचा सेनापती बनला, परंतु जस्टिनच्या मते, चंद्रगुप्ताने नंदा राजाला ("नांद्रम" किंवा "नांद्रुस") नाराज केले ज्याने त्याच्या फाशीचा आदेश दिला. एक पर्यायी आवृत्ती सांगते की चाणक्याने सार्वजनिकरित्या अपमानित केलेला नंद राजा होता. चंद्रगुप्त आणि चाणक्य निसटले आणि बंडखोर बनले ज्यांनी नंद राजाला सत्तेवरून काढून टाकण्याची योजना आखली. मुद्राराक्षसात असेही म्हटले आहे की चाणक्याने राजाकडून अपमानित झाल्यामुळे नंद राजवंशाचा नाश करण्याची शपथ घेतली.

जस्टिनच्या रोमन मजकूरात काही चमत्कारिक घटनांचा उल्लेख आहे ज्यात सँड्राकोटस (चंद्रगुप्त) यांचा समावेश आहे आणि या दंतकथा त्याच्या नशिबाचे चिन्ह आणि चिन्हे म्हणून सादर करतात. पहिल्या घटनेत, नंद्रुममधून पळून गेल्यावर चंद्रगुप्त झोपला होता, तेव्हा एक मोठा सिंह त्याच्याकडे आला, त्याला चाटला आणि नंतर निघून गेला. दुस-या घटनेत, चंद्रगुप्त जेव्हा अलेक्झांडरच्या सेनापतींशी युद्धासाठी तयार होता, तेव्हा एक मोठा जंगली हत्ती त्याच्याजवळ आला आणि त्याने स्वतःला त्याचे घोडे होण्याचे देऊ केले.

साम्राज्य निर्माण करणे

बौद्ध ग्रंथ महावंश टिका नुसार, चंद्रगुप्त आणि चाणक्य यांनी तक्षशिला येथे शिक्षण पूर्ण केल्यानंतर अनेक ठिकाणांहून सैनिकांची भरती करून सैन्य उभे केले. चाणक्याने चंद्रगुप्ताला सैन्याचा नेता बनवले. दिगंबरा जैन ग्रंथ परिशिष्टपर्वन असे सांगते की हे सैन्य चाणक्याने त्याने काढलेल्या नाण्यांद्वारे उभे केले आणि पर्वतकाशी युती केली. जस्टिनच्या म्हणण्यानुसार, चंद्रगुप्ताने सैन्य संघटित केले. सुरुवातीच्या अनुवादकांनी जस्टिनच्या मूळ अभिव्यक्तीची व्याख्या "लुटारूंचे शरीर" अशी केली, परंतु रायचौधुरी म्हणतात, जस्टिनने वापरलेल्या मूळ अभिव्यक्तीचा अर्थ भाडोत्री सैनिक, शिकारी किंवा दरोडेखोर असा असू शकतो.

बौद्ध महावंश टिका आणि जैन परिशिष्टपर्वनमध्ये चंद्रगुप्ताच्या सैन्याने नंदा राजधानीवर अयशस्वी हल्ला केल्याची नोंद आहे. ५५ चंद्रगुप्त आणि चाणक्य यांनी नंतर नंदा साम्राज्याच्या सीमेवर मोहीम सुरू केली, हळूहळू नंदा राजधानीकडे जाताना विविध प्रदेश जिंकून घेतले. त्यानंतर जिंकलेल्या प्रदेशात सैन्यदलाची स्थापना करून त्याने आपली रणनीती सुधारली आणि शेवटी नंदाची राजधानी पाटलीपुत्रला वेढा घातला. तेथे धना नंदाने पराभव स्वीकारला, आणि त्याला बौद्ध खात्यांद्वारे मारण्यात आले, किंवा हिंदू खात्यांद्वारे पदच्युत आणि निर्वासित केले गेले.

नंद साम्राज्याचा विजय

ग्रीको-रोमन लेखक प्लुटार्कने त्याच्या लाइफ ऑफ अलेक्झांडरमध्ये म्हटले आहे की, नंदा राजा इतका लोकप्रिय नव्हता की अलेक्झांडरने प्रयत्न केला असता तर तो सहज भारत जिंकू शकला असता. अलेक्झांडरने आपली मोहीम संपवून तिथून निघून गेल्यावर, चंद्रगुप्ताच्या सैन्याने चाणक्याच्या सल्ल्याने सुमारे ३२२ ईसापूर्व नंदाची राजधानी पाटलीपुत्र जिंकली.

पाटलीपुत्रात चंद्रगुप्ताच्या मोहिमेचे ऐतिहासिकदृष्ट्या विश्वसनीय तपशील उपलब्ध नाहीत आणि शतकांनंतर लिहिलेल्या दंतकथा विसंगत आहेत. मिलिंदापन्हा सारख्या बौद्ध ग्रंथात मगधवर नंद राजवंशाचे राज्य होते, ज्याने चाणक्याच्या सल्ल्याने, चंद्रगुप्ताने धम्म पुनर्संचयित करण्यासाठी जिंकले असा दावा केला आहे. पाटलीपुत्रावर आक्रमण करण्यापूर्वी चंद्रगुप्त आणि चाणक्य यांच्या सैन्याने प्रथम नंदा बाह्य प्रदेश जिंकला. बौद्ध स्त्रोतांमधील सहज विजयाच्या विरोधात, हिंदू आणि जैन ग्रंथांमध्ये असे म्हटले आहे की ही मोहीम कडवटपणे लढली गेली कारण नंद वंशाकडे एक शक्तिशाली आणि प्रशिक्षित सैन्य होते.

या विजयाची काल्पनिक कथा मुद्राराक्षसात करण्यात आली होती, ज्यामध्ये चंद्रगुप्ताने प्रथम पंजाबचा ताबा घेतला आणि नंद साम्राज्यावर प्रगती करण्यापूर्वी चाणक्याच्या सल्ल्यानुसार पर्वतक नावाच्या स्थानिक राजाशी मैत्री केली असे म्हटले जाते. चंद्रगुप्ताने जिंकलेल्या भागातील भाडोत्री सैनिकांच्या मदतीने गनिमी युद्ध पद्धती तैनात करून मगधची राजधानी कुसुमापुराला (आताचे पाटणा) वेढा घातला. इतिहासकार पीके भट्टाचार्य सांगतात की मगधच्या सुरुवातीच्या एकत्रीकरणानंतर हळूहळू प्रांतांवर विजय मिळवून साम्राज्याची उभारणी झाली.

हेमचंद्राच्या दिगंबरा जैन आवृत्तीनुसार, चंद्रगुप्त आणि त्याचा रणनीतीकार चाणक्य यांचे यश एका नंदा नगराने रोखले ज्याने शरण जाण्यास नकार दिला. चाणक्याने स्वतःचा वेश धारण केला आणि आत सात देवी (सप्तमातृका) दिसल्या. या देवी शहरवासीयांचे रक्षण करत असल्याचा निष्कर्ष त्यांनी काढला. शहरवासीयांनी त्यांच्या शहराभोवती असलेली सैन्याची नाकेबंदी कशी संपवायची याविषयी वेशातील सेवकाचा सल्ला मागितला. हेमचंद्राने लिहिलेले चाणक्याने मातृदेवता काढून टाकण्यासाठी त्यांची फसवणूक केली. शहरवासीयांनी संरक्षणात्मक देवी काढून टाकल्या आणि त्यानंतर शहरावर सहज विजय झाला. त्यानंतर, चंद्रगुप्त आणि पर्वतक यांच्या युतीने नंद राज्याचा ताबा घेतला आणि पाटलीपुत्रावर "अफाट सैन्याने" हल्ला केला. संपुष्टात आलेला खजिना, संपलेली योग्यता आणि अपुरी बुद्धिमत्ता यामुळे नंद राजा हरला.

या दंतकथा सांगतात की नंद राजा पराभूत झाला, परंतु त्याच्या कुटुंबाला आवश्यक असलेल्या वस्तूंनी भरलेल्या रथासह पाटलीपुत्रला जिवंत सोडण्याची परवानगी दिली. जैन सूत्रांनी साक्ष दिली की त्याची मुलगी चंद्रगुप्ताच्या पहिल्या नजरेत प्रेमात पडली आणि त्याने त्याच्याशी लग्न केले. नंदाच्या पराभवानंतर, चंद्रगुप्त मौर्याने प्राचीन भारतात मौर्य साम्राज्याची स्थापना केली.

उत्तर-पश्चिम प्रदेश जिंकणे

अलेक्झांडर द ग्रेटची भारतीय मोहीम चंद्रगुप्ताच्या सत्तेवर येण्यापूर्वीच संपली. अलेक्झांडरने 325 BCE मध्ये भारत सोडला आणि वायव्य भारतीय उपखंडातील प्रदेश ग्रीक गव्हर्नरांना दिले. या गव्हर्नर आणि चंद्रगुप्त यांच्यातील सुरुवातीच्या संबंधांचे स्वरूप अज्ञात आहे. जस्टिनने उत्तर-पश्चिम भारतातील अलेक्झांडरच्या उत्तराधिकाऱ्यांचा प्रतिस्पर्धी म्हणून चंद्रगुप्ताचा उल्लेख केला आहे. ते म्हणतात की अलेक्झांडरच्या मृत्यूनंतर चंद्रगुप्ताने भारतीय प्रदेश ग्रीकांपासून मुक्त केले आणि काही राज्यपालांना फाशी दिली. बोशेच्या मते, वायव्य प्रदेशांसोबतचे हे युद्ध काही अंशी चंद्रगुप्त आणि चाणक्यांनी भाड्याने घेतलेल्या भाडोत्री सैनिकांनी लढले होते आणि ही युद्धे अलेक्झांडरचे दोन राज्यपाल, निकानोर आणि फिलिप यांच्या मृत्यूचे कारण असू शकतात. मेगास्थेनिसने त्याच्या दरबारात ग्रीक राजदूत म्हणून चार वर्षे काम केले.

सेल्युकसशी युद्ध आणि विवाह युती

अप्पियनच्या म्हणण्यानुसार, अलेक्झांडरच्या मॅसेडोनियन सेनापतींपैकी एक सेल्यूकस I निकेटर, ज्याने 312 बीसीई मध्ये बॅबिलोन येथे सेलुसिड राज्याची स्थापना केली, त्याने पर्शिया आणि बॅक्ट्रियाला स्वतःच्या अधिकाराखाली आणले आणि त्याचा पूर्व मोर्चा चंद्रगुप्ताच्या साम्राज्यासमोर ठेवला. सेल्यूकस आणि चंद्रगुप्त यांनी एकमेकांशी समजूत काढेपर्यंत युद्ध केले. सेल्यूकसने आपली मुलगी बेरेनिस हिचा विवाह चंद्रगुप्ताशी युती करण्यासाठी केला.

आर.सी. मजुमदार आणि डीडी कोसंबी नोंदवतात की सिंधूच्या पश्चिमेकडील मोठा प्रदेश चंद्रगुप्ताला दिल्यावर सेल्युकसची कामगिरी खराब झाली. मौर्य साम्राज्याने अरकोशिया (कंधार), गेड्रोसिया (बलुचिस्तान) आणि परोपमिसाडे (गांधार) जोडले. स्ट्रॅबोच्या मते, सेल्यूकस

निकेटरने हे प्रदेश चंद्रगुप्ताला विवाह करारासह दिले आणि त्या बदल्यात मिळाले. पाचशे हत्ती. प्रतिबद्धता कराराचा तपशील ज्ञात नाही. तथापि, सेल्युकसवर उपलब्ध असलेल्या विस्तृत स्त्रोतांमध्ये कधीही भारतीय राजकन्येचा उल्लेख नसल्यामुळे, असे मानले जाते की वैवाहिक युती वेगळ्या मार्गाने गेली, स्वतः चंद्रगुप्ताने किंवा त्याचा मुलगा बिंदुसाराने वंशवादी युती करण्यासाठी समकालीन ग्रीक पद्धतींनुसार सेल्युसिड राजकन्येशी लग्न केले. भारतीय पुराणिक स्त्रोत, भविष्य पुराणातील प्रतिसर्ग पर्व, चंद्रगुप्ताच्या ग्रीक ("यवन") राजकन्येशी, सेल्यूकसची कन्या हिच्याशी झालेल्या विवाहाचे वर्णन करते. महावंशाने असेही म्हटले आहे की, युद्ध संपल्यानंतर सात महिन्यांनी, सेल्यूकसने त्याची एक मुलगी, बेरेनिस (पालीमध्ये सुवर्णकसी म्हणून ओळखली जाते) चंद्रगुप्ताशी लग्न केले.

चंद्रगुप्ताने सेल्युकसला 500 युद्ध हत्ती पाठवले, ज्यांनी इप्ससच्या लढाईत सेल्युकसच्या विजयात महत्त्वाची भूमिका बजावली. या तहाव्यतिरिक्त, सेल्युकसने मेगास्थेनिसला चंद्रगुप्ताच्या दरबारात राजदूत म्हणून पाठवले आणि नंतर अँटिओकोसने डिमाकोसला त्याचा मुलगा बिंदुसाराकडे पाटणा येथील मौर्य दरबारात पाठवले.

दक्षिणेचा विजय

सिंधू नदीच्या पश्चिमेकडील सेलुकसच्या प्रांतांना जोडल्यानंतर, चंद्रगुप्ताचे संपूर्ण उत्तर भारतीय उपखंडात बंगालच्या उपसागरापासून अरबी समुद्रापर्यंत पसरलेले विशाल साम्राज्य होते. चंद्रगुप्ताने आपल्या साम्राज्याचा दक्षिणेकडे विंध्य पर्वतरांगांच्या पलीकडे आणि दख्खनच्या पठारापर्यंत विस्तार करण्यास सुरुवात केली. त्याचे विजय पूर्ण होईपर्यंत, चंद्रगुप्ताचे साम्राज्य बहुतेक उपखंडावर पसरले होते.

तामिळ संगम साहित्य कोषातील दोन काव्यसंग्रह - अकानुरु आणि पुरानानुरु - नंदा राजवट आणि मौर्य साम्राज्याला सूचित करतात. 281 आणि 375 या कवितांमध्ये मौर्यांचे सैन्य आणि रथ यांचा उल्लेख आहे, तर 251 आणि 265 कविता नंदांना सूचित करतात. तथापि, इ.स.पू. पहिल्या शतकापासून ते पाचव्या शतकापर्यंतच्या काळातील कवितांमध्ये चंद्रगुप्त मौर्य नावाचा उल्लेख नाही, आणि त्यापैकी काही पाचव्या शतकातील दख्खन प्रदेशातील वेगळ्या मोरिया राजवंशाचा संदर्भ देत असतील. उपिंदर सिंग यांच्या मते, या कवितांमध्ये कर्नाटक आणि आंध्र प्रदेशातील वडुगर (उत्तरेकडील) मोकूर आणि कोशार राज्यांचा उल्लेख असू शकतो, ज्याचा एक अर्थ असा आहे की मौर्य साम्राज्याची कधीतरी त्यांच्याशी युती होती.

नावे आणि पदव्या

ग्रीक लेखक फिलार्कस (इ. स. पू. तिसरे शतक), ज्याला अथेनियसने उद्धृत केले आहे, तो चंद्रगुप्ताला "सॅन्ड्रोकोप्टोस" म्हणतो. नंतरचे ग्रीको-रोमन लेखक स्ट्रॅबो, एरियन आणि जस्टिन (सी. दुसरे शतक) त्याला "सँड्रोकोटस" म्हणतात. ग्रीक आणि लॅटिन खात्यांमध्ये, चंद्रगुप्ताला सँड्राकोटोस आणि Androcottus म्हणून ओळखले जाते.

संस्कृत नाटक मुद्राराक्षसात उल्लेख केलेल्या राजाच्या नावात "चंदा-सिरी" (चंद्र-श्री), "प्यादम्सन" (प्रिया-दर्शन) आणि वृषाला यांचा समावेश होतो. पियादमसन हे पियादसी सारखेच आहे, जो त्याचा नातू अशोक याच्या विशेषण आहे. 95 "वृषाला" हा शब्द भारतीय महाकाव्यांमध्ये आणि कायद्याच्या पुस्तकांमध्ये गैर-ऑर्थोडॉक्स लोकांसाठी वापरला जातो. एका सिद्धांतानुसार, हे ग्रीक राजेशाही उपाधी बॅसिलियसवरून घेतले जाऊ शकते, परंतु याचा कोणताही ठोस पुरावा नाही: भारतीय स्त्रोत अनेक गैर-शाही, विशेषत: भटके शिक्षक आणि तपस्वी यांना लागू करतात.

साम्राज्य

चंद्रगुप्ताच्या लष्करी विजयाच्या आणि त्याच्या साम्राज्याच्या पोहोचाच्या नोंदी नाहीत. हे ग्रीक आणि रोमन इतिहासकारांच्या अनुमानांवर आणि त्याच्या मृत्यूनंतर शतकानुशतके लिहिलेल्या धार्मिक भारतीय ग्रंथांवर आधारित आहे. याच्या आधारे, त्याच्या साम्राज्याच्या वायव्य-पश्चिम प्रवेशामध्ये सध्याच्या अफगाणिस्तानच्या काही भागांचा समावेश होता जो सेल्युकस I निकेटरने त्याला काबूल, कंदाहार, तक्षशिला आणि गांधारासह दिला होता. हे ते क्षेत्र आहेत जिथे त्याचा नातू अशोक याने कंदाहारमधील प्रमुख शिलालेख आणि ग्रीक आणि अरामी भाषांमधील इतर फतवे सोडले.

पश्चिमेला, सध्याच्या गुजरातवर चंद्रगुप्ताच्या राजवटीची पुष्टी अशोकाच्या जुनागढमधील शिलालेखातून मिळते. त्याच खडकावर, सुमारे 400 वर्षांनंतर, रुद्रदमनने दुस-या-शतकाच्या मध्यात कधीतरी एक मोठा मजकूर कोरला. रुद्रदमनच्या शिलालेखात असे नमूद केले आहे की या भागातील सुदर्शन तलाव चंद्रगुप्ताच्या राजवटीत त्याचा राज्यपाल वैश्य पुष्यगुप्त यांच्यामार्फत कार्यान्वित करण्यात आला होता आणि अशोकाच्या राजवटीत तुषास्फाद्वारे नाले जोडण्यात आले होते. या प्रदेशाच्या मौर्य नियंत्रणाला खडकावरील शिलालेखाने पुष्टी दिली आहे, ज्यावरून असे सूचित होते की चंद्रगुप्ताने गुजरात आणि पाटलीपुत्र यांच्या दरम्यान असलेल्या मध्य भारतातील माळवा प्रदेशाचे नियंत्रण केले होते.

चंद्रगुप्ताने मिळवलेल्या इतर विजयांबद्दल अनिश्चितता आहे, विशेषत: दक्षिण भारतातील दख्खन प्रदेशात. त्याचा नातू अशोकाच्या स्वर्गारोहणाच्या वेळी इ.स. 268 BCE, साम्राज्याचा विस्तार दक्षिणेकडील सध्याच्या कर्नाटकापर्यंत झाला, म्हणून दक्षिणेकडील विजयांचे श्रेय चंद्रगुप्त किंवा त्याचा मुलगा बिंदुसार यांना दिले जाऊ शकते. जर चंद्रगुप्ताने कर्नाटकात संन्यासी म्हणून आपले जीवन संपवल्याची जैन परंपरा योग्य मानली तर असे दिसते की चंद्रगुप्ताने दक्षिणेतील विजयाची सुरुवात केली.

मौर्य यांनी त्यांचा सल्लागार चाणक्य यांच्यासोबत मिळून भारतीय उपखंडातील आतापर्यंतचे सर्वात मोठे साम्राज्य उभारले. चंद्रगुप्ताचे साम्राज्य बंगालपासून मध्य अफगाणिस्तानपर्यंत विस्तारले आणि त्यात आता तामिळनाडू, केरळ आणि ओडिशा हे भाग वगळता बहुतांश भारतीय उपखंड व्यापले गेले.

नियम

भारताचा बराचसा भाग एकत्र केल्यानंतर, चंद्रगुप्त आणि चाणक्य यांनी मोठ्या आर्थिक आणि राजकीय सुधारणांची मालिका पार केली. चंद्रगुप्ताने पाटलीपुत्र (आता पाटणा) येथून मजबूत केंद्रीय प्रशासन स्थापन केले. चंद्रगुप्ताने चाणक्याच्या अर्थशास्त्र या ग्रंथात वर्णन केलेले राज्यकले आणि आर्थिक धोरणे लागू केली. चंद्रगुप्ताच्या राजवटीबद्दल विविध भारतीय धर्मांच्या ऐतिहासिक, पौराणिक आणि हौगोग्राफिक साहित्यात वेगवेगळे लेख आहेत, परंतु अल्चिन आणि एर्डोसी संशयास्पद आहेत; ते म्हणतात, "(हिंदू) अर्थशास्त्र आणि (बौद्ध) अशोकन शिलालेख आणि (ग्रीक) मेगॅस्थेनिस मजकूर या दोन प्रमुख स्त्रोतांमधील अनेक जवळच्या पत्रव्यवहारांमुळे कोणालाही धक्का बसू शकत नाही".

मौर्य राजवट हे संरचित प्रशासन होते; चंद्रगुप्ताची मंत्रिमंडळ (अमात्य) होती, चाणक्य त्याचे मुख्यमंत्री होते. साम्राज्याला प्रदेश (जनपद) मध्ये संघटित करण्यात आले, प्रादेशिक सत्तेची केंद्रे किल्ल्यांद्वारे संरक्षित करण्यात आली (दुर्गा), आणि राज्याच्या कामकाजाला खजिना (कोसा) सह निधी दिला गेला. चंद्रगुप्ताच्या मृत्यूनंतर सुमारे 300 वर्षांनी रचलेल्या त्याच्या जिओग्राफिकमध्ये स्ट्रॅबोने त्याच्या XV.46-69 या अध्यायात त्याच्या शासनाच्या पैलूंचे वर्णन केले आहे. त्याच्याकडे न्यायाच्या बाबींसाठी नगरसेवक आणि व्यावसायिक क्रियाकलाप आणि व्यापाराच्या वस्तूंवर कर वसूल करण्यासाठी निर्धारक होते. त्यांनी नियमितपणे वैदिक यज्ञ, ब्राह्मणी विधी, हत्ती आणि घोड्यांच्या मिरवणुकीद्वारे चिन्हांकित केलेले प्रमुख उत्सव आयोजित केले. त्याच्या अधिकाऱ्यांनी शहरांमध्ये कायदा व सुव्यवस्थेची आवश्यकता असलेल्या परिस्थितीची पाहणी केली; गुन्हेगारीचे प्रमाण कमी होते.

मेगास्थेनिसच्या मते, चंद्रगुप्ताच्या राजवटीला तीन समांतर प्रशासकीय संरचनांनी चिन्हांकित केले होते. एकाने गावांचे व्यवहार, सिंचन सुनिश्चित करणे, जमिनीच्या मालकीची नोंद करणे, साधनांचा पुरवठा देखरेख करणे, शिकार करणे, लाकूड उत्पादने आणि वन-संबंधित कायद्यांची अंमलबजावणी करणे आणि वाद मिटवणे या गोष्टी व्यवस्थापित केल्या. व्यापार, व्यापारी क्रियाकलाप, परदेशी लोकांच्या भेटी, बंदर, रस्ते, मंदिरे, बाजारपेठा आणि उद्योगांशी संबंधित सर्व बाबींचा समावेश असलेल्या इतर प्रशासकीय संरचनेने शहर व्यवहार व्यवस्थापित केले. त्यांनी कर देखील गोळा केला आणि प्रमाणित वजन आणि मापे सुनिश्चित केली. तिसऱ्या प्रशासकीय मंडळाने सैन्य, त्याचे प्रशिक्षण, शस्त्रास्त्रे पुरवठा आणि सैनिकांच्या गरजांकडे दुर्लक्ष केले.

चाणक्य चंद्रगुप्ताच्या सुरक्षिततेबद्दल चिंतित होता आणि त्यांनी हत्येचे प्रयत्न रोखण्यासाठी विस्तृत तंत्र विकसित केले. विविध स्रोतांनी सांगितले की चंद्रगुप्ताने कटकारस्थानांना गोंधळात टाकण्यासाठी वारंवार बेडरूम बदलल्या. त्याने फक्त काही कामांसाठी आपला वाडा सोडला: लष्करी मोहिमेवर जाण्यासाठी, न्याय देण्यासाठी त्याच्या दरबारात जाण्यासाठी, बलिदान देण्यासाठी, उत्सवांसाठी आणि शिकार करण्यासाठी. उत्सवादरम्यान, त्याचे चांगले रक्षण होते आणि शिकार करताना, त्याला महिला रक्षकांनी वेढले होते ज्यांना बंडाच्या कटात सहभागी होण्याची शक्यता कमी असल्याचे मानले जात होते. पूर्वीच्या राजाची हत्या करून सत्तेवर आलेल्या नंद राजाच्या ऐतिहासिक संदर्भामुळे या धोरणांचा परिणाम झाला असावा.

चंद्रगुप्ताच्या कारकिर्दीत आणि त्याच्या राजवंशाच्या काळात, भारतात अनेक धर्मांची भरभराट झाली, ज्यात बौद्ध, जैन आणि अजीविका इतर लोक परंपरांसह महत्वाच्या आहेत.

पायाभूत सुविधा प्रकल्प

नाणी

साम्राज्याने सिंचन, मंदिरे, खाणी आणि रस्ते यासारख्या ठोस पायाभूत सुविधांमधून एक मजबूत अर्थव्यवस्था निर्माण केली. प्राचीन पुराव्यांवरून असे दिसून येते की चंद्रगुप्ताने चाणक्याच्या सल्ल्यानुसार भारतीय उपखंडात अनेक सिंचन जलाशय आणि नेटवर्क सुरू केले आणि पूर्ण केले जेणेकरून नागरी लोकसंख्या आणि सैन्यासाठी अन्न पुरवठा सुनिश्चित केला जावा, ही प्रथा त्याच्या वंशाच्या उत्तराधिकार्यांनी चालू ठेवली. कृषी क्षेत्रातील प्रादेशिक समृद्धी हे त्यांच्या राज्य अधिकाऱ्यांच्या आवश्यक कर्तव्यांपैकी एक होते.

पायाभूत सुविधांच्या विकासाचा सर्वात भक्कम पुरावा गुजरातमधील रुद्रदमनच्या जुनागढ शिलालेखात सापडतो, जो सुमारे 150 सी.ई. इतर गोष्टींबरोबरच, रुद्रदमनने चंद्रगुप्ताने बांधलेल्या आणि अशोकाने वाढवलेल्या जलाशय आणि सिंचन वाहिनीच्या पायाभूत सुविधांची दुरुस्ती आणि विस्तार केल्याचे नमूद केले आहे. चंद्रगुप्ताच्या साम्राज्याने मालाच्या व्यापारासाठी खाणी, उत्पादन केंद्रे आणि नेटवर्कही बांधले. त्याच्या राजवटीने भारतीय उपखंडात मालाची वाहतूक करण्यासाठी जमीन मार्ग विकसित केले. चंद्रगुप्ताने "गाड्यांसाठी योग्य रस्ते" वाढवले कारण त्याने फक्त पॅक प्राण्यांसाठी योग्य असलेल्या अरुंद ट्रॅकला प्राधान्य दिले.

कौशिक रॉय यांच्या मते, मौर्य वंशाचे शासक "महान रस्ते बांधणारे" होते. बिहारमधील चंद्रगुप्ताची राजधानी पाटलीपुत्र ते उत्तर-पश्चिमेकडील तक्षशिला जेथे त्याने शिक्षण घेतले तेथे जोडणारा हजार मैल लांबीचा महामार्ग पूर्ण झाल्यानंतर ग्रीक राजदूत मेगास्थेनिसने

या परंपरेचे श्रेय चंद्रगुप्ताला दिले. या परंपरेला श्रेय दिलेली इतर प्रमुख मोक्याची रस्ते पायाभूत सुविधा पाटलीपुत्रपासून विविध दिशांनी पसरली, ती नेपाळ, कपिलवस्तु, डेहराडून, मिर्झापूर, ओडिशा, आंध्र आणि कर्नाटकशी जोडली. रॉय यांनी सांगितले की या नेटवर्कमुळे व्यापार आणि व्यापाराला चालना मिळाली आणि सैन्याला वेगाने आणि कार्यक्षमतेने हलविण्यात मदत झाली.

चंद्रगुप्त आणि चाणक्य यांनी शस्त्र निर्मिती केंद्रे तयार केली आणि त्यांना राज्याची मक्तेदारी म्हणून ठेवले. राज्याने मात्र प्रतिस्पर्धी खाजगी पक्षांना खाणी चालवण्यासाठी आणि या केंद्रांचा पुरवठा करण्यासाठी प्रोत्साहन दिले. त्यांनी धर्म (सद्‌गुणी जीवन) साधण्यासाठी आर्थिक समृद्धी आवश्यक मानली आणि मुत्सद्देगिरीने युद्ध टाळण्याचे धोरण स्वीकारले तरीही अर्थशास्त्रातील हितसंबंध आणि इतर कल्पनांचे रक्षण करण्यासाठी सैन्याला सतत युद्धासाठी तयार केले.

कला आणि वास्तुकला

चंद्रगुप्ताच्या काळातील कला आणि स्थापत्यकलेचे पुरावे बहुतेक मेगास्थेनिस आणि कौटिल्य यांच्या ग्रंथांपुरते मर्यादित आहेत. शिलालेख आणि स्मारकाच्या खांबावरील कोरीव काम त्यांचे नातू अशोक यांना दिले जाते. ग्रंथ शहरे, सार्वजनिक बांधकामे आणि समृद्ध वास्तुकला यांचे अस्तित्व सूचित करतात परंतु त्यांची ऐतिहासिकता प्रश्नात आहे.

आधुनिक युगातील पुरातत्त्वीय शोध, जसे की 1917 मध्ये गंगेच्या किनारी गाडलेल्या दिदारगंज यक्षीचा शोध अपवादात्मक कारागीर सिद्धी दर्शवितो. अनेक विद्वानांनी या स्थळाची तारीख बीसीई तिसर्‍या शतकात केली होती, परंतु नंतरच्या तारखा जसे की कुशाण युग (इ.स. 1ले-चौथे शतक) देखील प्रस्तावित केले आहे. स्पर्धक सिद्धांत सांगतात की चंद्रगुप्त मौर्यच्या घराण्याशी जोडलेली कला अलेक्झांडर द ग्रेटने युद्ध पुकारलेल्या वर्षांमध्ये ग्रीक आणि पश्चिम आशियातील लोकांकडून शिकली गेली होती; किंवा या कलाकृती जुन्या देशी भारतीय परंपरेशी संबंधित आहेत. मिनेसोटा विद्यापीठाचे फ्रेडरिक आशर म्हणतात "आम्ही निश्चित उत्तरे असल्याचे ढोंग करू शकत नाही; आणि कदाचित, बहुतेक कलांप्रमाणे, आपण हे ओळखले पाहिजे की कोणतेही एकच उत्तर किंवा स्पष्टीकरण नाही".

उत्तराधिकार, त्याग आणि मृत्यू (सलेखाना)

शिलालेख

1,300 वर्षे जुना श्रावणबेळगोला सल्लेखानाचे व्रत घेतल्यानंतर चंद्रगुप्ताचा मृत्यू दर्शवितो. काहीजण भद्रबाहूसोबत त्याच्या आगमनाच्या आख्यायिकेबद्दल विचार करतात.

चंद्रगुप्त मौर्य यांना जैन धर्मात 16 शुभ स्वप्ने पडतात

चंद्रगुप्ताच्या मृत्यूची परिस्थिती आणि वर्ष अस्पष्ट आणि विवादित आहे. दिगंबरा जैन वृत्तांनुसार, चंद्रगुप्त मौर्याने केलेल्या सर्व हत्या आणि हिंसाचारामुळे भद्रबाहूने १२ वर्षांच्या उपासमारीची भविष्यवाणी केली होती. त्यांनी जैन भिक्षूंच्या एका गटाचे नेतृत्व दक्षिण भारतात केले, जिथे चंद्रगुप्त मौर्य त्यांच्या पुत्र बिंदुसाराला राज्याचा त्याग केल्यानंतर एक भिक्षू म्हणून त्यांच्यात सामील झाले. एकत्रितपणे, एक दिगंबरा आख्यायिका सांगते, चंद्रगुप्त आणि भद्रबाहू सध्याच्या दक्षिण कर्नाटकातील श्रवणबेलागोला येथे गेले. हे जैन वृत्तांत हरिशेनच्या बृहकथा कोश (931 CE), रत्नानंदीचे भद्रबाहू चरित (1450 CE), मुनिवा सा भूदय (1680 CE) आणि राजावली काठे यांसारख्या ग्रंथांमध्ये आढळतात. दिगंबरा पौराणिक कथेनुसार, सल्लेखानाच्या जैन प्रथेनुसार मरण उपवास करण्यापूर्वी चंद्रगुप्त अनेक वर्षे श्रवणबेळगोला येथे तपस्वी म्हणून वास्तव्य करत होता.

दिगंबरा परंपरेनुसार, ज्या टेकडीवर चंद्रगुप्ताने संन्यास केल्याचे सांगितले जाते ती टेकडी आता चंद्रगिरी टेकडी म्हणून ओळखली जाते आणि दिगंबरांचे असे मत आहे की चंद्रगुप्त मौर्याने एक प्राचीन मंदिर उभारले जे आता चंद्रगुप्त बसडी म्हणून टिकून आहे. 1 रॉय यांच्या मते, चंद्रगुप्ताचा सिंहासन त्यागाची तारीख इ.स. 298 BCE, आणि त्याचा मृत्यू 297 BCE आणि 293 BCE दरम्यान झाला. त्याचा नातू सम्राट अशोक होता जो त्याच्या ऐतिहासिक स्तंभांसाठी आणि प्राचीन भारताबाहेर बौद्ध धर्माचा प्रसार करण्यात मदत करण्याच्या भूमिकेसाठी प्रसिद्ध आहे.

सुमारे 600 AD चा सर्वात जुना शिलालेख "चंद्रगुप्त मुनीसह भद्रबाहूची जोडी (युग्मा)" शी संबंधित आहे. सेरिंगापटमजवळील कावेरीवरील सुमारे 900 इसवी मधील दोन शिलालेखांमध्ये चंद्रगिरी नावाच्या टेकडीच्या शिखराचे वर्णन केले आहे, ज्यावर भद्रबाहू आणि चंद्रगुप्त मुनिपतीच्या पाऊलखुणा आहेत. 1129 च्या श्रवणबेळगोलाच्या शिलालेखात भद्रबाहू "श्रुतकेवली" आणि चंद्रगुप्ताचा उल्लेख आहे ज्याने अशी योग्यता प्राप्त केली होती की त्यांची वन देवतांनी पूजा केली होती. 1163 अशाच जोडप्यांचा आणखी एक शिलालेख आणि त्यांचे वर्णन आहे. 1432 सालचा तिसरा शिलालेख यतींद्र भद्रबाहू आणि त्याचा शिष्य चंद्रगुप्त यांच्याविषयी बोलतो, ज्यांच्या तपश्चर्येची ख्याती दुसऱ्या शब्दांत पसरली.

चंद्रागरी टेकडीवर चंद्रगुप्त मौर्यच्या पावलांचे ठसे, जिथे चंद्रगुप्ताने (भारताचे एकीकरण करणारा आणि मौर्य राजवंशाचा संस्थापक) सल्लेखाना केला.

व्ही.आर. रामचंद्र दीक्षितर – एक भारतशास्त्रज्ञ आणि इतिहासकार यांच्या मते, दिगंबराच्या अनेक दंतकथांमध्ये प्रभाचंद्राचा उल्लेख आहे, ज्यांची चंद्रगुप्त मौर्य म्हणून चुकीची ओळख झाली होती, विशेषतः बी. लुईस राईस यांनी श्रवणबेलागोलावरील मूळ प्रकाशनानंतर.

सर्वात आधीच्या आणि महत्त्वाच्या शिलालेखांमध्ये प्रभाचंद्राचा उल्लेख आहे, ज्याला भात यांनी "चद्रगुप्त मौर्याने गृहीत धरलेले कारकून नाव" असे गृहीत धरले आहे, जेव्हा त्याने त्याग केला आणि पाटलीपुत्रातून भद्रबाहूसोबत स्थलांतर केले. दीक्षितर यांनी सांगितले की याला समर्थन देणारा कोणताही पुरावा नाही आणि प्रभाचंद्र हे एक महत्त्वाचे जैन भिक्षू विद्वान होते ज्यांनी चंद्रगुप्त मौर्यच्या मृत्यूनंतर शतकानुशतके स्थलांतर केले. 2 इतर विद्वानांनी चंद्रगुप्त मौर्य निवृत्त आणि श्रवणबेळगोला येथे मरण पावल्याचे राइसचे वजावटी कार्य गृहीत धरले आहे, कारण चंद्रगुप्ताच्या अंतिम वर्ष आणि मृत्यूबद्दल कोणतीही पर्यायी ऐतिहासिक माहिती किंवा पुरावा उपलब्ध नाही. 2

वारसा

कर्नाटकातील श्रवणबेळगोला येथील चंद्रगिरी टेकडीवर चंद्रगुप्त मौर्य यांचे स्मारक अस्तित्वात आहे. भारतीय टपाल सेवेने 2001 मध्ये चंद्रगुप्त मौर्य यांच्या सन्मानार्थ एक स्मारक टपाल तिकीट जारी केले.

5

राजा पृथ्वीराज चौहान

राजा पृथ्वीराज चौहान

Scan for Story Videos - www.itibook.com

पृथ्वीराजा तिसरा (1177 – 1192 CE), पृथ्वीराज चौहान किंवा राय पिथोरा म्हणून प्रसिद्ध, चौहान (चहामना) घराण्यातील एक राजा होता ज्याने सपदलक्षाच्या प्रदेशावर राज्य केले, त्याची राजधानी अ. सध्याच्या राजस्थानमध्ये. 1177 CE मध्ये अल्पवयीन म्हणून सिंहासनावर आरूढ झाल्यावर, पृथ्वीराजला उत्तरेकडील थानेसरपासून दक्षिणेकडील जहाजपूर (मेवाड) पर्यंत पसरलेले एक राज्य वारसाहक्काने मिळाले, ज्याचा त्याने शेजारच्या राज्यांविरुद्ध लष्करी कारवाया करून विस्तार करण्याचे उद्दिष्ट ठेवले, विशेष म्हणजे चंदेलांचा पराभव करणे.

पृथ्वीराजने अनेक राजपूत राजांच्या युतीचे नेतृत्व केले आणि 1191 मध्ये तारोरीजवळ मुहम्मद घोरीच्या नेतृत्वाखालील घुरिद सैन्याचा पराभव केला. तथापि, 1192 CE मध्ये, घोरी तुर्की चढलेल्या धनुर्धरांच्या सैन्यासह परत आला आणि त्याच रणांगणावर राजपूत सैन्याचा पराभव केला. पृथ्वीराज रणांगणातून पळून गेला, पण त्याला सिरसाजवळ पकडण्यात आले आणि मारण्यात आले. तराईन येथील त्यांचा पराभव हा इस्लामिक भारताच्या विजयातील एक महत्त्वाची घटना म्हणून पाहिला जातो आणि अनेक अर्ध-प्रसिद्ध वृत्तांत, विशेषतः पृथ्वीराज रासोचे वर्णन केले आहे.

राजा पृथ्वीराज चौहान, उर्फ राय पिथोरा, हा एक राजपूत राजा होता आणि दिल्लीच्या राज्यावर राज्य करणाऱ्या शेवटच्या स्वतंत्र हिंदू राजांपैकी एक होता. त्यांचे वडील अजमेरचे राजे होते. पृथ्वीराज हा एक अपवादात्मक मुलगा होता- तो खूप शूर आणि हुशार होता. त्याचा लष्करी पराक्रम अगदी बालपणातही दिसून आला- तो फक्त त्यांच्या आवाजाचे अनुसरण करून लक्ष्यांवर मारा करू शकत होता!

1179 मध्ये एका युद्धात वडिलांच्या मृत्यूनंतर, पृथ्वीराज चौहान गादीवर बसला. आजोबांकडून मिळालेल्या अजमेर आणि दिल्ली या जुळ्या राजधान्यांवर त्यांनी राज्य केले.

भारतातील बहुतेक राज्यकर्त्यांप्रमाणेच, तो आपल्या प्रदेशांचा विस्तार करण्यास उत्सुक होता. शहाबुद्दीन मुहम्मद घोरी बरोबरच्या लढाया यांसारख्या काही प्रसिद्ध लढाया त्याला लक्षात ठेवल्या जातात.

कन्नौजचा राजा जयचंद यांची मुलगी संयुक्ता हिच्याशी राजा पृथ्वीराजचा विवाह झाल्याची कथा संयुक्ताच्या वडिलांच्या नाकाखाली दोघे पळून गेल्यामुळे आनंदाने सांगितले जाते. पृथ्वीराज प्रतिस्पर्धी कुळातील असल्याने तिच्या वडिलांनी त्यांचे एकत्रीकरण नाकारले. या जोडप्याला पुढे अनेक मुले झाली.

अफगाण आक्रमणामुळे पृथ्वीराज चौहानच्या कारकिर्दीचा अंत झाला, तराईनच्या दुसऱ्या लढाईत पराभव झाल्यानंतर मुहम्मद घोरीने त्याला पकडले आणि त्याला फाशी देण्यात आली.

पृथ्वीराजाच्या कारकिर्दीतील सध्याचे शिलालेख संख्येने कमी आहेत आणि ते स्वतः राजाने जारी केलेले नाहीत. त्याच्याबद्दलची बरीचशी माहिती मध्ययुगीन पौराणिक इतिहासातून मिळते. तराईनच्या लढायांच्या मुस्लीम लेखाव्यतिरिक्त, हिंदू आणि जैन लेखकांनी अनेक मध्ययुगीन काव्यांमध्ये (महाकाव्य) त्यांचा उल्लेख केला आहे. यामध्ये पृथ्वीराज विजया, हमीरा महाकाव्य आणि पृथ्वीराज रासो

यांचा समावेश आहे. या ग्रंथांमध्ये स्तुत्य वर्णने आहेत, आणि म्हणून ती पूर्णपणे विश्वसनीय नाहीत. पृथ्वीराज विजय हा पृथ्वीराजाच्या कारकिर्दीतील एकमेव साहित्यिक ग्रंथ आहे. पृथ्वीराज रासो, ज्याने पृथ्वीराजला एक महान राजा म्हणून लोकप्रिय केले, त्याचे दरबारी कवी चांद बर्दाई यांनी लिहिलेले असावे. तथापि, त्यात अनेक अतिशयोक्तीपूर्ण खाती आहेत, त्यापैकी बरेचसे इतिहासाच्या हेतूंसाठी उपयुक्त नाहीत.

पृथ्वीराजाचा उल्लेख करणाऱ्या इतर इतिहास आणि ग्रंथांमध्ये प्रबंध-चिंतामणी, प्रबंध कोश आणि पृथ्वीराज प्रबंध यांचा समावेश होतो. हे त्याच्या मृत्यूनंतर अनेक शतकांनी रचले गेले होते आणि त्यात अतिशयोक्ती आणि अनाक्रोनिस्टिक उपाख्यान आहेत. पृथ्वीराजचा उल्लेख खरातरा-गच्छ-पट्टावली या संस्कृत ग्रंथात खरातरा जैन भिक्षूंच्या चरित्रांचा समावेश आहे. हे काम 1336 CE मध्ये पूर्ण झाले असताना, पृथ्वीराजाचा उल्लेख करणारा भाग 1250 CE च्या आसपास लिहिला गेला. चंदेला कवी जगनिकाचा अल्हा-खंडा (किंवा आल्हा रासो) सुद्धा पृथ्वीराजाच्या चंदेलांविरुद्धच्या युद्धाची अतिशयोक्तीपूर्ण माहिती देतो.

इतर काही भारतीय ग्रंथांमध्येही पृथ्वीराजाचा उल्लेख आहे परंतु ऐतिहासिक मूल्याची फारशी माहिती देत नाही. उदाहरणार्थ, शारंगधार-पद्धती (१३६३) या संस्कृत काव्यसंग्रहात त्यांची स्तुती करणारा एक श्लोक आहे आणि कान्हडदे प्रबंध (१४५५) मध्ये त्यांचा उल्लेख जालोर चाहमना राजा वीरमादेचा पूर्वीचा अवतार म्हणून केला आहे.

प्रारंभिक जीवन

पृथ्वीराजचा जन्म चाहमना राजा सोमेश्वर आणि राणी कर्पुरादेवी (एक कलचुरी राजकुमारी) यांच्या पोटी झाला. पृथ्वीराज आणि त्यांचा धाकटा भाऊ हरिराजा या दोघांचा जन्म गुजरातमध्ये झाला होता, जिथे त्यांचे वडील सोमेश्वराचे पालनपोषण त्यांच्या मामाच्या नातेवाईकांनी चौलुक्याच्या दरबारात केले होते. पृथ्वीराज विजयाच्या मते, पृथ्वीराजाचा जन्म ज्येष्ठ महिन्याच्या १२ व्या दिवशी झाला. मजकूरात त्याच्या जन्माच्या वर्षाचा उल्लेख नाही, परंतु त्याच्या जन्माच्या वेळी काही ज्योतिषीय ग्रहांची स्थिती प्रदान केली आहे, त्यांना शुभ म्हटले आहे. या स्थानांच्या आधारे आणि काही इतर ग्रहांची स्थिती गृहीत धरून, दशरथ शर्मा यांनी पृथ्वीराजच्या जन्माचे वर्ष 1166 CE (1223 VS) असे मोजले.

पृथ्वीराजांच्या मध्ययुगीन चरित्रांवरून असे दिसून येते की ते चांगले शिक्षित होते. पृथ्वीराजा विजया सांगतात की त्यांनी 6 भाषांवर प्रभुत्व मिळवले होते; पृथ्वीराज रासोचा असा दावा आहे की त्यांनी 14 भाषा शिकल्या, ही अतिशयोक्ती दिसते. रासो पुढे असा दावा करतो की तो इतिहास, गणित, वैद्यक, सैन्य, चित्रकला, तत्वज्ञान (मीमांसा) आणि धर्मशास्त्र यासह अनेक विषयांमध्ये पारंगत झाला आहे. दोन्ही ग्रंथ सांगतात की तो धनुर्विद्येत विशेष निपुण होता.

राजवट

पृथ्वीराज दुसऱ्याच्या मृत्यूनंतर त्याचे वडील सोमेश्वर यांना चाहमना राजा म्हणून राज्याभिषेक करण्यात आला तेव्हा पृथ्वीराज गुजरातहून अजमेरला गेले. पृथ्वीराज 11 वर्षांचा असताना 1177 (1234 VS) मध्ये सोमेश्वराचा मृत्यू झाला. सोमेश्वराच्या कारकिर्दीतील शेवटचा शिलालेख आणि पृथ्वीराजाच्या कारकिर्दीतील पहिला शिलालेख हे दोन्ही याच वर्षीचे आहेत. पृथ्वीराज, जो त्यावेळी अल्पवयीन होता, त्याने आपल्या आईसह रीजेंट म्हणून सिंहासनावर आरूढ झाले. हम्मिरा महाकाव्याचा दावा आहे की सोमेश्वराने स्वतः पृथ्वीराजाला सिंहासनावर बसवले आणि नंतर जंगलात संन्यास घेतला. तथापि, हे संशयास्पद आहे.

राजा म्हणून त्याच्या सुरुवातीच्या काळात, पृथ्वीराजच्या आईने रिजन्सी कौन्सिलच्या सहाय्याने प्रशासन व्यवस्थापित केले.

या काळात कदंबवासाने राज्याचे मुख्यमंत्री म्हणून काम केले. लोक दंतकथांमध्ये त्याला कैमासा, कैमाश किंवा कैम्बासा म्हणूनही ओळखले जाते, जे त्याचे वर्णन एक सक्षम प्रशासक आणि तरुण राजाला समर्पित सैनिक म्हणून करतात. पृथ्वीराजाच्या कारकिर्दीच्या सुरुवातीच्या काळात सर्व लष्करी विजयांसाठी तो जबाबदार होता असे पृथ्वीराजा विजय सांगतात. दोन भिन्न आख्यायिकांनुसार, कदंबवासाचा नंतर पृथ्वीराजाने वध केला. पृथ्वीराज-रासोचा दावा आहे की पृथ्वीराजने मंत्र्याला राजाची आवडती उपपत्नी कर्नाटीच्या अपार्टमेंटमध्ये शोधून मारले. पृथ्वीराज-प्रबंधाचा दावा आहे की प्रताप-सिम्हा नावाच्या माणसाने मंत्र्याविरुद्ध कट रचला आणि पृथ्वीराजला पटवून दिले की वारंवार मुस्लिम आक्रमणांसाठी मंत्री जबाबदार आहे. हे दोन्ही दावे ऐतिहासिकदृष्ट्या चुकीचे असल्याचे दिसून येते, कारण ऐतिहासिकदृष्ट्या अधिक विश्वासार्ह पृथ्वीराजा विजयाने अशा कोणत्याही घटनेचा उल्लेख केलेला नाही.

पृथ्वीराजच्या आईचे मामा भुवनकमल्ल हे या काळात आणखी एक महत्त्वाचे मंत्री होते. पृथ्वीराजा विजयाच्या मते, तो एक शूर सेनापती होता ज्याने पृथ्वीराजाची सेवा केली जसे गरुड विष्णूची सेवा करतात. ते "नागांना वश करण्याच्या कलेमध्ये निपुण" होते, असेही मजकूरात नमूद केले आहे. १५व्या शतकातील इतिहासकार जोनराजा यांच्या मते, येथे "नागा" हत्तींचा संदर्भ आहे. तथापि, हर बिलास सारडा यांनी नागा या जमातीच्या नावाचा अर्थ लावला आणि असा सिद्धांत मांडला की भुवनकमल्लने या जमातीचा पराभव केला.

नागार्जुन आणि भदनकांशी संघर्ष

पृथ्वीराजची पहिली लष्करी कामगिरी म्हणजे त्याचा चुलत भाऊ नागार्जुन याने केलेल्या बंडाला दडपून टाकणे आणि गुडापुरा (IAST: गुडापुरा; शक्यतो आधुनिक गुडगाव) परत मिळवणे. नागार्जुन हा पृथ्वीराजचा काका विग्रहराजा चतुर्थाचा मुलगा होता आणि चाहमना

सिंहासनाच्या संघर्षामुळे कुटुंबातील दोन शाखांमध्ये शत्रुत्व निर्माण झाले होते.

पृथ्वीराज विजयाच्या म्हणण्यानुसार, नागार्जुनने पृथ्वीराजच्या अधिकाराविरुद्ध बंड केले आणि गुडापुरा किल्ला ताब्यात घेतला. पायदळ, उंट, हत्ती आणि घोडे अशा मोठ्या सैन्यासह पृथ्वीराजाने गुडापुराला वेढा घातला. नागार्जुन किल्ला सोडून पळून गेला, पण देवभट (शक्यतो त्याचा सेनापती) प्रतिकार करत राहिला. शेवटी, पृथ्वीराजच्या सैन्याने विजय मिळवला आणि नागार्जुनची पत्नी, आई आणि अनुयायांना ताब्यात घेतले. पृथ्वीराजा विजयाच्या म्हणण्यानुसार, अजमेर किल्ल्याच्या वेशीवर पराभूत सैनिकांच्या डोक्याची माला टांगण्यात आली होती.

खरातरा-गच्छ-पट्टावलीच्या दोन श्लोकांमध्ये दोन जैन भिक्षूंमधील वादाचे वर्णन करताना भडनाकांवर पृथ्वीराजाच्या विजयाचा उल्लेख आहे. हा विजय इ.स. 1182 च्या पूर्वीचा आहे, जेव्हा हा वाद झाला होता. सिंथिया टॅलबोटच्या मते, भदनक हे एक अस्पष्ट राजवंश होते ज्यांनी बायनाच्या आसपासच्या क्षेत्रावर नियंत्रण ठेवले होते. दशरथ शर्मा यांच्या म्हणण्यानुसार, भडनाका प्रदेशात सध्याच्या भिवानी, रेवाडी आणि अलवारच्या आसपासचा प्रदेश समाविष्ट होता.

चंदेलांविरुद्ध युद्ध

1182-83 CE (1239 VS) पृथ्वीराजाच्या कारकिर्दीतील मदनपूर शिलालेखांमध्ये असा दावा करण्यात आला आहे की त्याने जेजकाभुक्ती (सध्याचे बुंदेलखंड) "उद्ध्वस्त केले" ज्यावर चंदेला राजा परमर्डी याचे राज्य होते. पृथ्वीराजच्या चंदेला प्रदेशावरील स्वारीचे वर्णन पृथ्वीराज रासो, परमल रासो आणि आल्हा-रासो यांसारख्या नंतरच्या लोककथांमध्येही आढळते. सारंगधारा पद्दती आणि प्रबंध चिंतामणी यांसारख्या इतर ग्रंथांमध्येही पृथ्वीराजाच्या परमर्दीवर झालेल्या हल्ल्याचा उल्लेख आहे. पृथ्वीराजाने दिग्विजय (सर्व प्रदेश जिंकणे) सुरू केल्याचा खरातरा-गच्छ-पट्टावलीमध्ये उल्लेख आहे . पृथ्वीराजाच्या जेजकभुक्तीकडे कूच सुरू झाल्याचा हा संदर्भ असल्याचे दिसते.

चंदेलांविरुद्धच्या पृथ्वीराजांच्या मोहिमेचे पौराणिक वर्णन असे आहे: पद्मसेनच्या मुलीशी लग्न करून पृथ्वीराज दिल्लीला परतत होते, तेव्हा त्याच्या तुकडीवर "तुर्की" सैन्याने (घुरीड) हल्ला केला. त्याच्या सैन्याने हल्ले परतवून लावले परंतु या प्रक्रियेत गंभीर जीवितहानी झाली. या गदारोळात, चाहमना सैनिकांचा मार्ग चुकला आणि त्यांनी नकळत चंदेला राजधानी महोबा येथे तळ ठोकला. त्यांच्या उपस्थितीवर आक्षेप घेतल्याने त्यांनी चंदेला शाही माळीला ठार मारले, ज्यामुळे दोन्ही बाजूंमध्ये चकमक झाली. चंदेला राजा परमर्दीने आपल्या सेनापती उदलला पृथ्वीराजच्या छावणीवर हल्ला करण्यास सांगितले, परंतु उदलने या हालचालीविरुद्ध सल्ला दिला. परमर्दीची मेहुणी महिला परिहार यांनी आधुनिक काळातील ओराईवर राज्य केले; त्याने परमर्डीच्या विरोधात दुर्बुद्धी ठेवली आणि राजाला आक्रमण करण्यास प्रवृत्त केले. पृथ्वीराजने उदलच्या तुकडीचा पराभव केला आणि नंतर दिल्लीला रवाना झाला. त्यानंतर, महिलच्या षडयंत्रावर नाराज होऊन, उदल आणि त्याचा भाऊ आल्हा यांनी चंदेला दरबार सोडला. ते कन्नौजचा गाडावाला शासक जयचंद याची सेवा करू लागले. तेव्हा महिलने गुप्तपणे पृथ्वीराजांना कळवले की चंदेला राज्य त्याच्या बलवान सेनापतींच्या अनुपस्थितीत कमकुवत झाले आहे. पृथ्वीराजाने चंदेला राज्यावर आक्रमण केले आणि उदलचा चुलत भाऊ मलखान याच्या ताब्यात असलेल्या सिरसागढला वेढा घातला. शांततेच्या मार्गाने मलखानवर विजय मिळवण्यात अपयशी ठरल्यानंतर आणि आठ सेनापती गमावल्यानंतर, पृथ्वीराजाने किल्ला ताब्यात घेतला. त्यानंतर चंदेलांनी युद्धविराम करण्याचे आवाहन केले आणि या वेळेचा उपयोग कन्नौजमधून अल्हा आणि उदल यांना परत करण्यासाठी केला. चंदेलांच्या समर्थनार्थ, जयचंदने त्याच्या दोन मुलांसह त्याच्या उत्कृष्ट सेनापतींच्या नेतृत्वाखाली सैन्य पाठवले. चंदेला-गहाडवलाच्या एकत्रित सैन्याने पृथ्वीराजांच्या छावणीवर हल्ला केला, पण त्यांचा पराभव झाला. त्याच्या विजयानंतर पृथ्वीराजांनी महोबाला पदच्युत केले. त्यानंतर परमर्डी काबीज करण्यासाठी त्याने आपल्या सेनापती चावंड रायला कालिंजर किल्ल्यावर पाठवले. विविध पौराणिक कथांनुसार, हल्ल्यानंतर परमर्दी एकतर मरण पावला किंवा निवृत्त झाला. महोबाचा गव्हर्नर म्हणून पज्जुन राय यांची नियुक्ती करून पृथ्वीराज दिल्लीला परतला. नंतर, परमर्दीच्या मुलाने महोबा पुन्हा ताब्यात घेतला.

या पौराणिक कथेची नेमकी ऐतिहासिकता वादातीत आहे. मदनपूरच्या शिलालेखांवरून असे दिसून येते की पृथ्वीराजाने महोबाला पदच्युत केले, परंतु ऐतिहासिक पुरावे असे सूचित करतात की त्याचा चंदेला प्रदेशाचा ताबा एकतर बार्डांनी रचलेला होता किंवा तो फार काळ टिकला नाही. चौहान विजयानंतर परमर्दी मरण पावला नाही किंवा निवृत्त झाला नाही हे ज्ञात आहे; किंबहुना, त्यांनी पृथ्वीराजच्या मृत्यूनंतर जवळजवळ एक दशक सार्वभौम म्हणून राज्य केले. सिंथिया टॅलबोटने असे प्रतिपादन केले की पृथ्वीराजाने फक्त जेजकभुक्तीवर छापा टाकला आणि महोबातून निघून गेल्यानंतर परमर्दीने त्याच्या राज्यावर ताबा मिळवला. टॅलबोट पुढे सांगतात की पृथ्वीराज चंदेला प्रदेश त्याच्या राज्याशी जोडू शकला नाही. याउलट, आर.बी. सिंग यांच्या म्हणण्यानुसार, चंदेला प्रदेशाचा काही भाग चहमानांनी थोड्या काळासाठी जोडला असण्याची शक्यता आहे.

गुजरातमधील युद्धे

खरातरा-गच्छ-पट्टावलीमध्ये पृथ्वीराज आणि गुजरातचा चौलक्य (सोलंकी) राजा दुसरा भीम यांच्यातील शांतता कराराचा उल्लेख आहे. याचा अर्थ असा होतो की दोन राजे पूर्वी युद्धात होते. हे युद्ध इ.स. 1187 (1244 VS) पूर्वीचे असू शकते. वेरावल शिलालेखात असे

म्हटले आहे की भीमाचे पंतप्रधान जगद्देव प्रतिहार हे "पृथ्वीराजाच्या कमळसदृश राण्यांचे चंद्र" होते (चंद्राच्या उदयामुळे दिवसभर उमलणारे कमळ त्याच्या पाकळ्या बंद करते या विश्वासाचा संदर्भ). त्या वेळी भीम अल्पवयीन असल्याने, जगद्देवाने चौलुक्याच्या बाजूने मोहिमेचे नेतृत्व केल्याचे दिसून येते.

ऐतिहासिकदृष्ट्या अविश्वसनीय पृथ्वीराज रासो चाहमना-चौलुक्य संघर्षाबद्दल काही तपशील देतात. 25 त्यानुसार पृथ्वीराज आणि भीम दोघांनाही अबूची परमारा राजकन्या इच्छानीशी लग्न करायचे होते. पृथ्वीराजाने तिच्याशी लग्न केल्यामुळे दोन्ही राजांमध्ये वैर निर्माण झाले. इतिहासकार जी.एच.ओझा यांनी ही दंतकथा काल्पनिक म्हणून नाकारली, कारण त्यात असे म्हटले आहे की इच्छानी ही सलाखाची मुलगी होती, तर धारावर्ष हा त्या वेळी अबूचा परमार शासक होता. दुसरीकडे, इतिहासकार आर.बी. सिंग यांचा असा विश्वास आहे की सलाखा अबू येथील दुसऱ्या परमारा शाखेचा प्रमुख होता. 26 पृथ्वीराजचा मामा कान्हदेव याने भीमाचे काका सारंगदेवाच्या सात पुत्रांना मारले होते असाही या रासोमध्ये उल्लेख आहे. या हत्येचा बदला घेण्यासाठी भीमाने चाहमना राज्यावर आक्रमण केले आणि पृथ्वीराजचे वडील सोमेश्वर यांना ठार मारले, या प्रक्रियेत नागोर ताब्यात घेतला. पृथ्वीराजाने नागोर पुन्हा काबीज केले, आणि भीमाचा पराभव करून वध केला. हे ऐतिहासिकदृष्ट्या खोटे असल्याचे ज्ञात आहे, कारण पृथ्वीराजाच्या मृत्यूनंतर भीम II चे राज्य सुमारे अर्धशतक टिकले. त्याचप्रमाणे, ऐतिहासिक पुरावे असे सूचित करतात की भीम दुसरा सोमेश्वराच्या मृत्यूच्या वेळी लहान होता आणि त्यामुळे त्याला मारता आले नसते.

या विसंगती असूनही, नागोर येथे चाहमान आणि चौलुक्य यांच्यात झालेल्या लढाईचे काही पुरावे आहेत. बिकानेरजवळ चारलू गावात सापडलेले दोन शिलालेख 1184 CE (1241 VS) मध्ये नागोरच्या लढाईत मोहिल सैनिकांच्या मृत्यूची आठवण करतात. मोहिल हे चौहान (चहमान) ची एक शाखा आहेत, आणि शिलालेख पृथ्वीराज रासोमध्ये वर्णन केलेल्या युद्धाचा संदर्भ घेऊ शकतात.

इ.स. 1187 च्या काही काळ आधी जगद्देव प्रतिहाराने पृथ्वीराजांशी शांतता करार केला. खरातरा-गच्छ-पट्टावलीच्या मते, अभयदा नावाच्या एका सरदाराने एकदा सपदलक्ष देशातून (चाहमना प्रदेश) श्रीमंत पाहुण्यांवर हल्ला करण्याची आणि लुटण्याची परवानगी जगद्देवाकडे मागितली. प्रत्युत्तरादाखल जगद्देवाने अभयदाला सांगितले की त्याने पृथ्वीराजांशी अत्यंत कष्टाने तह केला. तेव्हा जग्गदेवाने सपदलक्षातील लोकांना त्रास दिल्यास अभयदा गाढवाच्या पोटात शिवण्याची धमकी दिली. इतिहासकार दशरथ शर्मा यांनी असा सिद्धांत मांडला आहे की चाहमना-चौलुक्य संघर्ष पृथ्वीराजच्या काही फायद्यासाठी संपला, कारण जगद्देव हा करार टिकवण्यासाठी खूप उत्सुक होता असे दिसते. इतिहासकार आर सी मजुमदार आणि सतीश चंद्र यांच्या मते त्यांचा गुजरातविरुद्धचा दीर्घकाळ चाललेला संघर्ष अयशस्वी ठरला आणि त्यांना भीमाविरुद्ध उलटा फटका बसला. अशा प्रकारे, पृथ्वीराजने इ.स. 1187 पर्यंत एक तह केला.

परमारस

माउंट अबूच्या आजूबाजूच्या प्रदेशावर चंद्रावती परमार शासक धारावर्षाचे राज्य होते, जो चौलुक्य सामंत होता. पार्थ-पराक्रम-व्यायोग हा त्याचा धाकटा भाऊ प्रल्हादनाने लिहिलेला मजकूर, पृथ्वीराजाच्या अबूवर रात्रीच्या हल्ल्याचे वर्णन करतो. हा हल्ला, मजकुरानुसार, चाहमानांसाठी अपयशी ठरला. पृथ्वीराजांच्या गुजरात मोहिमेदरम्यान हे घडले असावे.

गाडावाला संघर्ष

कनौजभोवती केंद्रीत असलेले आणि दुसरे शक्तिशाली राजा जयचंद्र यांच्या नेतृत्वाखाली गहाडवल राज्य, चाहमना राज्याच्या पूर्वेला होते. पृथ्वीराज रासोमध्ये नमूद केलेल्या आख्यायिकेनुसार, पृथ्वीराज जयचंद्राची कन्या संयोगिता हिच्यासोबत पळून गेला, ज्यामुळे दोन राजांमध्ये शत्रुत्व निर्माण झाले.

आख्यायिका अशी आहे: कन्नौजचा राजा जयचंद (जयचंद्र) याने आपले वर्चस्व घोषित करण्यासाठी राजसूय समारंभ आयोजित करण्याचा निर्णय घेतला. पृथ्वीराजने या समारंभात सहभागी होण्यास नकार दिला आणि त्यामुळे जयचंदला सर्वोच्च राजा मानण्यास नकार दिला. जयचंदची मुलगी संयोगिता पृथ्वीराजच्या वीर कारनाम्यांबद्दल ऐकून त्याच्या प्रेमात पडली आणि तिने जाहीर केले की ती फक्त त्याच्याशीच लग्न करेल. जयचंदने आपल्या मुलीसाठी स्वयंवर (पती-निवड) समारंभ आयोजित केला, परंतु पृथ्वीराजांना आमंत्रित केले नाही. तरीसुद्धा, पृथ्वीराज शंभर योद्धांसह कन्नौजकडे कूच करून संयोगितासह पळून गेला. त्याच्या दोन तृतियांश योद्धांनी गाडावलाच्या सैन्याविरुद्धच्या लढाईत आपल्या प्राणांची आहुती दिली आणि त्याला संयोगितासह दिल्लीला पळून जाण्याची परवानगी दिली. दिल्लीत, पृथ्वीराज आपल्या नवीन पत्नीवर मोहित झाला आणि आपला बहुतेक वेळ तिच्याबरोबर घालवू लागला. त्याने राज्याच्या कारभाराकडे दुर्लक्ष करण्यास सुरुवात केली, ज्यामुळे शेवटी घोरच्या मुहम्मदविरुद्ध त्याचा पराभव झाला.

या दंतकथेचा उल्लेख अबु-अल-फजलच्या ऐन-इ-अकबरी आणि चंद्रशेखराच्या सुरजना-चरितातही आढळतो (ज्याने गडावला राजकन्येला "कांतीमाती" असे नाव दिले आहे). पृथ्वीराज विजयाने उल्लेख केला आहे की पृथ्वीराज अप्सरा तिलोत्तमाच्या अवताराच्या प्रेमात पडला होता, जरी त्याने या स्त्रीला कधीही पाहिले नव्हते आणि आधीच इतर स्त्रियांशी लग्न केले होते. इतिहासकार दशरथ शर्मा यांच्या मते हा बहुधा संयोगिताचा संदर्भ असावा. तथापि, पृथ्वीराजा-प्रबंध, प्रबंध-चिंतामणी, प्रबंध-कोश आणि हमीरा-महाकाव्य यांसारख्या इतर ऐतिहासिक स्त्रोतांमध्ये या दंतकथेचा उल्लेख नाही. गाडावलाच्या नोंदी देखील या घटनेबद्दल मौन आहेत, ज्यात जयचंद्राच्या कथित

राजसूया कामगिरीचा समावेश आहे.

दशरथ शर्मा आणि आरबी सिंग यांच्या मते, या दंतकथेत काही ऐतिहासिक सत्य असू शकते, कारण त्याचा उल्लेख तीन वेगवेगळ्या स्त्रोतांमध्ये आहे. तिन्ही स्रोत 1192 CE मध्ये घोरच्या मुहम्मदशी पृथ्वीराजच्या अंतिम संघर्षाच्या काही काळापूर्वी घटना घडवतात.

इतर राज्यकर्ते

पृथ्वीराज रासोमध्ये असा उल्लेख आहे की पृथ्वीराजने मांडोवराच्या नाहर राय आणि मुघल सरदार मुद्गला राय यांचा पराभव केला, परंतु या कथा निव्वळ काल्पनिक वाटतात. कोणत्याही ऐतिहासिक नोंदी या व्यक्तींचे अस्तित्व सूचित करत नाहीत.

दिल्लीतील आता उध्वस्त झालेल्या किला राय पिथोरा किल्ल्याच्या बांधकामाचे श्रेय पृथ्वीराजांना दिले जाते. पृथ्वीराज रासोच्या म्हणण्यानुसार, दिल्लीचा शासक अनंगपाल तोमर याने हे शहर आपल्या जावई पृथ्वीराजला दिले आणि ते परत हवे तेव्हा पराभूत झाले. हे ऐतिहासिकदृष्ट्या चुकीचे आहे, कारण पृथ्वीराजचे काका विग्रहराजा चतुर्थ याने दिल्लीला चाहमना प्रदेशात जोडले होते. याशिवाय, अनंगपाल तोमरचा मृत्यू पृथ्वीराजाच्या जन्मापूर्वी झाला असल्याचे ऐतिहासिक पुरावे सांगतात. पृथ्वीराज यांच्याशी त्यांच्या मुलीच्या लग्नाचा दावा नंतरच्या तारखेला तयार केलेला दिसतो.

घुरीदांशी युद्ध

पृथ्वीराजच्या पूर्ववर्तींनी 12 व्या शतकापर्यंत भारतीय उपखंडातील उत्तर-पश्चिम भाग ताब्यात घेतलेल्या मुस्लिम राजघराण्यांच्या अनेक हल्ल्यांना तोंड द्यावे लागले होते. 12व्या शतकाच्या उत्तरार्धात, गझना-आधारित घुरीद घराण्याने चाहमना राज्याच्या पश्चिमेकडील प्रदेशावर नियंत्रण ठेवले. पृथ्वीराज लहान असतानाच, 1175 मध्ये, घोरचा घुरिद शासक मुहम्मद याने सिंधू नदी पार करून मुलतान ताब्यात घेतला. इ.स. 1178 मध्ये, त्याने चौलुक्यांचे (सोलंकी) राज्य असलेल्या गुजरातवर स्वारी केली. गुजरातकडे कूच करताना, घुरीद सैन्य चाहमना राज्याच्या पश्चिम सीमेवरून गेलेले दिसते, जे अनेक मंदिरांचा नाश आणि भाटी-शासित लोधुवाच्या पाडावातून स्पष्ट होते. पृथ्वीराजा विजयाने उल्लेख केला आहे की घुरीड सैन्याच्या हालचाली चाहमना राज्यापर्यंत राहूसारख्या होत्या (हिंदू पौराणिक कथांमध्ये, राहू सूर्याला गिळतो, ज्यामुळे सूर्यग्रहण होते). तथापि, यात दोन राज्यांमधील कोणत्याही लष्करी सहभागाचा उल्लेख नाही. गुजरातकडे जाताना, घुरीड सैन्याने नड्डुला (नाडोल) किल्ल्याला वेढा घातला, जो नाडुलाच्या चाहमनांच्या ताब्यात होता. पृथ्वीराजच्या मुख्यमंत्री कदंबवासाने त्याला घुरीडांच्या प्रतिस्पर्ध्यांना कोणतीही मदत देऊ नये आणि या संघर्षापासून दूर राहण्याचा सल्ला दिला. चहमानांना लगेच घुरिड आक्रमणाचा सामना करावा लागला नाही, कारण गुजरातच्या चालुक्यांनी 1178 सीई मध्ये कसहरदाच्या लढाईत मुहम्मदचा पराभव केला आणि घुरीडांना माघार घेण्यास भाग पाडले.

पुढच्या काही वर्षांत, घोरच्या मुहम्मदने पेशावर, सिंध आणि पंजाब जिंकून, चाहमानांच्या पश्चिमेकडील प्रदेशात आपली शक्ती मजबूत केली. त्याने आपला तळ गझनाहून पंजाबमध्ये हलवला आणि पूर्वेकडे आपले साम्राज्य वाढवण्याचा प्रयत्न केला, ज्यामुळे त्याचा पृथ्वीराजांशी संघर्ष झाला.

पृथ्वीराजा विजयाने उल्लेख केला आहे की घोरच्या मुहम्मदने पृथ्वीराजला राजदूत पाठवले, परंतु ते कोणतेही तपशील देत नाहीत. हसन निजामीच्या ताज-उल-मासीर (13वे शतक) असे नमूद करते की मुहम्मदने त्याचे मुख्य न्यायाधीश क्विम-उल-मुल्क रुकनुद दिन हमजा यांना पृथ्वीराजच्या कोर्टात पाठवले. दूताने पृथ्वीराजांना "युद्धाचा त्याग करून सत्याचा मार्ग अवलंबण्यास" पटवून देण्याचा प्रयत्न केला, परंतु तो अयशस्वी ठरला. परिणामी, मुहम्मदने पृथ्वीराजविरुद्ध युद्ध करण्याचा निर्णय घेतला.

मध्ययुगीन मुस्लिम लेखकांनी दोन राज्यकर्त्यांमधील एक किंवा दोनच लढायांचा उल्लेख केला आहे. तबकत-इ नासिरी आणि तारिख-इ-फिरिश्तामध्ये तरेनच्या दोन युद्धांचा उल्लेख आहे. जमी-उल-हिकाया आणि ताज-उल-मासीर यांनी तरेनच्या दुसऱ्या लढाईचा उल्लेख केला आहे, ज्यात पृथ्वीराजाचा पराभव झाला होता. तथापि, हिंदू आणि जैन लेखक सांगतात की पृथ्वीराजने मुहम्मदला मारण्यापूर्वी अनेक वेळा पराभूत केले.

हमीरा महाकाव्याचा असा दावा आहे की मुहम्मदला पहिल्यांदा पराभूत केल्यानंतर, पृथ्वीराजने त्याला जाऊ देण्यापूर्वी ज्या राजपुत्रांची त्याने लूट केली होती त्यांची माफी मागायला भाग पाडले. मुहम्मदने चहामना राज्यावर आणखी सात वेळा आक्रमण केले, परंतु प्रत्येक वेळी त्याचा पराभव झाला. तथापि, त्याचे नववे आक्रमण यशस्वी झाले.

पृथ्वीराजा प्रबंध सांगतो की दोन राजांनी 8 लढाया केल्या; पृथ्वीराजाने यापैकी पहिल्या सातमध्ये घुरीद राजाला पराभूत केले आणि पकडले, परंतु प्रत्येक वेळी त्याला कोणतीही हानी न होता मुक्त केले.

प्रबंध कोशाचा दावा आहे की पृथ्वीराजने मुहम्मदला २० वेळा पकडले, पण २१व्या लढाईत तो स्वतः कैद झाला. सुरजना चरित आणि पृथ्वीराज रासो सुद्धा 21 युद्धांची गणना करतात.

प्रबंध चिंतामणी मुहम्मद आणि पृथ्वीराज यांच्यातील लढायांची संख्या 22 देते. त्यात असेही म्हटले आहे की पृथ्वीराजच्या सैन्याने मागील युद्धात पूर्वीच्या शत्रू राजाचा पराभव केला होता, ज्यामध्ये पृथ्वीराजच्या अधीनस्थ व्यक्तीने वीरतापूर्वक स्वतःचे बलिदान दिले.

या खात्यांवरून संख्या अतिशयोक्तीपूर्ण वाटत असली तरी पृथ्वीराजाच्या कारकिर्दीत घुरीड आणि चाहमना यांच्यात दोनपेक्षा जास्त युद्धे झाली असण्याची शक्यता आहे. हिंदू आणि जैन लेखकांनी सांगितलेल्या सुरुवातीच्या विजयांचा संदर्भ कदाचित पृथ्वीराजांनी घुरिद सेनापतींनी केलेल्या छाप्यांचा यशस्वीपणे परतवून लावल्याचा आहे.

तराईनची पहिली लढाई

1190-1191 CE दरम्यान, घोरच्या मुहम्मदने चाहमना प्रदेशावर आक्रमण केले आणि तबरहिंदा किंवा तबर-ए-हिंद (बठिंडा म्हणून ओळखले जाते) काबीज केले. त्याने ते तुलकाचा काझी झिया-उद्दीन याच्या ताब्यात ठेवले, ज्याला 1200 घोडेस्वारांनी पाठिंबा दिला. पृथ्वीराजांना हे कळताच त्याने दिल्लीच्या गोविंदराजासह आपल्या सरंजामदारांसह तबरहिंडाकडे कूच केले. 16व्या शतकातील मुस्लिम इतिहासकार फिरिश्ता यांच्या मते, त्याच्या सैन्यात 200,000 घोडे आणि 3,000 हत्ती होते.

मुहम्मदची मूळ योजना तबरहिंडा जिंकून आपल्या तळावर परत जाण्याची होती, परंतु जेव्हा त्याला पृथ्वीराजच्या वाटचालीबद्दल कळले तेव्हा त्याने लढा देण्याचे ठरवले. तो सैन्यासह निघाला आणि तराईन येथे पृथ्वीराजच्या सैन्याचा सामना केला. त्यानंतरच्या लढाईत पृथ्वीराजाच्या सैन्याने घुरीडांचा निर्णायकपणे पराभव केला. घोरचा मुहम्मद जखमी झाला आणि त्याला माघार घ्यावी लागली.

पृथ्वीराजने माघार घेणाऱ्या घुरीद सैन्याचा पाठलाग केला नाही, प्रतिकूल प्रदेशावर आक्रमण करायचे नव्हते किंवा घोरीच्या महत्त्वाकांक्षेचा चुकीचा अंदाज लावायचा नव्हता. त्याने फक्त तबरहिंदा येथील घुरिद चौकीला वेढा घातला, ज्याने 13 महिन्यांच्या वेढा नंतर आत्मसमर्पण केले.

तराईनची दुसरी लढाई

पृथ्वीराजांनी तराईनच्या पहिल्या लढाईला केवळ सरहद्दीची लढाई मानली असे दिसते. घोरच्या मुहम्मदशी भविष्यातील कोणत्याही संघर्षासाठी त्याने थोडीशी तयारी केली या वस्तुस्थितीमुळे हे मत दृढ होते. पृथ्वीराज रासोच्या म्हणण्यानुसार, घुरिडांशी त्याच्या अंतिम संघर्षाच्या आधीच्या काळात, त्याने राज्याच्या कारभाराकडे दुर्लक्ष केले आणि आनंदात वेळ घालवला.

दरम्यान घोरचा मुहम्मद गझनाला परतला आणि त्याने आपल्या पराभवाचा बदला घेण्याची तयारी केली. तबकात-इ नासिरीच्या म्हणण्यानुसार, त्याने पुढील काही महिन्यांत 120,000 निवडक अफगाण, ताजिक आणि तुर्किक घोडेस्वारांची एक सुसज्ज सैन्य गोळा केली. त्यानंतर त्याने जम्मूच्या विजयराजाच्या मदतीने मुलतान आणि लाहोर मार्गे चाहमना राज्याकडे कूच केले.

शेजारच्या हिंदू राजांविरुद्धच्या युद्धांमुळे पृथ्वीराजला कोणत्याही सहयोगीशिवाय राहिले होते. तरीसुद्धा, त्याने घुरीडांचा सामना करण्यासाठी मोठे सैन्य गोळा केले. पृथ्वीराजने 100 हून अधिक राजपूत शासक, प्रामुख्याने युद्धातील हत्ती, घोडदळ आणि पायदळ अशा मोठ्या सैन्याला यशस्वीपणे मार्शल केले.16व्या शतकातील मुस्लिम इतिहासकार फिरिश्ता यांनी पृथ्वीराजच्या सैन्याच्या ताकदीचा अंदाज 300,000 घोडे आणि 3,000 हत्ती, मोठ्या पायदळाच्या व्यतिरिक्त केला आहे. हे बहुधा घोर अतिशयोक्ती आहे, ज्याचा उद्देश घुरीद विजयाच्या प्रमाणावर जोर देणे आहे. पृथ्वीराजने घोरच्या मुहम्मदला एक पत्र लिहून आपल्या देशात परतण्याचा निर्णय घेतल्यास त्याला कोणतीही हानी होणार नाही असे आश्वासन दिले. मुहम्मदने आग्रह धरला की त्याचा गझना-आधारित भाऊ गियाथ अल-दीन याला बहाल करण्यासाठी वेळ हवा होता. फिरिश्ताच्या म्हणण्यानुसार, जोपर्यंत त्याला त्याच्या भावाकडून उत्तर मिळत नाही तोपर्यंत त्याने युद्धविराम स्वीकारला. तथापि, त्याने चाहमानांवर हल्ला करण्याची योजना आखली.

जावामी उल-हिकायतच्या म्हणण्यानुसार, मुहम्मदने आपल्या छावणीत रात्रीच्या वेळी शेकोटी पेटवून ठेवण्यासाठी काही लोकांना नियुक्त केले, तर तो त्याच्या उर्वरित सैन्यासह दुसऱ्या दिशेने निघाला. यामुळे चहमनास असा ठसा उमटला की घुरीद सैन्य अजूनही तळ ठोकून आहे, युद्धविराम पाळत आहे. अनेक मैल दूर गेल्यानंतर, मुहम्मदने प्रत्येकी 10,000 धनुर्धरांसह चार विभाग तयार केले. त्याने आपले उर्वरित सैन्य राखीव ठेवले. त्याने चार तुकड्यांना चाहमना छावणीवर हल्ला करण्याचे आदेश दिले आणि नंतर माघार घेण्याचे नाटक केले.

पहाटेच्या सुमारास घुरीड सैन्याच्या चार तुकड्यांनी चाहमना छावणीवर हल्ला केला, तर पृथ्वीराज अजूनही झोपेतच होता. थोड्या लढाईनंतर, घुरीद विभागांनी मुहम्मदच्या रणनीतीनुसार माघार घेण्याचे नाटक केले. पृथ्वीराजला अशा प्रकारे त्यांचा पाठलाग करण्याचे आमिष दाखवले गेले आणि या पाठलागामुळे दुपारपर्यंत चाहमना सैन्य थकले. यावेळी, मुहम्मदने आपल्या राखीव दलाचे नेतृत्व केले आणि चाहमानांवर हल्ला केला आणि त्यांचा निर्णायक पराभव केला. ताज-उल-मासीरच्या म्हणण्यानुसार, या पराभवात पृथ्वीराजच्या छावणीने 100,000 पुरुष (दिल्लीच्या गोविंदराजासह) गमावले. पृथ्वीराजने स्वतः घोड्यावर बसून पळून जाण्याचा प्रयत्न केला, परंतु सरस्वती किल्ल्याजवळ (शक्यतो आधुनिक सिरसा) त्याचा पाठलाग करून पकडला गेला. त्यानंतर, घोरच्या मुहम्मदने हजारो रक्षणकर्त्यांना मारून अजमेर काबीज केले, अनेकांना गुलाम बनवले आणि शहरातील मंदिरे नष्ट केली.

पृथ्वीराजांच्या पतनाबद्दल जैन सांगतात

14 व्या शतकातील जैन विद्वान मेरुतुंगाच्या प्रबंध चिंतामणीने म्हटले आहे की पृथ्वीराजने आपल्या एका मंत्र्याचा कान कापला, ज्याने सूड म्हणून घुरिद आक्रमकांना त्याच्या छावणीत नेले. एक दिवसाच्या धार्मिक उपवासानंतर पृथ्वीराज गाढ झोपेत होता, आणि त्यामुळे

त्याला सहज पकडण्यात आले.

पंधराव्या शतकातील जैन विद्वान नयचंद्र सुरी यांनी लिहिलेले हमीरा महाकाव्य सांगतात की, त्याच्या सुरुवातीच्या पराभवानंतर, घुरीद राजाने शेजारच्या राजाच्या पाठिंब्याने नवीन सैन्य उभे केले आणि दिल्लीकडे कूच केले. युद्धापूर्वी, त्याने पृथ्वीराजच्या घोडे आणि संगीतकारांना सोन्याची नाणी लाच दिली. घोड्यांच्या मास्तराने पृथ्वीराजच्या घोड्याला ढोलकी वाजवण्याचे प्रशिक्षण दिले होते. पृथ्वीराज झोपेत असताना पहाटेच्या काही वेळापूर्वी घुरीडांनी चाहमना छावणीवर हल्ला केला. पृथ्वीराजने आपल्या घोड्यावर बसून पळून जाण्याचा प्रयत्न केला, परंतु त्याच्या संगीतकारांनी ढोल वाजवले. घोडा धावू लागला आणि आक्रमणकर्त्यांनी पृथ्वीराजला सहज पकडले.

दुसऱ्या जैन ग्रंथानुसार, पृथ्वीराजा प्रबंध, पृथ्वीराजाचा मंत्री कैम्बासा आणि त्याचा भाला वाहणारा प्रतापसिंह यांची स्थिती चांगली नव्हती. कैम्बासाने एकदा प्रतापसिंहाविरुद्ध राजाकडे तक्रार केली, ज्याने राजाला खात्री पटवली की कैम्बासा घुरीडांना मदत करत आहे. संतप्त झालेल्या पृथ्वीराजाने एका रात्री कैम्बासाला बाणाने मारण्याचा प्रयत्न केला, परंतु त्याने दुसऱ्या माणसाला ठार मारले. जेव्हा त्याचा बार्ड चंद बलिद्दिकाने त्याला उपदेश केला तेव्हा राजाने बार्ड आणि मंत्री दोघांनाही बडतर्फ केले. दिल्लीवर घुरिदांच्या स्वारीच्या वेळी पृथ्वीराज दहा दिवस झोपला होता. जेव्हा घुरीड जवळ आले, तेव्हा त्याच्या बहिणीने त्याला जागे केले: पृथ्वीराजने घोड्यावर बसून पळून जाण्याचा प्रयत्न केला, परंतु कैम्बासाने घुरिडांना एका विशिष्ट आवाजाविषयी सांगून त्याला पकडण्यात मदत केली ज्यामुळे त्याचा घोडा धावू लागला.

मृत्यू आणि उत्तराधिकार

पृथ्वीराज चौहान यांची नाणी

बहुतेक मध्ययुगीन स्त्रोत सांगतात की पृथ्वीराजला चहामना राजधानी अजमेर येथे नेण्यात आले, जिथे मुहम्मदने त्याला घुरीद वासल म्हणून पुनर्संचयित करण्याची योजना आखली. काही काळानंतर, पृथ्वीराजने मुहम्मद विरुद्ध बंड केले, आणि राजद्रोहासाठी मारला गेला. याची पुष्टी अंकीय पुराव्यांद्वारे केली जाते: पृथ्वीराज आणि "मुहम्मद बिन सॅम" या दोघांची नावे असलेली काही 'घोडा-आणि-बुलमॅन'-शैलीची नाणी दिल्ली टांकसाळीतून जारी करण्यात आली होती, जरी दुसरी शक्यता अशी आहे की सुरुवातीला घुरीड पूर्वीच्या चाहमना प्रदेशात त्यांच्या स्वतःच्या नाण्यांची अधिक स्वीकृती सुनिश्चित करण्यासाठी चाहमना-शैलीतील नाण्यांचा वापर केला. पृथ्वीराजच्या मृत्यूनंतर, मुहम्मदने चाहमना राजकुमार गोविंदराजाला अजमेरच्या गादीवर बसवले, जे या सिद्धांताला आणखी समर्थन देते.

पृथ्वीराजा-प्रबंध (दिनांक 15 व्या शतकात किंवा त्यापूर्वीचा) सांगते की घुरीडांनी पृथ्वीराजला सोन्याच्या साखळ्या घालून दिल्लीला आणले. पृथ्वीराजाने पकडलेल्या शत्रूला सोडण्याचे उदाहरण न पाळल्याबद्दल घुरिद राजाची निंदा केली. काही दिवसांनंतर, अजमेरमध्ये तुरुंगात असताना, पृथ्वीराजने आपल्या माजी मंत्री कैम्बासा यांना मुहम्मदला मारण्यासाठी त्याच्या धनुष्यबाणांची मागणी केली, जी त्याला कैदेत असलेल्या घरासमोर आयोजित करण्यात आली होती. विश्वासघातकी मंत्र्याने त्याला धनुष्य-बाण पुरवले, परंतु गुप्तपणे मुहम्मदला त्याच्या योजनेची माहिती दिली. परिणामी, मुहम्मद त्याच्या नेहमीच्या जागेवर बसला नाही आणि त्याऐवजी तेथे एक धातूचा पुतळा ठेवला. पृथ्वीराजांनी पुतळ्यावर बाण सोडला आणि त्याचे दोन तुकडे केले. शिक्षा म्हणून, मुहम्मदने त्याला खड्ड्यात टाकले आणि दगडाने ठेचून ठार मारले.

पृथ्वीराज रासोचा दावा आहे की पृथ्वीराजला कैदी म्हणून गझना येथे नेण्यात आले आणि आंधळे केले गेले. हे ऐकून कवी चांद बर्दाईने गझना येथे प्रवास केला आणि घोरच्या मुहम्मदला अंध पृथ्वीराजाने केलेली तिरंदाजी पाहण्यासाठी फसवले. या कामगिरीदरम्यान, पृथ्वीराजने मुहम्मदच्या आवाजाच्या दिशेने बाण सोडला आणि त्याला ठार केले. थोड्याच वेळात पृथ्वीराज आणि चांद बर्दाई यांनी एकमेकांना ठार मारले. हे एक काल्पनिक कथा आहे, ऐतिहासिक पुराव्यांद्वारे समर्थित नाही: घोरच्या मुहम्मदने पृथ्वीराजच्या मृत्यूनंतर एक दशकाहून अधिक काळ राज्य केले.

पृथ्वीराजाच्या मृत्यूनंतर, घुरीडांनी त्यांचा मुलगा गोविंदराज याला अजमेरच्या गादीवर नेमले. 1192 मध्ये, पृथ्वीराजचा धाकटा भाऊ हरिराजाने गोविंदराजाचा पाडाव केला आणि त्याच्या पूर्वजांच्या राज्याचा काही भाग पुन्हा ताब्यात घेतला. गोविंदराजा रणस्तंभपुरा (आधुनिक रणथंबोर) येथे गेला, जिथे त्याने वासल शासकांची एक नवीन चहामना शाखा स्थापन केली. हरिराजाचा नंतर घूरिद सेनापती कुतुब-अल-दीन ऐबकने पराभव केला.

सांस्कृतिक उपक्रम

पृथ्वीराजांकडे पंडित (विद्वान) आणि कवींसाठी एक समर्पित मंत्रालय होते, जे पद्मनाभ यांच्या ताब्यात होते. त्याच्या दरबारात अनेक कवी आणि विद्वान होते, ज्यात:

जयनाका, कवी-इतिहासकार ज्याने पृथ्वीराजा विजयाची रचना केली

विद्यापती गौडा

वागीश्वरा जनार्दना

विश्वरूपा, कवी

पृथ्वीभट, एक राजेशाही पक्षी (काही विद्वानांनी चांद बर्दाई म्हणून ओळखले आहे)

खरातरा-गच्छ-पट्टावलीमध्ये नारायणन (अजमेरजवळील आधुनिक नरेना) येथे जैन भिक्षू जिनपती सुरी आणि पद्मप्रभा यांच्यात झालेल्या वादाचा उल्लेख आहे. त्यावेळी पृथ्वीराजांनी तेथे तळ ठोकला होता. जिनापतीला नंतर एका श्रीमंत जैन व्यापाऱ्याने अजमेरला बोलावले. तेथे पृथ्वीराजांनी त्यांना जयपत्र (विजयाचे प्रमाणपत्र) दिले.

वारसा

शिलालेख

इतिहासकार आरबी सिंग यांच्या मते, पृथ्वीराजाचे साम्राज्य पश्चिमेला सतलज नदीपासून पूर्वेला बेतवा नदीपर्यंत आणि उत्तरेला हिमालयाच्या पायथ्यापासून दक्षिणेला माउंट अबूच्या पायथ्यापर्यंत पसरले होते. अशा प्रकारे, त्यात सध्याच्या राजस्थान, उत्तराखंड, दक्षिण पंजाब, उत्तर मध्य प्रदेश, हिमाचल प्रदेश आणि पश्चिम उत्तर प्रदेशचा काही भाग समाविष्ट होता.

तथापि, पुरातत्वशास्त्रज्ञ रिमा हुजा आणि इतिहासकार आर.सी. मजुमदार यांच्या मते, पृथ्वीराजांना एक राज्य वारशाने मिळाले जे आधुनिक काळातील हिसार आणि सरहिंद (भटिंडा) उत्तर पश्चिमेपर्यंत आणि उत्तरेला दिल्लीपर्यंत पसरले होते. त्याचा प्रदेश दक्षिण सीमेवर मेवाडच्या गुहिलांसह नाडोलच्या चौहानांनी, पूर्व सीमेवर बायनाच्या राज्यांनी, ग्वाल्हेरच्या कच्छपाघाटास आणि वाराणसीच्या गहाडवला आणि उत्तर-पश्चिम सीमेवर गझनवीडांच्या साम्राज्याने वेढलेला होता. मजुमदार पुढे असे ठामपणे सांगतात की पृथ्वीराजांच्या त्यांच्या शेजाऱ्यांवरील लष्करी मोहिमेचा परिणाम भूभागाला जोडण्यात आला नाही.

पृथ्वीराज रासो, एक पौराणिक मजकूर ज्याला राजपूत दरबारांनी मोठ्या प्रमाणात संरक्षण दिले, पृथ्वीराजला एक महान नायक म्हणून चित्रित केले. कालांतराने, पृथ्वीराजला मुस्लिम शत्रूंविरुद्ध लढणारा देशभक्त हिंदू योद्धा म्हणून चित्रित केले जाऊ लागले. त्याला एक राजा म्हणून स्मरण केले जाते ज्याच्या कारकिर्दीने भारतीय इतिहासातील दोन प्रमुख युग वेगळे केले. भारतावर इस्लामिक विजयाचा एक भाग म्हणून पराभूत झालेला एक हिंदू राजा म्हणून पृथ्वीराजचे चित्रण करण्याची परंपरा हसन निजामीच्या ताजुल-मासिर (१३व्या शतकाच्या सुरुवातीला) पासून सुरू झाल्याचे दिसते. निझामी "विश्वासाच्या शत्रूंशी युद्ध" आणि "हिंदूंच्या भूमीत इस्लामी जीवनपद्धती कशी प्रस्थापित झाली" याचे वर्णन म्हणून त्याचे वर्णन सादर करतात. -i नासिरी (c. 1260) यांनी पृथ्वीराजावरील घुरिदांचा विजय हा दिल्ली सल्तनतच्या स्थापनेसाठी एक महत्त्वाचा टप्पा म्हणून सादर केला.

16व्या शतकातील दंतकथा त्यांचे वर्णन भारताच्या राजकीय केंद्र दिल्लीचा शासक म्हणून करतात (अजमेर ऐवजी, जी त्यांची वास्तविक राजधानी होती). उदाहरणार्थ, अबुल फझलची आईन-ए-अकबरी चाहमना राजघराण्याला अजमेरशी अजिबात जोडत नाही. या दंतकथांमध्ये पृथ्वीराजचा दिल्लीशी असलेला संबंध प्री-इस्लामिक भारतीय सामर्थ्याचे प्रतीक म्हणून अधिक दृढ झाला.

पृथ्वीराजांचे वर्णन "शेवटचा हिंदू सम्राट" म्हणून केले आहे. हे पद चुकीचे आहे, कारण त्यांच्यानंतर दक्षिण भारतात अनेक बलवान हिंदू शासकांची भरभराट झाली आणि उत्तर भारतातील काही समकालीन हिंदू राज्यकर्तेही त्यांच्याइतकेच शक्तिशाली होते. तरीही, 19व्या शतकातील ब्रिटिश अधिकारी जेम्स टॉड याने पृथ्वीराजचे वर्णन करण्यासाठी हा शब्द वारंवार वापरला होता. टॉडवर मध्ययुगीन पर्शियन भाषेतील मुस्लीम लेखांचा प्रभाव होता, ज्यात पृथ्वीराजला एक प्रमुख शासक म्हणून प्रस्तुत केले जाते आणि भारताच्या इस्लामिक विजयातील एक प्रमुख मैलाचा दगड म्हणून त्याचा पराभव दर्शविला जातो. टॉड नंतर, पृथ्वीराजचे "शेवटचा हिंदू सम्राट" असे वर्णन अनेक आख्याने करत राहिले. उदाहरणार्थ, पृथ्वीराजांच्या अजमेर स्मारक (स्मारक) मधील शिलालेख देखील त्यांना "शेवटचा हिंदू सम्राट" म्हणून सन्मानित करतात.

6

समुद्रगुप्त सम्राट

समुद्रगुप्त सम्राट

Scan for Story Videos - www.itibook.com

समुद्रगुप्त (सी. 335-375 प्रति CE दुसरा) सम्राट होता प्राचीन भारतातील गुप्त साम्राज्य, आणि राजवंशातील सर्वात महान शासकांमध्ये गणले जाते. गुप्त सम्राट चंद्रगुप्त पहिला आणि लिच्छवी राजकुमारी कुमारदेवी यांचा मुलगा म्हणून, त्याने आपल्या राजवंशाच्या राजकीय आणि लष्करी शक्तीचा मोठ्या प्रमाणात विस्तार केला.

अलाहाबाद स्तंभाचा शिलालेख, त्याचा दरबारी हरिशेन याने रचलेला प्रशस्ती (स्तंभ), त्याला व्यापक लष्करी विजयांचे श्रेय देते. यावरून असे सूचित होते की त्याने उत्तर भारतातील अनेक राजांचा पराभव केला आणि त्यांचे प्रदेश आपल्या साम्राज्यात जोडले. त्याने भारताच्या दक्षिण-पूर्व किनारपट्टीवर कूच केले आणि पल्लव साम्राज्यापर्यंत दक्षिणेकडे प्रगती केली. याव्यतिरिक्त, त्याने अनेक सीमावर्ती राज्ये आणि आदिवासी अल्पसंख्याकांना वश केले. त्याच्या सामर्थ्याच्या उंचीवर, त्याचे साम्राज्य पश्चिमेला रावी नदीपासून पूर्वेला ब्रह्मपुत्रा नदीपर्यंत आणि उत्तरेकडील हिमालयाच्या पायथ्यापासून दक्षिण-पश्चिमेला मध्य भारतापर्यंत पसरले होते; दक्षिण-पूर्व किनारपट्टीवरील अनेक राज्यकर्ते देखील त्याच्या उपनद्या होत्या.

समुद्रगुप्ताने आपले साम्राज्य सार्वभौमत्व सिद्ध करण्यासाठी अश्वमेध यज्ञ केला आणि युद्धात तो अपराजित राहिला. त्याची सोन्याची नाणी आणि शिलालेख असे सूचित करतात की तो एक निपुण कवी होता आणि त्याने लीयरसारखी वाद्ये देखील वाजवली. त्यांचे पुत्र व उत्तराधिकारी चंद्रगुप्त द्वितीय यांनी त्यांचे विस्तारवादी धोरण चालू ठेवले.

काहींनी "भारताचा नेपोलियन" असे वर्णन केले आहे (जरी, फ्रेंच सम्राटाच्या विपरीत, तो युद्धात कधीही पराभूत झाला नाही), समुद्रगुप्त हा एक कुशल लष्करी रणनीतीकार होता आणि 335-375 पर्यंत गुप्त वंशाचा नेता. राजा चंद्रगुप्त प्रथम (चंद्रगुप्त मौर्याशी गोंधळात न पडता) उत्तराधिकारी होण्यासाठी त्याच्या मोठ्या भावांच्या वर निवडलेला, तो तरुण गुप्त साम्राज्याचा विस्तार करण्यासाठी आणि राष्ट्राचे एकीकरण करण्यासाठी ताबडतोब लष्करी मोहिमेवर निघाला.

या टप्प्यावर भारत स्वतंत्र राज्यांच्या पॅचवर्ककडे परत आला होता आणि आपले ध्येय साध्य करण्यासाठी समुद्रगुप्ताला त्या प्रत्येकाचा पराभव करावा लागला आणि वाटेत विरोधी सम्राटांचा नाश केला. त्याच्या मृत्यूच्या वेळी, त्याने 20 हून अधिक राज्ये जोडली होती आणि त्याच्या लष्करी सामर्थ्याने इराण आणि अफगाणिस्तानमधील शेजारील राज्ये कर भरणाऱ्या उपनद्या बनल्याचे पाहिले होते. समुद्रगुप्ताचा वारसा एक साम्राज्य होता, जो हिमालयापासून मध्य भारतापर्यंत पसरलेला होता, जो 500 सालापर्यंत टिकेल. कलेचा एक उत्कट संरक्षक, त्याचा शासनकाळ संगीत, विज्ञान, साहित्य आणि धार्मिक स्वातंत्र्याला चालना देण्यासाठी देखील जबाबदार होता आणि त्याचा उल्लेख अनेकदा केला जातो. "भारताचा सुवर्णकाळ" म्हणून.

गुप्त राजांचे शिलालेख गुप्त कॅलेंडर युगातील आहेत, ज्याचा कालखंड साधारणपणे इ.स. 319 CE. तथापि, युगाच्या संस्थापकाची ओळख हा वादाचा विषय आहे, आणि विद्वान वेगवेगळ्या प्रकारे त्याच्या स्थापनेचे श्रेय चंद्रगुप्त I किंवा समुद्रगुप्ताला देतात. प्रयाग स्तंभाच्या शिलालेखानुसार चंद्रगुप्त प्रथमचा बहुदा दीर्घकाळ राज्य होता, कारण त्याने आपल्या मुलाला आपला उत्तराधिकारी म्हणून

नियुक्त केले, बहुधा वृद्धापकाळानंतर. तथापि, त्याच्या कारकिर्दीचा अचूक कालावधी अनिश्चित आहे. या कारणांमुळे समुद्रगुप्ताच्या कारकिर्दीची सुरुवातही अनिश्चित आहे.

जर समुद्रगुप्त हा गुप्त युगाचा संस्थापक मानला गेला तर त्याचे स्वर्गारोहण इ.स. 319-320 CE. दुसरीकडे, जर त्याचे वडील चंद्रगुप्त पहिला हा गुप्त युगाचा संस्थापक मानला जातो, तर समुद्रगुप्ताचे स्वर्गारोहण नंतरच्या तारखेला असले पाहिजे. समुद्रगुप्त हा अनुराधापुरा राज्याचा राजा मेघवर्णाचा समकालीन होता, परंतु या राजाचा राज्यकाळ देखील अनिश्चित आहे. बुद्धाच्या मृत्यूसाठी श्रीलंकेत स्वीकारल्या गेलेल्या पारंपारिक गणनेनुसार, त्याने 304-332 सीई दरम्यान राज्य केले; परंतु विल्हेल्म गीगर सारख्या आधुनिक विद्वानांनी स्वीकारलेली सुधारित कालगणना 352-379 सीई पर्यंत त्याचे राज्य नियुक्त करते. पूर्वीची तारीख स्वीकारल्यास समुद्रगुप्ताचे स्वर्गारोहण इ.स. 320 CE; नंतरची तारीख स्वीकारल्यास ते c च्या आसपास असेल. 350 CE.

समुद्रगुप्ताच्या कारकिर्दीचा अंतही अनिश्चित आहे. समुद्रगुप्ताची नात प्रभावतीगुप्त हिने त्याचा मुलगा चंद्रगुप्त दुसरा याच्या कारकिर्दीत, इ.स. 380 CE (319 CE हे गुप्त युगाचे युग मानून). त्यामुळे समुद्रगुप्ताच्या कारकिर्दीचा शेवट या वर्षापूर्वी केला जाऊ शकतो.

स्वर्गारोहण

समुद्रगुप्त हा गुप्त सम्राट चंद्रगुप्त पहिला आणि राणी कुमारदेवी यांचा मुलगा होता, जो लिच्छवी कुळातून आला होता. त्याच्या खंडित एरन शिलालेखात असे म्हटले आहे की त्याच्या वडिलांनी त्याची "भक्ती, नीतिमान आचरण आणि शौर्यामुळे" उत्तराधिकारी म्हणून निवड केली. त्याच्या अलाहाबाद स्तंभावरील शिलालेखात असेच वर्णन केले आहे की चंद्रगुप्ताने त्याला दरबारी लोकांसमोर एक थोर व्यक्ती म्हणून संबोधले आणि त्याला "पृथ्वीचे रक्षण" करण्यासाठी नियुक्त केले. या वर्णनांवरून असे सूचित होते की चंद्रगुप्त पहिला याने म्हातारपणी सिंहासनाचा त्याग केला आणि आपल्या मुलाला पुढील सम्राट म्हणून नियुक्त केले.

अलाहाबाद स्तंभाच्या शिलालेखानुसार, जेव्हा चंद्रगुप्त प्रथमने त्याला पुढील सम्राट म्हणून नियुक्त केले, तेव्हा "समान जन्म" असलेल्या इतर लोकांच्या चेहऱ्यावर "उदासीनता" दिसून आली. एका व्याख्येवरून असे सूचित होते की हे इतर लोक शेजारचे राजे होते आणि समुदगुप्ताचे सिंहासनावर आरोहण निर्विवाद होते. दुसरा सिद्धांत असा आहे की हे इतर लोक गुप्त राजकुमार होते ज्यांचा सिंहासनावर प्रतिस्पर्ध्याचा दावा होता. जर सम्राट चंद्रगुप्त पहिल्याला खरोखरच अनेक मुलगे असतील तर लिच्छवी राजकन्येचा मुलगा म्हणून समुद्रगुप्ताची पार्श्वभूमी त्याच्या पक्षात असण्याची शक्यता आहे.

कचा नावाच्या गुप्त शासकाची नाणी, ज्याच्या ओळखीवर आधुनिक विद्वानांनी वादविवाद केला आहे, त्याचे वर्णन "सर्व राजांचा संहारक" असे करते. ही नाणी समुद्रगुप्ताने जारी केलेल्या नाण्यांशी जवळीक साधतात. एका सिद्धांतानुसार, कचा हे समुद्रगुप्ताचे पूर्वीचे नाव होते आणि सम्राटाने नंतर समुद्र ("महासागर") हे राजनैतिक नाव धारण केले, ज्यानंतर त्याचे साम्राज्य महासागरापर्यंत विस्तारले. एक पर्यायी सिद्धांत असा आहे की कचा हा एक वेगळा राजा होता (शक्यतो सिंहासनाचा प्रतिस्पर्धी दावेदार) जो समुद्रगुप्ताच्या आधी किंवा नंतर भरभराटीला आला होता.

लष्करी कारकीर्द

गुप्त शिलालेख असे सूचित करतात की समुद्रगुप्ताची लष्करी कारकीर्द उल्लेखनीय होती. समुद्रगुप्ताच्या एरन शिलालेखात असे म्हटले आहे की त्याने "राजांची संपूर्ण टोळी" त्याच्या अधिपत्याखाली आणली होती आणि जेव्हा त्याच्या शत्रूंना त्यांच्या स्वप्नात त्याचा विचार झाला तेव्हा ते घाबरले. शिलालेखात कोणत्याही पराभूत राजाचे नाव नाही (कदाचित कारण त्याचा प्राथमिक उद्देश मंदिरात विष्णू मूर्तीची स्थापना करणे हा होता), परंतु समुद्रगुप्ताने यावेळेपर्यंत अनेक राजांना वश केले होते असे सूचित करते. नंतरचा अलाहाबाद स्तंभ शिलालेख, समुद्रगुप्ताचा मंत्री आणि लष्करी अधिकारी हरिशेन याने लिहिलेला एक विलक्षण शिलालेख, त्याला व्यापक विजयांचे श्रेय देते. 20 हे समुद्रगुप्ताच्या लष्करी विजयांची सर्वात तपशीलवार माहिती देते, त्यांना प्रामुख्याने भौगोलिक आणि अंशतः कालक्रमानुसार सूचीबद्ध करते. त्यात असे म्हटले आहे की समुद्रगुप्ताने शंभर लढाया केल्या, गौरवाच्या खुणा दिसणाऱ्या शंभर जखमा केल्या आणि त्याला प्रक्रम (शौर्य) ही पदवी मिळाली. चंद्रगुप्त II च्या मथुरा शिलालेखात समुद्रगुप्ताचे वर्णन " सर्व राजांचा संहारक" असे केले आहे, ज्याचा तितकाच शक्तिशाली शत्रू नव्हता आणि "चार महासागरांच्या पाण्याने कीर्ती चाखली" अशी व्यक्ती म्हणून वर्णन केले आहे.

आधुनिक विद्वान समुद्रगुप्ताच्या व्यापक लष्करी मोहिमांमागील संभाव्य प्रेरणांबद्दल विविध मते मांडतात. अलाहाबाद स्तंभ शिलालेख असे सुचवितो की समुद्रगुप्ताचे उद्दिष्ट पृथ्वीचे एकीकरण (धारणी-बंध) होते, ज्यावरून असे सूचित होते की त्याने चक्रवर्तीन (एक वैश्विक शासक) बनण्याची आकांक्षा बाळगली असावी. ज्यांना त्याने पराभूत केले त्या नागांच्या अश्वमेध कामगिरीचा त्याच्यावरही प्रभाव पडला असावा. त्याची दक्षिण मोहीम भारत आणि दक्षिण-पूर्व आशिया यांच्यातील व्यापार नियंत्रित करण्याच्या आर्थिक विचारांनी प्रेरित असू शकते.

सुरुवातीचे विजय

अलाहाबाद स्तंभाच्या शिलालेखाच्या सुरुवातीच्या भागात समुद्रगुप्ताने अच्युत, नागसेन आणि एका शासकाचे नाव "उखडून टाकले" असा उल्लेख आहे ज्याचे नाव शिलालेखाच्या खराब झालेल्या भागामध्ये हरवले आहे. तिसरे नाव "-गा" मध्ये संपते आणि सामान्यतः

गणपती-नागा म्हणून पुनर्संचयित केले जाते, कारण शिलालेखाच्या नंतरच्या भागात अच्युत-नंदिन (संभाव्यतः अच्युतासारखेच असावे), नागसेन आणि गणपती-नाग यांचा पुन्हा एकदा उल्लेख केला आहे. समुद्रगुप्ताने पराभूत केलेल्या आर्यवर्ताच्या (उत्तर भारतातील) राजांपैकी. हे राजे सध्याच्या पश्चिम उत्तर प्रदेशचे राज्यकर्ते म्हणून ओळखले जातात (खाली पहा). शिलालेखानुसार, समुद्रगुप्ताने या राज्यकर्त्यांची क्षमा मागितल्यानंतर त्यांना बहाल केले.

शिलालेखात या तिन्ही राजांची नावे नंतर का आली हे कळत नाही. एका सिद्धांतानुसार, हे तीन राजे वासल शासक होते ज्यांनी त्याच्या वडिलांच्या मृत्यूनंतर समुद्रगुप्ताविरुद्ध बंड केले. समुद्रगुप्ताने हे बंड चिरडून टाकले आणि त्यांची क्षमा मागितल्यानंतर त्यांना पुन्हा बहाल केले. नंतर या राज्यकर्त्यांनी पुन्हा बंड केले आणि समुद्रगुप्ताने त्यांचा पुन्हा पराभव केला. दुसरी शक्यता अशी आहे की शिलालेखाच्या लेखकाने समुद्रगुप्ताच्या आर्यावर्तातील नंतरच्या विजयांचे वर्णन करताना या नावांची पुनरावृत्ती करणे आवश्यक वाटले कारण हे राजे त्या प्रदेशातील होते.

समुद्रगुप्ताने कोटा कुटुंबातील वंशजांना पकडण्यासाठी सैन्य पाठवले, ज्यांची ओळख अनिश्चित आहे. कोटा हे सध्याच्या पंजाबचे राज्यकर्ते असावेत, जिथे "कोटा" अशी आख्यायिका असलेली आणि शिव आणि त्याच्या बैलाचे प्रतीक असलेली नाणी सापडली आहेत.

शिलालेखात असे म्हटले आहे की गुप्त सैन्याने कोटा शासकाला पकडले, तर समुद्रगुप्त स्वतः पुष्पा नावाच्या शहरात "खेळला" (किंवा स्वतःला प्रसन्न केले) नंतरच्या काळात कन्याकुब्जासाठी). आधुनिक विद्वानांनी "खेळले" या शब्दाचा विविध प्रकारे अर्थ लावला आहे: एका सिद्धांतानुसार, हा भाग समुद्रगुप्ताच्या राजकुमाराच्या कामगिरीचे वर्णन करतो. एक पर्यायी व्याख्या असा आहे की समुद्रगुप्ताने आपले सैन्य या मोहिमांवर पाठवले, तर तो स्वतः राजधानीतच राहिला. हे देखील शक्य आहे की या मोहिमा किरकोळ गोष्टी होत्या ज्यांना रणांगणावर राजाच्या प्रत्यक्ष सहभागाची आवश्यकता नव्हती असे कवीला सांगायचे होते.

दक्षिणेतील विजय

अलाहाबाद स्तंभाच्या शिलालेखानुसार, समुद्रगुप्ताने दक्षिणेकडील दक्षिणेकडील प्रदेशातील खालील राजांना ताब्यात घेतले (आणि नंतर सोडले):

कोसलाचा महेंद्र
महाकांतराचा व्याघ्र-राजा
कुरळाचा मंतराजा
पिष्टपुराचा महेंद्रगिरी
कोट्टुराचा स्वामिदत्त
एरंडपल्लाचा दमना
कांचीचा विष्णुगोपा
अवमुक्ताचा नीलराजा
वेंगीचा हस्तवर्मन
पलक्काची उग्रसेना
देवराष्ट्राचा कुबेर
कुस्थलापुराचा धनंजया

यापैकी अनेक राजांची अचूक ओळख आधुनिक विद्वानांमध्ये वादातीत आहे, परंतु हे स्पष्ट आहे की या राजांनी भारताच्या पूर्व किनाऱ्यावरील भागांवर राज्य केले. समुद्रगुप्त बहुधा मध्य भारतातील वनक्षेत्रातून जात, सध्याच्या ओडिशातील पूर्व किनाऱ्यावर पोहोचला आणि नंतर बंगालच्या उपसागराच्या किनाऱ्याने दक्षिणेकडे कूच केला.

समुद्रगुप्ताच्या अलाहाबाद शिलालेखाचे भाषांतर

शिलालेखात असे म्हटले आहे की समुद्रगुप्ताने नंतर या राजांना सोडले आणि त्यांना अनुग्रह (अनुग्रह) दिला. बहुतेक आधुनिक विद्वानांचा असा सिद्धांत आहे की समुद्रगुप्ताने या राज्यकर्त्यांना त्याच्या उपनद्या म्हणून पुनर्स्थापित केले. MGS नारायणन अनुग्रह या शब्दाचा अर्थशास्त्रातील घटनेच्या आधारे वेगळ्या पद्धतीने अर्थ लावतात; तो असा सिद्धांत मांडतो की समुद्रगुप्ताने या राज्यांना त्यांच्या युती सुरक्षित करण्यासाठी "संरक्षण आणि मदत" दिली.

जे. डुब्रेयुल आणि बी.व्ही. कृष्णराव यांसारख्या काही विद्वानांनी असा सिद्धांत मांडला की समुद्रगुप्ताने फक्त कृष्णा नदीपर्यंतच प्रगती केली आणि त्याला विरोध करण्यासाठी दक्षिणेकडील राजांनी एक मजबूत संघ स्थापन केल्यावर त्याला युद्ध न करता माघार घ्यावी लागली. या विद्वानांच्या मते, समुद्रगुप्ताने या राजांची सुटका केल्याचा दावा हा सम्राटाचे अपयश झाकण्याचा समुद्रगुप्ताच्या दरबारी केलेला प्रयत्न आहे. तथापि, दक्षिणेकडील राजांनी समुद्रगुप्ताविरुद्ध संघराज्य स्थापन केल्याचा कोणताही पुरावा नाही. इतिहासकार अश्विनी अग्रवाल नोंदवतात की पकडलेल्या राजाला मुक्त करणे हे प्राचीन भारतीय राजकीय आदर्शांशी सुसंगत आहे. उदाहरणार्थ, कौटिल्यने तीन

प्रकारचे विजेते परिभाषित केले आहेत: नीतिमान विजेता (धर्म-विजयी), जो विजयी राजाला त्याच्या अधिपत्याच्या मान्यतेच्या बदल्यात पुनर्संचयित करतो; लोभा विजेता (लोभा-विजय), जो पराभूत राजाची संपत्ती काढून घेतो परंतु त्याचा जीव वाचवतो; आणि आसुरी विजेता (असुर-विजय), जो पराभूत राजाच्या प्रदेशावर कब्जा करतो आणि त्याला मारतो. गुप्त काळातही असे राजकीय आदर्श अस्तित्वात होते, जसे की कालिदासाच्या रघुवंशातील विधानावरून स्पष्ट होते की "नीतिमान विजयी सम्राट (रघू) यांनी केवळ पकडलेल्या आणि सोडलेल्या महेंद्राच्या अधिपतीचे राजेशाही वैभव काढून घेतले, परंतु त्याचे राज्य नाही." त्यामुळे, समुद्रगुप्ताने नीतिमान विजेत्याप्रमाणे वर्तन केले आणि पराभूत राजांना त्याचे वासल म्हणून पुनर्संचयित केले असण्याची शक्यता आहे.

कोसलाचा महेंद्र

येथे कोसल म्हणजे दक्षिणा कोसला, ज्यामध्ये सध्याचे छत्तीसगड आणि ओडिशा या भागांचा समावेश होतो. एक सिद्धांत कोसलच्या महेंद्रची ओळख महेंद्रदित्य नावाच्या नल राजाशी करतो.

महाकांतराचा व्याघ्र-राजा

इतिहासकार केपी जयस्वाल यांनी महाकांतारा (शब्दशः "महान वाळवंट") हे सध्याच्या छत्तीसगडमधील बस्तर-कांकेर क्षेत्र म्हणून ओळखले आहे. दुसऱ्या सिद्धांतानुसार, महाकांतरा हा महावन सारखाच आहे, जो सध्याच्या ओडिशाच्या जेपोरच्या आसपासच्या वनक्षेत्रासाठी नाव म्हणून वापरला जाणारा समानार्थी शब्द आहे.

पूर्वीच्या इतिहासकारांनी महाकांतरा हा मध्य भारतातील प्रदेश म्हणून ओळखला आणि व्याघ्र-राजाची ओळख वाकाटक सरंजामदार व्याघ्र-देवाशी केली, ज्यांचे शिलालेख नाचना येथे सापडले आहेत. तथापि, ही ओळख आता चुकीची मानली जाते, कारण समुद्रगुप्ताने वाकाटकांविरुद्ध लढा दिल्याचे ज्ञात नाही.

कुरळाचा मंतराजा

दक्षिण कोसल प्रदेशात राज्य करणारा शरभपुरिया राजा नरेंद्र याच्या रावण शिलालेखात मंतराज-भुक्ती ("मंतराजाचा प्रांत") नावाच्या क्षेत्राचा उल्लेख आहे. त्यामुळे, केडी बाजपेयी सारख्या काही इतिहासकारांचा असा सिद्धांत आहे की मंतराजा हा दक्षिण कोसल प्रदेशात राज्य करणारा राजा होता. इतिहासकार ए.एम. शास्त्री या सिद्धांतावर विवाद करतात आणि असा युक्तिवाद करतात की कोसलचा शासक (म्हणजे दक्षिणा कोसल) अलाहाबाद स्तंभ शिलालेखात स्वतंत्रपणे उल्लेख केला आहे.

लॉरेन्झ फ्रांझ किलहॉर्न यांनी असा अंदाज लावला की कुरला हे 7व्या शतकातील राजे पुलकेशिन II याच्या आयहोल शिलालेखात नमूद केलेल्या कौरला (किंवा कुणाला) सारखेच होते आणि ते सध्याच्या आंध्र प्रदेशातील कोल्लेरू तलावाच्या आसपासचे क्षेत्र म्हणून ओळखले जाते. हा प्रदेश हस्तिवर्मनच्या वेंगी राज्याचा एक भाग होता, ज्याचा अलाहाबाद स्तंभ शिलालेखात स्वतंत्रपणे उल्लेख करण्यात आला आहे, असे नमूद करून एचसी रायचौधुरी या ओळखीवर विवाद करतात.

कुरळाच्या इतर प्रस्तावित ओळखींमध्ये ओडिशातील भंजनगर (पूर्वीचा रसेलकोंडा) जवळील कोलाडा; आणि कुलुला, 11व्या शतकातील राजा राजेंद्र चोल यांच्या महेंद्रगिरी शिलालेखात नमूद केलेला प्रदेश आणि सध्याच्या तेलंगणामधील चेर्ला या प्रदेशाचा समावेश होतो.

पिष्टपुराचा महेंद्रगिरी

पिष्टपुरा हे आंध्र प्रदेशातील आधुनिक पिठापुरम आहे. गिरी या शब्दाने संस्कृतमध्ये टेकडीचा उल्लेख केला आहे, आणि म्हणूनच, JF फ्लीटने असा अंदाज लावला की "महेंद्रगिरी" हे एखाद्या व्यक्तीचे नाव असू शकत नाही: त्यांनी सुचवले की श्लोक (महेंद्रगिरी-कौत्तूरक-स्वामिदत्त) हा "महेंद्र" नावाच्या राजाचा संदर्भ देतो आणि एक जागा आहे. "टेकडीवरील कोट्टुरा" असे म्हणतात ज्यावर स्वामिदत्ताचे राज्य होते. तथापि, फ्लीटचे भाषांतर चुकीचे आहे: श्लोक स्पष्टपणे पिष्टपुराचा महेंद्रगिरी आणि कोट्टुराचा स्वामिदत्त यांचा दोन भिन्न व्यक्ती म्हणून उल्लेख करतो. जी. रामदासांनी श्लोकाचा अर्थ स्वामिदत्त हा पिष्टपुराचा शासक आणि "महेंद्रगिरीजवळचा कोट्टुरा" असा केला, तर भाऊ दाजींनी "पिष्टपुरा, महेंद्रगिरी आणि कोट्टुरा यांचा स्वामिदत्त" असा अनुवाद केला. तथापि, ही भाषांतरे देखील चुकीची आहेत. राजाच्या नावाबाबतची चिंता अवैध आहे: अनेक ऐतिहासिक नोंदींमध्ये गिरी या शब्दाचा शेवट असलेल्या नावांचा उल्लेख आढळतो.

कोट्टुराचा स्वामिदत्त

कलिंग प्रदेशातून समुद्रगुप्ताच्या जाण्याला विरोध करणाऱ्या प्रमुखांपैकी स्वामिदत्त हा बहुधा एक होता. कोट्टुराची ओळख आधुनिक कोट्टूरू (किंवा कोथूर) या श्रीकाकुलम जिल्ह्यात, आंध्र प्रदेश (पारलाखेमुंडी, ओडिशाजवळ) मध्ये झाली आहे. सध्याच्या आंध्र प्रदेशातील इतर समान नामांकित ठिकाणांसह पर्यायी प्रस्ताव ओळखतात.

एरंडपल्लाचा दमना

एरंडापल्लाच्या प्रस्तावित ओळखींमध्ये श्रीकाकुलमजवळील एरंडापली, मुखलिंगमजवळील एक शहर, विशाखापट्टणम जिल्ह्यातील येंडीपल्ली आणि पश्चिम गोदावरी जिल्ह्यातील एंडीपल्ली यांचा समावेश होतो.

कांचीचा विष्णुगोपा

विष्णुगोपाची ओळख कांचीपुरमचा पल्लव शासक म्हणून केली जातेः समुद्रगुप्ताचे आक्रमण कदाचित जेव्हा त्याने त्याचा पुतण्या स्कंदवर्मन तिसऱ्यासाठी कारभारी म्हणून काम केले तेव्हा झाले होते.

अवमुक्ताचा नीलराजा

अवमुक्ताची ओळख अनिश्चित आहे. ब्रह्मांड पुराणात गौतमी नदीच्या (म्हणजेच गोदावरी) काठावर असलेल्या "अविमुक्त-क्षेत्र" नावाच्या क्षेत्राचा उल्लेख आहे, ज्याची ओळख समुद्रगुप्ताच्या शिलालेखातील अवमुक्ताने केली जाऊ शकते. 49 काही ऐतिहासिक ग्रंथ वाराणसीच्या आजूबाजूच्या प्रदेशासाठी अवमुक्त-क्षेत्र हे नाव वापरतात, परंतु वाराणसी दक्षिणपथामध्ये स्थित नाही, आणि म्हणूनच शिलालेखात उल्लेख केलेला अवमुक्त नक्कीच नव्हता.

वेंगीचा हस्तवर्मन

हस्तीवर्मन हा आंध्र प्रदेशातील वेंगी (आधुनिक पेडावेगी) चा शालंकायन राजा होता.

पलक्काची उग्रसेना

जे. डुब्रेयुल यांनी पलक्काची ओळख अनेक पल्लवांच्या शिलालेखांमध्ये पलक्कड या नावाने केलेली जागा आहे; हे स्थान बहुधा पल्लव व्हाईसरॉयल्टीचे मुख्यालय होते. उदाहरणार्थ, युवा-महाराजा (राजकुमार) विष्णुगोपा-वर्मन यांचा उरुवपल्ली अनुदान शिलालेख पलक्कड येथून जारी करण्यात आला होता.

जी. रामदास यांनी नेल्लोर जिल्ह्यातील उदयगिरी आणि वेंकटगिरी यांच्यामध्ये स्थित पक्कई या नावाने ओळखले आणि सिद्धांत मांडला की हे ठिकाण 10 व्या शतकातील चोल राजाच्या शिलालेखांमध्ये पाक-नाडू, पंक-नाडू किंवा पाकई-नाडू म्हणून संबोधले गेले आहे. राजाराजा पहिला.

देवराष्ट्राचा कुबेर

एका सिद्धांतानुसार, देव-राष्ट्र हे सध्याच्या उत्तर आंध्र प्रदेशातील ऐतिहासिक कलिंग प्रदेशात होते. वसिष्ठ राजा अनंतवर्मनचा शृंगवरपुकोटा शिलालेख, या भागातील पिष्टपुरा येथून जारी करण्यात आला असून, त्याचे आजोबा गुणवर्मन यांचे वर्णन देव-राष्ट्राधिपती ("देव-राष्ट्राचे स्वामी") असे करते. 10व्या शतकातील वेंगी चालुक्य राजा भीम पहिला याच्या कासिमकोटा शिलालेखात कलिंगमधील देव-राष्ट्र नावाच्या विषयाचा (जिल्हा) उल्लेख आहे. याच्या आधारे जे. डुब्रेयुल यांनी देवराष्ट्र हे आंध्र प्रदेशातील सध्याच्या येलामांचिली तालुक्यातील ठिकाण म्हणून ओळखले. समुद्रगुप्ताच्या काळात, कलिंग प्रदेश अनेक लहान राज्यांमध्ये विभागलेला दिसतो, ज्यामध्ये कोट्टुरा, पिष्टपुरा आणि देवराष्ट्र यांचा समावेश असावा.

कुस्थलापुराचा धनंजया

समुद्रगुप्ताच्या शिलालेखातील धनंजया हा धनंजयासारखाच असावा असा अंदाज बी.व्ही. कृष्णराव यांनी मांडला होता ज्यांच्यापासून धन्यकटकाच्या (आधुनिक आंध्र प्रदेशातील धरणीकोटा) सरदारांनी वंशज असल्याचा दावा केला होता. सध्याच्या तेलंगणातील अलेरू नदीच्या काठावर वसलेल्या आधुनिक कोलानुपाका (किंवा कोल्लीपाक) सह कुस्थलापुराची ओळख त्यांनी केली. दुसरा सिद्धांत कुस्थलापुराची ओळख दक्षिणा कोसलाजवळील कुशस्थली नदीच्या भोवती असलेल्या पत्रिकेसह करतो.

उत्तरेकडील विजय

अलाहाबाद स्तंभाच्या शिलालेखानुसार, समुद्रगुप्ताने उत्तरेकडील आर्यावर्तातील खालील राजांना "जबरदस्तीने उपटून टाकले":

रुद्रदेव

माटिला

नागदत्त

चंद्रवर्मन

गणपतीनागा

नागसेना

अच्युत-नंदिन

बालवर्मन

दक्षिणेकडील राजांच्या विपरीत, शिलालेखात या राजांनी राज्य केलेल्या प्रदेशांचा उल्लेख नाही, जे सूचित करते की त्यांची राज्ये गुप्त साम्राज्याशी जोडली गेली होती. 53 शिलालेखात असेही नमूद केले आहे की समुद्रगुप्ताने इतर काही राजांना पराभूत केले, परंतु त्यांच्या नावांचा उल्लेख नाही, कवीने त्यांना बिनमहत्त्वाचे म्हणून पाहिले आहे.

रुद्रदेव

रुद्रदेव हा रुद्र नावाच्या राजासारखाच असू शकतो, ज्याचे नाणे कौशांबी येथे सापडले आहे. दुसरा सिद्धांत रुद्रदेवाची ओळख उज्जैनचा पाश्चात्य क्षत्रप (शक) राजा, रुद्रदामन दुसरा किंवा रुद्रसेन तिसरा याच्याशी करतो.

के.एन. दीक्षित आणि केपी जयस्वाल यांसारख्या पूर्वीच्या काही विद्वानांनी रुद्रदेवाची ओळख वाकाटक राजा रुद्रसेन I याच्याशी केली. तथापि, ही ओळख चुकीची असल्याचे दिसते, कारण समुद्रगुप्ताच्या शिलालेखात रुद्रदेवाचा उत्तरेकडील (आर्यावर्त) राजा असा स्पष्ट उल्लेख आहे, तर वाकाटक राजा. दक्षिणेकडील प्रदेशात (दक्षिणापथ) राज्य केले. या ओळखीच्या समर्थनार्थ उद्धृत केलेला युक्तिवाद असा आहे की रुद्रसेनाला सम्राट ("सम्राट") च्या विरूद्ध महाराजा ("महान राजा") ही पदवी धारण केली होती, जी समुद्रगुप्ताच्या अधीनस्थ स्थितीचे प्रतीक आहे. तथापि, अनेक सार्वभौम वाकाटक राजांनी महाराजा ही पदवी धारण केली: केवळ प्रवरसेन मी वाजपेय विधी यज्ञ केल्यानंतर सम्राट ही पदवी धारण केली. रुद्रसेनचा वंशज पृथ्वीशेन II याच्या शिलालेखात वाकाटक राज्याचा शंभर वर्षे भरभराट होत असल्याचा उल्लेख आहे, असे सूचित करते की रुद्रसेनच्या कारकिर्दीत वाकाटक राजवट अबाधित राहिली.

मातिला

मातिलाची ओळख निश्चित नाही. तत्पूर्वी, मटिलाची ओळख बुलंदशहर येथे सापडलेल्या टेराकोटा सीलवरून ओळखल्या जाणाऱ्या मटिलाशी झाली होती. तथापि, हा मट्टिला हा शासक होता याचा कोणताही पुरावा नाही, आणि शिलालेखकार जगन्नाथ अग्रवाल यांनी पुरातत्त्वशास्त्राच्या आधारे सील 6 व्या शतकात लावला आहे.

नागदत्त

नागदत्त हे इतर कोणत्याही शिलालेख किंवा नाण्यांवरून ओळखले जात नाही, परंतु त्याच्या नावावरून असे सुचवले जाते की तो नागा शाखेचा शासक असावा. 56 डी.सी.सरकार यांनी असा सिद्धांत मांडला की ते गुप्त व्हाईसरॉयच्या घराण्याचे पूर्वज होते, ज्यांचे नाव -दत्ता असे होते. तेज राम शर्मा असा अंदाज लावतात की ते कदाचित नागा शासक असावेत, ज्यांचे उत्तराधिकारी बंगालमध्ये गुप्ता व्हाईसरॉय म्हणून पाठवले गेले होते जेव्हा कुटुंबाने गुप्त अधिराज्य स्वीकारले होते.

चंद्रवर्मन

समुद्रगुप्ताच्या शिलालेखातील चंद्रवर्मनची ओळख सध्याच्या पश्चिम बंगालमधील पुष्करणाचा (आधुनिक पखन्ना) शासक चंद्रवर्मनशी झाली आहे. पु.ल.गुप्ता आणि काही पूर्वीच्या विद्वानांनी या शासकाची ओळख आणखी एका चंद्रवर्मनशी केली आहे, ज्याचा उल्लेख सध्याच्या मध्य प्रदेशातील मंदसौर येथे सापडलेल्या शिलालेखात आढळतो. अलाहाबाद स्तंभाच्या शिलालेखात सुचविल्याप्रमाणे, समुद्रगुप्ताने आर्यवर्तातील सर्व राजांचा "उत्तम" केला आणि त्यांचे प्रदेश जोडले, असा युक्तिवाद करून तेज राम शर्मा या ओळखीवर विवाद करतात; तथापि, नरवर्मन - मंदसौरच्या चंद्रवर्मनचा भाऊ - 404 CE मध्ये सरंजामदार म्हणून राज्य करत होता.

गणपतीनागा

गणपती-नागाची ओळख नागा राजा म्हणून केली जाते. पद्मावती, विदिशा आणि मथुरा येथे गणपतीची आख्यायिका असलेली अनेक नाणी सापडली आहेत. या नाण्यांवर "नागा" हा प्रत्यय नसला तरी, ते स्कंद-नाग, बृहस्पती-नाग आणि देव-नाग यांसारख्या इतर नागा राजांनी जारी केलेल्या नाण्यांसारखेच आहेत. मथुरा येथे शेकडो गणपतीची नाणी सापडल्यामुळे असे दिसते की तो मथुरा येथे मुख्यालय असलेल्या नागा शाखेचा अधिपती होता.

नागसेना

7व्या शतकातील हर्षचरित हा नागा राजा नागसेनाचा संदर्भ आहे, जो "पद्मावती येथे त्याच्या नशिबात भेटला, कारण त्याची गुप्त योजना सारिका पक्ष्याने उघड केली होती". हे एखाद्या ऐतिहासिक व्यक्तीचे वर्णन करते असे गृहीत धरून असे दिसते की नागसेन हा सध्याच्या मध्य प्रदेशातील पद्मावती येथे मुख्यालय असलेल्या नागा शाखेचा शासक होता.

अच्युत-नंदिन

अच्युत-नंदिन हा अच्युतासारखाच आहे, ज्याचा उल्लेख अग्रलेखात आहे; पूर्वीच्या श्लोकांमध्ये छंदोबद्ध हेतूने त्याचे नाव लहान केले गेले असावे. पर्यायाने एक सिद्धांत अच्युत आणि नंदिन यांना दोन वेगळे राजे म्हणून ओळखतो.

अच्युत हा सध्याच्या उत्तर प्रदेशातील अहिच्छत्राचा शासक होता, जिथे त्याला नाणी सापडली आहेत. या नाण्यांवर "अच्यु" अशी आख्यायिका आहे आणि ती नागा शासकांनी जारी केलेल्या नाण्यांसारखी आहेत. यामुळे समुद्रगुप्ताने पराभूत केलेला अच्युत-नंदिन अहिछत्र येथे मुख्यालय असलेल्या नागा शाखेचा शासक होता असे सुचवले गेले आहे.

बालवर्मन

व्ही.व्ही. मिराशी यांनी बाल-वर्मन (किंवा बालवर्मा) हे कोसंबीच्या मघा घराण्याचे शासक म्हणून ओळखले. यूएन रॉय यांनी सुचवले की बाल-वर्मन हे मौखरी राजांचे पूर्वज असावेत, ज्यांनी सुरुवातीला गुप्त वासल म्हणून काम केले आणि ज्यांचे नाव -वर्मन असे संपले. दुसरा सिद्धांत त्याला एरनचा शक शासक श्रीधर-वर्मनचा उत्तराधिकारी म्हणून ओळखतो. समुद्रगुप्ताने एरन येथील शिलालेखाच्या शोधावरून सुचविल्याप्रमाणे एरनच्या राजवंशाचा अंत केला असावा.

के.एन. दीक्षित यांनी बालवर्मनची ओळख बालवर्मनशी केली, जो कामरूपाच्या वर्मन घराण्याचा शासक होता; तथापि, बालवर्मन हे समुद्रगुप्ताचे समकालीन नव्हते. शिवाय, अलाहाबाद स्तंभ शिलालेखात नंतर कामरूपाचा उल्लेख एक वेगळे सीमावर्ती राज्य म्हणून

करण्यात आला आहे.

वन प्रदेशात विजय

अलाहाबाद स्तंभाच्या शिलालेखानुसार, समुद्रगुप्ताने वनक्षेत्रातील सर्व राजांना (अटविका) अधीन केले. हा वन प्रदेश मध्य भारतात स्थित असावा: परिव्राजक राजवंशाचे शिलालेख, ज्यांनी या भागात राज्य केले, असे नमूद केले आहे की त्यांचे पूर्वजांचे राज्य 18 वन राज्यांमध्ये होते.

सीमावर्ती राजे आणि जमाती

पंजाब परिसरात "समुद्र" नावाने नाणे काढले गेले, कुशाण साम्राज्याच्या उत्तरार्धातील नाणे आणि तमघा समुद्र तम्घा. ही विलक्षण नाणी शेवटच्या कुशाण शासक किपुनाडाच्या पतनानंतरची आणि वायव्य भारतातील पहिल्या किडाराइट हूणांच्या नाण्यांपूर्वीची आहेत. CE 350-375 च्या आसपास.

अलाहाबाद स्तंभाच्या शिलालेखात असे नमूद केले आहे की अनेक सीमावर्ती राज्ये आणि आदिवासी कुलीन वर्गाच्या शासकांनी समुद्रगुप्ताला श्रद्धांजली वाहिली, त्याच्या आदेशाचे पालन केले आणि त्याला नमन केले. शिलालेखात स्पष्टपणे पाच राज्यांचे सीमावर्ती प्रदेश म्हणून वर्णन केले आहे: आदिवासींनी नियंत्रित केलेले क्षेत्र देखील समुद्रगुप्ताच्या राज्याच्या सीमेवर असावेत.

"समुद्रगुप्त, ज्याच्या भयंकर राजवटीला सर्व खंडणी, आदेशांची अंमलबजावणी आणि (त्याच्या दरबारात) भेटी देऊन समता, डवाक, कामरूप, नेपला आणि कार्तरीपुरासारख्या सीमावर्ती राज्यकर्त्यांनी नमस्कार केला होता आणि मैलाव , अर्जुनयान, यौधेय, मद्राक, आभिरस, प्रर्जुन, सनकानिक, काक, खरपारिक आणि इतर राष्ट्रे."

— समुद्रगुप्ताच्या अलाहाबाद स्तंभ शिलालेखाच्या 22-23 ओळी (rc350-375 CE).

इतिहासकार उपिंदर सिंग यांनी सिद्धांत मांडला आहे की गुप्त सम्राटाशी या सीमावर्ती शासकांच्या संबंधांमध्ये "काही घटक सरंजामशाही संबंध" होते. इतिहासकार आर.सी. मजुमदार यांच्या मते, समुद्रगुप्ताच्या आर्यवर्त आणि दक्षिणपथातील विजयांमुळे त्याची प्रतिष्ठा इतकी वाढली असण्याची शक्यता आहे की सीमावर्ती शासक आणि जमातींनी त्याला न लढता स्वाधीन केले.

सीमावर्ती राज्यांमध्ये हे समाविष्ट होते:

अलाहाबाद स्तंभ शिलालेखात "दवका" (ब्राह्मी लिपी: गुप्ता अलाहाबाद)

समता, सध्याच्या बंगालमध्ये स्थित आहे.

डावका, सध्याच्या आसाममध्ये आहे.

कामरूपा, सध्याच्या आसाममध्ये आहे.

नेपाळा, सध्याच्या नेपाळमध्ये स्थित आहे.

एका सिद्धांतानुसार, नेपाळ येथे लिच्छवी राज्याचा संदर्भ आहे, ज्याचे शासक समुद्रगुप्ताचे मातृ नातेवाईक असावेत.

कर्तृपुरा, कदाचित सध्याच्या उत्तराखंडमध्ये स्थित आहे: शिलालेखात बंगालपासून आसामपर्यंत नेपाळपर्यंतच्या भौगोलिक क्रमाने सीमावर्ती राज्यांची नावे असल्याचे दिसते; या क्रमाने उत्तराखंड पुढे असेल. 70 सध्याच्या पंजाबमधील कर्तारपूर आणि कर्तारपूरची ओळख आता अप्रचलित असलेल्या सिद्धांताने केली, परंतु कर्तारपूरची स्थापना खूप नंतर, व्या शतकात, गुरु अर्जन यांनी केली.

इतर राज्यकर्त्यांशी संबंध

समुद्रगुप्ताच्या शिलालेखात असे नमूद केले आहे की अनेक राजांनी त्याला वैयक्तिकरित्या उपस्थित राहून प्रसन्न करण्याचा प्रयत्न केला; त्याला त्यांच्या मुली लग्नासाठी अर्पण करणे (किंवा, दुसर्या अर्थानुसार, त्याला दासी भेट देणे 82); आणि गरुड-चित्रित गुप्त सीलचा वापर त्यांच्या स्वतःच्या प्रदेशांच्या प्रशासनासाठी शोधत आहे. 83 या राजांमध्ये "दैवपुत्र-शाही-शहानुशाही, शक-मुरुंदा आणि सिंहलासारख्या बेटावरील देशांचे राज्यकर्ते" यांचा समावेश होता. 67 84

दैवपुत्र-शाही-शहानुशाही

दैवपुत्र, शाही आणि शहानुशाही ही तीन भिन्न राज्ये होती, असा सिद्धांत जॉन ॲलन यांनी मांडला होता; किंवा पर्यायाने शाही-शहानुशाही हे एकच राज्य होते. इतिहासकार डी.आर. भांडारकर यांनी असा युक्तिवाद केला की दैवपुत्र ("देवपुत्राचा वंशज") हे एकटे नाव असू शकत नाही आणि दैवपुत्र-शाही-शहानुशाहीला एकच शासक म्हणून ओळखले, शक्यतो किडारा पहिला, ज्याने गांधार (सध्याचे अफगाणिस्तान) हे नवीन राज्य स्थापन केले होते.).

इतिहासकार तेज राम शर्मा यांच्या मते, दैवपुत्र म्हणजे कुषाण राजा (देवपुत्र हे कुशाण उपाधी); शाही म्हणजे कुशाणांच्या उपशाखेचा संदर्भ; आणि शहानुशाही म्हणजे ससानियनांचा संदर्भ. या राजांनी सध्याच्या पंजाब आणि अफगाणिस्तानचा काही भाग नियंत्रित केला.

इतिहासकार अश्विनी अग्रवाल यांनी असा सिद्धांत मांडला आहे की किदारा, ज्याने सुरुवातीला ससानियन राजा शापूर II चा जामीनदार म्हणून राज्य केले, त्याने त्याच्या ससानियन अधिपतीचा पाडाव करण्यासाठी समुद्रगुप्तासोबत युती केली असावी. रघुवंशामध्ये, गुप्त दरबारी कवी कालिदासाने म्हटले आहे की त्याचा नायक रघुने पारसिकांचा (पर्शियन्स) पराभव केला: अग्रवालचे असे अनुमान आहे की हे

वर्णन किदराईत-गुप्ताच्या ससानियांवरील विजयापासून प्रेरित असावे.

अब्राहम एराली आणि इतरांच्या मते, देवपुत्र शाहि शाहनू शाही ही अभिव्यक्ती स्पष्टपणे कुशाण राजपुत्रांना नियुक्त करते, कुशाण राजकिय उपाधी देवपुत्र, शाओ आणि शाओनानोशाओ यांचे विकृत रूप आहे: "देवाचा पुत्र, राजा, राजांचा राजा". यावरून असे सूचित होते की अलाहाबाद शिलालेखाच्या काळापर्यंत कुशाणांचे राज्य पंजाबमध्ये होते, परंतु गुप्त सम्राटाच्या अधिपत्याखाली होते.

शक-मुरुंदस

समुद्रगुप्ताने अलाहाबाद स्तंभामध्ये (ओळ 23) उल्लेख केलेला पराभूत "शक" (गुप्त अलाहाबाद sh.svgGupta अलाहाबाद k.svg) बहुधा मध्य भारतातील शक शासक श्रीधरवर्मनचा संदर्भ देत असावा.

काही विद्वानांचा असा विश्वास आहे की "शक-मुरुंडस" हा शब्द एकाच अस्तित्वाचा संदर्भ देतो. उदाहरणार्थ, स्टेन कोनो सारख्या विद्वानांनी असे प्रतिपादन केले की "मुरुंडा" हे शक शीर्षक आहे ज्याचा अर्थ "प्रभु" आहे; कुशाणांनीही तत्सम शीर्षके वापरली (उदाहरणार्थ, कनिष्काला त्याच्या झेडा शिलालेखात "मुरोडा" असे शीर्षक दिले आहे).

केपी जयस्वाल सारख्या इतर विद्वानांचा असा विश्वास आहे की शक आणि मुरुंड हे लोकांचे दोन भिन्न गट आहेत. या सिद्धांतानुसार, येथे शक बहुधा उज्जैनच्या पाश्चात्य क्षत्रप शासकांना सूचित करतात. जयस्वाल नोंदवतात की पुराणांमध्ये 13 मुरुंडा राजांच्या राजवटीचा उल्लेख आहे आणि हेमचंद्राच्या अभिधान-चिंतामणीने मुरुंडाचे वर्णन लम्पाका (सध्याच्या अफगाणिस्तानातील) लोक म्हणून केले आहे. तथापि, अग्रवाल नमूद करतात की हे स्रोत तुलनेने उशिरा आले आहेत आणि शकांची एक शाखा "मुरुंडस" म्हणून ओळखली गेली असण्याची शक्यता आहे.

समुद्रगुप्ताच्या शिलालेखात उल्लेख केलेल्या शकांचे नेमके स्थान निश्चित नाही. व्हीए स्मिथने त्यांची ओळख पश्चिम क्षत्रपांशी केली, ज्यांनी पश्चिम माळवा आणि सौराष्ट्र प्रदेश नियंत्रित केला. डी.आर. भांडारकर यांनी पर्यायाने शक-मुरुंडा शासकाची ओळख श्रीधर-वर्मन या शक शासकाशी केली, ज्यांचे शिलालेख सांची (कणकेर्हा शिलालेख) आणि एरन येथे सापडले आहेत. त्यानंतर एरन समुद्रगुप्ताच्या थेट नियंत्रणाखाली आला, त्याच्या एरन शिलालेखाने प्रमाणित केले आहे.

सिम्हाला आणि इतर बेटे

चिनी सूत्रांनुसार, सिंहाला (सध्याचे श्रीलंका) राजा मेघवर्णाने आपल्या राज्यातील यात्रेकरूंच्या सोयीसाठी बोधगया येथे मठ बांधण्याचा प्रयत्न केला. या उद्देशासाठी त्याने भरपूर भेटवस्तू पाठवल्या आणि समुद्रगुप्ताने मठ बांधण्याची त्याची विनंती मंजूर केली. काव्यात्मक अतिशयोक्तीचा वापर करून, समुद्रगुप्ताचा दरबारी हरिशेन याने मुत्सद्देगिरीच्या या कृत्याचे वर्णन अधीनतेचे कृत्य म्हणून केलेले दिसते. त्याचप्रमाणे, 7व्या शतकातील चिनी प्रवासी झुआनझांग, ज्याने या मठाला भेट दिली होती, त्याने मेघवर्णाने पाठवलेल्या समृद्ध भेटवस्तूंना श्रद्धांजली मानल्यासारखे दिसते: तो म्हणतो की मेघवर्णाने "भारताच्या राजाला त्याच्या देशाचे सर्व दागिने दिले".

"इतर बेटे" ही दक्षिण-पूर्व आशियातील भारतीय राज्ये असू शकतात, परंतु त्यांचे राज्यकर्ते समुद्रगुप्ताच्या अधीन होते असा कोणताही पुरावा नाही. त्यांनी बहुधा गुप्त साम्राज्यात दूतावास पाठवले आणि मैत्रीपूर्ण संबंध ठेवले. 94 ताम्रलिप्तीसारखी गुप्त साम्राज्याची सागरी बंदरे बहुधा सागरी मार्गाने या राज्यांशी जोडलेली होती. या राज्यांमध्ये संस्कृतचा व्यापक वापर गुप्त प्रभावामुळे झाला असावा.

शाही व्याप्ती

समुद्रगुप्ताच्या साम्राज्यात उत्तर भारतात स्थित एक मुख्य प्रदेश समाविष्ट होता, ज्यावर थेट सम्राटाचे नियंत्रण होते. याशिवाय, त्यात अनेक राजेशाही आणि आदिवासी उपनदी राज्यांचा समावेश होता. इतिहासकार आर सी मजुमदार यांनी असा सिद्धांत मांडला आहे की पश्चिमेला रावी नदी (पंजाब) ते पूर्वेला ब्रह्मपुत्रा नदी (बंगाल आणि आसाम) आणि उत्तरेकडील हिमालयाच्या पायथ्यापासून दक्षिणेकडील विंध्य डोंगरापर्यंत पसरलेल्या क्षेत्रावर समुद्रगुप्ताचे नियंत्रण होते. त्याच्या प्रदेशाची दक्षिण-पश्चिम सीमा सध्याच्या कर्नालपासून भिलसापर्यंत काढलेल्या काल्पनिक रेषेचे अंदाजे पालन करते.

दक्षिणेत, समुद्रगुप्ताच्या साम्राज्यात सध्याच्या मध्य प्रदेशातील एरनचा निश्चितपणे समावेश होता, जिथे त्याचा शिलालेख सापडला आहे. अलाहाबाद स्तंभाचा शिलालेख असे सूचित करतो की तो दक्षिणेकडील कांचीपुरमपर्यंत गेला. तथापि, अलाहाबाद स्तंभ शिलालेखातील दावे राजेशाही स्तुतीचे असल्याने, त्यांना सावधगिरीने वागवले पाहिजे. दक्षिणेचे राजे त्याच्या थेट अधिपत्याखाली नव्हते: त्यांनी फक्त त्याला श्रद्धांजली वाहिली.

इतिहासकार कुणाल चक्रवर्ती यांच्या मते, समुद्रगुप्ताच्या लष्करी मोहिमेमुळे सध्याच्या पंजाब आणि राजस्थानच्या आदिवासी प्रजासत्ताकांना कमकुवत केले, परंतु ही राज्येही त्याच्या थेट अधिपत्याखाली नव्हती: त्यांनी फक्त त्याला श्रद्धांजली वाहिली. इतर राजांवर नियंत्रण ठेवण्याचा समुद्रगुप्ताचा दावा संशयास्पद आहे. इतिहासकार अश्विनी अग्रवाल नोंदवतात की गदाहार जमातीच्या सोन्याच्या नाण्यावर समुद्राची आख्यायिका आहे, ज्यावरून असे सूचित होते की समुद्रगुप्ताचे नियंत्रण पंजाब प्रदेशातील चिनाब नदीपर्यंत होते.

जेएफ फ्लीट सारख्या पूर्वीच्या काही विद्वानांचा असा विश्वास होता की समुद्रगुप्ताने महाराष्ट्रासह देवराष्ट्र आणि एरंडपल्ला एरंडोलच्या ओळखीच्या आधारे महाराष्ट्राचा एक भाग देखील जिंकला होता, जिथे काही गुप्तकालीन अवशेष सापडले आहेत. 100 तथापि, हा सिद्धांत

यापुढे योग्य मानला जात नाही.

नाणे

समुद्रगुप्त हा नाणी पाडणारा पहिला गुप्त शासक होता. वायव्येकडील समुद्रगुप्ताच्या विजयानंतर, कुशाण साम्राज्याच्या नाण्यांचे अनुकरण करून, त्याचे वजन मानक, तंत्रे आणि रचनांचा अवलंब केला होता. नाण्यांचे दोन प्रकार सारखेच आहेत, शासकाच्या शिरोभूषणाशिवाय (कुशाण टोकदार टोपीऐवजी जवळची टोपी), त्रिशूळऐवजी गरूड मानक आणि समुद्रगुप्ताचे दागिने, जे भारतीय आहेत.

गुप्त साम्राज्याची नाणी सुरुवातीला कुशाण साम्राज्याच्या नाण्यांपासून तयार झाली होती, ज्याने उपखंडाच्या वायव्येकडील समुद्रगुप्ताच्या विजयानंतर त्याचे वजन मानक, तंत्र आणि रचना स्वीकारल्या होत्या. गुप्तांनी त्यांच्या नाण्यांसाठी कुशाणांकडून दिनाराचे नावही स्वीकारले, जे शेवटी डेनारियस ऑरियस या रोमन नावावरून आले. समुद्रगुप्ताचा मानक नाण्याचा प्रकार नंतरच्या कुशाण राज्यकर्त्यांच्या नाण्यांसारखाच आहे, ज्यामध्ये वेदीवर यज्ञ करतानाचे दृश्य, प्रभामंडलाचे चित्रण, तर फरकांमध्ये शासकाच्या शिरोभूषणाचा समावेश आहे (कुशाण ऐवजी जवळची टोपी टोकदार टोपी), त्रिशूल ऐवजी गरूड मानक आणि समुद्रगुप्ताचे दागिने, जे भारतीय आहेत.

धर्म

समुद्रगपुताच्या एरन शिलालेखात मंदिरात विष्णू मूर्तीची स्थापना केल्याची नोंद आहे. समुद्रगुप्ताचे श्रेय दिलेले नालंदा आणि गया शिलालेख स्पष्टपणे त्याला विष्णूचा भक्त (परम-भागवत) संबोधतात तो बौद्ध धर्माप्रतीही सहिष्णु होता, आणि त्याच्या बोधगयाच्या भूभागात अनुराधापुराचा राजा मेघवर्णाने नियुक्त केलेल्या बौद्ध मठाच्या बांधकामास परवानगी दिली.

अलाहाबाद स्तंभाच्या शिलालेखात असे म्हटले आहे की समुद्रगुप्त हा सत्र (सोम यज्ञ) आणि दीक्षा या ब्राह्मणी समारंभांच्या कामगिरीमध्ये गुंतलेला होता. त्यात त्याचे वर्णन "अनेक लाखो गायी दाता" असे केले आहे. त्याचा मुलगा चंद्रगुप्त II याच्या मथुरा शिलालेखात देखील त्याचे वर्णन "लाखो गायी आणि सोने" दाता म्हणून केले आहे. असे दिसते की समुद्रगुप्ताने या गायी ब्राह्मणांना दान केल्या होत्या ज्यांनी त्याचे सत्त आणि दीक्षा समारंभ केले. एरन शिलालेखात असे म्हटले आहे की समुद्रगुप्ताने सोने देण्यामध्ये पृथू, राघव आणि इतर दिग्गज राजांना मागे टाकले.

अलाहाबाद स्तंभातील शिलालेख त्याच्या दैवी राजत्वाचा संकेत देतो, त्याची तुलना परमपुरुष (सर्वोच्च प्राणी) आणि धनदा (कुबेर), वरुण, इंद्र आणि अंतक (यम) या देवतांशी करतो. एरन शिलालेखात असे म्हटले आहे की तो आनंद आणि क्रोधात अनुक्रमे कुबेर आणि यम यांच्या बरोबरीचा होता. मथुरा शिलालेखात त्याचप्रमाणे त्याचे वर्णन कुबेर, वरुण, इंद्र आणि यम या देवतांच्या बरोबरीचे आहे.

अश्वमेध

समुद्रगुप्ताने अश्वमेध विधी केला, ज्याचा उपयोग प्राचीन भारतीय राजांनी त्यांचे शाही सार्वभौमत्व सिद्ध करण्यासाठी केला होता आणि या कामगिरीसाठी सोन्याची नाणी जारी केली. समुद्रगुप्ताची नात प्रभावती-गुप्त, जी वाकाटक राणी होती, तिच्या ताम्रपटातील शिलालेखात त्यांचे वर्णन अनेक घोड्यांच्या बलिदानाचे कलाकार म्हणून केले जाते. एका सिद्धांतानुसार, समुद्रगुप्ताने खरोखरच एकापेक्षा जास्त घोड्यांचे यज्ञ केले, जसे की त्याच्या अश्वमेध नाण्यांवर दोन भिन्न दंतकथा आहेत. दुसरा सिद्धांत प्रभावती-गुप्ताच्या शिलालेखांवरील दाव्याला अतिशयोक्ती किंवा शास्त्रकार त्रुटी म्हणून फेटाळून लावतो कारण हा दावा समुद्रगुप्ताच्या किंवा त्याच्या उत्तराधिकार्यांच्या शिलालेखांवर दिसत नाही.

चंद्रगुप्त II च्या मथुरा शिलालेखात समुद्रगुप्ताचे वर्णन "अश्वमेध यज्ञाचा जीर्णोद्धारकर्ता" असे केले आहे (स्मिथचे भाषांतर). हा दावा त्यानंतरच्या गुप्त राजांच्या शिलालेखांमध्ये, तसेच समुद्रगुप्ताला श्रेय दिलेल्या बनावट गया आणि नालंदा शिलालेखांमध्ये देखील आढळतो. तथापि, भारशिव, वाकाटक, शालंकायन, आणि पल्लव राजवंशातील अनेक राजांनी मागील वर्षांत अश्वमेध केला होता. वेगवेगळ्या विद्वानांनी ही विसंगती वेगवेगळ्या प्रकारे स्पष्ट करण्याचा प्रयत्न केला आहे: एच सी रायचौधुरी असे सुचवतात की गुप्त दरबारातील कवीला या राजांबद्दल माहिती नव्हती. आर सी मजुमदार यांच्या मते, समुद्रगुप्त हा मगध प्रदेशात अनेक शतके यज्ञ करणारा पहिला राजा होता. भारशिव, वाकाटक आणि इतर समकालीन राजांनी केलेला अश्वमेध सोहळा "अधिक धार्मिक स्वरूपाचा" होता, तर समुद्रगुप्ताच्या समारंभात त्याचे शाही सार्वभौमत्व सिद्ध करणे सामील होते, असाही मजुमदार सिद्धांत मांडतात. त्याचप्रमाणे, एसके अयंगार आणि डीआर भांडारकर यांसारख्या विद्वानांचा असा सिद्धांत आहे की इतर राजांच्या विपरीत, समुद्रगुप्ताने "पूर्ण" अश्वमेध सोहळा केला. इतर, जसे की व्ही.एस. पाठक आणि जगन्नाथ अग्रवाल, श्लोकाचा अर्थ असा काढतात की समुद्रगुप्ताने घोडे-बलिदान केले जे दीर्घकाळ टिकले.

समुद्रगुप्ताच्या स्वतःच्या अलाहाबाद स्तंभाच्या शिलालेखातील जिवंत श्लोकांमध्ये अश्वमेध सोहळ्याचा उल्लेख नाही. एका सिद्धांतानुसार, हा शिलालेख समारंभाच्या सुरूवातीस चिन्हांकित करण्यासाठी लावण्यात आला होता, कारण यज्ञकर्त्याचे विचित्र शब्द हे अश्वमेध समारंभाचा एक आवश्यक भाग होते. आता हरवलेल्या पहिल्या चार ओळींमध्ये समारंभाचा संदर्भ असण्याची शक्यता आहे.

व्यक्तिमत्व

समुद्रगुप्ताच्या नाण्यांवरून त्याला उंच उंचीचा आणि स्नायुयुक्त शरीरयष्टीचा माणूस म्हणून दाखवण्यात आले आहे. अलाहाबाद स्तंभ शिलालेख त्यांना एक दयाळू शासक म्हणून सादर करतो, असे सांगतो की "त्याचे मन नीच, गरीब, असहाय आणि पीडितांना मदत

करण्यात गुंतले होते". त्यात असेही नमूद केले आहे की त्याने अनेक राजघराण्यांना बहाल केले ज्यांनी आपली राज्ये गमावली होती, ज्यात त्याच्याकडून पराभूत झालेल्या राजांचा समावेश होता. त्याच वेळी, असे नमूद केले आहे की त्यांनी कठोर प्रशासन ("प्रचंड शासन") ठेवले.

शिलालेखात असे म्हटले आहे की समुद्रगुप्त त्याच्या काव्यात्मक कृतींमुळे विद्वान लोकांमध्ये प्रसिद्ध झाला आणि त्याला "कवींचा राजा" ही उपाधी मिळाली. यावरून असे सूचित होते की त्यांनी काही काव्यात्मक रचना रचल्या, परंतु यापैकी कोणतीही रचना आता टिकलेली नाही.

शिलालेखात असेही अभिमान आहे की समुद्रगुप्ताने आकाशातील संगीतकार तुंबुरू आणि नारद यांना आपल्या सुंदर संगीत सादरीकरणाने लज्जित केले. समुद्रगुप्ताच्या संगीत प्रतिभेची त्याच्या सोन्याच्या नाण्यांद्वारे पुष्टी केली जाते ज्यामध्ये त्याला वीणा वाजवल्याचे चित्र आहे.

उत्तराधिकारी

गुप्त वंशाच्या अधिकृत नोंदी सांगतात की समुद्रगुप्ताचा उत्तराधिकारी चंद्रगुप्त दुसरा, जो त्याचा दत्तदेवीचा मुलगा होता. देवीचंद्रगुप्तम या अर्धवट हरवलेल्या संस्कृत नाटकाच्या पुनर्रचनेच्या आधारे, आधुनिक इतिहासकारांचा एक भाग असा विश्वास ठेवतो की समुद्रगुप्ताचा प्रारंभी रामगुप्त (संभाव्यतः मोठा मुलगा), ज्याला नंतर चंद्रगुप्त II ने पदच्युत केले होते.

7
पुलकेशीन दुसरा चालुक्य राजा

पुलकेशीन दुसरा चालुक्य राजा

Scan for Story Videos - www.itibook.com

पुलकेशीन II हा वातापी (सध्याचे कर्नाटक, भारतातील बदामी) च्या चालुक्य राजवंशातील सर्वात प्रसिद्ध शासक होता. त्याच्या कारकीर्दीत, चालुक्य साम्राज्याचा विस्तार भारतातील बहुतेक दख्खन प्रदेशात झाला.

चालुक्य राजा कीर्तिवर्मन पहिला याचा मुलगा पुलकेशीनने गादीवर ताबा मिळवण्यासाठी त्याचा काका मंगलेश यांना पदच्युत केले. त्याने अप्पैका आणि गोविंदा यांनी केलेले बंड दडपले आणि दक्षिणेतील बनवासीच्या कदंबांचा निर्णायकपणे पराभव केला. तालकडूच्या आलूप आणि गंगा यांनी त्याचे वर्चस्व ओळखले. त्याने कोकणातील मौर्यांना वश करून पश्चिम किनाऱ्यावरील चालुक्यांचे नियंत्रण मजबूत केले. त्याचा ऐहोल शिलालेख त्याला उत्तरेकडील लता, मालव आणि गुर्जरांना वश करण्याचे श्रेय देतो.

पुलकेशीनची सर्वात उल्लेखनीय लष्करी कामगिरी म्हणजे शक्तिशाली उत्तरेकडील सम्राट हर्ष-वर्धनावर त्याचा विजय होता, ज्याचे चालुक्य राज्य जिंकण्यात अयशस्वी झाले हे चिनी यात्रेकरू झुआनझांगने प्रमाणित केले आहे. पूर्वेला पुलकेशीनने दक्षिण कोसल आणि कलिंगच्या राज्यकर्त्यांना वश केले. विष्णुकुंडिन शासकाचा पराभव केल्यावर, त्याने आपला भाऊ विष्णु-वर्धन याला पूर्व दख्खनचा राज्यपाल म्हणून नियुक्त केले; या भावाने नंतर वेंगीच्या स्वतंत्र पूर्व चालुक्य राजवंशाची स्थापना केली. पुलकेशीनने दक्षिणेत पल्लवांच्या विरोधात काही यशही मिळवले होते, परंतु पल्लव राजा नरसिंहवर्मन I याने केलेल्या आक्रमणादरम्यान शेवटी त्याचा पराभव झाला आणि बहुधा मारला गेला.

पुलकेशीन हा वैष्णव होता, परंतु तो शैव, बौद्ध आणि जैन धर्मासह इतर धर्मांबद्दल सहिष्णु होता. त्यांनी रविकिर्तीसह अनेक विद्वानांना संरक्षण दिले, ज्यांनी त्यांचा आयहोल शिलालेख रचला.

6व्या शतकात, चालुक्य घराण्याने दक्षिण आणि मध्य भारतावर राज्य केले आणि पुलकेसी (जन्म एरेया) हा मुलगा म्हणून सिंहासनावर आला, त्याचे काका मंगलेसा रीजेंट म्हणून काम करत होते. जेव्हा एरियाला त्याचा जन्मसिद्ध हक्क नाकारण्यात आला तेव्हा त्याने आपल्या काकांच्या विरोधात सैन्य उभे केले, एलापट्टू सिम्बीगेच्या लढाईत त्याचा पराभव केला आणि पुलकेसी नावाने सिंहासनावर बसला. लवकरच, त्याने दक्षिण भारतातील भीमा नदीवर राजे गोविंदा आणि अप्पयिका यांना मारून साम्राज्यातील बंडखोर सैन्याबरोबर युद्ध केले. त्यानंतर त्याने आपले लक्ष पश्चिमेकडे वळवून तीन राज्यांचा पराभव केला आणि मुंबई बंदरातील एलिफंटा बेटाजवळील नौदल युद्ध जिंकले.

पुढील मोहिमांमुळे त्याने 616 मध्ये पश्चिम भारतातील गुजरात प्रदेश आणि पूर्व डेक्कनवर नियंत्रण मिळवले. अनेक विजयांनी दक्षिणेकडील प्रदेश सुरक्षित केले, परंतु पुलकेसीने त्याचा सामना महेंद्रवर्मनच्या शासित पल्लव घराण्याशी केला. महेंद्रवर्मनच्या मुलाच्या हातून त्याचा पराभव झाला आणि पल्लवांनी राजधानी वातापीला वेढा घातला तेव्हा पुलकेशी मारला गेला.

पुलकेशीनच्या नावाची दोन रूपे चालुक्य नोंदींमध्ये आढळतात: पुलिकेशीन आणि Polekeshin "एरिया" हे त्याचे आणखी एक नाव असल्याचे दिसते: पेद्दवदुगुरु शिलालेख त्याला "इरेयतीयादिगल" (किंवा "एरेयितियादिगल") म्हणतो, आणि विजापूर-मुंबई शिलालेखात "एराजा" या प्रकाराचा उल्लेख आहे. इतिहासकार के.व्ही. रमेश यांनी सिद्धांत मांडला की एरिया हे पुलकेशीनचे राज्याभिषेकपूर्व नाव होते.

सत्याश्रय ("सत्याचा आश्रय"), पुलकेशीनचा वंशपरंपरागत बिरुडा (विशेषण) हा सामान्यतः राजवंशाच्या नोंदींमध्ये त्याच्या नावाचा पर्याय म्हणून वापरला जात असे. तो राजवंशाचा सर्वात प्रसिद्ध शासक होता, कारण त्यानंतरच्या राज्यकर्त्यांनी त्यांच्या राजवंशाला सत्याश्रय-कुल ("सत्याश्रयचे कुटुंब") म्हटले.

पुलकेशीनच्या शाही पदव्यांमध्ये भट्टारका आणि महाराजाधिराज ("महान राजांचा राजा") यांचा समावेश होतो. याशिवाय, त्यांनी श्री-पृथ्वी-वल्लभ, वल्लभ आणि श्री-वल्लभ या कौटुंबिक उपाख्यानांचाही वापर केला. हर्षाचा पराभव केल्यावर पुलकेशीनने परमेश्वर ("सर्वोच्च भगवान") ही पदवी देखील धारण केली, हे त्याच्या विजापूर-मुंबई शिलालेखाने प्रमाणित केले आहे.

चिनी प्रवासी झुआनझांग त्याला पु-लो-की-शी म्हणतो. पर्शियन इतिहासकार अल-तबारी त्याला परमेसा किंवा फार्मिस म्हणतो, बहुधा त्याच्या परमेश्वर या पदवीचे पर्शियन लिप्यंतरण आहे.

प्रारंभिक जीवन

पुलकेशीन हा चालुक्य राजा कीर्तिवर्मन I चा मुलगा होता. जेव्हा कीर्तिवर्मन मरण पावला तेव्हा पुलकेशीन अल्पवयीन होता, कारण कीर्तिवर्मनचा धाकटा भाऊ मंगलेश पुढील राजा झाला.

कल्याणीच्या नंतरच्या चालुक्यांचे शिलालेख, ज्यांनी वातापीच्या चालुक्यांचे वंशज असल्याचा दावा केला आहे, असे नमूद केले आहे की पुलकेशीन अल्पवयीन असल्यामुळे मंगलेशाने "प्रशासनाचा भार स्वतःवर घेतला". तथापि, हे शिलालेख चुकीचा दावा करतात की पुलकेशीन मोठा झाल्यावर मंगलेशाने पुलकेशीनला राज्य परत केले आणि अशा अनुकरणीय वागणुकीसाठी चालुक्य वंशाची प्रशंसा केली. पुलकेशीनच्या स्वतःच्या आयहोल शिलालेखाने या दाव्याचे खंडन केले आहे आणि पुलकेशीनने मंगलेशाचा पाडाव करण्याचा उशीरा केलेला प्रयत्न असल्याचे दिसते. या दोन पुरुषांमधील संघर्षाचे नेमके तपशील अस्पष्ट आहेत, कारण आयहोल शिलालेखात त्याचे वर्णन गूढ पद्धतीने केले आहे.

हे शक्य आहे की मंगळेशाने सुरुवातीला एक रीजेंट म्हणून राज्य केले, परंतु नंतर सिंहासन बळकावण्याचा निर्णय घेतला. ऐहोल शिलालेखानुसार, मंगलेशला पुलकेशीनचा हेवा वाटत होता, कारण पुलकेशीन ही लक्ष्मी (दैवाची देवी) ला प्रिय होती. त्यामुळे पुलकेशीनने वनवासात जाण्याचा निर्णय घेतला. त्यानंतर, पुलकेशीनने "चांगला सल्ला आणि उर्जेची भेट" लागू केल्यामुळे मंगलेश "सर्व बाजूंनी" कमकुवत झाली. अखेरीस, मंगलेशला एकाच वेळी तीन गोष्टींचा त्याग करावा लागला: त्याच्या स्वतःच्या मुलासाठी सिंहासन सुरक्षित करण्याचा त्याचा प्रयत्न (किंवा स्वतःच्या वंशाला कायम ठेवण्याची क्षमता), त्याचे राज्य आणि स्वतःचे जीवन. वरील वर्णनावरून असे सूचित होते की पुलकेशीन प्रौढ झाल्यावर, मंगलेशाने सिंहासनावरील त्यांचा दावा नाकारला आणि शक्यतो स्वतःच्या मुलाला वारस म्हणून नियुक्त केले. पुलकेशीन वनवासात गेला, त्या काळात त्याने मंगलेशावर हल्ला करण्याची योजना आखली असावी; त्याने शेवटी पराभूत केले आणि मंगलेशाची हत्या केली.

रणविक्रमाच्या अधीन झाल्यानंतर पुलकेशीनने एल्पट्टू सिंभिगे गावाला अनुदान दिल्याची नोंद न केलेल्या पेद्दवदुगुरु शिलालेखात आहे. एका सिद्धांतानुसार, हा रणविक्रम मंगलेश होता, ज्याला "रणविक्रम" ही पदवी होती आणि एलपट्टू सिंभिगे येथे झालेल्या लढाईत मंगलेशाने तिचा पराभव केला होता. तथापि, दुसरा सिद्धांत रणविक्रमाला बाणा राजा म्हणून ओळखतो.

स्वर्गारोहणाची तारीख

पुलकेशीनचा हैदराबादी शिलालेख 613 सीई (शक वर्ष 534) चा आहे आणि तो त्याच्या कारकिर्दीच्या तिसऱ्या वर्षी जारी करण्यात आला होता, ज्यावरून असे सूचित होते की तो इ.स. मध्ये सिंहासनावर बसला असावा. 610-611 CE

त्याच्या स्वर्गारोहणाचे नेमके वर्ष आधुनिक विद्वानांमध्ये वादातीत आहे. 610-611 CE गोवा अनुदान शिलालेख, जो श्री-पृथ्वी-वल्लभ महाराजा या नावाच्या चालुक्य अधिपतीचा संदर्भ देतो, बहुधा पुलकेशीनच्या पूर्ववर्ती मंगलेशाच्या कारकिर्दीत जारी करण्यात आला होता. हे शक वर्ष 532 ची तारीख आहे: शक युगाची 532 वर्षे कालबाह्य झाल्यानंतर ती जारी केली गेली असे गृहीत धरून, जारी करण्याची तारीख 4 जानेवारी 611 CE होती. तथापि, शक युगाचे ५३२ वे वर्ष चालू असताना ते जारी केले गेले असे जर आपण गृहीत धरले तर ते ५ जुलै ६१० इ.स. ला दिले जाऊ शकते. या शिलालेखाच्या आधारे, मंगलेशाच्या कारकिर्दीचा शेवट वेगवेगळ्या प्रकारे 610 CE किंवा 611 CE असा आहे.

मारुतुरु शिलालेखामुळे ही बाब गुंतागुंतीची आहे, जो पुलकेशीनच्या 8 व्या राजसत्तेच्या वर्षाचा आहे, आणि ज्येष्ठ महिन्याच्या अमावस्या दिवशी (अमावस्या) सूर्यग्रहणाच्या निमित्ताने जारी करण्यात आला होता. आधुनिक गणनेनुसार, हे सूर्यग्रहण 21 मे 616 CE रोजी झाले, याचा अर्थ असा होईल की पुलकेशीन 609 CE मध्ये सिंहासनावर आरूढ झाले.

लष्करी विजय

मंगलेशाच्या मृत्यूनंतर, पुलकेशीनला अनेक प्रतिस्पर्ध्यांच्या विरोधाचा सामना करावा लागल्याचे दिसून येते, ज्यात मंगलेशाशी एकनिष्ठ असलेले आणि चालुक्य युद्धाच्या उत्तरार्धात झालेल्या अशांततेचा फायदा घ्यायचा होता. आयहोल शिलालेख घोषित करतो की "संपूर्ण जग अंधारात गुंतले होते जे शत्रू होते". पुलकेशिनने या शत्रूंना वश केले, आणि भारतीय द्वीपकल्पातील प्रबळ सत्ता म्हणून चालुक्यांची स्थापना केली.

अप्पयिका आणि गोविंदा

अप्पैका आणि गोविंदा नावाच्या दोन राज्यकर्त्यांनी पुलकेशीन विरुद्ध बंड केल्याचे ऐहोल शिलालेख सूचित करतो. या शासकांची ओळख अनिश्चित आहे, परंतु ते सध्याच्या महाराष्ट्रातील भीमराथी (आधुनिक भीमा) नदीच्या उत्तरेकडील कोर चालुक्य प्रदेशाजवळ आले असल्याचे म्हटले जाते. इतिहासकार के.ए. नीलकांत शास्त्री यांच्या मते, शिलालेखात त्यांचा उल्लेख ज्या प्रकारे केला आहे त्यावरून असे दिसून येते की ते लष्करी साहसी होते आणि राजेशाही पार्श्वभूमीचे नव्हते. तथापि, इतिहासकार दुर्गा प्रसाद दीक्षित यांच्या मते, त्यांची नावे असे सुचवतात की ते राष्ट्रकूट शाखेचे असावेत, जी मन्याखेताच्या शाही राष्ट्रकूटांपेक्षा वेगळी होती. कोकणातील नाला आणि मौर्य यांच्या आक्रमणांना तोंड दिल्यानंतर ही शाखा चालुक्यांच्या अधीन झाली असावी आणि नंतर पुलकेशीन आणि मंगलेश यांच्यातील संघर्षाचा फायदा घेऊन बंड केले असावे.

ऐहोल शिलालेखानुसार, पुलकेशीनने भेडा (विभागा आणि जिंका) हे धोरण स्वीकारले आणि अप्पैकापासून दूर जात असताना गोविंदावर कृपा केली. गोविंदा त्याचा मित्र बनला आणि अप्पैकाचा पराभव झाला.

बनवासी पुन्हा मिळवणे

पुलकेशीनच्या पूर्ववर्तींनी बनवासीच्या कदंबांना वश केले होते, परंतु कदंबांनी त्याच्या कारकिर्दीत चालुक्य अधिपत्याला मान्यता दिली नाही. पुलकेशीनने त्यांच्यावर कूच केले आणि त्यांच्या राजधानी बनवासीला वेढा घातला. आयहोल शिलालेख असे सूचित करतो की कदंबांनी जोरदार प्रतिकार केला, परंतु शेवटी त्यांचा पराभव झाला. यावेळी कदंब शासक बहुधा भोगीवर्मन होता.

पुलकेशीनने कदंब राजवंशाचा अंत केला आणि त्यांचा प्रदेश त्याच्या साम्राज्याला जोडला. त्याने हा प्रदेश आपल्या वासलांमध्ये विभागला: कदंब राज्याचा मोठा भाग आलूपांना कदंब-मंडल या नावाने देण्यात आला; बनवासीचा नागरखंड विभाग सेंद्रकांना देण्यात आला.

अलुपास

ऐहोल शिलालेखानुसार, पुलकेशीनने अलुपांना वश केले, ज्यांनी पूर्वी कदंब वासल म्हणून काम केले होते. तथापि, चालुक्य शिलालेखांनुसार, पुलकेशीनच्या पूर्ववर्तींनी अलुपांना आधीच वश केले होते. त्यामुळे, असे दिसून येते की ऐहोल शिलालेखात पुलकेशीनचाच उल्लेख आहे, ज्यात आलूपांवर चालुक्याच्या वर्चस्वाची पुष्टी होते. दुसरी शक्यता अशी आहे की पुलकेशीनच्या पूर्ववर्तींनी अलुप पूर्णपणे वश केलेले नव्हते.

पुलकेशीनच्या काळात कोर अलुपा प्रदेशाचे स्थान निश्चित नाही. अलुप हे कर्नाटकातील दक्षिण कन्नड प्रदेशात अनेक शतके राज्य करत असल्याचे ज्ञात आहे, परंतु काही विद्वानांच्या मते त्यांची राजधानी शिमोगा जिल्ह्यातील हुमचा येथे होती. कदंबांना वश केल्यानंतर, पुलकेशीनने पूर्वीच्या कदंब प्रदेशाचा एक मोठा भाग त्याच्या अलुपा वासलाला सोपविला, जो इतिहासकार मोरेसच्या मते कुंडवरम्मारासा असावा.

जर "अलुका" हा "अलुपा" चा एक प्रकार मानला जातो, तर मारुतुरा शिलालेख असे सुचवितो की पुलकेशिनच्या अलुपा वासलांनी सध्याच्या आंध्र प्रदेशातील गुंटूर जिल्ह्यावरही राज्य केले. या शिलालेखानुसार, अलुका शासक गुणसागर, जो चालुक्य वसल होता, याला या प्रदेशाचा कारभार करण्यासाठी नियुक्त करण्यात आले होते. 692 सीई सोराब शिलालेखात गुणसागराचा मुलगा चित्रवाहन याचे वर्णन "अलुपा" असे केले आहे, जे सूचित करते की "अलुका" हे "अलुपा" चे रूप आहे.

तलकडची गंगा

आयहोल शिलालेख पुलकेशीनला तलकडच्या गंगा वश करण्याचे श्रेय देते, ज्यांचे कदंबांशी वैवाहिक संबंध होते. त्याच्या पूर्ववर्ती मंगलेशाचा महाकुट स्तंभ शिलालेख सांगतो की त्याचे वडील कीर्तिवर्मन यांनीही गंगा वश केले. कीर्तिवर्मनच्या कारकिर्दीत गंगांनी चालुक्य सत्ता स्वीकारली असण्याची शक्यता आहे, परंतु नंतर मंगलेश आणि पुलकेशीन यांच्यातील उत्तराधिकार युद्धाचा फायदा घेऊन त्यांनी ही निष्ठा सोडली. कदंबांवर पुलकेशीनच्या विजयानंतर, गंगांनी पुन्हा चालुक्य सत्ता स्वीकारली, शक्यतो कोणत्याही लष्करी संघर्षाशिवाय.

गंगा शासक दुर्विनिता यांनी आपल्या मुलीचा विवाह पुलकेशीनशी केला; ती पुलकेशीनचा मुलगा विक्रमादित्य I ची आई होती. 26 पल्लवांविरुद्ध चालुक्यांचे समर्थन मिळावे अशी गंगांना आशा होती, ज्यांनी त्यांच्याकडून कोंगुनाडू प्रदेश काबीज केला होता. त्यानंतर गंगेने कांचीचा पल्लव शासक कडुवेट्टी याचा पराभव केला.

कोकणातील मौर्य

पुलकेशीनचे वडील कीर्तिवर्मन यांनी सध्याच्या गोवा आणि महाराष्ट्राच्या किनारी प्रदेशात राज्य करणाऱ्या कोकणातील (आधुनिक कोकण) मौर्यांचा पराभव केला होता. मंगलेशाच्या कारकिर्दीत मौर्यांनी चालुक्यांचे आधिपत्य मान्य केले, परंतु चालुक्य उत्तराधिकारी युद्धादरम्यान त्यांनी स्वातंत्र्य घोषित केले असे दिसते. दक्षिण दख्खनमध्ये आपली शक्ती मजबूत केल्यानंतर पुलकेशीनने मौर्य राजधानी पुरीला यशस्वीपणे वेढा घातला, ज्याला घारापुरी (एलिफंटा) किंवा राजापुरी (जंजिराजवळ) असे विविध नावाने ओळखले जाते.

लता, मालव आणि गुर्जर

आयहोल शिलालेखात असे म्हटले आहे की पुलकेशीनने चालुक्यांचे उत्तरेकडील शेजारी असलेल्या लता, मालव आणि गुर्जरांना वश केले. इतिहासकार दुर्गा प्रसाद दीक्षित यांनी असा सिद्धांत मांडला आहे की, उत्तरेकडील राजा हर्षवर्धनच्या आक्रमणाचा सामना करताना या राज्यांनी लष्करी संघर्षाशिवाय पुलकेशीनचे अधिपत्य मान्य केले असावे. वैकल्पिकरित्या, कलचुरींवर विजय मिळविल्यानंतर या तिन्ही राज्यकर्त्यांनी मंगलेशाचे आधिपत्य मान्य केले असण्याची शक्यता आहे, आणि ऐहोल शिलालेखात पुलकेशीनचा फक्त त्यांच्यावरील चालुक्य आधिपत्याची पुष्टी करणारा संदर्भ आहे.

लता प्रदेश (सध्याचा दक्षिण गुजरात) पूर्वी कलचुरींच्या ताब्यात होता, ज्यांचा मंगलेशाने पराभव केला होता. पुलकेशीन, ज्याने लताला चालुक्य राज्याशी जोडले असे दिसते, त्याने ते चालुक्य कुटुंबातील सदस्याच्या राज्यपालपदाखाली ठेवले. चालुक्य राज्यपाल विजय-वर्मा-राजाचा लतावरील शासन त्याच्या 643 CE खेडा ताम्रपटातील शिलालेखाद्वारे प्रमाणित आहे.

मालवांनी मध्य भारतातील सध्याच्या मालवा (मालवा) प्रदेशात आणि आसपास राज्य केले. चिनी प्रवासी झुआनझांगच्या मते, मलावा ("मो-ला-पो") हे एक स्वतंत्र राज्य होते, परंतु मैत्रक राजवंशाच्या नोंदीवरून असे सूचित होते की मैत्रकांनी मलावा प्रदेशाचा किमान एक भाग नियंत्रित केला होता. अशाप्रकारे, पुलकेशीनचे अधिपत्य स्वीकारण्यापूर्वी मालव हे मैत्रक वासल किंवा स्वतंत्र राज्यकर्ते असावेत.

गुर्जर हे बहुधा लताचे (किंवा भरूच) गुर्जर होते आणि पुलकेशीनचे आधिपत्य स्वीकारणारा गुर्जर शासक बहुधा दड्डा दुसरा होता.

हर्षावर विजय

पुलकेशीनची सर्वात उल्लेखनीय लष्करी कामगिरी म्हणजे बलाढ्य सम्राट हर्षवर्धनवर त्याचा विजय, ज्याने उत्तर भारताच्या बहुतेक भागावर राज्य केले. पुलकेशीनच्या उत्तराधिकाऱ्यांच्या शिलालेखात या विजयाचा ठळकपणे उल्लेख आहे, जरी त्यांनी त्याच्या इतर लष्करी कामगिरीकडे दुर्लक्ष केले.

तारीख

हर्ष आणि पुलकेशीन यांच्यातील युद्धाच्या तारखेवर आधुनिक विद्वानांनी वादविवाद केला आहे. पुलकेशीनच्या 5व्या राजवटीच्या वर्षातील (सी. 615) कांदळगाव ताम्रपटातील शिलालेखात संघर्षाचा उल्लेख आहे, परंतु आधुनिक विद्वानांनी हा शिलालेख खोटा असल्याचे मानले आहे.

काही विद्वान, जसे की के.व्ही. रमेश आणि के.ए. नीलकांत शास्त्री, युद्धाची तारीख इ.स. 612 CE किंवा त्यापूर्वी, 612-613 CE हैदराबाद पुलकेशीनच्या शिलालेखावर आधारित. या शिलालेखात पुलकेशीनने शंभर लढाया झालेल्या राजाला पराभूत केल्याचा अभिमान आहे (संभाव्यतः हर्ष). नंतरच्या चालुक्य शिलालेखांमध्ये, विक्रमादित्य पहिल्याच्या कारकिर्दीपासून, पुलकेशीनने हर्षावरील विजयाचा उल्लेख समान अभिव्यक्ती वापरून केला आहे. युद्धाच्या या सुरुवातीच्या तारखेला शुआनझांगच्या लिखाणाचाही आधार मिळतो, ज्यात असे म्हटले आहे की हर्षने सहा वर्षे युद्धे केली आणि नंतर तीस वर्षे शांततेत राज्य केले.

श्रीनंद एल. बापट आणि प्रदीप एस. सोहोनी हे विद्वान 618-619 CE च्या हिवाळ्यातील लढाईची तारीख देतात. हे विद्वान नोंदवतात की विजापूर-मुंबई अनुदान शिलालेख, दिनांक 4 एप्रिल 619 CE मध्ये, पुलकेशीनच्या हर्षावर विजयाचा उल्लेख आहे, जे हे सिद्ध करते की संघर्ष निश्चितपणे या तारखेपूर्वी कधीतरी झाला होता. पुलकेशीनचा भाऊ विष्णु-वर्धन याचा पूर्वीचा सातारा शिलालेख, त्याच्या ८व्या राजवटीत (इ. स. ६१८) या संघर्षाचा उल्लेख नाही. यावर आधारित, बापट आणि सोहोनी हे सिद्धांत मांडतात की संघर्ष नोव्हेंबर 618 CE आणि फेब्रुवारी 619 CE दरम्यान झाला होता.

डी. देवहुती सारख्या काही पूर्वीच्या विद्वानांनी 630 च्या दशकात संघर्षाची तारीख दिली होती, परंतु 2017 मध्ये विजापूर-मुंबई शिलालेख प्रकाशित झाल्यानंतर हे आता योग्य मानले जात नाही.

युद्धाचे कारण

हर्ष आणि पुलकेशीन यांच्यातील युद्धाचे कारण निश्चित नाही. इतिहासकार के.ए. नीलकांत शास्त्री असे सुचवतात की हर्षाच्या वाढत्या प्रभावामुळे लता, मालव आणि गुर्जरांनी पुलकेशीनची सत्ता स्वीकारण्यास प्रवृत्त केले असावे. इतिहासकार दुर्गा प्रसाद दीक्षित पुढे म्हणतात की ही तीन राज्ये हर्षाचे वडील प्रभाकर-वर्धन यांचे शत्रू होते, असे हर्षाच्या दरबारी कवी बाणा यांनी साक्षांकित केले आहे: हे शत्रुत्व कदाचित हर्षाच्या कारकिर्दीतही कायम राहिले होते. मालव राजाने हर्षाच्या पूर्ववर्ती राज्य-वर्धनाच्या हत्येमध्ये भूमिका बजावली आणि हर्षाचा मेहुणा, मौखरी शासक ग्रह-वर्मन याचाही खून केला. गुर्जरा शासक दड्डा II याने मैत्रक राजघराण्याला हर्षाविरुद्ध मदत केली. जेव्हा हर्षाने या तीन राज्यांवर कारवाई करण्याचा निर्णय घेतला तेव्हा त्यांच्या शासकांनी पुलकेशीनचे संरक्षण मागितले असावे. पुलकेशीनने हर्षाच्या शत्रूंना आश्रय दिला असावा.

श्रीनंद एल. बापट आणि प्रदीप एस. सोहोनी या विद्वानांच्या मते, चालुक्य रेकॉर्डमध्ये नमूद केलेले "मालव" हे नंतरचे गुप्त होते ज्यांनी मालवा प्रदेश नियंत्रित केला. माळवा प्रदेशात मैत्रक प्रभावाच्या विस्ताराने हर्षाचे लक्ष वेधले असावे. मैत्रक शासक शिलादित्य प्रथम याने लता, मालव आणि गुर्जरांविरुद्ध उत्तरेकडील मोहिमेदरम्यान पुलकेशीनच्या कारणाविषयी सहानुभूती दर्शविली असावी. या परिस्थितीमुळे शेवटी हर्ष आणि पुलकेशीन यांच्यात संघर्ष झाला.

दुसरी शक्यता अशी आहे की हर्षाने मंगलेश आणि पुलकेशीन यांच्यातील संघर्षामुळे निर्माण झालेल्या अशांततेचा फायदा घेण्याचे ठरवले आणि चालुक्य राज्यावर आक्रमण केले. पुलकेशीन विरुद्धच्या त्याच्या मोर्चादरम्यान, हर्षला माघार घेण्यास भाग पाडण्यापूर्वी नर्मदा नदीपर्यंत पोहोचले.

परिणाम

पुलकेशीनच्या आयहोल शिलालेखात हर्षाचा हर्ष (आनंद) फुशारकी मारला आहे, कारण त्याचे हत्ती युद्धात पडल्यामुळे भीतीने वितळले होते. या युद्धाचा उल्लेख करणारा त्याच्या कारकीर्दीतील एकमेव शिलालेख हा विजापूर-मुंबईचा शिलालेख आहे. हर्षाचा दरबारी कवी बाणा याने आपल्या चरित्रात हर्ष-चरितात या संघर्षाचा उल्लेख केलेला नाही, शक्यतो त्याच्या संरक्षकाचे नकारात्मक प्रकाशात चित्रण करणे टाळण्यासाठी. तथापि, हर्षाविरुद्ध पुलकेशीनच्या यशाची पुष्टी इतर स्वतंत्र स्त्रोतांद्वारे केली जाते.

पुलकेशीनच्या राज्याला मो-हो-ला-चा ("महाराष्ट्र" चा चिनी लिप्यंतरण) म्हणणारा चिनी प्रवासी झुआनझांग पुलकेशीनच्या हर्षाविरुद्धच्या यशाचा पुरावा देतो. शिलादित्य (म्हणजे हर्ष) ने पूर्वेकडून पश्चिमेकडे राष्ट्रांवर विजय मिळवला होता, आणि भारताच्या दुर्गम भागात आपल्या सैन्यासह कूच केले होते: केवळ मो-हो-ला-चा येथील लोकांनी त्याचे अधिपत्य स्वीकारण्यास नकार दिला होता, असे झुआनझांग सांगतो. Xuanzang पुढे सांगते की हर्षाने त्याच्या राज्याच्या विविध भागांतून सैन्य गोळा केले, त्याच्या सर्वोत्तम सेनापतींना बोलावले आणि स्वतः मो-हो-ला-चा येथील लोकांना शिक्षा करण्यासाठी सैन्याचे नेतृत्व केले, परंतु त्यांना वश करू शकला नाही.

पुलकेशिनच्या मृत्यूनंतर अनेक वर्षांनी चालुक्यांचा पाडाव करणाऱ्या राष्ट्रकूटांनी देखील हर्षवर्धनावर विजयाचा दावा करणाऱ्या राजवंशाचा पराभव केल्याचा अभिमान बाळगला, त्यामुळे पुलकेशीनच्या कर्तृत्वाची अप्रत्यक्षपणे पुष्टी झाली.

आयहोल शिलालेखात काव्यात्मकपणे असे म्हटले आहे की पुलकेशीनच्या हत्तींना नर्मदा नदीलगतच्या विंध्य पर्वताच्या शेजारी जाणे टाळावे लागले कारण त्यांनी "मोठ्या प्रमाणात पर्वतांशी टक्कर दिली". इतिहासकार के.ए. नीलकांत शास्त्री यांनी याचा अर्थ लावला की पुलकेशिनने "कठीण विंध्य प्रदेशात आपले हत्ती सैन्य पाठवले नाही", आणि पायदळांसह खिंडीचे रक्षण केले. श्रीनंद एल. बापट आणि प्रदीप एस. सोहोनी यांच्या मते, शिलालेख असे सूचित करतो की पुलकेशीनच्या सैन्याने नंतर हर्षाच्या राज्यावर आक्रमण करण्यासाठी विंध्य ओलांडण्याचा प्रयत्न केला, परंतु तो अयशस्वी ठरला, ज्यामुळे पुलकेशीनच्या कारकिर्दीतील केवळ दोन शिलालेखांमध्ये त्याच्या संघर्षाचा उल्लेख का आहे हे स्पष्ट होऊ शकते. हर्ष सह.

दक्षिणा कोसल आणि कलिंग

आयहोल शिलालेखात असे नमूद करण्यात आले आहे की कोशला आणि कलिंगच्या शासकांनी कोणताही प्रतिकार न करता पुलकेशीनचे आधिपत्य मान्य केले.

येथील कोशला दक्षिणा कोसला (सध्याचे छत्तीसगड आणि पश्चिम ओडिशा) म्हणून ओळखले जाऊ शकते, जे कदाचित पांडुवंशी राजवटीत होते. आयहोल शिलालेखात वश झालेल्या शासकाच्या नावाचा उल्लेख नाही, परंतु इतिहासकार डी.सी. सिरकार यांनी असा सिद्धांत मांडला आहे की तो पांडुवंशी राजा महाशिवगुप्त बालर्जुन असावा.

सध्याच्या ओडिशा आणि उत्तर आंध्र प्रदेशच्या काही भागांचा समावेश असलेल्या कलिंगाच्या शासकाचे नावही निश्चित नाही. इतिहासकार दुर्गा प्रसाद दीक्षित असे सुचवतात की ते बहुधा पूर्व गंगा राजवंशाचे सदस्य होते. इतिहासकार के.ए. नीलकांत शास्त्री असे सुचवतात की ते विष्णुकुंदिन सरंजामी असावेत.

विष्णुकुंडीना वंश

ऐहोल शिलालेख आणि मारुतुरु शिलालेखानुसार पुलकेशीनने पिष्टपुरावर (आधुनिक आंध्र प्रदेशातील पिठापुरम) आक्रमण करून ते ताब्यात घेतले. मारुतुरु शिलालेख सूचित करतो की ही घटना 617-618 CE च्या आसपास किंवा त्यापूर्वी घडली होती. आयहोल शिलालेखात असे म्हटले आहे की त्यानंतर, कुणाला तलावाजवळ (आधुनिक कोल्लेरू तलाव म्हणून ओळखले जाणारे) एक भयंकर युद्ध झाले, ज्याचे पाणी युद्धात मारल्या गेलेल्या लोकांच्या रक्ताने लाल झाले. या शिलालेखांमध्ये या संघर्षांमध्ये पुलकेशीनच्या प्रतिस्पर्ध्याचे नाव नाही, परंतु आधुनिक विद्वान त्याला आंध्र प्रदेशात राज्य करणाऱ्या विष्णुकुंदिन राजवंशाचा राजा म्हणून ओळखतात.

पुलकेशीनने कलिंगमधील त्याच्या पूर्व मोहिमेदरम्यान विष्णुकुंदिना वासलांना वश केले असावे, ज्यामुळे त्याचा विष्णुकुंदिना राजवंशाशी संघर्ष झाला असावा. पुलकेशीनने खालच्या गोदावरी-कृष्ण खोऱ्यात स्थित विष्णुकुंदिना राज्य जिंकले आणि त्याचा धाकटा भाऊ 'कुब्जा' विष्णु-वर्धन याला नव्याने जिंकलेल्या प्रदेशाचा राज्यपाल म्हणून नियुक्त केले. या प्रदेशातील चालुक्य विजयाची पुष्टी विष्णु-वर्धनाच्या 631 CE कोपरम ताम्रपटाच्या शिलालेखाने केली आहे, ज्यात सध्याच्या आंध्र प्रदेशातील कर्म-राष्ट्र प्रदेशातील जमीन अनुदानाची नोंद आहे.

पुलकेशीनने पराभूत केलेला विष्णुकुंदिन शासक बहुधा इंद्रवर्मन होता: त्याने शेवटी पुलकेशीनचे अधिपत्य मान्य केले असे दिसते आणि त्याला चालुक्य वासल म्हणून राज्य करण्याची परवानगी देण्यात आली होती. पुलकेशीनने नव्याने जिंकलेले काही प्रदेश स्वतःच्या सरंजामदारांना दिले. उदाहरणार्थ, मारुतुरु शिलालेखात असे नमूद केले आहे की अलुका शासक गुणसागर, एक चालुक्य वासल, मंगलपुरा

(गुंटूर जिल्ह्यातील आधुनिक मंगलगिरी म्हणून ओळखला जातो) वरून कल्लुरा येथे अनेक त्रास सहन करून आला.

झुआनझांग यांची भेट

चीनी यात्रेकरू झुआनझांगने 641-642 CE मध्ये पुलकेशिनच्या राज्याला भेट दिली. तो चालुक्य राज्याला "मो-हो-ला-चा" ("महाराष्ट्र" चा चिनी लिप्यंतरण) म्हणतो आणि हर्षाविरुद्ध पुलकेशीनच्या यशाची पुष्टी करतो (वर पहा). चालुक्य राज्यात येण्यापूर्वी त्यांनी पल्लव राज्याला भेट दिली होती, परंतु दोन राज्यांमधील संघर्षाचा उल्लेख त्यांनी केला नाही, बहुधा त्यांना मोठ्या राजकीय बदलांची माहिती नव्हती किंवा राजकारणाऐवजी बौद्ध धर्म हा त्यांचा मुख्य रस होता.

झुआनझांग पुलकेशीन ("पो-ले-के-शी") चे वर्णन "दूरदृष्टी असलेला आणि चतुराईचा माणूस जो सर्वांवर दयाळूपणा वाढवतो" असे करतो. राजाचे प्रजा "उंच आणि बळकट स्वभावाचे आणि... स्वभावाने गर्विष्ठ आणि निश्चिंत... दयाळूपणाबद्दल कृतज्ञ आणि अन्यायाचा सूड घेणारे". त्यांनी विश्वासघात करण्यापेक्षा मृत्यूला प्राधान्य दिले, आणि त्यांचा किंवा त्यांच्या कुटुंबाचा अपमान झाल्यास द्वंद्वयुद्धाची मागणी केली.

झुआनझांगच्या मते, राजा युद्धासारखा होता आणि त्याला "लष्करी कला" आवडत असे, कारण तो जन्माने क्षत्रिय होता. त्याच्या शिस्तबद्ध सैन्यात हजारो पुरुष आणि शेकडो हत्ती होते. युद्धांपूर्वी दारूच्या नशेत असलेल्या हत्तींचा उपयोग शत्रूची आघाडी तोडण्यासाठी केला जात असे. जेव्हा त्याच्या सेनापतींचा पराभव झाला, तेव्हा त्यांना शिक्षा झाली नाही, परंतु स्त्रियांचे कपडे घालण्याचा आदेश देऊन त्यांचा अपमान करण्यात आला. लढाई हरलेले सैनिक सन्मानाची बाब म्हणून आत्महत्या करतील.

Xuanzang च्या मते, राज्याची राजधानी (Xuanzang ने नाव दिलेले नाही) एका मोठ्या नदीच्या पूर्वेला, भारुकाच्छा (आधुनिक भरुच) पासून सुमारे 1000 लीवर स्थित होती. हे वर्णन चालुक्यांची राजधानी वातापी (आधुनिक बदामी) मध्ये बसत नाही. आधुनिक विद्वान शुआनझांगने उल्लेख केलेल्या शहराची ओळख नाशिक म्हणून करतात, जरी ही ओळख निर्णायक नाही. हे शक्य आहे की शुआनझांगने नाशिकमध्ये काही काळ घालवला, जे बौद्ध धर्माचे एक महत्त्वाचे केंद्र होते आणि त्याला राज्याची राजधानी समजले. झुआनझांगने नमूद केले आहे की राजधानी शहरात आणि त्याच्या आसपास पाच स्तूप होते: हे स्तूप पूर्वीच्या राजा अशोकाने बांधले होते आणि ते कित्येकशे फूट उंच होते. सुमारे 5,000 बौद्ध भिक्खू राज्यामध्ये 100 पेक्षा जास्त मठांमध्ये राहत होते; विशेषतः, झुआनझांग आधुनिक विद्वानांनी अजिंठा लेणीसह ओळखल्या गेलेल्या मोठ्या मठाचे वर्णन केले आहे. झुआनझांग पुढे म्हणतात की या राज्यामध्ये "पाखंडी" लोकांची मंदिरे होती ज्यांनी "त्यांच्या शरीरावर धूळ टाकली".

पल्लवांशी युद्ध आणि मृत्यू

पल्लव हे चालुक्यांचे दक्षिणेकडील शेजारी होते. त्या वेळी विष्णुकुंडिन्स त्यांचे सहयोगी होते आणि पुलकेशीनने विष्णुकुंडिनांना वश केल्यामुळे त्याचा पल्लव राजाशी संघर्ष झाला. चालुक्य आणि पल्लवांनी निर्णायक परिणाम न होता अनेक लढाया केल्या.

आयहोल शिलालेखात असे म्हटले आहे की पल्लव शासकाने पुलकेशीनच्या उदयास विरोध केला, ज्याने शत्रूचे वैभव "आपल्या सैन्याच्या धुळीने अस्पष्ट" केले आणि शत्रूला पल्लवांची राजधानी कांचीपुरमच्या भिंतींच्या मागे आश्रय घेण्यास भाग पाडले. पल्लवांच्या काशकुडी शिलालेखात असे म्हटले आहे की पल्लव राजा महेंद्रवर्मन याने पल्ललुरा (आधुनिक पुल्लालूर) येथे अज्ञात शत्रूचा पराभव केला. ही दोन खाती एकाच लढाईचा संदर्भ देतात, जी अनिर्णित असावी: पल्लव सैन्याला बहुधा कांचीपुरमला माघार घेण्यास भाग पाडले गेले, परंतु पुलकेशीनला वातापीकडे माघार घेण्यास भाग पाडण्यासाठी चालुक्य सैन्याचे पुरेसे नुकसान झाले.

रणविक्रमाच्या अधीन झाल्यानंतर बाणा-राजा-विशाय ("बाणा राजाचा प्रांत") मधील एलपट्टू सिंभिगे गाव पुलकेशीनने मंजूर केल्याची नोंद अप्रचलित पेद्दवदुगुरु शिलालेखात आहे. रणविक्रम हा बाणा राजा होता असे गृहीत धरून असे दिसते की पुलकेशीनने बाणांचा पराभव केला. (पर्यायी सिद्धांत रणविक्रमाची ओळख मंगलेश म्हणून करते; वरील प्रारंभिक जीवन विभाग पहा.) शिलालेखाच्या खोदकाम करणाऱ्या महेंद्र पल्लवाचारीच्या नावावरून सुचविल्याप्रमाणे, पुलकेशीनला सादर करण्यापूर्वी बन्स पल्लव सामंत होते असे दिसते. पुलकेशीनने पल्लव सरंजामशाहीला वश केल्यामुळे पल्लवांशी त्याचा संघर्ष पुन्हा निर्माण झाला असावा.

ऐहोल शिलालेख असे सुचवितो की पुलकेशीनने पल्लवांविरुद्धच्या संघर्षात चोल, चेरा आणि पांड्या राजांवर आपले सहयोगी म्हणून विजय मिळवला. त्याने कांचीपुरमच्या दिशेने कूच केले, परंतु पल्लवांच्या शिलालेखांवरून असे सूचित होते की कांचीपुरमजवळील परियाला, सुरमारा आणि मणिमंगला येथे झालेल्या लढायांमध्ये त्याला पलटवार सहन करावा लागला.

पल्लवांनी, नरसिंह-वर्मन प्रथमच्या कारकिर्दीत, शेवटी चालुक्य राजधानी वातापीला वेढा घातला. शिरुतोंडर परांजोती यांच्या नेतृत्वाखालील पल्लव सैन्याने इ.स. मध्ये वतापी काबीज केले तेव्हा पुलकेशीन मारला गेला असावा. 642-643 CE. बदामी येथील मल्लिकार्जुनदेव मंदिरात सापडलेल्या शिलालेखावरून वातापीचा पल्लवांचा ताबा नरसिंह-वर्मनच्या 13व्या राजवटीच्या वर्षातील असल्याचे प्रमाणित आहे.

उत्तराधिकारी

641 CE पर्यंत, पुलकेशिनच्या हयातीत, त्याचा भाऊ विष्णु-वर्धन याने चालुक्य साम्राज्याच्या पूर्वेकडील भागात स्वतंत्र राज्य निर्माण केले, परिणामी वेंगीच्या चालुक्य राजवंशाची स्थापना झाली. एका सिद्धांतानुसार, ही व्यवस्था पुलकेशीनच्या मान्यतेने घडली असावी, ज्यांना आपल्या भावाने मंगलेशासारखे उत्तराधिकारी युद्ध करावेसे वाटले नाही.

पुलकेशीनला सात मुलगे होते, आणि त्याच्या नंतरचा क्रम उपलब्ध ऐतिहासिक पुराव्यांवरून स्पष्ट होत नाही:

आदित्यवर्मन (c.643-645?) हे त्याच्या कुरनूल शिलालेखाने प्रमाणित केले आहे, जे त्याचे वर्णन एक शक्तिशाली शासक म्हणून करते आणि त्याला शाही उपाधी देते. इतिहासकार टीव्ही महालिंगम यांनी सिद्धांत मांडला आहे की आदित्यवर्मन हे विक्रमादित्य I चे पूर्वीचे नाव होते. तथापि, इतिहासकार डी.पी. दीक्षित या ओळखीवर विवाद करतात, आणि त्यांचा असा विश्वास आहे की आदित्यवर्मन पुलकेशीननंतर गादीवर आला आणि त्या बदल्यात त्याचा मुलगा अभिनवदित्य (c.645-646?) याने गादीवर बसवले.

चंद्रादित्य (c.646-649?) नेरूर आणि कोचरे यांनी साक्षांकित केलेल्या त्याच्या पत्नी विजया-भटारिकाचे शिलालेख दिले आहेत, जे त्यांना शाही पदवी देतात, परंतु त्यांच्या पत्नीच्या राजवटीत आहेत. अभिनवदित्यानंतर चंद्रादित्यने सिंहासन धारण केले आणि त्याच्या मृत्यूनंतर त्याच्या पत्नीने त्यांच्या अल्पवयीन मुलासाठी (सी.६४९-६५५) कारभारी म्हणून काम केले असण्याची शक्यता आहे. त्याचा भाऊ विक्रमादित्य पहिला याने या काळात चालुक्य सैन्याचा सर्वोच्च सेनापती म्हणून चालुक्याची सत्ता पुनर्संचयित केल्याचे दिसून येते आणि या प्रक्रियेत तो प्रत्यक्ष शासक बनला होता.

रणराघ-वर्मन हा त्याचा धाकटा भाऊ विक्रमादित्य याच्या १६व्या राजवटीच्या वर्षाच्या होन्नूर शिलालेखाद्वारे प्रमाणित आहे. शिलालेखात असे म्हटले आहे की रणराग-वर्मनची मुलगी ही गंगा राजकुमार माधवाची पत्नी होती, जो विक्रमादित्यचा अधीनस्थ होता.

विक्रमादित्य I (655-680) ने चालुक्य शक्ती पुनर्संचयित केली, आणि पल्लवांकडून वातापी पुन्हा ताब्यात घेतला.

विक्रमादित्यचा धाकटा भाऊ धाराश्रय जयसिंह-वर्मन, 671 CE नवसारी अनुदान शिलालेखाद्वारे प्रमाणित आहे.

राज्याची व्याप्ती

चिनी यात्रेकरू झुआनझांग यांनी साक्ष दिली की पुलकेशीनने अनेक निष्ठावान वासलांच्या माध्यमातून व्यापक, लष्करीदृष्ट्या शक्तिशाली आणि आर्थिकदृष्ट्या समृद्ध राज्य केले. आयहोल शिलालेखात असे म्हटले आहे की पुलकेशीनचे राज्य तीन बाजूंनी महासागरांनी बांधलेले होते, असे सूचित करते की त्याने विंध्यांच्या दक्षिणेकडील भारतीय द्वीपकल्पाच्या मोठ्या भागावर राज्य केले. तथापि, चोल, केरळ (चेरा) आणि पांड्यांचे अत्यंत दक्षिणेकडील राज्ये आपल्या साम्राज्याशी जोडण्यात तो सक्षम होता असा कोणताही पुरावा नाही.

हर्षावरील विजयानंतर पुलकेशीनने नर्मदा नदीच्या दक्षिणेकडील पश्चिम दख्खनच्या मोठ्या भागावर ताबा मिळवला असल्याचे दिसते. आयहोल शिलालेखात असे नमूद केले आहे की त्याने "तीन महाराष्ट्र" वर नियंत्रण मिळवले ज्यामध्ये 99,000 गावांचा समावेश होता. या "तीन महाराष्ट्र" ची ओळख निश्चित नाही: इतिहासकार डी.सी. सिरकार यांच्या मते, ते महाराष्ट्र (सध्याच्या महाराष्ट्राचा एक मोठा भाग), कोकण आणि कर्नाटक असावेत.

पुलकेशीन या मोठ्या राज्याचा मध्यभागी कारभार करू शकला नाही, आणि म्हणून चालुक्य घराण्यातील राज्यपाल आणि निष्ठावंत वासल्यांच्या माध्यमातून राज्य केले, ज्यात त्याच्याकडून पराभूत झालेल्या राज्यकर्त्यांचा समावेश होता. सेंद्रक राजपुत्र सेना -नंद-राजा याने कोकण आणि शेजारच्या प्रदेशांवर आपला एकनिष्ठ सरंजामदार म्हणून राज्य केले. अल्ला-शक्तीच्या घराण्याने खान्देश आणि शेजारच्या भागावर राज्य केले, जसे की अभोणा आणि कासारे शिलालेखांनी साक्षांकित केली आहे.

विष्णुकुंडिनांचा पराभव केल्यावर पुलकेशीनने पूर्वेकडील दख्खन प्रदेशाच्या मोठ्या भागावर ताबा मिळवला, जो उत्तरेकडील विशाखापट्टणमपासून दक्षिणेला नेल्लोर आणि गुंटूरपर्यंत विस्तारला होता. 50 पुलकेशीनने त्याचा धाकटा भाऊ विष्णु-वर्धन, ज्याने पूर्वी वेलवोला देशाचा राज्यपाल म्हणून काम केले होते, त्याला पूर्व दख्खनमधील वेंगीचा राज्यपाल म्हणून नियुक्त केले. विष्णु-वर्धन त्याच्या 631 CE कोप्पाराम शिलालेखात पुलकेशिनचे अधिपत्य मान्य करतात, परंतु त्याच्या 641 CE चिरुपल्ली शिलालेखात स्वतः ला स्वतंत्र शासक म्हणून प्रतिपादन करतात.

पुलकेशीनच्या मृत्यूनंतर, चालुक्य राज्यपाल विजय-वर्मन, ज्याने लता प्रदेशात (दक्षिण गुजरातमध्ये) राज्य केले, त्यानेही आपल्या स्वातंत्र्यावर ठामपणे भूमिका मांडल्याचे दिसते. विजय-वर्मनच्या 643 CE खेडा (कायरा) शिलालेखात चालुक्य अधिपतीचा कोणताही संदर्भ न घेता जमीन अनुदानाची नोंद आहे.

परकीय संबंध

अजिंठा लेणी मधील मूळ भित्तिचित्रे, आणि पुलकेशीनला पर्शियाहून दूत प्राप्त करतानाचे कलात्मक चित्रण. पूर्वीच्या विद्वानांचा असा विश्वास होता की पुलकेशीनला पर्शियाच्या ससानियन सम्राटाकडून दूत मिळाला होता, जो अजिंठा गुहा चित्रावर आधारित होता, परंतु हा सिद्धांत आता योग्य मानला जात नाही.

९व्या शतकातील पर्शियन इतिहासकार अल-तबारीच्या मते, पुलकेशीन ("फार्मिस") यांनी सध्याच्या इराणचा ससानियन शासक खोसरो II याच्याशी राजनैतिक संबंध ठेवले. पुलकेशीनने ससानियन सम्राटाच्या 26व्या राजवटीत खुसरो आणि त्याच्या मुलांना महागड्या भेटवस्तू आणि पत्रे पाठवली. हे दूतावास इ.स. 625 CE.

1870 च्या दशकात, स्थापत्य इतिहासकार जेम्स फर्ग्युसन यांनी असा सिद्धांत मांडला की अजिंठा लेणी 1 येथील एका चित्रात पुलकेशीनच्या दरबारात ससानियन दूतावासाचे चित्रण होते. चित्रात परदेशी पोशाखात अनेक आकृत्या दाखवल्या आहेत: फर्ग्युसनने हा पोशाख ससानियन म्हणून ओळखला आणि ससानियन राजाने चालुक्य राज्यात परतीचा दूतावास पाठवण्याचा प्रस्ताव दिला. हा सिद्धांत इतर विद्वानांनी मोठ्या प्रमाणावर स्वीकारला होता, परंतु यापुढे ती योग्य मानली जात नाही: चित्रकला, ज्यामध्ये पर्शियन किंवा ससानियन पोशाखात परदेशी लोकांच्या भेटीचा समावेश आहे, प्रत्यक्षात महा-सुदर्शन जातकातील एक दृश्य चित्रित करते, ज्यामध्ये सिंहासनाधिष्ठित राजाला त्याच्या मागील जन्मांपैकी एक राजा म्हणून बुद्ध म्हणून ओळखले जाऊ शकते. अजिंठ्याच्या लेण्यांमध्ये ससानियन कपड्यांमध्ये असंख्य पुरुषांचा समावेश त्यावेळच्या मध्य भारतातील ससानियन व्यापारी किंवा कामगारांच्या मोठ्या संख्येचे प्रतिबिंबित करतो आणि ते भारतीयांच्या तीव्र आस्थेचे वस्तुस्थिती असल्याचे दिसून येते.

भारतीय आणि ससानियन साम्राज्य यांच्यातील चांगल्या संबंधांमुळे इस्लामच्या उदयामुळे छळ झालेल्या झोरोस्ट्रिअन्सच्या भारतात स्थलांतराला प्रोत्साहन मिळाले. ते दख्खनच्या पश्चिम किनाऱ्यावर स्थायिक झाले आणि त्यांनी पारशी समुदायाची स्थापना केली.

धर्म

पुलकेशीन हा वैष्णव होता, जो लोहनेर ताम्रपटातील शिलालेखाने साक्षांकित केला आहे जो त्याला परम-भागवत ("विष्णूचा भक्त") म्हणतो, आणि पिंपळनेर ताम्रपटातील शिलालेख जो तो विष्णूच्या वंशाचा होता असे सांगतो. त्याचे अनेक शिलालेख विष्णूला अभिवादनाने सुरू होतात आणि वराह, विष्णूचा अवतार दर्शविणारी बोधचिन्हांसह शिक्का मारतात.

ते इतर धर्मांबद्दल सहिष्णू होते: शैव देवस्थानांचे बांधकाम आता ज्याला वरचे शिवालय, खालचे शिवालय आणि मालेगीट्टी शिवालय म्हणतात, त्यांच्या कारकिर्दीत सुरू झाले. चिनी बौद्ध यात्रेकरू झुआनझांगने उल्लेख केला आहे की त्याच्या राज्यात 100 पेक्षा जास्त बौद्ध मठ होते; या मठांमध्ये 5,000 हून अधिक भिक्षू - महायान आणि हीनयान - दोन्ही राहत होते. ऐहोल येथील मेगुती जैन मंदिर देखील त्याच्या कारकिर्दीत रविकिर्तीने बांधले होते, ज्याने या मंदिराच्या भिंतीवर कोरलेला ऐहोल शिलालेख तयार केला होता.

सांस्कृतिक उपक्रम

पुलकेशीनच्या आयहोल शिलालेखात असे म्हटले आहे की तो "शूर आणि विद्वानांना भेटवस्तू आणि सन्मान प्रदान करण्यात" उदार होता. शिलालेखाचे संगीतकार रविकिर्ती, पुलकेशीनचे दरबारी कवी, स्वतःचे वर्णन प्रसिद्ध संस्कृत कवी भास आणि कालिदास यांच्या बरोबरीचे म्हणून करतात. 86

शिलालेख

येक्केरी शिलालेख, जो बहुधा पुलकेशीनच्या पहिल्या राजवटीत जारी करण्यात आला होता, त्यात महादेवाच्या मालकीच्या काही शहरांमधील जमिनीच्या नोंदी आहेत.

हैदराबाद ताम्रपट अनुदान शिलालेख शके वर्ष ५३२ (कालबाह्य) चा आहे, आणि पुलकेशीनच्या तिसऱ्या राजवटीत जारी करण्यात आला होता. हे भाद्रपद महिन्याच्या अमावस्येला सूर्यग्रहणाच्या वेळी जारी करण्यात आले होते, जे 23 जुलै 613 शी संबंधित आहे. हे गावाच्या अनुदानाची नोंद करते.

मारुतुरु अनुदान शिलालेखात अलुका वासल शासकाच्या सांगण्यावरून मारुतुरु गावाला अनुदान दिल्याची नोंद आहे, आणि पिष्टपुराचा कब्जा लक्षात घेतला आहे.

विष्णु-वर्धनाचा सातारा अनुदान शिलालेख त्याला मुकुट-राजपुत्र म्हणून संबोधतो.

लोहनेर (नाशिक जिल्हा) शिलालेख अनिर्दिष्ट कॅलेंडर युगातील 552 सालचा आहे, जो शक युग असावा. हे गोवियनाका गावाचे अनुदान दामा दीक्षित नावाच्या ब्राह्मणाला नोंदवते.

पुलकेशीनच्या 21व्या राजवटीच्या वर्षातील कोपरम ताम्रपटाचा शिलालेख, कर्म-राष्ट्र प्रदेशातील एक गाव ब्राह्मणाला दिल्याची नोंद आहे.

पुलकेशीनच्या दरबारी कवी रविकीर्ती यांनी रचलेला ऐहोल प्रशस्ती शिलालेख, रविकीर्ति यांनी जिनेंद्र मंदिराच्या बांधकामाची नोंद केली आहे आणि पुलकेशीनच्या लष्करी कामगिरीची यादी केली आहे.

पुलकेशीनचा अप्रचलित तुम्मेयनारू अनुदान शिलालेख त्याला परमवेश्वर ही पदवी प्रदान करतो.

चिपळूणच्या ताम्रपटातील शिलालेखात महेश्वर नावाच्या ब्राह्मणाला आवरेटिका विषय (प्रांत) मधील अमरावतवाक गाव देण्यात आल्याची नोंद आहे. हे पुलकेशीनचे मामा आणि वासल राजा श्रीवल्लभ सेना-नंद-राजा यांचा संदर्भ देते, जे सेंद्रक घराण्यातील होते.

नेरूर शिलालेख.

खंडित बदामी शिलालेख वातापीच्या "विजयी महानगर" चा संदर्भ देतो.

हिरेबिद्री (धारवार जिल्हा) दगडी शिलालेखात तिरकाने दिलेल्या जमीन अनुदानाची नोंद आहे.

बेल्लारी जिल्ह्यातील एक कन्नड-भाषेतील शिलालेख "कुरुमगोडू येथे वापरल्या जाणाऱ्या जमिनीचे माप आणि नाणे निर्दिष्ट करतो".

अप्रचलित पेद्दवदुगुरु ईश्वरा मंदिराच्या शिलालेखात पुलकेशीनने रणविक्रमाच्या अधीन झाल्यानंतर एलपट्टू सिंभिगे गावाला अनुदान दिल्याची नोंद आहे. पराभूत शासक बहुधा बाणा वंशाचा राजा होता; पर्यायाने, त्याची ओळख मंगलेशाशी केली जाऊ शकते, ज्याला रणविक्रम ही पदवी मिळाली होती.

विजापूर-मुंबई ताम्रपट अनुदान शिलालेखात कौशिक गोत्रातील नागशर्मनला जमीन अनुदानाची नोंद आहे आणि त्यात राजवंश आणि राजांची प्रशस्ती (स्तुती) समाविष्ट आहे. मंजूर जमीन गोदावरी नदीच्या काठावर वसलेल्या ब्राह्मण-वाटाविया गावांमध्ये होती (औरंगाबाद जिल्ह्यातील पैठणच्या पूर्वेला आधुनिक ब्राह्मणगाव आणि वडवली म्हणून ओळखली जाते). १९९० च्या दशकात मुंबईच्या रघुवीर पै यांनी विजापूरच्या एका भंगार विक्रेत्याकडून तांब्याच्या प्लेट्स खरेदी केल्या होत्या. हा शिलालेख गंजल्यामुळे वाचता येत नव्हता, परंतु भांडारकर प्राच्यविद्या संशोधन संस्थेच्या श्रीनंद एल. बापट यांनी तो स्वच्छ करून 2017 मध्ये प्रकाशित केला. तो संस्कृत भाषेत लिहिला गेला आहे आणि ब्राह्मी लिपीच्या दक्षिणेकडील प्रकारात कोरलेला आहे. हे पुलकेशीनच्या नवव्या राजनैतिक वर्षातील वैशाख महिन्यातील पौर्णिमेच्या दिवशी चंद्रग्रहणाच्या निमित्ताने जारी करण्यात आले होते, जे 4 एप्रिल 619 CE शी संबंधित होते.

खालील शिलालेख पुलकेशीनच्या कारकिर्दीशी संबंधित आहेत, परंतु आधुनिक विद्वानांनी ते खोटे मानले आहेत:

पुलकेशीनच्या व्या राजवटीच्या वर्षातील कांदळगाव ताम्रपट शिलालेखात रेवती बेटावरील पिरिगीपा गावाच्या अनुदानाची नोंद आहे. ती बनावट मानली जाते कारण तिच्या लिपीत अनियमित वर्ण आहेत आणि तिची भाषा अतिशय चुकीची आहे. शिवाय, त्याचा शिक्का आणि उघडण्याचे पदार्थ इतर चालुक्य शिलालेखांपेक्षा वेगळे आहेत आणि त्यात पुलकेशीनचे चुकीचे वर्णन आहे.

लक्ष्मेश्वराच्या शिलालेखात शंख जिनेंद्रच्या चैत्याला शेत दिल्याची नोंद आहे. "उशीरा लिपी आणि अनियमित डेटिंग" मुळे हे बनावट मानले जाते.

पिंपळनेरच्या ताम्रपटातील शिलालेख, ज्याला लक्ष्मेश्वराच्या शिलालेखाच्या कारणास्तव बनावट मानले जाते, त्यात नगरस्वामी दीक्षितांना पिप्पलनगरचे अनुदान दिल्याची नोंद आहे.

8

अजातशत्रु हरियांका सम्राट

अजातशत्रु हरियांका सम्राट

Scan for Story Videos - www.itibook.com

अजातसत्तु किंवा अजातशत्रु (संस्कृत अजातशत्रु) बौद्ध परंपरेतील, किंवा जैन इतिहासातील कुणिका (कुणिका) आणि कुनिया (कुणिय), (सी. 492 ते 460 ईसापूर्व किंवा पूर्वार्धात). BCE) हा पूर्व भारतातील मगधमधील हरियांका राजवंशातील सर्वात महत्त्वाचा राजा होता. तो राजा बिंबिसाराचा मुलगा होता आणि महावीर आणि गौतम बुद्ध दोघांचाही समकालीन होता. त्याने वडिलांकडून जबरदस्तीने मगधचे राज्य काढून घेतले आणि त्याला कैद केले. त्यांनी लिच्छवींच्या नेतृत्वाखालील वज्जिका लीगविरुद्ध युद्ध केले आणि वैशाली (प्राचीन शहर) हे प्रजासत्ताक जिंकले. पाटलीपुत्र शहराची निर्मिती अजातशत्रूने एका गावाच्या तटबंदीने केली.

अजातशत्रु हा महाराजा बिंबिसाराचा मुलगा होता, जो ईशान्य भारतातील मगध राज्याच्या प्राचीन राज्यांपैकी एक होता. बिंबिसार हा 543 बीसीई मध्ये हरियांका राजवंशाचा प्रमुख बनला, त्यानंतर त्याने विवाह आणि विजयाद्वारे आपला प्रदेश वाढवण्याचा प्रयत्न केला. तथापि, स्वतःच्या सत्तेच्या हव्यासापोटी, आणि कौटुंबिक गैरसमजामुळे, राजकुमाराने स्वतःसाठी सिंहासन घेण्यापूर्वी त्याच्या वडिलांना तुरुंगात टाकले (बिंबिसाराची एकतर हत्या झाली किंवा आत्महत्या केली, तुम्ही कोणते मजकूर वाचता यावर अवलंबून आहे).

अजातशत्रु मगध साम्राज्याचा विस्तार करण्यासाठी पुढे जाईल, प्रक्रियेत 36 पेक्षा कमी शेजारील राज्यांना पराभूत करेल आणि नेपाळच्या वाज्जी प्रदेशात लिच्छवी प्रजासत्ताकाशी लढताना 15 वर्षे घालवली. या युद्धांदरम्यान, त्याने दोन नवीन शस्त्रे वापरली: एक कॅटपल्ट आणि झुलणारी गदा असलेला एक झाकलेला रथ, ज्याची तुलना आधुनिक काळातील टाकीशी केली गेली आहे. अखेरीस, तो भारताच्या उत्तरेकडील टोकाला, पूर्वेकडील बंगालपासून पश्चिमेला पंजाबपर्यंत आणि उत्तरेकडे नेपाळपर्यंत व्यापलेल्या एका विशाल राज्याचे अध्यक्षपद भूषवणार होता.

अजातशत्रूने विजय आणि विस्ताराची धोरणे पाळली. त्याने कोसलच्या राजासह त्याच्या शेजाऱ्यांचा पराभव केला; त्याचे भाऊ, त्याच्याशी मतभेद करून, काशीला गेले, जे बिंबिसाराला हुंडा म्हणून दिले गेले होते आणि मगध आणि कोसल यांच्यात युद्ध झाले.

अजातशत्रूने काशीवर ताबा मिळवला आणि छोटी राज्ये काबीज केली. अजातशत्रूच्या अधिपत्याखालील मगध हे उत्तर भारतातील सर्वात शक्तिशाली राज्य बनले.

तो युद्धात वापरल्या जाणाऱ्या दोन शस्त्रांचा शोधकर्ता आहे: रथमुसल (काळीदार रथ) आणि महाशिलकांतक (मोठे दगड बाहेर काढण्यासाठी इंजिन).

डेटिंग

महावंशातील तारखांच्या सहसंबंधाच्या आधारे आणि बुद्धाचा मृत्यू इसवी सन पूर्व ४८३ मध्ये झाल्याचा निष्कर्ष काढताना, ए.एल. बाशम यांनी अजातशत्रूच्या राज्यारोहणाची तारीख इ.स.पू. ४९१ केली. अजातशत्रूची पहिली मोहीम इ.स.पू. 485 मध्ये झाली असल्याचा अंदाज त्याने वर्तवला आहे आणि इ.स.पू. 481-480 मध्ये वज्जीविरुद्धची दुसरी मोहीम आहे. समन्नाफला सुत्ता सांगते की अजातशत्रूने सहा शिक्षकांना त्यांची शिकवण ऐकण्यासाठी भेट दिली आणि शेवटी बुद्धाला भेट दिली, ही घटना 491 बीसी मध्ये घडली असावी असा अंदाज आहे.

जन्म

अजातशत्रू, ज्याला कुणिका म्हणूनही ओळखले जाते, हा बिंबिसाराचा मुलगा होता. मथुरा येथील शासकीय संग्रहालयातील प्राचीन शिलालेखात त्यांचा उल्लेख वैदेही पुत्र अजातशत्रु कुणिका "अजातशत्रु कुणिका, वैदेहीचा पुत्र" असा आहे. अजातशत्रूची कथा बौद्ध धर्माच्या त्रिपिटक आणि जैन आगमांमध्ये आढळते. अजातशत्रूच्या जन्माचा वृत्तांत दोन्ही परंपरेत कमी-अधिक प्रमाणात साम्य आहे. जैन धर्मानुसार, अजातशत्रूचा जन्म राजा बिंबिसार आणि राणी चेल्लाना यांच्या पोटी झाला; बौद्ध परंपरेनुसार अजातशत्रूचा जन्म बिंबिसार आणि कोसला देवी यांच्या पोटी झाला. हे लक्षात घेण्यासारखे आहे की दोन्ही परंपरेत दोन्ही राण्यांना "वैदेही" म्हटले गेले.

जैन निर्यावलिका सूत्रानुसार, तिच्या गरोदरपणात राणी चेल्लानाला आपल्या पतीच्या हृदयाचे तळलेले मांस खाण्याची आणि मद्यपान करण्याची तीव्र इच्छा होती. दरम्यान, राजा बिंबिसाराचा मुलगा आणि राणी नंदाचा मुलगा अत्यंत बुद्धिमान राजकुमार अभयकुमार याने हृदयासारखे रानटी फळ तळून राणीला दिले. राणीने ते खाल्ले आणि नंतर अशी राक्षसी इच्छा बाळगून तिला लाज वाटली आणि तिला भीती वाटली की मूल मोठे होऊन कुटुंबासाठी घातक ठरेल, अशा प्रकारे मूल जन्माला आल्यानंतर काही महिन्यांनी राणीने त्याला राजवाड्यातून हाकलून दिले. . मुल कचराकुंडीजवळ पडून असताना एका कोंबड्याने त्याच्या बोटाला चावा घेतला. राजा बिंबिसाराला मुलाला बाहेर फेकल्याबद्दल कळले, त्याने बाहेर धाव घेतली आणि मुलाला उचलले आणि त्याचे रक्तस्त्राव थांबेपर्यंत ते चोखले आणि तो बरा होईपर्यंत बरेच दिवस असेच चालू ठेवले. मुलाच्या करंगळीला दुखापत झाल्यामुळे त्याला कुनिका "सोर फिंगर" असे टोपणनाव देण्यात आले. नंतर त्याचे नाव अशोककांडा ठेवण्यात आले.

बौद्ध अथकथेत, वरील कथा जवळजवळ सारखीच आहे, कोसलदेवीला बिंबिसाराच्या हातातून रक्त प्यायची इच्छा होती; राजाने तिला उपकृत केले आणि नंतर, जेव्हा मुलाला कचराकुंडीजवळ फेकले गेले तेव्हा संसर्गामुळे त्याच्या करंगळीला एक फोड आले आणि राजाने ते चोखले आणि एकदा ते शोषताना राजाच्या तोंडात फोड फुटले, परंतु आपल्या मुलाबद्दलच्या प्रेमापोटी त्याने पुस बाहेर थुंकला नाही, तर तो

गिळला.

जैन परंपरा

एकदा अजातशत्रूची पत्नी राणी पद्मावती संध्याकाळी तिच्या बाल्कनीत बसली होती. तिने हल्ला आणि विहल्ला कुमारांना त्यांच्या पत्नींसह सेचनका हत्तीवर बसलेले आणि 18 पट दैवी हार घातलेल्या पत्नींपैकी एक पाहिले. मग तिने एका दासीला खाली बागेतून बनवताना ऐकले, "हे राज्याचे खरे सुख उपभोगणारा राजा नव्हे तर हला आणि विहल्ला कुमार आहेत" आणि तिने विचार केला, "माझ्याकडे दोन्ही दागिने नसतील तर राज्याचा उपयोग काय? माझ्या ताब्यात?"

म्हणून, तिने हा विचार त्याच रात्री अजातशत्रूला सांगितला आणि तिच्या मागणीसाठी ती खूप आग्रही झाली. अजातशत्रूने शेवटी होकार दिला आणि आपल्या दोन्ही भावांना हत्ती आणि हार देण्याची विनंती केली, जी त्याच्या दोन्ही भावांनी नाकारली की या भेटवस्तू त्यांच्या प्रिय वडिलांनी दिल्या आहेत, मग त्यांनी त्यांच्यापासून वेगळे का व्हावे? अजातशत्रूने तीनदा विनंती पाठवली पण तिन्ही वेळा एकच उत्तर मिळाले. यामुळे त्याला खूप त्रास झाला, म्हणून त्याने आपली माणसे त्यांना पकडण्यासाठी पाठवली. दरम्यान, हला आणि विहल्ला कुमारांनी एका संधीचा फायदा घेतला आणि त्यांचे आजोबा चेतक यांच्याकडे पळून गेले जे वैशाली प्रजासत्ताकाच्या महान राज्याचे (वज्जी/लिच्छविस) राजा होते. अजातशत्रूने चेतकाला त्यांना शरण येण्यासाठी तीनदा नोटीस पाठवली पण चेतकाने ती नाकारली.

अजातशत्रूसाठी हे पुरेसे होते. त्याने आपल्या सावत्र भावांना, कलाकुमारास (कलाकुमार, राजा बिंबिसरापासून जन्मलेले आणि 10 काली राणी काली, सुकली, महाकाली इ.) आपले सैन्य आपल्या सैन्यात विलीन करण्यासाठी बोलावले, कारण वैशाली प्रजासत्ताक नेहमीच अजिंक्य आहे हे अजातशत्रूला माहित होते. भूतकाळात आणि तो एकटा त्याला पराभूत करू शकणार नाही. प्रत्येक कलाकुमाराने 3000 घोडे, 3000 हत्ती, 3000 रथ आणि 30000 पायदळ आणले. दुसरीकडे, चेतकाने आपला नातू अजातशत्रू याच्याशी लढण्यासाठी स्वतःचे मित्र 9 मल्ल, 9 लिच्छवी आणि काशी-कोसलच्या 18 राजांना आमंत्रित केले. हे सर्व राजे 3000 घोडे, 3000 हत्ती, 3000 रथ आणि प्रत्येकी 30000 पायदळ घेऊन आले होते. अशा प्रकारे एकूण 57000 हत्ती, 57000 रथ, 57000 घोडे आणि 570000 पायदळ होते.

युद्ध सुरू झाले. राजा चेतक हा महावीरांचा निस्सीम अनुयायी होता आणि त्याने युद्धात दररोज एकापेक्षा जास्त बाण न सोडण्याचे व्रत घेतले होते. चेतकाचे ध्येय परिपूर्ण होते आणि त्याचे बाण अतुलनीय होते हे सर्वांना माहीत होते. त्याच्या पहिल्या बाणाने अजातशत्रूचा सेनापती कलाकुमार याला मारले. सलग नऊ दिवस बाकीच्या नऊ कलाकुमारांना चेतकाने मारले. त्यांच्या पुत्रांच्या मृत्यूमुळे अत्यंत दुःख झालेल्या, काली राण्यांना महावीरांच्या पवित्र आदेशानुसार नन म्हणून दीक्षा देण्यात आली.

अजातशत्रू पराभवाकडे जात असताना त्याने तीन दिवस तपश्चर्या केली आणि शकरेंद्र आणि चर्मेंद्र (वेगवेगळ्या स्वर्गातील इंद्र) यांना प्रार्थना केली, ज्यांनी त्यांना युद्धात मदत केली. त्यांनी चेतकाच्या अभेद्य बाणापासून त्याचे रक्षण केले. युद्ध खूप तीव्र झाले आणि इंद्राच्या दैवी प्रभावाने अजातशत्रूच्या माणसांनी फेकलेले खडे, पेंढा, पाने देखील चेतकांच्या सैन्यावर खडकांप्रमाणे पडली असे म्हणतात. त्यामुळे या शस्त्राला महाशिलाकांतक असे नाव पडले, म्हणजे ज्या शस्त्राने एक लाख (1,00,000) पेक्षा जास्त लोक मरण पावले. पुढे, इंद्रांनी एक मोठा, आपोआप फिरणारा रथ प्रत्येक बाजूला फिरत असलेल्या अणकुचीदार गदा घेऊन दिला, आणि अजातशत्रूला स्वतः चर्मेंद्रने चालवले असे सांगितले. लाखो सैनिकांना चिरडून रथ रणांगणात फिरला. या रथाचे रथ-मुसळ असे नाव होते.

या युद्धात चेतकाचा पराभव झाला. पण, चेतका आणि इतरांनी लगेचच वैशाली शहराच्या भिंतीत आश्रय घेतला आणि मुख्य दरवाजा बंद केला. वैशालीच्या आजूबाजूच्या भिंती इतक्या मजबूत होत्या की अजातशत्रूला त्या तोडणे अशक्य होते. बरेच दिवस गेले, अजातशत्रु क्रोधित झाला आणि त्याने पुन्हा इंद्राची प्रार्थना केली, परंतु यावेळी इंद्राने त्याला मदत करण्यास नकार दिला. पण अजातशत्रूला एका देवीच्या वाणीद्वारे सांगण्यात आले की "श्रमण (भिक्षू) कुलवलकाने गणिकेशी लग्न केल्यास वैशालीवर विजय मिळू शकतो."

अजातशत्रूने भिक्षू कुलवलकाची चौकशी केली आणि वेश्या मागधीकाला धर्माभिमानी वेशात पाठवले. पतित स्त्रीने भिक्षुला स्वतःकडे आकर्षित केले आणि शेवटी, साधूने आपले भिक्षुत्व सोडले आणि तिच्याशी लग्न केले. नंतर अजातशत्रूच्या आज्ञेनुसार मगधिकाने कुलवलकाला ज्योतिषाच्या वेशात वैशालीमध्ये प्रवेश करण्यास ब्रेनवॉश केले. मोठ्या कष्टाने त्यांनी वैशालीमध्ये प्रवेश केला आणि त्यांना समजले की मुनिसुव्रताला समर्पित चैत्य (वेदी) ने शहराचे रक्षण केले आहे. तेव्हा कुलवलकाने लोकांना सांगायला सुरुवात केली की या वेदीमुळेच हे शहर वाईट काळातून ग्रस्त आहे. लोकांनी वेदीला पायापासूनच उखडून टाकले. कुलवलकाने संकेत दिला आणि अजातशत्रू पूर्व व्यवस्थेप्रमाणे पुढे निघाला. हा शेवटचा हल्ला होता. अजातशत्रूने वैशालीवर विजय मिळवला.

अजातशत्रूच्या सैनिकांनी बनवलेल्या लोखंडी रॉड आणि अग्नीने खड्ड्यात पडून सेचनका हत्तीचा मृत्यू झाला. नंतर हल आणि विहल्ला कुमारांनी महावीरांच्या पवित्र आदेशानुसार भिक्षू म्हणून दीक्षा घेतली. चेतकाने सल्लेकहना (मरण उपोषण) केले. अजातशत्रूने केवळ वैशालीच नव्हे तर काशी-कोसलावरही विजय मिळवला.

बौद्ध परंपरा

गंगा नदीवर एका गावाजवळ हिऱ्याची खाण होती. अजातशत्रू आणि वज्जीच्या लिच्छवी यांच्यात हिऱ्यांचा समान वाटा असेल असा करार झाला होता. तथापि, निव्वळ सुस्तीमुळे, अजातशत्रू स्वतःचा वाटा गोळा करण्यात अयशस्वी ठरला आणि बहुतेक हिरे लिच्छवींनी वाहून नेले.

कालांतराने, अखेरीस, अजातशत्रू नाराज झाला आणि त्याने याबद्दल काहीतरी करण्याचा निर्णय घेतला. वैशालीच्या संपूर्ण संघराज्याविरुद्ध लढणे जवळजवळ अशक्य आहे असे त्याला वाटत असल्याने, त्याने त्याऐवजी शक्तिशाली वज्जींचा समूळ उच्चाटन करण्याचा आणि त्यांचा नायनाट करण्याचा निर्णय घेतला. वैशाली इतकी अजिंक्य का असावी हे विचारण्यासाठी त्याने आपला मुख्यमंत्री वसकाराला बुद्धाकडे पाठवले; ज्याला बुद्धाने सात कारणे दिली, ज्यात: वज्जी सभांना नेहमी वक्तशीर असतात, त्यांची शिस्तबद्ध वागणूक, वडिलांचा आदर, स्त्रियांचा आदर, ते त्यांच्या मुलींचे जबरदस्तीने लग्न करत नाहीत, ते अर्हतांना आध्यात्मिक संरक्षण देतात, आणि शेवटी, मुख्य कारण म्हणजे चैत्य (वेदी), जी शहराच्या आत होती.

अशा प्रकारे, आपल्या मुख्यमंत्री वसकाराच्या मदतीने, अजातशत्रूने वज्जींचे विभाजन केले आणि आतील चैत्य देखील तोडले. या युद्धादरम्यान, अजातशत्रूने एक काटेरी रथ वापरला, ज्यामध्ये दोन्ही बाजूंना झुलणारी गदा आणि ब्लेड होते आणि त्यासह शहरावर हल्ला केला आणि ते जिंकले.

कुटुंब

जैन परंपरा

निरयावलिया सुत्तानुसार अजातशत्रूचा जन्म राजा बिंबिसार आणि राणी कोसला देवी यांच्या पोटी झाला, जो वैशालीचा राजा चेतक याची कन्या होती, जो महावीराची आई राणी त्रिशलाचा भाऊ होता. अजातशत्रुला आठ बायका होत्या.

बौद्ध परंपरा

बिंबिसारा तुरुंगात राजा बिंबिसाराला त्याचाच मुलगा राजा अजातशत्रु याने कैदेत ठेवले होते.

दिघा निकायानुसार, अजातशत्रूचा जन्म राजा बिंबिसार आणि राणी कोसला देवी यांच्या पोटी झाला, जो कोसलचा राजा महा-कोसलची कन्या आणि पसेनादीची बहीण होती जी नंतर गादीवर आली. अजातशत्रुला 500 बायका होत्या पण मुख्य पत्नी राजकुमारी वजिरा होती. काशी शहर महा-कोसलाने बिंबिसाराला हुंडा म्हणून दिले होते. बिंबिसाराच्या वधानंतर प्रसेनजीतने शहर परत घेतले. त्यामुळे अजातशत्रु आणि प्रसेनजित यांच्यात युद्ध झाले. युद्धाचा शेवट शांतता कराराने झाला ज्यामध्ये प्रसेनजीतने आपल्या मुलीचे वजिराशी लग्न केले. अजातशत्रूला नंतर उदयभद्द किंवा उदयभद्र नावाचा मुलगा झाला.

मृत्यू

अजातशत्रूच्या मृत्यूची नोंद इतिहासकारांनी नोंदवलेली आहे. 461 BCE. जैन आणि बौद्ध परंपरेत त्याच्या मृत्यूचे वर्णन बरेच वेगळे आहे. इतर खाती c कडे निर्देश करतात. त्याच्या मृत्यूचे वर्ष म्हणून 460 BCE .

जैन परंपरा

जैन धर्मग्रंथानुसार, अवशक चुर्णी, अजातशत्रू महावीरांना भेटायला गेला.

अजातशत्रूने विचारले, "भगवंत! त्यांच्या मृत्यूनंतर चक्रवर्ती (जागतिक सम्राट) कुठे जातात?"

महावीरांनी उत्तर दिले की "एक चक्रवर्ती, जर कार्यालयात असताना मरण पावला तर तो महा-तमप्रभा नावाच्या सातव्या नरकात जातो आणि जर संन्यासी म्हणून मरण पावला तर निर्वाण प्राप्त होतो."

अजातशत्रूने विचारले, "मग मला निर्वाण मिळेल की सातव्या नरकात जाईल?"

महावीरांनी उत्तर दिले, "त्यांच्यापैकी कोणीही नाही, तू सहाव्या नरकात जाणार आहेस."

अजातशत्रूने विचारले, "भगवंत, मग मी चक्रवर्ती नाही का?",

ज्याला महावीरांनी उत्तर दिले, "नाही, तू नाहीस."

यामुळे अजातशत्रूला विश्व-सम्राट बनण्याची उत्सुकता लागली. त्याने कृत्रिम दागिने तयार केले आणि जगातील सहा प्रदेश जिंकण्यासाठी निघाले. पण जेव्हा तो तिमिस्रा लेण्यांजवळ पोहोचला तेव्हा त्याला क्रुतामल नावाच्या संरक्षक देवाने थांबवले आणि ते म्हणाले, "या गुहेतून फक्त एक चक्रवर्तीच जाऊ शकतो, कालचक्राच्या अर्ध्या चक्रात 12 पेक्षा जास्त चक्रवर्ती असू शकत नाहीत आणि ते आधीच झाले आहेत. ." यावर अजातशत्रु उद्धटपणे म्हणाले, "मग मला तेरावा मानून मला जाऊ द्या नाहीतर माझी गदा तुम्हाला यमापर्यंत पोहोचवण्याइतकी मजबूत आहे." अजातशत्रूच्या उद्धटपणामुळे देव संतप्त झाला आणि त्याने आपल्या सामर्थ्याने त्याला जागेवरच राख केले. अजातशत्रूचा नंतर तमप्रभा नावाच्या सहाव्या नरकात पुनर्जन्म झाला.

बौद्ध परंपरा

अजातशत्रूचा त्याच्या राज्याचा लोभ असलेल्या आपल्याच पुत्र उदयभद्रने निर्घृणपणे वध केला होता. अजातशत्रूचा पुनर्जन्म "लोहकुंभीय" नावाच्या नरकात झाला आणि तेथे साठ हजार वर्षे तो भोगेल.

जरी या परंपरांमध्ये अजातशत्रूच्या मृत्यूचे वर्णन भिन्न असले तरी, दोघांचा असा विश्वास आहे की अनेक पुनर्जन्म पार केल्यानंतर, अजातशत्रू एक ज्ञानी राजपुत्र म्हणून जन्म घेईल आणि नंतर एक संन्यासी होईल आणि निर्वाण प्राप्त करेल.

धर्म

सट्टापन्नी गुहा ज्यामध्ये पहिली बौद्ध परिषद भरली होती

सट्टापन्नी गुहा ज्यामध्ये पहिली बौद्ध परिषद भरली होती ती राजा अजातशत्रूने प्रायोजित केली होती.

जैन आणि बौद्ध दोन्ही परंपरांमध्ये अजातशत्रूचा उल्लेख आढळतो.

उवावई/औपपातिक सुत्त, जे जैनांचे पहिले उपांग आहे (जैन आगमास पहा) महावीर आणि अजातशत्रू यांच्यातील संबंधांवर प्रकाश टाकतात. अजातशत्रूने महावीरांना सर्वोच्च मान दिला असे त्यात नमूद आहे. त्याच मजकूरात असेही म्हटले आहे की अजातशत्रूकडे महावीरांच्या दैनंदिन दिनचर्याबद्दल त्यांना अहवाल देण्यासाठी एक अधिकारी होता. त्याला मोबदला दिला गेला. त्या अधिकाऱ्याचे मोठे नेटवर्क आणि सहायक क्षेत्रीय कर्मचारी होते ज्यांच्यामार्फत त्याने महावीरांची सर्व माहिती गोळा केली आणि राजाला कळवली. महावीरांचे चंपा नगरीत आगमन, अजातशत्रूने त्यांना केलेला सन्मान, महावीरांनी अर्धमागधी भाषेत दिलेला प्रवचन इत्यादींविषयी उवावई सुत्तामध्ये सविस्तर आणि प्रकाशमय चर्चा आहे.

बौद्ध परंपरेनुसार, समनाफळ सुत्त बुद्धांसोबतच्या त्यांच्या पहिल्या भेटीशी संबंधित आहे, जिथे त्यांना देवदत्तच्या सहवासात झालेल्या चुका लक्षात आल्या आणि स्वतःच्या वडिलांना मारण्याची योजना आखली. याच मजकुरानुसार, या भेटीत अजातशत्रूने बुद्ध, धम्म आणि संघाचे रक्षण केले. बुद्ध, धम्म आणि संघाच्या दृढ भक्ताचे उदाहरण म्हणून इतर अनेक सुत्तांमध्ये त्यांचा एकापेक्षा जास्त वेळा उल्लेख केला गेला आहे. त्यांनी अंत्यसंस्कारानंतर बुद्धाच्या अस्थी आणि राखेवर एक विस्तीर्ण स्तूप उभारला आणि सत्तपन्नी (सप्तपर्णी) लेणी राजगृहातील पहिल्या बौद्ध परिषदेत अजातशत्रू देखील उपस्थित होता.

महायान बौद्ध धर्मात, अजातशत्रूची महत्त्वपूर्ण भूमिका आहे. तो महायान महापरिनिर्वाण सूत्रात दुष्ट आणि दुःखापासून पूर्णपणे पराभूत झालेला दिसतो आणि अशा सामान्य, पापी व्यक्तीचा नमुना ज्याला केवळ बुद्धाच्या करुणेनेच वाचवले जाऊ शकते; बुद्धाने या सूत्रात असेही घोषित केले आहे की ते "अजातशत्रुच्या फायद्यासाठी जगात राहतील". या एपिसोडमध्ये, धर्माच्या अधोगतीच्या युगाच्या व्यापक थीमसह, अनेक महायान शाळांनी गुणवत्तेचा संग्रह करण्याऐवजी विश्वासावर भर दिला आहे.

9

राजाराजा चोल । चोल राजा

राजाराजा चोल I चोल राजा

राजाराजा पहिला (947 CE - 1014 CE), जन्मलेला अरुलमोझी वर्मन आणि अनेकदा राजा राजा द ग्रेट म्हणून वर्णन केलेला, एक चोल सम्राट होता ज्याने 985 CE ते 1014 CE पर्यंत राज्य केले. त्याच्या कारकिर्दीत तो दक्षिण भारतातील सर्वात शक्तिशाली राजा होता आणि चोल प्रभाव पुनर्संचयित करण्यासाठी आणि हिंदी महासागरात त्याचे वर्चस्व सुनिश्चित करण्यासाठी त्याची आठवण केली जाते.

त्याच्या विस्तृत साम्राज्यात पांड्या देश, चेरा देश आणि उत्तर श्रीलंकेचा विशाल प्रदेश समाविष्ट होता. त्याने लक्षद्वीप आणि थिलाधुनमाडुलु प्रवाळ आणि हिंद महासागरातील मालदीवच्या उत्तरेकडील बेटांचा भाग देखील मिळवला. पश्चिम गंगा आणि चालुक्यांच्या विरोधातील मोहिमांनी चोल सत्तेचा विस्तार तुंगभद्रा नदीपर्यंत केला. पूर्वेकडील किनारपट्टीवर, त्याने वेंगीच्या ताब्यासाठी चालुक्यांशी युद्ध केले.

राजाराजा प्रथम, एक सक्षम प्रशासक असल्याने, चोलांची राजधानी तंजावर येथे महान बृहदीश्वर मंदिर देखील बांधले. मध्ययुगीन दक्षिण भारतीय स्थापत्य शैलीत बांधलेल्या सर्व मंदिरांपैकी हे मंदिर अग्रगण्य मानले जाते. त्याच्या कारकिर्दीत, तमिळ कवी अप्पर, संबंदर आणि सुंदरर यांचे ग्रंथ एकत्रित करून थिरुमुराई नावाच्या एका संकलनात संपादित केले गेले. त्यांनी 1000 CE मध्ये जमीन सर्वेक्षण आणि मूल्यांकनाचा एक मोठा प्रकल्प सुरू केला ज्यामुळे देशाची पुनर्रचना व्हॅलेनाडस म्हणून ओळखल्या जाणाऱ्या वैयक्तिक युनिट्समध्ये झाली. राजाराजा 1014 CE मध्ये मरण पावला आणि त्याचा मुलगा राजेंद्र चोल I हा गादीवर आला.

चोल राजवंशाची मुळे दक्षिण भारतातील तमिळ लोकांमध्ये आहेत आणि तिसरे शतक ईसापूर्व आहे. जेव्हा राजाराजा सत्तेवर आला, तेव्हा भारतातील पांड्या आणि चेरा राज्ये आणि श्रीलंकेतील सिंहला यांच्या सहयोगी शक्तींच्या रूपात राज्याला विरोधाचा सामना करावा लागला. सम्राटाने 994 मध्ये आक्रमण केले आणि अखेरीस पांड्या आणि चेरावर विजय मिळवण्याआधी अनेक वर्षे भयंकर लढाई झाली.

1993 मध्ये श्रीलंकेकडे मोठ्या सैन्याने रवाना केल्यावर, बेटाच्या उत्तरेवर आक्रमण करून कब्जा केल्यावर राजा राजाचा अंतिम प्रतिकार दूर झाला. आपल्या माणसांसह, त्याने प्राचीन सिंहली राजधानी, अनुराधापुराचा नाश केला, परंतु तो संपूर्ण बेट कधीही सहन करू शकला नाही. राजा राजाने नंतर 999 मध्ये गंगापदी जिंकली आणि अखेरीस उत्तर-पश्चिमेकडील चालुक्य साम्राज्य आणि दक्षिणेकडील वेंगीचे राज्य आपल्या ताब्यात घेतले, चोल साम्राज्याचा विस्तार तुंगभद्रा नदीपासून संपूर्ण दक्षिण भारत आणि बहुसंख्य भाग व्यापण्यापर्यंत केला. श्रीलंका.

थिरुवलंगडू ताम्रपटाच्या शिलालेखानुसार, राजराजाचे मूळ नाव अरुलमोळी (अरुलमोझी म्हणून लिप्यंतरित) वर्मन होते, शब्दशः "धन्य जीभ". त्याचा जन्म 947 CE च्या आसपास आईपासी महिन्यात, साधयम नक्षत्राच्या दिवशी झाला होता. तो चोल राजा परंतक दुसरा (उर्फ सुंदरा) आणि राणी वनवन महादेवी यांचा मुलगा होता. त्याला एक मोठा भाऊ - आदित्य दुसरा, आणि एक मोठी बहीण - कुंदवई होती.

राजराजाच्या स्वर्गारोहणामुळे, त्याचे आजोबा परंतक I च्या मृत्यूनंतर, सिंहासनावरील प्रतिस्पर्ध्यांच्या दाव्यांचा कालावधी संपला. परांतक I नंतर, त्याचा मुलगा गंदारादित्य सिंहासनावर बसला. गंदारादित्य मरण पावला तेव्हा त्याचा मुलगा उत्तम हा अल्पवयीन होता, त्यामुळे परांतक पहिलाचा धाकटा मुलगा अरिंजय याच्या हाती गादी गेली. अरिंजय लवकरच मरण पावला, आणि त्याचा मुलगा परांतक दुसरा त्याच्यानंतर आला. परांतक II नंतर सिंहासन उत्तमाकडे जाईल असे ठरले होते: हा निर्णय बहुधा परांतक II चा होता, जरी राजराजाचा मुलगा राजेंद्र I याच्या थिरुवलंगडू शिलालेखात असे म्हटले आहे की ते राजराजाने बनवले होते.

राजराजाचा मोठा भाऊ त्याच्या आधी मरण पावला, आणि उत्तमाच्या मृत्यूनंतर, राजाराजा जून-जुलै 985 मध्ये सिंहासनावर बसला. या क्षणापर्यंत अरुमोधि वर्मन म्हणून ओळखले जाणारे, त्यांनी राजराजा हे नाव धारण केले, ज्याचा शाब्दिक अर्थ "राजांमधील राजा" आहे. त्याने स्वतःला शिवपद शेखर असेही संबोधले, शब्दशः, "जो आपला मुकुट शिवाच्या चरणी ठेवतो".

राजराजा I च्या काळात चोल साम्राज्य

लष्करी विजय

राजराजाला वारसाहक्काने एक राज्य मिळाले ज्याच्या सीमा तंजावर-तिरुचिरापल्ली प्रदेशाभोवती केंद्रित असलेल्या पारंपारिक चोल प्रदेशापुरत्या मर्यादित होत्या. त्याच्या स्वर्गारोहणाच्या वेळी, चोल राज्य तुलनेने लहान होते, आणि पूर्वीच्या वर्षांमध्ये राष्ट्रकूटच्या आक्रमणातून सावरत होते. राजाराजाने ते सक्षमपणे प्रशासित साम्राज्यात बदलले ज्यात शक्तिशाली सैन्य आणि मजबूत नौदल होते. त्याच्या कारकिर्दीत, वेंगीचे उत्तरेकडील राज्य चोलांचे संरक्षण बनले आणि पूर्वेकडील किनारपट्टीवरील चोलांचा प्रभाव उत्तरेकडील कलिंगापर्यंत पसरला.

तंजावरच्या शिलालेखांमध्ये अनेक रेजिमेंटचा उल्लेख आढळतो. या रेजिमेंट्स हत्ती सैन्य, घोडदळ आणि पायदळ यांमध्ये विभागल्या गेल्या होत्या आणि या प्रत्येक रेजिमेंटची स्वतःची स्वायत्तता होती आणि ते उपकार देण्यास किंवा मंदिरे बांधण्यास मोकळे होते.

कंडलूर सलाईची लढाई

हे ज्ञात आहे की राजराजाने कंडलूर सलाई (सध्याचे दक्षिण केरळ) येथे मोठा विजय साजरा केला. 988 CE. या लढाईची आठवण "कंदलूर सलाई कलाम-अरुता" या सुप्रसिद्ध वाक्याने केली जाते. हा सहभाग चोल नौदलाचा किंवा नौदल आणि सैन्याचा एकत्रित प्रयत्न असावा असे वाटत होते. सलाई मूळतः मदुराई येथील पंड्या राजाचा वासल, आय प्रमुखाची होती. या लढाईत चेरा किंवा पांड्या योद्धा यांचा सहभाग अनिश्चित आहे. राजराजाच्या सेनापतीने (तिरुवलंगडू ताम्रपटात उल्लेख केलेला) विझिंजम जिंकणे हे काहीवेळा या लढाईशी बरोबरीचे आहे.

केरळ आणि पांड्यांचा विजय

990 च्या दशकात कन्याकुमारी जिल्ह्यात आणि 1000 च्या दशकाच्या सुरुवातीला त्रिवेंद्रम जिल्ह्यात राजराजाचे शिलालेख दिसू लागले. केरळचे चोलांचे अधिपत्य 11व्या शतकाच्या सुरुवातीच्या वर्षांचे असू शकते. राजराजाचा सेनूर शिलालेख (1005 CE) सांगते की त्याने पांड्याची राजधानी मदुराई नष्ट केली; कोल्लम (वेनाड), कोल्ला-देशम (मुशिका) आणि कोडुंगल्लूर (चेरा पेरुमल) येथील "गर्विष्ठ राजे" जिंकले. मलानाडूमधील यापैकी काही विजय कदाचित राजकुमार राजेंद्र चोलाने त्याच्या वडिलांसाठी जिंकले होते.

पांड्यांचा पराभव केल्यावर, राजराजाने पांड्या कुलशानी ("पांड्यांच्या शर्यतीला थंडरबोल्ट") ही पदवी धारण केली आणि पांड्या देश "राजाराजा मंडलम" किंवा "राजाराजा पांडिनाडू" म्हणून ओळखला जाऊ लागला. त्रिशंकू काष्ठ (दक्षिण) येथील राजराजाच्या मोहिमेचे वर्णन करताना, राजेंद्र प्रथमच्या थिरुवलंगडू अनुदानात असे म्हटले आहे की त्याने काही राजेशाही अमरभुजंगा ताब्यात घेतला. या राजपुत्राची ओळख (एकतर पांड्या राजपुत्र किंवा पांड्या राजाचा सेनापती किंवा कोंगू चेरा राजकुमार) अद्याप निराकरण झाले नाही. कोंगू देसा राजक्कल, कोंगू नाडू प्रदेशाचा इतिहास, असे सुचविते की या सेनापतीने नंतर राजराजाकडे आपली निष्ठा हलवली आणि चोल राजाचा कनकभिषेक सोहळा पार पाडला.

दक्षिणेत आपले राज्य मजबूत केल्यानंतर, राजराजाने मुमुडी चोल ("तीन मुकुट परिधान करणारा चोल") ही पदवी धारण केली, जो चोल, पांड्य आणि चेर या तीन प्राचीन तमिळ देशांवर त्याच्या नियंत्रणाचा संदर्भ आहे.

श्रीलंकेचा विजय

993 मध्ये, राजराजाने श्रीलंकेवर आक्रमण केले, ज्याला चोलांच्या नोंदींमध्ये इला-मंडलम म्हणतात. हे आक्रमण बहुधा अनुराधापुराच्या महिंदा पाचव्याच्या कारकिर्दीत घडले होते, जो चुलावांश इतिहासानुसार, लष्करी उठावामुळे दक्षिण-पूर्व श्रीलंकेतील रोहाना (रुहुना) येथे पळून गेला होता. चोल सैन्याने अनुराधापुराचा पाडाव केला, आणि श्रीलंकेचा उत्तर अर्धा भाग ताब्यात घेतला. चोलांनी पोलोनारुवाच्या लष्करी चौकीवर प्रांतीय राजधानीची स्थापना केली, त्याला राजाराजाच्या उपाधीवरून जननाथ मंगलम असे नाव दिले. चोल अधिकारी ताली कुमारन यांनी महातिथा (आधुनिक मंटोटा) शहरात राजराजेश्वरा ("राजराजाचा देव") नावाचे शिवमंदिर उभारले, ज्याचे नाव राजराजा-पुरा ठेवले गेले.

— तिरुवलंगडू कॉपर प्लेट्स

1017 मध्ये, राजराजाचा मुलगा राजेंद्र पहिला याने चोलांनी श्रीलंकेवर विजय पूर्ण केला. चोलांनी 1070 पर्यंत श्रीलंकेवर नियंत्रण ठेवले, जेव्हा विजयबाहू प्रथमने त्यांना पराभूत केले आणि हद्दपार केले.

चालुक्यांचा संघर्ष

इ.स. 998 मध्ये, राजराजाने गंगापाडी, नोलांबापाडी आणि तडीगाईपडी (सध्याचे कर्नाटक) हे प्रदेश काबीज केले. राजा चोलने नोलांबापदी जिंकून व विलीन करताना गंगेचे सरंजामदार असलेल्या नोलांबांना संपवले. जिंकलेले प्रांत हे मुळात राष्ट्रकूटांचे सरंजामदार होते. 973 CE मध्ये, राष्ट्रकूटांचा पश्चिम चालुक्यांकडून पराभव झाला ज्यामुळे चोलांशी थेट संघर्ष झाला. धारवाड येथील इरिवबेदांग सत्याश्रय या शिलालेखात त्याचे वर्णन पाश्चात्य चालुक्यांचे जामीनदार म्हणून केले आहे आणि चोलांच्या हल्ल्याची कबुली दिली आहे. त्याच शिलालेखात, तो राजेंद्रवर 955,000 सैन्यासह पोचल्याचा आणि डोनुवारा येथे भडकल्याचा आरोप करतो, ज्यामुळे धर्मशास्त्रात सांगितल्याप्रमाणे युद्धाची नैतिकता अस्पष्ट होती. जेम्स हेट्झमन आणि वुल्फगँग शेन्क्लुहन सारख्या इतिहासकारांनी निष्कर्ष काढला की या संघर्षाने चोल आणि चालुक्य राज्यांमधील वैयक्तिक पातळीवर वैमनस्य प्रदर्शित केले आणि बदामीचे चालुक्य आणि कांचीचे पल्लव यांच्यातील शत्रुत्वाचा समांतर दर्शविला.

चोल राजा राजराजा I (985-1014 CE) चे नाणे. अनिश्चित तमिळनाडू टांकसाळ. तामिळमधील आख्यायिका "चोला, गंगा जिंकणारा", दोन मासे घेऊन बसलेला वाघ.

1004 CE पर्यंत, गंगावाडी प्रांत राजाराजाने जिंकला. गंगावाडी प्रांताच्या पश्चिमेकडील भागावर राज्य करणारे चांगलवासी आणि कोडगूवर राज्य करणारे कोंगलवासी हे वासलात बदलले गेले . पोन्नसोगेच्या लढाईत चंगलवासाचा पराभव करणाऱ्या चोल सेनापती पंचवन मरायाला या प्रकरणामध्ये वेगळेपण दाखविणाऱ्याला अर्कलगुड येलुसुविरा-7000 प्रदेश आणि क्षत्रियशिखमनी ही पदवी देण्यात आली. कोंगलवासियांना, मन्याच्या शौर्याबद्दल, मलांबी (कूर्ग) आणि क्षत्रियशिखामणी ही पदवी देण्यात आली होती. वेंगी राज्यावर पूर्व चालुक्य राजघराण्यातील जटा चोडा भीमाचे राज्य होते. जटा चोडा भीमाचा राजराजाने पराभव केला आणि चोल वंशाचा व्हाइसरॉय म्हणून शक्तीवर्मनला वेंगीच्या सिंहासनावर बसवण्यात आले. चोल सैन्याच्या माघारीनंतर भीमाने 1001 मध्ये कांची ताब्यात घेतली. शक्तीवर्मन

I याला वेंगीच्या सिंहासनावर पुन्हा बसवण्यापूर्वी राजराजाने भीम नावाच्या आंध्र राजाला घालवून मारले. राजराजाने आपली कन्या कुंदावई हिचे लग्न वेंगी विमलादित्य या त्याच्या पुढच्या व्हाईसरॉयशी केले ज्याने चोल राजवंश आणि पूर्व चालुक्य राज्याचे एकत्रीकरण घडवून आणले आणि भविष्यात राजाचे वंशज पूर्व चालुक्य राज्यावर राज्य करतील याची खात्रीही केली.

होयसला संघर्ष

चोल आणि होयसाळ यांच्यात चकमकी झाल्या, जे पाश्चात्य चालुक्यांचे मालक होते. नरसीपूर येथील गोपालकृष्ण मंदिरातील शिलालेख 1006 मध्ये नोंदवलेला आहे की राजाराजाच्या सेनापती अप्रमेयने मंत्री नागण्णा आणि होयसलांच्या इतर सेनापतींना ठार मारले. चन्नपट्टणातील अशाच शिलालेखात राजाराजाने होयसळांचा पराभव केल्याचेही वर्णन आहे.

कुडा-मलाई-नाडूचा विजय

राजाराजाने "कुडा-मलाई-नाडू" जिंकल्याचे अनेक संदर्भ आहेत (इ. स. 1000 पासून). कर्नाटकात सापडलेल्या काही शिलालेखांमध्ये कुडागु-मलाई-नाडू हा शब्द कुडा-मलाई-नाडूच्या जागी वापरला गेला आहे आणि या प्रदेशाची ओळख सामान्यतः कुर्ग (कुडगु) या नावाने केली गेली आहे.

असे म्हटले जाते की राजाने पर्वतीय खिंड (विक्रम चोला उला) पार केल्यानंतर एका दिवसात दूतांच्या फायद्यासाठी मलानाडू जिंकले. कुलोत्तुंगा चोल उला राजराजाने मुंडके कापून उदगाईला आग लावल्याचा संदर्भ देते. कलिंगथुप्पराणीने उडियार मंडलममधील चदया नलविझा संस्थान, उदगाई ताब्यात घेणे आणि तेथून अनेक हत्तींची लूट केल्याचा उल्लेख केला आहे. तिरुप्पलनम शिलालेख (999 CE) मध्ये मलानाडू येथे मिळालेल्या लूटमधून राजाने मूर्ती भेट दिल्याचा उल्लेख आहे.

नौदल मोहीम

"नौदल मोहिमेमुळे मालदीव बेटे, मलबार किनारा आणि उत्तर श्रीलंका जिंकण्यात आले, हे सर्व दक्षिणपूर्व आशिया आणि अरबस्तान आणि पूर्व आफ्रिकेसोबतच्या व्यापारावर चोलांच्या नियंत्रणासाठी आवश्यक होते. ही पारगमन क्षेत्रे, बंदरे होती. अरब व्यापारी आणि जहाजांना आग्नेय आशिया आणि चीनकडे पाठवण्याचे आवाहन, जे मौल्यवान मसाल्यांचे स्त्रोत होते ते युरोपला उच्च नफ्यावर विकले गेले."

- रोमिला थापर, "एनसायक्लोपीडिया ब्रिटानिका".

राजराजाच्या शेवटच्या विजयांपैकी एक म्हणजे मालदीवच्या बेटांवरचा नौदल विजय ("समुद्र क्रमांकाची प्राचीन बेटे 1200"). नौदल मोहीम हिंद महासागरातील चोल नौदल शक्तीचे प्रात्यक्षिक होते.

चोलांनी बंगालच्या उपसागराच्या आसपासचे क्षेत्र नियंत्रित केले आणि नागपट्टिनम हे मुख्य बंदर होते. चोल नौदलानेही श्रीलंकेच्या आक्रमणात मोठी भूमिका बजावली होती. राजराजाच्या यशामुळे त्याचा मुलगा राजेंद्र चोला यांनी श्रीविजयच्या चोल आक्रमणाचे नेतृत्व करण्याची परवानगी दिली, दक्षिण-पूर्व आशियामध्ये नौदल हल्ले केले आणि कादरामवर थोडक्यात ताबा मिळवला.

वैयक्तिक जीवन

राजराजाने अनेक स्त्रियांशी लग्न केले, त्यापैकी काही वनवन मादेवी उर्फ थिरिपुवाना माडेवियार, दंतीशक्ती विटांकी उर्फ लोकमादेवी, पंचवन मादेवियार, चोल महादेवी, त्रैलोक्य महादेवी, लता महादेवी, पृथ्वी महादेवी, मीनावन महादेवी, विरानरायदेवी आणि विरानराय त्याला किमान तीन मुली होत्या. त्यांना दोन मुलगे होते, थोरला राजेंद्र थिरिपुवाना मादवियार आणि धाकटा अरायन राजराजन (आई अज्ञात).त्यांची पहिली मुलगी कुंदावई लोकमादेवीसोबत होती. कुंदवाईने चालुक्य राजपुत्र विमलादिथानशी विवाह केला. त्याला माथेवाडीगल उद्धरण आवश्यक आणि संगमादेवी किंवा अरुमोझी चंद्रमल्ली नावाच्या दोन मुली होत्या. राजाराजा 1014 CE मध्ये तामिळ महिन्यात मका मध्ये मरण पावला आणि राजेंद्र चोल I त्याच्यानंतर आला.

प्रशासन

राजाराजा आणि त्याचे गुरू करूवरुवर यांचे चित्रण करणारे भितिचित्र बृहदीश्वर मंदिर, तामिळनाडू, 11 व्या शतकात सापडले.

राजाराजा I च्या कारकिर्दीपूर्वी, चोल प्रदेशाच्या काही भागांवर वंशपरंपरागत प्रभू आणि राजपुत्रांचे राज्य होते जे चोल शासकांशी सैल युतीमध्ये होते. राजाराजाने 1000 CE मध्ये जमीन सर्वेक्षण आणि मूल्यांकनाचा एक प्रकल्प सुरू केला ज्यामुळे साम्राज्याची पुनर्रचना व्हॅलानाडस म्हणून ओळखल्या जाणाऱ्या युनिट्समध्ये झाली. राजाराजा I च्या कारकिर्दीपासून 1133 CE मध्ये विक्रम चोलच्या कारकिर्दीपर्यंत, वंशपरंपरागत अधिपती आणि स्थानिक राजपुत्र एकतर बदलले गेले किंवा आश्रित अधिकारी बनले. यामुळे राजाने साम्राज्याच्या विविध भागांवर जवळचे नियंत्रण ठेवले. राजराजाने स्थानिक स्वराज्य संस्थांना बळकट केले आणि लेखापरीक्षण आणि नियंत्रणाची एक प्रणाली स्थापित केली ज्याद्वारे त्यांची स्वायत्तता टिकवून ठेवताना ग्रामसभा आणि इतर सार्वजनिक संस्थांना जबाबदार धरण्यात आले. व्यापाराला चालना देण्यासाठी त्यांनी पहिले चोल मिशन चीनला पाठवले.

अधिकारी

राजेंद्र चोल पहिला हा राजराजाच्या शेवटच्या वर्षांत सह-प्रभारी बनला होता. तो उत्तरेकडील आणि उत्तर-पश्चिम वर्चस्वाचा सर्वोच्च सेनापती होता. राजा चोलच्या कारकिर्दीत, प्रशासकीय रचनेचा विस्तार झाला ज्यामुळे चोल रेकॉर्डमधील कार्यालये आणि अधिकाऱ्यांची

संख्या पूर्वीच्या कालखंडाच्या तुलनेत वाढली. विलावन मुवेंदवेलन, राजराजाच्या उच्च अधिकाऱ्यांपैकी एक, त्याच्या अनेक शिलालेखांमध्ये वर्णन केले आहे. शिलालेखांमध्ये आढळलेल्या अधिका-यांची इतर नावे म्हणजे बाणा राजकुमार नरसिंहवर्मन, सेनापती कृष्णन रमण, सामंत प्रमुख वल्लवरायन वंदियादेवन, महसूल अधिकारी इरायरावन पल्लवरायन आणि कुरुवन उलगलांडन, ज्यांनी देशव्यापी जमीन सर्वेक्षण आयोजित केले.

धार्मिक धोरण

राजाराजा हिंदू धर्मातील शैव पंथाचा अनुयायी होता परंतु त्याने विष्णूला अनेक मंदिरे देखील समर्पित केली. राजाराजाने अनैमंगलम गावातील महसूल या विहाराच्या देखभालीसाठी समर्पित केला.

कला आणि वास्तुकला

राजाराजा आपल्या दरबारात थेवरमचे छोटे उतारे ऐकून स्तोत्रे परत मिळवण्याच्या मोहिमेवर निघाला. त्याने नंबी आंदर नंबीची मदत घेतली. असे मानले जाते की दैवी हस्तक्षेपाने नंबी यांना थिल्लई नटराज मंदिर, चिदंबरममधील दुसऱ्या परिसरात एका खोलीत पांढऱ्या मुंग्यांनी अर्धा खाल्लेल्या काडीजामच्या पानांच्या स्वरूपात लिपी आढळून आल्या. मंदिरातील ब्राह्मणांनी (दीक्षितांनी) मिशनला विरोध केला, परंतु राजराजाने चिदंबरमच्या रस्त्यांवरून संत-कवींच्या प्रतिमांना पवित्र करून हस्तक्षेप केला. अशा प्रकारे राजाराजा तिरुमुराई कांडा चोलन म्हणून ओळखला जाऊ लागला, ज्याने तिरुमुराईला वाचवले. नंबियांदर नंबी पुराणम उर्फ तिरुमुराई कांडा पुराणम या त्याच्या कामात नंबी त्याच्या संरक्षकाची ओळख रसरसमन्नन-अभयकुल-सेखरन म्हणून करतो, तो राजा राजा राजा आहे, जो अभयाच्या वंशातील सर्वोत्तम आहे. अशा प्रकारे आतापर्यंत शिवमंदिरांमध्ये केवळ देव रूपांच्या प्रतिमा होत्या, परंतु राजराजाच्या आगमनानंतर, नयनार संतांच्या प्रतिमा देखील मंदिराच्या आत ठेवल्या गेल्या. नांबी यांनी तीन संत कवी संबंदर, अप्पर आणि सुंदरर यांची पहिली सात पुस्तके, माणिकवसागर यांचे तिरुकोवायर आणि तिरुवाचकम हे आठवे पुस्तक, 9वे पुस्तक म्हणून इतर नऊ संतांची 28 स्तोत्रे, तिरुमुलरचे तिरुमंदिरम हे 10वे पुस्तक म्हणून मांडले. 10 व्या पुस्तकाच्या रूपात अन्य 12 कवींची स्तोत्रे, तिरुतोतनार तिरुवंतथी - 63 नयनार संतांच्या श्रमांची पवित्र अंताथी आणि 11 व्या पुस्तक म्हणून स्वतःची स्तोत्रे जोडली. पहिल्या सात पुस्तकांना नंतर तेवरम असे संबोधण्यात आले आणि संपूर्ण शैव सिद्धांत, ज्यामध्ये १२वे पुस्तक म्हणून जोडले गेले, सेक्कीझारचे पेरिया पुराणम (११३५) हे पवित्र पुस्तक तिरुमुराई म्हणून ओळखले जाते. अशाप्रकारे शैव साहित्य ज्यामध्ये सुमारे 600 वर्षांचा धार्मिक, तात्विक आणि साहित्यिक विकास समाविष्ट आहे.

बृहदीश्वर मंदिर

1010 मध्ये, राजाराजाने भगवान शिवाला समर्पित तंजावरमध्ये बृहदीश्वर मंदिर बांधले. मंदिर आणि राजधानीने धार्मिक आणि आर्थिक दोन्ही क्रियाकलापांचे केंद्र म्हणून काम केले. हे पेरिया कोविल, राजराजेश्वर मंदिर आणि राजराजेश्वरम म्हणूनही ओळखले जाते. हे भारतातील सर्वात मोठ्या मंदिरांपैकी एक आहे आणि चोल काळातील द्रविड वास्तुकलेचे उदाहरण आहे. 2010 मध्ये मंदिराला 1000 वर्षे पूर्ण झाली. हे मंदिर युनेस्कोच्या जागतिक वारसा स्थळाचा भाग आहे ज्याला "ग्रेट लिव्हिंग चोल टेंपल्स" म्हणून ओळखले जाते, इतर दोन गंगाईकोंडा चोलापुरम आणि ऐरावतेश्वर मंदिर आहेत.

विमानम (मंदिराचा टॉवर) 216 फूट (66 मी) उंच आहे आणि जगातील सर्वात उंच आहे. मंदिराचा कुंभम (शिखर किंवा बुलबुस रचना) एकाच खडकात कोरलेली आहे आणि त्याचे वजन सुमारे 80 टन आहे. प्रवेशद्वारावर सुमारे 16 फूट लांब आणि 13 फूट उंचीच्या एकाच खडकात कोरलेली नंदीची (पवित्र बैल) एक मोठी मूर्ती आहे. मंदिराची संपूर्ण रचना ग्रॅनाइटपासून बनलेली आहे, ज्याचे सर्वात जवळचे स्त्रोत मंदिराच्या पश्चिमेस सुमारे 60 किमी आहेत. हे मंदिर तामिळनाडूमधील सर्वात जास्त भेट दिलेल्या पर्यटक आकर्षणांपैकी एक आहे.

नाणी

राजराजाच्या कारकिर्दीपूर्वी चोल नाण्यांच्या मागील बाजूस वाघाचे चिन्ह आणि मासे व धनुष्याची चिन्हे पांड्या व चेरा राजवंशांची होती आणि उलट राजाचे नाव होते. पण राजराजाच्या काळात नवीन प्रकारची नाणी दिसू लागली. नवीन नाण्यांच्या समोरील बाजूस उभ्या राजाची आकृती होती आणि उलट बाजूस बसलेली देवी होती. ही नाणी दक्षिण भारताच्या मोठ्या भागात पसरली होती आणि श्रीलंकेच्या राजांनीही त्यांची प्रत बनवली होती.

शिलालेख

आपल्या लष्करी कर्तृत्वाची नोंद करण्याच्या राजाराजाच्या इच्छेमुळे, त्याने आपल्या आयुष्यातील महत्त्वपूर्ण घटना दगडांमध्ये नोंदवल्या. कर्नाटकातील मुलबागल येथील तामिळ भाषेतील एक शिलालेख 19 व्या वर्षाच्या सुरुवातीच्या काळात त्यांचे कर्तृत्व दर्शवितो. अशा मीकीर्थीचा एक उतारा, महान कर्तृत्वाची नोंद करणारा शिलालेख खालीलप्रमाणे आहे.

समृद्धीचा जयजयकार! प्रख्यात को राजा राजकेसरी वर्मा, उर्फ प्रख्यात राजराज देवाच्या कारकिर्दीच्या 21 व्या वर्षी, ज्याने, दैवदेवता आणि पृथ्वीची महान देवी, जी त्याची अनन्य संपत्ती बनली होती, त्याला आनंद दिला, कंडलूर येथील कलामचा नाश करण्यात त्याला आनंद झाला आणि त्याच्या सैन्याने जिंकले, जे मोठ्या युद्धांमध्ये विजयी झाले, वेंगई-नाडू, गंगा-पडी, नुलंब-पडी, तडीगाई-पडी, कुदमलाई-नाडू, कोल्लम, कलिंगम आणि इरा-मंडलम, जे आठ दिशांना प्रसिद्ध आहे; ज्याने, त्याचे सौंदर्य वाढत असताना, आणि तो देदीप्यमान असताना

(एवढ्या प्रमाणात) की तो नेहमी पूजेला योग्य होता, त्याने सेरियांना त्यांच्या वैभवापासून वंचित ठेवले आणि (शब्दात) चोल अरुमोलीच्या एकविसाव्या वर्षी, ज्याच्या ताब्यात पोन्नी नदी आहे, ज्याचे पाणी लाटांनी भरलेले आहे.

तंजावरच्या बृहदीश्वर मंदिरातील राजराजाच्या शिलालेखाचे उतारे (प्रत्येक प्रतिमेतील पहिली ओळ)

तंजावर मंदिराला दिलेले सर्व अनुदान आणि त्याने केलेल्या कामगिरीची राजाराजाने नोंद केली. त्याने आपल्या पूर्वसुरींच्या नोंदीही जतन केल्या. तिरुमलावाडी येथे सापडलेल्या त्याच्या कारकीर्दीच्या शिलालेखात राजाच्या आदेशाची नोंद आहे की त्या ठिकाणच्या वैद्यनाथ मंदिराचे मध्यवर्ती मंदिर पुन्हा बांधले जावे आणि भिंती पाडण्यापूर्वी त्यावर कोरलेल्या शिलालेखांची प्रतिलिपी करावी. पुस्तक पुनर्बांधणी पूर्ण झाल्यानंतर या नोंदी पुस्तकातील भिंतींवर पुन्हा कोरण्यात आल्या.

राजाच्या सातव्या वर्षी दक्षिण अर्कोट जिल्ह्यातील ग्रामार्धनाथेश्वर मंदिरातील आणखी एक शिलालेख त्याच्या पूर्ववर्तींच्या पंधराव्या वर्षाचा संदर्भ देतो जो उत्तम चोलदेव आहे ज्यामध्ये सेम्बियन-मादेवियारचा मुलगा म्हणून वर्णन केले आहे.

10

कृष्णदेवराय विजयनगर सम्राट

कृष्णदेवराय विजयनगर सम्राट

भारतीय इतिहासातील महान शासकांपैकी एक मानले जाते . दिल्ली सल्तनतच्या पतनानंतर त्याने भारतातील सर्वात मोठ्या साम्राज्यावर राज्य केले. साम्राज्याच्या शिखरावर असताना, त्याला अनेक भारतीयांचे प्रतीक मानले जाते. कृष्णदेवराया यांनी कर्नाटकरत्न सिंहासनादेशेश्वर (लि. "कर्नाटकच्या रत्नजडित सिंहासनाचा स्वामी"), यवनराज्य प्रतिष्ठापनाचार्य (लि. "बहमनी सिंहासनावर राजाची स्थापना"), कन्नड राज्य रामा रमण (अर्थात "कन्नड साम्राज्याचे प्रभु" या पदव्या मिळवल्या.), आंध्र भोज (साहित्य. "आंध्रचा विद्वान"), गौब्राह्मण प्रतिपालक (लि. "ब्राह्मण आणि गायींचा संरक्षक") आणि मूरू रायरा गांडा (लिट. "तीन राजांचा स्वामी"). तो द्वीपकल्पाचा प्रबळ शासक बनला. विजापूर, गोलकोंडा, बहमनी सल्तनत आणि ओडिशाच्या गजपतींचा पराभव करून, आणि भारतातील सर्वात शक्तिशाली हिंदू शासकांपैकी एक होता.

जेव्हा तैमुरीद राजा बाबरने उत्तर भारतावर आक्रमण केले तेव्हा त्याने चित्तोडचा राजा राणा संगासह कृष्णदेवरायाला भारतातील महान हिंदू राजा म्हणून मान्यता दिली. पोर्तुगीज प्रवासी डोमिंगो पेस आणि दुआर्टे बार्बोसा यांनी त्याच्या कारकिर्दीत विजयनगर साम्राज्याला भेट दिली आणि त्यांच्या प्रवासवर्णनांवरून असे दिसून येते की राजा केवळ एक सक्षम प्रशासकच नव्हता तर एक उत्कृष्ट सेनापती देखील होता, जो युद्धात आघाडीवर होता आणि जखमींची मदतही घेत होता. अनेक प्रसंगी, राजाने युद्धाच्या योजना अचानक बदलल्या आणि हरलेल्या लढाईचे विजयात रूपांतर केले. कवी मुकू तिम्माना यांनी 'तुर्कांचा नाश करणारा' म्हणून त्यांची स्तुती केली. कृष्णदेवराय यांना त्यांच्या दरबारात काम करणाऱ्या विनोदी तेनाली रामकृष्णानेही सल्ला दिला होता.

तुलुवा राजघराण्याचे तिसरे शासक कृष्णदेवराय यांच्या आश्रयाने दक्षिण भारतातील विजयनगर साम्राज्याने कमालीचा विस्तार केला. त्याच्या कारकिर्दीची व्याख्या त्याच्या लष्करी यशाने केली जाते, त्याच्या रणनीतिकखेळ आणि द्रुत विचाराने. दख्खनच्या पठारावरील सुलतानांकडून स्थानिक शहरांची वार्षिक लूट थांबवणे ही त्याची पहिली कृती होती, जेव्हा त्याच्या सैन्याने 1509 मध्ये आक्रमणकर्त्यांशी युद्ध केले आणि त्यांचा पराभव केला. (आधुनिक काळातील ओडिशा), दोन साम्राज्यांमध्ये शांततेचा कालावधी मिळवून.

तथापि, दख्खन सल्तनत कृष्णदेवरायाच्या राज्यासाठी धोका बनत राहिली आणि त्यांच्या कृतीचा कळस म्हणजे 1520 मध्ये रायचूरची लढाई, दक्षिण भारतीय इतिहासातील एक महत्त्वपूर्ण वळण. 700,000 पायदळ सैनिक, 33,000 घोडदळ आणि 550 हत्तींचे सैन्य रायचूर शहरावर विजापूरचा राजा, इस्माईल आदिल शाह आणि त्याचे 140,000 घोडे आणि पायदळ यांच्याशी लढण्यासाठी उतरले. 16,000 माणसे गमावल्यानंतर सुरुवातीच्या पराभवानंतर, कृष्णदेवरायाने पराभवाच्या जबड्यातून विजय हिसकावून घेण्यासाठी आपल्या सैन्याची गर्दी केली. तथापि, यामुळे विजयनगर साम्राज्याच्या विरोधात युती करणाऱ्या आणि उलथून टाकणाऱ्या मुस्लिम सुलतानांचा संकल्प अधिक दृढ झाला.

कृष्ण देवराया हा तुलुवा नरसा नायक आणि त्याची राणी नागमांबा यांचा मुलगा होता. तुलुवा नरस नायक हा सलुवा नरसिंह देव रायाच्या अंतर्गत सेनापती होता, ज्याने नंतर साम्राज्याचे विघटन रोखण्यासाठी नियंत्रण मिळवले आणि विजयनगर साम्राज्याच्या तुलुवा राजवंशाची स्थापना केली. उद्धरण आवश्यक ते तिरुमलांबा (तिरुमाला देवीकडून), वेंगलांबा (चिन्ना देवीपासून) आणि तिरुमला राया (तिरुमाला देवीचे) यांचे वडील होते. त्याच्या मुलींचा विवाह विजयनगरचा राजकुमार आलिया रामा राया आणि त्याचा भाऊ प्रिन्स तिरुमला देवा राया यांच्याशी झाला होता.

लष्करी कारकीर्द

त्याचे मुख्य शत्रू बहामनी सुलतान होते (जे पाच लहान राज्यांमध्ये विभागले गेले असले तरी त्यांना सतत धोका होता), ओडिशाचे गजपती, जे सलुवा नरसिंह देवरायाच्या राजवटीपासून सतत संघर्षात गुंतलेले होते आणि पोर्तुगाल, एक वाढत्या सागरी सागरी व्यापारावर नियंत्रण ठेवणारी शक्ती.

डेक्कनमध्ये यश

रायाच्या राजवटीत दख्खनच्या सुलतानांनी विजयनगर शहरे आणि खेड्यांवर केलेले छापे आणि लुटमार संपुष्टात आली. 1509 मध्ये, कृष्णदेवरायाच्या सैन्याने त्यांच्याशी संघर्ष केला आणि सुलतान महमूद गंभीर जखमी झाला आणि पराभूत झाला. युसूफ आदिल शाह मारला गेला आणि रायचूर दोआब ताब्यात घेण्यात आला. विजयाचा फायदा घेऊन, रायाने बिदर, गुलबर्गा आणि विजापूरला विजयनगरमध्ये एकत्र केले आणि जेव्हा त्याने सुलतान महमूदची सुटका केली आणि त्याला वास्तविक शासक बनवले तेव्हा "यवन राज्याचा स्थापनाकर्ता" ही पदवी मिळविली. गोलकोंडाचा सुलतान सुलतान कुली कुतुबशाहचा श्रीकृष्णदेवरायाचा पंतप्रधान तिम्मारुसू याने पराभव केला.

कलिंगाशी युद्ध

ओडिशाच्या गजपतींनी बंगाल, आंध्र प्रदेश आणि ओडिशा यांचा समावेश असलेल्या विशाल भूभागावर राज्य केले. उम्मतूर येथील कृष्णदेव रायाच्या यशामुळे गजपती राजा प्रतापरुद्र देवाच्या ताब्यात असलेल्या तटीय आंध्र प्रदेशात त्यांची मोहीम पुढे नेण्यासाठी आवश्यक

प्रेरणा मिळाली. 1512 मध्ये विजयनगरच्या सैन्याने उदयगिरी किल्ल्याला वेढा घातला. उपासमारीने गजपती सैन्याचे विघटन होण्यापूर्वी ही मोहीम वर्षभर चालली. त्यानंतर कृष्णदेव रायाने तिरुपती येथे आपल्या पत्नी तिरुमाला देवी आणि चिन्नमा देवी यांच्यासमवेत प्रार्थना केली. त्यानंतर गजपती सैन्याची कोंडावेडू येथे गाठ पडली, जिथे विजयनगरच्या सैन्याने काही महिने वेढा घातल्यानंतर, मोठ्या जीवितहानीमुळे माघार घ्यायला सुरुवात केली. मग तिम्मारुसूने किल्ल्याच्या असुरक्षित पूर्वेकडील दरवाजाचे एक गुप्त प्रवेशद्वार शोधून काढले आणि रात्रीचा हल्ला केला ज्याचा पराकाष्ठा किल्ला ताब्यात घेण्यात आला आणि प्रतापरुद्र देवाचा मुलगा राजकुमार वीरभद्र याला तुरुंगात टाकण्यात आले. त्यानंतर वसिरेड्डी मल्लिकार्जुन नायक यांनी कोंडावेडूचे राज्यपाल म्हणून पदभार स्वीकारला.

कृष्णदेवरायाने कलिंगावर स्वारी करण्याची योजना आखली, परंतु प्रतापरुद्राला ही योजना कळली आणि त्याने कलिंगनगरच्या किल्ल्यावर कृष्णदेवराय आणि विजयनगर साम्राज्याचा पराभव करण्यासाठी स्वतःची योजना तयार केली. पण चतुर तिम्मारुसूने प्रतापरुद्राच्या सेवेतून एका तेलगू वाळवंटाला लाच देऊन प्रतापरुद्राची योजना शोधून काढली. जेव्हा विजयनगर साम्राज्याने आक्रमण केले तेव्हा प्रतापरुद्रला गजपती राज्याची राजधानी कटक येथे नेण्यात आले. प्रतापरुद्र अखेरीस विजयनगर साम्राज्याला शरण गेला आणि त्याने आपली मुलगी, राजकुमारी जगनमोहिनी हिचा विवाह श्री कृष्णदेवरायाशी केला. कृष्णदेवरायाने कृष्णा नदीच्या उत्तरेकडील विजयनगर साम्राज्याने ताब्यात घेतलेल्या सर्व जमिनी परत केल्या; यामुळे कृष्णा नदी विजयनगर आणि गजपती राज्यांमधील सीमा बनली.

कृष्णदेवराया यांनी 1510 मध्ये गोव्यात पोर्तुगीजांशी मैत्रीपूर्ण संबंध प्रस्थापित केले. सम्राटाने पोर्तुगीज व्यापाऱ्यांकडून तोफा आणि अरबी घोडे मिळवले. त्यांनी विजयनगर शहराला पाणीपुरवठा सुधारण्यासाठी पोर्तुगीज कौशल्याचाही उपयोग केला.

अंतिम संघर्ष आणि मृत्यू

हम्पीजवळील अनाथसायनगुडी येथील अनाथसायन मंदिरातील कृष्णदेव रायाचा कन्नड शिलालेख इ.स. १५२४. मंदिर त्याच्या मृत मुलाच्या स्मरणार्थ बांधले गेले.

साम्राज्य आणि पाच डेक्कन सल्तनत यांच्या गुंतागुंतीच्या युतीचा अर्थ असा होतो की तो सतत युद्धात होता. एका मोहिमेत, त्याने गोलकोंडाचा पराभव केला आणि त्याचा सेनापती मदुरुल-मुल्क पकडला, विजापूर आणि त्याचा सुलतान इस्माईल आदिल शाहला चिरडून टाकले, आणि बहमनी सल्तनत मुहम्मद शाह II च्या मुलाकडे बहाल केली.

19 मे 1520 रोजी त्याच्या विजयांचे ठळक वैशिष्ट्य म्हणजे त्याने रायचूरचा किल्ला इस्माईल आदिल शाह यांच्याकडून मिळवला ज्यात विजयनगरचे 16,000 सैनिक मारले गेले. रायचूरच्या लढाईत लष्करी कमांडर, पेम्मासानी नायकांचे पेम्मासानी रामलिंगा नायडू यांचे कारनामे कृष्णदेवराय यांनी ओळखले आणि त्यांचे कौतुक केले. असे म्हटले जाते की 700,000 पायी सैनिक, 32,600 घोडदळ आणि 550 हत्ती वापरण्यात आले. पोर्तुगीज तुकडी क्रिस्टोव्हाओ दे फिगुइरेडो यांच्या नेतृत्वाखाली अग्निशस्त्रांचा वापर करून किल्ला जिंकण्यास मदत करते,

रायचूरच्या बहमनी सेनापतींवर कृष्णदेवराय क्रूर होते. अनेक बहमनी सेनापतींनी आपल्या जमिनी गमावल्या. त्याच्या यशाबद्दल ऐकून इतर मुस्लिम राजांनी सम्राटाकडे दूत पाठवले आणि त्यांना उद्धट उत्तर मिळाले. राजाने सांगितले की जर आदिल शाह त्याच्याकडे आला, त्याला नमस्कार करेल आणि त्याच्या पायाचे चुंबन घेईल, तर त्याच्या जमिनी त्याला परत केल्या जातील. सबमिशन कधीच झाले नाही. त्यानंतर कृष्णदेवरायाने आपल्या सैन्याचे नेतृत्व उत्तरेकडे विजापूरपर्यंत केले आणि ते ताब्यात घेतले. त्याने बहमनी राजघराण्याच्या एका माजी राजाच्या तीन मुलांना कैद केले, ज्यांना आदिल शाहने कैद केले होते आणि त्याने सर्वात मोठ्याला दख्खनचा राजा म्हणून घोषित केले.

शेवटी, त्याच्या शेवटच्या लढाईत, त्याने बहमनी सल्तनतची सुरुवातीची राजधानी असलेल्या गुलबुर्गाचा किल्ला जमीनदोस्त केला.

1524 मध्ये कृष्णदेवरायाने आपला मुलगा तिरुमला रायाला युवराजा (युवराज) बनवले. राजकुमार फार काळ जगला नाही: त्याला विषबाधा झाली होती. तिम्मारुसूचा संशय घेऊन कृष्णदेवरायाने त्याला आंधळे केले. त्याच वेळी कृष्णदेवराय आदिलशहाच्या ताब्यातील बेळगाववर हल्ला करण्याच्या तयारीत होते. याच सुमारास, कृष्णदेवराय आजारी पडला आणि अखेरीस 1529 मध्ये मरण पावला, त्याचा भाऊ अच्युत देवराया गादीवर आला.

अंतर्गत घडामोडी

त्याच्या कारकिर्दीत त्याने आपल्या मंत्र्यांवर कडक नियंत्रण ठेवले आणि ज्या मंत्र्याने गैरकृत्य केले त्याच्याशी कठोरपणे व्यवहार केला. त्याने विवाह शुल्कासारखे घृणास्पद कर रद्द केले. महसूल वाढवण्यासाठी त्यांनी नवीन जमिनी लागवडीखाली आणल्या, काही भागांची जंगलतोड करण्याचे आदेश दिले आणि विजयनगरच्या आसपास सिंचनासाठी पाणी मिळवण्यासाठी मोठ्या प्रमाणावर काम केले . विजयनगरला भेट देणारे पेस, नुनेझ आणि बार्बोसा यांसारख्या परदेशी प्रवाशांनी त्याच्या कारकिर्दीत त्याच्या प्रशासनाच्या कार्यक्षमतेबद्दल आणि लोकांच्या समृद्धीबद्दल खूप उच्चार केले.

साम्राज्याचा कारभार त्याच्या अमुकतमल्यदामध्ये दर्शविल्याप्रमाणे चालत होता. राजाने नेहमी धर्माकडे डोळा ठेवून राज्य केले पाहिजे असे त्यांचे मत होते. लोकांच्या कल्याणासाठी त्याची काळजी संपूर्ण साम्राज्यात त्याच्या विस्तृत वार्षिक दौऱ्यांद्वारे सिद्ध होते, ज्या

दरम्यान त्याने प्रत्येक गोष्टीचा वैयक्तिकरित्या अभ्यास केला आणि लोकांच्या तक्रारींचे निराकरण करण्याचा आणि दुष्कर्म करणाऱ्यांना शिक्षा करण्याचा प्रयत्न केला. आपल्या लोकांच्या आर्थिक प्रगतीच्या संदर्भात, कृष्णदेवराय म्हणतात: "राज्याची व्याप्ती हे संपत्ती संपादनाचे साधन आहे. 45 म्हणून जरी जमीन मर्यादीत असली तरी टाक्या आणि कालवे खोदून वाढवा. गरीबांची समृद्धी त्याला कमी एरी आणि कोरूसाठी जमीन भाड्याने देऊन, जेणेकरून तुम्हाला संपत्ती तसेच धार्मिक योग्यता प्राप्त होईल."

कला आणि साहित्य

कृष्णदेवरायाचा शासनकाळ हा अनेक भाषांमधील विपुल साहित्याचा काळ होता, जरी तो विशेषतः तेलुगू साहित्याचा सुवर्णकाळ म्हणून ओळखला जातो. अनेक तेलुगू, कन्नड, संस्कृत आणि तमिळ कवींनी सम्राटाचा आश्रय घेतला, जो अनेक भाषांमध्ये अस्खलित होता. राजाने स्वतः एक महाकाव्य तेलुगू काव्य अमुकतमल्यदा रचले.

तेलुगू कवी मुक्कू तिम्मन्ना यांनी एक महान सेनापती म्हणून त्यांची स्तुती केली आणि म्हटले: "हे कृष्णराया, तू मनुष्य-सिंह. तू फक्त तुझ्या महान नावाच्या सामर्थ्याने तुर्कांचा दुरून नाश केलास. हे हत्ती राजाच्या प्रभु, तुला पाहिल्यापासून हत्ती घाबरून पळून गेले.

तेलुगू साहित्य

हा विभाग कोणताही स्त्रोत उद्धृत करत नाही. कृपया विश्वसनीय स्त्रोतांमध्ये उद्धरणे जोडून हा विभाग सुधारण्यास मदत करा. स्रोत नसलेल्या सामग्रीला आव्हान दिले जाऊ शकते आणि काढून टाकले जाऊ शकते. (जुलै 2022) (हा टेम्प्लेट संदेश कसा आणि केव्हा काढायचा ते जाणून घ्या)

कृष्णदेवरायाचे शिल्प

कृष्णदेवरायांच्या राजवटीला तेलुगू साहित्याचा सुवर्णकाळ म्हणून ओळखले जाते. आठ तेलुगू कवींना त्यांच्या साहित्य संमेलनाचे आठ स्तंभ मानले जात होते आणि त्यांना अष्टदिग्ज म्हणून ओळखले जाते. कृष्णदेव राया यांनी स्वतः तेलगू काव्य अमुकतमल्यदा रचले.

कृष्णदेवरायांच्या कारकिर्दीत तेलुगू संस्कृती आणि साहित्याची भरभराट झाली आणि त्यांच्या उत्कर्षापर्यंत पोहोचले. महान सम्राट हे स्वतः एक प्रसिद्ध कवी होते ज्याने अमुक्तमाल्यादा रचले होते. त्यांच्या दरबारात आठ तेलगू कवींना साहित्य संमेलनाचे आठ स्तंभ मानले जात होते. जुन्या काळी असे मानले जात होते की आठ हत्ती पृथ्वीला आठ वेगवेगळ्या दिशांनी धरून आहेत. अष्टदिग्गज हे शीर्षक या विश्वासाला साजरे करते आणि म्हणूनच या दरबाराला भुवन विजयम् (जगाचा विजय) असेही म्हटले गेले. साम्राज्याचा हा काळ "प्रबंध कालखंड" म्हणून ओळखला जातो कारण त्याने निर्माण केलेल्या प्रबंध साहित्याच्या गुणवत्तेमुळे.

अल्लासानी पेडदाना हे महान मानले जाते आणि त्यांना आंध्र कविता पितामह (तेलुगु कवितेचे जनक) ही पदवी दिली जाते. स्वरोशिष संभव किंवा मनुचरिता, त्यांचे लोकप्रिय प्रबंध कार्य, कृष्णदेवरायाला समर्पित होते.

नंदी थिम्मनाने पारिजातपहारणम् लिहिले

मद्ययागरी मल्लनाने राजशेखर चरित्रमु लिहिले

धूर्जतिने कालहस्ती महात्म्यमु लिहिले

अय्यलराजू रामभद्रुडू यांनी सकलकथा संग्रह आणि रामाभ्युदयमू लिहिले

पिंगली सुराणा यांनी राघव पांडवीयमु, कलापूर्णोदयम् आणि प्रभावते प्रदयमन लिहिले

--राघवपंडवेयमु हे दुहेरी कृती आहे ज्यामध्ये रामायण आणि महाभारत या दोन्ही गोष्टींचे वर्णन केले आहे.

-- कलापूर्णोदयम् ("कलेचा पूर्ण बहर") ही तेलगू साहित्यातील पहिली मूळ काव्यात्मक कादंबरी मानली जाते.

बट्टुमूर्ती, उर्फ रामराजभूषणुडू, यांनी काव्यलंकारसंग्रहमु, वसुचरित्र, नरसभूपल्यम् आणि हरिश्चंद्रनालोपाख्यानमु, राजा हरिश्चंद्र आणि नाला आणि दमयंती यांची कथा एकाच वेळी सांगणारी दुहेरी रचना लिहिली.

तेनाली रामकृष्ण यांनी सर्वप्रथम उद्भताराध्य चरित्रमु हे शैव ग्रंथ लिहिले. तथापि, त्यांनी नंतर वैष्णव धर्म स्वीकारला आणि पांडुरंगा महात्म्यमु, आणि घटिकाचल महात्म्यमु हे वैष्णव भक्ती ग्रंथ लिहिले. तेनाली रामा ही आजही भारतातील सर्वात लोकप्रिय लोक व्यक्तिमत्त्वांपैकी एक आहे, सर्वशक्तिमान सम्राटाला मागे टाकण्यासाठीही एक चपळ बुद्धी असलेला दरबारी.

कविकर्णरासायन लिहिणारे संकुसल नृसिंह कवी, राधामाधवविलास आणि विष्णुमयविलास लिहिणारे संकुसल नृसिंह कवी, रामायणाची आवृत्ती लिहिणारे कवी मोल्ला, निरंकुसोपाख्यान लिहिणारे कमसाली रुद्रय आणि अडंकी गंगावना, अड्डांकी गंगावना हे इतर प्रसिद्ध कवी होते. स्पष्टीकरण आवश्यक मनुमंची भट्ट यांनी हयालक्षण शास्त्र नावाचे एक वैज्ञानिक कार्य लिहिले.

कन्नड साहित्य

त्यांनी वीर-शैवमृत, भव-चिंत-रत्न आणि सत्येंद्र चोल-काठे, भागवत लिहिणारे चतु विट्टलनाथ आणि कृष्णराय भारतामध्ये आपल्या राजाचे स्तवन लिहिणारे तिम्मन्ना कवी यांचे कन्नड कवी मल्लनार्य यांचे संरक्षण केले. व्यासतीर्थ, माधव परंपरेतील म्हैसूर येथील महान द्वैत संत हे त्यांचे राजगुरू होते. कन्नडमधील कृष्णदेव रायण दिनाचारी हे अलीकडेच सापडलेले काम आहे. हा रेकॉर्ड कृष्णदेवरायाच्या काळातील समकालीन समाजाला त्याच्या वैयक्तिक डायरीमध्ये अधोरेखित करतो. तथापि, हे रेकॉर्ड स्वतः राजाने लिहिले आहे की नाही हे

अद्याप स्पष्ट झालेले नाही.

पुरंदर दासाने माधवा तत्वज्ञान आणि विजयनगर साम्राज्याचा सम्राट कृष्णदेवराय यांचे राजगुरू यांचा शोध लावला. प्रा. सांबामूर्ती यांच्या मते, श्रीनिवास यांनी व्यासतीर्थ यांच्या हस्ते १५२५ मध्ये त्यांची औपचारिक दीक्षा घेतली, जेव्हा ते सुमारे ४० वर्षांचे होते, त्यांना पुरंदरा दासा हे नाव देण्यात आले. पुरंदरा दासा यांनी महाराष्ट्रातील विजयनगर साम्राज्य आणि पंढरपूरच्या लांबी आणि रुंदीमध्ये देवाच्या स्तुतीसाठी आत्मा स्फूर्ती देणारी गाणी रचत आणि सादर केली. त्याने आपली शेवटची वर्षे हम्पीमध्ये घालवली आणि कृष्णदेवरायांच्या दरबारातही गाणी गायली.

तमिळ साहित्य

कृष्णदेव राया यांनी तमिळ कवी हरिदासाचे संरक्षण केले आणि तमिळ साहित्य लवकरच जसजसे वर्ष उलटू लागले तसतसे भरभराटीस येऊ लागले.

संस्कृत साहित्य

संस्कृतमध्ये, व्यासतीर्थांनी भेदो-जीवन, तत्-पर्य-चंद्रिका, न्याय-मृता (अद्वैत तत्वज्ञानाच्या विरोधात निर्देशित केलेले कार्य) आणि तारक-तांडव लिहिले. कृष्णदेवराया, स्वतः एक निपुण विद्वान, यांनी मदालसा चरित, सत्यवदु परिणय आणि रसमंजरी आणि जांबवती कल्याण लिहिले.

धर्म आणि संस्कृती

कृष्णदेवरायांनी हिंदू धर्मातील सर्व पंथांचा आदर केला. त्यांनी विविध पंथांना आणि त्यांच्या उपासना स्थळांना प्रोत्साहन आणि समर्थन दिले म्हणून ओळखले जाते. त्यांनी विरुपाक्ष मंदिर आणि इतर शिव मंदिरे पुन्हा बांधली. त्यांनी तिरुमला, श्रीशैलम, अमरावती, चिदंबरम, अहोबिलम आणि तिरुवन्नमलाई या मंदिरांना जमीन अनुदान दिले. त्यांनी तिरुमला वेंकटेश्वर मंदिरात हिरे जडलेल्या मुकुटापासून सोन्याच्या तलवारींपर्यंत नऊ प्रकारचे मौल्यवान रत्ने अशा अनेक मौल्यवान वस्तूंचा आस्वाद घेतला. कृष्णदेवरायाने व्यंकटेश्वराला आपले संरक्षक देवता बनवले. त्यांनी सात वेळा मंदिराला भेट दिली. तिरुमला देवस्थानमने प्रकाशित केलेल्या सुमारे 1,250 मंदिरातील शिलालेखांपैकी 229 कृष्णदेवराया यांना दिले आहेत. तिरुमला मंदिराच्या संकुलात कृष्णदेव रायाची त्यांच्या दोन पत्नींसह एक मूर्ती आढळते. या मूर्ती आजही मंदिरातून बाहेर पडताना दिसतात. श्रीशैलम मंदिर संकुलाचे काही भाग बांधण्यातही त्यांनी योगदान दिले जेथे त्यांनी मंडपांच्या रांगा बांधल्या होत्या.

कृष्णदेवरायांनी स्वतः श्री वैष्णव संप्रदायात औपचारिकपणे दीक्षा घेतली होती. त्यांनी अंडाल या तमिळ श्री वैष्णव स्त्री संत, ज्याला अमुकतमल्यदा म्हणतात, वर तेलगू ग्रंथ लिहिला. श्री वैष्णव पंथाचे वेंकट तथाचार्य हे कृष्णदेवरायाचे कुलगुरू होते आणि ते प्रभावशाली मानले जात होते. मधवा ग्रंथ व्यासयोगीचरित असा दावा करतो की मध्वा द्रष्टा व्यासतीर्थ हे कृष्णदेवरायांचे राजगुरू होते. तथापि, समर्थनीय पुराव्यांचा अभाव लक्षात घेता, हा दावा "अतिशय" म्हणून फेटाळण्यात आला आहे.

11

सम्राट हर्षवर्धन

सम्राट हर्षवर्धन

Scan for Story Videos - www.itibook.com

हर्षवर्धन (IAST Harṣav-ardhana; c. 590-647 CE) हा एक भारतीय सम्राट होता ज्याने 606 ते 647 CE पर्यंत उत्तर भारतावर राज्य केले. तो वर्धन वंशाचा सदस्य होता; आणि प्रभाकरवर्धनचा मुलगा होता ज्याने अल्चोन हुन आक्रमणकर्त्यांचा पराभव केला, ६ आणि राज्यवर्धनचा धाकटा भाऊ, ठाणेसर, सध्याच्या हरियाणाचा राजा. त्याने बौद्ध धर्माचे संरक्षण केले आणि त्याच्या संपूर्ण साम्राज्यात असंख्य स्तूप स्थापित केले.

हर्षाच्या सामर्थ्याच्या उंचीवर, त्याच्या प्रदेशाने उत्तर आणि वायव्य भारताचा बराचसा भाग व्यापला होता, नर्मदा नदीची दक्षिण सीमा होती. त्याने अखेरीस कन्नौज (सध्याच्या उत्तर प्रदेश राज्यात) आपली राजधानी बनवली आणि 647 CE पर्यंत राज्य केले. नर्मदेच्या लढाईत चालुक्य वंशाचा दक्षिण भारतीय सम्राट पुलकेशीन दुसरा याच्याकडून हर्षाचा पराभव झाला, जेव्हा हर्षने भारताच्या दक्षिण द्वीपकल्पात आपले साम्राज्य वाढवण्याचा प्रयत्न केला.

प्रचलित असलेल्या शांतता आणि समृद्धीमुळे त्याच्या दरबाराला वैश्विकतेचे केंद्र बनले होते, ज्यामुळे विद्वान, कलाकार आणि धार्मिक अभ्यागत दूर-दूरवरून आकर्षित होतात. चीनी प्रवासी झुआनझांगने हर्षाच्या दरबारात भेट दिली आणि त्याच्या न्याय आणि उदारतेची प्रशंसा करून (शिलादित्य म्हणून) त्याच्याबद्दल एक अतिशय अनुकूल वृत्तांत लिहिला. संस्कृत कवी बाणभट्ट यांनी लिहिलेले हर्षचरित ("हर्षाची कृत्ये") या चरित्रात त्यांच्या ठाणेसरशी असलेल्या संबंधांचे वर्णन केले आहे, त्याशिवाय संरक्षण भिंत, खंदक आणि दुमजली धवलगृह (पांढरा वाडा) असलेला राजवाडा यांचा उल्लेख आहे.

हर्षवर्धन हा भारतीय सम्राट आहे ज्याचे साम्राज्य 41 वर्षे राज्य केल्यानंतर त्याच्या मृत्यूनंतर पूर्णपणे विघटित झाले - त्याने कोणतीही वारसदार, कायदेशीर किंवा अन्यथा त्याची पत्नी दुर्गावती यांच्यासोबत असलेली दोन मुले मरण पावली नाहीत.

हर्षवर्धनने आपल्या भावांच्या मृत्यूनंतर केवळ 16 वर्षांचा असताना साम्राज्य ताब्यात घेतले; हर्षवर्धनने स्वतःला कन्नौजचा सार्वभौम शासक घोषित केले!

सम्राट हर्षवर्धन हा पुष्यभूती वंशातील पहिल्या महत्वाच्या राजाचा मुलगा होता. त्यांच्या कारकीर्दीत चीन आणि भारत यांच्यात पहिले राजनैतिक संबंध प्रस्थापित झाले. अर्थव्यवस्थेचीही भरभराट झाली आणि कन्नौज येथील राजधानी हे व्यापाराचे मोठे केंद्र बनले.

हर्षवर्धन हा मानवता सम्राट होता असे म्हणता येईल. वंचित नागरिकांना सम्राटाने बांधलेल्या विश्रामगृहांमध्ये अन्न, पेय आणि औषधांसह प्रवेश होता. आपल्या राज्यभर प्रवास करून परिस्थितीचे निरीक्षण करून तो आपल्या लोकांच्या राज्याच्या संपर्कात राहिला.

सम्राट हर्षवर्धन हे सर्व काम आणि नाटक नव्हते- ते संस्कृत नाटके रचणारे एक प्रतिष्ठित लेखक होते. कला आणि साहित्याचे संरक्षक म्हणून, सम्राट हर्षवर्धन यांनी नालंदा येथील विद्यापीठाला अनेक देणग्या दिल्या- एक उंच भिंत बांधली गेली.

बाह्य हल्ल्यांपासून संस्थेचे रक्षण करण्यासाठी विद्यापीठाच्या सर्व इमारतींना बंदिस्त केले. सम्राट हर्षवर्धनच्या दरबारात कलाकार आणि विद्वानांचे नेहमीच स्वागत होते.

सम्राट हर्षवर्धनचा कारभार प्रामुख्याने शांततापूर्ण आणि समृद्ध होता. तो एक सक्षम आणि न्यायी शासक होता, परोपकारी आणि साधनसंपन्न होता. 647 मध्ये त्यांचा मृत्यू झाला.

भारतीय सम्राट आणि राजे यांच्यात एक गोष्ट साम्य होती- त्यांनी त्यांच्या राज्यकाळात त्यांचा बराचसा वेळ त्यांच्या प्रदेशांचा विस्तार करण्यासाठी समर्पित केला.

12

कनिष्क द ग्रेट

कनिष्क द ग्रेट

Scan for Story Videos - www.itibook.com

कनिष्क पहिला (संस्कृत: कनिष्क , कनिषक ; ग्रीको-बॅक्ट्रियन: Κανηþκε Kanēške; खरोस्ती: ब्राह्मी: गुप्त-गत्कत्कत्सक्त्कत्कत्सक्त. किंवा कनिष्क, कुशाण वंशाचा एक सम्राट होता, ज्याच्या कारकिर्दीत (सी. १२७-१५०) साम्राज्य शिखरावर पोहोचले होते. तो त्याच्या लष्करी, राजकीय आणि आध्यात्मिक कामगिरीसाठी प्रसिद्ध आहे. कुशाण साम्राज्याचा संस्थापक कुजुला कडफिसेसचा वंशज, कनिष्क गंगेच्या मैदानावर मध्य आशिया आणि गांधारापासून पाटलीपुत्रपर्यंत पसरलेल्या साम्राज्यावर राज्य करण्यासाठी आला. त्याच्या साम्राज्याची मुख्य राजधानी गांधारमधील पुरुषपुरा (पेशावर) येथे होती, दुसरी प्रमुख राजधानी मथुरा येथे होती. त्रिपुरी (सध्याचे जबलपूर) येथे कनिष्काची नाणी सापडली

सिल्क रोडच्या विकासात आणि महायान बौद्ध धर्माच्या गांधारापासून काराकोरम पर्वतरांग ओलांडून चीनमध्ये प्रसारित करण्यात त्याच्या विजयांनी आणि बौद्ध धर्माच्या संरक्षणाने महत्त्वपूर्ण भूमिका बजावली. 127 CE च्या सुमारास, त्याने साम्राज्यात प्रशासनाची अधिकृत भाषा म्हणून ग्रीकच्या जागी बॅक्ट्रियन भाषा वापरली.

पूर्वीच्या विद्वानांचा असा विश्वास होता की कनिष्क 78 CE मध्ये कुशाण सिंहासनावर आरूढ झाला आणि ही तारीख शक कॅलेंडर युगाची सुरुवात म्हणून वापरली जात असे. तथापि, इतिहासकार यापुढे कनिष्कच्या राज्यारोहणाची तारीख मानत नाहीत. 127 मध्ये कनिष्क सिंहासनावर आला असा फॉकचा अंदाज आहे.

तो दुसऱ्या शतकात (सी. १२७-१५०) कुशाण वंशाचा सम्राट होता. ते त्यांच्या लष्करी, राजकीय आणि आध्यात्मिक कामगिरीमुळे प्रसिद्ध होते. तथापि, तो कुशाण साम्राज्याचा संस्थापक कुजुला कडफिसेसचा वंशज होता. तो गंगेच्या मैदानावर पाटलीपुत्रापर्यंत पसरलेल्या बॅक्ट्रियामधील साम्राज्यावर राज्य करण्यासाठी आला. याशिवाय, त्याच्या साम्राज्याची मुख्य राजधानी गांधारमधील पुरुषपुरा होती, आणि दुसरी मोठी राजधानी कपिसा येथे होती

सिल्क रोडच्या विकासात आणि महायान बौद्ध धर्माच्या गांधारापासून काराकोरम पर्वतरांग ओलांडून चीनमध्ये प्रसारित करण्यात त्याच्या विजयांनी आणि बौद्ध धर्माच्या संरक्षणाने महत्त्वपूर्ण भूमिका बजावली. साधारण १२७ इ.स. साम्राज्यात प्रशासनाची अधिकृत भाषा म्हणून त्याने ग्रीकच्या जागी बॅक्ट्रियन भाषा आणली. पूर्वीच्या विद्वानांचा असा विश्वास होता की कनिष्क 78 मध्ये कुशाण सिंहासनावर आरूढ झाला. पुढे, ही तारीख साका कॅलेंडर युगाची सुरुवात म्हणून वापरली गेली

कनिशाच्या उत्पत्तीबद्दल दोन सिद्धांत आहेत, दोन्ही वेगळ्या कनिष्क राजवंशाच्या कल्पनेवर आधारित आहेत. पूर्वीचे स्टेन कोनोवचे असे आहे की कनिष्क खोतान येथून आला होता, त्याला विमाच्या कारकिर्दीनंतर संकटाच्या वेळी वांशिक सहयोगी म्हणून बोलावण्यात आले होते. कोनोव तिबेटी परंपरेचा हवाला देऊन या सिद्धांताचे समर्थन करतात की सुमारे इसवी सन 120 च्या भारतातील खोतानी मोहिमेची आज्ञा राजा कनिका आणि गुझानच्या राजासह विजयकीर्ती यांनी केली होती.

रोमन घिर्शमनचा असाच सिद्धांत असा आहे की कनिष्क संपूर्ण वंशाचा सुझरीन होण्यापूर्वी मूळतः काश्मीरचा राजा होता. काश्मीरच्या ईशान्य कोपऱ्यात कुशाण सत्तेपर्यंत पोहोचणाऱ्या खलत्सेचा उपरोक्त लेख आणि राजतरंगिणीचाही उल्लेख त्यांनी केला आहे, ज्यात काश्मीरच्या तुरुष्क राजांच्या यादीत कनिष्काचे नाव अनुक्रमे तिसरे म्हणून दिले आहे. हुश्का आणि जुष्का. शेवटी, बौद्ध धर्माच्या बाजूने कनिष्कच्या काश्मीरमधील क्रियाकलापांच्या साक्षीवरून असे सूचित होते की त्याने या प्रदेशाला इतरांपेक्षा जास्त पसंती दिली आणि काश्मीरच्या जवळ जाण्यासाठी त्याने पेशावरची राजधानी म्हणून स्थापना केली.

तो युएझी जातीचा होता आणि त्याची मूळ भाषा बहुधा टोचरियन होती. कनिष्क हा विमा कडफिसेसचा उत्तराधिकारी होता, कुशाण राजांच्या प्रभावशाली वंशावळीने दर्शविल्याप्रमाणे, ज्याला राबटक शिलालेख म्हणून ओळखले जाते. कनिष्कचे इतर कुशाण शासकांशी असलेले संबंध रबतक शिलालेखात वर्णन केले आहे कारण कनिष्काने त्याच्या काळापर्यंत राज्य करणाऱ्या राजांची यादी तयार केली आहे: कुजुला कडफिसेस त्याचे पणजोबा, विमा टकटू त्याचे आजोबा, विमा कडफिसेस त्याचे वडील आणि स्वतः कनिष्क: "राजा कुजुला कडफिसेस (त्याचे) आजोबा, आणि राजा विमा ताक्तू (त्याचे) आजोबा, आणि राजा विमा कडफिसेस (त्याचे) वडील आणि *स्वतःसाठी, राजा कनिष्कसाठी".

दक्षिण आणि मध्य आशियातील विजय

कनिष्काचे साम्राज्य निश्चितच अफाट होते. त्याचा विस्तार दक्षिण उझबेकिस्तान आणि ताजिकिस्तानपासून, उत्तर पश्चिमेला अमू दर्या (ऑक्सस) च्या उत्तरेकडून उत्तर भारतापर्यंत, दक्षिण पूर्वेला मथुरा पर्यंत (राबटक शिलालेखात असेही म्हटले आहे की त्याने पाटलीपुत्र आणि श्री चंपा धारण केले होते), आणि त्याचा प्रदेश देखील होता. काश्मीरचा समावेश होता, जेथे कनिष्कपूर (आधुनिक काळातील कानिस्पोरा) शहर होते, ज्याचे नाव बारामुल्ला खिंडीपासून फार दूर नाही आणि ज्यामध्ये अजूनही मोठ्या स्तूपाचा पाया आहे.

मध्य आशियावरील त्याच्या पकडीची माहिती कमी आहे. द बुक ऑफ द लेटर हान, हौ हंशु, असे सांगते की जनरल बान चाओने 90 AD मध्ये झी (चीनी: 謝) नावाच्या अज्ञात कुशाण व्हाईसरॉयच्या नेतृत्वाखाली 70,000 लोकांच्या कुशाण सैन्यासह खोतानजवळ लढाया केल्या. बान चाओने विजयी असल्याचा दावा केला आणि कुशाणांना जळलेल्या पृथ्वी धोरणाचा वापर करून माघार घेण्यास भाग पाडले. काशगर, खोतान आणि यारकंद हे प्रदेश तारिम बेसिन, आधुनिक शिनजियांगमधील चिनी अवलंबित्व होते. तारिम खोऱ्यात कनिष्कची अनेक नाणी

सापडली आहेत.

दक्षिण आशिया आणि रोम यांच्यातील जमीन (रेशीम मार्ग) आणि सागरी व्यापार मार्ग दोन्ही नियंत्रित करणे हे कनिष्कच्या प्रमुख शाही उद्दिष्टांपैकी एक असल्याचे दिसते.

कनिष्काची नाणी

कनिष्कच्या नाण्यांमध्ये भारतीय, ग्रीक, इराणी आणि अगदी सुमेरो-इलामाईट देवतांच्या प्रतिमा आहेत, त्यांच्या विश्वासांमधील धार्मिक समन्वय दर्शवितात. कनिष्कच्या कारकिर्दीच्या सुरुवातीपासूनची नाणी ग्रीक भाषा आणि लिपीतील आख्यायिका आहेत आणि ग्रीक देवतांचे चित्रण करतात. नंतरच्या नाण्यांवर बॅक्ट्रियनमध्ये दंतकथा आहेत, ही इराणी भाषा जी कुशाण स्पष्टपणे बोलत होते, आणि ग्रीक देवत्वांची जागा संबंधित इराणींनी घेतली. कनिष्कची सर्व नाणी - अगदी बॅक्ट्रियन भाषेतील आख्यायिका असलेली

त्याच्या नाण्यांवर, राजाला विशेषत: लांब कोट आणि पायघोळ घातलेला एक दाढी असलेला माणूस म्हणून चित्रित केले आहे, त्याच्या खांद्यावरून ज्वाला निघत आहेत. तो मोठे गोलाकार बूट घालतो आणि लांब तलवार तसेच भालाने सज्ज असतो. तो वारंवार छोट्या वेदीवर यज्ञ करताना दिसतो. कनिष्कचा खालचा अर्धा इराणी आणि इंडिक एक आजीवन चुनखडीचा दगड रिलीफ सारखाच पोशाख घातला होता, त्याच्या कोटच्या खाली एक ताठ नक्षीदार सरप्लिस आणि त्याच्या पायघोळांच्या प्रकाशाखाली त्याच्या बुटांना जोडलेले स्पर्स, काबूल संग्रहालयात ते तालिबानने नष्ट होईपर्यंत टिकून होते.

कनिष्क आणि बौद्ध धर्म

बौद्ध परंपरेत कनिष्कची प्रतिष्ठा अत्यंत महत्त्वाची मानली जाते कारण तो केवळ बौद्ध धर्मावर विश्वास ठेवत नाही तर त्याच्या शिकवणींना देखील प्रोत्साहित करतो. त्याचा पुरावा म्हणून त्यांनी काश्मीरमधील चौथी बौद्ध परिषद परिषदेचे प्रमुख म्हणून चालविली. अध्यक्षस्थानी वसुमित्र आणि अश्वघोष होते. बुद्धाच्या भौतिक चिन्हांवर आधारित प्रतिमा त्यांच्या काळात तयार केल्या गेल्या.

त्यांनी गांधार स्कूल ऑफ ग्रीको-बौद्ध कला आणि मथुरा स्कूल ऑफ आर्ट (कुषाण राजवटीत एक अटळ धार्मिक समन्वय) या दोन्हींना प्रोत्साहन दिले. कनिष्काने वैयक्तिकरित्या बौद्ध धर्म आणि पर्शियन दोन्ही गुणधर्म स्वीकारले आहेत असे दिसते परंतु त्याने बौद्ध धर्माला अधिक पसंती दिली कारण कुशाण साम्राज्याशी संबंधित विविध पुस्तकांमध्ये वर्णन केलेल्या बौद्ध शिकवणी आणि प्रार्थना शैलींवरील त्याची निष्ठा यावरून सिद्ध होऊ शकते.

बौद्ध वास्तुकलेतील त्यांचे सर्वात मोठे योगदान म्हणजे आधुनिक पेशावर येथील पुरुषपुरा येथील कनिष्क स्तूप. 1908-1909 मध्ये ज्या पुरातत्वशास्त्रज्ञांनी त्याचा पाया पुन्हा शोधला त्यांचा असा अंदाज आहे की या स्तूपाचा व्यास 286 फूट (87 मीटर) आहे. झुआनझांग सारख्या चिनी यात्रेकरूंच्या अहवालावरून असे सूचित होते की त्याची उंची 600 ते 700 (चीनी) "फूट" (= अंदाजे 180-210 मीटर किंवा 591-689 फूट) होती आणि ती दागिन्यांनी मढलेली होती. निश्चितच या अफाट बहुमजली इमारतीचा प्राचीन जगाच्या आश्चर्यांमध्ये क्रमांक लागतो.

कनिष्क हा बौद्ध विद्वान अश्वघोषाच्या विशेष जवळचा होता, जो त्याच्या नंतरच्या काळात त्याचा धार्मिक सल्लागार बनला होता.

बौद्ध नाण

हा विभाग कोणताही स्त्रोत उद्धृत करत नाही. कृपया विश्वसनीय स्त्रोतांमध्ये उद्धरणे जोडून हा विभाग सुधारण्यास मदत करा. स्रोत नसलेल्या सामग्रीला आव्हान दिले जाऊ शकते आणि काढून टाकले जाऊ शकते. (फेब्रुवारी 2017) (हा टेम्प्लेट संदेश कसा आणि केव्हा काढायचा ते जाणून घ्या)

कनिष्कची बौद्ध नाणी तुलनेने दुर्मिळ आहेत (कनिष्काच्या सर्व ज्ञात नाण्यांपैकी एक टक्का कमी). समोरच्या बाजूला कनिष्क आणि बुद्ध उलट्या बाजूला उभे असल्याचे अनेक दाखवतात. काही शाक्यमुनी बुद्ध आणि मैत्रेय देखील दाखवतात. कनिष्कच्या सर्व नाण्यांप्रमाणेच, रचनाही उग्र आहे आणि प्रमाण अशुद्ध आहे; कुशाण राजाप्रमाणेच बुद्धाची प्रतिमा पुष्कळदा कान आणि पाय पसरलेली असते.

कनिष्कच्या बौद्ध नाण्यांचे तीन प्रकार ओळखले जातात:

उभे बुद्ध

कनिष्कच्या नाण्यातील मंडोर्लामध्ये बुद्धाचे चित्रण. मंडोर्ला ही साधारणपणे गांधार कलेतील उशीरा उत्क्रांती मानली जाते.

बुद्धाची फक्त सहा कुशाण नाणी सोन्यात ओळखली जातात (सहावी नाणी हृदयाच्या आकाराच्या माणिक दगडांच्या अंगठीने सजवलेली कनिष्क बुद्ध नाणी असलेल्या प्राचीन दागिन्यांचा केंद्रबिंदू आहे). ही सर्व नाणी कनिष्क I च्या हाताखाली सोन्यात कोरलेली होती आणि ती दोन भिन्न मूल्यांमध्ये आहेत: सुमारे 8 ग्रॅम दिनार, अंदाजे रोमन ऑरियस प्रमाणेच, आणि सुमारे 2 ग्रॅमचा एक चतुर्थांश दिनार. (ओबोलच्या आकाराबद्दल)

कान अत्यंत मोठे आणि लांब आहेत, एक प्रतिकात्मक अतिशयोक्ती संभवत: नाण्यांच्या लहान आकाराद्वारे आवश्यक आहे, परंतु अन्यथा बुद्धाच्या नंतरच्या काही गांधारन मूर्तींमध्ये सामान्यत: 3-4 व्या शतकातील (चित्र, डावीकडे) दृश्यमान आहे. त्याच्याकडे

उस्निशाला झाकून ठेवणारी मुबलक टोपी नॉट आहे, बहुतेक वेळा कुरळे किंवा बऱ्याचदा गोलाकार रीतीने अतिशय शैलीबद्ध, गांधारच्या नंतरच्या बुद्ध मूर्तीवर देखील दिसते.

सर्वसाधारणपणे, या नाण्यांवरील बुद्धाचे प्रतिनिधित्व आधीच अत्यंत प्रतिकात्मक आहे, आणि गांधाराच्या सुरुवातीच्या शिल्पांमध्ये दिसणाऱ्या अधिक नैसर्गिक आणि हेलेनिस्टिक प्रतिमांपेक्षा ते अगदी वेगळे आहे. अनेक डिझाईन्सवर मिशा दिसतात. त्याच्या उजव्या हाताच्या तळहातावर चक्र चिन्ह आहे आणि त्याच्या कपाळावर उरण आहे. एक, दोन किंवा तीन ओळींनी तयार झालेला ऑरोला त्याच्याभोवती असतो.

"शाक्यमुनी बुद्ध"

शाक्यमुनी बुद्ध ("सकामनो बौडो" या आख्यायिकेसह, म्हणजे शाकामुनी बुद्ध, ऐतिहासिक बुद्ध सिद्धार्थ गौतमाचे दुसरे नाव), समोर उभे असलेले, डाव्या हाताने नितंबावर आणि उजव्या हाताने अभय मुद्रा तयार करतात. ही सर्व नाणी फक्त तांब्यामध्ये आहेत आणि सामान्यतः त्याऐवजी परिधान केली जातात.

शाक्यमुनी बुद्धांचा गाऊन बुद्धांच्या नावाच्या नाण्यांच्या तुलनेत अगदी हलका आहे, शरीराची बाह्यरेखा स्पष्टपणे दर्शवितो, जवळजवळ पारदर्शक पद्धतीने. अंतरवासक आणि उत्तरसंग हे बहुधा मठातील पोशाखांचे पहिले दोन थर आहेत. तसेच, त्याचा गाऊन डाव्या हातावर दुमडलेला आहे (वरीलप्रमाणे डाव्या हातात धरण्याऐवजी), एक वैशिष्ट्य अन्यथा फक्त बिमारन कास्केटमध्ये ओळखले जाते आणि स्कार्फ सारखी उत्तरिया सूचित करते. त्याच्याकडे उष्णिषा झाकणारी एक मुबलक वरची गाठ आहे आणि त्याच्या डोक्याभोवती एक साधा किंवा दुहेरी प्रभामंडल आहे, काहीवेळा पसरतो.

"मैत्रेय बुद्ध"

बोधिसत्व मैत्रेय ("मेट्रागो बौडो" या आख्यायिकेसह) सिंहासनावर आडवे पाय, पाण्याचे भांडे धरून आणि अभय मुद्रा देखील तयार करतात. ही नाणी फक्त तांब्यामध्ये ओळखली जातात आणि जीर्ण झाली आहेत. सर्वात स्पष्ट नाण्यांवर, मैत्रेयने भारतीय राजपुत्राच्या हातपट्ट्या घातलेल्या दिसतात, हे वैशिष्ट्य मैत्रेयच्या पुतळ्यावर अनेकदा दिसून येते. सिंहासन लहान स्तंभांनी सुशोभित केलेले आहे, जे सूचित करते की मैत्रेयचे नाणे प्रतिनिधित्व अशा सुप्रसिद्ध वैशिष्ट्यांसह पूर्व-अस्तित्वात असलेल्या पुतळ्यातून थेट कॉपी केले गेले होते.

कनिष्कच्या नाण्यांमध्ये चित्रित केलेल्या इतर देवतांपेक्षा या तिन्ही प्रकारांची मूर्तिशास्त्र खूप वेगळी आहे. कनिष्कच्या सर्व देवता बाजूने दाखवल्या गेल्या आहेत का, बुद्ध फक्त समोर दाखवले आहेत, हे दर्शविते की ते पुतळ्यामध्ये उभे आणि बसलेल्या बुद्धांच्या समकालीन समोरच्या निरूपणातून कॉपी केले गेले होते. बुद्ध आणि शाक्यमुनी यांच्या दोन्ही प्रतिरूपांचे दोन्ही खांदे त्यांच्या मठातील गाऊनने झाकलेले आहेत, हे दर्शविते की मॉडेल म्हणून वापरल्या जाणाऱ्या मूर्ती मथुरेऐवजी गांधार कलाशाळेतील होत्या.

खरोष्टीमध्ये पेटी अर्पण केली जाते. शिलालेख असे वाचतो:

"(*महारा)जसा कनिष्कसा कनिष्क-शुद्ध नगरे अया गधा-करे दिया-धर्मे सर्व-सत्वना हित-सुहर्थ भवतु महासेनासा सागरकी दासा आगिसला नव-कर्मी अना* कनिष्कस विहारे महासेनासा संघरामे"

मजकूरावर एजेसिलस नावाच्या ग्रीक कलाकाराची स्वाक्षरी आहे, ज्याने कनिष्कच्या स्तूपांवर (चैत्य) कामाचे निरीक्षण केले होते, एवढ्या उशीरा तारखेला ग्रीक लोकांचा बौद्ध अनुभूतींमध्ये थेट सहभाग असल्याची पुष्टी केली होती: "नोकर अगिसालॉस, कामाचा अधीक्षक. महासेनाच्या मठातील कनिष्कचा विहार" ("दास आगीसला नव-कर्मी अना*कनिस्कस विहार महासेनासा संघरामे").

ताबूतच्या झाकणात कमळाच्या पीठावर बुद्ध दिसतात आणि ब्रह्मा आणि इंद्र यांनी त्यांची पूजा केली आहे. झाकण च्या काठावर उडत्या गुसचे अ.व. कास्केटचे शरीर कुशाण सम्राटाचे प्रतिनिधित्व करते, बहुधा कनिष्क, त्याच्या बाजूला इराणी सूर्य आणि चंद्र देव आहेत. बाजूला बसलेल्या बुद्धाच्या दोन प्रतिमा आहेत, ज्यांची राजेशाही आकृतींनी पूजा केली आहे, कनिष्क म्हणून गृहीत धरले जाऊ शकते. करूबांनी सपोर्ट केलेली माला ठराविक हेलेनिस्टिक शैलीत दृश्याभोवती फिरते.

कनिष्काला कास्केटचे श्रेय अलीकडेच विवादित झाले आहे, मूलतः शैलीच्या आधारावर (उदाहरणार्थ, कनिष्काच्या विरूद्ध, ताबूतवर दाखवलेला शासक दाढीवाला नाही). त्याऐवजी, कास्केटचे श्रेय कनिष्कच्या उत्तराधिकारी हुविष्काला दिले जाते.

बौद्ध परंपरेतील कनिष्क

बौद्ध परंपरेत, कनिष्कचे वर्णन बऱ्याचदा आक्रमक, उष्ण स्वभावाचा, कठोर, कठोर आणि थोडा कठोर प्रकारचा राजा म्हणून केला जातो, ज्याचा बौद्ध धर्म स्वीकारण्यापूर्वी तो त्याला खूप आवडला होता आणि बौद्ध धर्म स्वीकारल्यानंतर तो खुले मनाचा बनला होता. , परोपकारी आणि विश्वासू शासक. श्री-धर्म-पिटक-निदान सूत्राप्रमाणे:

"यावेळेस नगान-सी (पहलवा)चा राजा अतिशय आक्रमक आणि हिंसक स्वभावाचा होता.... एक भिक्षू (भिक्षू) अर्हत होता ज्याने राजाने केलेली कठोर कृत्ये पाहून त्याला पश्चाताप करावासा वाटला. त्याच्या अलौकिक शक्तीने त्याने राजाला नरकाच्या यातना पाहण्यास कारणीभूत केले. राजा घाबरला आणि पश्चात्ताप झाला आणि भयंकर रडला आणि म्हणून त्याने त्याच्यातील सर्व नकारात्मक गोष्टी विसर्जित केल्या आणि जीवनात प्रथमच त्याला स्वतःची जाणीव झाली." श्री-धर्म-पिटक-निदान सूत्र

याव्यतिरिक्त, कनिष्कच्या आगमनाची भाकीत केली होती किंवा बुद्धाने भाकीत केले होते, तसेच त्याच्या स्तूपाचे बांधकाम केले होते:

"... बुद्ध, मातीचा टोप बनवणाऱ्या एका लहान मुलाकडे बोट दाखवत... म्हणाले की त्या जागी कनिष्क त्याच्या नावाने एक टोप उभारेल." विनय सूत्र

अहिन पॉश स्तूप इ.स.च्या दुसऱ्या शतकात समर्पित करण्यात आला आणि त्यात कनिस्काची नाणी होती.

दुनहुआंग येथे सापडलेल्या खोतानीज स्क्रोलमध्ये त्याच कथेची पुनरावृत्ती झाली आहे, ज्यामध्ये बुद्धाच्या मृत्यूनंतर 400 वर्षांनंतर कनिष्क कसे येईल याचे प्रथम वर्णन केले आहे. कनिष्क आपला स्तूप उभारण्यासाठी कसा आला याचे वर्णनही या वृत्तात केले आहे:

"अशाप्रकारे कनिष्कामध्ये एक विस्तीर्ण स्तूप बांधण्याची इच्छा निर्माण झाली....त्यावेळी चार विश्व-राजकीयांनी राजाचे मन जाणून घेतले. म्हणून त्यांच्या फायद्यासाठी त्यांनी तरुण मुलांचे रूप धारण केले.... आणि मातीचा स्तूप सुरू झाला....मुलांनी कनिष्क ला म्हटले, ‘आम्ही कनिष्क-स्तुप बनवत आहोत.’....तेव्हा त्या मुलांनी त्यांचे रूप बदलले.... आणि त्याला म्हणाले, 'महान राजा, बुद्धाच्या भविष्यवाणीनुसार तुमच्याद्वारे एक मोठा स्तूप पूर्ण (?) बांधला जाणारा एक संघराम आहे आणि तेथे अवशेष आमंत्रित केले पाहिजेत जे गुणवान सत्पुरुष... आणतील."

"कणिश सर्व जंबुद्वीपाचा (भारतीय उपखंड) सार्वभौम बनला, परंतु त्याचा कर्मावर विश्वास नव्हता, परंतु त्याने बौद्ध धर्माला सन्मान आणि आदराने वागवले कारण त्याने स्वतः बौद्ध धर्मात धर्मांतरित केले आणि त्यातील शिकवण आणि धर्मग्रंथांच्या आस्थेने बौद्ध धर्म स्वीकारला. जेव्हा तो जंगली देशात शिकार करत होता. एक पांढरा ससा दिसला; राजाने पाठलाग केला आणि ससा भावी स्तूपाच्या जागेवर अचानक गायब झाला.... जेव्हा स्तूपाचे बांधकाम ठरल्याप्रमाणे होत नव्हते राजाने संयम गमावला आणि प्रकरण हाती घेतले स्वतःच्या हातात आणि तंतोतंत योजनांचे पुनरुत्थान करण्यास सुरुवात केली, अशा प्रकारे अत्यंत परिपूर्णतेने आणि चिकाटीने स्तूप पूर्ण केले. हे दोन स्तूप अजूनही अस्तित्वात आहेत आणि रोगांनी पीडित लोकांच्या उपचारांसाठी त्यांचा अवलंब केला होता."

राजा कनिष्क त्याच्या कर्तृत्वामुळे त्याने राज्य केलेल्या आणि शासन केलेल्या सर्व लोकांद्वारे अत्यंत आदर, आदर, सन्मानित केले गेले आणि त्याच्या दयाळूपणा, नम्रता आणि सर्व पैलूंमध्ये समानता आणि आत्म-धार्मिकतेच्या भावनेमुळे आजपर्यंत जगलेला महान राजा मानला गेला. अशाप्रकारे कनिष्क राजाच्या अशा महान कृत्यांमुळे आणि चारित्र्यामुळे त्याचे नाव अमर झाले आणि म्हणून त्याला "राजांचा राजा" मानले गेले 45

चीनमध्ये बौद्ध धर्माचा प्रसार

दुसऱ्या शतकाच्या मध्यापासून उत्तर आशियाच्या दिशेने बौद्ध विचारांच्या विकासात आणि प्रसारात गांधार प्रदेशातील बौद्ध भिक्खूंनी महत्त्वाची भूमिका बजावली. कुशाण भिक्षू, लोकक्षेमा (सी. 178 सीई), हे महायान बौद्ध धर्मग्रंथांचे चीनी भाषेत पहिले अनुवादक बनले आणि त्यांनी चीनची राजधानी लोयांग येथे भाषांतर कार्यालयाची स्थापना केली. मध्य आशियाई आणि पूर्व आशियाई बौद्ध भिक्खूंनी पुढील शतकांपासून मजबूत देवाणघेवाण ठेवल्याचे दिसते.

कनिष्कानंतर बहुधा हुविष्का आला असावा. हे कसे आणि केव्हा घडले हे अद्याप अनिश्चित आहे. संपूर्ण कुशाण वारशात कनिष्क नावाचा एकच राजा होता हे सत्य आहे. हुंजाच्या पवित्र खडकावरील शिलालेखातही कनिष्काची चिन्हे आढळतात.

13

महाराजा रणजित सिंग

महाराजा रणजित सिंग

रणजित सिंग (२ नोव्हेंबर १७८० - २७ जून १८३९), शेर-ए-पंजाब किंवा "पंजाबचा सिंह" म्हणून प्रसिद्ध, हे शीख साम्राज्याचे पहिले महाराजा होते, ज्याने वायव्य भारतीय उपखंडावर राज्य केले. 19व्या शतकाच्या पूर्वार्धात. बालपणात तो चेचकातून वाचला पण त्याच्या डाव्या डोळ्याची दृष्टी गेली. त्याने वयाच्या 10 व्या वर्षी त्याच्या वडिलांसोबत पहिली लढाई लढली. त्याच्या वडिलांच्या मृत्यूनंतर, त्याने किशोरवयात अफगाणांना हुसकावून लावण्यासाठी अनेक युद्धे लढली आणि वयाच्या 21 व्या वर्षी त्याला "पंजाबचा महाराजा" म्हणून घोषित करण्यात आले.1839 पर्यंत त्याच्या नेतृत्वाखाली पंजाब प्रदेशात त्याचे साम्राज्य वाढले.

त्याच्या उदयापूर्वी, पंजाब प्रदेशात अनेक लढाऊ मिसल (संघटना) होत्या, त्यापैकी बारा शीख शासकांच्या आणि एक मुस्लिमांच्या अधिपत्याखाली होत्या. रणजितसिंगने शीख मिसलांना यशस्वीपणे आत्मसात केले आणि एकत्र केले आणि शीख साम्राज्य निर्माण करण्यासाठी इतर स्थानिक राज्ये ताब्यात घेतली. त्याने वारंवार बाहेरील सैन्याच्या आक्रमणांना, विशेषतः अफगाणिस्तानातून आलेल्या सैन्याचा पराभव केला आणि ब्रिटिशांशी मैत्रीपूर्ण संबंध प्रस्थापित केले.

रणजित सिंग यांच्या कारकिर्दीत सुधारणा, आधुनिकीकरण, पायाभूत सुविधांमध्ये गुंतवणूक आणि सामान्य समृद्धी सुरू झाली. त्याच्या खालसा सैन्यात आणि सरकारमध्ये शीख, हिंदू, मुस्लिम आणि युरोपीय लोकांचा समावेश होता. त्यांच्या वारशात शीख सांस्कृतिक आणि कलात्मक पुनर्जागरणाचा कालावधी समाविष्ट आहे, ज्यात अमृतसरमधील हरमंदिर साहिब तसेच त्यांच्या प्रायोजकत्वाखाली तख्त श्री पटना साहिब, बिहार आणि हजूर साहिब नांदेड, महाराष्ट्रासह इतर प्रमुख गुरुद्वारांच्या पुनर्बांधणीचा समावेश आहे. रणजित सिंग यांच्यानंतर त्यांचा मुलगा खरक सिंग हा गादीवर आला.

तो शेर-ए-पंजाब किंवा पंजाबचा सिंह या नावाने प्रसिद्ध होता आणि 13 नोव्हेंबर 1780 ते 27 जून 1780 या काळात जगला.

याव्यतिरिक्त, ते शीख साम्राज्याचे नेते होते ज्यांनी 19व्या शतकाच्या सुरुवातीच्या काळात वायव्य भारतीय उपखंडावर राज्य केले. स्मॉलपॉक्समुळे त्याच्या डाव्या डोळ्याची दृष्टी गेली म्हणून तो एक डोळा होता.

वयाच्या 21 व्या वर्षी त्यांनी पंजाबचा महाराजा घोषित केला आहे. याचे कारण असे की त्याने अनेक लढाया लढल्या, पहिली लढाई त्याच्या वडिलांसोबत 10 वर्षांच्या वयातच होती तर दुसरी त्याने अफगाण लोकांविरुद्ध आपल्या वडिलांच्या मृत्यूनंतर लढली.

आश्चर्याची गोष्ट म्हणजे, त्याचे साम्राज्य पंजाबमध्ये वाढले, ज्यामध्ये विविध युद्धमिस्ल होत्या, त्यापैकी बारा शीख शासकांच्या आणि एक मुस्लिमांच्या अधिपत्याखाली होत्या.

तो एक यशस्वी शासक होता, शीख साम्राज्याला खिळखिळी करण्यासाठी इतर राज्ये ताब्यात घेताना तो शीख मिसलांना आत्मसात करू शकला आणि एकत्र करू शकला हाच तो त्याच्या कारकिर्दीत यशस्वी झाल्याचा पुरेसा पुरावा होता.

मूलभूतपणे, त्याने अनेक लढाया जिंकल्या ज्यात अफगाणिस्तानच्या सैन्यासारख्या बाहेरील सैन्यांचा समावेश होता. मुख्य म्हणजे त्यांनी इंग्रजांशी मैत्रीपूर्ण संबंध प्रस्थापित केले.

त्यांच्या शासनकाळात त्यांनी सुधारणा, आधुनिकीकरण, गुंतवणूक, पायाभूत सुविधा आणि सामान्य समृद्धी सुरू केली.

त्याच्या खालसा सैन्यात आणि सरकारमध्ये शीख, हिंदू, मुस्लिम आणि युरोपीय लोकांचा समावेश होता. त्यांच्या वारशात शीख सांस्कृतिक आणि कलात्मक पुनर्जागरणाचा काळ समाविष्ट आहे, ज्यात अमृतसरमधील हरमंदिर साहिब तसेच त्यांच्या प्रायोजकत्वाखाली तख्त श्री पटना साहिब, बिहार आणि हजूर साहिब नांदेड, महाराष्ट्रासह इतर प्रमुख गुरुद्वारांची पुनर्बांधणी समाविष्ट आहे. महाराजा रणजित सिंग यांचा मुलगा महाराजा खरक सिंग याच्यानंतर गादीवर आला.

रणजित सिंग यांचा जन्म १३ नोव्हेंबर १७८० रोजी महासिंग आणि राज कौर यांच्या पोटी गुजरानवाला, पंजाब प्रदेश (सध्याचे पंजाब, पाकिस्तान) येथे झाला. त्यांची आई राज कौर जिंद येथील शीख राजा गजपत सिंग यांची मुलगी होती. त्यांच्या जन्मानंतर, त्यांच्या पूर्वजांच्या नावावरून त्यांचे नाव बुद्ध सिंह ठेवण्यात आले, जे अमृत संचार घेण्यास प्रथम होते. मुलाचे नाव रणजित (शब्दशः, "लढाईतील विजयी") सिंग ("सिंह") असे त्याच्या वडिलांनी चठा सरदार पीर मुहम्मद यांच्यावरील सैन्याच्या विजयाच्या स्मरणार्थ बदलून ठेवले.

रणजितसिंगला लहानपणी चेचक झाला, ज्यामुळे त्याच्या डाव्या डोळ्यातील दृष्टी गेली आणि चेहऱ्यावर खूण झाली. तो लहान होता, त्याने कधीही शालेय शिक्षण घेतले नव्हते आणि गुरुमुखी वर्णमालेच्या पलीकडे काहीही लिहायला किंवा वाचायला शिकले नव्हते. तथापि, त्याला घरीच घोडेस्वारी, मस्केट्री आणि इतर मार्शल आर्ट्सचे प्रशिक्षण देण्यात आले.

वयाच्या 12 व्या वर्षी त्याचे वडील मरण पावले. त्यानंतर त्यांना त्यांच्या वडिलांच्या सुकेरचकिया मिसल इस्टेटचा वारसा मिळाला आणि त्यांची आई राज कौर यांनी त्यांचे पालनपोषण केले, ज्यांनी लखपत राय यांच्यासमवेत इस्टेटचे व्यवस्थापन केले. हशमत खानने 13 वर्षांचा असताना त्याच्या आयुष्यावर पहिला प्रयत्न केला होता, परंतु रणजीत सिंगने विजय मिळवला आणि हल्लेखोराला ठार मारले. वयाच्या 18 व्या वर्षी, त्याची आई मरण पावली आणि लखपत रायची हत्या झाली, आणि त्यानंतर त्याला त्याच्या पहिल्या लग्नापासून त्याच्या सासूने मदत केली.

रणजित सिंगच्या दरबारी इतिहासकारांच्या आणि त्याला भेट देणाऱ्या युरोपियन लोकांच्या इतिहासानुसार, रणजित सिंगने दारू आणि अफूचे सेवन केले, या सवयी त्याच्या आयुष्याच्या उत्तरार्धात तीव्र झाल्या. तथापि, त्याने धुम्रपान केले नाही किंवा गोमांस खाल्ले नाही, आणि त्यांच्या दरबारातील सर्व अधिकाऱ्यांना, त्यांच्या धर्माचा विचार न करता, त्यांच्या रोजगार कराराचा भाग म्हणून या निर्बंधांचे पालन करणे आवश्यक होते.

ऐतिहासिक संदर्भ

1707 मध्ये औरंगजेबाच्या मृत्यूनंतर, मुघल साम्राज्य तुटले आणि बहुतेक भारतीय उपखंडावर कर किंवा शासन करण्याची क्षमता कमी झाली. वायव्य प्रदेशात, विशेषतः पंजाबमध्ये, गुरू गोविंद सिंग यांनी शीख योद्ध्यांच्या खालसा समुदायाच्या निर्मितीमुळे या प्रदेशातील मुघल सत्तेच्या क्षय आणि विखंडनाला वेग आला. छापा मारणाऱ्या अफगाणांनी सिंधू नदीच्या खोऱ्यांवर हल्ला केला परंतु खालसा शीखांच्या दोन्ही संघटित सैन्याने तसेच खेड्यांमध्ये असलेल्या अनियमित खालसा मिलिशियाकडून त्यांना प्रतिकार झाला. शीखांनी पूर्वीच्या मुस्लिम महसूल जमादारांच्या जागी स्वतःचे जमिनदार नेमले होते, ज्याने शीख हितसंबंधित योद्ध्यांना खायला आणि बळकट करण्यासाठी संसाधने पुरवली होती. दरम्यान, औपनिवेशिक व्यापारी आणि ईस्ट इंडिया कंपनीने भारतात त्याच्या पूर्व आणि पश्चिम किनाऱ्यावर काम सुरू केले होते.

18व्या शतकाच्या उत्तरार्धात, भारतीय उपखंडाचे वायव्य भाग (आताचे पाकिस्तान आणि उत्तर भारताचे काही भाग) हे चौदा लहान युद्धक्षेत्रांचा संग्रह होते. चौदापैकी बारा शिख-नियंत्रित मिसल (संघटना), कसुर नावाच्या (लाहोर जवळ) मुस्लिम नियंत्रित होत्या, आणि आग्नेय मध्ये एक जॉर्ज थॉमस नावाच्या इंग्रजाच्या नेतृत्वाखाली होते. या प्रदेशात झेलम, चिनाब, रावी, बायस आणि सतलज या पाच नद्यांच्या सुपीक आणि उत्पादक खोऱ्या आहेत. शीख मिसल या सर्व शीख योद्ध्यांच्या खालसा बंधुत्वाच्या नियंत्रणाखाली होत्या, परंतु महसूल संकलन, मतभेद आणि स्थानिक प्राधान्यांबद्दल ते एकत्र आणि सतत एकमेकांशी युद्ध करत नव्हते; तथापि, अफगाणिस्तानातून अहमद शाह अब्दालीच्या मुस्लिम सैन्यासारखे बाह्य आक्रमण झाल्यास, ते सहसा एकत्र येतील.

18 व्या शतकाच्या अखेरीस, पाच सर्वात शक्तिशाली मिसलांमध्ये सुक्करचक्किया, कन्हैया, नक्काईस, अहलुवालिया आणि भंगी शीख होते. रणजितसिंग पहिल्याचा होता, आणि लग्नाच्या माध्यमातून कन्हैया आणि नक्काईंशी विश्वासार्ह युती होती. छोट्या मिसलांमध्ये, फुलकिया मिसल सारख्या काहींनी 18 व्या शतकाच्या उत्तरार्धात निष्ठा बदलली आणि त्यांच्या खालसा बांधवांविरुद्ध अफगाण सैन्याच्या आक्रमणाला पाठिंबा दिला. मुस्लीम शासित असलेल्या कसूर प्रदेशाने नेहमीच अफगाण आक्रमणाच्या सैन्याला पाठिंबा दिला आणि युद्धादरम्यान शीख मिसलांना लुटण्यात त्यांना सामील केले.

लष्करी मोहिमा

रणजित सिंगची कीर्ती १७९७ मध्ये वाढली, वयाच्या १७ व्या वर्षी, जेव्हा अहमद शाह अब्दाली घराण्यातील अफगाण मुस्लिम शासक शाह जमान याने आपल्या जनरल शहांची खान आणि १२,००० सैनिकांद्वारे पंजाब प्रदेश आपल्या ताब्यात घेण्याचा प्रयत्न केला. ही लढाई रणजित सिंग नियंत्रित मिसलच्या ताब्यात असलेल्या प्रदेशात लढली गेली, ज्यांचे प्रादेशिक ज्ञान आणि योद्धा कौशल्याने आक्रमक सैन्याचा प्रतिकार करण्यास मदत केली. या विजयामुळे त्याला मान्यता मिळाली. 1798 मध्ये, अफगाण शासकाने आणखी एक सैन्य पाठवले, ज्याचा रणजित सिंगने प्रतिकार केला नाही. त्याने त्यांना लाहोरमध्ये प्रवेश करू दिला, नंतर आपल्या सैन्यासह त्यांना वेढा घातला, सर्व अन्न आणि पुरवठा रोखला, अफगाण सैन्याला पाठिंबा देणारी सर्व पिके आणि अन्न स्रोत जाळले. अफगाणिस्तानचे बरेचसे सैन्य अफगाणिस्तानात परतले.

1799 मध्ये, राजा रणजीत सिंगच्या 25,000 खालशांच्या सैन्याने, कन्हैया मिसलच्या त्यांच्या सासू राणी सदा कौर यांच्या नेतृत्वाखालील आणखी 25,000 खालशांच्या पाठिंब्याने, लाहोरच्या आसपासच्या भंगी शीखांच्या नियंत्रणाखाली असलेल्या प्रदेशावर संयुक्त कारवाईत हल्ला केला. राज्यकर्ते पळून गेले आणि लाहोरला रणजित सिंगचा पहिला मोठा विजय म्हणून चिन्हांकित केले. लाहोरच्या सुफी मुस्लिम आणि हिंदू लोकसंख्येने रणजित सिंगच्या राजवटीचे स्वागत केले. 1800 मध्ये, जम्मू प्रदेशाच्या शासकाने आपल्या प्रदेशाचा ताबा रणजित सिंगला दिला.

1801 मध्ये, रणजित सिंग यांनी स्वतःला "पंजाबचा महाराजा" म्हणून घोषित केले आणि औपचारिक गुंतवणुकीच्या समारंभास सहमती दर्शविली, जो गुरु नानक यांचे वंशज बाबा साहिब सिंग बेदी यांनी पार पाडला होता. त्याच्या राज्याभिषेकाच्या दिवशी, त्याच्या दीर्घायुष्यासाठी त्याच्या प्रांतातील मशिदी, मंदिरे आणि गुरुद्वारांमध्ये प्रार्थना करण्यात आल्या . रणजितसिंगने त्याच्या राजवटीला "सरकार खालसा" आणि त्याच्या दरबाराला "दरबार खालसा" म्हटले. त्याने गुरु नानक यांच्या नावावर "नानकशाही" ("सम्राट नानकचे") नावाची नवीन नाणी जारी करण्याचा आदेश दिला.

विस्तार

1802 मध्ये, 22 वर्षांच्या रणजीत सिंगने भंगी शीख मिसलकडून अमृतसर घेतले, हरमंदिर साहिब मंदिरात श्रद्धांजली अर्पण केली, ज्यावर यापूर्वी आक्रमण करणाऱ्या अफगाण सैन्याने हल्ला केला होता आणि त्याची विटंबना केली होती, आणि घोषणा केली की तो

संगमरवरी आणि पुनर्बांधणी करेल. सोने.

1 जानेवारी 1806 रोजी, रणजित सिंगने ईस्ट इंडिया कंपनीच्या ब्रिटीश अधिकाऱ्यांशी एक करार केला, ज्यामध्ये त्यांनी मान्य केले की त्यांचे शीख सैन्य सतलज नदीच्या दक्षिणेकडे विस्तार करण्याचा प्रयत्न करणार नाही आणि कंपनीने हे मान्य केले की ते लष्करी प्रयत्न करणार नाहीत. सतलज नदी ओलांडून शीख प्रदेशात प्रवेश करा.

1807 मध्ये, रणजित सिंगच्या सैन्याने मुस्लिम शासित कसुरवर हल्ला केला आणि, कसूरच्या लढाईत एका महिन्याच्या भयंकर लढाईनंतर अफगाण प्रमुख कुतुबुद्दीनचा पराभव केला, अशा प्रकारे त्याचे साम्राज्य वायव्येकडे अफगाणिस्तानच्या दिशेने विस्तारले. त्याने 1818 मध्ये मुलतान घेतला आणि त्या विजयाने संपूर्ण बारी दोआब त्याच्या अधिपत्याखाली आला. 1819 मध्ये, त्याने अफगाण सुन्नी मुस्लिम शासकांचा यशस्वीपणे पराभव केला आणि हिमालयाच्या पायथ्याशी पलीकडे असलेल्या उत्तरेकडे आणि झेलम खोऱ्यात आपली सत्ता पसरवून श्रीनगर आणि काश्मीरला जोडले.

महाराजा आणि अफगाणांच्या आदेशात शिखांमधील सर्वात लक्षणीय चकमकी १८१३, १८२३, १८३४ आणि १८३७ मध्ये झाल्या. 9 1813 मध्ये, रणजित सिंगचा जनरल दिवाण मोखम चंद याने दोस्त मोहम्मद खान यांच्या नेतृत्वाखालील शाह महमूदच्या अफगाण सैन्याविरुद्ध शीख सैन्याचे नेतृत्व केले. त्या लढाईत अफगाणांनी त्यांचा अट्टक येथील गड गमावला.

1813-14 मध्ये, रणजितसिंगचा काश्मीरमध्ये विस्तार करण्याचा पहिला प्रयत्न जनरल अझीम खान यांच्या नेतृत्वाखालील अफगाण सैन्याने हाणून पाडला, मुसळधार पाऊस, कॉलरा पसरणे आणि त्याच्या सैन्याला खराब अन्न पुरवठा.

1818 मध्ये, खरक सिंग आणि मिसर दीवान चंद यांच्या नेतृत्वाखालील दरबारच्या सैन्याने मुलतानवर कब्जा केला, मुझफ्फर खानचा वध केला आणि त्याच्या सैन्याचा पराभव केला, ज्यामुळे पंजाबमधील अफगाण प्रभाव संपुष्टात आला.

जुलै 1818 मध्ये, पंजाबच्या सैन्याने काश्मीरचे गव्हर्नर अझीम खान यांचे धाकटे भाऊ जब्बार खान यांचा पराभव केला आणि सत्तर लाख रुपयांच्या वार्षिक कमाईसह काश्मीर ताब्यात घेतले. दिवाण मोती राम यांची काश्मीरच्या राज्यपालपदी नियुक्ती करण्यात आली.

नोव्हेंबर 1819 मध्ये, दोस्त मोहम्मदने पेशावरवरील महाराजांचे सार्वभौमत्व स्वीकारले आणि वर्षाला एक लाख रुपये महसूल देय होता. महाराजांनी विशेषतः आपल्या सैन्याला कोणत्याही नागरिकाचा छळ किंवा छेडछाड न करण्याचे आदेश दिले. 1820 आणि 1821 मध्ये, डेरा गाझी खान, हजारा आणि मानकेरा, झेलम आणि सिंधू दरम्यानच्या मोठ्या भूभागासह, सिंह सागर दाओब देखील जोडले गेले. काश्मीर, पेशावर आणि मुलतानचे विजय त्यांच्या नावावर तीन नवजात मुलांचे नाव देऊन साजरे केले गेले. प्रिन्स कश्मिरा सिंग, पेशौरा सिंग आणि प्रिन्स मुलताना सिंग यांचा जन्म रणजित सिंग यांच्या पत्नी दया कौर आणि रतन कौर यांच्या पोटी झाला. उद्धरण आवश्यक

महाराजा रणजित सिंग यांच्या राजवटीत जारी केलेली नाणी.

1834 मध्ये, मोहम्मद अझीम खान पुन्हा एकदा 25,000 खट्टक आणि यासूफझाई आदिवासींच्या सैन्यासह काफिरांशी लढण्यासाठी, जिहादच्या नावाखाली पेशावरच्या दिशेने कूच केले. महाराजांनी सैन्याचा पराभव केला. यार मोहम्मदला माफ करण्यात आले आणि लाहोर दरबारला वार्षिक एक लाख दहा हजार रुपयांच्या महसूलासह पेशावरचा गव्हर्नर म्हणून पुन्हा गुंतवण्यात आले.

1837 मध्ये, जमरूदची लढाई, त्याच्या नेतृत्वाखालील शीख आणि अफगाण लोकांमधील शेवटची लढाई ठरली, ज्याने शीख साम्राज्याच्या पश्चिमेकडील सीमा प्रदर्शित केल्या.

25 नोव्हेंबर 1838 रोजी, भारतीय उपखंडातील दोन सर्वात बलाढ्य सैन्याने फिरोजपूर येथे एक भव्य समीक्षणात एकत्र केले कारण पंजाबचे महाराजा रणजित सिंग यांनी दल खालसाला ईस्ट इंडिया कंपनीच्या शिपाई सैन्यासह आणि ब्रिटीश सैन्यासोबत कूच करण्यासाठी बाहेर काढले. भारतात. 1838 मध्ये, त्याने काबूलमध्ये शाह शोजाला अफगाण गादीवर परत आणण्यासाठी ब्रिटीश व्हाईसरॉय लॉर्ड ऑकलंड यांच्याशी करार केला. या कराराच्या अनुषंगाने, सिंधूच्या ब्रिटीश सैन्याने दक्षिणेकडून अफगाणिस्तानात प्रवेश केला, तर रणजित सिंगच्या सैन्याने खैबर खिंडीतून जाऊन काबूलमधील विजय परेडमध्ये भाग घेतला.

शीख साम्राज्याचा भूगोल

शीख साम्राज्य, ज्याला शीख राज आणि सरकार-ए-खालसा म्हणूनही ओळखले जाते, पंजाब प्रदेशात होते, ज्याच्या नावाचा अर्थ "पाच नद्यांची भूमी" असा होतो. बियास, रावी, सतलज, चिनाब आणि झेलम या पाच नद्या आहेत, त्या सर्व सिंधू नदीच्या उपनद्या आहेत.

सिंगच्या नेतृत्वाखाली शीख साम्राज्याच्या भौगोलिक पोहोचामध्ये सतलज नदीच्या उत्तरेकडील सर्व भूभाग आणि वायव्य हिमालयाच्या उंच खोऱ्यांच्या दक्षिणेकडील प्रदेशांचा समावेश होता. त्यावेळच्या प्रमुख शहरांमध्ये श्रीनगर, अटक, पेशावर, बन्नू, रावळपिंडी, जम्मू, गुजरात, सियालकोट, कांगडा, अमृतसर, लाहोर आणि मुलतान यांचा समावेश होता.

सिंगच्या राज्यात राहणाऱ्या एकूण लोकसंख्येपैकी सुमारे 70% मुस्लिम, 24% हिंदू आणि शिखांची संख्या सुमारे 6-7% होती.

शासन

महाराजा रणजित सिंग यांनी विविध धर्म आणि वंशातील पुरुषांना त्यांच्या सैन्यात आणि त्यांच्या सरकारमध्ये अधिकाराच्या विविध पदांवर काम करण्याची परवानगी दिली. त्याच्या सैन्यात काही युरोपीय लोकांचा समावेश होता, जसे की फ्रेंच माणूस जीन-फ्रॅंकोइस ॲलार्ड,

जरी सिंग यांनी भारतीय उपखंडावरील ब्रिटिशांच्या रचनेची जाणीव असलेल्या ब्रिटनला आपल्या सेवेत भरती करण्यापासून परावृत्त करण्याचे धोरण ठेवले. त्यांची भरती धोरणे असूनही, त्यांनी ब्रिटीशांशी राजनैतिक वाहिनी राखली; 1828 मध्ये, त्याने जॉर्ज चौथ्याला भेटवस्तू पाठवल्या आणि 1831 मध्ये, त्याने ब्रिटिश गव्हर्नर जनरल, विल्यम बेंटिक यांच्याशी चर्चा करण्यासाठी सिमला येथे एक मिशन पाठवले; तर 1838 मध्ये, त्यांनी अफगाणिस्तानमधील शत्रुत्वपूर्ण इस्लामिक अमीरांना दूर करण्यात त्यांना सहकार्य केले.

धार्मिक धोरणे

त्या काळातील अनेक पंजाबी लोकांशी सुसंगत म्हणून, रणजित सिंग हे धर्मनिरपेक्ष राजा होते 92 आणि त्यांनी शीख मार्गाचा अवलंब केला. त्यांची धोरणे हिंदू, शीख आणि मुस्लिम या सर्व समुदायांच्या आदरावर आधारित होती. एक समर्पित शीख, रणजित सिंग यांनी ऐतिहासिक शीख गुरुद्वारांचा जीर्णोद्धार आणि बांधणी केली - सर्वात प्रसिद्ध, हरमंदिर साहिब, आणि हरमंदिरावर आभार मानून विजय साजरा करायचा. हिंदूंच्या भावनेचा आदर राखून ते त्यांच्या मंदिरातही सामील झाले. त्यांच्या राजवटीत गायींच्या पूजेला प्रोत्साहन देण्यात आले आणि गोहत्येला मृत्यूदंडाची शिक्षा होती. त्याने आपल्या सैनिकांना लुटू नये किंवा नागरिकांची छेड काढू नये असे आदेश दिले होते.

त्यांनी अनेक गुरुद्वारा, हिंदू मंदिरे आणि अगदी मशिदीही बांधल्या आणि विशेषतः माई मोरन मस्जिद ही त्यांची प्रिय मुस्लिम पत्नी मोरन सरकार यांच्या आदेशानुसार बांधली गेली. सिंह यांच्या नेतृत्वाखालील शीखांनी शत्रूच्या मालकीची प्रार्थनास्थळे कधीही जमीनदोस्त केली नाहीत. तथापि, त्याने मुस्लिम मशिदींचे इतर उपयोगात रूपांतर केले. उदाहरणार्थ, रणजितसिंगच्या सैन्याने लाहोरच्या बादशाही मशिदीची विटंबना केली आणि तिचे दारूगोळ्याच्या भांडारात, आणि घोड्यांच्या तबेल्यात रूपांतर केले. लाहोरची मोती मशीद (मोती मशीद) शीख सैन्याने "मोती मंदिर" (मोती मंदिर) मध्ये रूपांतरित केली, आणि सोनहरी मशिदीचे शीख गुरुद्वारामध्ये रूपांतर करण्यात आले, परंतु सूफी फकीर (सतार शाह बुखारी) यांच्या विनंतीनुसार), रणजित सिंगने नंतरचे मशिदीत पुनर्संचयित केले. लाहोरच्या बेगम शाही मशिदीचा वापर गनपावडर फॅक्टरी म्हणून केला जात होता, त्याला बारूदखाना वली मशीद किंवा "गनपावडर मशीद" असे टोपणनाव मिळाले.

सिंग यांचे सार्वभौमत्व अफगाण आणि पंजाबी मुस्लिमांनी स्वीकारले, जे त्यांच्या बॅनरखाली नादिर शाह आणि नंतर अझीम खान यांच्या अफगाण सैन्याविरुद्ध लढले. त्याचा दरबार रचनेत सर्वमान्य होता: त्याचे पंतप्रधान ध्यानसिंग हे डोगरा होते; त्याचे परराष्ट्र मंत्री फकीर अझीझुद्दीन हे मुस्लिम होते; आणि त्यांचे अर्थमंत्री दीनानाथ हे ब्राह्मण होते. मियां घौसासारखे तोफखाना कमांडरही मुस्लिम होते. त्यांच्या काळात जबरदस्तीने धर्मांतर झाले नाही. त्यांच्या पत्नी बीबी मोहरान, गिलबहार बेगम यांनी त्यांचा विश्वास कायम ठेवला आणि त्यांच्या हिंदू पत्नींनीही. त्याने आपल्या दरबारात ज्योतिषी आणि ज्योतिषी आणि ज्योतिषी सुद्धा कामाला लावले आणि स्वतःला घेरले.

रणजित सिंगने गुरुमाताही रद्द केली होती आणि उदासी आणि निर्मला पंथांना महत्त्वपूर्ण संरक्षण दिले होते, ज्यामुळे शिख धार्मिक बाबींवर त्यांचे प्रमुख आणि नियंत्रण होते.

रणजित सिंग यांच्या नेतृत्वाखालील सैन्य फक्त शीख समाजापुरते मर्यादित नव्हते. सैनिक आणि सैन्य अधिकाऱ्यांमध्ये शिखांचा समावेश होता, परंतु त्यात हिंदू, मुस्लिम आणि युरोपीय लोकांचाही समावेश होता. हिंदू ब्राह्मण आणि सर्व पंथ आणि जातीच्या लोकांनी त्याच्या सैन्याची सेवा केली, तर त्याच्या सरकारमधील रचना देखील धार्मिक विविधता प्रतिबिंबित करते. त्याच्या सैन्यात पोलिश, रशियन, स्पॅनिश, प्रशिया आणि फ्रेंच अधिकारी सामील होते. 1835 मध्ये, त्याचे ब्रिटीशांशी संबंध वाढू लागल्याने, त्याने फॉल्केस नावाच्या ब्रिटीश अधिकाऱ्याला नियुक्त केले.

तथापि, रणजितसिंगच्या खालसा सैन्याने प्रादेशिक लोकसंख्या प्रतिबिंबित केली आणि जसजसे त्याने आपले सैन्य वाढवले, तसतसे त्याने रजपूत आणि जाट शिखांची संख्या नाटकीयरित्या वाढवली जे त्याच्या सैन्याचे प्रमुख सदस्य बनले. दोआबा प्रदेशात त्याचे सैन्य जाट शिखांचे होते, जम्मू आणि उत्तर भारतीय टेकड्यांमध्ये ते हिंदू राजपूत होते, तर तुलनेने अधिक मुस्लिमांनी इतर प्रमुख पंजाब नद्यांच्या तुलनेत अफगाणिस्तानच्या जवळ असलेल्या झेलम नदीच्या परिसरात त्याच्या सैन्याची सेवा केली.

सुधारणा

रणजितसिंगने आपल्या सैन्याचे प्रशिक्षण आणि संघटन बदलले आणि सुधारले. त्याने जबाबदारीचे पुनर्गठन केले आणि सैन्य तैनाती, युक्ती आणि निशानेबाजी मधील लॉजिस्टिक कार्यक्षमतेमध्ये कामगिरीचे मानके निश्चित केले. घोडदळ आणि गनिमी युद्धावर स्थिर आगीवर भर देण्यासाठी त्यांनी कर्मचारी वर्गात सुधारणा केली, युद्धाची उपकरणे आणि पद्धती सुधारल्या. रणजितसिंगच्या लष्करी व्यवस्थेने जुन्या आणि नवीन अशा दोन्ही कल्पनांचा उत्तम मेळ घातला. त्याने पायदळ आणि तोफखाना मजबूत केला. स्थानिक सरंजामशाही शुल्कासह सैन्य देण्याच्या मुघल पद्धतीऐवजी त्यांनी स्थायी सैन्याच्या सदस्यांना खजिन्यातून पैसे दिले.

रणजितसिंगने आपल्या सैन्याच्या प्रशिक्षण आणि साधनसामग्रीच्या बाबतीत सुधारणा केल्या असताना, तो मुघल मध्यस्थांच्या जुन्या जागीर (इजरा) व्यवस्थेत सुधारणा करण्यात अयशस्वी ठरला. राज्य महसूल संकलनाच्या जहागीर पद्धतीमध्ये राजकीय संबंध किंवा वारसा असलेल्या काही व्यक्तींचा राज्यकर्त्याला श्रद्धांजली (नजराना) देण्याचे वचन दिले होते आणि त्याद्वारे विसंगत आणि व्यक्तिनिष्ठ दराने सीमाशुल्क, अबकारी आणि जमीन कर वसूल करण्याच्या अधिकारासह काही गावांवर प्रशासकीय नियंत्रण मिळवले होते. शेतकरी आणि व्यापारी यांच्याकडून; ते संकलित महसुलाचा एक भाग ठेवतील आणि वचन दिलेले खंडणी मूल्य राज्याला देतील.या जागीरांनी

शेतकरी आणि व्यापाऱ्यांकडून कर वसूल करण्यासाठी स्वतंत्र सशस्त्र मिलिशिया आणि हिंसेला प्रवण असलेल्या मिलिशियाची देखभाल केली. मिलिशियाद्वारे अनियंत्रित खंडणीसह विसंगत कर आकारणीची ही पद्धत, संपूर्ण शीख साम्राज्यात शेतकरी आणि व्यापाऱ्यांवर वाईट वागणूक देण्याची मुघल परंपरा चालू ठेवली आणि ईस्ट इंडिया कंपनीच्या अधिकाऱ्यांनी रणजित सिंग यांच्याकडे विविध भागांमध्ये व्यापार करण्याचा प्रयत्न केल्याच्या तक्रारींचा पुरावा आहे. शीख साम्राज्य.

ऐतिहासिक नोंदीनुसार, सुनीत सिंग सांगतात, रणजित सिंगच्या सुधारणा सैन्यावर केंद्रित होत्या ज्यामुळे नवीन विजय मिळू शकतील, परंतु करप्रणालीचा गैरवापर थांबवण्यासाठी किंवा त्यांच्या राज्यात एकसमान कायदे आणण्यासाठी किंवा अंतर्गत व्यापार सुधारण्यासाठी आणि शेतकरी आणि व्यापारी यांना सशक्त बनवण्यासाठी नाही. जहागीर-आधारित करप्रणाली आणि अर्थव्यवस्थेत सुधारणा करण्यात आलेल्या या अपयशामुळे, रणजीत सिंगच्या मृत्यूनंतर लगेचच काही वर्षांमध्ये एका पाठोपाठ सत्तासंघर्ष आणि धमक्या, शीखांमध्ये अंतर्गत फूट, मोठ्या हत्या आणि शीख साम्राज्यात सत्तापालट झाली. ; शीख साम्राज्याच्या अवशेषांचा ब्रिटिश भारतामध्ये सहज समावेश झाला, वसाहती अधिकाऱ्यांनी जहागीरांना चांगल्या अटी आणि व्यवस्था अबाधित ठेवण्याचा अधिकार दिला.

पायाभूत सुविधांमध्ये गुंतवणूक

रणजित सिंग यांनी खात्री केली की पंजाबने त्याच्या सैन्याला आवश्यक असलेली सर्व शस्त्रे, उपकरणे आणि युद्धसामग्री तयार केली आणि ते स्वयंपूर्ण होते. त्याच्या सरकारने 1800 च्या दशकात पायाभूत सुविधांमध्ये गुंतवणूक केली आणि त्यानंतर कच्च्या मालाच्या खाणी, तोफखाना, गनपावडर आणि हाताचे कारखाने स्थापन केले. यापैकी काही ऑपरेशन्स राज्याच्या मालकीच्या होत्या, तर काही खाजगी शीख ऑपरेटर्सच्या मालकीच्या होत्या.

तथापि, रणजित सिंग यांनी जमीन आणि रस्त्यांची उत्पादकता सुधारण्यासाठी सिंचन कालव्यांसारख्या इतर पायाभूत सुविधांमध्ये मोठी गुंतवणूक केली नाही. त्याच्या साम्राज्यातील समृद्धी, मुघल-शीख युद्धकाळाच्या विपरीत, मुख्यत्वे सुरक्षा परिस्थितीत सुधारणा, हिंसाचारात घट, व्यापार मार्ग पुन्हा उघडणे आणि व्यापार करण्याचे अधिक स्वातंत्र्य यामुळे आले.

नकार

सिंग यांनी आपले साम्राज्य आणि शिखांना एक मजबूत राजकीय शक्ती बनवले, ज्यासाठी ते शीख धर्मात अत्यंत आदरणीय आणि आदरणीय आहेत. त्याच्या मृत्यूनंतर, शीख सरकार किंवा स्थिर उत्तराधिकारासाठी शाश्वत संरचना स्थापन करण्यात साम्राज्य अयशस्वी झाले आणि शीख साम्राज्याचा नाश होऊ लागला. ब्रिटीश आणि शीख साम्राज्याने दोन अँग्लो शीख युद्धे लढली ज्यात दुसऱ्या शीख साम्राज्याचा अंत झाला. शीख धर्म स्वतःच कमी झाला नाही.

क्लाईव्ह इयूईने असा युक्तिवाद केला आहे की सिंगच्या मृत्यूनंतर साम्राज्याचा ऱ्हास हा जहागीर-आधारित आर्थिक आणि करप्रणालीमुळे झाला आहे जो त्याला मुघलांकडून वारसा मिळाला होता आणि तो कायम ठेवला होता. त्याच्या मृत्यूनंतर, कर लुटण्यावर नियंत्रण ठेवण्यासाठी एक लढा उदयास आला, ज्यामुळे अभिजन आणि त्याच्या कुटुंबामध्ये वेगवेगळ्या पत्नींमधून सत्ता संघर्ष झाला. या संघर्षाचा शेवट राजवाड्यातील सत्तांतर आणि त्याच्या वंशजांच्या हत्येने आणि अखेरीस ब्रिटीशांनी शीख साम्राज्याच्या विलीनीकरणाने केला.

मृत्यू आणि वारसा

1830 च्या दशकात, रणजित सिंग यांना अनेक आरोग्यविषयक गुंतागुंत तसेच पक्षाघाताचा झटका आला, ज्याचे कारण काही ऐतिहासिक नोंदी मद्यपान आणि निकामी यकृत यांना देतात. 27 जून 1839 रोजी त्यांचा झोपेतच मृत्यू झाला. त्याच्या चार हिंदू बायका- मेहताब देवी (गुड्डन साहिबा), राजा संसार चंद यांची मुलगी, राणी हर देवी, चौधरी राम, सालेरिया राजपूत यांची मुलगी, राणी राज देवी, पद्मा राजपूतची मुलगी आणि राणी रजनो कंवर, वाळू भरीची मुलगी. राजेशाही उपाधी असलेल्या सात हिंदू उपपत्नींसह स्वेच्छेने त्यांच्या अंत्यसंस्कारावर भक्ती म्हणून स्वतःला ठेवून सती झाली.

सिंह यांना शिखांना एकत्र आणण्यासाठी आणि समृद्ध शीख साम्राज्याची स्थापना करण्यासाठी स्मरण केले जाते. त्याच्या विजयासाठी आणि साम्राज्याचे रक्षण करण्यासाठी एक प्रशिक्षित, स्वयंपूर्ण खालसा सैन्य तयार करण्यासाठी देखील त्याची आठवण ठेवली जाते. त्याने अफगाणिस्तानच्या शुजा शाह दुर्रानी यांच्याकडून कोह-ए-नूर हिरा ताब्यात घेण्यासह बरीच संपत्ती जमा केली, जो त्याने 1839 मध्ये पुरी, ओडिशा येथील जगन्नाथ मंदिरात सोडला.

गुरुद्वारा

कदाचित सिंह यांचा सर्वात चिरस्थायी वारसा हरमंदिर साहिबचा जीर्णोद्धार आणि विस्तार होता, शिखांचा सर्वात आदरणीय गुरुद्वारा, जो आता "सुवर्ण मंदिर" म्हणून प्रसिद्ध आहे. हरमंदिर साहिबमधील सध्याची बहुतेक सजावट, गिल्डिंग आणि संगमरवरी कामाच्या स्वरूपात, सिंग यांच्या संरक्षणाखाली सुरू करण्यात आली होती, ज्यांनी मंदिराशी संबंधित सुरक्षा आणि ऑपरेशन्स मजबूत करण्यासाठी संरक्षक भिंती आणि पाणीपुरवठा व्यवस्था प्रायोजित केली होती. गुरू गोविंद सिंग यांचे जन्मस्थान आणि हत्येचे ठिकाण - अनुक्रमे तख्त श्री पटना साहिब आणि तख्त श्री हजूर साहिब - ज्यांचे त्यांनी खूप कौतुक केले - दोन सर्वात पवित्र शीख मंदिरे बांधण्याचे निर्देशही त्यांनी दिले.

14

अकबर

अकबर

Diploma & Engineering MCQ

अबूल-फतह जलाल-उद्दीन मुहम्मद अकबर (25 ऑक्टोबर 1542 a - 27 ऑक्टोबर 1605), अकबर द ग्रेट म्हणून प्रसिद्ध , आणि अकबर पहिला , हा तिसरा मुघल सम्राट होता, ज्याने १५५६ ते १६०५ पर्यंत राज्य केले. वडील, हुमायून, एक रीजेंट, बैराम खान, ज्याने तरुण सम्राटला भारतात मुघल साम्राज्याचा विस्तार आणि एकत्रीकरण करण्यास मदत केली.

एक मजबूत व्यक्तिमत्व आणि एक यशस्वी सेनापती, अकबराने हळूहळू मुघल साम्राज्याचा विस्तार करून भारतीय उपखंडाचा बराचसा भाग समाविष्ट केला. तथापि, मुघल लष्करी, राजकीय, सांस्कृतिक आणि आर्थिक वर्चस्वामुळे त्यांची शक्ती आणि प्रभाव संपूर्ण उपखंडावर विस्तारला. अफाट मुघल राज्याचे एकीकरण करण्यासाठी, अकबराने त्याच्या संपूर्ण साम्राज्यात प्रशासनाची केंद्रीकृत व्यवस्था स्थापन केली आणि जिंकलेल्या राज्यकर्त्यांना विवाह आणि मुत्सद्देगिरीद्वारे समेट करण्याचे धोरण स्वीकारले. धार्मिक आणि सांस्कृतिकदृष्ट्या वैविध्यपूर्ण साम्राज्यात शांतता आणि सुव्यवस्था राखण्यासाठी, त्यांनी धोरणे स्वीकारली ज्यामुळे त्यांना त्यांच्या गैर-मुस्लिम प्रजेचा पाठिंबा मिळाला. आदिवासी बंधने आणि इस्लामिक राज्य ओळख टाळून, अकबराने एक सम्राट म्हणून इंडो-पर्शियन संस्कृतीद्वारे व्यक्त केलेल्या निष्ठेने त्याच्या क्षेत्राच्या दूरवरच्या भूमीला एकत्र करण्याचा प्रयत्न केला.

मुघल भारताने एक मजबूत आणि स्थिर अर्थव्यवस्था विकसित केली, ज्यामुळे व्यावसायिक विस्तार आणि संस्कृतीचे मोठे संरक्षण झाले. अकबर स्वतः कला आणि संस्कृतीचा पुरस्कर्ता होता. त्यांना साहित्याची आवड होती, आणि त्यांनी संस्कृत, उर्दू, पर्शियन, ग्रीक, लॅटिन, अरबी आणि काश्मिरी भाषेत लिहिलेल्या 24,000 हून अधिक खंडांचे ग्रंथालय तयार केले, ज्यामध्ये अनेक विद्वान, अनुवादक, कलाकार, सुलेखनकार, शास्त्री, पुस्तकबांधणी आणि वाचक यांचा समावेश होता. त्याने तीन मुख्य गटांद्वारे स्वतःचे बरेच कॅटलॉगिंग केले. अकबराने फतेहपूर सिक्री येथे केवळ स्त्रियांसाठी ग्रंथालयाची स्थापना केली, आणि त्याने संपूर्ण राज्यात मुस्लिम आणि हिंदू दोघांच्याही शिक्षणासाठी शाळा स्थापन केल्या पाहिजेत असे फर्मान काढले. पुस्तकबांधणी ही उच्च कला बनण्यासाठी त्यांनी प्रोत्साहन दिले. अनेक धर्मातील पवित्र पुरुष, कवी, वास्तुविशारद आणि कारागीर यांनी जगभरातून त्याच्या दरबाराला अभ्यास आणि चर्चेसाठी सुशोभित केले. दिल्ली, आग्रा आणि फतेहपूर सिक्री येथील अकबराचे दरबार ही कला, पत्रे आणि शिक्षणाची केंद्रे बनली. तैमुरीद आणि पर्सो-इस्लामिक संस्कृती स्वदेशी भारतीय घटकांमध्ये विलीन होऊ लागली आणि मिश्रित होऊ लागली आणि मुघल शैलीतील कला, चित्रकला आणि वास्तुकला द्वारे वैशिष्ट्यीकृत एक वेगळी इंडो-पर्शियन संस्कृती उदयास आली. ऑर्थोडॉक्स इस्लामचा भ्रमनिरास होऊन आणि कदाचित आपल्या साम्राज्यात धार्मिक एकता आणण्याच्या आशेने, अकबराने दीन-इ-इलाही हा मुख्यत्वे इस्लाम आणि हिंदू धर्म तसेच झोरोस्ट्रिअन धर्म आणि ख्रिश्चन धर्माच्या काही भागांतून मिळविलेला समक्रमित पंथ जाहीर केला.

अकबराच्या कारकिर्दीचा भारतीय इतिहासावर लक्षणीय प्रभाव पडला. त्याच्या राजवटीत मुघल साम्राज्याचा आकार आणि संपत्ती तिप्पट झाली. त्यांनी एक शक्तिशाली लष्करी व्यवस्था निर्माण केली आणि प्रभावी राजकीय आणि सामाजिक सुधारणा घडवून आणल्या. गैर-मुस्लिमांवरील सांप्रदायिक कर रद्द करून आणि त्यांना उच्च नागरी आणि लष्करी पदांवर नियुक्त करून, मूळ प्रजेचा विश्वास आणि निष्ठा

जिंकणारा तो पहिला मुघल शासक होता. त्यांनी संस्कृत साहित्याचे भाषांतर केले, स्थानिक सणांमध्ये भाग घेतला, हे लक्षात आले की एक स्थिर साम्राज्य आपल्या प्रजेच्या सहकार्यावर आणि सद्भावनेवर अवलंबून आहे. अशा प्रकारे, मुघल राजवटीत बहुसांस्कृतिक साम्राज्याचा पाया त्याच्या कारकिर्दीत घातला गेला. अकबरानंतर त्याचा मुलगा, प्रिन्स सलीम, ज्याला नंतर जहांगीर म्हणून ओळखले जाते, सम्राट बनले.

शेरशाह सुरीच्या सैन्याने १५३९ ते १५४१ मध्ये चौसा आणि कन्नौज येथे झालेल्या युद्धात पराभूत होऊन मुघल सम्राट हुमायून पश्चिमेकडे सिंधला पळून गेला. तेथे त्यांनी हुमायूनचा धाकटा भाऊ हिंदल मिर्झा यांचे पर्शियन शिक्षक शेख अली अकबर जामी यांची मुलगी 14 वर्षीय हमीदा बानू बेगम हिच्याशी भेट घेतली आणि त्यांचे लग्न केले. जलाल उद-दीन मुहम्मद अकबरचा जन्म पुढील वर्षी 25 ऑक्टोबर 1542 राजपुताना (आधुनिक सिंधमधील) अमरकोटच्या राजपूत किल्ल्यावर झाला, जिथे त्याचे आईवडील स्थानिक हिंदू शासक राणा प्रसाद यांनी त्यांना आश्रय दिला होता.

अकबर लहानपणी

हुमायूनच्या वनवासाच्या विस्तारित कालावधीत, अकबरचे पालनपोषण काबूलमध्ये त्याचे काका, कामरान मिर्झा आणि अस्करी मिर्झा आणि त्याच्या काकू, विशेषतः कामरान मिर्झाच्या पत्नी यांच्या विस्तारित कुटुंबाने केले. त्याने आपले तारुण्य शिकार करणे, धावणे आणि लढणे शिकण्यात घालवले, त्याला एक धाडसी, सामर्थ्यवान आणि शूर योद्धा बनवले, परंतु त्याने कधीही लिहिणे किंवा वाचणे शिकले नाही. तथापि, यामुळे त्याच्या ज्ञानाच्या शोधात अडथळा आला नाही कारण नेहमी असे म्हटले जाते की जेव्हा तो संध्याकाळी सेवानिवृत्त होतो तेव्हा त्याला कोणीतरी वाचायला लावायचे. 20 नोव्हेंबर 1551 रोजी, हुमायूनचा धाकटा भाऊ, हिंदल मिर्झा, कामरान मिर्झाच्या सैन्याविरुद्ध लढताना मरण पावला. आपल्या भावाच्या मृत्यूची बातमी ऐकून हुमायून दुःखाने ग्रासला होता.

नऊ वर्षांच्या अकबराच्या पहिल्या नियुक्तीच्या सुमारास, गझनीचा गव्हर्नर म्हणून, त्याने हिंदलची मुलगी रुकैया सुलतान बेगमशी विवाह केला. हुमायूनने शाही दांपत्याला हिंदल आणि गझनीची सर्व संपत्ती, सैन्य आणि अनुयायी बहाल केले. हिंदलची एक जहागीर त्याचा पुतण्या अकबर याला देण्यात आली होती, त्याची व्हाईसरॉय म्हणून नियुक्ती करण्यात आली होती आणि त्याला त्याच्या काकाच्या सैन्याची कमानही देण्यात आली होती. रुकैय्यासोबत अकबरचा विवाह पंजाबमधील जालंधर येथे पार पडला, जेव्हा दोघेही 14 वर्षांचे होते. ती त्याची पहिली पत्नी आणि मुख्य पत्नी होती.

शेरशाह सूरीचा मुलगा इस्लाम शाह याच्या उत्तराधिकाऱ्यांवर झालेल्या गोंधळानंतर, हुमायूनने 1555 मध्ये दिल्ली पुन्हा जिंकली, त्याच्या पर्शियन मित्र तहमास्प I ने काही प्रमाणात पुरवलेल्या सैन्याचे नेतृत्व केले. काही महिन्यांनंतर, हुमायून मरण पावला. अकबराचा संरक्षक बैराम खान याने अकबराच्या उत्तराधिकाराची तयारी करण्यासाठी मृत्यू लपविला. मुघल सिंहासनावर पुन्हा हक्क मिळवण्यासाठी सिकंदर शाहाविरुद्ध युद्ध सुरू असताना अकबरने १४ फेब्रुवारी १५५६ ३० हुमायूंनंतर गादीवर कब्जा केला. कलनौर, पंजाबमध्ये, 14 वर्षीय अकबराला बैराम खानने एका नव्याने बांधलेल्या व्यासपीठावर सिंहासनावर बसवले, जे अजूनही उभे आहे. त्याला शहंशाह ("राजांचा राजा" साठी पर्शियन) घोषित करण्यात आले. बैराम खान वयात येईपर्यंत त्याच्या वतीने राज्य करत होता

लष्करी मोहिमा

अकबराकडे भारतीय उपखंडात मुघल राजवट मजबूत करणाऱ्या अजेय लष्करी मोहिमांचा रेकॉर्ड होता. या लष्करी पराक्रमाचा आणि अधिकाराचा आधार अकबराचे मुघल सैन्याचे कुशल संरचनात्मक आणि संघटनात्मक अंशांकन होते. अकबराच्या काळात मुघल सत्ता टिकवून ठेवण्याच्या भूमिकेसाठी विशेषतः मनसबदारी पद्धतीची प्रशंसा केली जाते. मुघल साम्राज्याच्या समाप्तीपर्यंत काही बदलांसह ही व्यवस्था टिकून राहिली, परंतु त्याच्या उत्तराधिकाऱ्यांच्या नेतृत्वाखाली ती हळूहळू कमकुवत होत गेली.

संघटनात्मक सुधारणांमध्ये तोफखाना, तटबंदी आणि हत्तींचा वापर यातील नवकल्पनांचा समावेश होता. अकबरानेही मॅचलॉकमध्ये रस घेतला आणि विविध संघर्षांदरम्यान त्यांचा प्रभावीपणे वापर केला. त्याने बंदुक आणि तोफखाना खरेदी करण्यासाठी ऑटोमन आणि युरोपीय लोकांची, विशेषतः पोर्तुगीज आणि इटालियन लोकांची मदत घेतली. अकबराच्या काळातील मुघल बंदुक प्रादेशिक शासक, उपनद्या किंवा जमीनदारांद्वारे तैनात केल्या जाऊ शकतील अशा कोणत्याही गोष्टीपेक्षा कितीतरी श्रेष्ठ होती. या शस्त्रांचा असा प्रभाव होता की अकबराच्या वजीर, अबुल फझलने एकदा असे घोषित केले की "तुर्कस्तानचा अपवाद वगळता, कदाचित असा कोणताही देश नाही ज्यामध्ये भारत सरकारला सुरक्षित ठेवण्यासाठी त्याच्या बंदुकांची अधिक साधने नाहीत." 38 भारतातील मुघलांच्या यशाचे विश्लेषण करण्यासाठी विद्वान आणि इतिहासकारांनी "गनपावडर साम्राज्य" हा शब्द अनेकदा वापरला आहे. मुघल सत्तेला त्यांच्या युद्धाच्या तंत्रातील प्रभुत्व, विशेषतः अकबराने प्रोत्साहित केलेल्या बंदुकांचा वापर म्हणून पाहिले जाते.

उत्तर भारतासाठी संघर्ष

अकबराचे वडील हुमायून यांनी सफविदच्या पाठिंब्याने पंजाब, दिल्ली आणि आग्रा पुन्हा ताब्यात घेतले होते, परंतु या भागातही मुघलांचे राज्य अनिश्चित होते आणि हुमायूनच्या मृत्यूनंतर जेव्हा सूर्सने आग्रा आणि दिल्ली जिंकली तेव्हा मुलगा सम्राटाचे भवितव्य अनिश्चित वाटले. . अकबराची अल्पसंख्याकता आणि बदख्शानचा शासक मिर्झा सुलेमान याच्या आक्रमणाच्या संकटात सापडलेल्या काबूलच्या मुघल

किल्ल्याकडून लष्करी मदत मिळण्याची शक्यता नसल्यामुळे परिस्थिती आणखीनच चिघळली. जेव्हा त्याचा कारभारी, बैराम खान याने मुघल सैन्याला मार्शल करण्यासाठी युद्ध परिषद बोलावली, तेव्हा अकबराच्या एकाही सरदाराने त्याला मान्यता दिली नाही. तथापि, बैराम खान शेवटी सरदारांवर विजय मिळवू शकला आणि असे ठरले की मुघल पंजाबमधील सर्वात बलाढ्य सूर शासक सिकंदर शाह सूरी याच्या विरुद्ध कूच करतील. दिल्ली तर्दी बेग खानच्या अधिपत्याखाली सोडली गेली. तथापि, सिकंदर शाह सूरीने अकबरासाठी कोणतीही मोठी चिंता व्यक्त केली नाही, आणि मुघल सैन्य जवळ आल्याने युद्ध करणे टाळले. स्वतःला हिंदू सम्राट घोषित केले आणि मुघलांना इंडो-गंगेच्या मैदानातून हद्दपार केले.

हेमूने आपले स्थान बळकट करण्याआधी मुघल सैन्याला पुन्हा मार्शल करणाऱ्या बैराम खानच्या आग्रहास्तव अकबराने त्यावर पुन्हा हक्क मिळवण्यासाठी दिल्लीवर कूच केले. बैराम खानच्या नेतृत्वाखालील त्याच्या सैन्याने 5 नोव्हेंबर 1556 रोजी दिल्लीच्या उत्तरेस 50 मैल (80 किमी) पानिपतच्या दुसऱ्या लढाईत हेमू आणि सूर सैन्याचा पराभव केला. युद्धानंतर लगेचच मुघल सैन्याने दिल्ली आणि नंतर आग्रा ताब्यात घेतला. अकबराने दिल्लीत विजयी प्रवेश केला, जिथे तो महिनाभर राहिला. मग तो आणि बैराम खान पुन्हा सक्रिय झालेल्या सिकंदर शाहशी सामना करण्यासाठी पंजाबला परतले. पुढील सहा महिन्यांत, मुघलांनी पूर्वेकडे बंगालमध्ये पळून गेलेल्या सिकंदर शाह सुरीविरुद्ध आणखी एक मोठी लढाई जिंकली. अकबर आणि त्याच्या सैन्याने लाहोरचा ताबा घेतला आणि नंतर पंजाबमधील मुलतान ताब्यात घेतला. 1558 मध्ये, अकबराने अजमेर ताब्यात घेतला, जो राजपुतानाचा छिद्र होता, त्याच्या मुस्लिम शासकाच्या पराभवानंतर आणि उड्डाणानंतर. मुघलांनी नर्मदा नदीच्या उत्तरेकडील सर्वात मोठा किल्ला असलेल्या ग्वाल्हेर किल्ल्यावरही वेढा घातला आणि सूर सैन्याचा पराभव केला.

मुघल अमीरांच्या कुटुंबासह रॉयल बेगमांना शेवटी काबूलहून भारतात आणण्यात आले होते - अकबराचा वजीर अबुल फझल यांच्या म्हणण्यानुसार, "जेणेकरुन पुरुष स्थायिक होऊ शकतील आणि त्यांना एखाद्या देशात जाण्यापासून काही प्रमाणात रोखता येईल. ज्याची त्यांना सवय झाली होती". अकबराने आपले इरादे ठामपणे जाहीर केले होते की मुघल भारतातच राहतील. हे त्याचे आजोबा, बाबर आणि वडील हुमायून यांच्या राजकीय समझोत्यापासून खूप दूर होते, ज्या दोघांनीही ते क्षणिक शासक असल्याशिवाय इतर काहीही असल्याचे सूचित करण्यासाठी फारसे काही केले नव्हते. तथापि, अकबराने आपल्या पूर्वजांनी सोडलेल्या तैमुरीद पुनर्जागरणाचा ऐतिहासिक वारसा पद्धतशीरपणे पुन्हा सादर केला.

मध्य भारतात विस्तार

1559 पर्यंत, मुघलांनी राजपुताना आणि माळव्यात दक्षिणेकडे मोहीम सुरू केली होती. तथापि, अकबराच्या त्याच्या कारभारी बैराम खान यांच्याशी झालेल्या वादांमुळे विस्तार तात्पुरता थांबला. तरुण सम्राट, वयाच्या अठराव्या वर्षी, कारभाराच्या व्यवस्थापनात अधिक सक्रिय भाग घेऊ इच्छित होता. त्याची पाळक आई, महम अंगा आणि त्याच्या नातेवाईकांनी आग्रह केल्याने, अकबराने बैराम खानची सेवा सोडण्याचा निर्णय घेतला. दरबारातील आणखी एका वादानंतर, अकबराने शेवटी 1560 च्या वसंत ऋतूमध्ये बैराम खानला बडतर्फ केले आणि त्याला हजला मक्केला जाण्याचा आदेश दिला. बैराम खान मक्केला रवाना झाला पण वाटेत त्याच्या विरोधकांनी बंड करण्यास प्रवृत्त केले. पंजाबमध्ये मुघल सैन्याने त्याचा पराभव केला आणि त्याला अधीन राहण्यास भाग पाडले. तथापि, अकबराने त्याला माफ केले आणि त्याला एकतर त्याच्या दरबारात चालू ठेवण्याचा किंवा पुन्हा तीर्थयात्रा सुरू करण्याचा पर्याय दिला; बैरामने नंतरची निवड केली. बैराम खानची नंतर मक्केला जाताना एका अफगाणने वैयक्तिक सूडबुद्धीने हत्या केली होती.

1560 मध्ये, अकबराने पुन्हा लष्करी कारवाया सुरू केल्या. त्याचा पाळणा भाऊ अधम खान आणि मुघल सेनापती पीर मुहम्मद खान यांच्या नेतृत्वाखाली मुघल सैन्याने माळव्यावर मुघल विजयास सुरुवात केली. अफगाण शासक, बाज बहादूर, सारंगपूरच्या लढाईत पराभूत झाला आणि आपले हरम, खजिना आणि युद्धातील हत्ती सोडून आश्रयासाठी खानदेशात पळून गेला. सुरुवातीच्या यशानंतरही ही मोहीम अकबराच्या दृष्टिकोनातून आपत्ती ठरली. त्याच्या पाळणा-या भावाने सर्व लूट राखून ठेवली आणि आत्मसमर्पण केलेल्या चौकी, त्यांच्या बायका आणि मुले आणि मुहम्मदचे वंशज असलेले अनेक मुस्लिम धर्मशास्त्रज्ञ आणि सय्यद यांची कत्तल करण्याच्या मध्य आशियाई प्रथेचे पालन केले. अधम खानचा सामना करण्यासाठी आणि त्याला हुकूम सोडवण्यासाठी अकबर वैयक्तिकरित्या माळव्याला गेला. पीर मुहम्मद खान याला नंतर बाज बहादूरचा पाठलाग करण्यासाठी पाठवण्यात आले परंतु खान्देश आणि बेरारच्या राज्यकर्त्यांच्या युतीने त्याचा पराभव केला. बाज बहादूरने तात्पुरते माळव्यावर तात्पुरते ताबा मिळवला तोपर्यंत, पुढच्या वर्षी, अकबराने आक्रमण करून राज्य जोडण्यासाठी आणखी एक मुघल सैन्य पाठवले. माळवा हा अकबराच्या राजवटीच्या नवजात शाही प्रशासनाचा प्रांत बनला. आठ वर्षांनंतर 1570 मध्ये बाज बहादूर विविध न्यायालयांमध्ये शरणार्थी म्हणून जिवंत राहिला, त्याने अकबराच्या हाताखाली सेवा घेतली.

माळव्यात अंतिम यश मिळूनही, संघर्षामुळे अकबराच्या त्याच्या नातेवाईक आणि मुघल सरदारांसोबतच्या वैयक्तिक संबंधांना तडे गेले. १५६२ मध्ये दुसऱ्या वादानंतर अधम खानने अकबराशी सामना केला तेव्हा त्याला बादशहाने मारले आणि आग्रा येथील राजवाड्याच्या अंगणात टेरेसवरून फेकले. तरीही जिवंत असताना, अधम खानला ओढत नेले आणि अकबराने पुन्हा एकदा अंगणात फेकून दिले जेणेकरून त्याचा मृत्यू होईल. अकबराने आता पराक्रमी प्रजेचा धोका दूर करण्याचा प्रयत्न केला. त्याने शाही शासनाशी संबंधित विशेष मंत्री पदे निर्माण केली; मुघल कुलीन वर्गातील कोणत्याही सदस्याला निर्विवाद पूर्वश्रेष्ठत्व नव्हते. 1564 मध्ये जेव्हा उझबेक सरदारांच्या एका शक्तिशाली

कुळात बंडखोरी झाली, तेव्हा अकबराने निर्णायकपणे त्यांचा माळवा आणि नंतर बिहारमध्ये पराभव केला. त्यांनी बंडखोर नेत्यांना माफ केले, त्यांच्याशी समेट घडवून आणण्याच्या आशेने, परंतु त्यांनी पुन्हा बंड केले, म्हणून अकबराला त्यांचा उठाव दुसऱ्यांदा थोपवावा लागला. अकबराचा भाऊ आणि काबूलचा मुघल शासक मिर्झा मुहम्मद हकीम याच्या घोषणेनंतर तिसऱ्या बंडानंतर त्याचा संयम संपला. त्यानंतर अनेक उझबेक सरदार मारले गेले आणि बंडखोर नेत्यांना हत्तींखाली तुडवून ठार मारण्यात आले. त्याच बरोबर मिर्झा, अकबराच्या दूरच्या चुलत भावांचा एक गट ज्यांनी आग्र्याजवळ महत्त्वाची जागी ठेवली होती, त्यांनीही बंड केले होते. त्यांनाही मारले गेले आणि साम्राज्यातून हाकलून दिले. 1566 मध्ये, अकबर आपला भाऊ मुहम्मद हकीमच्या सैन्याला भेटण्यासाठी गेला, ज्यांनी शाही सिंहासन काबीज करण्याचे स्वप्न घेऊन पंजाबमध्ये कूच केले होते. तथापि, थोड्या संघर्षानंतर, मुहम्मद हकीमने अकबराचे वर्चस्व स्वीकारले आणि काबूलला माघार घेतली.

1564 मध्ये, मुघल सैन्याने मध्य भारतातील एक बारीक लोकवस्तीचा, डोंगराळ भाग असलेल्या गार्हा जिंकण्यास सुरुवात केली जी मुघलांना रानटी हत्तींच्या कळपामुळे आवडली होती. या प्रदेशावर राजा वीर नारायण, एक अल्पवयीन, आणि त्याची आई, दुर्गावती, गोंडांची राजपूत योद्धा राणी होती. अकबरने वैयक्तिकरित्या या मोहिमेचे नेतृत्व केले नाही कारण तो उझबेक बंडखोरीमध्ये व्यस्त होता आणि मोहीम काराचा मुघल गव्हर्नर असफ खान याच्या हाती सोडली. दमोहच्या लढाईत झालेल्या पराभवानंतर दुर्गावतीने आत्महत्या केली, तर गोंडांचा डोंगरी किल्ला चौरागडच्या पतनात राजा वीर नारायण यांचा वध झाला. मुघलांनी अमाप संपत्ती, सोने-चांदी, दागिने आणि 1000 हत्ती जप्त केले. दुर्गावतीची धाकटी बहीण कमला देवी हिला मुघल हरममध्ये पाठवण्यात आले. दुर्गावतीच्या मृत पतीचा भाऊ या प्रदेशाचा मुघल प्रशासक म्हणून नियुक्त करण्यात आला होता. माळव्याप्रमाणेच, तथापि, अकबराने गोंडवाना जिंकल्याबद्दल त्याच्या वासलांशी वाद घातला. असफ खानवर बहुतेक खजिना ठेवल्याचा आणि अकबराला फक्त 200 हत्ती परत पाठवल्याचा आरोप होता. हिशेब देण्यासाठी बोलावले असता तो गोंडवानातून पळून गेला. तो प्रथम उझबेकांकडे गेला, नंतर गोंडवाना येथे परतला जेथे मुघल सैन्याने त्याचा पाठलाग केला. शेवटी, त्याने सादर केले आणि अकबराने त्याला त्याच्या पूर्वीच्या पदावर बहाल केले.

अकबराच्या हत्येचा प्रयत्न

1564 च्या सुमारास अकबराच्या हत्येचा प्रयत्नही एका चित्रात नोंदवलेला आहे. अकबर दिल्लीजवळील हजरत निजामुद्दीनच्या दर्ग्याला भेट देऊन परतत असताना एका मारेकऱ्याने बाण मारण्याचा प्रयत्न केला. बाण त्याच्या उजव्या खांद्यावर घुसला. मारेकरी पकडला गेला आणि सम्राटाने त्याचा शिरच्छेद करण्याचा आदेश दिला. अपराधी हा मिर्झा शरफुद्दीनचा गुलाम होता, अकबराच्या दरबारातील एक थोर व्यक्ती ज्याच्या बंडखोरीला अलीकडेच आळा बसला होता.

1567 मध्ये, अकबर मेवाडमधील चितोड किल्ला कमी करण्यासाठी गेला. मेवाडचा किल्ला-राजधानी अत्यंत सामरिकदृष्ट्या महत्त्वाचा होता कारण तो आग्रा ते गुजरातपर्यंतच्या सर्वात लहान मार्गावर होता आणि राजपुतानाच्या अंतर्गत भागांना धारण करण्यासाठी देखील महत्त्वाचा मानला जात असे. उदयसिंग मेवाडच्या टेकड्यांवर निवृत्त झाला, दोन राजपूत योद्धे, जयमल आणि पट्टा यांना त्याच्या राजधानीच्या संरक्षणाची जबाबदारी दिली. चार महिन्यांच्या वेढा नंतर फेब्रुवारी १५६८ मध्ये चित्तौडगड पडला. अकबराने हयात असलेले रक्षणकर्ते आणि 30,000 गैर-लढाऊंची हत्या केली आणि त्यांचा अधिकार दाखवण्यासाठी संपूर्ण प्रदेशात उभारलेल्या टॉवर्सवर त्यांचे डोके प्रदर्शित केले. मुघलांच्या हाती पडलेली लूट संपूर्ण साम्राज्यात वाटली गेली. तो तीन दिवस चित्तौडगडमध्ये राहिला, नंतर आग्रा येथे परतला, जिथे विजयाचे स्मरण करण्यासाठी त्याने आपल्या किल्ल्याच्या वेशीवर, हत्तींवर बसवलेले जयमल आणि पट्टा यांचे पुतळे उभारले. उदयसिंगांची सत्ता आणि प्रभाव मोडला. त्याने पुन्हा कधीही मेवाडमधील आपला डोंगर आश्रय सोडला नाही आणि अकबर त्याला राहू देण्यात समाधानी होता.

चित्तौडगडच्या पतनानंतर 1568 मध्ये रणथंबोर किल्ल्यावर मुघलांनी हल्ला केला. रणथंबोर हाडा राजपूतांच्या ताब्यात होता आणि भारतातील सर्वात शक्तिशाली किल्ला म्हणून ओळखला जातो. तथापि, ते दोन महिन्यांनंतरच घसरले. 58 अकबर आता जवळजवळ संपूर्ण राजपुतानाचा स्वामी होता. बहुतेक राजपूत राजे मुघलांच्या स्वाधीन झाले होते

प्रशासन

अकबराची केंद्र सरकारची व्यवस्था दिल्ली सल्तनतीपासून विकसित झालेल्या व्यवस्थेवर आधारित होती, परंतु विविध विभागांच्या कार्याची त्यांच्या कामकाजासाठी तपशीलवार नियमावली घालून काळजीपूर्वक पुनर्रचना करण्यात आली होती

महसूल विभागाचे प्रमुख वजीर होते, जो जहागीर आणि इनाम जमिनीच्या सर्व वित्त आणि व्यवस्थापनासाठी जबाबदार होता. सैन्याच्या प्रमुखाला मीर बक्षी असे संबोधले जात असे, ज्याची नियुक्ती दरबारातील प्रमुख श्रेष्ठींमधून केली जात असे. मीर बक्षी हा गुप्तचर माहिती गोळा करण्याचा प्रभारी होता आणि त्याने सम्राटाकडे लष्करी नियुक्त्या आणि पदोन्नतीसाठी शिफारसी केल्या. मीर सामन शाही घराण्यांचा प्रभारी होता, ज्यात हॅरेमचा समावेश होता आणि तो दरबार आणि शाही अंगरक्षकांच्या कामकाजावर देखरेख करत असे. न्यायपालिका ही एक वेगळी संस्था होती ज्याचे प्रमुख काझी होते, जे धार्मिक श्रद्धा आणि प्रथांसाठी देखील जबाबदार होते.

कर आकारणी

अकबराने शेरशाह सूरीने वापरलेल्या प्रणालीचा अवलंब करून आपल्या साम्राज्याच्या जमीन महसूलाच्या प्रशासनात सुधारणा करण्याचा विचार केला. लागवड केलेले क्षेत्र जेथे पिकांची चांगली वाढ होते ते क्षेत्राच्या पीक आणि उत्पादकतेवर आधारित निश्चित दरांद्वारे मोजले गेले आणि कर आकारला गेला. तथापि, यामुळे शेतकरी वर्गाला त्रास झाला कारण कराचे दर शाही दरबारात प्रचलित असलेल्या किमतींच्या आधारे निश्चित केले गेले होते, जे ग्रामीण भागातील दरांपेक्षा बरेचदा जास्त होते. अकबरने वार्षिक मूल्यमापनाच्या विकेंद्रित प्रणालीमध्ये बदल केला, परंतु यामुळे स्थानिक अधिकाऱ्यांमध्ये भ्रष्टाचार झाला आणि 1580 मध्ये त्याचा त्याग करण्यात आला, ज्याची जागा दहशाला नावाच्या प्रणालीने घेतली. नवीन प्रणाली अंतर्गत, महसुलाची गणना मागील दहा वर्षांच्या सरासरी उत्पादनाच्या एक तृतीयांश म्हणून केली गेली, जी राज्याला रोख स्वरूपात दिली जावी. ही प्रणाली नंतर परिष्कृत करण्यात आली, स्थानिक किमती लक्षात घेऊन आणि समान उत्पादकता असलेल्या क्षेत्रांचे मूल्यांकन मंडळांमध्ये गटबद्ध केले. पूर किंवा दुष्काळाच्या वेळी कापणी अयशस्वी झाल्यास शेतकऱ्यांना माफी देण्यात आली. अकबराच्या दहशाळा प्रणालीचे श्रेय राजा तोडर मल यांना दिले जाते, ज्यांनी शेरशाह सूरी यांच्या अधिपत्याखाली महसूल अधिकारी म्हणूनही काम केले होते, आणि महसूल प्रशासनाची रचना नंतरच्या व्यक्तींनी सादर केलेल्या तपशीलवार निवेदनात मांडली होती. 1582-83 मध्ये सम्राट.

काही भागात मूल्यांकनाच्या इतर स्थानिक पद्धती चालू होत्या. जी जमीन पडीक किंवा बिनशेती होती ती सवलतीच्या दरात आकारली जात होती. अकबराने शेतीच्या सुधारणा आणि विस्तारासाठी सक्रियपणे प्रोत्साहन दिले. गाव हे महसूल मूल्यांकनाचे प्राथमिक एकक राहिले. प्रत्येक भागातील जमीनदारांनी गरजेच्या वेळी कर्ज आणि शेतीची अवजारे उपलब्ध करून देणे, शेतकऱ्यांना शक्य तितकी जमीन नांगरण्यासाठी आणि उत्तम दर्जाचे बियाणे पेरण्यासाठी प्रोत्साहित करणे आवश्यक होते. या बदल्यात, जमीनदारांना उत्पादनाचा हिस्सा गोळा करण्याचा वंशपरंपरागत अधिकार देण्यात आला. जोपर्यंत त्यांनी जमिनीचा महसूल भरला तोपर्यंत शेतकऱ्यांना जमिनीची मशागत करण्याचा वंशपरंपरागत अधिकार होता. महसूल मूल्यमापन प्रणालीने लहान शेतकऱ्यांबद्दल चिंता व्यक्त केली, परंतु महसूल अधिकाऱ्यांवरही अविश्वासाची पातळी कायम ठेवली. महसूल अधिकाऱ्यांना त्यांच्या पगाराच्या केवळ तीन चतुर्थांश पगाराची हमी देण्यात आली होती, उर्वरित तिमाही त्यांचे मूल्यांकन केलेल्या महसुलाच्या पूर्ण प्राप्तीवर अवलंबून होती.

लष्करी संघटना

अकबराने मनसबदारी नावाच्या व्यवस्थेद्वारे आपले सैन्य तसेच अभिजात वर्ग संघटित केले. या प्रणाली अंतर्गत, सैन्यातील प्रत्येक अधिकाऱ्याला एक रँक (एक मनसबदार) नियुक्त केला होता, आणि अनेक घोडदळ नियुक्त केले होते जे त्याला शाही सैन्याला पुरवायचे होते. मनसबदारांची 33 वर्गात विभागणी करण्यात आली होती. 7,000 ते 10,000 सैन्यापर्यंतच्या शीर्ष तीन कमांडिंग रँक, सामान्यतः राजकुमारांसाठी राखीव होत्या. 10 ते 5,000 मधील इतर रँक खानदानी लोकांच्या इतर सदस्यांना देण्यात आल्या होत्या. साम्राज्याचे कायमस्वरूपी उभे असलेले सैन्य खूपच लहान होते आणि शाही सैन्यात मुख्यतः मनसबदारांच्या तुकड्यांचा समावेश होता. व्यक्तींना सामान्यतः खालच्या मनसबवर नियुक्त केले जात असे आणि नंतर त्यांच्या गुणवत्तेवर तसेच सम्राटाच्या मर्जीनुसार पदोन्नती दिली जात असे. प्रत्येक मनसबदाराला ठराविक घोडदळ आणि त्याहून दुप्पट घोडे राखणे आवश्यक होते. घोड्यांची संख्या जास्त होती कारण युद्धाच्या वेळी त्यांना विश्रांती आणि वेगाने बदलणे आवश्यक होते. अकबराने सशस्त्र दलांची गुणवत्ता उच्च पातळीवर राखली जावी यासाठी कठोर उपाययोजना केल्या; घोड्यांची नियमित तपासणी केली जात होती आणि साधारणपणे फक्त अरबी घोडेच कामात होते. मनसबदारांना त्यांच्या सेवेसाठी चांगला मोबदला दिला जात होता आणि त्यावेळेस जगातील सर्वात जास्त पगार असलेली लष्करी सेवा होती.

भांडवल

अकबर हा सलीम चिश्तीचा अनुयायी होता, जो आग्रा जवळील सिकरी प्रांतात राहत होता. हा परिसर स्वत:साठी भाग्यवान मानून त्यांनी तेथे धर्मगुरूच्या वापरासाठी मशीद बांधली होती. त्यानंतर, त्यांनी 1569 मध्ये आग्राच्या पश्चिमेला 23 मैल (37 किमी) अंतरावर असलेल्या नवीन तटबंदीच्या राजधानीचा पाया घालून चित्तोड आणि रणथंबोरवरील विजय साजरा केला, ज्याला 1573 मध्ये गुजरात जिंकल्यानंतर फतेहपूर ("विजयाचे शहर") असे नाव देण्यात आले. आणि नंतर ते फतेहपूर सिक्री म्हणून ओळखले जाऊ लागले जेणेकरून ते इतर समान नावाच्या शहरांपासून वेगळे होईल. अकबराच्या प्रत्येक ज्येष्ठ राणीसाठी राजवाडे, एक प्रचंड कृत्रिम तलाव आणि पाण्याने भरलेले भव्य अंगण तेथे बांधले गेले. तथापि, शहर लवकरच सोडण्यात आले आणि 1585 मध्ये राजधानी लाहोर येथे हलविण्यात आली. याचे कारण फतेहपूर सिक्रीमधील पाणीपुरवठा अपुरा किंवा निकृष्ट दर्जाचा होता. किंवा, काही इतिहासकारांच्या मते, अकबराला त्याच्या साम्राज्याच्या वायव्य भागात हजेरी लावावी लागली आणि म्हणून त्याने आपली राजधानी वायव्येकडे हलवली. इतर स्रोत असे सूचित करतात की अकबरने शहरामध्ये रस गमावला किंवा हे लक्षात आले की ते लष्करीदृष्ट्या बचाव करण्यायोग्य नाही. 1599 मध्ये, अकबराने आपली राजधानी आग्रा येथे परत हलवली जिथे त्याने त्याच्या मृत्यूपर्यंत राज्य केले.

अर्थव्यवस्था

व्यापार

अकबराच्या कारकिर्दीत व्यावसायिक विस्ताराचे वैशिष्ट्य होते. मुघल सरकारने व्यापाऱ्यांना प्रोत्साहन दिले, व्यवहारांना संरक्षण आणि सुरक्षा दिली आणि परकीय व्यापाराला चालना देण्यासाठी अतिशय कमी कस्टम ड्युटी लावली. शिवाय, स्थानिक प्रशासकांनी व्यापाऱ्यांना त्यांच्या प्रदेशात असताना चोरी केलेल्या मालाची परतफेड करणे आवश्यक करून व्यापारासाठी अनुकूल वातावरण निर्माण करण्याचा प्रयत्न केला. अशा घटना कमी करण्यासाठी, रस्त्यांवर गस्त घालण्यासाठी आणि व्यापाऱ्यांच्या सुरक्षिततेची खात्री करण्यासाठी महामार्ग पोलिसांचे रहदार नावाचे बँड नियुक्त केले गेले. इतर सक्रिय उपाययोजनांमध्ये वाणिज्य आणि दळणवळणाच्या मार्गांचे बांधकाम आणि संरक्षण समाविष्ट होते. खरंच, अकबरने काबूल ते मुघल भारतामध्ये प्रवास करणाऱ्या व्यापारी आणि प्रवाश्यांचा सर्वाधिक लोकप्रिय मार्ग असलेल्या खैबर खिंडीतून चाकांच्या वाहनांचा वापर सुलभ करण्यासाठी रस्ते सुधारण्यासाठी ठोस प्रयत्न केले जातील. त्याने पंजाबमधील मुलतान आणि लाहोर या वायव्येकडील शहरांवरही सामरिकदृष्ट्या ताबा मिळवला आणि ग्रँड ट्रंक रोड आणि सिंधू नदीच्या ओलांडण्याजवळील अट्टक येथील किल्ल्यासारखे मोठे किल्ले बांधले, तसेच लहान किल्ल्यांचे जाळे संपूर्ण ठाणे नावाचे होते. पर्शिया आणि मध्य आशियाशी ओव्हरलँड व्यापार सुरक्षित करण्यासाठी सीमा. शिवाय, त्याने आपल्या मुख्य पत्नी मरियम-उझ-जमानी यांच्यासाठी व्यापार व्यवसायाची स्थापना केली, ज्यांनी व्यापाऱ्यांच्या जहाजांद्वारे आखाती राष्ट्रांमध्ये नील, मसाले आणि कापूस यांचा व्यापक व्यापार केला.

हिंदूंशी संबंध

अकबराने असा निर्णय दिला की ज्या हिंदूंना सक्तीने इस्लाम स्वीकारण्यास भाग पाडले गेले होते ते फाशीच्या शिक्षेला सामोरे न जाता हिंदू धर्मात परत येऊ शकतात. 164 त्याच्या सहिष्णुतेच्या दिवसांत तो हिंदूंना इतका आवडला होता की त्याच्याबद्दल असंख्य संदर्भ आहेत आणि त्याचे गुणगान गाण्यांमध्ये आणि धार्मिक स्तोत्रांमध्येही गायले जाते.

अकबराने अनेक हिंदू प्रथा पाळल्या. त्याने दिवाळी साजरी केली, ब्राह्मण पुरोहितांना आशीर्वादाने आपल्या मनगटात रत्नजडित तार बांधण्याची परवानगी दिली आणि त्याच्या नेतृत्वाला अनुसरून अनेक श्रेष्ठांनी राखी (संरक्षण मोहिनी) घालण्यास सुरुवात केली. त्यांनी गोमांसाचा त्याग केला आणि ठराविक दिवशी सर्व मांस विकण्यास मनाई केली.

त्याचा मुलगा जहांगीर आणि नातू शाहजहान यांनीही अकबराच्या अनेक सवलती कायम ठेवल्या, जसे की गोहत्या बंदी, आठवड्यातील ठराविक दिवशी फक्त शाकाहारी पदार्थ घेणे आणि फक्त गंगेचे पाणी पिणे. गंगेपासून 200 मैल दूर पंजाबमध्ये असतानाही ते पाणी मोठमोठ्या भांड्यांमध्ये बंद करून त्याच्यापर्यंत पोहोचवले जात असे. त्यांनी गंगेच्या पाण्याचा उल्लेख "अमरत्वाचे पाणी" असा केला.

जैनांशी संबंध

अकबर नियमितपणे जैन विद्वानांशी चर्चा करत असे आणि त्यांच्या शिकवणीचाही त्यांच्यावर खूप प्रभाव पडला. सहा महिन्यांच्या उपवासानंतर चंपा नावाच्या जैन श्रावकाची मिरवणूक त्यांनी पाहिली तेव्हा जैन विधींशी त्यांची पहिली गाठ पडली. तिच्या सामर्थ्याने आणि भक्तीने प्रभावित होऊन, त्याने तिचे गुरू, किंवा आध्यात्मिक शिक्षक, आचार्य हिराविजय सुरी यांना फतेहपूर सिक्री येथे आमंत्रित केले. आचार्य यांनी आमंत्रण स्वीकारले आणि गुजरातमधून मुघल राजधानीकडे कूच सुरू केली.

आचार्यांचे शैक्षणिक गुण आणि चारित्र्य पाहून अकबर प्रभावित झाला. त्यांनी विविध धर्मांच्या तत्त्वज्ञांमध्ये अनेक आंतर-विश्वास संवाद आयोजित केले. मांसाहाराविरुद्ध जैनांच्या युक्तिवादांनी त्यांना शाकाहारी बनण्यास प्रवृत्त केले. अकबराने अनेक शाही आदेश जारी केले जे जैनांच्या हितासाठी अनुकूल होते, जसे की प्राण्यांच्या कत्तलीवर बंदी घालणे. जैन लेखकांनी संस्कृत ग्रंथांमध्ये मुघल दरबारातील त्यांच्या अनुभवाविषयी देखील लिहिले आहे जे अद्याप मुघल इतिहासकारांना मोठ्या प्रमाणात अज्ञात आहे.

भारतीय सुप्रीम कोर्टाने जैन आणि मुघल स्थापत्यकलेच्या सहअस्तित्वाची उदाहरणे उद्धृत करून अकबर यांना "आधुनिक भारताचे शिल्पकार" असे संबोधले आणि जैन धर्माबद्दल "त्यांना खूप आदर होता" असे म्हटले आहे. 1584, 1592 आणि 1598 मध्ये, अकबराने "अमरी घोसाना" घोषित केले होते, ज्यामध्ये पर्युषण आणि महावीर जन्म कल्याणक दरम्यान प्राण्यांच्या कत्तलीवर बंदी होती. पालिताना सारख्या जैन यात्रेकरूंच्या ठिकाणाहून त्यांनी जझिया कर हटवला. सुरीचा शिष्य संतचंद्र याला सम्राटाकडे पाठवण्यात आले, ज्याने आपले शिष्य भानुचंद्र आणि सिद्धिचंद्र यांना दरबारात सोडले. अकबराने हिरविजय सुरीचे उत्तराधिकारी विजयसेन सुरी यांना पुन्हा आपल्या दरबारात आमंत्रित केले ज्याने 1593 ते 1595 दरम्यान त्यांची भेट घेतली

व्यक्तिमत्व

अकबराच्या कारकिर्दीचा इतिहास त्याच्या दरबारी इतिहासकार अबुल फझलने अकबरनामा आणि ऐन-इ-अकबरी या पुस्तकांमध्ये विस्तृतपणे वर्णन केला आहे. अकबराच्या कारकिर्दीतील इतर समकालीन स्त्रोतांमध्ये बदायुनी, शेखजादा रशिदी आणि शेख अहमद सरहिंदी यांच्या कार्यांचा समावेश होतो.

अकबर एक योद्धा, सम्राट, सेनापती, प्राणी प्रशिक्षक (त्याच्या कारकिर्दीत हजारो चित्त्यांची शिकार करणारा आणि अनेकांना स्वतः प्रशिक्षण देणारा) आणि धर्मशास्त्रज्ञ होता. डिस्लेक्सिक असल्याचे मानले जाते, ते दररोज वाचले जात होते आणि त्यांची स्मरणशक्ती उल्लेखनीय होती.

अकबर हा एक बुद्धिमान सम्राट आणि चारित्र्याचा योग्य न्यायाधीश होता असे म्हटले जाते. त्याचा मुलगा आणि वारस, जहांगीर, याने त्याच्या चरित्रात अकबराच्या चारित्र्याची उत्स्फूर्त प्रशंसा केली आणि त्याचे गुण स्पष्ट करण्यासाठी डझनभर किस्से लिहिले. जहांगीरच्या मते, अकबर "गव्हाच्या रंगाचा होता; त्याचे डोळे आणि भुवया काळ्या होत्या आणि त्याचा रंग गोरा ऐवजी गडद होता". अँटोनी डी मॉन्सेरात, कॅटलान जेसुइट ज्याने त्याच्या दरबारात भेट दिली होती त्याने त्याचे वर्णन खालीलप्रमाणे केले:

"तो राजा आहे हे पहिल्या दृष्टीक्षेपातही कोणी सहज ओळखू शकेल. त्याचे खांदे रुंद आहेत, घोडेस्वारीसाठी काहीसे बँडी पाय आणि रंग हलका तपकिरी आहे. तो उजव्या खांद्याकडे डोके वाकवतो. त्याचे कपाळ रुंद आणि उघडे आहे. , त्याचे डोळे इतके तेजस्वी आणि लखलखीत आहेत की ते सूर्यप्रकाशात समुद्र चमकत असल्यासारखे वाटतात. त्याच्या पापण्या खूप लांब आहेत. त्याच्या भुवया स्पष्टपणे चिन्हांकित नाहीत. त्याचे नाक सरळ आणि लहान असले तरी क्षुल्लक नाही. त्याच्या नाकपुड्या मोठ्या प्रमाणात उघडल्या आहेत जणू उपहास केल्याप्रमाणे डाव्या नाकपुडी आणि वरच्या ओठाच्या दरम्यान एक तीळ आहे. तो दाढी करतो पण मिशा घालतो. तो त्याच्या डाव्या पायात लंगडा आहे तरीही त्याला कधीही दुखापत झाली नाही."

अकबर उंच नव्हता पण ताकदीने बांधलेला आणि अतिशय चपळ होता. विविध धाडसासाठीही त्यांची ख्याती होती. अकबर 19 वर्षांचा असताना माळव्याहून आग्र्याला परतताना अशीच एक घटना घडली. अकबर त्याच्या एस्कॉर्टच्या अगोदर एकटाच स्वार झाला आणि त्याचा सामना एका वाघिणीने केला जो तिच्या शावकांसह त्याच्या मार्गावरील झुडुपातून बाहेर आला. जेव्हा वाघिणीने सम्राटावर आरोप लावला तेव्हा त्याने एकाकी झटका देऊन तलवारीने प्राण्याला पळवले असा आरोप आहे. त्याच्या जवळ आलेल्या सेवकांना सम्राट मृत प्राण्याच्या बाजूला शांतपणे उभा असल्याचे आढळले.

अबुल फझल, आणि अगदी विरोधी समीक्षक बदायुनी यांनी त्यांचे वर्णन एक कमांडिंग व्यक्तिमत्व असल्याचे केले. तो लढाईतील त्याच्या आदेशासाठी उल्लेखनीय होता आणि "मॅकेडॉनच्या अलेक्झांडरप्रमाणे, राजकीय परिणामांची पर्वा न करता आपला जीव धोक्यात घालण्यास सदैव तयार होता". पावसाळ्यात पूर आलेल्या नदीत तो अनेकदा घोड्यावर डुंबत असे आणि सुरक्षितपणे पार करत असे. तो क्वचितच क्रूरतेमध्ये गुंतला होता आणि त्याच्या नातेवाईकांबद्दल त्याला प्रेम असल्याचे म्हटले जाते. त्याने आपला भाऊ हकीम, जो पश्चात्ताप केलेला बंडखोर होता त्याला क्षमा केली. परंतु क्वचित प्रसंगी, त्याने त्याचे मामा मुअज्जम आणि त्याचा पाळक-भाऊ अधम खान यांसारख्या अपराध्यांशी क्रूरपणे वागले, ज्यांना अकबराचा राग काढल्याबद्दल दोनदा बचाव झाला होता.

तो त्याच्या आहारात अत्यंत संयत होता असे म्हणतात. आईन-ए-अकबरीने उल्लेख केला आहे की त्याच्या प्रवासादरम्यान आणि घरी असताना, अकबराने गंगा नदीचे पाणी प्यायले, ज्याला त्याने 'अमरत्वाचे पाणी' म्हटले. सोरून आणि नंतर हरिद्वार येथे विशेष लोक तैनात करण्यात आले होते, पाणी पाठवण्यासाठी, सीलबंद भांड्यांमध्ये, तो जेथे होता, तेथे अधिक चांगल्या स्त्रोताची आवश्यकता होती जहांगीरच्या आठवणीनुसार, त्याला फळे आवडतात आणि त्याला मांसाहाराची फारशी आवड नव्हती. नंतरच्या काळात खाणे बंद केले.

अकबराने 1570 मध्ये एकदा कृष्णाचे जन्मस्थान म्हणून ओळखल्या जाणाऱ्या वृंदावनलाही भेट दिली आणि मदन-मोहन, गोविंदाजी, गोपीनाथ आणि जुगल किशोर या गौडिया वैष्णवांनी बांधलेल्या चार मंदिरांना परवानगी दिली.

मृत्यू

3 ऑक्टोबर 1605 रोजी, अकबर आमांशाच्या हल्ल्यामुळे आजारी पडला ज्यातून तो कधीच बरा झाला नाही. 27 ऑक्टोबर 1605 रोजी त्यांचा मृत्यू झाला असे मानले जाते. त्यांना सिकंदरा, आग्रा येथील त्यांच्या समाधीवर पुरण्यात आले, जे मरियम-उझ-जमानी, त्यांची आवडती आणि मुख्य पत्नी, यांच्या थडग्याच्या शेजारी एक किलोमीटर अंतरावर आहे.

15

औरंगजेब मुघल सम्राट

औरंगजेब मुघल सम्राट

Scan for Story Videos - www.itibook.com

मुही अल-दीन मुहम्मद (1618 - 3 मार्च 1707), सामान्यतः औरंगजेब म्हणून ओळखले जाते आणि त्याच्याद्वारे , हा मुघल साम्राज्याचा सहावा सम्राट होता, जो जुलै 1658 पासून 1707 मध्ये त्याच्या मृत्यूपर्यंत राज्य करत होता. त्याच्या सम्राटाखाली, मुघलांनी त्यांच्या सर्वोच्च पदापर्यंत पोहोचले. जवळपास संपूर्ण दक्षिण आशियामध्ये त्यांचा प्रदेश व्यापलेला आहे. शेवटचा प्रभावी मुघल शासक मानला जाणारा, औरंगजेबाने फतवा 'आलमगिरी' संकलित केला आणि संपूर्ण दक्षिण आशियामध्ये शरिया आणि इस्लामिक अर्थशास्त्र पूर्णपणे प्रस्थापित करणाऱ्या मोजक्या राजांपैकी एक होता.

कुलीन तैमुरीद घराण्याशी संबंधित, औरंगजेबाचे सुरुवातीचे जीवन धार्मिक कार्यांनी व्यापलेले होते. त्यांनी त्यांचे वडील शाहजहान (आर. १६२८-१६५८) यांच्या अंतर्गत प्रशासकीय आणि लष्करी पदे भूषवली आणि एक कुशल लष्करी सेनापती म्हणून ओळख मिळवली. औरंगजेबने 1636-1637 मध्ये दख्खनचे व्हाईसरॉय आणि 1645-1647 मध्ये गुजरातचे राज्यपाल म्हणून काम केले. त्याने 1648-1652 मध्ये मुलतान आणि सिंध प्रांतांचे संयुक्तपणे प्रशासन केले आणि शेजारच्या सफाविद प्रदेशांमध्ये मोहिमा चालू ठेवल्या. सप्टेंबर 1657 मध्ये शाहजहानने त्याचा मोठा आणि उदारमतवादी मुलगा दारा शिकोहला त्याचा उत्तराधिकारी म्हणून नामनिर्देशित केले, हे औरंगजेबाने नाकारले, ज्याने फेब्रुवारी 1658 मध्ये स्वतःला सम्राट घोषित केले. एप्रिल 1658 मध्ये, औरंगजेबाने शिकोहच्या मित्र सैन्याचा आणि मारवाडच्या राज्याचा पराभव केला. धर्माची लढाई. मे १६५८ मध्ये समुगढच्या लढाईत औरंगजेबाच्या निर्णायक विजयाने त्याचे सार्वभौमत्व मजबूत केले आणि संपूर्ण साम्राज्यात त्याचे वर्चस्व मान्य केले गेले. जुलै 1658 मध्ये शहाजहान आजारातून बरा झाल्यानंतर, औरंगजेबाने त्याला राज्य करण्यास अक्षम घोषित केले आणि त्याच्या वडिलांना आग्रा किल्ल्यात कैद केले.

औरंगजेबाच्या राजवटीत, मुघलांनी जवळजवळ संपूर्ण दक्षिण आशियामध्ये पसरलेल्या त्यांच्या प्रदेशासह सर्वात मोठ्या प्रमाणात पोहोचले. त्याच्या कारकिर्दीचे वैशिष्ट्य म्हणजे जलद लष्करी विस्तार, अनेक राजवंश आणि राज्ये मुघलांनी उलथून टाकली. त्याच्या विजयांमुळे त्याला आलमगीर ('विजेता') ही शाही पदवी मिळाली. मुघलांनी जगातील सर्वात मोठी अर्थव्यवस्था आणि सर्वात मोठी उत्पादन शक्ती म्हणून किंग चीनलाही मागे टाकले. मुघल सैन्यात हळूहळू सुधारणा होत गेली आणि ती जगातील सर्वात मजबूत सैन्यांपैकी एक बनली. एक कट्टर मुस्लिम, औरंगजेबाला असंख्य मशिदी बांधण्याचे आणि अरबी कॅलिग्राफीच्या संरक्षक कामांचे श्रेय जाते. त्याने फतवा अल-आलमगीरला साम्राज्याची प्रमुख नियामक संस्था म्हणून यशस्वीरित्या लागू केले आणि इस्लाममध्ये धार्मिकरित्या निषिद्ध क्रियाकलापांना प्रतिबंधित केले. औरंगजेबाने अनेक स्थानिक विद्रोहांना दडपून टाकले असले तरी, त्याने परदेशी सरकारांशी सौहार्दपूर्ण संबंध ठेवले.

औरंगजेब हा सामान्यतः इतिहासकार मुघलांच्या महान सम्राटांपैकी एक मानतात. समकालीन स्त्रोतांमध्ये औरंगजेबबद्दल बरीच प्रशंसा केली जात असताना, त्याच्या राजकीय फाशी आणि हिंदू मंदिरे पाडल्याबद्दल त्याच्यावर टीका केली गेली आहे . शिवाय, त्यांनी या प्रदेशाचे इस्लामीकरण, जिझिया कर लागू करणे आणि गैर-इस्लामिक प्रथा सोडून दिल्याने गैर-मुस्लिमांमध्ये नाराजी निर्माण झाली. औरंगजेबाचे स्मरण मुस्लिमांनी 11व्या-12व्या इस्लामिक शतकातील न्याय्य शासक आणि मुजद्दीद (शताब्दी पुनरुज्जीवनकर्ता) म्हणून केले आहे.

1658 मध्ये मुघल सम्राट शहाजहान आजारी पडला तेव्हा त्याच्या चार मुलांमध्ये सिंहासनासाठी संघर्ष सुरू झाला. दख्खनचा गव्हर्नर औरंगजेबाचा पराभव झाला.

त्याचा मोठा भाऊ दारा शिकोह याने राजधानी आग्रा ताब्यात घेतली आणि वडिलांना कैद केले. तिसरा भाऊ, शाह शुजा आणि त्याच्या सैन्याला पराभूत करण्यात आले, तर चौथा भाऊ मुराद बख्श याला युतीमध्ये फसवले गेले, नंतर विश्वासघात करून त्याला फाशी देण्यात आली. शुजा अखेरीस आताच्या ब्रह्मदेशातील आराकानला पळून गेला आणि स्थानिक राज्यकर्त्यांनी त्याला ठार मारले, तर दारा शिकोहचा त्याच्या एका जनरलने विश्वासघात केला आणि त्यालाही फाशी देण्यात आली.

बिनविरोध सम्राट या नात्याने औरंगजेबाने लष्करी विस्ताराची मोहीम सुरू केली आणि त्याचा 49 वर्षांचा कारभार जवळजवळ शाश्वत युद्धाचा काळ म्हणून उल्लेखनीय आहे. त्याचे प्रचंड सैन्य उत्तरेकडे पंजाबमध्ये आणि दक्षिणेकडे विजापूर आणि गोलकोंडा येथे गेले. जेव्हा विजापूर हे वसत राज्य होण्यास नकार दिला तेव्हा औरंगजेबाने किल्ल्याला वेढा घालण्यासाठी सुमारे 50,000 लोकांची फौज पाठवली. अखेरीस, त्याने भारत आणि अफगाणिस्तान, तसेच आधुनिक काळातील पाकिस्तान, बांगलादेश, काश्मीर आणि ताजिकिस्तानचा समावेश असलेल्या एका विशाल साम्राज्यावर राज्य केले - एक संयुक्त क्षेत्र ज्यामध्ये 100 दशलक्षाहून अधिक प्रजेचे निवासस्थान होते.

औरंगजेबाचा जन्म दाहोद येथे इ.स. १६१८. त्याचे वडील सम्राट शाहजहान (आर. १६२८-१६५८) होते, ते तैमुरीद राजवंशातील मुघल घराण्याचे होते. नंतरचे वंशज अमीर तैमूर (आर. 1370-1405), तैमुरीड साम्राज्याचे संस्थापक होते. औरंगजेबाची आई मुमताज महल ही पर्शियन कुलीन असफ खान यांची मुलगी होती, जो वजीर मिर्झा घियासचा सर्वात धाकटा मुलगा होता. औरंगजेबाचा जन्म त्याचे पितृवंशीय

आजोबा जहांगीर (आर. १६०५-१६२७), मुघल साम्राज्याचा तिसरा सम्राट यांच्या कारकिर्दीत झाला.

जून 1626 मध्ये, त्याच्या वडिलांनी केलेल्या अयशस्वी बंडानंतर, आठ वर्षांचा औरंगजेब आणि त्याचा भाऊ दारा शिकोह यांना त्यांचे आजोबा जहांगीर आणि त्यांची पत्नी नूरजहाँ यांना त्यांच्या वडिलांच्या माफीचा एक भाग म्हणून लाहोरच्या मुघल दरबारात पाठवण्यात आले. करार. १६२७ मध्ये जहांगीरचा मृत्यू झाल्यानंतर, शाहजहानने मुघल सिंहासनाच्या उत्तराधिकाराच्या युद्धात विजय मिळवला. त्यामुळे औरंगजेब आणि त्याचा भाऊ आग्रा येथे शाहजहानशी एकत्र आले.

औरंगजेबाला मुघल रियासतचे शिक्षण मिळाले ज्यामध्ये युद्ध, लष्करी रणनीती आणि प्रशासन या विषयांचा समावेश होता. त्यांच्या अभ्यासक्रमात इस्लामिक अभ्यास आणि तुर्किक आणि पर्शियन साहित्य यासारख्या अभ्यासपूर्ण क्षेत्रांचाही समावेश होता. औरंगजेब आपल्या काळातील हिंदीमध्ये अस्खलितपणे मोठा झाला.

28 मे 1633 रोजी, मुघल शाही छावणीवर एका शक्तिशाली युद्ध हत्तीने शिक्का मारला तेव्हा औरंगजेब मृत्यूपासून बचावला. त्याने हत्तीवर स्वार होऊन त्याच्या सोंडेवर भाला मारला, आणि स्वतःचा चुराडा होण्यापासून यशस्वीपणे बचाव केला. औरंगजेबाच्या शौर्याचे कौतुक त्याच्या वडिलांनी केले ज्याने त्याला बहादूर (शूर) ही पदवी बहाल केली आणि त्याला सोन्याने तोलले आणि रु.च्या भेटवस्तू दिल्या. 200,000. हा कार्यक्रम पर्शियन आणि उर्दू श्लोकांमध्ये साजरा करण्यात आला आणि औरंगजेब म्हणाला:

जर (हत्ती) लढत माझ्यासाठी जीवघेणी संपली असती, तर ती लाजिरवाणी गोष्ट झाली नसती. सम्राटांवरही मृत्यू पडदा टाकतो; तो अपमान नाही. माझ्या भावांनी जे केले त्यात लाज वाटली!

सुरुवातीच्या लष्करी मोहिमा आणि प्रशासन

बुंदेला युद्ध

ओरछाचा बंडखोर शासक झुझार सिंग याला वश करण्याच्या उद्देशाने बुंदेलखंडला पाठवलेल्या सैन्याचा औरंगजेब नाममात्र प्रभारी होता, ज्याने शाहजहानच्या धोरणाचा अवमान करून दुसऱ्या प्रदेशावर हल्ला केला होता आणि त्याच्या कृत्यांचे प्रायश्चित करण्यास नकार दिला होता. व्यवस्थेनुसार, औरंगजेब मागील बाजूस, लढाईपासून दूर राहिला, आणि मुघल सैन्याने एकत्र येऊन 1635 मध्ये ओरछाला वेढा घातला म्हणून त्याच्या सेनापतींचा सल्ला घेतला. मोहीम यशस्वी झाली आणि सिंगला सत्तेतून काढून टाकण्यात आले.

१६४४ मध्ये औरंगजेबाची बहीण जहांआरा आग्रा येथे असताना तिच्या परफ्युममधील रसायने जवळच्या दिव्याने पेटवली तेव्हा ती जाळली गेली. या घटनेने राजकीय परिणामांसह कौटुंबिक संकट निर्माण केले. औरंगजेबाने आपल्या वडिलांची नाराजी ताबडतोब आग्राला न परतल्याने तीन आठवड्यांनंतर सहन केली. त्या काळात शाहजहान जहानराला प्रकृतीत परत आणत होता आणि हजारो वासलांना आग्रा येथे आदरांजली वाहण्यासाठी दाखल झाले होते. दख्खनच्या व्हाईसरॉयचे पद; औरंगजेबाला यापुढे लाल तंबू वापरण्याची किंवा मुघल सम्राटाच्या अधिकृत लष्करी मानकांशी स्वतः ला जोडण्याची परवानगी नव्हती.

1645 मध्ये, त्याला सात महिन्यांसाठी न्यायालयातून बंदी घालण्यात आली आणि सहकारी मुघल सेनापतींसमोर त्याने आपले दुःख सांगितले. त्यानंतर शहाजहानने त्यांची गुजरातचा राज्यपाल म्हणून नियुक्ती केली. गुजरातमधील त्यांचे शासन धार्मिक विवादांनी चिन्हांकित होते परंतु त्यांना स्थिरता आणण्यासाठी पुरस्कृत केले गेले.

१६४७ मध्ये शाहजहानने गुजरातमधून औरंगजेबला बल्खचा गव्हर्नर म्हणून हलवले आणि एक धाकटा मुलगा मुराद बक्शला बदलले, जो तेथे अप्रभावी ठरला होता. या भागात उझबेक आणि तुर्कमेन जमातींचे आक्रमण होते. मुघल तोफखाना आणि मस्केट्स ही एक जबरदस्त शक्ती होती, त्याचप्रमाणे त्यांच्या विरोधकांचे चकमकी कौशल्य देखील होते. दोन्ही बाजूंनी गोंधळ उडाला आणि औरंगजेबाने शोधून काढले की त्याचे सैन्य युद्धाने उद्ध्वस्त झालेल्या जमिनीवर राहू शकत नाही. हिवाळा सुरू झाल्यामुळे, त्याला आणि त्याच्या वडिलांना उझबेक लोकांशी मोठ्या प्रमाणात असमाधानकारक करार करावा लागला आणि मुघल सार्वभौमत्वाच्या नाममात्र मान्यताच्या बदल्यात भूभाग द्यावा लागला. मुघल सैन्याला उझबेक आणि इतर आदिवासींच्या हल्ल्यांमुळे आणखी त्रास सहन करावा लागला कारण ते बर्फातून काबूलपर्यंत माघारले. या दोन वर्षांच्या मोहिमेच्या शेवटी, ज्यामध्ये औरंगजेब शेवटच्या टप्प्यात उतरला होता, थोड्या फायद्यासाठी मोठ्या प्रमाणात पैसा खर्च झाला होता.

औरंगजेबला मुलतान आणि सिंधचा गव्हर्नर म्हणून नियुक्त करण्यात आल्याने पुढील अशुभ लष्करी सहभाग पुढे आला. 1649 आणि 1652 मध्ये कंदाहार येथील सफविदांना हुसकावून लावण्याचे त्याचे प्रयत्न, जे मुघलांच्या एका दशकाच्या ताब्यात असलेल्याने नुकतेच परत घेतले होते, ते दोन्ही हिवाळा जवळ येताच अयशस्वी ठरले. साम्राज्याच्या सीमेवर सैन्य पुरवण्याच्या साहजिक समस्या, शस्त्रास्त्रांचा निकृष्ट दर्जा आणि विरोधकांची कटकट याला जॉन रिचर्ड्स यांनी अपयशाची कारणे दिली आहेत आणि दारा शिकोह यांच्या नेतृत्वाखाली 1653 मध्ये तिसरा प्रयत्न केला. , त्याच परिणामासह भेटले.

कंदाहार पुन्हा ताब्यात घेण्याच्या प्रयत्नात दारा शुकोहच्या जागी औरंगजेब पुन्हा दख्खनचा व्हाइसरॉय झाला. औरंगजेबाला याबद्दल पश्चात्ताप झाला आणि शिकोहने स्वतःच्या हेतूसाठी परिस्थिती हाताळली अशी भावना बाळगली. त्याच्या परतल्यामुळे औरंगाबादच्या दोन जहागीर (जमीन अनुदान) तेथे हलवण्यात आल्या आणि दख्खन हा तुलनेने गरीब भाग असल्यामुळे त्याला आर्थिक तोटा झाला. इतके गरीब

क्षेत्र होते की प्रशासन सांभाळण्यासाठी माळवा आणि गुजरातमधून अनुदानाची आवश्यकता होती आणि परिस्थितीमुळे पिता-पुत्रांमध्ये अस्वस्थता निर्माण झाली. औरंगजेबाने शेती विकसित करण्यासाठी प्रयत्न केले तर गोष्टी सुधारल्या जाऊ शकतात असा शाहजहानचा आग्रह होता. औरंगजेबाने मुर्शिद कुली खान यांची नियुक्ती केली उद्धरण आवश्यक उत्तर भारतात वापरल्या जाणाऱ्या जब्त महसूल प्रणालीचा विस्तार दख्खनपर्यंत केला गेला. मुर्शिद कुली खान यांनी शेतजमिनीचे सर्वेक्षण केले आणि त्यातून काय उत्पादन झाले यावर कर आकारणी केली. महसूल वाढवण्यासाठी, मुर्शिद कुली खान यांनी बियाणे, पशुधन आणि सिंचन पायाभूत सुविधांसाठी कर्ज दिले. दख्खन समृद्धीकडे परतले,

औरंगजेबाने गोलकोंडा (कुतुबशाही) आणि विजापूर (आदिल शाही) येथील वंशजांवर हल्ला करून परिस्थिती सोडवण्याचा प्रस्ताव मांडला. आर्थिक अडचणींचे निराकरण करण्यासाठी सहाय्यक म्हणून, प्रस्ताव अधिक जमीन जमा करून मुघल प्रभाव वाढवेल. औरंगजेबाने विजापूरच्या सुलतानाच्या विरोधात पुढे जाऊन बिदरला वेढा घातला. किलादार (गव्हर्नर किंवा कॅप्टन), तटबंदी असलेल्या शहराचा, सिदी मारजान, बंदुकीच्या पत्रिकेचा स्फोट झाल्याने प्राणघातक जखमी झाला. सत्तावीस दिवसांच्या कठोर लढाईनंतर, बिदर मुघलांच्या ताब्यात आले आणि औरंगजेबाने आपली प्रगती चालू ठेवली. पुन्हा, त्याला असे वाटू लागले की दाराने आपल्या वडिलांवर प्रभाव टाकला आहे: दोन्ही घटनांमध्ये आपण विजयाच्या मार्गावर आहोत असा विश्वास ठेवून, औरंगजेब निराश झाला की शाहजहानने संपूर्ण विजयासाठी दबाव टाकण्याऐवजी विरोधी शक्तींशी वाटाघाटी करण्याचा निर्णय घेतला.

औरंगजेब बादशहा झाला.

त्याची थोडी तब्येत परत आल्यानंतर, शाहजहान आग्रा येथे गेला आणि दाराने त्याला शाह शुजा आणि मुराद यांना आव्हान देण्यासाठी सैन्य पाठवण्याचा आग्रह केला, ज्यांनी स्वतःला त्यांच्या प्रांतात राज्यकर्ते घोषित केले होते. फेब्रुवारी 1658 मध्ये बनारस येथे शाह शुजाचा पराभव झाला, तेव्हा मुरादशी सामना करण्यासाठी पाठवलेल्या सैन्याला आश्चर्य वाटले की त्याने आणि औरंगजेबने त्यांच्या सैन्याने एकत्र केले होते, दोन भावांनी साम्राज्याचे विभाजन करण्याचे मान्य केले होते एकदा त्यांनी त्यावर नियंत्रण मिळवले. एप्रिल १६५८ मध्ये धर्मत येथे दोन सैन्यात चकमक झाली, त्यात औरंगजेब विजयी झाला. बिहारमधून शुजाचा पाठलाग केला जात होता आणि औरंगजेबाच्या विजयाने दारा शिकोहचा हा चुकीचा निर्णय असल्याचे सिद्ध केले, ज्यांच्याकडे आता एका आघाडीवर पराभूत शक्ती होती आणि यशस्वी सैन्याने अनावश्यकपणे दुसऱ्या आघाडीवर कब्जा केला होता. औरंगजेबाच्या धीरगंभीर वाटचालीचा प्रतिकार करण्यासाठी आपल्या बिहारचे सैन्य आग्रा येथे वेळेवर पोहोचणार नाही हे लक्षात घेऊन, दारा क्रमाने युती करण्यासाठी सरसावले परंतु औरंगजेबाने आधीच प्रमुख संभाव्य उमेदवारांना भेट दिल्याचे आढळले. मे महिन्याच्या उत्तरार्धात समुगडच्या लढाईत दाराच्या विसंगत, घाईघाईने रचलेल्या सैन्याची औरंगजेबाच्या शिस्तबद्ध, युद्ध-कठोर सैन्याशी चकमक झाली, तेव्हा दाराची माणसे किंवा त्याचे सेनापती औरंगजेबासाठी कोणतेही साम्य नव्हते. दाराला त्याच्या स्वतःच्या क्षमतेवरही अतिआत्मविश्वास आला होता आणि त्याचे वडील जिवंत असताना लढाईत नेतृत्व न करण्याच्या सल्ल्याकडे दुर्लक्ष करून, त्याने सिंहासन बळकावले होते या कल्पनेला पुष्टी दिली. "दाराच्या पराभवानंतर, शाहजहानला आग्राच्या किल्ल्यात कैद करण्यात आले जेथे त्याने आपली आवडती मुलगी जहांआराच्या देखरेखीखाली आठ वर्षे घालवली."

त्यानंतर औरंगजेबाने मुराद बक्षसोबतची आपली व्यवस्था मोडून काढली, जो कदाचित त्याचा पूर्वीपासून हेतू होता. स्वतः आणि मुराद यांच्यात साम्राज्याचे विभाजन करण्याचा विचार करण्याऐवजी, त्याने आपल्या भावाला ग्वाल्हेरच्या किल्ल्यावर अटक करून कैद केले. 4 डिसेंबर 1661 रोजी गुजरातच्या दिवाणाच्या हत्येसाठी मुरादला फाशी देण्यात आली. या आरोपाला औरंगजेबाने प्रोत्साहन दिले, ज्याने दिवाणाच्या मुलाला शरिया कायद्याच्या तत्त्वांनुसार मृत्यूसाठी बदला घेण्यास प्रवृत्त केले. दरम्यान, दाराने आपले सैन्य गोळा केले आणि पंजाबमध्ये गेला. शुजाच्या विरोधात पाठवलेले सैन्य पूर्वेला अडकले होते, त्याचे सेनापती जयसिंग आणि दिलीर खान यांनी औरंगजेबाच्या स्वाधीन केले, परंतु दाराचा मुलगा सुलेमान शिकोह बचावला. औरंगजेबाने शाह शुजाला बंगालचे राज्यपालपद देऊ केले. या हालचालीचा परिणाम दारा शिकोहला अलग ठेवण्याचा आणि औरंगजेबाच्या अधिक सैन्याला दोष देण्यास कारणीभूत ठरला. बंगालमध्ये स्वतःला सम्राट घोषित करणाऱ्या शाह शुजाने अधिक प्रदेश ताब्यात घेण्यास सुरुवात केली आणि यामुळे औरंगजेबाला एका नवीन आणि मोठ्या सैन्यासह पंजाबमधून कूच करण्यास प्रवृत्त केले जे खाजवाच्या युद्धादरम्यान लढले होते, जेथे शाह शुजा आणि त्याच्या साखळी-मेल बख्तरबंद युद्ध हत्तींचा पराभव केला गेला होता. औरंगजेबाच्या निष्ठावान सैन्याने. शाह शुजा नंतर आराकान (सध्याच्या बर्मामध्ये) पळून गेला, जिथे त्याला स्थानिक राज्यकर्त्यांनी मृत्युदंड दिला.

शुजा आणि मुरादने विल्हेवाट लावल्यामुळे आणि त्याच्या वडिलांसोबत आग्रा येथे राहून, औरंगजेबाने दारा शिकोहचा पाठलाग केला आणि साम्राज्याच्या उत्तर-पश्चिम सीमा ओलांडून त्याचा पाठलाग केला. औरंगजेबाने दावा केला की दारा आता मुस्लिम राहिलेला नाही आणि त्याच्यावर मुघल ग्रँड वजीर सादुल्ला खान यांच्यावर विषप्रयोग केल्याचा आरोप केला. लढाई, पराभव आणि माघार या मालिकेनंतर , दाराचा त्याच्या एका सेनापतीने विश्वासघात केला, ज्याने त्याला अटक केली आणि बांधले. १६५८ मध्ये औरंगजेबाने दिल्लीत आपला औपचारिक राज्याभिषेक केला.

10 ऑगस्ट 1659 रोजी, दाराला धर्मत्यागाच्या कारणास्तव फाशी देण्यात आली आणि त्याचे डोके शाहजहानकडे पाठवण्यात आले. औरंगजेबाचा पहिला प्रमुख फाशी हा त्याचा भाऊ प्रिन्स दारा शिकोह याला देण्यात आला होता, ज्यावर हिंदू धर्माचा प्रभाव असल्याचा आरोप करण्यात आला होता, जरी काही स्त्रोतांचा असा दावा आहे की तो राजकीय कारणांसाठी करण्यात आला होता. औरंगजेबाने त्याचा सहयोगी भाऊ प्रिन्स मुराद बक्श याला खुनाच्या आरोपाखाली अटक केली, न्याय दिला आणि नंतर फाशी देण्यात आली. औरंगजेबवर त्याचा तुरुंगात असलेला भाचा सुलेमान शिकोह यांना विषप्रयोग केल्याचा आरोप आहे. आपले स्थान सुरक्षित केल्यावर, औरंगजेबाने आपल्या दुर्बल वडिलांना आग्रा किल्ल्यावर बंदिस्त केले परंतु त्याच्याशी गैरवर्तन केले नाही. शाहजहानची देखभाल जहाँआराने केली आणि 1666 मध्ये त्याचा मृत्यू झाला.

अर्थव्यवस्था

त्याच्या कारकिर्दीत, मुघल साम्राज्याने जगाच्या जीडीपीमध्ये सुमारे 25% योगदान दिले, किंग चीनला मागे टाकून, ते जगातील सर्वात मोठी अर्थव्यवस्था आणि सर्वात मोठी उत्पादन शक्ती बनले, संपूर्ण पश्चिम युरोपपेक्षा जास्त, आणि त्याचा सर्वात मोठा आणि श्रीमंत उपविभाग, बंगाल सुबाह. संकेतित प्रोटो-औद्योगिकीकरण.

इस्लामिक कायद्याची स्थापना

औरंगजेबाने फतवा-ए-आलमगिरी सादर करून हनाफी कायदा तयार केला.

औरंगजेब हा सनातनी मुस्लिम शासक होता. त्याच्या तीन पूर्ववर्तीच्या धोरणांनंतर, त्याने आपल्या कारकिर्दीत इस्लामला प्रबळ शक्ती बनवण्याचा प्रयत्न केला. तथापि या प्रयत्नांमुळे त्याला या पुनरुज्जीवनाला विरोध करणाऱ्या शक्तींशी संघर्ष झाला.

इतिहासकार कॅथरीन ब्राउन यांनी नोंदवले आहे की "ऐतिहासिक अचूकतेची पर्वा न करता औरंगजेबाचे नाव राजकीय-धार्मिक कट्टरता आणि दडपशाहीचे प्रतीक म्हणून लोकप्रिय कल्पनेत कार्य करते असे दिसते." बामियान बुद्धांचा नाश करण्याचा त्यांचा हेतू असल्याच्या लोकप्रिय दाव्यांमुळे हा विषय आधुनिक काळातही गाजला आहे. राजकीय आणि धार्मिक पुराणमतवादी म्हणून, औरंगजेबाने त्याच्या राज्यारोहणानंतर त्याच्या पूर्वसुरींच्या धर्मनिरपेक्ष-धार्मिक दृष्टिकोनाचे पालन न करणे निवडले. शाहजहान आधीच अकबराच्या उदारमतवादापासून दूर गेला होता, जरी हिंदू धर्माचे दडपशाही करण्याच्या हेतूने ऐवजी टोकन पद्धतीने, आणि औरंगजेबाने हा बदल आणखी पुढे नेला. अकबर, जहांगीर आणि शहाजहान यांचा विश्वासाचा दृष्टिकोन साम्राज्याचा संस्थापक बाबरपेक्षा अधिक समक्रमित असला तरी औरंगजेबाची स्थिती तितकीशी स्पष्ट नाही.

झवाबीत किंवा धर्मनिरपेक्ष हुकूम शरियाची जागा घेऊ शकतात या त्यांच्या आग्रहाने शरियावरील त्यांचा जोर स्पर्धा किंवा थेट संघर्षात होता. 1659 मध्ये मुख्य काझीने त्याला राज्याभिषेक करण्यास नकार दिल्याने, औरंगजेबला त्याचे वडील आणि भाऊ यांच्या विरोधात केलेल्या कृतींना लोकांच्या विरोधामुळे स्वतःला "शरियाचे रक्षक" म्हणून सादर करण्याची राजकीय गरज होती. व्यापक आदेश आणि धोरणांचे दावे असूनही, परस्परविरोधी खाती अस्तित्वात आहेत. इतिहासकार कॅथरीन ब्राउन यांनी असा युक्तिवाद केला आहे की औरंगजेबाने कधीही संगीतावर पूर्ण बंदी लादली नाही. त्यांनी फतवा-ए-आलमगिरी नावाच्या शेकडो कायदेतज्ज्ञांच्या कार्याद्वारे हनाफी कायद्याचे संहितीकरण करण्याचा प्रयत्न केला. वारसाहक्काचे युद्ध आणि शाहजहानच्या खर्चासह सतत घुसखोरी यामुळे सांस्कृतिक खर्च अशक्य होऊ शकतो.

त्याला कळले की मुलतान, थट्टा आणि विशेषतः वाराणसी येथे हिंदू ब्राह्मणांच्या शिकवणीने असंख्य मुस्लिमांना आकर्षित केले. त्याने या प्रांतातील सुभेदारांना गैर-मुस्लिमांच्या शाळा आणि मंदिरे पाडण्याचे आदेश दिले. औरंगजेबाने सुभेदारांना सुभेदारांनाही आदेश दिला की जे मुसलमान गैर-मुस्लिमांसारखे कपडे घालतात त्यांना शिक्षा करावी. अँटिनोमियन सूफी गूढवादी सरमद काशानी आणि नववे शीख गुरू तेग बहादूर यांच्या फाशीवरून औरंगजेबाच्या धार्मिक धोरणाची साक्ष मिळते; शिखांच्या म्हणण्यानुसार, पाखंडी मतांच्या अनेक कारणांवरून पूर्वीचा शिरच्छेद करण्यात आला होता, कारण औरंगजेबाच्या जबरदस्तीने केलेल्या धर्मांतराला त्याचा आक्षेप होता. औरंगजेबाने इतर गैर-इस्लामी समारंभांसह झोरोस्ट्रियन सण साजरा करण्यावरही बंदी घातली होती आणि इस्लाममध्ये धर्मांतराला प्रोत्साहन दिले होते; विशिष्ट मुस्लिम गटांविरुद्ध छळाची उदाहरणे देखील नोंदवली गेली.

कर धोरण

सत्तेवर आल्यानंतर लवकरच औरंगजेबाने त्याच्या सर्व प्रजेवर परिणाम करणारे 80 पेक्षा जास्त दीर्घकालीन कर माफ केले.

1679 मध्ये, औरंगजेबाने लष्करी सेवेच्या बदल्यात गैर-मुस्लिम प्रजेवर लष्करी कर पुन्हा लादण्याचा निर्णय घेतला, शंभर वर्षांच्या कालावधीनंतर, ज्यावर अनेक हिंदू शासक, औरंगजेबाच्या कुटुंबीयांनी टीका केली होती, आणि मुघल दरबारी अधिकारी. एखाद्या विषयाच्या सामाजिक-आर्थिक स्थितीनुसार बदललेली विशिष्ट रक्कम आणि कर-संकलन अनेकदा आपत्तीग्रस्त प्रदेशांसाठी माफ केले गेले; तसेच, ब्राह्मण, स्त्रिया, मुले, वृद्ध, अपंग, बेरोजगार, आजारी आणि वेडे या सर्वांना कायमची सूट देण्यात आली होती. कलेक्टरांना मुस्लिम असणे अनिवार्य होते. बहुसंख्य आधुनिक विद्वान नाकारतात की धार्मिक कट्टरतेचा प्रभाव लादला गेला; त्याऐवजी, वास्तविक राजकीय - अनेक चालू लढाया आणि सनातनी उलेमांसोबत विश्वास प्रस्थापित झाल्यामुळे आर्थिक अडचणी - हे प्राथमिक एजंट मानले जातात.

औरंगजेबाने हिंदू व्यापाऱ्यांवर 5% (मुस्लिम व्यापाऱ्यांवरील 2.5% पेक्षा) दराने उच्च कराचा बोजा देखील लादला, ज्यामुळे औरंगजेबाच्या आर्थिक धोरणांना मोठ्या प्रमाणात नापसंती झाली; अकबराच्या एकसमान कर संहितेपासून एक तीव्र वळण. मार्क जेसन गिल्बर्टच्या म्हणण्यानुसार, औरंगजेबाने जिझिया फी वैयक्तिकरित्या, कर संग्राहकासमोर अदा करण्याचा आदेश दिला, जेथे गैर-मुस्लिमांनी कुराणातील एक श्लोक पाठ केला होता ज्यामध्ये गैर-मुस्लिम म्हणून त्यांच्या कनिष्ठ दर्जाचा उल्लेख होता. या निर्णयामुळे जनतेमध्ये तसेच हिंदू न्यायालयातील अधिकाऱ्यांमध्ये निषेध आणि शोक व्यक्त झाला. राज्याचा खर्च भागवण्यासाठी औरंगजेबाने जमीन कर वाढवण्याचे आदेश दिले होते; ज्याचा भार हिंदू जाटांवर पडला. जिझिया पुन्हा लागू केल्याने हिंदूंना ईस्ट इंडिया कंपनीच्या अखत्यारीतील भागात पळून जाण्यास प्रोत्साहित केले गेले, ज्या अंतर्गत धार्मिक त्रास आणि धार्मिक करांच्या पूर्वपरवानगीची धोरणे प्रचलित होती.

मंदिर आणि मशिदींबाबत धोरण

औरंगजेबाने जमीन अनुदान जारी केले आणि पूजास्थळांच्या देखभालीसाठी निधी उपलब्ध करून दिला परंतु (अनेकदा) त्यांचा नाश करण्याचे आदेश दिले. आधुनिक इतिहासकार धार्मिक आवेशाने मार्गदर्शन करत असलेल्या या विनाशाबद्दल वसाहतवादी आणि राष्ट्रवादी इतिहासकारांच्या विचारसरणीला नकार देतात; त्याऐवजी, सार्वभौमत्व, शक्ती आणि अधिकार यांच्याशी मंदिरांचे संबंध जोडण्यावर भर दिला जातो.

मशिदी बांधणे हे प्रजेसाठी राजेशाही कर्तव्य मानले जात असताना, औरंगजेबाच्या नावावर अनेक फर्मान आहेत, ज्यात मंदिरे, मठ, चिश्ती मंदिरे आणि गुरुद्वारांचा समावेश आहे, ज्यात उज्जैनचे महाकालेश्वर मंदिर, डेहराडूनचे गुरुद्वारा, चित्रकूटचे बालाजी मंदिर, उ. गुवाहाटीचे मंदिर आणि शत्रुंजय जैन मंदिरे, इतरांसह. तसेच अनेक नवीन मंदिरे बांधण्यात आली.

समकालीन कोर्ट-इतिहासात शेकडो मंदिरांचा उल्लेख आहे जो औरंगजाब किंवा त्याच्या सरदारांनी त्याच्या आदेशानुसार पाडला होता. सप्टेंबर 1669 मध्ये, त्याने वाराणसी येथील विश्वनाथ मंदिराचा नाश करण्याचा आदेश दिला, ज्याची स्थापना राजा मानसिंगने केली होती, ज्याचा नातू जयसिंग याने शिवाजीच्या सुटकेसाठी मदत केली असे मानले जात होते. मथुरेतील जाट बंडानंतर (1670 च्या सुरुवातीस), ज्याने नगर-मशिदीच्या संरक्षकाला ठार मारले, औरंगजेबाने बंडखोरांना दडपून टाकले आणि शहरातील केशव देव मंदिर पाडण्याचा आदेश दिला, आणि त्याजागी ईदगाह बांधला. 1672-73 मध्ये, औरंगजेबाने संपूर्ण साम्राज्यात हिंदूंकडे असलेली सर्व अनुदाने पुन्हा सुरू करण्याचा आदेश दिला, जरी गुजरात सारख्या प्रदेशात याचे पूर्णपणे पालन केले गेले नाही, जेथे इनाममध्ये चरणांना दिलेल्या जमिनी प्रभावित झाल्या नाहीत. 1679 च्या आसपास, त्याने खंडेला, उदयपूर, चित्तोड आणि जोधपूरसह अनेक प्रमुख मंदिरे नष्ट करण्याचे आदेश दिले, ज्यांना बंडखोरांचे संरक्षण होते. गोलकुंडा येथील जामा मशिदीलाही अशीच वागणूक देण्यात आली, जेव्हा असे आढळून आले की तिथल्या राज्यकर्त्याने राज्याचा महसूल लपवण्यासाठी ती बांधली होती; तथापि, राजकीय भांडवल विरुद्ध मंदिरे नसल्यामुळे मशिदींची विटंबना दुर्मिळ आहे.

बनारसच्या विशिष्ट आदेशात, औरंगजेबने हिंदूंना राज्य-संरक्षण दिले जाईल आणि मंदिरे उद्ध्वस्त केली जाणार नाहीत (परंतु कोणतेही नवीन मंदिर बांधण्यास मनाई केली जाईल) असे घोषित करण्यासाठी शरियाचे आवाहन केले; तत्सम प्रभावाचे इतर ऑर्डर शोधले जाऊ शकतात. रिचर्ड ईटन, प्राथमिक स्त्रोतांच्या गंभीर मूल्यमापनानुसार, औरंगजेबाच्या कारकिर्दीत 15 मंदिरे नष्ट झाल्याची गणना करतात. इयान कॉपलँड आणि इतरांनी इक्तिदार आलम खान यांचा पुनरुच्चार केला आहे की, एकूणच, औरंगजेबाने जितके मंदिरे उध्वस्त केली त्यापेक्षा जास्त मंदिरे बांधली.

औरंगजेबाने राजकुमार मुअज्जमचे स्वागत केले.

१६६४ मध्ये औरंगजेबाने बंगालचा शाइस्ता खान सुभेदार (राज्यपाल) नेमला. शाइस्ता खानने या प्रदेशातून पोर्तुगीज आणि अराकानी चाच्यांचा नायनाट केला आणि १६६६ मध्ये अराकानी राजा सांडा थुधम्माकडून चितगाव बंदर पुन्हा ताब्यात घेतले. मुघल राजवटीत चितगाव हे प्रमुख बंदर राहिले.

१६८५ मध्ये, औरंगजेबाने त्याचा मुलगा मुहम्मद आझम शाह याला सुमारे ५०,००० लोकांच्या फौजेसह विजापूर किल्ला ताब्यात घेण्यासाठी पाठवले आणि सिकंदर आदिल शाह (विजापूरचा शासक) याचा पराभव केला, ज्याने जामीनदार होण्यास नकार दिला. मुघलांना विजापूर किल्ल्यावर कोणतीही प्रगती करता आली नाही, मुख्यत: दोन्ही बाजूंनी तोफांच्या बॅटऱ्यांचा वापर जास्त झाल्यामुळे. गतिरोधामुळे संतप्त झालेला औरंगजेब स्वतः ४ सप्टेंबर १६८६ रोजी आला आणि त्याने विजापूरला वेढा घालण्याची आज्ञा दिली; आठ दिवसांच्या लढाईनंतर मुघलांचा विजय झाला.

फक्त एक उरलेला शासक, अबुल हसन कुतुब शाह (गोलकोंडाचा कुतुबशाही शासक) याने आत्मसमर्पण करण्यास नकार दिला. त्यांनी आणि त्यांच्या सैनिकांनी गोलकोंडा येथे स्वत:ला मजबूत केले आणि कोल्लूर खाणीचे बळकट संरक्षण केले, जी त्यावेळची जगातील सर्वात उत्पादक हिऱ्याची खाण होती आणि एक महत्त्वाची आर्थिक संपत्ती होती. 1687 मध्ये, औरंगजेबाने गोलकोंडाच्या वेढादरम्यान डेक्कन कुतुबशाही किल्ल्याविरुद्ध त्याच्या भव्य मुघल सैन्याचे नेतृत्व केले. कुतुबशाहींनी 400 फूट उंच ग्रॅनाईटच्या टेकडीवर एकामागोमाग अनेक पिढ्यांत भव्य तटबंदी बांधली होती आणि शहराला वेढलेली आठ मैल लांब भिंत होती. गोलकोंडाच्या मुख्य दरवाज्यांमध्ये कोणत्याही

युद्धातील हत्तींचा हल्ला परतवून लावण्याची क्षमता होती. कुतुबशाहींनी त्यांच्या भिंतींची अभेद्यता राखली असली तरी, रात्रीच्या वेळी औरंगजेब आणि त्याच्या पायदळांनी जटिल मचान उभारले ज्यामुळे त्यांना उंच भिंती मापता आल्या. आठ महिन्यांच्या वेढादरम्यान मुघलांना त्यांच्या अनुभवी सेनापती किलिच खान बहादूरच्या मृत्यूसह अनेक संकटांचा सामना करावा लागला. अखेरीस, औरंगजेब आणि त्याच्या सैन्याने एक गेट काबीज करून भिंतीमध्ये घुसण्यात यश मिळवले आणि किल्ल्यात त्यांच्या प्रवेशामुळे अबुल हसन कुतुबशहाने शांततेने आत्मसमर्पण केले.

लष्करी उपकरणे

१७ व्या शतकात मुघल तोफ बनविण्याचे कौशल्य विकसित झाले. सर्वात प्रभावशाली मुघल तोफांपैकी एक जफरबक्ष म्हणून ओळखली जाते, ही एक अत्यंत दुर्मिळ संमिश्र तोफ आहे, ज्याला लोखंडी फोर्ज वेल्डिंग आणि कांस्य-कास्टिंग तंत्रज्ञान आणि दोन्ही धातूंच्या गुणांचे सखोल ज्ञान आवश्यक आहे.

औरंगजेबाच्या लष्करी ताफ्यात अझदाहा पायकर (जे 33.5 किलो वजनाचा शस्त्रास्त्रे डागण्यास सक्षम होते) आणि फतेह रहबर (पर्शियन आणि अरबी शिलालेखांसह 20 फूट लांब) यासह 16 तोफांचा समावेश होता.

इब्राहिम रौझा ही एक प्रसिद्ध तोफ होती, जी बहु-बॅरलसाठी प्रसिद्ध होती. औरंगजेबाचे वैयक्तिक वैद्य फ्रांकोइस बर्नियर यांनी प्रत्येकी दोन घोड्यांनी काढलेल्या अष्टपैलू मुघल तोफा गाड्यांचे निरीक्षण केले.

या नवकल्पना असूनही, बहुतेक सैनिक धनुष्य आणि बाण वापरत असत, तलवारीच्या निर्मितीची गुणवत्ता इतकी खराब होती की त्यांनी इंग्लंडमधून आयात केलेल्या वापरण्यास प्राधान्य दिले आणि तोफांचे कार्य मुघलांकडे नाही तर युरोपियन तोफखान्यांकडे सोपवले गेले. या काळात वापरल्या जाणाऱ्या इतर शस्त्रांमध्ये रॉकेट, उकळत्या तेलाचे कढई, मस्केट्स आणि मंजनिक (दगडफेक करणारे कॅटपल्ट्स) यांचा समावेश होता.

औरंगजेबाच्या कारकिर्दीत पायदळ ज्यांना नंतर सिपाही म्हटले गेले आणि जे वेढा आणि तोफखान्यात पारंगत होते ते उदयास आले.

कला आणि संस्कृती

औरंगजेब त्याच्या धार्मिक धार्मिकतेसाठी प्रसिद्ध होता; त्याने संपूर्ण कुराण लक्षात ठेवले, हदीसचा अभ्यास केला आणि इस्लामच्या धार्मिक विधींचे काटेकोरपणे पालन केले, आणि "कुराणच्या प्रतींचे लिप्यंतरण केले." 123 12

औरंगजेबाचा स्वभाव त्याच्या पूर्ववर्तींपेक्षा अधिक कठोर होता आणि त्याने अलंकारिक मुघल लघुचित्राचे शाही संरक्षण मोठ्या प्रमाणात कमी केले. याचा परिणाम इतर प्रादेशिक न्यायालयांमध्ये न्यायालयीन सभागृहात विखुरला गेला. धार्मिक असल्यामुळे त्यांनी इस्लामिक कॅलिग्राफीला प्रोत्साहन दिले. त्यांच्या कारकिर्दीत त्यांची पत्नी राबिया-उद-दौरानी यांच्यासाठी लाहोर बादशाही मशीद आणि औरंगाबादमधील बीबी का मकबरा ही इमारत देखील पाहिली. औरंगजेब समजल्या जाणाऱ्या समकालीन मुस्लिमांनी औरंगजेबला मुजद्दीद मानले होते.

कॅलिग्राफी

कुराणचे हस्तलिखित, ज्याचे काही भाग औरंगजेबाच्या स्वतःच्या हाताने लिहिलेले असल्याचे मानले जाते.

मुघल सम्राट औरंगजेबला इस्लामी कॅलिग्राफीचे संरक्षण मिळाले म्हणून ओळखले जाते; त्याच्या कारकीर्दीत नस्ख शैलीतील कुराण हस्तलिखितांची मागणी शिगेला पोहोचली. सय्यद अली तबरीझी यांच्याकडून निर्देश मिळाल्यानंतर, औरंगजेब स्वतः नस्खमधील एक प्रतिभावान कॅलिग्राफर होता, ज्याचा पुरावा त्याने तयार केलेल्या कुराण हस्तलिखितांवरून दिसून येतो.

आर्किटेक्चर

औरंगजेब त्याच्या वडिलांप्रमाणे स्थापत्यशास्त्रात गुंतलेला नव्हता. औरंगजेबाच्या राजवटीत, मुख्य स्थापत्य संरक्षक म्हणून मुघल सम्राटाचे स्थान कमी होऊ लागले. तथापि, औरंगजेबाने काही महत्त्वाच्या वास्तू बांधल्या. कॅथरीन आशेर यांनी त्यांच्या वास्तुशिल्प कालखंडाला मुघल वास्तुकलेचे "इस्लामीकरण" असे संबोधले आहे. त्याच्या राज्यारोहणानंतरच्या सुरुवातीच्या बांधकामांपैकी एक म्हणजे मोती मशीद (मोती मशीद) म्हणून ओळखली जाणारी एक छोटी संगमरवरी मशीद, दिल्लीच्या लाल किल्ला संकुलात त्याच्या वैयक्तिक वापरासाठी बांधली गेली. नंतर त्यांनी लाहोरमधील बादशाही मशीद बांधण्याचे आदेश दिले, जी आज भारतीय उपखंडातील सर्वात मोठ्या मशिदींपैकी एक आहे. श्रीनगरमध्ये त्यांनी बांधलेली मशीद अजूनही काश्मीरमधील सर्वात मोठी आहे.

औरंगजेबाच्या बहुतेक बांधकाम क्रियाकलाप मशिदींभोवती फिरत होते, परंतु धर्मनिरपेक्ष संरचनांकडे दुर्लक्ष केले गेले नाही. औरंगाबादमधील बीबी का मकबरा, राबिया-उद-दौरानीची समाधी, त्याचा मोठा मुलगा आझम शाह याने औरंगजेबाच्या हुकुमानुसार बांधली होती. त्याची वास्तुकला ताजमहालपासून स्पष्ट प्रेरणा दर्शवते. औरंगजेबाने तटबंदी (उदाहरणार्थ औरंगाबादच्या सभोवतालची भिंत, ज्याचे अनेक दरवाजे अजूनही टिकून आहेत), पूल, कारवांसेरे आणि उद्याने यांसारख्या शहरी संरचनांची तरतूद आणि दुरुस्ती केली.

पूर्वी अस्तित्वात असलेल्या वास्तूंच्या दुरुस्ती आणि देखभालीमध्ये औरंगजेबचा जास्त सहभाग होता. यातील सर्वात महत्त्वाच्या मशिदी, मुघल आणि मुघलपूर्व अशा दोन्ही मशिदी होत्या, ज्यांची त्याने त्याच्या पूर्ववर्तींपेक्षा जास्त दुरुस्ती केली. त्यांनी बख्तियार काकी सारख्या

सुफी संतांच्या दर्ग्यांना संरक्षण दिले आणि शाही थडग्यांची देखभाल करण्याचा प्रयत्न केला.

कापड

मुघल सम्राट औरंगजेबाच्या कारकिर्दीत मुघल साम्राज्यातील वस्त्रोद्योग अतिशय दृढतेने उदयास आला आणि विशेषतः मुघल सम्राटाचे फ्रेंच वैद्य फ्रँकोइस बर्नियर यांनी त्याची दखल घेतली. फ्रँकोइस बर्नियर लिहितात की कारकानाह किंवा कारागिरांसाठी कार्यशाळा, विशेषतः कापडात "शेकडो भरतकाम करणाऱ्यांना काम देऊन, ज्यांची देखरेख एका मास्टरने केली होती" ते पुढे लिहितात की "कारागीर रेशीम, बारीक ब्रोकेड आणि इतर बारीक मलमल बनवतात, ज्यात पगडी, सोन्याच्या फुलांचे झगे आणि स्त्रियांनी परिधान केलेले अंगरखे बनवले जातात, जे एका रात्रीत घालवण्याइतपत नाजूकपणे चांगले असतात आणि त्याहूनही जास्त खर्च येतो. जर ते बारीक सुईकामाने चांगले भरतकाम केले असेल तर".

हिमरू (ज्याचे नाव "ब्रोकेड" साठी पर्शियन आहे), पैठणी (ज्याचा पॅटर्न दोन्ही बाजूंनी सारखाच आहे), मुश्रू (सॅटिन विणणे) आणि कलमकारी यासारख्या क्लिष्ट कापडांच्या निर्मितीसाठी वापरल्या जाणाऱ्या विविध तंत्रांचेही ते स्पष्टीकरण देतात. पेंट केलेले किंवा ब्लॉक-मुद्रित, एक तंत्र होते जे मूळतः पर्शियामधून आले होते. फ्रँकोइस बर्नियर यांनी डिझाईन्सचे काही पहिले, प्रभावी वर्णन आणि पश्मिना शालचे मऊ, नाजूक पोत प्रदान केले, ज्याला कानी असेही म्हणतात, जे मुघलांमध्ये त्यांच्या उबदारपणासाठी आणि आरामासाठी खूप मोलाचे होते आणि हे कापड आणि शाल अखेरीस कसे शोधू लागले. त्यांचा फ्रान्स आणि इंग्लंडचा मार्ग.

परकीय संबंध

औरंगजेबाने 1659 आणि 1662 मध्ये शरीफसाठी पैसे आणि भेटवस्तू देऊन मक्केला राजनैतिक मिशन पाठवले. त्याने 1666 आणि 1672 मध्ये मक्का आणि मदिना येथे वितरित करण्यासाठी दान पाठवले. इतिहासकार नैमुर रहमान फारुकी लिहितात की, "१६९४ पर्यंत, औरंगजेबाची मक्केतील शरीफांबद्दलची तळमळ कमी होऊ लागली होती; त्यांच्या लोभ आणि उद्धटपणाने सम्राटाचा पूर्णपणे भ्रमनिरास केला होता... औरंगजेबाने शरीफांच्या अनैतिक वागणुकीबद्दल नाराजी व्यक्त केली होती, ज्याने सर्व शरीफांना बळजबरी दिली होती. हिजाझला स्वतःच्या वापरासाठी पैसे पाठवले, त्यामुळे गरजू आणि गरिबांना वंचित ठेवले."

उझबेकांशी संबंध

बल्खचा उझबेक शासक सुभान कुली खान याने 1658 मध्ये त्याला ओळखले आणि सामान्य युतीची विनंती केली, त्याने 1647 पासून नवीन मुघल सम्राटासोबत काम केले, जेव्हा औरंगजेब बल्खचा सुभेदार होता.

सफविद घराण्याशी संबंध

औरंगजेबाने 1660 मध्ये पर्शियाच्या अब्बास II चा दूतावास प्राप्त केला आणि त्यांना भेटवस्तू देऊन परत केले. तथापि, मुघल साम्राज्य आणि सफाविद राजवंश यांच्यातील संबंध तणावपूर्ण होते कारण पर्शियन लोकांनी कंदाहारजवळ असलेल्या मुघल सैन्यावर हल्ला केला. औरंगजेबाने प्रतिआक्रमणासाठी सिंधू नदीच्या खोऱ्यात आपले सैन्य तयार केले, परंतु 1666 मध्ये अब्बास II च्या मृत्यूमुळे औरंगजेबाने सर्व शत्रुत्व संपवले. औरंगजेबाचा बंडखोर मुलगा, सुलतान मुहम्मद अकबर याने पर्शियाच्या सुलेमान प्रथमकडे आश्रय घेतला, ज्याने त्याला मस्कतच्या इमामपासून वाचवले होते आणि नंतर औरंगजेबविरुद्धच्या कोणत्याही लष्करी साहसांमध्ये त्याला मदत करण्यास नकार दिला होता.

फ्रेंचांशी संबंध

1667 मध्ये, फ्रेंच ईस्ट इंडिया कंपनीचे राजदूत ले गौझ आणि बेबर्ट यांनी फ्रान्सचे पत्र लुई चौदावा यांना सादर केले ज्यात डेक्कनमधील विविध बंडखोरांपासून फ्रेंच व्यापाऱ्यांना संरक्षण देण्याची विनंती केली होती. या पत्राला उत्तर म्हणून औरंगजेबाने फर्मान जारी करून फ्रेंचांना सुरतमध्ये कारखाना सुरू करण्याची परवानगी दिली. उद्धरण आवश्यक

फ्रँकोइस बर्नियर, एक फ्रेंच चिकित्सक आणि प्रवासी, जो 12 वर्षे औरंगजेबाचा वैयक्तिक चिकित्सक होता. ट्रॅव्हल्स इन मुघल एम्पायरमधील त्यांचे अनुभव त्यांनी सांगितले.

व्हेनिसच्या व्हिन्सेंझो कोरोनेली (१६५०–१७१८) द्वारे मुघल साम्राज्याचा नकाशा, ज्याने फ्रान्सच्या लुई चौदाव्यापर्यंत रॉयल भूगोलकार म्हणून काम केले.

मालदीवच्या सल्तनतशी संबंध

१६६० च्या दशकात, मालदीवचा सुलतान, इब्राहिम इस्कंदर पहिला, याने औरंगजेबाचा प्रतिनिधी, बालासोरचा फौजदार याच्याकडे मदतीची विनंती केली. डच आणि इंग्लिश व्यापारी जहाजांच्या संभाव्य हकालपट्टीमध्ये सुलतानला पाठिंबा मिळावा अशी त्याची इच्छा होती, कारण त्याचा मालदीवच्या अर्थव्यवस्थेवर कसा परिणाम होईल याची त्याला चिंता होती. तथापि, औरंगजेबाकडे शक्तिशाली नौदल नसल्यामुळे आणि डच किंवा इंग्रजांशी भविष्यातील संभाव्य युद्धात इब्राहिमला पाठिंबा देण्यात त्याला रस नव्हता, ही विनंती व्यर्थ ठरली.

ऑटोमन साम्राज्याशी संबंध

आपल्या वडिलांप्रमाणे, औरंगजेब खलिफात ओटोमनचा दावा मान्य करण्यास तयार नव्हता. त्याने अनेकदा ऑट्टोमन साम्राज्याच्या शत्रूंना पाठिंबा दिला, बसराच्या दोन बंडखोर राज्यपालांचे सौहार्दपूर्ण स्वागत केले आणि त्यांना आणि त्यांच्या कुटुंबियांना शाही सेवेत उच्च दर्जा दिला. सुलतान सुलेमान II च्या मैत्रीपूर्ण मुद्रेकडे औरंगजेबाने दुर्लक्ष केले. सुलतानने औरंगजेबाला ख्रिश्चनांच्या विरोधात पवित्र युद्ध करण्यास उद्युक्त केले.

इंग्रज आणि अँग्लो-मुघल युद्धाशी संबंध

1686 मध्ये, ईस्ट इंडिया कंपनी, ज्याने संपूर्ण मुघल साम्राज्यात त्यांना नियमित व्यापाराचे विशेषाधिकार देणारा फर्मान मिळविण्याचा अयशस्वी प्रयत्न केला होता, त्याने अँग्लो-मुघल युद्ध सुरू केले. १६८९ मध्ये औरंगजेबाने जंजिरा येथून मोठा ताफा पाठवल्यानंतर हे युद्ध इंग्रजांसाठी आपत्तीत संपले ज्याने मुंबईची नाकेबंदी केली. सिदी याकूबच्या नेतृत्वाखालील जहाजे भारतीय आणि मॅपिलास चालवत होते. 1690 मध्ये, युद्ध त्यांच्यासाठी अनुकूल होत नसल्याचे लक्षात आल्याने, कंपनीने क्षमा मागण्यासाठी औरंगजेबाच्या छावणीत दूत पाठवले. कंपनीच्या दूतांनी सम्राटासमोर साष्टांग दंडवत घातला, मोठी नुकसानभरपाई देण्याचे मान्य केले आणि भविष्यात अशा कृतीपासून परावृत्त करण्याचे वचन दिले.

सप्टेंबर 1695 मध्ये, इंग्लिश चाचे हेन्री एव्हरीने इतिहासातील सर्वात फायदेशीर समुद्री चाच्यांपैकी एक छापे टाकून सुरतजवळ मुघलांच्या ताफ्याचा ताबा घेतला. भारतीय जहाजे त्यांच्या वार्षिक तीर्थयात्रेवरून मक्का येथे परतत असताना समुद्री चाच्यांनी हल्ला केला, गंज-ए-सवाई, कथितरित्या मुस्लिम ताफ्यातील सर्वात मोठे जहाज आणि त्याचे एस्कॉर्ट्स ताब्यात घेतले. जेव्हा कॅप्चरची बातमी मुख्य भूभागावर पोहोचली, तेव्हा संतप्त औरंगजेबाने इंग्रजी शासित मुंबई शहरावर सशस्त्र हल्ला करण्याचे जवळपास आदेश दिले, तरीही कंपनीने आर्थिक नुकसान भरपाई देण्याचे आश्वासन दिल्यानंतर त्याने शेवटी तडजोड करण्यास सहमती दर्शविली, मुघल अधिकाऱ्यांनी अंदाजे £600,000. दरम्यान, औरंगजेबाने इंग्लिश ईस्ट इंडिया कंपनीचे चार कारखाने बंद पाडले, कामगार आणि कॅप्टन (ज्यांना जवळपास दंगलीच्या जमावाने मारले होते) तुरुंगात टाकले आणि प्रत्येकाला पकडले जाईपर्यंत भारतातील सर्व इंग्रज व्यापार बंद करण्याची धमकी दिली. प्रिव्ही कौन्सिल आणि ईस्ट इंडिया कंपनीने एव्हरीच्या आशंकासाठी मोठ्या प्रमाणात बक्षीस देऊ केली, ज्यामुळे रेकॉर्ड केलेल्या इतिहासातील पहिला जागतिक शोध सुरू झाला. तथापि, प्रत्येक यशस्वीरित्या काढलेले कॅप्चर.

1702 मध्ये, औरंगजेबाने कर्नाटक प्रदेशातील मुघल साम्राज्याचे सुभेदार दाऊद खान पन्नी याला सेंट जॉर्ज किल्ल्याला तीन महिन्यांहून अधिक काळ वेढा घालण्यासाठी आणि नाकेबंदी करण्यासाठी पाठवले. ईस्ट इंडिया कंपनीने किल्ल्याचा गव्हर्नर थॉमस पिट यांना शांततेसाठी खटला भरण्याची सूचना केली होती.

इथिओपियन साम्राज्याशी संबंध

औरंगजेबाला मुघल साम्राज्याच्या सिंहासनावर बसवल्याबद्दल अभिनंदन करण्यासाठी इथिओपियन सम्राट फॅसिलाइड्सने १६६४-५ मध्ये भारतात दूतावास पाठवला.

तिबेटी, उईघुर आणि झुंगार यांच्याशी संबंध

1679 नंतर, तिबेटींनी मुघल प्रभावक्षेत्रात असलेल्या लडाखवर आक्रमण केले. 1683 मध्ये औरंगजेबाने लडाखच्या वतीने हस्तक्षेप केला, परंतु तिबेटची स्थिती मजबूत करण्यासाठी झुंगार मजबुतीकरण येण्यापूर्वी त्याच्या सैन्याने माघार घेतली. तथापि, त्याच वेळी, मुघलांनी दलाई लामांचा पराभव करून संपूर्ण तिबेट जिंकल्याचा दावा करणारे काश्मीरच्या राज्यपालाकडून एक पत्र पाठवण्यात आले, हे औरंगजेबाच्या दरबारात उत्सवाचे कारण होते.

औरंगजेबाला 1690 मध्ये चगताई मोगलिस्तानच्या मुहम्मद अमीन खान यांच्याकडून दूतावास मिळाला, ज्याने "किरखिझ काफिर" (म्हणजे बौद्ध डझुंगार), ज्यांनी "देशावर प्रभुत्व मिळवले होते" त्यांना बाहेर काढण्यासाठी मदत मागितली.

रशियाच्या झार्डमशी संबंध

रशियन झार पीटर द ग्रेटने १७ व्या शतकाच्या उत्तरार्धात औरंगजेबाला रुसो-मुघल व्यापारी संबंध उघडण्याची विनंती केली. १६९६ मध्ये औरंगजेबाला त्याचा दूत सेमियन मालेन्की मिळाला आणि त्याने त्याला मुक्त व्यापार करण्याची परवानगी दिली. भारतात सहा वर्षे राहिल्यानंतर आणि सूरत, बुरहानपूर, आग्रा, दिल्ली आणि इतर शहरांना भेटी दिल्यानंतर, रशियन व्यापारी मौल्यवान भारतीय वस्तूंसह मॉस्कोला परतले.

प्रशासकीय सुधारणा

औरंगजेबाला संपूर्ण भारतीय उपखंडातून खंडणी मिळाली, या संपत्तीचा वापर करून भारतात, विशेषतः कर्नाटक, दख्खन, बंगाल आणि लाहोरमध्ये तळ आणि तटबंदी स्थापित केली.

महसूल

औरंगजेबाच्या तिजोरीने कर, सीमाशुल्क आणि जमीन महसूल इत्यादी विविध स्त्रोतांद्वारे वार्षिक महसूल £100 दशलक्ष इतका विक्रमी उद्धरण आवश्यक वाढवला. 24 प्रांतांतून. त्याची वार्षिक वार्षिक कमाई $450 दशलक्ष होती, जे त्याच्या समकालीन फ्रान्सच्या लुई

चौदाव्यापेक्षा दहापट जास्त होती.

नाणी

औरंगजेबाला असे वाटले की कुराणातील श्लोक नाण्यांवर शिक्का मारले जाऊ नयेत, पूर्वीच्या काळी, कारण त्यांना सतत लोकांच्या हातांनी आणि पायांना स्पर्श केला जात असे. त्याच्या नाण्यांवर टांकसाळ शहराचे नाव आणि एका चेहऱ्यावर अंकाचे वर्ष आणि दुसऱ्या चेहऱ्यावर पुढील दोहे असे.

बंडखोरी.

उत्तर आणि पश्चिम भारतातील पारंपारिक आणि नवीन सुसंगत सामाजिक गट, जसे की मराठा, राजपूत, हिंदू जाट, पश्तून आणि शीख, यांनी मुघल राजवटीत लष्करी आणि प्रशासकीय महत्त्वाकांक्षा प्राप्त केली, ज्याने सहकार्य किंवा विरोधाद्वारे त्यांना मान्यता आणि लष्करी अनुभव दोन्ही दिला.

1669 मध्ये, मथुरेच्या आसपासच्या भरतपूरच्या हिंदू जाट शेतकऱ्यांनी बंड केले आणि भरतपूर राज्य निर्माण केले परंतु त्यांचा पराभव झाला.

१६५९ मध्ये, छत्रपती शिवाजीने मुघल व्हाइसरॉय शाइस्ता खानवर अचानक हल्ला केला आणि औरंगजेबाविरुद्ध युद्ध सुरू केले. छत्रपती शिवाजी आणि त्याच्या सैन्याने दख्खन, जंजिरा आणि सुरतवर हल्ला केला आणि मोठ्या प्रदेशावर ताबा मिळवण्याचा प्रयत्न केला. पण मराठ्यांनी लढा चालूच ठेवला.

१६७९ मध्ये, दुर्गादास राठोड यांच्या नेतृत्वाखालील राठोड कुळाने बंड केले जेव्हा औरंगजेबाने तरुण राठोड राजपुत्राला राजा बनवण्याची परवानगी दिली नाही आणि जोधपूरची थेट कमांड घेतली. या घटनेमुळे औरंगजेबाच्या अधिपत्याखालील हिंदू राजपूत शासकांमध्ये प्रचंड अशांतता निर्माण झाली आणि राजपुतानामध्ये अनेक बंडखोरी झाली, परिणामी या प्रदेशातील मुघल सत्ता नष्ट झाली आणि मंदिरांच्या नाशामुळे धार्मिक कटुता निर्माण झाली.

1672 मध्ये, भिरभानच्या नेतृत्वाखाली दिल्लीजवळील एका भागात केंद्रित असलेल्या सतनामी पंथाने नारनौलचे प्रशासन ताब्यात घेतले, परंतु औरंगजेबाच्या वैयक्तिक हस्तक्षेपामुळे त्यांना चिरडले गेले आणि फारच कमी जिवंत बचावले.

1671 मध्ये, सराईघाटची लढाई मुघल साम्राज्याच्या पूर्वेकडील भागात अहोम राज्याविरुद्ध लढली गेली. मीर जुमला दुसरा आणि शाइस्ता खान यांच्या नेतृत्वाखालील मुघलांनी हल्ला केला आणि अहोमांकडून पराभव केला.

महाराजा छत्रसाल हे बुंदेला राजपूत कुळातील एक मध्ययुगीन भारतीय योद्धा होते, ज्यांनी मुघल सम्राट औरंगजेबाविरुद्ध लढा दिला आणि पन्नाचा महाराजा बनून बुंदेलखंडमध्ये स्वतःचे राज्य स्थापन केले.

जाटांचे बंड

औरंगजेबाच्या काळात जाट बंडखोरांनी अकबराची कबर लुटली होती.

1669 मध्ये, हिंदू जाटांनी बंड करण्यास सुरुवात केली जी मथुरेत पुन्हा जिझिया लागू केल्यामुळे आणि हिंदू मंदिरे नष्ट केल्यामुळे झाली असे मानले जाते. अविश्वसनीय स्रोत? जाटांचे नेतृत्व होते. तिलपाट येथील बंडखोर जमीनदार गोकुळाने. सन 1670 पर्यंत 20,000 जाट बंडखोरांना पराभूत करण्यात आले आणि मुघल सैन्याने तिलपतचा ताबा घेतला, गोकुळाच्या वैयक्तिक संपत्तीत 93,000 सोन्याची नाणी आणि लाखो चांदीची नाणी होती.

गोकुळाला पकडून फाशी देण्यात आली. पण जाटांनी पुन्हा एकदा बंड करण्याचा प्रयत्न केला. राजा राम जाट, त्याचे वडील गोकुळाच्या मृत्यूचा बदला घेण्यासाठी, अकबराच्या समाधीचे सोने, चांदी आणि उत्तम गालिचे लुटले, अकबराची कबर उघडली आणि त्याची हाडे ओढून बदला म्हणून जाळली. जाटांनी अकबराच्या थडग्याच्या गेटवेवरील मिनारांच्या शिखरांवरही गोळीबार केला आणि ताजमहालचे दोन चांदीचे दरवाजे वितळले. जाट विद्रोह चिरडण्यासाठी औरंगजेबाने मोहम्मद बिदर बख्तला सेनापती म्हणून नियुक्त केले. 4 जुलै 1688 रोजी राजा राम जाट यांना पकडण्यात आले आणि त्यांचा शिरच्छेद करण्यात आला. त्याचे डोके पुरावा म्हणून औरंगजेबाकडे पाठवले होते.

तथापि, औरंगेबच्या मृत्यूनंतर, बदनसिंगच्या नेतृत्वाखालील जाटांनी नंतर भरतपूरचे स्वतंत्र राज्य स्थापन केले.

मुघल-मराठा युद्धे

1657 मध्ये, औरंगजेबाने दख्खनमधील गोलकोंडा आणि विजापूरवर हल्ला केला तेव्हा, हिंदू मराठा योद्धा, छत्रपतीशिवाजीने, पूर्वी त्याच्या वडिलांच्या अधिपत्याखाली असलेले तीन आदिल शाही किल्ले ताब्यात घेण्यासाठी गनिमी रणनीती वापरली. या विजयांसह, छत्रपती शिवाजीने अनेक स्वतंत्र मराठा कुळांचे वास्तविक नेतृत्व स्वीकारले. मराठ्यांनी लढाऊ आदिल शाहयांच्या पाठीशी झुंज देत शस्त्रे, किल्ले आणि प्रदेश मिळवले. छत्रपती शिवाजीचे छोटे आणि सुसज्ज सैन्य आदिलशाही हल्ल्यातून वाचले आणि छत्रपती शिवाजीने आदिल शाही सेनापती अफझल खान याला वैयक्तिकरित्या ठार मारले. या घटनेने, मराठ्यांनी अधिकाधिक आदिल शाही प्रदेश काबीज करून शक्तिशाली लष्करी दलात रूपांतर केले. छत्रपती शिवाजीने या प्रदेशातील मुघल सत्तेला बेअसर केले.

१६५९ मध्ये औरंगजेबाने त्याचा विश्वासू सेनापती आणि मामा शाइस्ता खान, गोलकोंडा येथील वली याला मराठा बंडखोरांकडून गमावलेले किल्ले परत मिळवण्यासाठी पाठवले. शायस्ताखानने मराठ्यांच्या हद्दीत घुसून पुण्यात वास्तव्य केले. पण छत्रपती शिवाजीच्या नेतृत्वाखाली मध्यरात्रीच्या लग्नाच्या सोहळ्यात पुण्यातील गव्हर्नरच्या राजवाड्यावर धाडसी छापा टाकून, मराठ्यांनी शाइस्ताखानच्या मुलाला ठार मारले आणि छत्रपती शिवाजीने शाइस्ताखानच्या हाताची तीन बोटे कापून त्याला अपंग केले. शाइस्ता खान मात्र वाचला आणि अहोम विरुद्धच्या युद्धात प्रमुख सेनापती बनण्यासाठी बंगालच्या प्रशासकाची पुन्हा नियुक्ती करण्यात आली.

औरंगजेबाच्या दरबारात राजा शिवाजी- MV धुरंधर

त्यानंतर औरंगजेबाने मराठ्यांचा पराभव करण्यासाठी सेनापती राजा जयसिंगला पाठवले. जयसिंगाने पुरंदरच्या किल्ल्याला वेढा घातला आणि तो सोडवण्याचे सर्व प्रयत्न बंद पाडले. पराभवाची पूर्वकल्पना पाहून छत्रपती शिवाजीने अटी मान्य केल्या. जयसिंगने शिवाजीला सुरक्षेची वैयक्तिक हमी देऊन आग्रा येथे औरंगजेबाला भेटण्यास राजी केले. मुघल दरबारातील त्यांची भेट मात्र चांगली झाली नाही. शिवाजीला ज्या प्रकारे स्वागत मिळाले ते पाहून त्याला किंचित वाटले आणि त्याने शाही सेवा नाकारून औरंगजेबाचा अपमान केला. या अपमानासाठी त्याला ताब्यात घेण्यात आले, परंतु धाडसी पलायन करण्यात तो यशस्वी झाला.

छत्रपती शिवाजी दख्खनला परतले आणि 1674 मध्ये स्वतःला छत्रपती किंवा मराठा राज्याचा शासक म्हणून राज्याभिषेक केला. छत्रपती शिवाजीने 1680 मध्ये त्याचा मृत्यू होईपर्यंत संपूर्ण दख्खनमध्ये मराठा नियंत्रणाचा विस्तार केला. शिवाजीनंतर त्याचा मुलगा संभाजी आला. लष्करी आणि राजकीयदृष्ट्या, दख्खनवर नियंत्रण ठेवण्याचे मुघलांचे प्रयत्न अयशस्वी होत गेले.

दुसरीकडे, औरंगजेबाचा तिसरा मुलगा अकबर काही मुस्लिम मनसबदार समर्थकांसह मुघल दरबार सोडून दख्खनमधील मुस्लिम बंडखोरांमध्ये सामील झाला. औरंगजेबाने प्रत्युत्तर म्हणून आपला दरबार औरंगाबादला हलवला आणि दख्खन मोहिमेची कमान हाती घेतली. बंडखोरांचा पराभव झाला आणि शिवाजीचा उत्तराधिकारी संभाजी यांच्याकडे आश्रय घेण्यासाठी अकबर दक्षिणेकडे पळून गेला. आणखी लढाया झाल्या आणि अकबर पर्शियाला पळून गेला आणि परत आलाच नाही.

१६८९ मध्ये औरंगजेबाच्या सैन्याने छत्रपती संभाजीला पकडून मारले. त्यांचा उत्तराधिकारी राजाराम, नंतर राजारामची विधवा ताराबाई आणि त्यांच्या मराठा सैन्याने मुघल साम्राज्याच्या सैन्याविरुद्ध वैयक्तिक लढाया केल्या. अखंड युद्धाच्या वर्षांमध्ये (१६८९-१७०७) प्रदेशाने वारंवार हात बदलले. मराठ्यांमध्ये केंद्रीय अधिकार नसल्यामुळे औरंगजेबाला प्रत्येक इंच प्रदेशावर, जीवाची आणि पैशाची मोठी किंमत मोजून लढण्यास भाग पाडले गेले. औरंगजेबाने पश्चिमेकडे वळवले असतानाही, मराठा प्रदेशात खोलवर - विशेषतः सातारा जिंकून - मराठ्यांनी पूर्वेकडे मुघल भूमी - माळवा आणि हैदराबादमध्ये विस्तार केला. तमिळनाडूतील जिंजी काबीज करून तेथील स्वतंत्र स्थानिक राज्यकर्त्यांचा पराभव करून मराठ्यांनी दक्षिण भारतात आणखी दक्षिणेचा विस्तार केला. औरंगजेबाने दोन दशकांहून अधिक काळ दख्खनमध्ये कोणतेही निराकरण न करता सतत युद्ध केले. अशा प्रकारे त्याने दख्खन भारतातील मराठ्यांच्या नेतृत्वाखालील बंडखोरी लढणाऱ्या त्याच्या सैन्याचा एक पंचमांश भाग गमावला. मराठ्यांवर विजय मिळवण्यासाठी त्याने दख्खनपर्यंत लांबचा प्रवास केला आणि अखेरीस वयाच्या ८८ व्या वर्षी मराठ्यांशी लढत असताना त्याचा मृत्यू झाला.

औरंगजेबाच्या पारंपारिक युद्धातून दख्खन प्रदेशातील बंडखोरी कडे वळल्याने मुघल लष्करी विचारांचा नमुना बदलला. पुणे, जिंजी, माळवा आणि वडोदरा येथे मराठे आणि मुघल यांच्यात संघर्ष झाला. औरंगजेबाच्या कारकिर्दीत मुघल साम्राज्याचे बंदर शहर सुरत मराठ्यांनी दोनदा पाडले आणि मौल्यवान बंदर उद्ध्वस्त झाले. मॅथ्यू व्हाईटचा अंदाज आहे की मुघल-मराठा युद्धांमध्ये सुमारे 2.5 दशलक्ष औरंगजेबाचे सैन्य मारले गेले (एक चतुर्थांश शतकात वार्षिक 100,000), तर दुष्काळ, प्लेग आणि दुष्काळामुळे युद्धग्रस्त भूमीतील 2 दशलक्ष नागरिक मरण पावले.

अहोम मोहीम

औरंगजेब आणि त्याचा भाऊ शाह शुजा हे एकमेकांविरुद्ध लढत असताना, कुचबिहार आणि आसामच्या हिंदू शासकांनी मुघल साम्राज्यातील विस्कळीत परिस्थितीचा फायदा घेत, शाही वर्चस्वावर आक्रमण केले होते. तीन वर्षांपर्यंत त्यांच्यावर हल्ला झाला नाही, परंतु 1660 मध्ये मीर जुमला द्वितीय, बंगालचा व्हाइसरॉय, यांना हरवलेला प्रदेश परत मिळवण्याचा आदेश देण्यात आला.

नोव्हेंबर १६६१ मध्ये मुघल निघाले. काही आठवड्यांतच त्यांनी कुचबिहारची राजधानी ताब्यात घेतली, जी त्यांनी जोडली. तुकडी सोडून मुघल सैन्याने आसाममधील त्यांचा प्रदेश परत घेण्यास सुरुवात केली. मीर जुमला II ने अहोम राज्याची राजधानी गडगाव येथे प्रगती केली आणि 17 मार्च 1662 रोजी तेथे पोहोचला. राजा सुतमला त्याच्या जवळ येण्यापूर्वीच पळून गेला होता. मुघलांनी 82 हत्ती, 300,000 रुपये रोख, 1000 जहाजे आणि तांदळाची 173 दुकाने ताब्यात घेतली.

मार्च १६६३ मध्ये ढाक्याला परत येत असताना, मीर जुमला दुसरा नैसर्गिक कारणाने मरण पावला. चक्रध्वज सिंहाच्या उदयानंतर मुघल आणि अहोम यांच्यात चकमकी चालूच राहिल्या, ज्याने मुघलांना आणखी नुकसान भरपाई देण्यास नकार दिला आणि मुघलांना सुरू असलेल्या युद्धांमध्ये खूप त्रास सहन करावा लागला. मुन्नावर खान एक अग्रगण्य व्यक्ती म्हणून उदयास आला आणि मथुरापूरजवळील प्रदेशात असुरक्षित मुघल सैन्याला अन्न पुरवले म्हणून ओळखले जाते. 1667 मध्ये गुवाहाटी येथील फौजदार सय्यद फिरोज खान यांच्या

नेतृत्वाखाली मुघलांना दोन अहोम सैन्याने हुसकावून लावले असले, तरी 1671 मध्ये सराईघाटच्या लढाईनंतरही त्यांनी त्यांच्या पूर्वेकडील प्रदेशात आपले अस्तित्व कायम ठेवले आणि कायम ठेवले.

सराईघाटची लढाई 1671 मध्ये मुघल साम्राज्य (कचवाह राजा, राजा रामसिंग I च्या नेतृत्वाखाली) आणि अहोम राज्य (लचित बोरफुकन यांच्या नेतृत्वाखाली) यांच्यामध्ये सराईघाट येथे ब्रह्मपुत्रा नदीवर लढली गेली, जी आता गुवाहाटीमध्ये आहे. खूपच कमकुवत असले तरी अहोम सैन्याने भूभागाचा चतुराईने वापर करून, वेळ विकत घेण्यासाठी चतुर मुत्सद्दी वाटाघाटी, गनिमी रणनीती, मानसशास्त्रीय युद्ध, लष्करी बुद्धिमत्ता आणि मुघल सैन्याच्या एकमेव कमकुवतपणाचा फायदा घेऊन-त्याच्या नौदलाने मुघल सैन्याचा पराभव केला. उद्धरण आवश्यक आहे.

मुघलांनी आसाममध्ये आपले साम्राज्य वाढवण्याच्या शेवटच्या मोठ्या प्रयत्नातील सराईघाटची लढाई ही शेवटची लढाई होती. नंतरच्या बोरफुकनने ते सोडल्यानंतर मुघलांनी गुवाहाटी परत मिळवण्यात यश मिळवले असले, तरी १६८२ मध्ये इटाखुलीच्या लढाईत अहोमांनी ताबा मिळवला आणि त्यांच्या राजवटीच्या शेवटपर्यंत ते राखले.

मृत्यू

महाराष्ट्रातील खुलदाबाद येथे औरंगजेबाची कबर.

1689 पर्यंत, गोलकोंडा जिंकल्यानंतर, दक्षिणेतील मुघलांच्या विजयामुळे मुघल साम्राज्याचा विस्तार 4 दशलक्ष चौरस किलोमीटरपर्यंत झाला, लोकसंख्या 158 दशलक्षांपेक्षा जास्त होती. परंतु हे वर्चस्व अल्पकाळ टिकले. जोस गोमन्स, लीडन विद्यापीठातील वसाहती आणि जागतिक इतिहासाचे प्राध्यापक, म्हणतात की "... सम्राट औरंगजेबाच्या अधिपत्याखाली शाही केंद्रीकरणाचा उच्च बिंदू शाही पतनाच्या प्रारंभाशी एकरूप झाला."

औरंगजेबाने दिल्लीतील लाल किल्ला संकुलात मोती मशीद (मोती मशीद) म्हणून ओळखली जाणारी एक छोटी संगमरवरी मशीद बांधली. तथापि, त्याच्या सततच्या युद्धाने, विशेषतः मराठ्यांशी, त्याच्या साम्राज्याला दिवाळखोरीच्या उंबरठ्यावर आणले होते तितकेच व्यर्थ वैयक्तिक खर्च आणि त्याच्या पूर्वसुरींच्या ऐश्वर्याने.

दख्खनचा विजय, ज्यासाठी औरंगजेबाने त्याच्या आयुष्यातील शेवटची सव्वीस वर्षे वाहून घेतली, हा अनेक अर्थाने एक पिररिक विजय होता, त्याच्या शेवटच्या दशकात निष्फळ, बुद्धिबळ-खेळाच्या युद्धात वर्षाला अंदाजे लाखो लोकांचा जीव गेला... सोने आणि रुपयातील खर्चाची कल्पना किंवा अचूक अंदाज लावता येत नाही. एकट्या आलमगीरची फिरती राजधानी - तीस मैलांच्या परिघात तंबूंचे शहर, अडीचशे बाजार, अर्धा दशलक्ष शिबिराचे अनुयायी, पन्नास हजार उंट आणि तीस हजार हत्ती, या सर्वांना खायला द्यावे लागले, द्वीपकल्पीय भारताचा कोणताही भाग काढून टाकला गेला. त्यातील सर्व अतिरिक्त धान्य आणि संपत्ती... केवळ दुष्काळच नाही तर ब्युबोनिक प्लेगही उद्भवला... आलमगीरलाही या सर्वाचा उद्देश समजणे बंद झाले होते... १७०५. तोपर्यंत सम्राट नव्वदीच्या जवळ आला होता... "मी एकटाच आलो आणि मी अनोळखी म्हणून जातो. मला माहीत नाही की मी कोण आहे किंवा मी काय करत आहे, "मरण पावलेल्या वृद्धाने फेब्रुवारी 1707 मध्ये आपल्या मुलाला कबूल केले.

आजारी असताना आणि मरत असतानाही, औरंगजेबाने खात्री केली की तो अजूनही जिवंत आहे हे जनतेला माहीत आहे, कारण त्यांनी अन्यथा विचार केला असता तर दुसऱ्या उत्तराधिकारी युद्धाचा गोंधळ होण्याची शक्यता होती. 3 मार्च 1707 रोजी अहमदनगरजवळील भिंगार येथील लष्करी छावणीत वयाच्या 88 व्या वर्षी त्यांचा मृत्यू झाला, त्यांच्या अनेक मुलांचे आयुष्य जगले. त्याच्याकडे फक्त 300 रुपये होते जे नंतर त्याच्या सूचनेनुसार धर्मादाय म्हणून देण्यात आले आणि त्याने मृत्यूपूर्वी त्याच्या अंत्यविधीवर उधळपट्टी न करण्याची विनंती केली तर ते साधे ठेवा. खुल्दाबाद, औरंगाबाद, महाराष्ट्रातील त्यांची माफक खुली कबर त्यांच्या इस्लामिक श्रद्धांबद्दलची गाढ भक्ती व्यक्त करते. हे दिल्लीच्या निजामुद्दीन औलियाचे शिष्य असलेले सुफी संत शेख बुरहान-उद्दीन गरीब यांच्या दरबाराच्या अंगणात आहे.

ब्राउन लिहितात की त्याच्या मृत्यूनंतर, "कमकुवत सम्राटांची एक स्ट्रिंग, उत्तराधिकारी युद्धे, आणि श्रेष्ठांनी मुघल सत्तेच्या अपरिवर्तनीय कमकुवतपणाची घोषणा केली". ती नोंदवते की लोकप्रियतावादी पण "अगदी जुन्या पद्धतीचे" या घसरणीचे स्पष्टीकरण म्हणजे औरंगजेबाच्या दडपशाहीची प्रतिक्रिया होती. औरंगजेब उत्तराधिकारी नियुक्त न करता मरण पावला असला तरी त्याने आपल्या तीन पुत्रांना आपापसात साम्राज्य विभागण्याची सूचना केली. त्याचे पुत्र समाधानकारक करार गाठण्यात अयशस्वी ठरले आणि एकापाठोपाठ एक युद्धात एकमेकांविरुद्ध लढले. औरंगजेबाचा तात्काळ उत्तराधिकारी त्याचा तिसरा मुलगा आझम शाह होता, जो जून 1707 मध्ये औरंगजेबाचा दुसरा मुलगा बहादूर शाह I याच्या सैन्याने जजाऊच्या लढाईत पराभूत झाला आणि मारला गेला. औरंगजेबाच्या अतिविस्तारामुळे आणि बहादूरशहाच्या कमकुवत लष्करी आणि नेतृत्व गुणांमुळे दोन्हीही अधोगतीच्या कालखंडात दाखल झाले. बहादूरशहाने सिंहासनावर विराजमान झाल्यानंतर लगेचच, मराठा साम्राज्य - ज्याला औरंगजेबाने आपल्या साम्राज्यावर उच्च मानवी आणि आर्थिक खर्च सोसवले होते - मजबूत केले आणि मुघल प्रदेशावर प्रभावी आक्रमणे सुरू केली आणि कमकुवत सम्राटाकडून सत्ता हस्तगत केली. औरंगजेबाच्या मृत्यूच्या काही दशकांच्या आत, मुघल सम्राटाची दिल्लीच्या भिंतीपलीकडे फारशी सत्ता नव्हती.

मूल्यांकन आणि वारसा

औरंगजेबाची राजवट स्तुतीचा विषय आहे, जरी त्याचे वर्णन भारतीय इतिहासातील सर्वात वादग्रस्त शासक म्हणून केले गेले आहे. त्याच्या हयातीत, दक्षिणेतील विजयांनी मुघल साम्राज्याचा विस्तार 4 दशलक्ष चौरस किलोमीटरपर्यंत केला, आणि त्याने अंदाजे 158 दशलक्ष लोकसंख्येवर राज्य केले. त्याच्या समीक्षकांचा असा युक्तिवाद आहे की त्याच्या निर्दयीपणाने आणि धार्मिक कट्टरतेमुळे तो त्याच्या साम्राज्याच्या मिश्र लोकसंख्येवर राज्य करण्यास अयोग्य बनला. काही समीक्षकांनी असे प्रतिपादन केले की सनातनी इस्लामिक राज्याच्या प्रथा लादण्यासाठी शिया, सुफी आणि गैर-मुस्लिमांचा छळ, जसे की गैर-मुस्लिमांवर शरिया आणि जिझिया धार्मिक कर लादणे, मुस्लिमांसाठी ते रद्द करताना हिंदूंवरील कस्टम ड्युटी दुप्पट करणे, फाशीची अंमलबजावणी करणे. मुस्लिम आणि गैर-मुस्लिम सारखेच, आणि मंदिरांच्या नाशामुळे अखेरीस असंख्य बंडखोरी झाली. मोईन शाकीर आणि सरमा फेस्टस्क्रिफ्ट यांनी असा युक्तिवाद केला की त्यांनी धार्मिक छळासाठी अनेकदा राजकीय विरोधाचा वापर केला, आणि परिणामी, जाट, मराठा, शीख, सतनामी आणि पश्तून यांचे गट त्यांच्या विरोधात उभे राहिले.

औरंगजेबाच्या जीवनाचे आणि अनेक वर्षांच्या कारकिर्दीबद्दल टीकाकारांनी केलेल्या अनेक व्याख्यांमुळे एक अतिशय गुंतागुंतीचा वारसा निर्माण झाला आहे. काहींनी असा युक्तिवाद केला की त्याच्या धोरणांनी त्याच्या पूर्ववर्तींचा बहुलवाद आणि धार्मिक सहिष्णुतेचा वारसा सोडून दिला, त्याने जिझिया कर आणि इस्लामिक नैतिकतेवर आधारित इतर धोरणांचा उल्लेख केला; त्याने हिंदू मंदिरे पाडली; त्याचा मोठा भाऊ दारा शिकोह, मराठ्यांचा राजा संभाजी आणि शीख गुरु तेग बहादूरयांना फाशीची शिक्षा आणि जुगारासारख्या इस्लाममध्ये निषिद्ध असलेल्या वर्तन आणि क्रियाकलापांवर प्रतिबंध आणि देखरेख , व्यभिचार, आणि दारू आणि अंमली पदार्थांचे सेवन.त्याच वेळी, काही इतिहासकार त्याच्या समीक्षकांच्या दाव्यांच्या ऐतिहासिक सत्यतेवर प्रश्नचिन्ह उपस्थित करतात, असा युक्तिवाद करतात की त्याने मंदिरांचा नाश अतिशयोक्तीपूर्ण केला आहे, आणि त्याने हे लक्षात घेतले की त्याने नष्ट करण्यापेक्षा जास्त मंदिरे बांधली, यासाठी पैसे दिले. त्यांच्या देखरेखीसाठी, त्याच्या पूर्ववर्तींच्या तुलनेत त्याच्या शाही नोकरशाहीत लक्षणीयरीत्या जास्त हिंदूंना नियुक्त केले आणि हिंदू आणि शिया मुस्लिमांवरील कट्टरतेला विरोध केला.

16

चंगेज खान

चंगेज खान

Scan for Story Videos - www.itibook.com

चंगेज खान 1162 - ऑगस्ट 25, 1227 हा मंगोल साम्राज्याचा संस्थापक आणि पहिला ग्रेट खान (सम्राट) होता, जो इतिहासातील सर्वात मोठा संलग्न साम्राज्य बनला. त्याच्या मृत्यूनंतर. तो मंगोल स्टेपच्या अनेक भटक्या जमातींना एकत्र करून सत्तेवर आला आणि त्याला मंगोलांचा सार्वत्रिक शासक किंवा चंगेज खान घोषित केले गेले. ईशान्य आशियातील जमाती मोठ्या प्रमाणावर त्याच्या नियंत्रणाखाली असल्याने, त्याने मंगोल आक्रमणांना गती दिली, ज्यात शेवटी युरेशियाचा बराचसा भाग जिंकला आणि पश्चिम पोलंडमधील लेग्निकापर्यंत पश्चिमेकडे आणि गाझापर्यंत दक्षिणेकडे मंगोल हल्लेखोर पक्षांनी केलेले आक्रमण पाहिले. त्याने आपल्या हयातीत कारा खिताई, ख्वारेझमिया, वेस्टर्न झिया आणि जिन राजवंशाच्या विरोधात मोहिमा सुरू केल्या आणि त्याच्या सेनापतींनी मध्ययुगीन जॉर्जिया, सर्केशिया, किवन रस आणि वोल्गा बल्गेरिया येथे छापे टाकले.

त्याच्या अपवादात्मक लष्करी यशामुळे चंगेज खान हा सर्व काळातील सर्वात महत्वाचा विजेता बनला आणि ग्रेट खानच्या आयुष्याच्या अखेरीस मंगोल साम्राज्याने मध्य आशिया आणि चीनचा बराचसा भाग व्यापला. चंगेज खान आणि त्याच्या विजयाच्या कथेला स्थानिक इतिहासात एक भयानक प्रतिष्ठा आहे. अनेक मध्ययुगीन इतिहासकार आणि आधुनिक इतिहासकार चंगेज खानच्या विजयाचे वर्णन अभूतपूर्व प्रमाणात घाऊक विनाश म्हणून करतात ज्यामुळे मोठ्या प्रमाणात संहार आणि उपासमार या दोन्हींचा परिणाम म्हणून काही प्रदेशांमध्ये लोकसंख्या प्रचंड घटली. चंगेज खानच्या लष्करी मोहिमेमुळे मरण पावलेल्या लोकांच्या संख्येचा अंदाज सर्वात पुराणमतवादी अंदाजानुसार सुमारे चार दशलक्ष ते सर्वात व्यापक ऐतिहासिक खात्यांमध्ये साठ दशलक्ष पर्यंत आहे. दुसरीकडे, कोचोचे बौद्ध उईघुर राज्य, उदाहरणार्थ, त्याला मुक्तिदाता म्हणून पाहिले आणि स्वेच्छेने कारा खिताई साम्राज्य सोडून मंगोल वासल बनले. मंगोल साम्राज्याच्या अंतर्गत रेशीम मार्गावर संस्कृती, तंत्रज्ञान आणि कल्पनांच्या मोठ्या प्रसाराबद्दल आदर म्हणून चंगेज खानला पुनर्जागरणाच्या सुरुवातीच्या स्त्रोतांद्वारे देखील फायदेशीरपणे चित्रित केले गेले होते.

त्याच्या लष्करी यशापलीकडे, चंगेज खानच्या नागरी कामगिरीमध्ये मंगोल कायद्याची स्थापना आणि त्याच्या विशाल प्रदेशांमध्ये लेखन पद्धती म्हणून उईगर लिपी स्वीकारणे यांचा समावेश होतो. त्यांनी योग्यता आणि धार्मिक सहिष्णुता देखील पाळली. ईशान्य आशियातील भटक्या जमातींना एकत्र आणण्यासाठी सध्याचे मंगोलियन लोक त्यांना मंगोलियाचे संस्थापक पिता मानतात . सिल्क रोडला एकसंध राजकीय वातावरणात आणून, त्यांनी ईशान्य आशिया, मुस्लिम दक्षिण-पश्चिम आशिया आणि ख्रिश्चन युरोप यांच्यातील दळणवळण आणि व्यापार देखील लक्षणीयरीत्या सुलभ केला, जागतिक व्यापाराला चालना दिली आणि त्याकाळच्या सर्व युरेशियन संस्कृतींच्या सांस्कृतिक क्षितिजांचा विस्तार केला.

गुप्त इतिहासानुसार, चंगेज खानचे जन्मनाव टेमुजिन हे तातार प्रमुख टेमुजिन-उगेचे होते ज्याला त्याच्या वडिलांनी नुकतेच पकडले होते. टेमुजिन हे नाव तुर्को-मंगोल टेमुर्सी(एन), "लोहार" बरोबर देखील आहे, आणि पॉल पेलियटच्या मते, चंगेज खानला स्मिथ म्हणून पाहणारी एक परंपरा अस्तित्वात आहे, जी निराधार असली तरी, मध्यभागी चांगली प्रस्थापित झाली होती. 13वे शतक.

चंगेज खान ही एक मानद पदवी आहे ज्याचा अर्थ "सार्वभौमिक शासक" आहे जो मंगोलियनमध्ये कुळ प्रमुख दर्शविण्यासाठी वापरल्या जाणाऱ्या खानच्या पूर्व-अस्तित्वात असलेल्या पदवीच्या वाढीचे प्रतिनिधित्व करतो. या संज्ञेला "चंगेज" हे नाव तुर्किक शब्द "टेंगीझ" वरून आलेले मानले जाते, ज्याचा अर्थ समुद्र आहे, मानद उपाधी शब्दशः "महासागर शासक" बनवते, परंतु टेमुजिनच्या राजवटीच्या सार्वत्रिकतेचे किंवा संपूर्णतेचे रूपक म्हणून अधिक व्यापकपणे समजले जाते. एक मंगोल दृष्टीकोन. चंगेज खान हे मंगोलियन चिंगीझ खान, इंग्लिश चिंगीझ, चिंगीज आणि चिंगीझ, चिनी यांसारख्या वेगवेगळ्या भाषांमध्ये विविध प्रकारे शब्दलेखन केले जाते

जेव्हा कुबलाई खानने 1271 मध्ये युआन राजघराण्याची स्थापना केली तेव्हा त्याने त्याचे आजोबा चंगेज खान यांना अधिकृत नोंदींमध्ये ठेवले आणि त्याला मंदिराचे नाव ताइझू (चीनी)आणि मरणोत्तर नाव सम्राट शेंगवू (चीन) दिले. त्यामुळे चंगेज खानला चीनी इतिहासलेखनात युआन तैझू (युआनचा सम्राट ताइझू; चीनी) असेही संबोधले जाते. कुलुग खानने नंतर चंगेज खानची पदवी सम्राट फाटियान कियुन शेंगवू (चीनी) पर्यंत वाढवली.

प्रारंभिक जीवन

वंश आणि जन्म

टेमुजिनचा जन्म होएलुनचा पहिला मुलगा, त्याचे वडील येसुगेई यांची दुसरी पत्नी, जे भटक्या विमुक्त खमाग मंगोल महासंघातील बोर्जिगिन कुळाचे प्रमुख होते, अंबाघाई आणि होतुला खान यांचे पुतणे, आणि एक सहयोगी केराइट जमातीच्या तोघरूलचे. तेमुजिन त्याच्या वडिलांच्या बाजूने खाबुल खान, अंबाघाई आणि होतुला खान यांच्याशी संबंधित होते, जे खमाग मंगोल संघाचे प्रमुख होते आणि बोडोंचार मुन्खाग (सी. 900) चे वंशज होते, तर त्याची आई होएलुन ओल्खुनुत येथील होती. खोंगीराड टोळीचा उप-वंश. टेमुजिनच्या उदात्त पार्श्वभूमीमुळे त्याच्यासाठी, नंतरच्या आयुष्यात, इतर मंगोल जमातींकडून मदत मागणे आणि शेवटी त्यांना एकत्र करणे सोपे झाले.

चंगेज खानच्या जन्माची तारीख आणि स्थान या दोहोंच्या सभोवताली बरीच अनिश्चितता आहे, ऐतिहासिक खाती 1155 ते 1182 पर्यंतच्या जन्मतारीख आणि संभाव्य जन्मस्थानांची विविधता दर्शवितात. अरब इतिहासकार रशीद अल-दीन यांनी असे प्रतिपादन केले की चंगेज खानचा जन्म 1155 मध्ये झाला होता, तर युआनच्या इतिहासात त्याचे जन्म वर्ष 1162 असे नोंदवले जाते आणि तिबेटी स्रोत 1182 ही योग्य तारीख म्हणून सादर करतात. 1155 किंवा 1182 तारखा चंगेज खानच्या टाइमलाइनमधील इतर घटनांवर कशा प्रकारे प्रतिबिंबित होतील याशी संबंधित महत्त्वपूर्ण समस्या लक्षात घेऊन आधुनिक ऐतिहासिक अभ्यासांनी मोठ्या प्रमाणावर चीनी इतिहासाद्वारे सादर केलेल्या 1162 तारखेला सर्वात वास्तववादी म्हणून प्रमाणित केले आहे. 1155 मध्ये जन्म स्वीकारणे, उदाहरणार्थ, चंगेज खानला वयाच्या 30 व्या वर्षी वडील बनवायचे आणि त्याचा अर्थ असा होतो की त्याने वयाच्या 72 व्या वर्षी टांगुट्सविरुद्धच्या मोहिमेची वैयक्तिकरित्या आज्ञा दिली होती. द सीक्रेट हिस्ट्री ऑफ द मंगोल सांगतात की मेर्किट्सच्या हल्ल्याच्या वेळी टेमुलिन हा एक अर्भक होता, जेव्हा 1155 ची जन्मतारीख त्याला 18 वर्षांची झाली असती. 1162 ची तारीख विविध स्त्रोतांद्वारे प्रमाणित केली गेली आहे, ज्यात 1992 मध्ये युनेस्कोने नियुक्त केलेल्या मंगोल कॅलेंडरच्या अभ्यासासह 1 मे 1162 ही विशिष्ट तारीख सुचविली आहे.

चंगेज खानच्या जन्माचे स्थान मुख्यत्वे गूढतेने झाकलेले आहे, अनेक स्थाने प्रस्तावित आहेत, अनेक बुरखान खाल्दुन पर्वताच्या आसपास आहेत. असेच एक स्थान डेल्युन बोल्डॉग आहे, जे ओनोन आणि खेरलेन नद्यांच्या जवळ आहे.

आदिवासींचे पालनपोषण

टेमुजिन तीन भाऊ, कासार, हाच्युन आणि टेमुगे, एक बहीण, टेमुलेन आणि दोन सावत्र भाऊ, बेह्टर आणि बेल्गुटेई यांच्यासोबत वाढले. मंगोलियातील भटक्या लोकांप्रमाणेच, टेमुजिनचे सुरुवातीचे जीवन कठीण होते.

वयाच्या नवव्या वर्षी, त्याच्या वडिलांनी त्याच्यासाठी लग्नाची व्यवस्था केली आणि खोंगीरद वंशातील त्याच्या भावी पत्नी बोर्टे हिच्या कुटुंबाला दिले. टेमुजिनला लग्नायोग्य वयाच्या 12 व्या वर्षापर्यंत घरातील प्रमुख दाई सेटसेनची सेवा करण्यासाठी तेथे राहायचे होते. घरी जात असताना, त्याचे वडील शेजारच्या तातारांकडे धावले, जे पूर्वीपासून मंगोल शत्रू होते आणि त्यांनी पाहुणचाराच्या नावाखाली त्याच्या वडिलांना जेवण दिले, परंतु त्याऐवजी त्याला विषबाधा झाली. हे कळल्यावर, टेमुजिन आपल्या वडिलांच्या प्रमुख पदावर दावा करण्यासाठी घरी परतला, परंतु टोळीने त्याला नकार दिला आणि कुटुंबाचा त्याग केला आणि संरक्षणाशिवाय सोडून दिले.

पुढील अनेक वर्षे, हे कुटुंब गरिबीत जगले, मुख्यतः जंगली फळे, बैलांचे शव, मार्मोट्स आणि टेमुजिन आणि त्याच्या भावांनी मारलेल्या इतर लहान खेळांवर जगले. या काळात, टेमुजिनची आई, होएलुन यांनी त्याला मंगोल राजकारणाविषयी शिकवले, ज्यामध्ये भिन्नांमधील एकता नसणे आणि तात्पुरत्या युती मजबूत करण्यासाठी आयोजित विवाहाची गरज आणि शेवटी मंगोलियाची स्थिरता सुनिश्चित करण्यासाठी मजबूत आघाड्यांचा समावेश आहे. 34 खरंच, तो नंतर यशस्वी झाला, कारण त्याच्या आईने युद्धात योद्धा म्हणून भूमिका बजावली होती.

कालांतराने, टेमुजिनचा मोठा सावत्र भाऊ बेहेटर याने कुटुंबातील सर्वात ज्येष्ठ पुरुष म्हणून सत्तेचा वापर करण्यास सुरुवात केली, ज्यामुळे कुटुंबातील पुरुषांनी एका शिकारी सहलीत कुटुंबात तणाव निर्माण केला आणि परिणामी बेहेटरचा मृत्यू झाला. टेमुजिन आणि त्याचा भाऊ कासार यांचे हात.

नंतर, 1177 च्या सुमारास एका छाप्यात, टेमुजिनला त्याच्या वडिलांचे माजी सहयोगी, ताइचीउद यांनी पकडले, गुलाम बनवले आणि, कथितानुसार, कांगूमध्ये (पोर्टेबल स्टॉकचा एक प्रकार) कापून त्याचा अपमान केला गेला. एका सहानुभूतीशील रक्षकाच्या मदतीने, तो रात्रीच्या वेळी नदीच्या खड्ड्यात लपून गेर (युर्ट) मधून पळून गेला. पलायनामुळे टेमुजिनला प्रतिष्ठा मिळाली. लवकरच, जेल्मे आणि बो'ओर्चु त्याच्याबरोबर सैन्यात सामील झाले आणि ते आणि गार्डचा मुलगा चिलौन अखेरीस चंगेज खानचे सेनापती बनले.

मंगोल संघांचे एकत्रीकरण, 1184-1206

खितान लियाओ राजवंश (907-1125) दरम्यान मंगोलियन जमातींची ठिकाणे

12व्या शतकाच्या सुरुवातीस, चीनच्या उत्तरेकडील मध्य आशियाई पठार अनेक प्रमुख आदिवासी महासंघांमध्ये विभागले गेले होते, ज्यात नैमन, मेर्किट, टाटार, खमाग मंगोल आणि केराइट यांचा समावेश होता, जे सहसा एकमेकांशी मैत्रीपूर्ण नसतात, यादृच्छिक छापे, सूडाच्या हल्ल्यांद्वारे पुरावा होता. , आणि लूटमार.

टेमुजिनने त्याच्या वडिलांच्या अंडा (शपथ घेतलेला भाऊ किंवा रक्ताचा भाऊ) तोघरुल, जो केराइट्सचा खान होता त्याला एक सहयोगी (किंवा इतर स्त्रोतांनुसार, एक वासल) म्हणून स्वतः ला अर्पण करून सत्तेवर चढण्यास सुरुवात केली. साधारण ११८४ मध्ये जेव्हा बोर्टेचे मर्किट्सने अपहरण केले तेव्हा हे नाते अधिक दृढ झाले. तिला परत मिळवण्यासाठी टेमुजिनने तोघरुलला पाठिंबा मागितला, ज्याने त्याचे २०,००० केराइट योद्धे देऊ केले आणि टेमुजिनने त्याचा बालपणीचा मित्र जमुखा, जो त्याचा खान होता, त्याला सामील करून घेण्याचे सुचवले. स्वतःची टोळी, जादरन.

जमुखाशी फाटाफूट आणि पराभव

जमुखा आणि टेमुजिन यांच्या मैत्रीत विभक्त होत असताना, प्रत्येकाने शक्ती मजबूत करण्यास सुरुवात केली आणि ते प्रतिस्पर्धी बनले. जामुखाने पारंपारिक मंगोलियन अभिजात वर्गाला पाठिंबा दिला, तर टेमुजिनने गुणवत्तेची पद्धत अवलंबली आणि व्यापक श्रेणी आणि खालच्या वर्गाचे अनुयायी आकर्षित केले. मर्किट्सच्या आधीच्या पराभवानंतर, आणि शामन कोकोचूने केलेल्या घोषणेनंतर की शाश्वत निळ्या आकाशाने टेमुजिनसाठी जग बाजूला ठेवले होते, टेमुजिन सत्तेवर येऊ लागला. 1186 मध्ये, टेमुजिन मंगोलचा खान म्हणून निवडला गेला. या वाढीचा धोका पत्करून जमुखाने 1187 मध्ये 30,000 सैन्यासह तेमुजीनवर हल्ला केला. टेमुजिनने हल्ल्यापासून बचाव करण्यासाठी आपल्या अनुयायांना एकत्र केले, परंतु दलन बालझुतच्या लढाईत त्याचा निर्णायक पराभव झाला. तथापि, जमुखाने 70 तरुण पुरुष बंदिवानांना जिवंत कढईत उकळून संभाव्य अनुयायांना घाबरवले आणि दूर केले. तोघरुल, तेमुजिनचा संरक्षक म्हणून, कारा खिताई येथे निर्वासित झाला होता. टेमुजिनचे पुढील 10 वर्षांचे जीवन अस्पष्ट आहे, कारण त्या काळातील ऐतिहासिक नोंदी बहुतेक शांत आहेत.

1197 च्या सुमारास, जिनांनी केराईट आणि मंगोल यांच्या मदतीने त्यांच्या औपचारिक वासल, टाटार यांच्यावर हल्ला सुरू केला. टेमुजिनने या हल्ल्याचा काही भाग केला आणि विजयानंतर तो आणि तोघरुल यांना जिनने पुन्हा सत्तेवर आणले. जिनने तोघरुलला ओंग खान आणि टेमुजिनला जौत कुरी ही मानाची पदवी दिली.

1200 च्या आसपास, मंगोल महासंघाचे मुख्य प्रतिस्पर्धी (परंपरेने "मंगोल") पश्चिमेला नैमन, उत्तरेला मेर्किट, दक्षिणेला टांगुट्स आणि पूर्वेला जिन होते.

मंगोलियातील जर्चेन शिलालेख (1196) चंगेज खानने टाटार विरुद्ध जिनांशी केलेल्या युतीशी संबंधित

त्याच्या राजवटीत आणि प्रतिस्पर्धी जमातींवर विजय मिळवताना, टेमुजिनने काही महत्त्वपूर्ण मार्गांनी मंगोल परंपरेला तोडले. त्यांनी कौटुंबिक संबंधांऐवजी योग्यता आणि निष्ठेवर आधारित अधिकार सोपवले. पूर्ण आज्ञाधारकता आणि यासा कायद्याचे प्रोत्साहन म्हणून, टेमुजिनने नागरिकांना आणि सैनिकांना भविष्यातील युद्धातील लुटीपासून संपत्ती देण्याचे वचन दिले. जेव्हा त्याने प्रतिस्पर्धी जमातींचा पराभव केला तेव्हा त्याने त्यांच्या सैनिकांना हाकलून दिले नाही आणि त्यांच्या नागरिकांना सोडले नाही. त्याऐवजी, त्याने जिंकलेल्या जमातीला आपल्या संरक्षणाखाली घेतले आणि त्यातील सदस्यांना आपल्या टोळीत समाकलित केले. तो त्याच्या आईला जिंकलेल्या जमातीतील अनाथ मुलांना दत्तक घेऊन आपल्या कुटुंबात आणायला लावेल. या राजकीय नवकल्पनांनी जिंकलेल्या लोकांमध्ये मोठ्या निष्ठेला प्रेरित केले, प्रत्येक विजयाने टेमुजिनला अधिक मजबूत केले.

तोघरुल यांच्याशी मतभेद

तोघरुल (वांग खान) चा मुलगा सेंगगुम, चंगेज खानच्या वाढत्या सामर्थ्याचा आणि त्याच्या वडिलांशी असलेल्या स्नेहाचा हेवा करत असे. त्याने कथितरित्या चंगेज खानच्या हत्येची योजना आखली होती. जरी तोघरुलला चंगेज खानने अनेक प्रसंगी वाचवले असले तरी, त्याने आपल्या मुलाच्या स्वाधीन केले आणि चंगेज खानशी असहयोग केला. चंगेज खानला सेंगगमच्या हेतूबद्दल कळले आणि अखेरीस त्याचा आणि त्याच्या निष्ठावंतांचा पराभव केला.

चंगेज खान आणि तोघरुल यांच्यातील नंतरच्या वितुष्टांपैकी एक म्हणजे चंगेज खानचा पहिला मुलगा जोची याच्याशी लग्न करण्यास तोघरुलने आपली मुलगी देण्यास नकार दिला. मंगोलियन संस्कृतीत हे अनादरकारक होते आणि युद्धाला कारणीभूत ठरले. तोघरुलने जमुखाशी युती केली, ज्याने आधीच चंगेज खानच्या सैन्याला विरोध केला होता. तथापि, तोघरुल आणि जमुखा यांच्यातील वाद, तसेच चंगेज

खानला त्यांचे अनेक सहयोगी सोडून गेल्यामुळे तोघरुलचा पराभव झाला. संघर्षादरम्यान जमुखा निसटला. हा पराभव केराइट जमातीच्या पतन आणि विघटनासाठी एक उत्प्रेरक होता.

अल्ची टाटार, केराइट्स आणि उहाझ मेर्किट्स यांच्याद्वारे आपला मार्ग स्थिरपणे जिंकल्यानंतर आणि प्रत्येक वेळी किमान एक पत्नी मिळवल्यानंतर, टेमुजिनने स्टेप्पेवरील पुढील धोक्याकडे वळले, तेयांग खानच्या नेतृत्वाखाली तुर्किक नायमन ज्यांच्याबरोबर जमुखा आणि त्याचे अनुयायी होते. आश्रय. पुरेशा क्षेत्रांनी पुन्हा स्वेच्छेने चंगेज खानची बाजू घेतली तरीही नायमनांनी आत्मसमर्पण केले नाही.

1201 मध्ये, खुरुलदाईने जमुखाला गुर खान, "सार्वभौमिक शासक" म्हणून निवडले, ही पदवी कारा खिताईच्या शासकांनी वापरली. जमुखाने ही पदवी ग्रहण करणे हे चंगेज खानबरोबरचे अंतिम उल्लंघन होते आणि त्याला विरोध करण्यासाठी जमुखाने जमातींची एक युती तयार केली. संघर्षापूर्वी, जेल्मेचा सुप्रसिद्ध धाकटा भाऊ सुबुताई यांच्यासह अनेक सेनापतींनी जमुखाचा त्याग केला. अनेक युद्धांनंतर, 1205 मध्ये जमुखाला त्याच्याच माणसांनी चंगेज खानच्या हवाली केले.

गुप्त इतिहासानुसार, चंगेज खानने पुन्हा जमुखाला मैत्रीची ऑफर दिली. चंगेज खानने जमुखाचा विश्वासघात करणाऱ्या लोकांना ठार मारले होते, असे सांगून की त्याला त्याच्या सैन्यात विश्वासघातकी माणसे नको आहेत. आकाशात फक्त एकच सूर्य असू शकतो असे सांगून जमुखाने ऑफर नाकारली आणि त्याने उदात्त मृत्यू मागितला. रक्त सांडल्याशिवाय मरण्याची प्रथा होती, विशेषतः एखाद्याची पाठ मोडून. जमुखाने या स्वरूपाच्या मृत्यूची विनंती केली, जरी त्याने आपल्या विरोधकांच्या सेनापतींना जिवंत उकळले असे ज्ञात होते.

मंगोल साम्राज्य 1207

मर्कीट कुळातील ज्या भागाने नैमानांची बाजू घेतली होती, त्यांचा सुबुताईने पराभव केला, जो तोपर्यंत चंगेज खानच्या वैयक्तिक रक्षकाचा सदस्य होता आणि नंतर चंगेज खानच्या सर्वात यशस्वी सेनापतींपैकी एक बनला. नैमनच्या पराभवामुळे चंगेज खान हा मंगोल स्टेपचा एकमेव शासक बनला - सर्व प्रमुख महासंघ त्याच्या मंगोल महासंघाखाली पडले किंवा एकत्र आले.

चंगेज खानच्या हयातीत त्याच्या शारीरिक स्वरूपाची नोंद करणारे एकमेव व्यक्ती म्हणजे पर्शियन इतिहासकार मिन्हाज अल-सिराज जुज्जानी आणि चिनी मुत्सद्दी झाओ हाँग. मिन्हाज अल-सिराज यांनी चंगेज खानचे वर्णन "उंच उंचीचा, जोमदार बांधणीचा, शरीराने मजबूत, चेहऱ्याचे केस तुटपुंजे आणि पांढरे झालेले, मांजरीच्या डोळ्यांसह, समर्पित ऊर्जा, विवेकबुद्धी, प्रतिभा आणि समजूतदारपणा, विस्मयकारक...". 1220 मध्ये चंगेज खानला खोरासान (आधुनिक वायव्य पर्शिया) मध्ये लढताना दिसलेल्या साक्षीदारांच्या पुराव्याच्या आधारे इतिहासकाराने यापूर्वी चंगेज खानची उंची, शक्तिशाली बांधणी, मांजरीचे डोळे आणि राखाडी केस नसणे यावर भाष्य केले होते. पॉल रॅचनेव्स्की यांच्या मते, सॉन्ग राजवंशाचे दूत झाओ हाँग ज्याने 1221 मध्ये मंगोलांना भेट दिली होती, चंगेज खानचे वर्णन "उंच आणि भव्य उंचीचे आहे, त्याचा कपाळा रुंद आहे आणि दाढी लांब आहे.

17

अलेक्झांडर द ग्रेट

अलेक्झांडर द ग्रेट

Scan for Story Videos - www.itibook.com

मॅसेडॉनचा अलेक्झांडर तिसरा 20/21 जुलै 356 BC - 10/11 जून 323 BC, सामान्यतः अलेक्झांडर द ग्रेट म्हणून ओळखला जातो, होता मॅसेडॉनच्या प्राचीन ग्रीक राज्याचा राजा. वयाच्या तीसव्या वर्षी, त्याने ग्रीसपासून वायव्य भारतापर्यंत पसरलेल्या इतिहासातील सर्वात मोठे साम्राज्य निर्माण केले होते. तो लढाईत अपराजित होता आणि त्याला इतिहासातील सर्वात महान आणि यशस्वी लष्करी कमांडर मानले जाते.

वयाच्या 16 व्या वर्षापर्यंत अलेक्झांडरला ॲरिस्टॉटलने शिकवले होते. इ.स.पू. ३३५ मध्ये, मॅसेडॉनवर राज्यकारभार स्वीकारल्यानंतर, त्याने बाल्कनमध्ये मोहीम चालवली आणि थेबेस शहरावर कूच करण्यापूर्वी थ्रेस आणि इलिरियावर पुन्हा ताबा मिळवला, ज्याचा नंतर युद्धात नाश झाला. त्यानंतर अलेक्झांडरने लीग ऑफ कॉरिंथचे नेतृत्व केले आणि त्याच्या अधिकाराचा वापर करून त्याच्या वडिलांनी कल्पना केलेल्या पॅन-हेलेनिक प्रकल्पाची सुरुवात केली, त्यांनी पर्शियावर विजय मिळवताना सर्व ग्रीकांचे नेतृत्व स्वीकारले.

334 ईसापूर्व, त्याने अचेमेनिड पर्शियन साम्राज्यावर आक्रमण केले आणि मोहिमांची मालिका सुरू केली जी 10 वर्षे चालली. आशिया मायनरवर विजय मिळविल्यानंतर, अलेक्झांडरने इशस आणि गौगामेला या युद्धांसह निर्णायक लढायांच्या मालिकेत अचेमेनिड पर्शियाची शक्ती मोडून काढली; त्यानंतर त्याने डॅरियस तिसरा उलथून टाकला आणि अचेमेनिड साम्राज्य संपूर्णपणे जिंकले. अलेक्झांडरने "जगाच्या टोकापर्यंत आणि महान बाह्य समुद्र" पर्यंत पोहोचण्याचा प्रयत्न केला आणि 326 ईसापूर्व भारतावर आक्रमण केले, हायडस्पेसच्या लढाईत, सध्याच्या पंजाबचा प्राचीन भारतीय राजा पोरसवर महत्त्वपूर्ण विजय मिळवला. त्याच्या होमसिक सैन्याच्या मागणीमुळे, तो अखेरीस बियास नदीकडे परत गेला आणि नंतर बॅबिलोनमध्ये 323 बीसी मध्ये मरण पावला, मेसोपोटेमिया शहर ज्याची त्याने त्याच्या साम्राज्याची राजधानी म्हणून स्थापना करण्याची योजना आखली होती. अलेक्झांडरच्या मृत्यूमुळे नियोजित लष्करी आणि व्यापारी मोहिमांची अतिरिक्त मालिका सुरू झाली ज्याची सुरुवात अरबस्तानवर ग्रीक आक्रमणाने झाली असती. त्याच्या मृत्यूनंतरच्या वर्षांमध्ये, मॅसेडोनियन साम्राज्यात गृहयुद्धांची मालिका सुरू झाली, ज्यामुळे शेवटी डायडोचीच्या हातून त्याचे विघटन झाले.

त्याच्या मृत्यूमुळे हेलेनिस्टिक कालखंडाची सुरुवात झाली, अलेक्झांडरच्या वारशात त्याच्या विजयांमुळे निर्माण झालेल्या सांस्कृतिक प्रसार आणि समक्रमणाचा समावेश आहे, जसे की ग्रीको-बौद्ध धर्म आणि हेलेनिस्टिक यहुदी धर्म. इजिप्तमधील अलेक्झांड्रिया शहरासह, त्याने वीसहून अधिक शहरांची स्थापना केली ज्यात त्याचे नाव आहे. अलेक्झांडरने ग्रीक वसाहतवाद्यांची वस्ती आणि परिणामी ग्रीक संस्कृतीच्या प्रसारामुळे हेलेनिस्टिक सभ्यतेचे जबरदस्त वर्चस्व आणि भारतीय उपखंडापर्यंत पूर्वेकडे प्रभाव निर्माण झाला. हेलेनिस्टिक कालखंड रोमन साम्राज्यातून आधुनिक पाश्चात्य संस्कृतीत विकसित झाला; ग्रीक भाषा ही या प्रदेशाची लिंग्वा फ्रँका बनली आणि 15 व्या शतकाच्या मध्यभागी तिचा नाश होईपर्यंत बायझँटाईन साम्राज्याची प्रमुख भाषा होती. 1910 आणि 1920 च्या दशकाच्या सुरुवातीच्या ग्रीक नरसंहारापर्यंत तसेच 1920 च्या मध्यात ग्रीक-तुर्की लोकसंख्येच्या देवाणघेवाणीपर्यंत मध्य ॲनाटोलिया आणि सुदूर पूर्व ॲनाटोलियामधील ग्रीक भाषिक समुदाय टिकून राहिले. ग्रीक आणि गैर-ग्रीक संस्कृतींच्या ऐतिहासिक आणि पौराणिक परंपरांमध्ये ठळकपणे वैशिष्ट्यीकृत,

अकिलिसच्या साच्यात अलेक्झांडर एक शास्त्रीय नायक म्हणून प्रख्यात बनला . त्याच्या लष्करी कामगिरीने आणि युद्धातील अभूतपूर्व चिरस्थायी यशामुळे त्याला असे उपाय बनवले की ज्याच्या विरोधात नंतरचे अनेक लष्करी नेते स्वतःची तुलना करतील, आणि त्याची रणनीती जगभरातील लष्करी अकादमींमध्ये अभ्यासाचा महत्त्वपूर्ण विषय आहे.

अलेक्झांडर तिसरा हा मॅसेडॉन राज्याची राजधानी पेला येथे जन्मला, प्राचीन ग्रीक महिन्याच्या हेकाटोम्बायनच्या सहाव्या दिवशी, जो बहुधा 20 जुलै 356 बीसीशी संबंधित आहे (जरी अचूक तारीख अनिश्चित आहे). तो मॅसेडॉनचा तत्कालीन राजा, फिलिप II आणि त्याची चौथी पत्नी, ओलंपियास (एपिरसचा राजा निओप्टोलेमस I याची मुलगी) यांचा मुलगा होता. फिलीपला सात किंवा आठ बायका असल्या तरी काही काळ ऑलिंपियास त्याची प्रमुख पत्नी होती, कारण तिने अलेक्झांडरला जन्म दिला होता.

अलेक्झांडरच्या जन्म आणि बालपणाबद्दल अनेक दंतकथा आहेत. प्राचीन ग्रीक चरित्रकार प्लुटार्कच्या म्हणण्यानुसार, फिलिपशी तिच्या लग्नाच्या समाप्तीच्या पूर्वसंध्येला, ऑलिंपियासने स्वप्नात पाहिले की तिच्या गर्भाला मेघगर्जनेचा धक्का बसला ज्यामुळे मरण्यापूर्वी ज्वाला "दूर दूरवर" पसरली. लग्नानंतर कधीतरी, फिलिपने स्वतःला स्वप्नात सिंहाच्या प्रतिमेने कोरलेल्या सीलने पत्नीचा गर्भ सुरक्षित करताना पाहिले असे म्हटले जाते. प्लुटार्कने या स्वप्नांसाठी विविध अर्थ लावले: की ऑलिम्पियास तिच्या लग्नापूर्वी गर्भवती होती, तिच्या गर्भावर शिक्का मारल्याने सूचित होते; किंवा अलेक्झांडरचे वडील झ्यूस होते. महत्त्वाकांक्षी ऑलिम्पियाने अलेक्झांडरच्या दैवी पालकत्वाची कहाणी सांगितली की तिने अलेक्झांडरला सांगितले होते, किंवा तिने ती सूचना अशुद्ध मानून फेटाळून लावली असा दावा करून, प्राचीन समालोचकांमध्ये फूट पडली होती.

ज्या दिवशी अलेक्झांडरचा जन्म झाला, त्या दिवशी फिलिप कॅलसिडिसच्या द्वीपकल्पातील पोटीडिया शहराला वेढा घालण्याची तयारी करत होता. त्याच दिवशी, फिलिपला बातमी मिळाली की त्याच्या जनरल परमेनियनने इलिरियन आणि पेओनियन सैन्याचा पराभव केला आहे आणि त्याचे घोडे ऑलिम्पिक गेम्समध्ये जिंकले आहेत. या दिवशी जगातील सात आश्चर्यांपैकी एक असलेल्या इफिससमधील आर्टेमिसचे मंदिर जळून खाक झाल्याचेही सांगण्यात आले. यामुळे मॅग्नेशियाच्या हेगेसिअसने असे म्हणण्यास प्रवृत्त केले की ते जळून खाक झाले कारण आर्टेमिस अलेक्झांडरच्या जन्माच्या वेळी उपस्थित होते. अलेक्झांडर राजा असताना, आणि शक्यतो त्याच्या प्रेरणेवर, तो अलौकिक होता आणि गर्भधारणेपासून महानतेसाठी नियत होता हे दाखवण्यासाठी अशा दंतकथा उदयास आल्या असतील.

पेला, ग्रीसचे पुरातत्व स्थळ, अलेक्झांडरचे जन्मस्थान

त्याच्या सुरुवातीच्या काळात, अलेक्झांडरचे संगोपन अलेक्झांडरच्या भावी जनरल क्लीटस द ब्लॅकची बहीण, लॅनिके या नर्सने केले. नंतर त्याच्या बालपणात, अलेक्झांडरला त्याच्या आईचे नातेवाईक कठोर लिओनिदास आणि अकार्नानियाच्या लिसिमाकस यांनी शिकवले. अलेक्झांडरचे संगोपन थोर मॅसेडोनियन तरुणांच्या पद्धतीने झाले, ते वाचणे, वीणा वाजवणे, सवारी करणे, लढणे आणि शिकार करणे शिकत होते. जेव्हा अलेक्झांडर दहा वर्षांचा होता, तेव्हा थेसली येथील एका व्यापाऱ्याने फिलिपला एक घोडा आणला, जो त्याने तेरा प्रतिभांना विकण्याची ऑफर दिली. घोड्याला बसवण्यास नकार दिला आणि फिलिपने ते सोडण्याचे आदेश दिले. तथापि, अलेक्झांडरने, घोड्याला स्वतःच्या सावलीची भीती ओळखून, घोड्याला काबूत ठेवण्यास सांगितले, जे त्याने अखेरीस व्यवस्थापित केले. प्लुटार्कने सांगितले की, धैर्य आणि महत्वाकांक्षेचे हे प्रदर्शन पाहून आनंदित झालेल्या फिलिपने आपल्या मुलाचे अश्रूपूर्ण चुंबन घेतले आणि घोषित केले: "माझ्या मुला, तुझ्या महत्वाकांक्षेसाठी तुला एखादे मोठे राज्य शोधले पाहिजे. मॅसेडोन तुझ्यासाठी खूप लहान आहे", आणि त्याच्यासाठी घोडा विकत घेतला. अलेक्झांडरने त्याचे नाव बुसेफलास, म्हणजे "बैलाचे डोके" ठेवले. बुसेफलाने अलेक्झांडरला भारतापर्यंत नेले. जेव्हा प्राणी मरण पावला (वृद्धापकाळामुळे, प्लुटार्कच्या मते, वयाच्या तीसव्या वर्षी), अलेक्झांडरने त्याच्या नावावर शहराचे नाव बुसेफला ठेवले.

शिक्षण

जेव्हा अलेक्झांडर 13 वर्षांचा होता, तेव्हा फिलिपने ट्यूटर शोधण्यास सुरुवात केली आणि आयोक्रेट्स आणि स्प्यूसिप्पस सारख्या शैक्षणिक व्यक्तींचा विचार केला, नंतर त्यांनी हे पद स्वीकारण्यासाठी अकादमीच्या कारभारीपदाचा राजीनामा देण्याची ऑफर दिली. सरतेशेवटी, फिलिपने ॲरिस्टॉटलची निवड केली आणि मिझा येथे अप्सरांचे मंदिर वर्ग म्हणून प्रदान केले. अलेक्झांडरला शिकवण्याच्या बदल्यात, फिलिपने ॲरिस्टॉटलचे मूळ गाव स्टेजिरा पुन्हा बांधण्याचे मान्य केले, जे फिलिपने उद्ध्वस्त केले होते, आणि गुलाम असलेल्या माजी नागरिकांना विकत घेऊन त्यांना मुक्त करून, किंवा जे निर्वासित होते त्यांना माफ करून ते पुन्हा प्रस्थापित करण्याचे मान्य केले.

मिझा हे अलेक्झांडर आणि टॉलेमी, हेफेस्टियन आणि कॅसेंडर सारख्या मॅसेडोनियन सरदारांच्या मुलांसाठी बोर्डिंग स्कूलसारखे होते. यापैकी बरेच विद्यार्थी त्याचे मित्र आणि भावी सेनापती बनतील आणि त्यांना "सहकारी" म्हणून ओळखले जाते. ॲरिस्टॉटलने अलेक्झांडर आणि त्याच्या साथीदारांना वैद्यकशास्त्र, तत्त्वज्ञान, नैतिकता, धर्म, तर्कशास्त्र आणि कला याबद्दल शिकवले. ॲरिस्टॉटलच्या अधिपत्याखाली, अलेक्झांडरला होमरच्या आणि विशेषतः इलियडच्या कामांची आवड निर्माण झाली; ॲरिस्टॉटलने त्याला एक भाष्य केलेली प्रत दिली, जी नंतर अलेक्झांडरने त्याच्या मोहिमांवर चालवली.

तारुण्याच्या काळात, अलेक्झांडरला मॅसेडोनियन दरबारात पर्शियन निर्वासितांशी देखील ओळख होते, ज्यांना फिलिप II चे संरक्षण अनेक वर्षे मिळाले कारण त्यांनी आर्टॅक्सर्क्सेस III ला विरोध केला. त्यापैकी आर्टबाझोस दुसरा आणि त्याची मुलगी बार्सीन, अलेक्झांडरची

संभाव्य भावी शिक्षिका, जी 352 ते 342 ईसापूर्व मॅसेडोनियन दरबारात वास्तव्यास होती, तसेच ॲमिनॅप्स, अलेक्झांडरचा भावी क्षत्रप किंवा सिसिनेस नावाचा पर्शियन कुलीन होता. यामुळे मॅसेडोनियन न्यायालयाला पर्शियन मुद्द्यांचे चांगले ज्ञान मिळाले आणि मॅसेडोनियन राज्याच्या व्यवस्थापनातील काही नवकल्पनांवर त्याचा प्रभाव पडला असेल.

सुदा लिहितात की ॲनाक्झिमेनेस ऑफ लॅम्पसॅकस हा अलेक्झांडरच्या शिक्षकांपैकी एक होता आणि ॲनाक्झिमेनेस देखील त्याच्या मोहिमांमध्ये अलेक्झांडरसोबत गेला होता.

मॅसेडॉनचा फिलिप दुसरा, अलेक्झांडरचे वडील

वयाच्या 16 व्या वर्षी ॲरिस्टॉटलच्या हाताखाली अलेक्झांडरचे शिक्षण संपले. फिलिप II ने उत्तरेकडील थ्रासियन लोकांविरुद्ध युद्ध पुकारले होते, ज्यामुळे अलेक्झांडरला कारभारी आणि वारस म्हणून प्रभारी म्हणून सोडले होते.

फिलिपच्या अनुपस्थितीत, मेडीच्या थ्रेसियन जमातीने मॅसेडोनियाविरुद्ध बंड केले. अलेक्झांडरने त्वरित प्रत्युत्तर दिले आणि त्यांना त्यांच्या प्रदेशातून हाकलून दिले. या प्रदेशाची वसाहत करण्यात आली आणि अलेक्झांड्रोपोलिस नावाच्या शहराची स्थापना झाली.

फिलिपच्या परतल्यावर, अलेक्झांडरला दक्षिणेकडील थ्रेसमधील विद्रोहांना वश करण्यासाठी लहान सैन्यासह पाठवण्यात आले. पेरिंथस या ग्रीक शहराविरुद्ध मोहीम राबवून अलेक्झांडरने आपल्या वडिलांचे प्राण वाचवले. दरम्यान, ॲम्फिसा शहराने डेल्फीजवळील अपोलोसाठी पवित्र असलेल्या जमिनींवर काम करण्यास सुरुवात केली, या अपवित्रामुळे फिलिपला ग्रीक प्रकरणांमध्ये आणखी हस्तक्षेप करण्याची संधी मिळाली. फिलिप थ्रेसमध्ये व्यापलेला असताना, अलेक्झांडरला दक्षिण ग्रीसमध्ये मोहिमेसाठी सैन्य जमा करण्याचा आदेश देण्यात आला. इतर ग्रीक राज्ये हस्तक्षेप करू शकतील या चिंतेने, अलेक्झांडरने असे वाटले की तो इलिरियावर हल्ला करण्याच्या तयारीत होता. या अशांततेच्या काळात, इलिरियन्सने मॅसेडोनियावर आक्रमण केले, फक्त अलेक्झांडरने त्याला परावृत्त केले.

फिलिप आणि त्याचे सैन्य 338 बीसी मध्ये त्याच्या मुलामध्ये सामील झाले आणि त्यांनी थर्मोपायली मार्गे दक्षिणेकडे कूच केले आणि त्याच्या थेबन गॅरिसनच्या हट्टी प्रतिकारानंतर ते ताब्यात घेतले. त्यांनी अथेन्स आणि थेब्स या दोन्ही ठिकाणांहून काही दिवस चाललेल्या एलाटा शहराचा ताबा घेतला. डेमोस्थेनिसच्या नेतृत्वाखालील अथेनियन लोकांनी मॅसेडोनियाविरूद्ध थेबेसशी युती करण्याचा निर्णय घेतला. अथेन्स आणि फिलिप या दोघांनीही थेबेसची बाजू जिंकण्यासाठी दूतावास पाठवले, परंतु अथेन्सने ही स्पर्धा जिंकली. फिलिपने ॲम्फिसावर कूच केले (स्पष्टपणे ॲम्फिक्टिओनिक लीगच्या विनंतीनुसार वागले), डेमोस्थेनिसने तेथे पाठवलेल्या भाडोत्री सैनिकांना पकडले आणि शहराचे शरणागती स्वीकारले. फिलिप नंतर एलेटियाला परतले, अथेन्स आणि थेबेस यांना शांततेची अंतिम ऑफर पाठवली, ज्यांनी ती नाकारली.

चेरोनियाच्या लढाईतील लढाईची योजना

फिलिप दक्षिणेकडे कूच करत असताना, त्याच्या विरोधकांनी त्याला चेरोनिया, बोएटियाजवळ अडवले. चेरोनियाच्या पुढील लढाईदरम्यान, फिलिपने उजव्या विंगची आणि अलेक्झांडरने डावीकडे नेतृत्व केले, फिलिपच्या विश्वासू सेनापतींचा एक गट होता. प्राचीन सूत्रांनुसार, दोन्ही बाजूंनी काही काळ कडाक्याचे भांडण झाले. फिलीपने जाणूनबुजून त्याच्या सैन्याला माघार घेण्याची आज्ञा दिली, ज्याची चाचणी न केलेल्या अथेनियन हॉपलाइट्सचा पाठपुरावा केला गेला, त्यामुळे त्यांची रेषा मोडली. अलेक्झांडरने प्रथम थेबन रेषा मोडली, त्यानंतर फिलिपचे सेनापती. शत्रूची एकजूट बिघडल्यामुळे, फिलिपने आपल्या सैन्याला पुढे जाण्याचा आदेश दिला आणि त्यांना त्वरीत पराभूत केले. अथेनियन गमावल्यामुळे, थेबन्स वेढले गेले. एकटे लढण्यासाठी बाकी राहिले, त्यांचा पराभव झाला.

चेरोनिया येथील विजयानंतर, फिलिप आणि अलेक्झांडर पेलोपोनीजमध्ये बिनविरोध कूच केले, सर्व शहरांनी त्यांचे स्वागत केले; तथापि, जेव्हा ते स्पार्टाला पोहोचले तेव्हा त्यांना नकार देण्यात आला, परंतु त्यांनी युद्धाचा अवलंब केला नाही. कॉरिंथ येथे, फिलिपने "हेलेनिक अलायन्स" (ग्रीको-पर्शियन युद्धांच्या जुन्या अँटी-पर्शियन युतीवर आधारित) स्थापन केले, ज्यामध्ये स्पार्टा वगळता बहुतेक ग्रीक शहर-राज्यांचा समावेश होता. फिलिपला नंतर या लीगचे हेगेमोन (बहुतेकदा "सुप्रीम कमांडर" म्हणून भाषांतरित) असे नाव देण्यात आले (आधुनिक विद्वानांनी लीग ऑफ कॉरिंथ म्हणून ओळखले), आणि पर्शियन साम्राज्यावर हल्ला करण्याची आपली योजना जाहीर केली.

निर्वासन आणि परत

जेव्हा फिलिप पेलाला परतला, तेव्हा तो त्याच्या प्रेमात पडला आणि 338 बीसी मध्ये क्लियोपेट्रा युरीडाइसशी विवाह केला, त्याच्या जनरल ॲटलसची भाची. या विवाहामुळे अलेक्झांडरचे वारस म्हणून स्थान कमी सुरक्षित झाले, कारण क्लियोपेट्रा युरीडाइसचा कोणताही मुलगा पूर्णपणे मॅसेडोनियन वारस असेल, तर अलेक्झांडर केवळ अर्धा मॅसेडोनियन होता. लग्नाच्या मेजवानीच्या वेळी, मद्यधुंद अटलसने सार्वजनिकरित्या देवांना प्रार्थना केली की युनियन कायदेशीर वारस देईल.

क्लियोपेट्राच्या लग्नात, ज्याच्यावर फिलिप प्रेमात पडला होता आणि लग्न केले होते, ती त्याच्यासाठी खूपच लहान होती, तिचे काका ॲटलस त्याच्या पेयात होते, मॅसेडोनियन लोक देवांना विनंती करतात की त्यांना त्यांच्या भाचीने राज्याचा कायदेशीर उत्तराधिकारी द्यावा. यामुळे अलेक्झांडर इतका चिडला, की एक कप त्याच्या डोक्यावर फेकून तो म्हणाला, "तू खलनायक," तो म्हणाला, "काय, मग मी हरामी आहे?" मग फिलिप, ॲटलसचा भाग घेऊन उठला आणि त्याने आपल्या मुलाला पळवून नेले असेल; पण त्या दोघांच्याही नशिबाने, एकतर

त्याचा घाईचा राग, किंवा त्याने प्यायलेली वाइन यामुळे त्याचा पाय घसरला आणि तो जमिनीवर पडला. तेव्हा अलेक्झांडरने त्याचा अपमान केला: "तेथे पहा," तो म्हणाला, "जो माणूस युरोपमधून आशियामध्ये जाण्याची तयारी करतो, तो एका जागेवरून दुसऱ्या जागेवर जाताना उलटला."

—?प्लुटार्क, फिलिपच्या लग्नात झालेल्या भांडणाचे वर्णन करते.

इ.स.पू. 337 मध्ये, अलेक्झांडरने आपल्या आईसह मॅसेडॉन सोडून पळ काढला, तिला तिचा भाऊ, एपिरसचा राजा अलेक्झांडर पहिला, डोडोना, मोलोसियन्सची राजधानी येथे सोडून दिला. तो इलिरियाला गेला, जिथे त्याने एक किंवा अधिक इलिरियन राजांचा आश्रय घेतला, कदाचित ग्लौकियासकडे, आणि काही वर्षांपूर्वी युद्धात त्यांचा पराभव करूनही त्याला पाहुण्यासारखे वागवले गेले. तथापि, असे दिसते की फिलिपने आपल्या राजकीय आणि लष्करी प्रशिक्षित मुलाला नाकारण्याचा कधीही हेतू नव्हता. त्यानुसार, अलेक्झांडर सहा महिन्यांनंतर मॅसेडॉनला परतला, एक कौटुंबिक मित्र, डेमाराटस, ज्याने दोन्ही पक्षांमध्ये मध्यस्थी केली.

पुढील वर्षी, कारियाचा पर्शियन क्षत्रप (राज्यपाल), पिक्सोडारस याने आपली मोठी मुलगी अलेक्झांडरचा सावत्र भाऊ फिलिप अरहिडियस याला देऊ केली. ऑलिम्पियास आणि अलेक्झांडरच्या अनेक मित्रांनी असे सुचवले की फिलिपचा अर्हाइडियसला वारस बनवण्याचा हेतू आहे. अलेक्झांडरने आपल्या मुलीचा हात एका बेकायदेशीर मुलाकडे देऊ नये, तर अलेक्झांडरला देऊ नये असे सांगण्यासाठी कॉरिंथच्या थेसलस या अभिनेत्याला पाठवून प्रतिक्रिया दिली. जेव्हा फिलिपला हे कळले तेव्हा त्याने वाटाघाटी थांबवल्या आणि अलेक्झांडरला कॅरिअनच्या मुलीशी लग्न करण्याची इच्छा असल्याबद्दल फटकारले, त्याला त्याच्यासाठी चांगली वधू हवी असल्याचे स्पष्ट केले. फिलिपने अलेक्झांडरच्या चार मित्रांना हद्दपार केले, हरपलस, नेअरकस, टॉलेमी आणि एरिगियस, आणि करिंथियन लोकांनी थेसलसला बेड्या ठोकून त्याच्याकडे आणले.

इ.स.पूर्व ३३६ च्या उन्हाळ्यात, एगे येथे आपली मुलगी क्लियोपात्रा हिच्या लग्नाला ऑलिंपियासचा भाऊ, एपिरसचा अलेक्झांडर पहिला याच्याशी हजेरी लावत असताना, फिलिपची त्याच्या अंगरक्षकांच्या कर्णधार पॉसॅनियसने हत्या केली. आणि अलेक्झांडरचे दोन साथीदार, पेर्डिकास आणि लिओनाटस यांच्यासह त्याच्या पाठलागकर्त्यांनी त्याला ठार मारले. अलेक्झांडरला 20 व्या वर्षी राजे आणि सैन्याने जागेवरच राजा घोषित केले होते.

शक्ती एकत्रीकरण

अलेक्झांडरने सिंहासनावरील संभाव्य प्रतिस्पर्ध्यांचा नाश करून आपल्या कारकिर्दीची सुरुवात केली. त्याने त्याचा चुलत भाऊ, माजी Amyntas IV याला फाशीची शिक्षा दिली होती. त्याने लिन्सेस्टिसच्या प्रदेशातील दोन मॅसेडोनियन राजपुत्रांनाही मारले होते, परंतु तिसरा, अलेक्झांडर लिन्सेस्टिस यांना वाचवले. ऑलिंपियास क्लियोपात्रा युरीडाइस आणि फिलिपने तिची मुलगी युरोपा यांना जिवंत जाळले होते. जेव्हा अलेक्झांडरला हे कळले तेव्हा तो संतापला. अलेक्झांडरने अॅटलसच्या हत्येचा आदेशही दिला, जो आशिया मायनर आणि क्लियोपेट्राच्या काकाच्या सैन्याच्या आगाऊ गार्डचा कमांड होता.

अॅटलस त्यावेळी डेमोस्थेनिसशी पत्रव्यवहार करत होता, अथेन्सला जाण्याच्या शक्यतेबाबत. अॅटलसने अलेक्झांडरचाही कठोरपणे अपमान केला होता आणि क्लियोपात्राच्या हत्येनंतर अलेक्झांडरने त्याला जिवंत सोडणे फार धोकादायक मानले असावे. अलेक्झांडरने अॅरिडायसला वाचवले, जो सर्व प्रकारे मानसिकदृष्ट्या अक्षम होता, शक्यतो ऑलिंपियासने विषबाधा केल्यामुळे.

फिलिपच्या मृत्यूच्या वृत्ताने अनेक राज्यांना बंड करण्यास प्रवृत्त केले, ज्यात थेबेस, अथेन्स, थेसली आणि मॅसेडॉनच्या उत्तरेकडील थ्रेसियन जमातींचा समावेश आहे. जेव्हा बंडाची बातमी अलेक्झांडरपर्यंत पोहोचली तेव्हा त्याने त्वरित प्रतिसाद दिला. मुत्सद्देगिरीचा वापर करण्याचा सल्ला दिला असला तरी, अलेक्झांडरने 3,000 मॅसेडोनियन घोडदळ एकत्र केले आणि दक्षिणेकडे थेसालीकडे स्वारी केली. माउंट ऑलिंपस आणि माउंट ओसा यांच्यातील खिंडीवर थेस्सलीयन सैन्य ताब्यात असल्याचे त्याला आढळले आणि त्याने आपल्या माणसांना ओसा पर्वतावर जाण्याचा आदेश दिला. दुसऱ्या दिवशी जेव्हा थेसालियन लोक जागे झाले, तेव्हा त्यांना अलेक्झांडर त्यांच्या मागच्या बाजूला सापडला आणि त्यांनी तातडीने शरणागती पत्करली आणि त्यांचे घोडदळ अलेक्झांडरच्या सैन्यात जोडले. त्यानंतर तो दक्षिणेकडे पेलोपोनीजच्या दिशेने चालू लागला.

अलेक्झांडर थर्मोपिले येथे थांबला, जिथे दक्षिणेकडे करिंथला जाण्यापूर्वी त्याला अॅम्फिक्टिओनिक लीगचा नेता म्हणून ओळखले गेले. अथेन्सने शांततेसाठी खटला भरला आणि अलेक्झांडरने बंडखोरांना माफ केले. अलेक्झांडर आणि डायोजेनिस द सिनिक यांच्यातील प्रसिद्ध चकमक अलेक्झांडरच्या करिंथमधील वास्तव्यादरम्यान घडली. जेव्हा अलेक्झांडरने डायोजेनिसला विचारले की तो त्याच्यासाठी काय करू शकतो, तेव्हा तत्त्ववेत्ताने तिरस्काराने अलेक्झांडरला थोडे बाजूला उभे राहण्यास सांगितले, कारण तो सूर्यप्रकाश रोखत होता. 54 या उत्तराने वरवर पाहता अलेक्झांडरला आनंद झाला, ज्याने असे म्हटले आहे की "पण खरेच, जर मी अलेक्झांडर नसतो, तर मला डायोजेनिस व्हायला आवडेल." फिलिप, पर्शियाविरूद्धच्या आगामी युद्धासाठी सेनापती म्हणून नियुक्त केले गेले. त्याला थ्रेसियन उठावाची बातमी देखील मिळाली.

बाल्कन मोहीम

आशिया ओलांडण्यापूर्वी, अलेक्झांडरला त्याच्या उत्तर सीमांचे रक्षण करायचे होते. 335 ईसापूर्व वसंत ऋतू मध्ये, त्याने अनेक विद्रोह दडपण्यासाठी प्रगती केली. ॲम्फिपोलिसपासून सुरुवात करून, तो पूर्वेकडे "स्वतंत्र थ्रासियन्स" च्या देशात गेला; आणि माउंट हेमस येथे, मॅसेडोनियन सैन्याने हल्ला केला आणि उंचावर चालणाऱ्या थ्रेसियन सैन्याचा पराभव केला. मॅसेडोनियन लोकांनी ट्रिबॅली देशात कूच केले आणि लिगिनस नदी (डॅन्यूबची उपनदी) जवळ त्यांच्या सैन्याचा पराभव केला. त्यानंतर अलेक्झांडरने तीन दिवस डॅन्यूबकडे कूच केले आणि विरुद्ध किनाऱ्यावर गेटे जमातीचा सामना केला. रात्री नदी ओलांडून, त्याने त्यांना आश्चर्यचकित केले आणि पहिल्या घोडदळाच्या चकमकीनंतर त्यांच्या सैन्याला माघार घेण्यास भाग पाडले.

त्यानंतर अलेक्झांडरपर्यंत बातमी पोहोचली की इलिरियन सरदार क्लीटस आणि टॉलनटीचा राजा ग्लौकियस त्याच्या अधिकाराविरुद्ध उघड बंड करत आहेत. इलिरियाच्या पश्चिमेकडे कूच करताना, अलेक्झांडरने प्रत्येकाला पराभूत केले आणि दोन्ही राज्यकर्त्यांना त्यांच्या सैन्यासह पळून जाण्यास भाग पाडले. या विजयांसह त्याने आपली उत्तर सीमा सुरक्षित केली.

अलेक्झांडरने उत्तरेकडे मोहीम चालवली असताना, थेबन्स आणि अथेनियन लोकांनी पुन्हा बंड केले. अलेक्झांडर ताबडतोब दक्षिणेकडे निघाले. इतर शहरे पुन्हा संकोच करत असताना, थेब्सने लढण्याचा निर्णय घेतला. थेबनचा प्रतिकार कुचकामी ठरला आणि अलेक्झांडरने शहर उद्ध्वस्त केले आणि त्याचा प्रदेश इतर बोओटियन शहरांमध्ये विभागला. थेबेसच्या अंताने अथेन्सला वेठीस धरले आणि सर्व ग्रीस तात्पुरते शांततेत सोडले. अलेक्झांडर नंतर त्याच्या आशियाई मोहिमेवर निघाला आणि अँटिपेटरला रीजेंट म्हणून सोडून.

चेरोनियाच्या लढाईत विजय मिळविल्यानंतर (338 ईसापूर्व), फिलिप II ने स्वतःला एका लीगचे हेजेम (ग्रीकः) म्हणून स्थापित करण्याचे काम सुरू केले जे डायओडोरसच्या म्हणण्यानुसार पर्शियन लोकांविरुद्ध मोहीम चालवायचे होते. 480 मध्ये ग्रीसला विविध तक्रारींचा सामना करावा लागला आणि पश्चिम किनारपट्टीवरील ग्रीक शहरे आणि बेटांना अचेमेनिड राजवटीपासून मुक्त केले. 336 मध्ये त्याने ॲमिनटास, ॲन्ड्रोमेनेस आणि ॲटलस आणि 10,000 माणसांचे सैन्य अनातोलियामध्ये आक्रमणाची तयारी करण्यासाठी परमेनियन पाठवले. सुरुवातीला, सर्व चांगले झाले. फिलिपचा खून झाल्याची बातमी येईपर्यंत ॲनाटोलियाच्या पश्चिम किनाऱ्यावरील ग्रीक शहरांनी उठाव केला आणि त्याचा तरुण मुलगा अलेक्झांडर त्याच्यानंतर आला. फिलिपच्या मृत्यूमुळे मॅसेडोनियन लोकांचे मनोधैर्य खचले होते आणि नंतर ऱ्होड्सच्या भाडोत्री मेमनॉनच्या नेतृत्वाखाली अचेमेनिड्सकडून मॅग्नेशियाजवळ त्यांचा पराभव झाला होता.

फिलिप II च्या आक्रमणाचा प्रकल्प हाती घेऊन, अलेक्झांडरच्या सैन्याने अंदाजे ,100 सैनिक,100 घोडदळ आणि 120 जहाजांच्या ताफ्यासह 334 BC मध्ये हेलेस्पॉन्ट ओलांडले, ज्याची संख्या 38,000 होती, मॅसेडोन आणि विविध ग्रीक-मॅसेडॉन शहरांमधून काढलेले. आणि थ्रेस, पायोनिया आणि इलिरिया येथून सामंतपणे सैनिक उभे केले. त्याने आशियाई भूमीत भाला फेकून संपूर्ण पर्शियन साम्राज्य जिंकण्याचा आपला हेतू दर्शविला आणि सांगितले की त्याने आशियाला देवांची भेट म्हणून स्वीकारले. यावरून अलेक्झांडरच्या वडिलांच्या मुत्सद्देगिरीला प्राधान्य देण्याच्या उलट, लढण्याची उत्सुकता देखील दिसून आली.

ग्रॅनिकसच्या लढाईत पर्शियन सैन्याविरुद्ध सुरुवातीच्या विजयानंतर, अलेक्झांडरने पर्शियन प्रांतीय राजधानी आणि सार्डिसच्या खजिन्याचे आत्मसमर्पण स्वीकारले; त्यानंतर त्यांनी शहरांना स्वायत्तता आणि लोकशाही प्रदान करून आयोनियन किनारपट्टीवर पुढे केले. अचेमेनिड सैन्याने ताब्यात घेतलेल्या मिलेटसला जवळील पर्शियन नौदल सैन्यासह नाजूक वेढा ऑपरेशन आवश्यक होते. पुढे दक्षिणेकडे, हॅलिकर्नासस येथे, कॅरिया येथे, अलेक्झांडरने यशस्वीपणे आपला पहिला मोठ्या प्रमाणावर वेढा घातला, अखेरीस त्याच्या विरोधकांना, रोड्सचा भाडोत्री कर्णधार मेमनॉन आणि कॅरिया, ओरोंटोबेट्सचा पर्शियन क्षत्रप यांना समुद्रमार्गे माघार घेण्यास भाग पाडले. अलेक्झांडरने कॅरियाचे सरकार हेकाटोम्निड राजघराण्यातील अडा यांच्याकडे सोडले, ज्याने अलेक्झांडरला दत्तक घेतले.

हॅलिकार्नाससपासून, अलेक्झांडरने पर्शियन नौदल तळ नाकारण्यासाठी सर्व किनारी शहरांवर नियंत्रण ठेवत डोंगराळ लिसिया आणि पॅम्फिलियन मैदानात प्रवेश केला. पॅम्फिलियापासून पुढे किनाऱ्यावर कोणतेही मोठे बंदर नव्हते आणि अलेक्झांडर अंतर्देशात गेला. टर्मेसोस येथे, अलेक्झांडरने नम्र केले परंतु पिसीडियन शहरावर हल्ला केला नाही. गॉर्डियमच्या प्राचीन फ्रिगियन राजधानीत, अलेक्झांडरने आतापर्यंत न सोडवता येणाऱ्या गॉर्डियन नॉटला "अनडिड" केले, एक पराक्रम जो भविष्यातील "आशियाचा राजा" ची वाट पाहत आहे. कथेनुसार, अलेक्झांडरने घोषित केले की गाठ कशी पूर्ववत केली गेली आणि त्याच्या तलवारीने ती कापून टाकली हे महत्वाचे नाही.

लेव्हंट आणि सीरिया

333 ईसापूर्व वसंत ऋतूमध्ये, अलेक्झांडरने वृषभ ओलांडून सिलिसियामध्ये प्रवेश केला. आजारपणामुळे बराच वेळ थांबल्यानंतर त्यांनी सीरियाच्या दिशेने कूच केले. जरी डॅरियसच्या लक्षणीय सैन्याने पराभूत केले असले तरी, तो परत सिलिसियाला गेला, जिथे त्याने इसस येथे डॅरियसचा पराभव केला. डॅरियस युद्धातून पळून गेला, ज्यामुळे त्याचे सैन्य कोसळले, आणि त्याच्या मागे पत्नी, त्याच्या दोन मुली, त्याची आई सिसिगॅम्बिस आणि एक अद्भुत खजिना सोडून गेला. त्याने शांतता कराराची ऑफर दिली ज्यामध्ये त्याने आधीच गमावलेल्या जमिनी आणि त्याच्या कुटुंबासाठी 10,000 प्रतिभेची खंडणी समाविष्ट होती. अलेक्झांडरने उत्तर दिले की तो आता आशियाचा राजा असल्याने प्रादेशिक विभाजनाचा निर्णय त्यानेच घेतला होता. अलेक्झांडरने सीरिया आणि लेव्हंटचा बहुतेक किनारा ताब्यात घेण्यास पुढे सरसावले. पुढील वर्षी, 332 BC मध्ये, त्याला टायरवर हल्ला करण्यास भाग पाडले गेले, जो त्याने दीर्घ आणि कठीण वेढा घातल्यानंतर ताब्यात घेतला.

लष्करी वयाच्या पुरुषांची कत्तल केली गेली आणि स्त्रिया आणि मुले गुलाम म्हणून विकली गेली.

इजिप्त

जेव्हा अलेक्झांडरने टायरचा नाश केला तेव्हा इजिप्तच्या मार्गावरील बहुतेक शहरे त्वरीत आत्मसमर्पण केली. तथापि, गाझा येथे अलेक्झांडरचा प्रतिकार झाला. किल्ला जोरदारपणे मजबूत केला होता आणि एका टेकडीवर बांधला होता, त्याला वेढा घालण्याची आवश्यकता होती. जेव्हा "त्याच्या अभियंत्यांनी त्याच्याकडे लक्ष वेधले की ढिगाऱ्याच्या उंचीमुळे हे अशक्य आहे... यामुळे अलेक्झांडरला प्रयत्न करण्यास अधिक प्रोत्साहन मिळाले". तीन अयशस्वी हल्ल्यांनंतर, किल्ला पडला, परंतु अलेक्झांडरच्या खांद्यावर गंभीर जखम होण्यापूर्वी नाही. टायरप्रमाणेच, लष्करी वयाच्या पुरुषांना तलवारीने मारण्यात आले आणि महिला व मुलांना गुलाम म्हणून विकले गेले.

अलेक्झांडरने पर्शियन लोकांकडून घेतलेल्या मोठ्या प्रदेशांपैकी इजिप्त हा फक्त एक होता. सिवाच्या प्रवासानंतर, अलेक्झांडरचा मेम्फिस येथील पटाहच्या मंदिरात राज्याभिषेक करण्यात आला. असे दिसून येते की इजिप्शियन लोकांना तो परदेशी होता हे त्रासदायक वाटले नाही - किंवा त्याच्या संपूर्ण कारकिर्दीत तो अनुपस्थित होता. अलेक्झांडरने पर्शियन लोकांनी दुर्लक्षित केलेली मंदिरे पुनर्संचयित केली आणि इजिप्शियन देवतांना नवीन स्मारके समर्पित केली. कर्नाकजवळील लक्सरच्या मंदिरात त्याने पवित्र बार्जसाठी एक चॅपल बांधले. इजिप्तमधील आपल्या काही महिन्यांत, त्याने ग्रीक मॉडेल्सवर करप्रणाली सुधारली आणि देशाचा लष्करी कब्जा आयोजित केला, परंतु, 331 बीसीईच्या सुरुवातीस, तो पर्शियन लोकांचा पाठलाग करण्यासाठी आशियाला निघून गेला.

अलेक्झांडरने 332 बीसी नंतर इजिप्तवर प्रगती केली, जिथे त्याला मुक्तिदाता मानले गेले. सत्तेला कायदेशीर मान्यता देण्यासाठी आणि फारोच्या लांब पंक्तीचा वंशज म्हणून ओळखले जाण्यासाठी, अलेक्झांडरने मेम्फिस येथे देवांना यज्ञ केले आणि सिवा ओएसिस येथे अमुन-रा या प्रसिद्ध दैवज्ञांचा सल्ला घेण्यासाठी गेला. लिबियाच्या वाळवंटातील सिवा ओएसिसच्या ओरॅकल येथे त्याला अमून देवताचा पुत्र म्हणून घोषित करण्यात आले. यापुढे, अलेक्झांडरने अनेकदा झ्यूस-अ‍ॅमोनचा त्याचा खरा पिता म्हणून उल्लेख केला आणि त्याच्या मृत्यूनंतर, चलनाने त्याच्या देवत्वाचे प्रतीक म्हणून त्याला अम्मोनच्या शिंगांनी सुशोभित केलेले चित्रण केले. ग्रीक लोकांनी या संदेशाचा अर्थ लावला - जो देवतांनी सर्व फारोना संबोधित केला - एक भविष्यवाणी म्हणून.

इजिप्तमधील त्याच्या वास्तव्यादरम्यान, त्याने अलेक्झांड्रियाची स्थापना केली, जी त्याच्या मृत्यूनंतर टॉलेमिक राज्याची समृद्ध राजधानी बनेल. अलेक्झांडरच्या मृत्यूनंतर इजिप्तचे नियंत्रण टॉलेमी I (लागोसचा मुलगा), टॉलेमिक राजवंशाचा संस्थापक (305-30 ईसापूर्व) यांच्याकडे गेला.

गौगामेलाची लढाई

331 BC मध्ये इजिप्त सोडताना, अलेक्झांडरने पूर्वेकडे अप्पर मेसोपोटेमिया (आताचे उत्तर इराक) मधील अकेमेनिड अश्शूरमध्ये कूच केले आणि गौगामेलाच्या लढाईत पुन्हा डॅरियसचा पराभव केला. 83 डॅरियस पुन्हा एकदा शेतातून पळून गेला आणि अलेक्झांडरने अर्बेलापर्यंत त्याचा पाठलाग केला. गौगामेला हा दोघांमधील अंतिम आणि निर्णायक सामना असेल. डॅरियस पर्वतांवरून एकबताना (आधुनिक हमादान) येथे पळून गेला तर अलेक्झांडरने बॅबिलोन काबीज केले.

बॅबिलोनियन खगोलशास्त्रीय डायरी म्हणते की "जगाचा राजा, अलेक्झांडर" शहरात प्रवेश करण्यापूर्वी बॅबिलोनच्या लोकांना संदेश देऊन त्याचे स्काउट पाठवतो: "मी तुमच्या घरात प्रवेश करणार नाही".

पर्शिया

बॅबिलोनमधून अलेक्झांडर अचेमेनिड राजधान्यांपैकी एक असलेल्या सुसा येथे गेला आणि तिची खजिना ताब्यात घेतली. त्याने आपल्या सैन्याचा बराचसा भाग पर्शियन रॉयल रोडने पर्शियन औपचारिक राजधानी पर्सेपोलिस येथे पाठविला. अलेक्झांडरने स्वतः शहराच्या थेट मार्गावर निवडक सैन्य घेतले. त्यानंतर त्याने पर्शियन गेट्सच्या खिंडीवर (आधुनिक झाग्रोस पर्वतरांगांमध्ये) हल्ला केला ज्याला पर्शियन सैन्याने अरिओबार्झानेसच्या अंतर्गत रोखले होते आणि नंतर त्याची चौकी खजिना लुटण्याआधी पर्शियन सैन्याने घाईघाईने पर्सेपोलिसकडे धाव घेतली.

पर्सेपोलिसमध्ये प्रवेश केल्यावर, अलेक्झांडरने आपल्या सैन्याला अनेक दिवस शहर लुटण्याची परवानगी दिली. अलेक्झांडर पाच महिने पर्सेपोलिसमध्ये राहिला. त्याच्या मुक्कामादरम्यान झेर्क्सेस I च्या पूर्वेकडील राजवाड्यात आग लागली आणि शहराच्या इतर भागात पसरली. संभाव्य कारणांमध्ये दारूच्या नशेत झालेला अपघात किंवा दुसऱ्या पर्शियन युद्धादरम्यान ॲथेन्सच्या ॲक्रोपोलिसला झेर्क्सेसने जाळल्याचा बदला घेणे समाविष्ट आहे; प्लुटार्क आणि डायओडोरस यांचा आरोप आहे की अलेक्झांडरचा साथीदार, हेटेरा थाईस, यांनी भडकावून आग लावली. शहर जळताना पाहिल्यावरही अलेक्झांडरला त्याच्या निर्णयाचा लगेच पश्चाताप होऊ लागला. प्लुटार्कचा दावा आहे की त्याने आपल्या माणसांना आग विझवण्याचे आदेश दिले होते, परंतु ज्वाला आधीच शहराच्या बहुतांश भागात पसरल्या होत्या. कर्टियसचा असा दावा आहे की दुसऱ्या दिवशी सकाळपर्यंत अलेक्झांडरला त्याच्या निर्णयाचा पश्चाताप झाला नाही. प्लुटार्कने एक किस्सा सांगितला ज्यामध्ये अलेक्झांडर थांबतो आणि झेर्क्सेसच्या पडलेल्या पुतळ्याशी बोलतो जणू ती जिवंत व्यक्ती आहे.

तुम्ही ग्रीसविरुद्ध केलेल्या मोहिमेमुळे मी तुम्हाला तिथेच पडून ठेवू का, की तुमच्या मोठेपणामुळे आणि इतर बाबतीत तुमच्या सद्‌गुणांमुळे मी तुम्हाला पुन्हा उभे करू?

पर्शियन साम्राज्याचा पतन आणि पूर्व

अलेक्झांडरच्या कारकिर्दीच्या सातव्या वर्षी (बीसी 324) बॅक्ट्रियातील प्रशासकीय दस्तऐवज, ज्यात त्याच्या नावाच्या "अलेक्झांड्रोस" स्वरूपाचा पहिला ज्ञात वापर होता, खलीली कलेक्शन ऑफ अरामी दस्तऐवज

अलेक्झांडरने नंतर दारियसचा पाठलाग केला, प्रथम मीडियामध्ये आणि नंतर पार्थियामध्ये. पर्शियन राजाने यापुढे स्वतःच्या नशिबावर नियंत्रण ठेवले नाही आणि बेसस या त्याच्या बॅक्ट्रियन क्षत्रप आणि नातेवाईकाने त्याला कैद केले. अलेक्झांडर जवळ आल्यावर, बेससने त्याच्या माणसांनी महान राजाला जीवे मारायला लावले आणि नंतर अलेक्झांडरच्या विरोधात गनिमी मोहीम सुरू करण्यासाठी मध्य आशियामध्ये माघार घेण्यापूर्वी त्याने स्वतःला दारायसचा वारसदार आर्टॅक्सेरक्स V म्हणून घोषित केले. 98 अलेक्झांडरने दारियसचे अवशेष त्याच्या अचेमेनिड पूर्ववर्तींच्या शेजारी शाही अंत्यसंस्कारात पुरले. त्याने असा दावा केला की, मरताना, डॅरियसने त्याला अचेमेनिड सिंहासनाचा उत्तराधिकारी म्हणून नाव दिले होते. अचेमेनिड साम्राज्य सामान्यतः डॅरियसच्या हाती पडले असे मानले जाते. तथापि, सामुदायिक जीवनाचे मूलभूत स्वरूप आणि सरकारची सामान्य रचना अलेक्झांडरने त्याच्या स्वतः च्या राजवटीत राखली आणि त्याचे पुनरुत्थान केले म्हणून, इराणशास्त्रज्ञ पियरे ब्रायंटच्या शब्दात, "त्यामुळे त्याने अनेक प्रकारे कार्य केले असे मानले जाऊ शकते. अचेमेनिड्स."

अलेक्झांडरने बेससला हडप करणारा म्हणून पाहिले आणि त्याचा पराभव करण्यासाठी निघाला. ही मोहीम, सुरुवातीला बेसस विरुद्ध, मध्य आशियाच्या भव्य दौऱ्यात बदलली. अलेक्झांडरने अफगाणिस्तानमधील आधुनिक कंदाहार आणि आधुनिक ताजिकिस्तानमधील अलेक्झांड्रिया एस्चेट ("द फर्स्टेस्ट") यासह अलेक्झांड्रिया नावाच्या नवीन शहरांची मालिका स्थापन केली. या मोहिमेने अलेक्झांडरला मीडिया, पार्थिया, आरिया (पश्चिम अफगाणिस्तान), द्रांगियाना, अराकोशिया (दक्षिण आणि मध्य अफगाणिस्तान), बॅक्ट्रिया (उत्तर आणि मध्य अफगाणिस्तान), आणि सिथिया या मार्गाने नेले.

इ.स.पू. ३२९ मध्ये, सोग्दियानाच्या राजघराण्यात अपरिभाषित स्थान असलेल्या स्पिटामेनेसने अलेक्झांडरच्या विश्वासू साथीदारांपैकी एक असलेल्या टॉलेमीला बेससचा विश्वासघात केला आणि बेससला फाशी देण्यात आली. तथापि, नंतर काही क्षणी, जेव्हा अलेक्झांडर जॅक्सार्टेसवर घोड्याच्या भटक्या सैन्याच्या आक्रमणाचा सामना करत होता, तेव्हा स्पीटामेनेसने सोग्डियानाला बंड केले. अलेक्झांडरने जॅक्सर्टेसच्या लढाईत सिथियन्सचा वैयक्तिकरित्या पराभव केला आणि ताबडतोब स्पिटामेनेसच्या विरूद्ध मोहीम सुरू केली आणि गाबाईच्या लढाईत त्याचा पराभव केला. पराभवानंतर, स्पिटामेनेसला त्याच्याच माणसांनी मारले, ज्यांनी नंतर शांततेसाठी दावा ठोकला.

या काळात, अलेक्झांडरने त्याच्या दरबारात पर्शियन पोशाख आणि रीतिरिवाजांचे काही घटक स्वीकारले, विशेषतः प्रॉस्कीनेसिसची प्रथा, एकतर हाताचे प्रतीकात्मक चुंबन किंवा जमिनीवर साष्टांग नमस्कार, जे पर्शियन लोकांनी त्यांच्या सामाजिक वरिष्ठांना दाखवले. अलेक्झांडरच्या व्यापक रणनीतीचा हा एक पैलू होता ज्याचा उद्‌देश इराणी उच्च वर्गाची मदत आणि समर्थन मिळवणे होते. तथापि, ग्रीक लोकांनी प्रोस्कायनेसिसच्या हावभावाला देवतांचा प्रांत मानला आणि असा विश्वास ठेवला की अलेक्झांडरने ते आवश्यक करून स्वतःला देव बनवायचे आहे. यामुळे त्याला त्याच्या अनेक देशवासीयांच्या सहानुभूतीची किंमत मोजावी लागली आणि शेवटी त्याने ते सोडून दिले.

अचेमेनिड्सच्या प्रदीर्घ राजवटीत, केंद्र सरकार, सैन्य आणि अनेक क्षत्रपांसह साम्राज्याच्या अनेक विभागांमध्ये उच्चभ्रू पदे विशेषतः इराणी लोकांसाठी आणि मोठ्या प्रमाणात पर्शियन कुलीन लोकांसाठी राखीव होती. नंतरचे अनेक प्रकरणांमध्ये शाही अचेमेनिड कुटुंबाशी विवाह संबंधांद्वारे जोडलेले होते. यामुळे अलेक्झांडरसमोर एक समस्या निर्माण झाली की त्याने साम्राज्याला दीर्घ काळासाठी दृढता आणि एकता प्रदान केलेल्या विविध विभागांचा आणि लोकांचा वापर करावा लागेल की नाही. 102 पियरे ब्रायंट स्पष्ट करतात की आशिया मायनर, बॅबिलोनिया किंवा इजिप्त प्रमाणेच शाही व्यवस्थेतील अंतर्गत विरोधाभासांचे शोषण करणे अपुरे आहे हे अलेक्झांडरच्या लक्षात आले; त्याला इराणी लोकांच्या पाठिंब्याने किंवा त्याशिवाय केंद्र सरकार (पुन्हा) निर्माण करावे लागले. इ.स.पू. 334 च्या सुरुवातीस त्याने याविषयी जागरुकता दाखवली, जेव्हा त्याने विद्‌यमान राजा डॅरियस तिसरा याला आव्हान दिले "अकेमेनिड राजेशाहीच्या विचारसरणीचे मुख्य घटक, विशेषतः जमीन आणि शेतकऱ्यांचे रक्षण करणाऱ्या राजाची थीम" अलेक्झांडरने इ.स.पू. ३३२ मध्ये डॅरियस तिसऱ्याला एक पत्र लिहिले, ज्यात त्याने असा युक्तिवाद केला की तो "अकेमेनिड सिंहासनावर बसण्यासाठी" डॅरियसपेक्षा योग्य आहे. तथापि, अलेक्झांडरच्या "संपूर्ण पर्शियन लोकांच्या" मोठ्या नकार आणि विरोधाच्या संयोगाने पर्सेपोलिस येथील अचेमेनिड राजवाडा जाळण्याचा निर्णय घेतल्याने, दारियसचा कायदेशीर उत्तराधिकारी म्हणून स्वतःला उभे करणे त्याच्यासाठी अव्यवहार्य ठरले. बेसस (आर्टॅक्सेरक्सस V) विरुद्‌ध तथापि, ब्रायंट पुढे म्हणतात, अलेक्झांडरने "डॅरियस III चा बदला घेणारा म्हणून कायदेशीरपणाचा दावा केला".

अलेक्झांडरला सावध करण्यात अयशस्वी झाल्याबद्‌दल त्याच्या जीवनाविरूद्ध एक कट उघड झाला आणि त्याचा एक अधिकारी, फिलोटास याला फाशी देण्यात आली. मुलाच्या मृत्यूमुळे वडिलांच्या मृत्यूची आवश्यकता होती आणि अशा प्रकारे सूड घेण्याच्या प्रयत्नांना रोखण्यासाठी अलेक्झांडरच्या आदेशानुसार परमेनियन, ज्यावर एकबटाना येथे खजिन्याचे रक्षण करण्याचा आरोप होता, त्याची हत्या

करण्यात आली. सर्वात कुप्रसिद्ध गोष्ट म्हणजे, अलेक्झांडरने मॅराकांडा (उझबेकिस्तानमधील आधुनिक समरकंद) येथे हिंसक मद्यधुंद भांडणात ग्रॅनिकस, क्लीटस द ब्लॅक येथे आपला जीव वाचवलेल्या माणसाला वैयक्तिकरित्या ठार मारले, ज्यामध्ये क्लीटसने अलेक्झांडरवर अनेक निर्णय चुकल्याचा आरोप केला आणि विशेषतः भ्रष्ट ओरिएंटल जीवनशैलीच्या बाजूने मॅसेडोनियन मार्ग विसरला.

नंतर, मध्य आशियाई मोहिमेमध्ये, त्याच्या जीवनाविरुद्धचा दुसरा कट उघडकीस आला, जो त्याच्या स्वतःच्या शाही पृष्ठांनी भडकावला. त्याचा अधिकृत इतिहासकार, ऑलिंथसचा कॅलिस्थेनस, या कथानकात गुंतला होता, आणि अलेक्झांडरच्या ॲनाबॅसिसमध्ये, एरिअनने म्हटले आहे की, कॅलिस्थेनिस आणि पानांचा नंतर शिक्षा म्हणून रॅकवर छळ करण्यात आला आणि त्यानंतर लवकरच त्यांचा मृत्यू झाला. हे अस्पष्ट राहिले की कॅलिस्थेनेसचा कटामध्ये खरोखर सहभाग होता, कारण त्याच्या आरोपापूर्वी तो प्रोस्कायनेसिसचा परिचय करून देण्याच्या प्रयत्नात विरोधी पक्षाचे नेतृत्व करून पक्षाबाहेर पडला होता.

अलेक्झांडरच्या अनुपस्थितीत मॅसेडॉन

जेव्हा अलेक्झांडर आशियाला निघाला तेव्हा त्याने आपला जनरल अँटिपेटर, एक अनुभवी लष्करी आणि राजकीय नेता आणि फिलिप II च्या "ओल्ड गार्ड" चा भाग मॅसेडॉनचा प्रभारी म्हणून सोडला. अलेक्झांडरने थेब्सची हकालपट्टी केल्याने त्याच्या अनुपस्थितीत ग्रीस शांत राहण्याची खात्री झाली. एक अपवाद म्हणजे 331 बीसी मध्ये स्पार्टन राजा एगिस तिसरा याने शस्त्रसंधीची मागणी केली, ज्याला अँटिपेटरने मेगालोपोलिसच्या युद्धात पराभूत केले आणि मारले. अँटिपेटरने स्पार्टन्सच्या शिक्षेचा संदर्भ लीग ऑफ कॉरिंथला दिला, ज्याने नंतर अलेक्झांडरला स्थगिती दिली, ज्याने त्यांना क्षमा करणे निवडले. अँटिपेटर आणि ऑलिम्पियास यांच्यातही बराच संघर्ष झाला आणि प्रत्येकाने अलेक्झांडरकडे दुसऱ्याबद्दल तक्रार केली.

सर्वसाधारणपणे, अलेक्झांडरच्या आशियातील मोहिमेदरम्यान ग्रीसने शांतता आणि समृद्धीचा काळ अनुभवला. अलेक्झांडरने त्याच्या विजयातून प्रचंड रक्कम परत पाठवली, ज्यामुळे अर्थव्यवस्थेला चालना मिळाली आणि त्याच्या साम्राज्यात व्यापार वाढला. तथापि, अलेक्झांडरच्या सैन्याची सतत मागणी आणि त्याच्या संपूर्ण साम्राज्यात मॅसेडोनियन लोकांच्या स्थलांतरामुळे मॅसेडोनची ताकद कमी झाली, अलेक्झांडरच्या नंतरच्या वर्षांमध्ये ते मोठ्या प्रमाणात कमकुवत झाले आणि शेवटी तिसरे मॅसेडोनियन युद्ध (171-168 ईसापूर्व) नंतर रोमच्या अधीन झाले.

नाणे

अलेक्झांडर द ग्रेटचा चांदीचा टेट्राड्राकम बायब्लॉस (ca 330-300 बीसी.) मध्ये सापडला (BnF 1998-859; 17,33g; Byblos, किंमत 3426b)

356 आणि 342 ईसापूर्व दरम्यान पॅन्गियमच्या फिलिप II आणि नंतर थासोस बेटावर विजय मिळवून मॅसेडोनियन नियंत्रणाखाली समृद्ध सोन्या-चांदीच्या खाणी आल्या.

अलेक्झांडरने 333 बीसी मधील इससच्या लढाईनंतर टार्ससमधील सिलिसियामध्ये एक नवीन नाणे सादर केल्याचे दिसते, जे पुढे साम्राज्याचे मुख्य नाणे बनले. अलेक्झांडरने सोन्याचे स्टेटर, सिल्व्हर टेट्राड्रॅचम्स आणि ड्रॅकमास आणि कांस्य बनवले. या नाण्यांचे प्रकार त्याच्या साम्राज्यात कायम राहिले. सोन्याच्या मालिकेत समोरच्या बाजूस एथेनाचे डोके होते आणि उलट बाजूस पंख असलेला नायके (विजय) होता. चांदीच्या नाण्यांच्या समोरच्या बाजूला सिंहाचे कातडे घातलेले हेराक्लीसचे दाढीविरहित डोके होते आणि झिउस एटोफोरोस ('गरुड वाहक') त्याच्या डाव्या हातात राजदंड घेऊन विराजमान होते. या डिझाइनमध्ये ग्रीक आणि गैर-ग्रीक दोन्ही पैलू आहेत. हेराक्लीस आणि झ्यूस हे मॅसेडोनियन लोकांसाठी महत्त्वाचे देवता होते, हेराक्लीस हे टेमेनिड राजवंशाचे पूर्वज मानले जात होते आणि झ्यूस हे मुख्य मॅसेडोनियन अभयारण्य, डियमचे संरक्षक होते. तथापि, सिंह हा अनाटोलियन देव संदासचा प्रतीकात्मक प्राणी देखील होता, ज्याची टार्सस येथे पूजा केली जात असे. अलेक्झांडरच्या टेट्राड्रॅचम्सची उलट रचना अलेक्झांडरच्या विजयापूर्वी पर्शियन क्षत्रप माझेयसने टार्सस येथे बनवलेल्या सिल्व्हर स्टेटर्सवर, बाल्टर्स (टार्ससचे बाल) या देवतेच्या चित्रणावर बारकाईने तयार केलेली आहे.

अलेक्झांडरने त्याच्या नवीन विजयांमध्ये एकसमान शाही नाणी लादण्याचा प्रयत्न केला नाही. साम्राज्याच्या सर्व क्षत्रपांमध्ये पर्शियन नाणी फिरत राहिली.

भारतीय मोहीम

अलेक्झांडरचे भारतीय उपखंडावर आक्रमण

स्पिटामेनेसच्या मृत्यूनंतर आणि त्याच्या नवीन क्षत्रपांशी संबंध दृढ करण्यासाठी रोक्साना (जुन्या इराणीतील राओक्श्ना) सोबत लग्न झाल्यानंतर, अलेक्झांडर भारतीय उपखंडाकडे वळला. त्याने गांधारच्या (सध्या पूर्व अफगाणिस्तान आणि उत्तर पाकिस्तानात पसरलेला प्रदेश) च्या भूतकाळातील सरदारांना त्याच्याकडे येण्यासाठी आणि त्याच्या अधिकाराच्या अधीन होण्यासाठी आमंत्रित केले. ओम्फिस (भारतीय नाव अंभी), तक्षशिलाचा शासक, ज्याचे राज्य सिंधूपासून हायडास्पेस (झेलम) पर्यंत विस्तारले होते, त्यांनी त्याचे पालन केले, परंतु कंबोजांच्या अस्पासिओई आणि अस्केनोई विभागांसह (भारतीय ग्रंथांमध्ये देखील ओळखले जाणारे) काही डोंगरी कुळांचे सरदार. अश्वयान आणि अश्वकायन म्हणून), सादर करण्यास नकार दिला. अंभीने घाईघाईने अलेक्झांडरला त्याच्या भीतीपासून मुक्त केले आणि

त्याला मौल्यवान भेटवस्तू देऊन भेटले, स्वतःला आणि त्याचे सर्व सैन्य त्याच्या ताब्यात ठेवले. अलेक्झांडरने अंभीला केवळ त्याची पदवी आणि भेटवस्तूच परत केल्या नाहीत तर त्याने त्याला "पर्शियन वस्त्रे, सोन्या-चांदीचे दागिने, 30 घोडे आणि 1,000 तोळे सोन्याचे दागिने" देखील दिले. अलेक्झांडरला त्याच्या सैन्याची विभागणी करण्याचे धैर्य मिळाले आणि अंभीने सिंधूवर एक पूल बांधण्यात हेफेस्टियन आणि पेर्डिकास यांना मदत केली जिथे ती हुंड येथे वाकते, त्यांच्या सैन्याला तरतुदी पुरवल्या आणि स्वतः अलेक्झांडर आणि त्याचे संपूर्ण सैन्य त्याच्या राजधानीत प्राप्त केले. तक्षशिला, मैत्रीच्या प्रत्येक प्रदर्शनासह आणि सर्वात उदार आदरातिथ्य.

मॅसेडोनियन राजाच्या पुढील वाटचालीवर, टॅक्सीलसने त्याच्याबरोबर 5,000 लोकांची फौज घेऊन हायडास्पेस नदीच्या युद्धात भाग घेतला. त्या विजयानंतर त्याला अलेक्झांडरने पोरसचा पाठलाग करण्यासाठी पाठवले होते, ज्याच्यावर त्याच्यावर अनुकूल अटी देण्याचा आरोप ठेवण्यात आला होता, परंतु त्याच्या जुन्या शत्रूच्या हातून आपला जीव गमावून तो थोडक्यात बचावला होता. त्यानंतर मात्र, अलेक्झांडरच्या वैयक्तिक मध्यस्थीने दोन्ही प्रतिस्पर्ध्यांचा समेट झाला; आणि टॅक्सीलसने, हायडास्पेसवरील ताफ्याच्या उपकरणासाठी आवेशाने योगदान दिल्यानंतर, राजाने त्या नदी आणि सिंधू दरम्यानच्या संपूर्ण प्रदेशाचे सरकारकडे सोपवले. माचातासचा मुलगा फिलिप याच्या मृत्यूनंतर त्याला मोठ्या प्रमाणावर सत्तेचा अधिकार मिळाला होता; आणि त्याला स्वतः अलेक्झांडरच्या मृत्यूनंतर (323 ईसापूर्व), तसेच त्रिपाराडिसस, 321 बीसी येथे प्रांतांच्या नंतरच्या विभाजनात त्याचा अधिकार कायम ठेवण्याची परवानगी देण्यात आली.

327/326 ईसापूर्व हिवाळ्यात, अलेक्झांडरने वैयक्तिकरित्या कुणार खोऱ्यातील अस्पासिओई, गुरेयस खोऱ्यातील गुरेयस आणि स्वात आणि बुनेर खोऱ्यातील असाकेनोई यांच्या विरोधात मोहिमेचे नेतृत्व केले. Aspasioi बरोबर एक भयंकर स्पर्धा झाली ज्यात अलेक्झांडरच्या खांद्यावर डार्टने जखम झाली, परंतु अखेरीस Aspasioi हरले. त्यानंतर अलेक्झांडरने असाकेनोईचा सामना केला, जो त्याच्या विरुद्ध मसागा, ओरा आणि ऑर्नोसच्या गडांवरून लढला.

काही दिवसांच्या रक्तरंजित लढाईनंतरच मसागाचा किल्ला कमी झाला, ज्यामध्ये अलेक्झांडर घोट्याला गंभीर जखमी झाला. कर्टिअसच्या म्हणण्यानुसार, "अलेक्झांडरने मसागाच्या संपूर्ण लोकसंख्येची केवळ कत्तलच केली नाही, तर त्याच्या इमारतीही मोडकळीस आणल्या." ओरा येथेही अशीच कत्तल झाली. मसागा आणि ओरा नंतर, असंख्य असाकेनियन ऑर्नोसच्या किल्ल्यावर पळून गेले. अलेक्झांडरने अगदी जवळ जाऊन चार रक्तरंजित दिवसांनंतर मोक्याचा डोंगरी किल्ला ताब्यात घेतला.

पोरस अलेक्झांडरला शरण जातो

ऑर्नोस नंतर, अलेक्झांडरने सिंधू ओलांडली आणि 326 बीसी मध्ये हायडास्पेसच्या लढाईत, हायडास्पेस आणि एसीसिनेस (चेनाब) यांच्यामध्ये असलेल्या प्रदेशावर राज्य करणाऱ्या राजा पोरसविरुद्ध एक महाकाव्य लढाई लढली आणि जिंकली. अलेक्झांडर पोरसच्या शौर्याने प्रभावित झाला आणि त्याने त्याला मित्र बनवले. त्याने पोरसची क्षत्रप म्हणून नियुक्ती केली आणि पोरसच्या पूर्वीच्या मालकीची नसलेली जमीन, दक्षिण-पूर्वेकडे, हायफेसिस (बियास) पर्यंत जोडली. स्थानिक निवडल्याने त्याला ग्रीसपासून इतक्या दूर असलेल्या या जमिनींवर नियंत्रण ठेवण्यास मदत झाली. अलेक्झांडरने हायडास्पेस नदीच्या विरुद्ध बाजूस दोन शहरांची स्थापना केली, एक बुसेफला नाव दिले, त्याच्या घोड्याच्या सन्मानार्थ, जो याच सुमारास मरण पावला. दुसरा Nicaea (विजय) होता, जो आधुनिक काळातील मॉग, पंजाबच्या ठिकाणी स्थित असल्याचे मानले जाते. फिलोस्ट्रॅटस द एल्डर इन द लाइफ ऑफ अपोलोनियस ऑफ टायना लिहितात की पोरसच्या सैन्यात एक हत्ती होता जो अलेक्झांडरच्या सैन्याविरुद्ध शूरपणे लढला होता आणि अलेक्झांडरने ते हेलिओस (सूर्य) ला समर्पित केले आणि त्याचे नाव अजॅक्स ठेवले, कारण त्याला वाटले की हा एक महान प्राणी आहे. एक महान नाव पात्र. हत्तीच्या दांड्याभोवती सोन्याच्या अंगठ्या होत्या आणि त्यावर ग्रीक भाषेत एक शिलालेख लिहिलेला होता: "झ्यूसचा मुलगा अलेक्झांडर अजाक्सला हेलिओस समर्पित करतो"

हेलेनिक सैन्याचे बंड

पोरसच्या राज्याच्या पूर्वेस, गंगा नदीजवळ, मगधचे नंदा साम्राज्य आणि त्यापुढील पूर्वेस, भारतीय उपखंडातील बंगाल प्रदेशातील गंगारिडाई साम्राज्य होते. इतर मोठ्या सैन्याचा सामना करण्याच्या भीतीने आणि अनेक वर्षांच्या मोहिमेमुळे थकलेल्या अलेक्झांडरच्या सैन्याने हायफेसिस नदी (बियास) येथे विद्रोह केला आणि पूर्वेकडे कूच करण्यास नकार दिला. ही नदी अशा प्रकारे अलेक्झांडरच्या विजयांच्या पूर्वेकडील सीमा दर्शवते.

तथापि, मॅसेडोनियन लोकांबद्दल, पोरसशी त्यांच्या संघर्षाने त्यांचे धैर्य खोडून काढले आणि त्यांची पुढील प्रगती भारतात थांबली. केवळ वीस हजार पायदळ आणि दोन हजार घोडे असलेल्या शत्रूला मागे टाकण्यासाठी त्यांच्याकडे जे काही करता येईल ते होते म्हणून त्यांनी अलेक्झांडरला हिंसक विरोध केला, जेव्हा त्याने गंगा नदी ओलांडण्याचा आग्रह धरला, ज्याची रुंदी, त्यांना कळल्याप्रमाणे, बत्तीस फर्लांग होती. ६.४ किमी , त्याची खोली शंभर फॅथम्स १८० मीटर होती, तर त्याच्या पुढच्या बाजूला अनेक शस्त्रास्त्रे आणि घोडेस्वार आणि हत्तींनी व्यापलेले होते. कारण त्यांना सांगण्यात आले होते की गंडेराइट्स आणि प्रेसीचे राजे ऐंशी हजार घोडेस्वार, दोन लाख पायदळ, आठ हजार रथ आणि सहा हजार युद्ध हत्तींसह त्यांची वाट पाहत आहेत.

अलेक्झांडरने आपल्या सैनिकांना आणखी पुढे जाण्यासाठी राजी करण्याचा प्रयत्न केला, परंतु त्याचा सेनापती कोएनसने त्याला आपले मत बदलून परत येण्याची विनंती केली; पुरुष, तो म्हणाला, "पुन्हा त्यांचे पालक, त्यांची बायका आणि मुले, त्यांची जन्मभूमी पाहण्याची

इच्छा आहे". अखेरीस अलेक्झांडर सहमत झाला आणि सिंधूच्या बाजूने कूच करत दक्षिणेकडे वळला. वाटेत त्याच्या सैन्याने मल्ही (आधुनिक काळातील मुलतानमध्ये) आणि इतर भारतीय जमाती जिंकल्या आणि वेढादरम्यान अलेक्झांडरला दुखापत झाली.

अलेक्झांडरने आपले बरेचसे सैन्य जनरल क्रेटरससह कार्मानिया (आधुनिक दक्षिण इराण) येथे पाठवले आणि त्याच्या ॲडमिरल नेअरकसच्या अधिपत्याखाली पर्शियन आखाती किनाऱ्याचा शोध घेण्यासाठी एक ताफा नेमला, तर बाकीचे सैन्य गेड्रोसियन वाळवंटातील अधिक कठीण दक्षिणेकडील मार्गाने पर्शियाला परत नेले. आणि मकरन. अलेक्झांडर 324 BC मध्ये सुसा येथे पोहोचला, परंतु कठोर वाळवंटात अनेक पुरुष गमावण्यापूर्वी नाही.

शेवटची वर्षे पर्शियामध्ये

त्याच्या अनुपस्थितीत त्याच्या अनेक क्षत्रपांनी आणि लष्करी गव्हर्नरांनी गैरवर्तन केल्याचे लक्षात येताच, अलेक्झांडरने सुसाला जाताना त्यातील अनेकांना उदाहरणे म्हणून मारले. कृतज्ञता म्हणून, त्याने आपल्या सैनिकांचे ऋण फेडले आणि घोषणा केली की तो क्रेटरसच्या नेतृत्वाखाली वृद्ध आणि अपंग दिग्गजांना मॅसेडॉनला परत पाठवेल. त्याच्या सैन्याने त्याचा हेतू चुकीचा समजला आणि ओपिस शहरात बंड केले. त्यांनी पाठवण्यास नकार दिला आणि त्यांनी पर्शियन प्रथा आणि पोशाख स्वीकारल्याबद्दल आणि मॅसेडोनियन तुकड्यांमध्ये पर्शियन अधिकारी आणि सैनिकांच्या परिचयावर टीका केली.

तीन दिवसांनंतर, आपल्या माणसांना माघार घेण्यास राजी करू शकले नाही, अलेक्झांडरने सैन्यात पर्शियन कमांड पोस्ट्स दिली आणि पर्शियन युनिट्सना मॅसेडोनियन लष्करी पदव्या बहाल केल्या. मॅसेडोनियन लोकांनी त्वरीत माफी मागितली, जी अलेक्झांडरने मान्य केली आणि आपल्या हजारो माणसांसह एक मोठी मेजवानी आयोजित केली. त्याच्या मॅसेडोनियन आणि पर्शियन प्रजेमध्ये चिरस्थायी सामंजस्य निर्माण करण्याच्या प्रयत्नात, अलेक्झांडरने आपल्या वरिष्ठ अधिकाऱ्यांचे पर्शियन आणि सुसा येथील इतर थोर महिलांशी सामूहिक विवाह केले, परंतु त्यापैकी काही विवाह वर्षभराहून अधिक काळ टिकलेले दिसतात.

दरम्यान, पर्शियाला परतल्यावर, अलेक्झांडरला कळले की पासर्गाडे येथील सायरस द ग्रेटच्या थडग्याच्या रक्षकांनी ते अपवित्र केले आहे आणि त्यांना त्वरीत फाशी दिली. अलेक्झांडरने सायरस द ग्रेटचे लहानपणापासूनच झेनोफोनचे सायरोपीडिया वाचले होते, ज्यात सायरसच्या युद्धात आणि राज्यकारभारात एक राजा आणि आमदार म्हणून वीरता वर्णन केली होती. पासर्गाडेला भेट देताना, अलेक्झांडरने त्याच्या वास्तुविशारद ॲरिस्टोबुलसला सायरसच्या थडग्याच्या सेपल्क्रल चेंबरचा आतील भाग सजवण्याचा आदेश दिला.

त्यानंतर, अलेक्झांडरने पर्शियन खजिन्याचा बराचसा भाग परत मिळविण्यासाठी एकबताना येथे प्रवास केला. तेथे, त्याचा सर्वात जवळचा मित्र आणि संभाव्य प्रियकर, हेफेस्टियन, आजारपणामुळे किंवा विषबाधाने मरण पावला. हेफेस्टियनच्या मृत्यूने अलेक्झांडरला उद्ध्वस्त केले आणि त्याने बॅबिलोनमध्ये महागड्या अंत्यसंस्काराची तयारी करण्याचे आदेश दिले, तसेच सार्वजनिक शोक पाळण्याचे आदेश दिले. बॅबिलोनमध्ये परत, अलेक्झांडरने नवीन मोहिमांच्या मालिकेची योजना आखली, ज्याची सुरुवात अरबस्तानच्या आक्रमणापासून झाली, परंतु हेफेस्टियनच्या काही काळानंतर त्याचा मृत्यू झाल्यामुळे त्याला ते साकार करण्याची संधी मिळणार नाही.

मृत्यू आणि उत्तराधिकार

10 किंवा 11 जून 323 ईसापूर्व, अलेक्झांडरचे वयाच्या 32 व्या वर्षी बॅबिलोनमधील नेबुचादनेझर II च्या राजवाड्यात निधन झाले. अलेक्झांडरच्या मृत्यूच्या दोन भिन्न आवृत्त्या आहेत आणि प्रत्येकामध्ये मृत्यूचे तपशील थोडेसे वेगळे आहेत. प्लुटार्कचा अहवाल असा आहे की त्याच्या मृत्यूच्या अंदाजे 14 दिवस आधी, अलेक्झांडरने ॲडमिरल नेआर्कसचे मनोरंजन केले आणि रात्र आणि दुसरा दिवस मेडिअस ऑफ लॅरिसासोबत मद्यपान केला. अलेक्झांडरला ताप आला, जो तो बोलू शकला नाही तोपर्यंत वाढला. त्याच्या तब्येतीबद्दल चिंतित असलेल्या सामान्य सैनिकांना त्याच्यासमोरून जाण्याचा अधिकार देण्यात आला कारण तो शांतपणे त्यांच्यावर ओवाळत होता. दुस-या वृत्तात, डायओडोरस सांगतो की अलेक्झांडरला हेराक्लिसच्या सन्मानार्थ मिश्रित वाइनचा मोठा वाटी खाली पाडल्यानंतर वेदना होत होत्या, त्यानंतर 11 दिवस अशक्तपणा आला होता; त्याला ताप आला नाही, त्याऐवजी काही वेदनांनंतर त्याचा मृत्यू झाला. एरिअननेही याचा पर्याय म्हणून उल्लेख केला, परंतु प्लुटार्कने हा दावा विशेषत: नाकारला.

मॅसेडोनियन अभिजात वर्गाची हत्येची प्रवृत्ती लक्षात घेता, त्याच्या मृत्यूच्या अनेक खात्यांमध्ये चुकीचा खेळ दर्शविला गेला. डायओडोरस, प्लुटार्क, एरियन आणि जस्टिन या सर्वांनी अलेक्झांडरला विषबाधा झाल्याचा सिद्धांत नमूद केला. जस्टिनने सांगितले की अलेक्झांडर हा विषबाधाच्या कटाचा बळी होता, प्लुटार्कने ते खोडसाळ म्हणून फेटाळून लावले, तर डायओडोरस आणि एरियन दोघांनीही नमूद केले की त्यांनी केवळ पूर्णतेसाठी त्याचा उल्लेख केला. तरीही मॅसेडोनियन व्हाईसरॉय म्हणून नुकतेच काढून टाकलेल्या ॲंटिपेटरला नियुक्त करण्यात आणि कथित प्लॉटचा प्रमुख म्हणून ऑलिम्पियास यांच्याशी मतभेद असतानाही खाते बऱ्यापैकी सुसंगत होते. कदाचित मृत्यूदंड म्हणून बॅबिलोनला त्याचे समन्स घेऊन, आणि परमेनियन आणि फिलोटासचे भवितव्य पाहून, ॲंटिपेटरने अलेक्झांडरला त्याचा मुलगा इओलास, जो अलेक्झांडरचा वाइन ओतणारा होता, याने विषबाधा करण्याची व्यवस्था केली. ॲरिस्टॉटलने भाग घेतला असावा अशी एक सूचना देखील होती.

विषाच्या सिद्धांताविरुद्ध सर्वात मजबूत युक्तिवाद हा आहे की त्याच्या आजारपणाची सुरुवात आणि त्याचा मृत्यू यात बारा दिवस गेले; असे दीर्घ-अभिनय करणारे विष बहुधा उपलब्ध नव्हते. तथापि, 2003 मध्ये अलेक्झांडरच्या मृत्यूची चौकशी करणाऱ्या बीबीसीच्या माहितीपटात, न्यूझीलंड नॅशनल पॉयझन्स सेंटरच्या लिओ शेप यांनी प्रस्तावित केले की व्हाईट हेलेबोर (वेराट्रम अल्बम) या वनस्पतीचा उपयोग अलेक्झांडरला विष देण्यासाठी केला गेला असावा. क्लिनिकल टॉक्सिकोलॉजी या जर्नलमधील 2014 च्या हस्तलिखितात, शेपने सुचवले की अलेक्झांडरच्या वाइनला वेराट्रम अल्बमसह स्पाइक केले गेले होते आणि यामुळे अलेक्झांडर रोमान्समध्ये वर्णन केलेल्या घटनांशी जुळणारी विषबाधा लक्षणे निर्माण होतील. वेराट्रम अल्बम विषबाधा दीर्घकाळापर्यंत असू शकते आणि असे सुचवण्यात आले की जर अलेक्झांडरला विषबाधा झाली असेल, तर व्हेराट्रम अल्बम सर्वात प्रशंसनीय कारण देते. 2010 मध्ये समोर ठेवलेल्या आणखी एका विषबाधाच्या स्पष्टीकरणात असे सुचवले गेले की त्याच्या मृत्यूची परिस्थिती स्टायक्स नदीच्या पाण्याच्या विषबाधाशी सुसंगत होती (आर्केडिया, ग्रीसमधील आधुनिक मावरोनेरी) ज्यामध्ये कॅलिचेमिसिन हे जीवाणूंद्वारे तयार केलेले धोकादायक संयुग होते.

मलेरिया आणि विषमज्वर यासह अनेक नैसर्गिक कारणे (रोग) सुचवण्यात आली आहेत. न्यू इंग्लंड जर्नल ऑफ मेडिसिनमधील 1998 च्या लेखात त्याच्या मृत्यूचे कारण आतड्यांसंबंधी छिद्र पडणे आणि चढत्या पक्षाघातामुळे झालेल्या विषमज्वरामुळे होते. आणखी एका अलीकडील विश्लेषणाने प्योजेनिक (संसर्गजन्य) स्पॉन्डिलायटीस किंवा मेंदुज्वर सूचित केले आहे. तीव्र स्वादुपिंडाचा दाह, वेस्ट नाईल व्हायरस, आणि गुइलेन-बॅरे सिंड्रोमसह इतर आजार लक्षणेंशी जुळतात. नैसर्गिक-कारण सिद्धांत देखील जोर देतात की अलेक्झांडरची तब्येत अनेक वर्षांच्या जास्त मद्यपानानंतर आणि गंभीर जखमांनंतर सामान्यपणे खालावली असावी. हेफेस्टियनच्या मृत्यूनंतर अलेक्झांडरला जाणवत असलेला दु:ख त्याच्या ढासळत्या तब्येतीला कारणीभूत असू शकतो.

शेवटच्या योजना

डायओडोरसने सांगितले की अलेक्झांडरने त्याच्या मृत्यूच्या काही काळ आधी क्रेटरसला तपशीलवार लेखी सूचना दिल्या होत्या, ज्या अलेक्झांडरच्या "अंतिम योजना" म्हणून ओळखल्या जातात. क्रेटरसने अलेक्झांडरच्या आज्ञा पाळण्यास सुरुवात केली, परंतु उत्तराधिकाऱ्यांनी त्यांची अंमलबजावणी न करणे निवडले, कारण ते अव्यवहार्य आणि उधळपट्टी होते. शिवाय, पेर्डिकासने बॅबिलोनमधील मॅसेडोनियन सैन्यासाठी अलेक्झांडरच्या शेवटच्या योजना असलेल्या नोटबुक वाचल्या होत्या, ज्यांनी त्या पूर्ण न करण्याचे मत दिले होते.

डायओडोरसच्या मते, अलेक्झांडरच्या शेवटच्या योजनांमध्ये दक्षिण आणि पश्चिम भूमध्य सागरी भागात लष्करी विस्तार, स्मारक बांधकाम आणि पूर्व आणि पश्चिम लोकसंख्येचे मिश्रण करणे आवश्यक होते. त्यात समाविष्ट होते:

व्यक्तिमत्व

अलेक्झांडरच्या दोन्ही पालकांनी त्याच्या महत्त्वाकांक्षेला प्रोत्साहन दिले. त्याचे वडील फिलिप हे कदाचित अलेक्झांडरचे सर्वात तात्कालिक आणि प्रभावशाली आदर्श होते, कारण तरुण अलेक्झांडरने त्याला दरवर्षी प्रत्यक्ष मोहीम राबवताना पाहिले आणि गंभीर जखमांकडे दुर्लक्ष करून विजयानंतर विजय मिळवला. अलेक्झांडरच्या त्याच्या वडिलांसोबतच्या नातेसंबंधाने त्याच्या व्यक्तिमत्त्वाची स्पर्धात्मक बाजू "बनवली"; त्याला त्याच्या वडिलांना मागे टाकण्याची गरज होती, हे त्याच्या लढाईतील बेपर्वा वर्तनाने स्पष्ट होते. अलेक्झांडरला काळजी वाटत होती की त्याचे वडील आपल्याला "जगासमोर प्रदर्शित करण्यासारखे कोणतेही महान किंवा तेजस्वी कर्तृत्व सोडणार नाहीत", त्याने आपल्या वडिलांच्या कामगिरीला त्याच्या साथीदारांसमोर कमी लेखले. अलेक्झांडरची आई ऑलिम्पिया हिच्याही अशाच मोठ्या महत्वाकांक्षा होत्या, आणि तिने आपल्या मुलाला पर्शियन साम्राज्य जिंकणे हे आपले भाग्य आहे असे मानण्यास प्रोत्साहित केले. तिने त्याच्यामध्ये नशिबाची भावना निर्माण केली, आणि प्लुटार्कने सांगितले की त्याच्या महत्त्वाकांक्षेने "त्याच्या आत्म्याला त्याच्या वर्षापूर्वी गंभीर आणि उदात्त कसे ठेवले".

प्लुटार्कच्या म्हणण्यानुसार, अलेक्झांडरचा स्वभाव देखील हिंसक आणि उतावीळ, आवेगपूर्ण स्वभावाचा होता, आणि यामुळे त्याच्या निर्णयावर परिणाम होऊ शकतो. जरी अलेक्झांडर जिद्दी होता आणि त्याच्या वडिलांच्या आदेशांना त्याने चांगला प्रतिसाद दिला नाही, तरीही तो तर्कसंगत वादविवादासाठी खुला होता. त्याच्याकडे एक शांत बाजू होती - संवेदनाक्षम, तार्किक आणि गणना. त्याला ज्ञानाची प्रचंड इच्छा होती, तत्वज्ञानाची आवड होती आणि तो वाचक होता. ॲरिस्टॉटलच्या शिकवणीमुळे हे काही अंशी झाले यात शंका नाही; अलेक्झांडर हुशार आणि शिकण्यास जलद होता. त्याची हुशार आणि तर्कसंगत बाजू त्याच्या क्षमता आणि सेनापती म्हणून यशस्वीपणे दाखवून दिली होती. "शरीराच्या सुखांमध्ये" त्याच्याकडे प्रचंड आत्मसंयम होता, याउलट अल्कोहोलच्या सेवनाने त्याचा आत्म-नियंत्रण नसतो.

अलेक्झांडर विद्वान होता आणि त्याने कला आणि विज्ञान या दोन्हींचे संरक्षण केले. तथापि, त्याला क्रीडा किंवा ऑलिम्पिक खेळांमध्ये (त्याच्या वडिलांप्रमाणे) फारसा रस नव्हता, तो केवळ सन्मान (टाइम) आणि गौरव (कौडो) या होमरिक आदर्शांचा शोध घेत होता. त्याच्याकडे महान करिष्मा आणि व्यक्तिमत्वाची शक्ती होती, ज्या वैशिष्ट्यांमुळे तो एक महान नेता बनला. मॅसेडोनियाला एकत्र करण्यास आणि त्याच्या मृत्यूनंतर साम्राज्य टिकवून ठेवण्यास त्याच्या कोणत्याही सेनापतीच्या अक्षमतेने त्याच्या अद्वितीय क्षमतांचे आणखी प्रदर्शन केले गेले - असे करण्याची क्षमता फक्त अलेक्झांडरकडेच होती.

त्याच्या शेवटच्या वर्षांमध्ये, आणि विशेषतः हेफेस्टियनच्या मृत्यूनंतर, अलेक्झांडरने मेगालोमॅनिया आणि पॅरानोईयाची चिन्हे प्रदर्शित करण्यास सुरुवात केली. त्याच्या असाधारण कर्तृत्वाने, त्याच्या स्वतःच्या नशिबाची अदम्य जाणीव आणि त्याच्या साथीदारांची खुशामत यांमुळे हा परिणाम निर्माण झाला असावा. त्याचे भव्यतेचे भ्रम त्याच्या इच्छेमध्ये आणि जग जिंकण्याच्या त्याच्या इच्छेमध्ये सहज दिसून येतात,

त्याने स्वतःला देवता मानल्यासारखे दिसते किंवा किमान स्वतःला देव मानण्याचा प्रयत्न केला. ऑलिम्पियास नेहमी त्याच्याकडे आग्रह करत असे की तो झ्यूसचा मुलगा आहे, सिवा येथील अमूनच्या दैवज्ञांनी त्याला पुष्टी दिली आहे. त्याने स्वतःला झ्यूस-अॅमोनचा मुलगा म्हणून ओळखायला सुरुवात केली. अलेक्झांडरने कोर्टात पर्शियन पोशाख आणि रीतिरिवाजांचे घटक स्वीकारले , विशेषतः प्रोस्कीनेसिस, जे इराणी उच्च वर्गाची मदत आणि समर्थन मिळवण्याच्या उद्देशाने अलेक्झांडरच्या व्यापक धोरणाचा एक पैलू होता; ते ते करण्यास तयार नव्हते. या वागणुकीमुळे त्याला त्याच्या अनेक देशवासीयांची सहानुभूती पत्करावी लागली. तथापि, अलेक्झांडर देखील एक व्यावहारिक शासक होता ज्याला सांस्कृतिकदृष्ट्या भिन्न लोकांवर राज्य करण्याच्या अडचणी समजल्या होत्या, ज्यापैकी बरेच लोक अशा राज्यांमध्ये राहत होते जिथे राजा दैवी होता. अशा प्रकारे, मेगलोमॅनिया ऐवजी, त्याचे वर्तन हे त्याचे शासन मजबूत करण्याचा आणि त्याचे साम्राज्य एकत्र ठेवण्याचा व्यावहारिक प्रयत्न असू शकतो.

हेलेनायझेशनचे काही सर्वात स्पष्ट परिणाम अफगाणिस्तान आणि भारतात, तुलनेने उशीरा वाढलेल्या ग्रीको-बॅक्ट्रियन राज्याच्या (250-125 ईसापूर्व) प्रदेशात (आधुनिक अफगाणिस्तान, पाकिस्तान आणि ताजिकिस्तानमध्ये) आणि इंडो-ग्रीकमध्ये पाहिले जाऊ शकतात. आधुनिक अफगाणिस्तान आणि भारतातील राज्य (180 BC - 10 AD). रेशीम मार्ग व्यापार मार्गांवर, हेलेनिस्टिक संस्कृती इराणी आणि बौद्ध संस्कृतींसह संकरित झाली. इसवी सनपूर्व 3रे शतक ते इसवी सन 5व्या शतकातील गांधार (आधुनिक पाकिस्तानमधील सिंधू, स्वात आणि काबूल नद्यांच्या वरच्या संगमावर पसरलेला प्रदेश) च्या कॉस्मोपॉलिटन कला आणि पौराणिक कथा हे हेलेनिस्टिक सभ्यता आणि दक्षिण यांच्यातील थेट संपर्काचे सर्वात स्पष्टपणे स्पष्ट करतात. अशोकाच्या आज्ञेप्रमाणे आशिया, ज्यात अशोकाच्या अधिपत्यातील ग्रीक लोकांचा बौद्ध धर्म स्वीकारण्याचा आणि अशोकाच्या समकालीनांनी हेलेनिस्टिक जगात बौद्ध दूतांचे स्वागत केल्याचा थेट उल्लेख केला आहे. ग्रीको-बुद्धिझम म्हणून ओळखल्या जाणाऱ्या परिणामी सिंक्रेटिझमने बौद्ध धर्माच्या विकासावर प्रभाव पाडला आणि ग्रीको-बौद्ध कलांची एक संस्कृती निर्माण केली. या ग्रीको-बौद्ध राज्यांनी काही पहिले बौद्ध धर्मप्रचारक चीन, श्रीलंका आणि हेलेनिस्टिक आशिया आणि युरोप (ग्रीको-बौद्ध भिक्षुवाद) येथे पाठवले.

बुद्धाचे काही पहिले आणि सर्वात प्रभावशाली अलंकारिक चित्रण यावेळी दिसू लागले, कदाचित ग्रीको-बौद्ध शैलीतील अपोलोच्या ग्रीक पुतळ्यांवर तयार केलेले असावे. प्राचीन ग्रीक धर्माने अनेक बौद्ध परंपरांवर प्रभाव टाकला असावा: बोधिसत्व ही संकल्पना ग्रीक दैवी नायकांची आठवण करून देणारी आहे, २७९ आणि काही महायान विधी प्रथा (धूप जाळणे, फुलांचे दान आणि वेदीवर ठेवलेले अन्न) त्यांच्यासारखेच आहेत. प्राचीन ग्रीकांनी सराव केला; तथापि, मूळ भारतीय संस्कृतीतही तत्सम प्रथा आढळून आल्या. एक ग्रीक राजा, मेनेंडर पहिला, बहुधा बौद्ध झाला आणि बौद्ध साहित्यात 'मिलिंडा' म्हणून अमर झाला. हेलेनायझेशनच्या प्रक्रियेमुळे पूर्व आणि पश्चिमेदरम्यान व्यापाराला चालना मिळाली. उदाहरणार्थ, ख्रिस्तपूर्व तिसऱ्या शतकातील ग्रीक खगोलशास्त्रीय उपकरणे आधुनिक अफगाणिस्तानातील आय खानौम या ग्रीको-बॅक्ट्रियन शहरात आढळून आली, तर ग्रहांच्या गोलांनी वेढलेल्या गोलाकार पृथ्वीच्या ग्रीक संकल्पनेने अखेरीस दीर्घकाळ बदलले. -फुलांच्या पाकळ्यांप्रमाणे मध्य पर्वत (माउंट मेरू) भोवती चार महाद्वीपांचा समावेश असलेल्या चकतीचा भारतीय विश्वशास्त्रीय विश्वास आहे. यवनजातक (लि. ग्रीक खगोलशास्त्रीय ग्रंथ) आणि पौलिसा सिद्धांत ग्रंथ भारतीय खगोलशास्त्रावरील ग्रीक खगोलशास्त्रीय कल्पनांचा प्रभाव दर्शवतात.

पूर्वेकडील अलेक्झांडर द ग्रेटच्या विजयानंतर, भारतीय कलेवर हेलेनिस्टिक प्रभाव दूरवर होता. स्थापत्यशास्त्राच्या क्षेत्रात, तक्षशिलाजवळील जांदियाल मंदिरासह पाकिस्तानपर्यंत आयनिक क्रमाची काही उदाहरणे आढळतात. इओनिक प्रभाव दर्शविणाऱ्या राजधान्यांची अनेक उदाहरणे पाटण्यापर्यंत, विशेषतः पाटलीपुत्र राजधानीसह, ख्रिस्तपूर्व तिसऱ्या शतकात दिसून येतात. 284 गांधारच्या कलेमध्ये, विशेषतः इंडो-कोरिंथियन राजधान्यांमधून कोरिंथियन ऑर्डरचे मोठ्या प्रमाणावर प्रतिनिधित्व केले जाते.

18

राजा लुई चौदावा

राजा लुई चौदावा

Scan for Story Videos - www.itibook.com

लुई चौदावा (लुई डायउडोने; 5 सप्टेंबर 1638 - 1 सप्टेंबर 1715), ज्याला लुई द ग्रेट (लुई ले ग्रँड) किंवा सन किंग (ले रोई सोलील) म्हणूनही ओळखले जाते, हे 14 मे 1643 पासून 1715 मध्ये त्याच्या मृत्यूपर्यंत फ्रान्सचे राजा होते. त्याची ७२ वर्षे आणि ११० दिवसांची कारकीर्द इतिहासातील कोणत्याही सार्वभौम देशाच्या कोणत्याही सम्राटाची नोंद आहे. माझारिन, कोल्बर्ट, लुव्हॉइस, द ग्रँड कॉन्डे, ट्युरेन, वॉबन, बौले, मोलिएर, रेसीन, बोइलेउ, ला फॉन्टेन, लुली, चर्पेन्टियर, मराइस, डी लालांडे, ले ब्रून, यांसारख्या विविध महत्वपूर्ण राजकीय, लष्करी आणि सांस्कृतिक व्यक्ती. रिगॉड, बॉस्युएट, ले वौ, मॅनसार्ट, चार्ल्स पेरॉल्ट, क्लॉड पेरॉल्ट आणि ले नोट्रे.

लुईसने 1661 मध्ये त्याच्या मुख्यमंत्र्याच्या, कार्डिनल माझारिनच्या मृत्यूनंतर फ्रान्सवर वैयक्तिक शासन सुरू केले. राजांच्या दैवी अधिकाराच्या संकल्पनेचे अनुयायी, लुईने राजधानीतून शासित केंद्रीकृत राज्य निर्माण करण्याचे त्याच्या पूर्ववर्तींचे कार्य चालू ठेवले. त्याने फ्रान्सच्या काही भागांत टिकून असलेल्या सरंजामशाहीचे अवशेष नष्ट करण्याचा प्रयत्न केला; व्हर्सायच्या त्याच्या भव्य पॅलेसमध्ये राहण्यास अभिजात वर्गातील अनेक सदस्यांना भाग पाडून, तो अभिजात वर्ग शांत करण्यात यशस्वी झाला, ज्यातील अनेक सदस्य त्याच्या अल्पसंख्याक असताना फ्रोंडेमध्ये सहभागी झाले होते. या अर्थाने तो सर्वात शक्तिशाली फ्रेंच सम्राटांपैकी एक बनला आणि फ्रेंच राज्यक्रांतीपर्यंत टिकून राहिलेल्या फ्रान्समधील निरंकुश राजेशाहीची व्यवस्था मजबूत केली. लुईने गॅलिकन कॅथोलिक चर्च अंतर्गत धर्माची एकसमानता देखील लागू केली. त्याने नँटेसच्या हुकुमाला रद्द केल्याने ह्युगेनॉट प्रोटेस्टंट अल्पसंख्याकांचे हक्क रद्द केले आणि त्यांना ड्रॅगनॅड्सच्या लाटेच्या अधीन केले, प्रभावीपणे ह्यूग्युनॉट्सना स्थलांतर किंवा धर्मांतर करण्यास भाग पाडले, तसेच फ्रेंच प्रोटेस्टंट समुदायाचा अक्षरशः नाश केला.

लुईच्या प्रदीर्घ कारकिर्दीत, फ्रान्स अग्रगण्य युरोपियन शक्ती म्हणून उदयास आला आणि नियमितपणे आपल्या लष्करी सामर्थ्यावर जोर देत असे. स्पेनबरोबरच्या संघर्षाने त्याचे संपूर्ण बालपण चिन्हांकित केले, तर त्याच्या कारकिर्दीत, राज्याने तीन मोठ्या खंडातील संघर्षांमध्ये भाग घेतला, प्रत्येक शक्तिशाली विदेशी युती विरुद्ध: फ्रँको-डच युद्ध, नऊ वर्षांचे युद्ध आणि स्पॅनिश वारसाहक्काचे युद्ध. याशिवाय, फ्रान्सनेही लहान युद्धे लढवली, जसे की वॉर ऑफ डेव्होल्यूशन आणि वॉर ऑफ द रियुनियन्स. वॉरफेअरने लुईच्या परराष्ट्र धोरणाची व्याख्या केली आणि त्याच्या व्यक्तिमत्त्वाने त्याच्या दृष्टिकोनाला आकार दिला. "व्यापार, बदला आणि पिक यांचे मिश्रण" द्वारे प्रेरित होऊन, त्याला असे जाणवले की युद्ध हा त्याचा गौरव वाढवण्याचा आदर्श मार्ग आहे. शांततेच्या काळात त्यांनी पुढील युद्धाच्या तयारीवर लक्ष केंद्रित केले. त्यांनी आपल्या मुत्सद्दींना शिकवले की त्यांचे काम फ्रेंच सैन्यासाठी सामरिक आणि सामरिक फायदे निर्माण करणे आहे. 1715 मध्ये त्याच्या मृत्यूनंतर, लुई XIV ने त्याचा नातू आणि उत्तराधिकारी, लुई XV हे एक शक्तिशाली राज्य सोडले, जरी तेरा वर्षांच्या स्पॅनिश वारसाहक्काच्या युद्धानंतर मोठे कर्ज होते.

त्याच्या कारकिर्दीत महत्त्वपूर्ण कामगिरी ज्यांचा औद्योगिक क्रांतीच्या सुरुवातीच्या आधुनिक कालखंडावर व्यापक प्रभाव पडेल आणि आजपर्यंत, कालवा डु मिडीचे बांधकाम, कलाकारांचे संरक्षण आणि फ्रेंच अकादमीची स्थापना यांचा समावेश आहे. विज्ञान, इतरांसह.

लुई चौदावा यांचा जन्म 5 सप्टेंबर 1638 रोजी शॅटो डे सेंट-जर्मेन-एन-ले येथे, ऑस्ट्रियाच्या लुई XIII आणि ऍनी यांच्याकडे झाला. त्याचे नाव लुईस डियुडोने (देवाने दिलेले लुई) आणि फ्रेंच वारसांची पारंपारिक पदवी होती: डॉफिन. त्याच्या जन्माच्या वेळी, त्याच्या पालकांच्या लग्नाला 23 वर्षे झाली होती. त्याच्या आईने 1619 ते 1631 दरम्यान चार मृत जन्मांचा अनुभव घेतला होता. समकालीन प्रमुखांनी त्याला दैवी देणगी आणि त्याचा जन्म हा देवाचा चमत्कार मानला.

लुईचे त्याच्या आईशी असलेले नाते त्या काळासाठी असामान्यपणे प्रेमळ होते. समकालीन आणि प्रत्यक्षदर्शींनी असा दावा केला की राणी तिचा सर्व वेळ लुईसोबत घालवेल. 9 दोघांनाही खाद्यपदार्थ आणि थिएटरमध्ये खूप रस होता आणि लुईसने त्याच्या आईशी जवळच्या नातेसंबंधातून ही आवड निर्माण केली असण्याची दाट शक्यता आहे. हे दीर्घकाळ टिकणारे आणि प्रेमळ नातेसंबंध लुईच्या जर्नल नोंदींमधील उतारे द्वारे पुरावे दिले जाऊ शकतात, जसे की:

"माझ्या आईशी मला बांधलेल्या पहिल्या गाठींसाठी निसर्गच जबाबदार होता. पण नंतरच्या आत्म्याच्या सामायिक गुणांमुळे निर्माण झालेल्या जोडण्या केवळ रक्ताने बनवलेल्या गाठींपेक्षा तोडणे अधिक कठीण आहे."

त्याच्या आईनेच लुईस त्याच्या राजेशाही शासनाच्या निरपेक्ष आणि दैवी सामर्थ्यावर विश्वास दिला.

त्याच्या बालपणात, त्याची काळजी गव्हर्नेस फ्रँकोइस डी लॅन्सॅक आणि मेरी-कॅथरीन डी सेनेसी यांनी घेतली. 1646 मध्ये, निकोलस व्ही डी व्हिलेरॉय हा तरुण राजाचा शिक्षक बनला. लुई चौदावा व्हिलेरॉयच्या लहान मुलांशी मित्र बनला, विशेषतः फ्रँकोइस डी विलेरॉय, आणि त्याने आपला वेळ पॅलेस-रॉयल आणि जवळच्या हॉटेल डी व्हिलेरॉयमध्ये विभागला.

1643 मध्ये लुई चौदावा, राजा होण्यापूर्वी,

नजीकच्या मृत्यूची जाणीव करून, लुई XIII ने 1643 च्या वसंत ऋतूमध्ये, जेव्हा लुई चौदावा चार वर्षांचा होता तेव्हा त्याचे व्यवहार व्यवस्थित ठेवण्याचा निर्णय घेतला. प्रथेचा अवमान करून, ज्यामुळे राणी ॲन फ्रान्सची एकमेव रीजंट बनली असती, राजाने फर्मान काढले की एक रीजन्सी कौन्सिल त्याच्या मुलाच्या वतीने राज्य करेल. राणी ॲनच्या राजकीय क्षमतेवर त्यांचा विश्वास नसणे हे त्यांचे प्राथमिक तर्क होते. तथापि, त्यांनी तिला कौन्सिलचे प्रमुख नियुक्त करण्याची सवलत दिली.

लुई तेरावा 14 मे 1643 रोजी मरण पावला आणि 18 मे रोजी, राणी ऍनीने तिच्या पतीची इच्छा पार्लेमेंट डी पॅरिस (मुख्यतः उच्चभ्रू आणि उच्च पाळकांचा समावेश असलेली न्यायिक संस्था) रद्द केली. या कृतीमुळे रिजन्सी कौन्सिल रद्द झाली आणि ॲनला फ्रान्सचा एकमेव रीजंट बनवले. ॲनने तिच्या पतीच्या काही मंत्र्यांना (चॅविग्नी, बौथिलियर) हद्दपार केले आणि तिने ब्रायनला तिचे परराष्ट्र मंत्री म्हणून नामांकित केले.

ॲनने 1661 पर्यंत धार्मिक धोरणाची दिशा मजबूतपणे तिच्या हातात ठेवली; तिचे सर्वात महत्त्वाचे राजकीय निर्णय म्हणजे कार्डिनल माझारिन यांना तिचे मुख्यमंत्री म्हणून नामनिर्देशित करणे आणि तिच्या दिवंगत पती आणि कार्डिनल रिचेल्यूचे धोरण चालू ठेवणे, त्यांच्या मुलाच्या फायद्यासाठी तिचा छळ होत असतानाही. ॲनला तिच्या मुलाला पूर्ण अधिकार आणि विजयी राज्य द्यायचे होते. माझारिन निवडण्याचे तिचे तर्क मुख्यतः त्याची क्षमता आणि तिचे तिच्यावर पूर्ण अवलंबित्व होते, किमान 1653 पर्यंत जेव्हा ती यापुढे रीजेंट नव्हती. ॲनीने 1643 मध्ये त्याच्या विरुद्ध कट रचणाऱ्या तिच्या अनुयायांना अटक करून आणि निर्वासित करून माझारिनचे संरक्षण केले: ड्यूक ऑफ ब्यूफोर्ट आणि मेरी डी रोहन. 16 तिने दैनंदिन धोरणाच्या प्रशासनाची दिशा कार्डिनल माझारिनकडे सोडली.

ॲनीच्या राजकारणीपणाचे आणि तिच्या मूळ स्पेनच्या दिशेने तिच्या अंतःकरणातील आंशिक बदलाचे उत्कृष्ट उदाहरण तिने रिचेलीयूच्या पुरुषांपैकी एक, फ्रान्सचे चांसलर पियरे सेगुएर यांना त्याच्या पदावर ठेवले आहे. Séguier ही व्यक्ती होती जिने 1637 मध्ये ॲनची चौकशी केली होती, तिला "सामान्य गुन्हेगार" सारखे वागवले होते कारण तिने स्पेनला लष्करी रहस्ये आणि माहिती दिल्याचा शोध घेतल्यानंतर तिच्या वागणुकीचे वर्णन केले होते. ॲनी तिच्या पतीच्या राजवटीत बरीच वर्षे नजरकैदेत होती. त्याला त्याच्या पदावर ठेवून, ॲन एक चिन्ह देत होती की फ्रान्स आणि तिचा मुलगा लुईचे हित हे तिच्या सर्व राजकीय आणि कायदेशीर कृतींचे मार्गदर्शक आत्मा होते. स्पेनला विरोध करणे आवश्यक नसले तरी, कॅथोलिक राष्ट्रांमध्ये चिरस्थायी शांतता प्रस्थापित करण्यासाठी तिने फ्रेंच विजयासह युद्ध संपवण्याचा प्रयत्न केला.

राणीने फ्रेंच परराष्ट्र धोरणाला आंशिक कॅथोलिक अभिमुखता देखील दिली. फ्रान्सचा प्रोटेस्टंट सहयोगी नेदरलँड, ज्याने 1648 मध्ये स्पेनशी स्वतंत्र शांततेची वाटाघाटी केली, त्याला हे जाणवले.

1648 मध्ये, ॲन आणि माझारिन यांनी वेस्टफेलियाच्या शांततेसाठी यशस्वी वाटाघाटी केल्या, ज्यामुळे तीस वर्षांचे युद्ध संपले. 18 त्याच्या अटींमुळे डचांना स्पेनपासून स्वातंत्र्य मिळाले, पवित्र रोमन साम्राज्याच्या विविध जर्मन राजपुत्रांना काही स्वायत्तता दिली आणि ओडर, एल्बे आणि वेसर नद्यांच्या मुखांवर नियंत्रण ठेवण्यासाठी स्वीडनला इम्पीरियल आहार आणि प्रदेशांवर जागा दिली. तथापि, या समझोत्याचा सर्वाधिक फायदा फ्रान्सला झाला. ऑस्ट्रिया, हॅब्सबर्ग सम्राट फर्डिनांड तिसरा याने राज्य केले, अल्सेसमधील सर्व हॅब्सबर्ग जमिनी आणि दावे फ्रान्सला दिले आणि मेट्झ, व्हरडून आणि टॉल या तीन बिशपांवर तिचे वास्तविक सार्वभौमत्व मान्य केले. शिवाय, हॅब्सबर्गच्या वर्चस्वातून मुक्त होण्यासाठी उत्सुक, क्षुल्लक जर्मन राज्यांनी फ्रेंच संरक्षणाची मागणी केली. यामुळे 1658 लीग ऑफ द

राईनची निर्मिती अपेक्षित होती, ज्यामुळे शाही शक्ती आणखी कमी झाली.

तीस वर्षांचे युद्ध संपल्यानंतर फ्रान्समध्ये फ्रोंडे (खिडक्या फोडण्यासाठी वापरल्या जाणाऱ्या गोफणीनंतर) म्हणून ओळखले जाणारे गृहयुद्ध सुरू झाले. वेस्टफेलियाच्या शांततेचा फायदा घेण्यासाठी फ्रान्सची क्षमता प्रभावीपणे तपासली. ॲनी आणि माझारिन यांनी मुख्यत्वे कार्डिनल रिचेलीयूच्या धोरणांचा पाठपुरावा केला होता, ज्याने कुलीन आणि पार्लमेंट्सच्या खर्चावर मुकुटाची शक्ती वाढवली होती. ॲनने परराष्ट्र व्यवहारापेक्षा अंतर्गत धोरणात जास्त हस्तक्षेप केला; ती एक अतिशय गर्विष्ठ राणी होती जिने फ्रान्सच्या राजाच्या दैवी अधिकारांचा आग्रह धरला.

1648 मध्ये वेस्टफेलियाच्या शांततेनंतर युरोप

या सर्व गोष्टींमुळे तिला राजाच्या अधिकाराशी संबंधित सर्व बाबींमध्ये एक सशक्त धोरणाची वकिली करण्यास प्रवृत्त केले, जे माझारिनने प्रस्तावित केलेल्या धोरणापेक्षा खूपच मूलगामी होते. कार्डिनल ॲनीच्या पाठिंब्यावर पूर्णपणे अवलंबून होता आणि राणीवर तिच्या काही कट्टरपंथी कृत्यांसाठी त्याचा सर्व प्रभाव वापरावा लागला. ॲनने तिच्या इच्छेला आव्हान देणाऱ्या कोणत्याही कुलीन किंवा संसद सदस्याला कैद केले; तिचे मुख्य उद्दिष्ट तिच्या मुलाला वित्त आणि न्यायाच्या बाबतीत निरपेक्ष अधिकार हस्तांतरित करणे हे होते. पॅरिसच्या संसदेच्या एका नेत्याचा, ज्याला तिने तुरुंगात टाकले होते, त्यांचा तुरुंगात मृत्यू झाला.

असंतुष्ट सरंजामशाहीचे राजकीय वारसदार असलेल्या फ्रॉन्डेअर्सनी वाढत्या केंद्रीकृत शाही सरकारपासून त्यांच्या पारंपारिक सरंजामशाही विशेषाधिकारांचे संरक्षण करण्याचा प्रयत्न केला. शिवाय, त्यांचा असा विश्वास होता की त्यांचा पारंपारिक प्रभाव आणि अधिकार नुकत्याच नियुक्त झालेल्या नोकरशहा (नोबलेस डी रॉब, किंवा "जगाचे कुलीन"), ज्यांनी राज्य चालवले आणि ज्यांच्यावर राजेशाही अधिकाधिक अवलंबून राहू लागली. या श्रद्धेमुळे श्रेष्ठींचा संताप अधिक तीव्र झाला. उद्धरण आवश्यक

1648 मध्ये, ॲनी आणि माझारिन यांनी पार्लेमेंट डी पॅरिसच्या सदस्यांवर कर लावण्याचा प्रयत्न केला. सदस्यांनी पालन करण्यास नकार दिला आणि राजाचे पूर्वीचे सर्व आर्थिक आदेश जाळून टाकण्याचे आदेश दिले. लुईच्या विजयाने आनंदित होऊन, ड्यूक डी'एंघियन (पुढे ले ग्रँड कोंडे म्हणून ओळखले जाणारे) लेन्सच्या लढाईत, माझारिनने राणी ॲनीच्या आग्रहावरून काही सदस्यांना बळाचा वापर करून अटक केली. ॲनीच्या दृष्टिकोनातून सर्वात महत्त्वाची अटक, पार्लेमेंट डी पॅरिसमधील सर्वात महत्त्वाच्या नेत्यांपैकी एक असलेल्या पियरे ब्रॉसेलशी संबंधित आहे.

फ्रान्समधील लोक शाही अधिकाराचा विस्तार, कर आकारणीचा उच्च दर आणि पार्लेमेंट डी पॅरिस आणि इतर प्रादेशिक प्रतिनिधी संस्थांचे अधिकार कमी करण्याबद्दल तक्रार करत होते. परिणामी पॅरिसमध्ये दंगलीचा भडका उडाला आणि ॲनीला, तीव्र दबावाखाली, ब्रॉसेलला मुक्त करण्यास भाग पाडले गेले. शिवाय, 9-10 फेब्रुवारी 1651 च्या रात्री, जेव्हा लुई बारा वर्षांचा होता, तेव्हा संतप्त पॅरिसच्या जमावाने राजवाड्यात घुसून आपल्या राजाला भेटण्याची मागणी केली. शाही पलंग-चेंबरमध्ये नेले, त्यांनी लुईसकडे पाहिले, जे झोपेचे खोटे बोलत होते, ते शांत झाले आणि नंतर शांतपणे निघून गेले. राजघराण्याला मिळालेल्या धमकीमुळे ॲनला राजा आणि त्याच्या दरबारी लोकांसह पॅरिसमधून पळून जाण्यास प्रवृत्त केले.

त्यानंतर लवकरच, वेस्टफेलियाच्या शांततेच्या निष्कर्षामुळे कोंडेच्या सैन्याला लुईस आणि त्याच्या दरबाराला मदत करण्यासाठी परत येण्याची परवानगी मिळाली. त्यावेळी कोंडेचे कुटुंब ॲनीच्या जवळ होते आणि त्याने राजाचा अधिकार पुनर्संचयित करण्याच्या प्रयत्नात मदत करण्याचे मान्य केले. कोंडेच्या नेतृत्वाखाली राणीच्या सैन्याने पॅरिसमधील बंडखोरांवर हल्ला केला; बंडखोर ॲनची जुनी मैत्रीण मेरी डी रोहनच्या राजकीय नियंत्रणाखाली होते. ब्युफोर्ट, ज्या तुरुंगातून पाच वर्षांपूर्वी ॲनने त्याला तुरुंगात ठेवले होते, त्या तुरुंगातून पळून गेलेला ब्युफोर्ट, पॅरिसमधील लष्करी नेता, कॉन्टीच्या नाममात्र नियंत्रणाखाली होता. काही लढाया होऊन राजकीय तडजोड झाली; रुइलच्या शांततेवर स्वाक्षरी झाली आणि न्यायालय पॅरिसला परतले.

वैयक्तिक राजवट आणि सुधारणा

7 सप्टेंबर 1651 रोजी लुई चौदाव्या वयात पोहोचल्याचे घोषित करण्यात आले. माझारिनच्या मृत्यूनंतर, मार्च 1661 मध्ये, लुईने सरकारच्या लगामांवर वैयक्तिक नियंत्रण ग्रहण केले आणि तो मुख्यमंत्र्याशिवाय राज्य करणार असल्याचे जाहीर करून आपल्या न्यायालयाला आश्चर्यचकित केले: "आतापर्यंत मला माझ्या कारभाराचे सरकार दिवंगत कार्डिनलकडे सोपवताना आनंद झाला आहे. आता वेळ आली आहे की मी स्वतः त्यांच्यावर शासन करू. तुम्ही ते सचिव आणि राज्यमंत्र्यांशी बोलत होते तुमच्या सल्ल्याने मला मदत कराल. जेव्हा मी त्यांना विचारतो तेव्हा मी तुम्हाला विनंती करतो आणि आदेश देतो की माझ्या आज्ञेशिवाय कोणत्याही ऑर्डरवर शिक्कामोर्तब करू नका ... मी तुम्हाला आदेश देतो की माझ्या आज्ञेशिवाय कोणत्याही गोष्टीवर स्वाक्षरी करू नका, अगदी पासपोर्टवरही नाही ... दररोज मला वैयक्तिकरित्या खाते द्या आणि कोणाचीही बाजू न घेणे". 32 प्रदीर्घ परकीय युद्धे आणि देशांतर्गत गृहकलहामुळे निर्माण झालेल्या कायदा आणि सुव्यवस्थेच्या व्यापक सार्वजनिक तळमळीचे भांडवल लुईस करू शकले, केंद्रीय राजकीय सत्ता अधिक मजबूत करण्यासाठी आणि सरंजामशाहीच्या खर्चावर सुधारणा करण्यासाठी. प्रतिभावान पुरुषांची निवड करण्याच्या आणि त्यांना प्रोत्साहन देण्याच्या त्याच्या क्षमतेची प्रशंसा करताना, इतिहासकार Chateaubriand यांनी नमूद केले: "हा सर्व प्रकारच्या प्रतिभांचा आवाज आहे जो लुईच्या थडग्यातून आवाज

येतो".

लुईसने त्याच्या वैयक्तिक कारकिर्दीची सुरुवात प्रशासकीय आणि वित्तीय सुधारणांनी केली. 1661 मध्ये, खजिना दिवाळखोरीवर आला. परिस्थिती सुधारण्यासाठी, लुईसने 1665 मध्ये जीन-बॅप्टिस्ट कोल्बर्ट यांची आर्थिक नियंत्रक म्हणून निवड केली. तथापि, कोल्बर्टला मोकळा हात देण्यासाठी लुईस प्रथम निकोलस फॉक्वेट, वित्त अधीक्षक यांना तटस्थ करावे लागले. जरी फौकेटचे आर्थिक अविवेक माझारिनच्या आधीच्या किंवा त्याच्या नंतरच्या कोलबर्टच्या तुलनेत फारसे वेगळे नव्हते, तरीही त्याची महत्त्वाकांक्षा लुईस चिंताजनक होती. उदाहरणार्थ, त्याने वोक्स-ले-विकोम्टे येथे एक भव्य मंदिर बांधले होते जेथे त्याने लुईस आणि त्याच्या दरबाराचे दिखाऊपणे मनोरंजन केले, जणू तो स्वतः राजापेक्षा श्रीमंत आहे. त्याच्या जीवनशैलीला चालना देण्यासाठी लागणारा अफाट पैसा केवळ सरकारी निधीच्या गैरव्यवहारातूनच मिळवता आला असता, अशी न्यायालयाची धारणा होती.

माझारिन आणि रिचेल्यू यांच्यानंतर सत्ता हाती घेण्यास फॉक्वेट उत्सुक दिसले आणि त्यांनी बेल्ले इले या दुर्गम बेटावर अविवेकीपणे खरेदी केली आणि खाजगीरित्या तटबंदी केली. या कृत्यांनी त्याच्या नशिबावर शिक्कामोर्तब केले. फौकेटवर घोटाळा केल्याचा आरोप होता. संसदेने त्याला दोषी ठरवून हद्दपारीची शिक्षा सुनावली. तथापि, लुईसने शिक्षा जन्मठेपेत बदलली आणि फौकेटचे पद रद्द केले.

फॉक्वेट डिसमिस केल्यावर, कोलबर्टने अधिक कार्यक्षम कर आकारणीद्वारे राष्ट्रीय कर्ज कमी केले. मुख्य करांमध्ये सहाय्यक आणि डौनेस (दोन्ही सीमाशुल्क), गॅबेले (मिठावरील कर) आणि टेल (जमिनीवरील कर) यांचा समावेश होता. शेपूट सुरुवातीला कमी होते; वित्तीय अधिकाऱ्यांना नियमित खाती ठेवण्यास भाग पाडले गेले, काही करांचा लिलाव करून ते काही पसंतीच्या लोकांना खाजगीरित्या विकण्याऐवजी, यादी सुधारित करणे आणि अनधिकृत सूट काढून टाकणे (उदाहरणार्थ, 1661 मध्ये रॉयल डोमेनमधून फक्त 10 टक्के राजापर्यंत पोहोचले). सुधारणे अवघड ठरले कारण टेलले क्राऊनच्या अधिकाऱ्यांनी लावले होते ज्यांनी त्यांचे पद उच्च किंमतीला विकत घेतले होते: गैरवर्तनाच्या शिक्षेने पोस्टचे मूल्य कमी करणे आवश्यक आहे. तरीही, उत्कृष्ट परिणाम प्राप्त झाले: 1661 ची तूट 1666 मध्ये अधिशेषात बदलली. कर्जावरील व्याज 52 दशलक्ष वरून 24 दशलक्ष लिव्हरवर कमी केले गेले. 1661 मध्ये टेल 42 दशलक्ष आणि 1665 मध्ये 35 दशलक्ष पर्यंत कमी झाली; शेवटी अप्रत्यक्ष करातून मिळणारा महसूल 26 दशलक्ष वरून 55 दशलक्ष झाला. रॉयल डोमेनचा महसूल 1661 मध्ये 80,000 लिव्हरेसवरून 1671 मध्ये 5.5 दशलक्ष लिव्हरेसवर वाढवण्यात आला. 1661 मध्ये, पावत्या 26 दशलक्ष ब्रिटिश पाउंड्सच्या समतुल्य होत्या, त्यापैकी 10 दशलक्ष तिजोरीत पोहोचले. खर्च सुमारे 18 दशलक्ष पौंड होता, 8 दशलक्ष तूट सोडून. 1667 मध्ये, निव्वळ पावत्या 20 दशलक्ष पौंड स्टर्लिंगपर्यंत वाढल्या होत्या, तर खर्च 11 दशलक्षपर्यंत घसरला होता, ज्यामुळे 9 दशलक्ष पौंडांचा अधिशेष होता.

लुई चौदाव्याचे खोदकाम

पुनर्गठित आणि वाढवलेले सैन्य, व्हर्सायचे आबालवृद्ध आणि वाढत्या नागरी प्रशासनाला पाठिंबा देण्यासाठी राजाला मोठ्या प्रमाणात पैशाची गरज होती. फ्रेंच राजेशाहीमध्ये वित्त नेहमीच कमकुवत स्थान होते: कर गोळा करण्याच्या पद्धती महाग आणि अकार्यक्षम होत्या; थेट कर अनेक मध्यवर्ती अधिकाऱ्यांच्या हातातून गेला; आणि अप्रत्यक्ष कर खाजगी सवलतींद्वारे गोळा केले गेले, ज्यांना कर शेतकरी म्हणतात, ज्यांनी भरीव नफा कमावला. परिणामी, राज्याला नेहमीच करदात्यांनी प्रत्यक्षात भरलेल्या रकमेपेक्षा खूपच कमी प्राप्त झाले.

फ्रेंच मुकुट आणि खानदानी यांच्यातील जुन्या सौदेबाजीतून मुख्य कमकुवतपणा उद्भवली: राजाने संमतीशिवाय कर वाढवला तरच त्याने श्रेष्ठींवर कर लावण्यापासून परावृत्त केले. केवळ "अनप्रिव्हिलेज्ड" वर्ग थेट कर भरतात, आणि या शब्दाचा अर्थ फक्त शेतकरी असा होतो, कारण अनेक बुर्जुआ, एक प्रकारे किंवा दुसऱ्या मार्गाने, सूट मिळवतात.

गरीब आणि असहाय लोकांवर कराचा मोठा बोजा टाकून ही व्यवस्था अत्यंत अन्यायकारक होती. नंतर, 1700 नंतर, ज्या फ्रेंच मंत्र्यांना लुईची गुप्त पत्नी मादाम डी मेनटेनॉन यांनी पाठिंबा दिला, ते राजाला त्याचे वित्तीय धोरण बदलण्यास पटवून देऊ शकले. लुई सरदारांवर कर लावण्यास पुरेसा तयार होता परंतु त्यांच्या नियंत्रणाखाली येण्यास तयार नव्हता आणि केवळ त्याच्या कारकिर्दीच्या शेवटी, युद्धाच्या अत्यंत तणावाखाली, तो फ्रेंच इतिहासात प्रथमच थेट कर लादण्यास सक्षम होता. लोकसंख्येचे कुलीन घटक. हे कायद्यासमोर समानतेच्या दिशेने आणि सार्वजनिक वित्तपुरवठ्याच्या दिशेने एक पाऊल होते, परंतु अनेक सवलती आणि सवलती श्रेष्ठ आणि बुर्जुआ यांनी जिंकल्या की सुधारणेचे बरेच मूल्य गमावले.

लुई आणि कोलबर्ट यांनी फ्रेंच व्यापार आणि व्यापाराला चालना देण्यासाठी व्यापक योजना आखल्या होत्या. कोलबर्टच्या व्यापारी प्रशासनाने नवीन उद्योगांची स्थापना केली आणि उत्पादक आणि शोधकांना प्रोत्साहन दिले, जसे की ल्योन रेशीम उत्पादक आणि गोबेलिन्स कारखानदारी, टेपेस्ट्री उत्पादक. त्याने संपूर्ण युरोपमधील उत्पादक आणि कारागीरांना फ्रान्समध्ये आमंत्रित केले, जसे की मुरानो ग्लासमेकर, स्वीडिश इस्त्री कामगार आणि डच जहाज बांधणारे. अशा प्रकारे, फ्रेंच निर्यात वाढवताना परदेशी आयात कमी करण्याचे त्यांचे उद्दिष्ट होते, त्यामुळे फ्रान्समधून मौल्यवान धातूंचा निव्वळ प्रवाह कमी करणे.

लुईने मिशेल ले टेलियर आणि नंतरचा मुलगा फ्रँकोइस-मिशेल ले टेलियर, मार्क्विस डी लुव्हॉइस यांच्यामार्फत लष्करी प्रशासनात सुधारणा घडवून आणल्या. त्यांनी अभिजनांच्या स्वतंत्र आत्म्याला आळा घालण्यास मदत केली, त्यांच्यावर न्यायालयात आणि सैन्यात

आदेश लादले. ते दिवस गेले जेव्हा सेनापतींनी आघाडीवर युद्ध सुरू केले आणि राजधानीच्या आदेशांकडे दुर्लक्ष केले आणि मोठ्या राजकीय-राजनयिक चित्राकडे दुर्लक्ष केले. जुन्या लष्करी अभिजात वर्गाने (द नोबलेस डी'एपी, किंवा "तलवारीचे कुलीन") वरिष्ठ लष्करी पदे आणि पदांवर मक्तेदारी ठेवणे बंद केले. लुवोईसने विशेषतः सैन्याचे आधुनिकीकरण करण्याचे आणि त्याला व्यावसायिक, शिस्तबद्ध, सुप्रशिक्षित सैन्यात पुन्हा संघटित करण्याचे वचन दिले. तो सैनिकांच्या भौतिक कल्याणासाठी आणि मनोबलासाठी समर्पित होता आणि मोहिमांना निर्देशित करण्याचा प्रयत्न देखील केला.

19

अटिला द हूण

अटिला द हूण

Scan for Story Videos - www.itibook.com

अटिला 406–453), ज्याला अटिला हूण म्हणतात, हा 434 पासून हूणांचा शासक होता मार्च 453 मध्ये त्याचा मृत्यू होईपर्यंत. मध्य आणि पूर्व युरोपमधील हूण, ऑस्ट्रोगॉथ, ॲलान्स आणि बल्गार यांचा समावेश असलेल्या आदिवासी साम्राज्याचा तो नेता होता. त्याला जागतिक इतिहासातील सर्वात शक्तिशाली राज्यकर्त्यांपैकी एक मानले जाते.

त्याच्या कारकिर्दीत, तो पाश्चात्य आणि पूर्व रोमन साम्राज्यांच्या सर्वात भयंकर शत्रूंपैकी एक होता. त्याने दोनदा डॅन्यूब ओलांडले आणि बाल्कन लुटले, परंतु कॉन्स्टँटिनोपल घेण्यास असमर्थ ठरला. पर्शियामधील त्याच्या अयशस्वी मोहिमेनंतर 441 मध्ये पूर्व रोमन (बायझेंटाईन) साम्राज्यावर आक्रमण करण्यात आले, ज्याच्या यशाने अटिलाला पश्चिमेवर आक्रमण करण्यास प्रोत्साहित केले. त्याने रोमन गॉल (आधुनिक फ्रान्स) जिंकण्याचाही प्रयत्न केला, 451 मध्ये राइन ओलांडला आणि कॅटालोनियन मैदानाच्या लढाईत थांबण्यापूर्वी ऑरेलियनम (ऑर्लियन्स) पर्यंत कूच केले.

त्यानंतर त्याने इटलीवर आक्रमण केले, उत्तरेकडील प्रांतांचा नाश केला, परंतु रोम घेण्यास असमर्थ ठरला. त्याने रोमन लोकांविरुद्ध पुढील मोहिमेची योजना आखली, परंतु 453 मध्ये त्याचा मृत्यू झाला. अटिलाच्या मृत्यूनंतर, त्याचे जवळचे सल्लागार, गेपिड्सचे आर्डारिक, यांनी हूनिक राजवटीविरुद्ध जर्मनिक बंडाचे नेतृत्व केले, ज्यानंतर हूनिक साम्राज्याचा त्वरीत नाश झाला. अटिला जर्मनिक वीर दंतकथेतील एक पात्र म्हणून जगेल.

राष्ट्रांना हादरवून सोडण्यासाठी जगात जन्माला आलेला तो माणूस होता, ज्याने सर्व देशांना हादरवून सोडले होते, ज्याने एक प्रकारे सर्व मानवजातीला त्याच्याबद्दल परदेशातल्या भयंकर अफवांनी घाबरवले होते. तो त्याच्या चालण्यात गर्विष्ठ होता, इकडे-तिकडे डोळे फिरवत होता, जेणेकरून त्याच्या गर्विष्ठ आत्म्याची शक्ती त्याच्या शरीराच्या हालचालीत दिसू लागली. तो खरोखरच युद्धाचा प्रेमी होता, तरीही कृतीत संयमी, सल्लामसलत करण्यात पराक्रमी, मदत करणाऱ्यांशी दयाळू आणि ज्यांना एकदा त्याच्या संरक्षणात मिळाले होते त्यांच्याशी दयाळू होता. रुंद छाती आणि मोठे डोके असलेले लहान उंची; त्याचे डोळे छोटे होते, दाढी पातळ आणि राखाडी रंगाची होती; आणि त्याचे नाक सपाट आणि चपळ त्वचा होती, जे त्याच्या उत्पत्तीचे पुरावे दर्शविते.

काही विद्वानांनी असे सुचवले आहे की ही वैशिष्ट्ये विशेषत: पूर्व आशियाई आहेत, कारण ते पूर्व आशियातील लोकांच्या शारीरिक प्रकाराशी जुळतात, म्हणून अटिलाचे पूर्वज तेथून आले असावेत. इतर इतिहासकारांनी असे सुचवले आहे की हीच वैशिष्ट्ये काही सिथियन लोकांची असू शकतात.

प्रारंभिक जीवन आणि पार्श्वभूमी

हूण हा युरेशियन भटक्यांचा एक गट होता, जो व्होल्गाच्या पूर्वेकडून दिसत होता, जे पुढे पश्चिम युरोपमध्ये स्थलांतरित झाले c. 370 आणि तेथे एक प्रचंड साम्राज्य उभारले. तिरंदाजी आणि भालाफेक ही त्यांची मुख्य लष्करी तंत्रे होती. पश्चिम युरोपमध्ये येण्यापूर्वी ते वसाहती विकसित करण्याच्या प्रक्रियेत होते, तरीही हूण हे खेडूत योद्ध्यांचे समाज होते २३ :?२५९? ज्यांचे मुख्य पोषण मांस आणि दूध,

त्यांच्या कळपांचे उत्पादन होते.

हूणांचे मूळ आणि भाषा शतकानुशतके वादाचा विषय आहे. काही सिद्धांतांनुसार, त्यांचे नेते किमान तुर्किक भाषा बोलले असावेत, कदाचित आधुनिक चुवाश भाषेच्या सर्वात जवळ आहे. एक विद्वान येनिसियन मार्गे झिओन्ग्नुशी संबंध सुचवितो. एन्सायक्लोपीडिया ऑफ युरोपियन पीपल्सच्या मते, "हुण, विशेषतः पश्चिमेकडे स्थलांतरित झालेले, मध्य आशियाई तुर्किक, मंगोलिक आणि युग्रिक साठा यांचे मिश्रण असावे".

अटिलाचे वडील मुंडझुक हे राजे ऑक्टार आणि रुगा यांचे भाऊ होते, ज्यांनी पाचव्या शतकाच्या सुरुवातीला हूनिक साम्राज्यावर संयुक्तपणे राज्य केले. हूणांमध्ये हा प्रकार वारंवार घडत होता, परंतु इतिहासकारांना खात्री नाही की ती संस्थात्मक होती, केवळ प्रथा होती की अधूनमधून घडलेली घटना होती. त्याचे कुटुंब कुलीन वंशाचे होते, परंतु त्यांनी शाही घराणे स्थापन केले की नाही हे अनिश्चित आहे. अटिलाची जन्मतारीख वादातीत आहे; पत्रकार एरिक डेसचॉड आणि लेखक हर्मन श्रेबर यांनी 395 ची तारीख प्रस्तावित केली आहे. तथापि, इतिहासकार आयरोस्लाव लेबेडिन्स्की आणि पुरातत्वशास्त्रज्ञ कॅटालिन एशर यांनी 390 आणि पाचव्या शतकाच्या पहिल्या दशकातील अंदाजाला प्राधान्य दिले.अनेक इतिहासकारांनी 406 ही तारीख सुचविली आहे.

अटिला वेगाने बदलणाऱ्या जगात मोठी झाली. त्याचे लोक भटके होते जे नुकतेच युरोपमध्ये आले होते. त्यांनी 370 च्या दशकात व्होल्गा नदी ओलांडली आणि ॲलान्सचा प्रदेश ताब्यात घेतला, नंतर कार्पेथियन पर्वत आणि डॅन्यूब दरम्यानच्या गॉथिक राज्यावर हल्ला केला. ते खूप फिरते लोक होते, ज्यांच्या आरोहित धनुर्धारींनी अजिंक्यतेसाठी प्रतिष्ठा मिळवली होती आणि जर्मन जमाती त्यांचा सामना करू शकत नाहीत असे वाटत होते. हूणांपासून पळून जाणारी अफाट लोकसंख्या जर्मेनियामधून पश्चिम आणि दक्षिणेकडील रोमन साम्राज्यात आणि ऱ्हाईन आणि डॅन्यूबच्या काठावर गेली. 376 मध्ये, गॉथ्सने डॅन्यूब ओलांडले, सुरुवातीला रोमन लोकांच्या अधीन झाले परंतु लवकरच सम्राट व्हॅलेन्स विरुद्ध बंड केले, ज्याला त्यांनी 378 मध्ये ॲड्रियनोपलच्या लढाईत मारले. व्हँडल, ॲलान्स, सुएबी आणि बर्गुंडियन्सच्या मोठ्या संख्येने राइन ओलांडून 31 डिसेंबर 406 रोजी रोमन गॉलवर हूणांपासून बचाव करण्यासाठी आक्रमण केले. रोमन साम्राज्य 395 पासून अर्ध्या भागात विभागले गेले होते आणि दोन वेगळ्या सरकारांनी राज्य केले होते, एक पश्चिमेकडील रेवेना येथे आणि दुसरे पूर्वेकडील कॉन्स्टँटिनोपलमध्ये. रोमन सम्राट, पूर्व आणि पश्चिम दोन्ही, सामान्यतः अटिलाच्या हयातीत थिओडोशियन कुटुंबातील होते (अनेक सत्ता संघर्ष असूनही).

वांशिकदृष्ट्या वैविध्यपूर्ण लोकांच्या नक्षत्रांच्या इच्छेने निश्चित केलेल्या अस्पष्ट सीमा असलेल्या विशाल प्रदेशावर हूणांचे वर्चस्व होते. काहींना हूनिक राष्ट्रीयत्वात आत्मसात करण्यात आले, तर अनेकांनी त्यांची स्वतःची ओळख आणि शासक कायम ठेवले परंतु हूणांच्या राजाचे आधिपत्य मान्य केले. हूण हे रोमन लोकांच्या अनेक समस्यांचे अप्रत्यक्ष स्त्रोत देखील होते, विविध जर्मनिक जमातींना रोमन प्रदेशात आणत होते, तरीही दोन साम्राज्यांमधील संबंध सौहार्दपूर्ण होते: रोमन लोकांनी हूणांचा वापर जर्मन लोकांविरुद्ध आणि त्यांच्या गृहयुद्धांमध्येही भाडोत्री म्हणून केला. अशाप्रकारे, हडप करणारा जोआन्स 424 मध्ये व्हॅलेंटिनियन III विरुद्ध त्याच्या सैन्यात हजारो हूणांची भरती करू शकला. हे Aëtius, नंतरचे पश्चिमेकडील पॅट्रिशियन होते, ज्याने हे ऑपरेशन व्यवस्थापित केले. त्यांनी राजदूतांची आणि ओलीसांची देवाणघेवाण केली, युती 401 ते 450 पर्यंत टिकली आणि रोमनांना अनेक लष्करी विजय मिळवून दिले. हूणांनी रोमन लोकांना त्यांना श्रद्धांजली वाहिली असे मानले, तर रोमन लोक याला प्रदान केलेल्या सेवांसाठी देय म्हणून पाहण्यास प्राधान्य देत. काका रुगाच्या कारकिर्दीत अटिला वयात येईपर्यंत हूण एक महान शक्ती बनले होते, आणि कॉन्स्टँटिनोपलचे कुलगुरू नेस्टोरियस यांनी या शब्दांत परिस्थितीचा निषेध केला: "ते दोन्ही मालक आणि गुलाम झाले आहेत. रोमन्स".

पूर्व रोमन साम्राज्याविरुद्ध मोहिमा

अटिलाच्या वेळी हूण आणि विषय जमातींचे साम्राज्य

434 मध्ये रुगिला (ज्याला रुआ किंवा रुगा असेही म्हणतात) च्या मृत्यूमुळे त्याचा भाऊ मुंडझुक, अटिला आणि ब्लेडा यांचे पुत्र संयुक्त हूण जमातींच्या ताब्यात गेले. दोन भावांच्या प्रवेशाच्या वेळी, हूण जमाती पूर्वेकडील रोमन सम्राट थिओडोसियस II च्या दूतांसोबत पूर्व रोमन साम्राज्यात आश्रय घेतलेल्या अनेक विद्रोह्यांना परत आणण्यासाठी करार करत होत्या, शक्यतो हूनिक कुलीन जे भाऊंच्या नेतृत्वाच्या गृहीतकाशी असहमत होते.

पुढच्या वर्षी, अटिला आणि ब्लेडा यांनी मार्गस (पोझारेव्हॅक) येथे शाही शिष्टमंडळाशी भेट घेतली, सर्व हूनिक पद्धतीने घोड्यावर बसले, आणि एक फायदेशीर कराराची वाटाघाटी केली. रोमन लोकांनी पळून गेलेल्यांना परत करण्यास, 350 रोमन पौंड (सी. 115 किलो) सोन्याचे पूर्वीचे खंडणी दुप्पट करण्यासाठी, हनिश व्यापाऱ्यांना त्यांचे बाजार उघडण्यासाठी आणि हूणांनी कैद केलेल्या प्रत्येक रोमन कैद्यामागे आठ सॉलिडची खंडणी देण्याचे मान्य केले. . या करारावर समाधानी असलेले हूण, रोमन साम्राज्यातून बाहेर पडले आणि ग्रेट हंगेरियन मैदानात त्यांच्या घरी परतले, कदाचित त्यांचे साम्राज्य मजबूत करण्यासाठी आणि मजबूत करण्यासाठी. थिओडोसियसने या संधीचा उपयोग कॉन्स्टँटिनोपलच्या भिंती मजबूत करण्यासाठी, शहराची पहिली समुद्र भिंत बांधण्यासाठी आणि डॅन्यूबच्या बाजूने त्याच्या सीमा संरक्षणाची उभारणी करण्यासाठी केला.

पुढील काही वर्षे हूण रोमन लोकांच्या नजरेतून बाहेर राहिले जेव्हा त्यांनी सस्सानिड साम्राज्यावर आक्रमण केले. त्यांचा आर्मेनियामध्ये ससानिडांकडून पराभव झाला, त्यांनी त्यांचे आक्रमण सोडून दिले आणि त्यांचे लक्ष युरोपकडे वळवले. 440 मध्ये, ते रोमन साम्राज्याच्या सीमेवर पुन्हा दिसले, 435 च्या करारादवारे स्थापित डॅन्यूबच्या उत्तर किनाऱ्यावरील बाजारपेठेतील व्यापाऱ्यांवर हल्ला केला.

डॅन्यूब ओलांडून, त्यांनी इलिरिकम शहरे आणि नदीवरील किल्ल्यांचा नाश केला, ज्यात (प्रिस्कसच्या मते) व्हिमिनासियम, मोएशिया शहराचा समावेश आहे. त्यांची प्रगती मार्गस येथे सुरू झाली, जिथे त्यांनी रोमनांनी एक बिशपला फिरवण्याची मागणी केली ज्याने अटिलाने आपली मानलेली मालमत्ता राखून ठेवली होती. रोमन लोक बिशपच्या नशिबावर चर्चा करत असताना, तो गुप्तपणे हूणांकडे गेला आणि शहराचा विश्वासघात केला.

हूणांनी डॅन्यूबच्या बाजूने शहर-राज्यांवर हल्ला केला, तेव्हा वंडल्सने (गेइसरिकच्या नेतृत्वाखाली) आफ्रिकेतील पश्चिम रोमन प्रांत आणि त्याची राजधानी कार्थेज ताब्यात घेतली. आफ्रिका हा पश्चिम साम्राज्याचा सर्वात श्रीमंत प्रांत होता आणि रोमसाठी अन्नाचा मुख्य स्त्रोत होता. ससानिद शाह याझदेगर्ड II ने 441 मध्ये आर्मेनियावर आक्रमण केले.

आफ्रिकेतील वंडलांच्या विरोधात मोहीम राबवण्यासाठी रोमन लोकांनी बाल्कन भाग काढून घेतला आणि त्यांना सिसिली येथे पाठवले. यामुळे अटिला आणि ब्लेडा यांना इलिरिकम मार्गे बाल्कन प्रदेशात जाण्याचा मार्ग मोकळा झाला, ज्यावर त्यांनी 441 मध्ये आक्रमण केले. हनिश सैन्याने मार्गस आणि व्हिमिनासियमची हकालपट्टी केली आणि नंतर सिंगिडुनम (बेलग्रेड) आणि सिरमियम ताब्यात घेतले. 442 च्या दरम्यान, थिओडोसियसने सिसिलीमधून आपल्या सैन्याला परत बोलावले आणि हूणांच्या विरूद्ध ऑपरेशनसाठी वित्तपुरवठा करण्यासाठी मोठ्या प्रमाणात नवीन नाणी देण्याचे आदेश दिले. तो हूणांचा पराभव करू शकतो असा त्याचा विश्वास होता आणि त्याने हूण राजांच्या मागण्या नाकारल्या.

अटिलाने 443 मध्ये मोहिमेला प्रतिसाद दिला. 33 प्रथमच (जोपर्यंत रोमन लोकांना माहित होते) त्याच्या सैन्याने बॅटरिंग रॅम आणि रोलिंग सीज टॉवर्सने सुसज्ज होते, ज्याद्वारे त्यांनी रतियारा आणि नायसस (निस) च्या लष्करी केंद्रांवर यशस्वीरित्या हल्ला केला आणि रहिवाशांचा कत्तल केला. प्रिस्कस म्हणाला, "जेव्हा आम्ही नायसस येथे पोचलो तेव्हा आम्हाला शहर निर्जन दिसले, जणू काही ते काढून टाकले गेले होते; चर्चमध्ये फक्त काही आजारी लोक पडले होते. आम्ही नदीपासून थोड्या अंतरावर, एका मोकळ्या जागेत, सर्व मैदानासाठी थांबलो. किनाऱ्यालगतचा भाग युद्धात मारल्या गेलेल्या माणसांच्या हाडांनी भरलेला होता."

निशावा नदीच्या बाजूने पुढे जात, हूणांनी पुढे सेर्डिका (सोफिया), फिलिपोपोलिस (प्लोव्हडिव्ह) आणि आर्केडिओपोलिस (लुलेबुर्गाझ) घेतले. त्यांनी कॉन्स्टँटिनोपलच्या बाहेर रोमन सैन्याचा सामना केला आणि त्यांचा नाश केला परंतु पूर्व राजधानीच्या दुहेरी भिंतींनी त्यांना रोखले. त्यांनी कॅलिपोलिस (गेलिबोलू) जवळ दुसऱ्या सैन्याचा पराभव केला.

थिओडोसियस, प्रभावी सशस्त्र प्रतिकार करू शकला नाही, त्याने पराभव मान्य केला आणि शांतता अटींवर वाटाघाटी करण्यासाठी मॅजिस्टर मिलिटम प्रति ओरिएंटम ॲनाटोलियस पाठवले. पूर्वीच्या करारापेक्षा अटी कठोर होत्याः आक्रमणादरम्यान कराराच्या अटींचे उल्लंघन केल्याबद्दल सम्राटाने 6,000 रोमन पौंड (सी. 2000 किलो) सोने देण्याचे मान्य केले; वार्षिक खंडणी तिप्पट झाली, सोन्यामध्ये 2,100 रोमन पौंड (सी. 700 किलो) पर्यंत वाढली; आणि प्रत्येक रोमन कैद्याची खंडणी 12 घनतेपर्यंत वाढली.

त्यांच्या मागण्या काही काळासाठी पूर्ण झाल्या आणि हूण राजांनी त्यांच्या साम्राज्याच्या आतील भागात माघार घेतली. हूणांनी बायझांटियममधून माघार घेतल्यानंतर ब्लेडाचा मृत्यू झाला (कदाचित सुमारे 445). त्यानंतर अटिलाने स्वतःसाठी सिंहासन घेतले आणि हूणांचा एकमेव शासक बनला.

हूणांचे रानटी राष्ट्र, जे थ्रेसमध्ये होते, इतके मोठे झाले की शंभरहून अधिक शहरे ताब्यात घेण्यात आली आणि कॉन्स्टँटिनोपल जवळजवळ धोक्यात आले आणि बहुतेक लोक तेथून पळून गेले. ... आणि इतके खून आणि रक्तपात झाले की मृतांची संख्या मोजता येत नाही. अहो, कारण त्यांनी चर्च आणि मठांना कैद केले आणि मोठ्या संख्येने भिक्षू आणि कुमारींना मारले.

मृत्यू

अटिला यांच्या नेतृत्वाखाली हूणांनी इटलीवर आक्रमण केले (अटिला, द स्कॉर्ज ऑफ गॉड, उलपियानो चेका, १८८७)

पूर्व रोमन साम्राज्यात, सम्राट मार्सियन थिओडोसियस II च्या नंतर आला आणि त्याने हूणांना श्रद्धांजली देणे बंद केले. श्रद्धांजली परत मिळवण्यासाठी पुन्हा एकदा कॉन्स्टँटिनोपलवर हल्ला करण्याची योजना आखत असताना अटिलाने इटलीतून डॅन्यूबच्या पलीकडे आपल्या राजवाड्यात माघार घेतली. तथापि, 453 च्या सुरुवातीच्या महिन्यांत त्याचा मृत्यू झाला.

20

राजा टेमरलेन, तैमूर

राजा टेमरलेन, तैमूर

तैमूर अ 9 एप्रिल 1336 - 17-19 फेब्रुवारी 1405), नंतर तैमूर गुरकानी हा एक तुर्को-मंगोल विजेता होता ज्याने आधुनिक काळातील अफगाणिस्तान, इराण आणि मध्य आशियामध्ये आणि आजूबाजूला तैमुरीड साम्राज्याची स्थापना केली, जो तैमुरीड राजवंशाचा पहिला शासक बनला. एक अपराजित सेनापती, त्याला इतिहासातील महान लष्करी नेते आणि रणनीतीकार म्हणून ओळखले जाते. तैमूरला कला आणि स्थापत्यकलेचा एक महान संरक्षक देखील मानला जातो कारण त्याने इब्न खलदुन, हाफेझ आणि हाफिझ-इ अब्रू यांसारख्या विचारवंतांशी संवाद साधला आणि त्याच्या कारकिर्दीत तैमुरीद पुनर्जागरण सुरू झाले.

9 एप्रिल 1336 रोजी ट्रान्सोक्सियाना (आधुनिक उझबेकिस्तानमध्ये) बार्लास संघात जन्मलेल्या, तैमूरने 1370 पर्यंत पश्चिम चगताई खानातेवर नियंत्रण मिळवले. त्या तळावरून, त्याने पश्चिम, दक्षिण आणि मध्य आशिया, काकेशस आणि संपूर्ण लष्करी मोहिमांचे नेतृत्व केले. दक्षिण रशिया, या प्रक्रियेत गोल्डन हॉर्डचे खान, इजिप्त आणि सीरियाचे मामलुक, उदयोन्मुख ओट्टोमन साम्राज्य, आणि भारताच्या उत्तरार्धात दिल्ली सल्तनत यांचा पराभव करत इस्लामिक जगतातील सर्वात शक्तिशाली शासक म्हणून उदयास आले. या विजयांमधून, त्याने तैमुरीड साम्राज्याची स्थापना केली, परंतु त्याच्या मृत्यूनंतर या साम्राज्याचे तुकडे झाले.

तैमूर हा युरेशियन स्टेपच्या महान भटक्या विजेत्यांपैकी शेवटचा होता, आणि त्याच्या साम्राज्याने 16व्या आणि 17व्या शतकात अधिक संरचित आणि चिरस्थायी इस्लामिक गनपावडर साम्राज्यांच्या उदयाचा पायंडा पाडला. तैमूर तुर्किक आणि मंगोल या दोन्ही वंशाचा होता आणि, दोन्ही बाजूंनी थेट वंशज नसतानाही, त्याने त्याच्या वडिलांच्या बाजूने चंगेज खानसोबत एक समान पूर्वज सामायिक केला होता, जरी काही लेखकांनी त्याच्या आईला सुचवले आहे खानचे वंशज असावेत. त्यांनी स्पष्टपणे त्यांच्या हयातीत नंतरच्या विजयांचा वारसा चालवण्याचा प्रयत्न केला. तैमूरने चंगेज खान (मृत्यू 1227) च्या मंगोल साम्राज्याच्या पुनर्स्थापनेची कल्पना केली आणि जेरार्ड चालिअंडच्या मते, त्याने स्वतःला चंगेज खानचा वारस म्हणून पाहिले.

बीट्रिस फोर्ब्स मॅन्झच्या म्हणण्यानुसार, "तैमूरने त्याच्या औपचारिक पत्रव्यवहारात स्वतःला चिंगीसीड अधिकार पुनर्संचयित करणारा म्हणून चित्रित करणे आयुष्यभर चालू ठेवले. त्याने आपल्या इराणी, मामलुक आणि ऑट्टोमन मोहिमेला हडप करणाऱ्यांनी घेतलेल्या जमिनींवर कायदेशीर मंगोल नियंत्रण पुन्हा लादण्यासाठी समर्थन दिले. ." त्याच्या विजयांना वैध ठरवण्यासाठी, तैमूरने स्वतःला "इस्लामची तलवार" म्हणून संबोधून इस्लामिक चिन्हे आणि भाषेवर अवलंबून राहिलो. ते शैक्षणिक आणि धार्मिक संस्थांचे संरक्षक होते. त्याने आपल्या हयातीत जवळपास सर्व बोर्जिगिन नेत्यांना इस्लाम धर्म स्वीकारला. तैमूरने स्मिर्नाच्या वेढा येथे ख्रिश्चन नाईट्स हॉस्पिटलरचा निर्णायकपणे पराभव केला, स्वतःला गाझी बनवले. त्याच्या कारकिर्दीच्या अखेरीस, तैमूरने चगताई खानाते, इल्खानाटे आणि गोल्डन हॉर्डे यांच्या सर्व अवशेषांवर पूर्ण नियंत्रण मिळवले होते आणि चीनमधील युआन राजवंश पुनर्संचयित करण्याचा प्रयत्न देखील केला होता.

तैमूरचे सैन्य सर्वसमावेशकपणे बहु-वांशिक होते आणि संपूर्ण आशिया, आफ्रिका आणि युरोपमध्ये त्यांना भीती वाटत होती, त्याच्या मोहिमेने वाया घालवलेला मोठा भाग. विद्वानांचा असा अंदाज आहे की त्याच्या लष्करी मोहिमेमुळे 17 दशलक्ष लोक मरण पावले, जे त्यावेळी जगाच्या लोकसंख्येच्या सुमारे 5% होते. त्याने जिंकलेल्या सर्व क्षेत्रांपैकी ख्वाराझमला त्याच्या मोहिमांचा सर्वाधिक त्रास सहन करावा लागला, कारण तो त्याच्या विरुद्ध अनेक वेळा उठला होता.

तैमूर हा तैमुरीद सुलतान, खगोलशास्त्रज्ञ आणि गणितज्ञ उलुग बेगचा आजोबा होता, ज्याने 1411 ते 1449 पर्यंत मध्य आशियावर राज्य केले आणि मुघल साम्राज्याचे संस्थापक बाबर (1483-1530) यांचे पणजोबा होते. जवळजवळ संपूर्ण भारतीय उपखंड.

त्याच्या वडिलांच्या माध्यमातून, तैमूरने चंगेज खानसोबत सामायिक केलेला पुरुष-वंशीय पूर्वज तुमने खानचा वंशज असल्याचा दावा केला. तुमनायचा पणतू काराचर नोयान हा सम्राटाचा मंत्री होता ज्याने नंतरचा मुलगा चगताईला ट्रान्सॉक्सियानाच्या गव्हर्नरपदासाठी मदत केली. जरी 13व्या आणि 14व्या शतकातील नोंदींमध्ये काराचरचे फारसे उल्लेख नाहीत, परंतु नंतरच्या काळात तैमुरीद स्त्रोतांनी मंगोल साम्राज्याच्या सुरुवातीच्या इतिहासात त्याच्या भूमिकेवर भर दिला. हे इतिहास असेही सांगतात की चंगेज खानने नंतर चगाताईच्या मुलीचे कराचरशी लग्न करून "पितृत्व आणि पुत्रत्वाचे बंधन" स्थापित केले. या विवाहातून त्याच्या कथित वंशाद्वारे, तैमूरने छगताई खानांशी नातेसंबंधाचा दावा केला.

तैमूरची आई टेकिना खातून हिची उत्पत्ती कमी स्पष्ट आहे. जफरनामा तिच्या पार्श्वभूमीबद्दल कोणतीही माहिती न देता फक्त तिचे नाव सांगते. 1403 मध्ये लिहिताना, सुलतानियाचे मुख्य बिशप जोहान्स डी गॅलोनिफॉन्टिबस यांनी दावा केला की ती नीच वंशाची होती. अनेक दशकांनंतर लिहिलेल्या मुइज्ज अल-अनसाबमध्ये असे म्हटले आहे की ती यासौरी जमातीशी संबंधित होती, ज्यांच्या जमिनी बार्लासच्या सीमेवर आहेत. इब्न खलदुनने सांगितले की तैमूरने स्वतः त्याला त्याच्या आईच्या वंशाचे प्रख्यात पर्शियन नायक मनुचेहरचे वर्णन केले आहे. इब्न अरबशाहने सुचवले की ती चंगेज खानची वंशज होती. 18व्या शतकातील तैमूरच्या पुस्तकात तिची ओळख 'सद्र अल-शरिया'ची मुलगी आहे, ज्याचा संदर्भ बुखाराच्या हनाफी विद्वान उबेद अल्लाह अल-महबुबीचा असल्याचे मानले जाते.

प्रारंभिक जीवन

तैमूरचा जन्म केश (आधुनिक शाहरिसाब्झ, उझबेकिस्तान) शहराजवळ, समरकंदच्या दक्षिणेस सुमारे 80 किलोमीटर (50 मैल) जवळ ट्रान्सॉक्सियाना येथे झाला, जो तत्कालीन चगताई खानतेचा भाग होता. त्याच्या नावाचा टेमूर चागताई भाषेमध्ये "लोह" आहे, त्याची मातृभाषा (cf. उझ्बेक तेमिर, तुर्की देमिर). हे चंगेज खानच्या टेमुजिनच्या जन्माच्या नावाशी संबंधित आहे. नंतरच्या तैमुरीड वंशाच्या इतिहासानुसार तैमूरचा जन्म 8 एप्रिल 1336 रोजी झाला होता, परंतु त्याच्या जीवनकाळातील बहुतेक स्त्रोत 1320 च्या उत्तरार्धात जन्मतारीखांशी सुसंगत असलेले वय देतात. इतिहासकार बीट्रिस फोर्ब्स मँझ यांना संशय आहे की 1336 तारीख तैमूरला अबू सईद बहादूर खानच्या वारशाशी जोडण्यासाठी तयार करण्यात आली होती, इल्खानातेचा शेवटचा शासक हुलागु खानचा वंशज होता, जो त्या वर्षी मरण पावला.

तो बर्लास या मंगोलियन जमातीचा सदस्य होता ज्यांचे अनेक पैलूंमध्ये तुर्कीकरण करण्यात आले होते. त्याचे वडील, तारघाई यांचे वर्णन या जमातीतील अल्पवयीन कुलीन म्हणून केले गेले. 38 तथापि, माँझचा असा विश्वास आहे की तैमूरने नंतर त्याच्या वडिलांचे सामाजिक स्थान कमी केले असावे, जेणेकरून त्याचे स्वतःचे यश अधिक उल्लेखनीय दिसावे. ती म्हणते की तो विशेषतः शक्तिशाली होता असे मानले जात नसले तरी, तारघाई वाजवीपणे श्रीमंत आणि प्रभावशाली होते. 1360 मध्ये त्याच्या वडिलांच्या मृत्यूनंतर तैमूर त्याच्या जन्मस्थानी परत आल्याने त्याच्या इस्टेटीबद्दल चिंता व्यक्त करून हे दाखवण्यात आले आहे. तरघाईचे सामाजिक महत्त्व अरबशाहने आणखी सूचित केले आहे, ज्याने त्याचे वर्णन अमीर हुसेन कराउनासच्या दरबारात एक महान व्यक्ती म्हणून केले आहे. 19 या व्यतिरिक्त, मोगलिस्तानच्या महान अमीर हमीद केरेयिदचे वडील तरघाईचे मित्र म्हणून सांगितले जातात.

त्याच्या बालपणात, तैमूर आणि अनुयायांच्या एका लहान गटाने मालासाठी प्रवाशांवर छापा टाकला, विशेषतः मेंढ्या, घोडे आणि गुरेढोरे यांसारखे प्राणी. च्या आसपास, असे मानले जाते की तैमूरने मेंढपाळाकडून मेंढी चोरण्याचा प्रयत्न केला परंतु दोन बाण मारले गेले, एक त्याच्या उजव्या पायात आणि दुसरा उजव्या हातात, जिथे त्याने दोन बोटे गमावली. दोन्ही जखमांनी त्याला आयुष्यभरासाठी अपंग केले. काहींचा असा विश्वास आहे की दक्षिण-पश्चिम अफगाणिस्तानातील आजच्या दश्ती मार्गोमध्ये सिस्तानच्या खानला भाडोत्री म्हणून काम करताना या जखमा झाल्या. तैमूरच्या दुखापतींमुळे त्याला युरोपियन लोकांनी तैमूर द लेम आणि टेमरलेन अशी नावे दिली आहेत.

लष्करी नेता

सुमारे 1360 पर्यंत, तैमूरला एक लष्करी नेता म्हणून महत्त्व प्राप्त झाले होते ज्यांच्या सैन्यात बहुतेक तुर्किक आदिवासींचा समावेश होता. त्याने छगताई खानतेच्या खानसोबत ट्रान्सॉक्सियानामधील मोहिमांमध्ये भाग घेतला. वोल्गा बल्गेरियाचा विध्वंस करणारा आणि संहारक काझाघन याच्याशी स्वतःला कारणीभूत आणि कौटुंबिक संबंधाने मित्र बनवून, त्याने एक हजार घोडेस्वारांच्या नेतृत्वाखाली खोरासान वर आक्रमण केले. ही दुसरी लष्करी मोहीम होती ज्याचे त्याने नेतृत्व केले आणि त्याच्या यशामुळे पुढील कारवाया झाल्या, त्यांपैकी ख्वाराज्म आणि उरगेंच यांना वश केले.

काझाघनच्या हत्येनंतर, सार्वभौम सत्तेच्या अनेक दावेदारांमध्ये वाद निर्माण झाला. काशगरचा तुघलग तैमूर, चंगेज खानचा दुसरा वंशज, पूर्वेकडील छगताई खानतेचा खान, याने या भांडणात व्यत्यय आणून आक्रमण केले. तैमूरला आक्रमणकर्त्यांशी वाटाघाटी करण्यासाठी पाठविण्यात आले होते परंतु त्याऐवजी तो त्याच्याबरोबर सामील झाला आणि त्याला ट्रान्सोक्सानियाने बक्षीस मिळाले. याच सुमारास त्याच्या वडिलांचा मृत्यू झाला आणि तैमूरही बर्लाचा प्रमुख बनला. त्यानंतर तुघलुघने आपला मुलगा इलियास खोजाला ट्रान्सोक्सानियावर बसवण्याचा प्रयत्न केला, परंतु तैमूरने हे आक्रमण कमी शक्तीने परतवून लावले.

सत्तेचा उदय

याच काळात तैमूरने चगताई खानांना त्यांच्या नावावर राज्य करताना फिगरहेड्सच्या स्थानावर आणले. तसेच या काळात, तैमूर आणि त्याचा मेहुणा अमीर हुसेन, जे प्रथम सहकारी फरारी आणि भटके होते, ते प्रतिस्पर्धी आणि विरोधी बनले. ताश्कंदच्या जवळ असलेल्या इल्या खोजा (मावरन्नाचा माजी गव्हर्नर) यांना संपवण्याचा तैमूरचा आदेश हुसेनने सोडून दिल्याने त्यांच्यातील संबंध ताणले गेले.

तैमूरने बल्खमध्ये अनुयायी मिळवले, ज्यात व्यापारी, सहकारी आदिवासी, मुस्लिम पाद्री, अभिजात वर्ग आणि कृषी कामगार यांचा समावेश होता, कारण त्याच्या दयाळूपणामुळे त्याने आपले सामान त्यांच्याशी शेअर केले. हे तैमूरच्या वागणुकीशी विरोधाभास करते हुसेन, ज्याने या लोकांना दुरावले, त्यांच्याकडून त्याच्या जड कर कायद्यांद्वारे अनेक मालमत्ता घेतल्या आणि कराचा पैसा विस्तृत संरचना तयार करण्यासाठी स्वार्थीपणे खर्च केला. 1370 च्या सुमारास, हुसेनने तैमूरला शरणागती पत्करली आणि नंतर त्याची हत्या करण्यात आली, ज्यामुळे तैमूरला बल्ख येथे औपचारिकपणे सार्वभौम घोषित करण्यात आले. त्याने हुसेनची पत्नी सारय मुल्क खानमशी विवाह केला, जो चंगेज खानच्या वंशज होत्या, ज्यामुळे त्याला चघताय जमातीचा शाही शासक बनण्याची परवानगी मिळाली.

तैमूरच्या राजवटीचे कायदेशीरकरण

तैमूरच्या टर्को-मंगोलियन वारशाने संधी आणि आव्हाने दिली कारण त्याने मंगोल साम्राज्य आणि मुस्लिम जगावर राज्य करण्याचा प्रयत्न केला. मंगोल परंपरेनुसार, तैमूर खान या पदवीवर दावा करू शकत नाही किंवा मंगोल साम्राज्यावर राज्य करू शकत नाही कारण तो चंगेज खानचा वंशज नव्हता. म्हणून, तैमूरने बाल्खचा नाममात्र शासक म्हणून एक कठपुतळी चघतायिद खान, सुयुर्गात्मिश, स्थापन

केला कारण त्याने "चंगीझ खानचा मोठा मुलगा, जोची याच्या चिंगीसीड वंशाच्या सदस्याचा संरक्षक" म्हणून काम केले. तैमूरने त्याऐवजी आमीर म्हणजे सामान्य अशी पदवी वापरली आणि ट्रान्सोक्सानियाच्या चगताई शासकाच्या नावाने अभिनय केला. या स्थितीला बळकट करण्यासाठी, तैमूरने गुरेगेन (शाही जावई) या उपाधीचा दावा केला, जेव्हा त्याने सराय मुल्क खानम या चिंगीसिड वंशाच्या राजकुमारीशी लग्न केले.

खान या उपाधीप्रमाणेच तैमूर इस्लामिक जगतातील सर्वोच्च पदवी, खलिफा म्हणून दावा करू शकला नाही, कारण "कार्यालय कुरेश, पैगंबर मुहम्मद यांच्या टोळीपुरते मर्यादित होते". म्हणून, तैमूरने देवाने नियुक्त केलेली "अलौकिक वैयक्तिक शक्ती" म्हणून स्वतःची एक मिथक आणि प्रतिमा तयार करून आव्हानावर प्रतिक्रिया दिली. अन्यथा त्याचे वर्णन अलीचे आध्यात्मिक वंशज म्हणून केले गेले, त्यामुळे चंगेज खान आणि कुरैश या दोघांचा वंशज आला.

विस्ताराचा कालावधी

तैमूरने पुढील 35 वर्षे विविध युद्धे आणि मोहिमांमध्ये घालवली. त्याने केवळ आपल्या शत्रूंच्या अधीन राहून घरातील आपली सत्ता बळकट केली नाही तर परकीय सामर्थ्यवानांच्या भूमीवर अतिक्रमण करून प्रदेश वाढवण्याची मागणी केली. त्याच्या पश्चिमेकडील आणि वायव्येकडील विजयांमुळे त्याला कॅस्पियन समुद्राजवळील प्रदेश आणि उरल आणि व्होल्गा नदीच्या किनाऱ्यावर नेले. बगदाद, करबला आणि उत्तर इराकसह पर्शियातील जवळजवळ प्रत्येक प्रांताचा दक्षिण आणि दक्षिण-पश्चिमेकडील विजयांनी समावेश केला.

तैमूरच्या प्रतिस्पर्ध्यांपैकी एक सर्वात शक्तिशाली दुसरा मंगोल शासक होता, जो तोख्तामिश नावाचा चंगेज खानचा वंशज होता. तैमूरच्या दरबारात निर्वासित झाल्यानंतर, तोख्तामिश पूर्वेकडील किपचक आणि गोल्डन हॉर्डे या दोन्ही राज्यांचा शासक बनला. त्याच्या राज्यारोहणानंतर, त्याने ख्वारिज्म आणि अझरबैजानच्या ताब्यात घेण्यावरून तैमूरशी भांडण केले. तथापि, तैमूरने तरीही रशियन लोकांविरुद्ध त्याला पाठिंबा दिला आणि 1382 मध्ये तोख्तामिशने मस्कोविट वर्चस्वावर आक्रमण केले आणि मॉस्को जाळला.

ऑर्थोडॉक्स परंपरा सांगते की नंतर, 1395 मध्ये, तैमूर, रियाझानच्या रियासतीच्या सीमेवर पोहोचला, त्याने एलेट्स घेतले आणि मॉस्कोच्या दिशेने पुढे जाण्यास सुरुवात केली. मॉस्कोचा ग्रेट प्रिन्स वसिली पहिला सैन्यासह कोलोम्ना येथे गेला आणि ओका नदीच्या काठावर थांबला. पाळकांनी व्लादिमीर आयकॉनचे प्रसिद्ध थियोटोकोस व्लादिमीरहून मॉस्कोला आणले. वाटेत लोकांनी गुडघे टेकून प्रार्थना केली: "हे देवाच्या आई, रशियाची भूमी वाचव!" अचानक तैमूरचे सैन्य मागे हटले. 26 ऑगस्ट रोजी तैमूरपासून रशियन भूमीच्या या चमत्कारिक सुटकेच्या स्मरणार्थ, देवाच्या सर्वात पवित्र मातेच्या व्लादिमीर आयकॉनच्या सभेच्या सन्मानार्थ सर्व-रशियन उत्सवाची स्थापना करण्यात आली.

तुघलक घराण्याविरुद्ध मोहीम

तैमूरने 1397-1398 च्या हिवाळ्यात, 1595-1600 च्या पेंटिंगमध्ये दिल्लीचा सुलतान, नासिर अल-दिन महमूद तुघलक याचा पराभव केला.

1398 मध्ये, तैमूरने तुघलक राजघराण्यातील सुलतान नसीर-उद-दीन महमूद शाह तुघलक याने शासित दिल्ली सल्तनतवर हल्ला करून उत्तर भारतावर आक्रमण केले. 30 सप्टेंबर 1398 रोजी सिंधू नदी ओलांडल्यानंतर, त्याने तुळंबाची तोडफोड केली आणि तेथील रहिवाशांची हत्या केली. त्यानंतर त्याने प्रगत केले आणि ऑक्टोबरपर्यंत मुलतान ताब्यात घेतला. 73 त्याचे आक्रमण बिनविरोध झाले कारण बहुतेक भारतीय उच्चभ्रूंनी लढा न देता शरणागती पत्करली, तथापि राजपूत राजा दुलाचंदच्या अधिपत्याखाली ७४ राजपूत आणि मुस्लिमांच्या एकत्रित सैन्याकडून त्याला प्रतिकार झाला, ७५ दुलाचंदने सुरुवातीला तैमूरला विरोध केला परंतु कठोरपणे दाबल्यावर त्याने आत्मसमर्पण करण्याचा विचार केला. त्याला त्याच्या भावाने भटनेरच्या भिंतीबाहेर बंद केले होते आणि नंतर तैमूरने त्याची हत्या केली होती. भटनेरची चौकी नंतर लढली आणि शेवटच्या माणसापर्यंत मारली गेली. भटनेरला लुटून जमिनीवर जाळण्यात आले.

दिल्लीच्या दिशेने कूच करताना, तैमूरला जाट शेतकऱ्यांनी विरोध केला, जो कारवाल्यांना लुटून जंगलात गायब होईल, तैमूरने 2,000 जाट मारले आणि अनेकांना कैद केले. पण दिल्लीतील सल्तनतने त्याची प्रगती रोखण्यासाठी काहीही केले नाही. अविश्वसनीय स्रोत?

दिल्ली काबीज (१३९८)

17 डिसेंबर 1398 रोजी ही लढाई झाली. सुलतान नसीर-उद-दीन महमूद शाह तुघलक आणि मल्लू इक्बाल च्या सैन्याने युद्धातील हत्ती त्यांच्या दांड्यावर साखळी आणि विष भरलेले होते. त्याच्या तातार सैन्याला हत्तींची भीती वाटत असल्याने, तैमूरने आपल्या माणसांना त्यांच्या स्थानांसमोर खंदक खणण्याचा आदेश दिला. त्यानंतर तैमूरने त्याच्या उंटांवर लाकूड आणि गवत वाहून नेले. जेव्हा युद्धातील हत्तींनी आरोप केले, तेव्हा तैमूरने गवताला आग लावली आणि उंटांना लोखंडी काठ्या लावल्या, ज्यामुळे ते हत्तींवर आरोप करत होते, वेदनांनी रडत होते: तैमूरला समजले होते की हत्ती सहजपणे घाबरले आहेत. उंटांच्या पाठीवरून उडी मारणाऱ्या ज्वाला त्यांच्याकडे थेट उडत असल्याच्या विचित्र दृश्याचा सामना करत, हत्ती मागे वळले आणि त्यांच्या स्वत: च्या ओळींकडे शिक्का मारले. तैमूरने नासिर-उद-दीन महमूद शाह तुघलकच्या सैन्यातील नंतरच्या व्यत्ययाचे भांडवल करून सहज विजय मिळवला. नसीर-उद्दीन महमूद शाह तुघलक आपल्या सैन्याच्या अवशेषांसह पळून गेला. दिल्ली उद्ध्वस्त करून उद्ध्वस्त झाली. दिल्लीच्या लढाईपूर्वी, तैमूरने 100,000 बंदिवानांना फाशी दिली.

दिल्ली सल्तनत ताब्यात घेणे हा तैमूरच्या सर्वात मोठ्या विजयांपैकी एक होता, कारण त्या वेळी दिल्ली जगातील सर्वात श्रीमंत शहरांपैकी एक होते. दिल्ली तैमूरच्या सैन्याच्या ताब्यात गेल्यानंतर, तेथील नागरिकांनी तुर्किक-मंगोल लोकांविरुद्ध उठाव करण्यास सुरुवात केली, ज्यामुळे शहराच्या भिंतींमध्ये बदला म्हणून रक्तरंजित हत्याकांड घडले. दिल्लीत तीन दिवसांच्या नागरिकांच्या उठावानंतर, असे म्हटले जाते की शहराला तेथील नागरिकांचे कुजलेले मृतदेह दिसले आणि त्यांची डोकी संरचनेसारखी उभारली गेली आणि तैमूरच्या सैनिकांनी पक्ष्यांचे खाद्य म्हणून मृतदेह सोडले. तैमूरच्या आक्रमणामुळे आणि दिल्लीच्या नाशामुळे अराजकता चालूच राहिली जी अजूनही भारताला खाऊन टाकत होती, आणि शहराला जवळपास शतकभर झालेल्या मोठ्या नुकसानातून सावरता येणार नाही.

मिंग राजवंशावर हल्ला करण्याचा प्रयत्न

तैमूरच्या आक्रमणाच्या भीतीमुळे जियायू खिंडीतील किल्ला मजबूत झाला.

1368 पर्यंत, हान चीनी सैन्याने मंगोल लोकांना चीनमधून बाहेर काढले. नवीन मिंग राजवंशाच्या सम्राटांपैकी पहिला, होंगवू सम्राट आणि त्याचा मुलगा, योंगल सम्राट, यांनी अनेक मध्य आशियाई देशांच्या उपनदी राज्यांची निर्मिती केली. मिंग साम्राज्य आणि तैमुरीद यांच्यातील सुजेरेन-वासल संबंध दीर्घकाळ अस्तित्वात होता. 1394 मध्ये, हॉगवूच्या राजदूतांनी अखेरीस तैमूरला एक विषय म्हणून संबोधित करणारे पत्र सादर केले. त्यांनी फू एन, गुओ जी आणि लिऊ वेई या राजदूतांना ताब्यात घेतले होते. होंगवूचे पुढचे राजदूत चेन डेवेन (१३९७) किंवा यॉन्गल सम्राटाच्या राज्यारोहणाची घोषणा करणाऱ्या शिष्टमंडळाने यापेक्षा चांगले काम केले नाही.

तैमूरने अखेर चीनवर आक्रमण करण्याची योजना आखली. यासाठी तैमूरने मंगोलियातील हयात असलेल्या मंगोल जमातींशी युती केली आणि बुखारापर्यंत सर्व मार्ग तयार केला. समरकंदमधील तैमूरच्या दरबारात असताना एंग्के खानने त्याचा नातू ओल्जेई तेमूर खान, ज्याला "बुयानशिर खान" असेही म्हटले जाते, याला इस्लाम धर्म स्वीकारल्यानंतर पाठवले.

मृत्यू

तैमूरने वसंत ऋतूमध्ये त्याच्या लढाया लढण्यास प्राधान्य दिले. तथापि, एका अनोळखी हिवाळी मोहिमेदरम्यान त्याचा वाटेतच मृत्यू झाला. डिसेंबर 1404 मध्ये, तैमूरने मिंग चीनविरुद्ध लष्करी मोहीम सुरू केली आणि मिंग दूताला ताब्यात घेतले. सिर डारियाच्या दूरच्या बाजूला तळ ठोकून असताना तो आजारी पडला आणि 17 फेब्रुवारी 1405 रोजी फराब येथे त्याचा मृत्यू झाला, चिनी सीमेवर पोहोचण्यापूर्वीच. त्याच्या मृत्यूनंतर मिंग दूत जसे की फू एन आणि उर्वरित दलाला त्याच्या नातू खलील सुलतानने सोडले .

भूगोलशास्त्रज्ञ क्लेमेंट्स मार्कहॅम यांनी क्लॅविजोच्या दूतावासाच्या कथनाच्या प्रस्तावनेत असे म्हटले आहे की, तैमूरच्या मृत्यूनंतर, त्याचे शरीर "कस्तुरी आणि गुलाबाच्या पाण्याने सुशोभित केले गेले होते, तागाच्या कपड्यात गुंडाळले गेले होते, आबनूस शवपेटीमध्ये ठेवले होते आणि समरकंदला पाठवण्यात आले होते, जिथे ते दफन करण्यात आले होते. ". त्याची कबर, गुर-ए-अमीर, समरकंदमध्ये अजूनही उभी आहे, जरी अलिकडच्या वर्षांत ती मोठ्या प्रमाणात पुनर्संचयित केली गेली आहे.

व्यक्तिमत्व

तैमूरला लष्करी प्रतिभावान म्हणून ओळखले जाते आणि मध्य आशियातील त्याच्या राजवटीत भटक्यांचे एकनिष्ठ अनुयायी जिंकण्यासाठी आणि टिकवून ठेवण्यासाठी अत्यंत तरल राजकीय संरचनेत काम करण्याची विलक्षण क्षमता असलेला एक हुशार रणनीती म्हणून ओळखला जातो. त्याला विलक्षण बुद्धिमान देखील मानले जात असे - केवळ अंतर्ज्ञानीच नव्हे तर बौद्धिकदृष्ट्या देखील. समरकंद आणि त्याच्या अनेक प्रवासात, तैमूर, प्रतिष्ठित विद्वानांच्या मार्गदर्शनाखाली, पर्शियन, मंगोलियन आणि तुर्की भाषा शिकू शकला (अहमद इब्न अरबशाहच्या मते, तैमूरला अरबी बोलता येत नव्हते). तथापि, ती फारसी होती जी तैमूरला विशेष मानली गेली कारण ती केवळ त्याच्या दरबाराचीच नव्हे तर त्याच्या कुलपतींचीही भाषा होती.

जॉन जोसेफ सॉडर्सच्या मते, तैमूर हा "इस्लामीकृत आणि इराणीकृत समाजाचा उपज होता" आणि स्टेप भटक्यांचा नव्हता. विशेष म्हणजे तैमूरला संधीसाधू म्हणून ओळखले जात होते. त्याच्या तुर्को-मंगोलियन वारशाचा फायदा घेऊन, तैमूरने त्याचे लष्करी उद्दिष्टे किंवा देशांतर्गत राजकीय उद्दिष्टे साध्य करण्यासाठी इस्लामिक धर्म किंवा शरिया कायदा, फिकह आणि मंगोल साम्राज्याच्या परंपरांचा वारंवार वापर केला. तैमूर हा एक विद्वान राजा होता आणि त्याला विद्वानांचा सहवास लाभला होता; तो त्यांना सहनशील आणि उदार होता. तो पर्शियन कवी हाफेजचा समकालीन होता, आणि त्यांच्या भेटीची एक कहाणी स्पष्ट करते की तैमूरने हाफिजला बोलावले, ज्याने खालील श्लोकासह गझल लिहिली होती.

21

इंग्लंडचा राजा हेन्री आठवा

इंग्लंडचा राजा हेन्री आठवा

Scan for Story Videos - www.itibook.com

हेन्री आठवा (28 जून 1491 - 28 जानेवारी 1547) हा 22 एप्रिल 1509 ते 1547 मध्ये त्याच्या मृत्यूपर्यंत इंग्लंडचा राजा होता. हेन्री त्याच्या सहा विवाहांसाठी आणि त्याचे पहिले लग्न (कॅथरीन ऑफ अॅरॅगॉनशी) रद्द करण्याच्या प्रयत्नांसाठी प्रसिद्ध आहे. . अशा रद्दीकरणाबद्दल पोप क्लेमेंट VII यांच्याशी असलेल्या मतभेदामुळे हेन्रीने इंग्रजी सुधारणेला सुरुवात केली आणि चर्च ऑफ इंग्लंडला पोपच्या अधिकारापासून वेगळे केले. त्याने स्वतःला चर्च ऑफ इंग्लंडचे सर्वोच्च प्रमुख म्हणून नियुक्त केले आणि कॉन्व्हेंट आणि मठ विसर्जित केले, ज्यासाठी त्याला पोपने बहिष्कृत केले. हेन्रीला "रॉयल नेव्हीचे जनक" म्हणूनही ओळखले जाते कारण त्याने नौदलात मोठ्या प्रमाणात गुंतवणूक केली आणि त्याचा आकार काही वरून 50 पेक्षा जास्त जहाजांपर्यंत वाढवला आणि नेव्ही बोर्डाची स्थापना केली.

देशांतर्गत, हेन्री हा पोपच्या वर्चस्वाच्या विरोधात असलेल्या राजांच्या दैवी अधिकाराच्या सिद्धांताचा वापर करून इंग्रजी राज्यघटनेत केलेल्या आमूलाग्र बदलांसाठी ओळखला जातो. त्याने आपल्या कारकिर्दीत राजेशाही शक्तीचाही मोठ्या प्रमाणात विस्तार केला. मतभेद कमी करण्यासाठी तो वारंवार देशद्रोह आणि धर्मद्रोहाचे आरोप वापरत असे आणि त्या आरोपींना अटेंडरच्या बिलांद्वारे औपचारिक चाचणीशिवाय फाशी देण्यात आली. त्यांनी त्यांच्या मुख्यमंत्र्यांच्या कार्याद्वारे त्यांची अनेक राजकीय उद्दिष्टे साध्य केली, ज्यापैकी काही त्यांच्या पक्षातून बाहेर पडल्यावर त्यांना हद्दपार करण्यात आले किंवा त्यांना फाशी देण्यात आली. थॉमस वोल्सी, थॉमस मोरे, थॉमस क्रॉमवेल, रिचर्ड रिच आणि थॉमस क्रॅनमर या सर्वांनी त्याच्या प्रशासनात ठळकपणे स्थान दिले.

हेन्री एक अवाजवी खर्च करणारा होता, त्याने मठांचे विघटन आणि सुधारणा संसदेच्या कृत्यांमधून मिळालेले पैसे वापरत होते. पूर्वी रोमला दिलेला पैसाही त्याने शाही महसुलात बदलला. या स्त्रोतांकडून पैसा असूनही, तो त्याच्या वैयक्तिक उधळपट्टीमुळे, तसेच त्याच्या अनेक महागड्या आणि मोठ्या प्रमाणात अयशस्वी युद्धांमुळे, विशेषतः फ्रान्सचा राजा फ्रान्सिस पहिला, पवित्र रोमन सम्राट चार्ल्स पाचवा, राजा जेम्स पाचवा यांच्याशी सतत आर्थिक नासाडीच्या मार्गावर होता. स्कॉटलंड आणि स्कॉटिश रिजन्सी अर्ल ऑफ अरन आणि मेरी ऑफ गुइसच्या अंतर्गत. मायदेशात, त्यांनी वेल्स अधिनियम 1535 आणि 1542 मधील कायद्यांसह इंग्लंड आणि वेल्सच्या कायदेशीर संघटिततेचे निरीक्षण केले आणि आयर्लंड कायदा 1542 च्या क्राउननंतर आयर्लंडचा राजा म्हणून राज्य करणारा तो पहिला इंग्रजी सम्राट होता.

हेन्रीचे समकालीन लोक त्याला एक आकर्षक, शिक्षित आणि कुशल राजा मानत होते. त्याचे वर्णन "इंग्रजी सिंहासनावर बसलेल्या सर्वात करिष्माई शासकांपैकी एक" असे केले गेले आहे आणि त्याच्या कारकिर्दीचे वर्णन इंग्रजी इतिहासातील "सर्वात महत्वाचे" म्हणून केले गेले आहे. ते लेखक आणि संगीतकार होते. जसजसे त्याचे वय वाढले तसतसे त्याचे वजन खूप जास्त झाले आणि त्याची तब्येत बिघडली. त्याच्या नंतरच्या आयुष्यात त्याला वारंवार वासनांध, अहंकारी, पराकोटीचा आणि अत्याचारी सम्राट म्हणून ओळखले जाते. त्याच्यानंतर त्याचा मुलगा एडवर्ड सहावा आला.

28 जून 1491 रोजी ग्रीनविच, केंट येथील पॅलेस ऑफ प्लेसेंटिया येथे जन्मलेले हेन्री ट्यूडर हे यॉर्कचा राजा हेन्री सातवा आणि एलिझाबेथ यांचा तिसरा मुलगा आणि दुसरा मुलगा होता. 5 तरुण हेन्रीच्या सहा (किंवा सात) भावंडांपैकी फक्त तीनच - त्याचा भाऊ आर्थर, प्रिन्स ऑफ वेल्स आणि बहिणी मार्गारेट आणि मेरी - बालपणापासूनच जिवंत राहिले. त्याचा बाप्तिस्मा एक्सेटरचा बिशप रिचर्ड फॉक्स याने राजवाड्याच्या जवळ असलेल्या ऑब्झर्व्हंट फ्रान्सिस्कन्सच्या चर्चमध्ये घेतला. 1493 मध्ये, वयाच्या दोनव्या वर्षी, हेन्रीला डोव्हर कॅसलचा कॉन्स्टेबल आणि सिंक पोर्ट्सचा लॉर्ड वॉर्डन म्हणून नियुक्त करण्यात आले. त्यानंतर वयाच्या तिसऱ्या वर्षी त्याला इंग्लंडचे अर्ल मार्शल आणि आयर्लंडचे लॉर्ड लेफ्टनंट म्हणून नियुक्त करण्यात आले आणि लवकरच त्याला नाईट ऑफ द बाथ बनवण्यात आले. समारंभाच्या दुसऱ्या दिवशी, त्याला यॉर्कचा ड्यूक बनवण्यात आला आणि एक महिन्यानंतर स्कॉटिश मार्चेसचा वॉर्डन बनवला गेला. मे 1495 मध्ये, त्यांची ऑर्डर ऑफ द गार्टरवर नियुक्ती झाली. लहान मुलाला अशा नियुक्त्या देण्याचे कारण म्हणजे त्याच्या वडिलांना फायदेशीर पदांवर वैयक्तिक नियंत्रण ठेवण्यास सक्षम करणे आणि त्यांना स्थापित कुटुंबांसोबत सामायिक न करणे हे होते. हेन्रीच्या सुरुवातीच्या जीवनाबद्दल फारशी माहिती नाही – त्याच्या नियुक्त्यांशिवाय – कारण त्याच्याकडून राजा होण्याची अपेक्षा नव्हती, परंतु हे ज्ञात आहे की त्याला अग्रगण्य शिक्षकांकडून प्रथम दर्जाचे शिक्षण मिळाले. तो लॅटिन आणि फ्रेंच भाषेत अस्खलित झाला आणि किमान काही इटालियन शिकला.

नोव्हेंबर 1501 मध्ये, हेन्रीने त्याचा भाऊ आर्थरच्या कॅथरीनशी विवाह समारंभात महत्त्वपूर्ण भूमिका बजावली, जो अरागॉनचा राजा फर्डिनांड II आणि कॅस्टिलची राणी इसाबेला I यांची सर्वात लहान मुलगी होती. ड्यूक ऑफ यॉर्क या नात्याने, हेन्रीने राजा म्हणून त्याच्या वडिलांचे हात वापरले, तीन गुण एर्मिनच्या लेबलने फरक केला. 9 फेब्रुवारी 1506 रोजी होली रोमन सम्राट मॅक्सिमिलियन I याने त्याचा आणखी सन्मान केला, ज्याने त्याला गोल्डन फ्लीसचा नाइट बनवले.

1502 मध्ये, कॅथरीनशी लग्न झाल्यानंतर फक्त 20 आठवड्यांनंतर आर्थरचे वयाच्या 15 व्या वर्षी निधन झाले, शक्यतो घामाच्या आजाराने आर्थरच्या मृत्यूने त्याची सर्व कर्तव्ये त्याच्या धाकट्या भावावर टाकली. 10 वर्षांचा हेन्री कॉर्नवॉलचा नवीन ड्यूक आणि फेब्रुवारी 1504 मध्ये वेल्सचा नवीन प्रिन्स आणि अर्ल ऑफ चेस्टर बनला. हेन्री सातव्याने आर्थरच्या मृत्यूनंतरही त्याच्या दुसऱ्या मुलाला काही जबाबदाऱ्या दिल्या. यंग हेन्रीचे काटेकोरपणे निरीक्षण केले गेले आणि तो सार्वजनिक ठिकाणी दिसला नाही. परिणामस्वरूप, तो "राजशाहीच्या अचूक कलेमध्ये अप्रशिक्षित" सिंहासनावर आरूढ झाला.

हेन्री VII ने आपला मुलगा हेन्री याला विधवा कॅथरीनशी लग्नाची ऑफर देऊन इंग्लंड आणि स्पेन यांच्यातील वैवाहिक संबंधांवर शिक्कामोर्तब करण्याचा प्रयत्न केला. हेन्री सातवा आणि कॅथरीनची आई राणी इसाबेला या दोघीही या कल्पनेसाठी उत्सुक होत्या, जी आर्थरच्या मृत्यूनंतर फार लवकर निर्माण झाली होती. 23 जून 1503 रोजी त्यांच्या लग्नासाठी करारावर स्वाक्षरी करण्यात आली आणि दोन दिवसांनी त्यांची लग्ने झाली. कॅथरीन आणि तिच्या द्वंद्वाने दावा केल्याप्रमाणे विवाह संपन्न झाला नसता तर केवळ "सार्वजनिक प्रामाणिकपणाच्या अडथळ्यासाठी" पोपची व्यवस्था आवश्यक होती, परंतु हेन्री VII आणि स्पॅनिश राजदूत त्याऐवजी "आपुलकी" साठी वितरण मिळविण्यासाठी निघाले. पूर्ण होण्याची शक्यता आहे. हेन्री खूपच लहान असल्यामुळे सहवास शक्य नव्हते. 1504 मध्ये इसाबेलाचा मृत्यू आणि कॅस्टिलमधील उत्तराधिकाराच्या समस्या, गुंतागुंतीच्या बाबी. कॅथरीनचे वडील फर्डिनांड यांनी तिला इंग्लंडमध्ये राहणे पसंत केले, परंतु हेन्री सातव्याचे फर्डिनांडसोबतचे संबंध बिघडले. त्यामुळे कॅथरीनला काही काळ संभ्रमात टाकण्यात आले, ज्याचा पराकाष्ठा प्रिन्स हेन्रीने वयाच्या 14 व्या वर्षी शक्य होताच लग्नास नकार दिला. फर्डिनांडचा उपाय म्हणजे आपल्या मुलीला राजदूत बनवणे, तिला अनिश्चित काळासाठी इंग्लंडमध्ये राहण्याची परवानगी देणे. धर्माभिमानी, तिचा असा विश्वास वाटू लागला की राजकुमाराच्या विरोधाला न जुमानता तिने लग्न करावे ही देवाची इच्छा आहे.

राजवट

हेन्री सातवा 21 एप्रिल 1509 रोजी मरण पावला आणि 17 वर्षांचा हेन्री त्याच्यानंतर राजा झाला. 10 मे रोजी वडिलांच्या दफनविधीनंतर, हेन्रीने अचानक जाहीर केले की तो खरोखरच कॅथरीनशी लग्न करेल, पोपची व्यवस्था आणि लग्नाच्या भागाचा गहाळ भाग यासंबंधीचे अनेक प्रश्न सोडवले नाहीत. नवीन राजाने असे सांगितले की त्याने कॅथरीनशी लग्न करावे ही त्याच्या वडिलांची इच्छा होती. हे खरे असो वा नसो, हे निश्चितच सोयीचे होते. सम्राट मॅक्सिमिलियन पहिला, त्याची नात एलेनॉर, कॅथरीनची भाची, हेन्रीशी लग्न करण्याचा प्रयत्न करत होता; ती आता झिजली होती. हेन्रीचा कॅथरीनशी झालेला विवाह अत्यंत महत्त्वाचा होता आणि 11 जून 1509 रोजी ग्रीनविच येथील फ्रिअर्स चर्चमध्ये आयोजित करण्यात आला होता.

23 जून 1509 रोजी, हेन्रीने आताच्या 23 वर्षीय कॅथरीनचे नेतृत्व लंडनच्या टॉवरवरून वेस्टमिन्स्टर ॲबेला त्यांच्या राज्याभिषेकासाठी केले, जे दुसऱ्या दिवशी झाले. हे एक भव्य प्रकरण होते: राजाचा रस्ता टेपेस्ट्रीने रचलेला होता आणि बारीक कापडाने घातला होता. समारंभानंतर, वेस्टमिन्स्टर हॉलमध्ये एक भव्य मेजवानी होती. कॅथरीनने तिच्या वडिलांना लिहिल्याप्रमाणे, "आमचा वेळ सतत उत्सवात जातो".

त्याच्या राज्याभिषेकाच्या दोन दिवसांनंतर, हेन्रीने त्याच्या वडिलांचे दोन सर्वात लोकप्रिय मंत्री सर रिचर्ड एम्पसन आणि एडमंड डडली यांना अटक केली. त्यांच्यावर उच्च राजद्रोहाचा आरोप ठेवण्यात आला आणि 1510 मध्ये त्यांना फाशी देण्यात आली. राजकीयदृष्ट्या प्रेरित फाशी ही हेन्रीच्या मार्गात अडथळे आणणाऱ्यांना सामोरे जाण्याची एक प्राथमिक युक्ती राहील. हेन्रीने दोन मंत्र्यांनी उधळलेली रक्कमही परत केली. याउलट, हाऊस ऑफ यॉर्क - सिंहासनासाठी संभाव्य प्रतिस्पर्धी दावेदार - हेन्रीचा दृष्टिकोन त्याच्या वडिलांच्या दृष्टिकोनापेक्षा अधिक मध्यम होता. थॉमस ग्रे, डोरसेटचा दुसरा मार्क्स यांच्यासह त्याच्या वडिलांनी कैद केलेल्या अनेकांना माफ करण्यात आले. इतरांचा समेट झाला नाही; एडमंड डे ला पोलचा अखेरीस 1513 मध्ये शिरच्छेद करण्यात आला, त्याचा भाऊ रिचर्डने राजाच्या विरोधात उभे राहून त्याला फाशीची शिक्षा दिली.

सार्वजनिक प्रतिमा

हेन्रीने पुनर्जागरण काळातील माणसाची प्रतिमा जोपासली आणि त्याचे दरबार हे विद्वत्तापूर्ण आणि कलात्मक नवकल्पना आणि मोहक अतिरेकांचे केंद्र होते, ज्याचे प्रतिक फील्ड ऑफ द क्लॉथ ऑफ गोल्ड होते. त्यांनी वॉल्सी यांच्या गायनाने काही थेट गायकांसाठी देश शोधून काढला आणि रेनेसां संगीताची दरबारात ओळख करून दिली. संगीतकारांमध्ये बेनेडिक्ट डी ओपिटीस, रिचर्ड सॅम्पसन, ॲम्ब्रोस लुपो आणि व्हेनेशियन ऑर्गनिस्ट डायोनिसियो मेमो यांचा समावेश होता, आणि हेन्रीने स्वतः वाद्यांचा बराचसा संग्रह ठेवला होता. तो ल्युटवर तरबेज होता आणि ऑर्गन वाजवत होता आणि कुमारिकांचा प्रतिभावान खेळाडू होता. तो संगीत देखील पाहू शकत होता आणि चांगले गाऊ शकत होता. तो एक निपुण संगीतकार, लेखक आणि कवी होता; "पेस्टाईम विथ गुड कंपनी" ("द किंजेस बॅलेड") हे त्यांचे सर्वोत्कृष्ट संगीत भाग आहे आणि त्यांनी "ग्रीन्सलीव्स" लिहिल्याची ख्याती आहे परंतु कदाचित त्यांनी तसे केले नाही.

हेन्री एक उत्साही जुगारी आणि फासे खेळणारा होता आणि खेळांमध्ये, विशेषत: जॉस्टिंग, शिकार आणि वास्तविक टेनिसमध्ये प्रवीण होता. परंपरागत ख्रिश्चन धार्मिकतेच्या भक्कम बचावासाठीही तो प्रसिद्ध होता. लंडनमधील नॉनसच पॅलेस, किंग्ज कॉलेज चॅपल, केंब्रिज आणि वेस्टमिन्स्टर ॲबे यासह अनेक महत्त्वाच्या इमारतींच्या बांधकाम आणि सुधारणांमध्ये त्यांचा सहभाग होता. त्याने सुधारलेल्या अनेक विद्यमान इमारतींमध्ये वोल्सीकडून जप्त केलेल्या मालमत्ता होत्या, जसे की क्राइस्ट चर्च, ऑक्सफर्ड, हॅम्प्टन कोर्ट पॅलेस, व्हाइटहॉलचा पॅलेस आणि ट्रिनिटी कॉलेज, केंब्रिज.

हेन्री हा एक बौद्धिक होता, आधुनिक मानवतावादी शिक्षण असलेला पहिला इंग्रज राजा. त्यांनी इंग्रजी, फ्रेंच आणि लॅटिन वाचले आणि लिहिले आणि त्यांच्याकडे मोठ्या ग्रंथालयाचे मालक होते. त्यांनी अनेक पुस्तकांवर भाष्य केले आणि स्वतःचे एक प्रकाशित केले आणि

चर्चच्या सुधारणेला पाठिंबा देण्यासाठी त्यांच्याकडे असंख्य पुस्तिका आणि व्याख्याने तयार होती. उदाहरणार्थ, रिचर्ड सॅम्पसनचा ओरॅटिओ (१५३४), राजेशाहीच्या पूर्ण आज्ञाधारकतेचा युक्तिवाद होता आणि इंग्लिश चर्च नेहमीच रोमपासून स्वतंत्र होती असा दावा केला होता. लोकप्रिय स्तरावर, ताजने अनुदान दिलेले थिएटर आणि मिनस्ट्रेल मंडळे नवीन धार्मिक प्रथांना प्रोत्साहन देण्यासाठी संपूर्ण भूमीभोवती फिरत होते; पोप आणि कॅथोलिक याजक आणि भिक्षू यांची विदेशी शैतान म्हणून थट्टा केली गेली, तर हेन्रीला इंग्लंडचा गौरवशाली राजा आणि खऱ्या विश्वासाचा शूर आणि वीर रक्षक म्हणून गौरवण्यात आले. हेन्रीने आव्हानात्मक अधिकार आणि अप्रतिम शक्तीची प्रतिमा सादर करण्यासाठी कठोर परिश्रम केले.

22

इजिप्तचा फारो थुटमोज तिसरा

इजिप्तचा फारो थुटमोज तिसरा

थुटमोस तिसरा (वेगवेगळ्या स्पेलिंग टुथमोसिस किंवा थॉथम्स), ज्याला काहीवेळा थुटमोस द ग्रेट म्हणतात, हा अठराव्या राजवंशाचा सहावा फारो होता. अधिकृतपणे, थुटमोस III ने इजिप्तवर जवळजवळ 54 वर्षे राज्य केले आणि त्याचा कारभार साधारणतः 28 एप्रिल 1479 ईसापूर्व ते 11 मार्च 1425 ईसापूर्व, वयाच्या दोन वर्षापासून आणि वयाच्या छप्पनव्या वर्षी मृत्यू होईपर्यंत आहे; तथापि, त्याच्या कारकिर्दीच्या पहिल्या 22 वर्षांमध्ये, तो त्याची सावत्र आई आणि मावशी, हॅटशेपसुत, ज्यांना फारो असे नाव देण्यात आले होते, यांच्याशी संबंध होता. त्याला हयात असलेल्या स्मारकांवर प्रथम दाखविण्यात आले असताना, दोघांनाही नेहमीची राजेशाही नावे आणि बोधचिन्ह देण्यात आले होते आणि दोघांनाही इतरांपेक्षा कोणतीही स्पष्ट ज्येष्ठता दिली जात नाही. थुटमोसने हॅटशेपसटच्या सैन्याचा प्रमुख म्हणून काम केले. त्याच्या कारकिर्दीच्या शेवटच्या दोन वर्षांमध्ये, त्याने आपला मुलगा आणि उत्तराधिकारी, अमेनहोटेप II, त्याच्या कनिष्ठ सह-प्रभारी म्हणून नियुक्त केले. त्याचा पहिला जन्मलेला मुलगा आणि सिंहासनाचा वारस, अमेनेमहत, थुटमोज तिसरा याच्या आधीचा. तो 18 व्या राजवंशातील सर्वात शक्तिशाली फारोपैकी एक होईल.

थुटमोस II आणि हॅटशेपसटच्या मृत्यूनंतर राज्याचा एकमेव शासक बनला, त्याने इजिप्तने पाहिलेले सर्वात मोठे साम्राज्य निर्माण केले; 17 पेक्षा कमी मोहिमा केल्या नाहीत आणि त्याने सीरियापासून अप्पर नुबियापर्यंतच्या जमिनी जिंकल्या.

थुटमोस तिसरा मरण पावला तेव्हा इजिप्तमधील या काळातील बाकीच्या राजांप्रमाणेच त्याला राजांच्या खोऱ्यात पुरण्यात आले.

थुटमोजची दोन मुख्य नावे mn-?pr-r म्हणून लिप्यंतरण करतात? ??wty-ms. पहिले नाव सामान्यतः मेनखेपेरे असे लिप्यंतरित केले जाते आणि याचा अर्थ "रा चे प्रकटीकरण आहे" किंवा "रा च्या प्रकटीकरणातील चिरस्थायी आहे". दुसरे नाव थुटमोस किंवा टुथमोसिस असे लिप्यंतरित केले जाते आणि याचा अर्थ "थोथचा जन्म" किंवा "थोथ जन्मला" आहे.

कुटुंब

थुटमोज III च्या जन्माच्या नावासह कोरलेल्या भिंतीच्या ब्लॉकचा एक तुकडा. आता पेट्री म्युझियम ऑफ इजिप्शियन पुरातत्व, लंडनमध्ये आहे.

थुटमोज तिसरा हा थुटमोस II चा दुय्यम पत्नी, इसेट (किंवा असेट) यांचा मुलगा होता. त्याच्या वडिलांची महान शाही पत्नी राणी हॅटशेपसट होती. तिची मुलगी, नेफेर्यू, थुटमोजची सावत्र बहीण होती.

थुटमोस II मरण पावला तेव्हा थुटमोस तिसरा राज्य करण्यासाठी खूप लहान होता. हॅटशेपसट त्याचा रीजेंट बनला, लवकरच त्याचा सह-प्रभारी, आणि त्यानंतर थोड्याच वेळात त्याने थुटमोज III ला राजेपद नाकारून स्वतःला फारो म्हणून घोषित केले. थुटमोसिस III चा साम्राज्यावर फारसा अधिकार नव्हता तर हॅटशेपसटने राजपदाच्या औपचारिक पदाचा वापर केला. तिचा शासन खूप समृद्ध होता आणि मोठ्या प्रगतीने चिन्हांकित केला होता. जेव्हा थुटमोस तिसरा योग्य वयात पोहोचला आणि त्याने क्षमता प्रदर्शित केली तेव्हा तिने त्याला आपल्या सैन्याच्या प्रमुखपदी नियुक्त केले.

काही इजिप्तोलॉजिस्टचा असा अंदाज आहे की थुटमोजने त्याच्या सावत्र बहिणीशी, नेफेर्युरशी लग्न केले, परंतु या विवाहासाठी कोणतेही निर्णायक पुरावे नाहीत. असे सुचवण्यात आले आहे की नेफेर्यूर, थुटमोसच्या पहिल्या जन्मलेल्या मुलाची, अमेनेमहातची आई असावी. वैकल्पिकरित्या, ग्रेट रॉयल वाईफ सतिया ही अमेनेम्हातची आई होती असे मानले जाते. अमेनेम्हात त्यांच्या वडिलांच्या आधी होते.

थुटमोजच्या इतर अनेक बायका हयात असलेल्या नोंदींद्वारे प्रमाणित आहेत. त्याला मेनवी, मेर्टी आणि मेन्हेत या किमान तीन परदेशी बायका होत्या, ज्यांना एकत्र पुरण्यात आले होते. थुटमोसच्या थडग्यातील खांबावरून किमान एक दुसरी पत्नी, नेब्टू ओळखली जाते. सतीहाच्या मृत्यूनंतर, मेरिट्रे-हॅटशेपसट नावाची स्त्री ग्रेट रॉयल वाईफ बनली. ती त्याच्या अनेक मुलांची आई होती, ज्यात भावी राजा अमेनहोटेप II आणि दुसरा मुलगा, मेनखेपेरे आणि किमान चार मुली: नेबेटीयुनेट, मेरिएटामुन (सी), मेरिएटामुन (डी) आणि इसेट यांचा समावेश आहे.

कारकिर्दीची लांबी

प्राचीन इजिप्तच्या निम्न कालक्रमानुसार 1479 BC ते 1425 BC पर्यंत थुटमोस III ने राज्य केले. 1960 पासून शैक्षणिक वर्तुळात ही पारंपारिक इजिप्शियन कालगणना आहे, तरीही काही मंडळांमध्ये इजिप्तच्या उच्च कालगणनेपेक्षा 1504 BC ते 1450 बीसी या जुन्या तारखांना प्राधान्य दिले जाते. या तारखा, अठराव्या राजवंशाच्या सर्व तारखांप्रमाणेच, अमेनहोटेप I च्या कारकिर्दीत सोथिसच्या हेलियाकल उदयाच्या रेकॉर्डिंगच्या आसपासच्या परिस्थितीबद्दल अनिश्चिततेमुळे विवादासाठी खुल्या आहेत. Amenhotep I च्या कारकिर्दीतील एक पपायरस हे खगोलशास्त्रीय निरीक्षण नोंदवते ज्याचा उपयोग सैद्धांतिकदृष्ट्या आधुनिक दिनदर्शिकेशी इजिप्शियन कालगणनेशी उत्तम प्रकारे संबंध जोडण्यासाठी केला जाऊ शकतो; तथापि, हे करण्यासाठी जेथे निरीक्षण केले गेले ते अक्षांश देखील माहित असणे आवश्यक आहे. या दस्तऐवजात निरीक्षणाच्या ठिकाणाची कोणतीही नोंद नाही, उद्धरण आवश्यक आहे परंतु हे सुरक्षितपणे गृहीत धरले जाऊ शकते की ते एकतर डेल्टा शहरात, जसे की मेम्फिस किंवा हेलिओपोलिस किंवा थेब्समध्ये घेतले गेले होते. हे दोन अक्षांश अनुक्रमे उच्च आणि निम्न

कालक्रमानुसार 20 वर्षांचे अंतर देतात.

थुटमोस III च्या कारकिर्दीची लांबी आजपर्यंत ओळखली जाते कारण लष्करी कमांडर अमेनेमहेब-माहूच्या थडग्यात सापडलेल्या माहितीमुळे. अमेनेमहेब-माहू यांनी थुटमोस तिसरा चा मृत्यू त्याच्या मालकाच्या 54 व्या राजसत्तेला, पेरेटच्या तिसऱ्या महिन्याच्या 30 व्या दिवशी नोंदवला. थुटमोस III च्या राज्यारोहणाचा दिवस I Shemu दिवस चौथा म्हणून ओळखला जातो आणि खगोलशास्त्रीय निरीक्षणे 28 एप्रिल 1479 ईसापूर्व ते 11 मार्च 1425 पर्यंत राजाच्या कारकिर्दीच्या सुरुवातीच्या आणि समाप्तीच्या अचूक तारखा स्थापित करण्यासाठी वापरल्या जाऊ शकतात (कमी कालक्रमानुसार) अनुक्रमे बीसी.

थुटमोसच्या लष्करी मोहिमा

थुटमोस III ने 20 वर्षात किमान 16 मोहिमा राबवल्या. तो एक सक्रिय विस्तारवादी शासक होता, ज्याला काहीवेळा इजिप्तचा महान विजेता किंवा इजिप्तशास्त्रज्ञ जेम्स ब्रेस्टेड यांनी "इजिप्तचा नेपोलियन" म्हटले होते. त्याने त्याच्या राजवटीत 350 शहरे काबीज केल्याची नोंद आहे आणि सतरा ज्ञात लष्करी मोहिमांमध्ये युफ्रेटिस ते नुबियापर्यंत जवळच्या पूर्वेचा बराचसा भाग जिंकून घेतला. युफ्रेटिस पार करणारा तो थुटमोस I नंतर पहिला फारो होता, त्याने मितान्नी विरुद्धच्या मोहिमेदरम्यान असे केले. त्याच्या मोहिमेच्या नोंदी कर्नाक येथील अमूनच्या मंदिराच्या भिंतींवर कोरल्या गेल्या होत्या (उरकुंडेन IV मध्ये लिप्यंतरण). सीरियाच्या आशियाई प्रदेशांपासून उत्तरेपर्यंत, दक्षिणेकडे अप्पर नुबियापर्यंत पसरलेले साम्राज्य निर्माण करून इजिप्तला आंतरराष्ट्रीय महासत्ता बनवणाऱ्या इजिप्तच्या महान योद्धा फारोपैकी एक म्हणून त्याला सातत्याने ओळखले जाते. इजिप्शियन साम्राज्याने आणखी क्षेत्र व्यापले की नाही हे कमी निश्चित आहे. पूर्वीच्या इजिप्तोलॉजिस्ट, अगदी अलीकडे एड. मेयर यांचा असा विश्वास होता की थुटमोसने एजियन समुद्रातील बेटांनाही आपल्या वश केले होते. हे यापुढे आज कायम ठेवता येणार नाही. मेसोपोटेमियाचा विजय अकल्पनीय आहे; आणि अलाशिया (सायप्रस) कडून पाठवलेली श्रद्धांजली ही अधूनमधून भेटवस्तूंपेक्षा जास्त होती की नाही हे शंकास्पद आहे. त्याच्या बहुतेक मोहिमांमध्ये, त्याच्या शत्रूंचा शहरा-शहरात पराभव केला गेला जोपर्यंत ते अधीन झाले नाहीत.

थुटमोस "योद्धा" बद्दल केवळ त्याच्या लष्करी कामगिरीमुळेच नव्हे तर त्याच्या शाही लेखक आणि सैन्य कमांडर, थनुनी यांच्यामुळेही बरेच काही ज्ञात आहे, ज्याने त्याच्या विजय आणि राज्यकारभाराबद्दल लिहिले. लष्करी तंत्रज्ञानातील क्रांतिकारक घडामोडीमुळे थुटमोज तिसरा इतक्या मोठ्या प्रमाणात भूभाग जिंकू शकला. इ.स.पू. १६५० च्या आसपास हायक्सोसने घोडा रथ यासारखी प्रगत शस्त्रे आणली असावीत. त्यांना बाहेर घालवण्याच्या प्रक्रियेत, इजिप्तच्या लोकांनी ही शस्त्रे वापरण्यास शिकले. थुटमोज III ला शेजारच्या राज्यांकडून थोडासा प्रतिकार झाला, ज्यामुळे त्याला त्याच्या प्रभावाचे क्षेत्र सहजपणे वाढवता आले. त्याच्या सैन्याने कोरड्या जमिनीवर नौकाही नेल्या.

पहिली मोहीम

थुटमोस III च्या 21 व्या वर्षाच्या सहाव्या महिन्याच्या 10 व्या दिवशी जेव्हा हॅटशेपसटचा मृत्यू झाला, तेव्हा अरमांटच्या एका स्टेलावरून मिळालेल्या माहितीनुसार, कादेशच्या राजाने मेगिद्दोकडे आपले सैन्य वाढवले. थुटमोस III ने स्वतःचे सैन्य जमा केले आणि आठव्या महिन्याच्या 25 व्या दिवशी त्जारू (सिल) च्या सीमावर्ती किल्ल्यावरून इजिप्त सोडले. थुटमोसने किनारपट्टीच्या मैदानातून जामनियापर्यंत आपल्या सैन्याची कूच केली, त्यानंतर मेगिद्दोजवळील येहेम या छोट्या शहरापर्यंत तो पोहोचला, त्याच वर्षीच्या नवव्या महिन्याच्या मध्यात तो पोहोचला. मेगिद्दोची आगामी लढाई कदाचित थुटमोसच्या १७ मोहिमांमधील सर्वात मोठी लढाई होती. माऊंट कार्मेलपासून आतील बाजूस जाणारा पर्वतांचा एक कट्टा थुटमोस आणि मेगिद्दोच्या दरम्यान उभा होता आणि त्याला तीन संभाव्य मार्ग होते. उत्तरेकडील मार्ग आणि दक्षिणेकडील मार्ग, जे दोन्ही पर्वताभोवती फिरले होते, त्याच्या युद्ध परिषदेने सर्वात सुरक्षित असल्याचे ठरवले होते, परंतु थुटमोसने, मोठ्या शौर्याने (किंवा म्हणून तो बढाई मारतो, परंतु अशी आत्म-स्तुती सामान्य आहे. इजिप्शियन ग्रंथांमध्ये), कौन्सिलवर भ्याडपणाचा आरोप केला आणि अरुणा पर्वताच्या खिंडीतून एक धोकादायक मार्ग घेतला, जो सैन्यासाठी "घोड्यामागे घोडा आणि माणसामागून माणूस" जाऊ शकेल इतकाच रुंद असल्याचा आरोप त्यांनी केला.

थुटमोसच्या इतिहासाचे प्रशंसनीय स्वरूप असूनही, असा खिंड खरोखर अस्तित्वात आहे, जरी थुटमोजने सूचित केले तितका अरुंद नसला तरी, आणि त्याचे सैन्य खिंडीतून बाहेर आल्यापासून ते एस्ड्रेलॉनच्या मैदानावर वसले होते तेव्हापासून ते घेणे ही एक उत्तम धोरणात्मक चाल होती. , थेट कनानी सैन्याच्या मागच्या आणि मेगिद्दोच्या दरम्यान. काही कारणास्तव, कनानी सैन्याने त्याच्यावर हल्ला केला नाही कारण त्याचे सैन्य उदयास आले, २६ आणि त्याच्या सैन्याने निर्णायकपणे त्यांचा पराभव केला. दोन सैन्याचा आकार निश्चित करणे कठीण आहे, परंतु जर, रेडफोर्डने सुचविल्याप्रमाणे, सैन्याला खिंडीतून हलवण्यास किती वेळ लागला याचा वापर इजिप्शियन सैन्याचा आकार निर्धारित करण्यासाठी केला जाऊ शकतो, आणि जर मेंढ्यांची संख्या आणि पकडलेल्या बकऱ्यांचा उपयोग कनानी सैन्याचा आकार ठरवण्यासाठी केला जाऊ शकतो, तेव्हा दोन्ही सैन्यांची संख्या सुमारे 10,000 होती. बऱ्याच विद्वानांचा असा विश्वास आहे की इजिप्शियन सैन्य जास्त संख्येने होते. उद्धरण आवश्यक थुटमोस तिसरा च्या हॉल ऑफ एनल्स इन द टेंपल ऑफ अमुन कर्नाक नुसार, लढाई "वर्ष 23, I शेमू दिवस 21 रोजी झाली, नेमका दिवस. नवीन चंद्राची मेजवानी", एक चंद्र तारीख. ही तारीख 9 मे 1457 ईसापूर्व थुटमोस III च्या 1479 बीसीमध्ये प्रवेशावर आधारित आहे. युद्धातील विजयानंतर, त्याचे सैन्य शत्रूला लुटण्यासाठी थांबले आणि शत्रू मेगिद्दोमध्ये पळून जाऊ

शकला. थुटमोसला शहराला वेढा घालण्यास भाग पाडले गेले, परंतु शेवटी सात किंवा आठ महिन्यांच्या वेढा घातल्यानंतर तो जिंकण्यात यशस्वी झाला (मेगिद्दोची लढाई (15 वे शतक इ.स.पू.) पहा).

या मोहिमेने प्राचीन जवळच्या पूर्वेकडील राजकीय परिस्थितीत आमूलाग्र बदल केला. मेगिद्दो घेऊन, थुटमोसने संपूर्ण उत्तर कॅननवर ताबा मिळवला आणि सीरियन राजपुत्रांना खंडणी आणि त्यांच्या स्वत: च्या मुलांना ओलिस म्हणून इजिप्तमध्ये पाठवणे बंधनकारक होते. युफ्रेटिसच्या पलीकडे, ॲसिरियन, बॅबिलोनियन आणि हित्ती राजांनी थुटमोस भेटवस्तू दिल्या, ज्याची त्याने कर्नाकच्या भिंतींवर नोंद केली तेव्हा ती "श्रद्धांजली" असल्याचा आरोप केला. फक्त लक्षात येण्याजोगा अनुपस्थिती म्हणजे मितान्नी, ज्याला पश्चिम आशियातील पुढील इजिप्शियन मोहिमांचा फटका बसेल.

मृत्यू आणि दफन

थुटमोजची थडगी (KV34) व्हिक्टर लॉरेटने 1898 मध्ये व्हॅली ऑफ द किंग्जमध्ये शोधली होती. हे 18 व्या राजवंशाच्या थडग्यांचे वैशिष्ट्यपूर्ण प्लॅन वापरते, ज्यामध्ये दफन कक्षाच्या आधीच्या वेस्टिब्यूलला तीक्ष्ण वळण असते. दोन जिने आणि दोन कॉरिडॉर व्हेस्टिब्युलमध्ये प्रवेश देतात, ज्याच्या आधी चतुर्भुज शाफ्ट किंवा "विहीर" असते.

Amduat ची संपूर्ण आवृत्ती, एक महत्त्वाचा न्यू किंगडम अंत्यसंस्काराचा मजकूर, वेस्टिब्यूलमध्ये आहे, ज्यामुळे इजिप्तशास्त्रज्ञांना संपूर्ण मजकूर सापडलेला तो पहिला थडगा आहे. दफन कक्ष, ज्याला दोन खांबांचा आधार आहे, तो अंडाकृती आकाराचा आहे आणि त्याची छत ताऱ्यांनी सजलेली आहे, जी सोकर देवतेच्या गुहेचे प्रतीक आहे. मध्यभागी कार्टूच्या आकारात लाल क्वार्टझाइट सारकोफॅगस आहे. चेंबरच्या मध्यभागी असलेल्या दोन खांबांवर लिटानीज ऑफ रे मधील परिच्छेद आहेत, जो नंतरच्या सूर्यदेवतेचा उत्सव साजरा करतो, जो यावेळी फारोशी ओळखला जातो. दुसऱ्या खांबावर थुटमोसिस III ला झाडाच्या वेषात इसिस देवीने दूध पाजले असल्याचे दाखवणारी एक अनोखी प्रतिमा आहे.

भिंतीवरील सजावट सोप्या "डायग्रामॅटिक" पद्धतीने अंमलात आणली जाते, कर्सिव्ह स्क्रिप्टच्या पद्धतीचे अनुकरण करून, इतर बहुतेक शाही थडग्याच्या भिंतींवर दिसणाऱ्या भव्य भिंतींच्या सजावटीपेक्षा एखाद्या फ्युनरी पॅपिरसवर पाहण्याची अपेक्षा केली जाऊ शकते. रंग त्याचप्रमाणे निःशब्द केला आहे, लाल आणि गुलाबी रंगात हायलाइट्ससह क्रीम बॅकग्राउंडवर मजकुरासह साध्या काळ्या आकृत्यांमध्ये अंमलात आणला आहे. अराजकतेच्या सर्प, एपेपला पराभूत करण्यात फारो देवतांना मदत करत असल्याचे या सजावटीमध्ये दाखवण्यात आले आहे, ज्यामुळे सूर्याचा दैनंदिन पुनर्जन्म तसेच फारोचे स्वतःचे पुनरुत्थान सुनिश्चित करण्यात मदत होते.

अमेरिकन इजिप्तोलॉजिस्ट पीटर डेर मॅन्युलियन यांच्या मते, अमेनेमहेब नावाच्या अधिकाऱ्याच्या थडग्याच्या चरित्रातील एक विधान हे सिद्ध करते की थुटमोस तिसरा इजिप्तवर "53 वर्षे, 10 महिने आणि 26 दिवस" राज्य केल्यानंतर त्याच्या कारकिर्दीच्या 30 व्या वर्षी 54 मध्ये मरण पावला. (Urk. 180.15). थुटमोस तिसरा त्याच्या 54 व्या राजनैतिक वर्षाच्या सुरूवातीस एक महिना आणि चार दिवस लाजाळू मरण पावला. जेव्हा हॅटशेपसट आणि अमेनहोटेप II सह सह-राजकीय वजा केले जातात, तेव्हा त्याने फक्त 30 वर्षे फारो म्हणून एकट्याने राज्य केले.

मम्मी

थुटमोज III चे ममीफाइड डोके

1881 मध्ये हॅटशेपसटच्या शवागार मंदिराच्या वर असलेल्या देर अल-बहरी कॅशेमध्ये थुटमोज III ची ममी सापडली होती. त्याला 18व्या आणि 19व्या राजवंशातील इतर नेत्यांसोबत अंत्यसंस्कार करण्यात आले होते. I, Ramesses II आणि Ramesses IX, तसेच 21 व्या राजवंशातील फारो पिनेदजेम I, पिनेदजेम II आणि सियामुन.

त्याची ममी मूळतः 1886 मध्ये गॅस्टन मास्पेरोने उघडली होती असे मानले जात असले तरी, 1881 मध्ये डेर अल-बहरी कॅशेमधून ममी बाहेर काढण्याचे पर्यवेक्षण करणारे इजिप्तोलॉजिस्ट एमिल ब्रुग्श यांनी ते प्रथम उघडले होते. ते लवकरच उघडण्यात आले. मास्पेरो फ्रान्समध्ये असताना बौलक संग्रहालयात त्याचे आगमन झाल्यानंतर आणि इजिप्शियन पुरातन सेवा महासंचालकांनी ममी पुन्हा गुंडाळण्याचे आदेश दिले. म्हणून जेव्हा 1886 मध्ये मास्पेरोने "अधिकृतपणे" तो गुंडाळला होता, तेव्हा त्याला जवळजवळ निश्चितपणे माहित होते की ते तुलनेने खराब स्थितीत आहे.

कबर लुटारूंनी पुरातन काळातील ममीचे मोठ्या प्रमाणावर नुकसान केले होते आणि त्यानंतर त्याचे आवरण रसुल कुटुंबाने कापले आणि फाडले, ज्यांनी थडगे आणि त्यातील सामग्री काही वर्षांपूर्वीच पुन्हा शोधून काढली होती. मॅस्पेरोच्या शरीराच्या वर्णनावरून झालेल्या नुकसानाच्या परिमाणाची कल्पना येते.

त्याची ममी सुरक्षितपणे लपवून ठेवली गेली नाही, कारण 20 व्या राजवंशाच्या शेवटी ती दरोडेखोरांनी शवपेटीतून फाडून टाकली होती, ज्यांनी ते काढून घेतले आणि ज्या दागिन्यांसह ते झाकले होते ते काढून टाकले आणि घाईघाईने ते पळवून नेले. लुबाडणे त्यानंतर पुन्हा हस्तक्षेप करण्यात आला आणि आजपर्यंत तो अबाधित आहे; परंतु पुन्हा दफन करण्यापूर्वी लपेटण्याचे काही नूतनीकरण करणे आवश्यक होते, आणि शरीराचे काही भाग सैल झाल्यामुळे, जीर्णोद्धारकर्त्यांनी ममीला आवश्यक दृढता देण्यासाठी, लाकडाच्या चार ओअर-आकाराच्या

स्लिप्समध्ये संकुचित केले, पांढरे रंगवलेले, आणि तीन रॅपिंग्जच्या आत आणि एक बाहेर, पट्ट्याखाली ठेवले जे वळण-पत्रिका मर्यादित करते.

आनंदाने चेहऱ्यावर, ज्यावर एम्बॅलिंगच्या वेळी पिचने प्लास्टर केले गेले होते, त्याला या उग्र उपचारांमुळे अजिबात त्रास झाला नाही आणि संरक्षणात्मक मुखवटा काढल्यावर तो अखंड दिसला. त्याचे स्वरूप आपल्या विजेत्याच्या आदर्शाला उत्तर देत नाही. त्याचे पुतळे, त्याला एक प्रकारचे मर्दानी सौंदर्य म्हणून दर्शवत नसले तरी, तरीही त्याला परिष्कृत, बुद्धिमान वैशिष्ट्ये देतात, परंतु ममीशी तुलना केल्यास असे दिसून येते की कलाकारांनी त्यांचे मॉडेल आदर्श केले आहे. कपाळ असामान्यपणे खाली आहे, डोळे खोलवर बुडलेले आहेत, जबडा जड आहे, ओठ जाड आहेत आणि गालाची हाडे अत्यंत ठळक आहेत; थुटमोसिस II च्या शरीरविज्ञानाचे संपूर्ण स्मरण होते, जरी मोठ्या प्रमाणात उर्जेचे प्रदर्शन होते.

ममीची स्थिती पाहून मास्पेरो इतका हताश झाला होता की इतर सर्व ममींचेही असेच नुकसान झाले होते (जसे की, काही इतक्या गरीब अवस्थेत होत्या) की तो अनेक वर्षे दुसरी ममी उघडणार नाही.

देर अल-बहरी कॅशेमधील इतर अनेक उदाहरणांप्रमाणे, लाकडी मम्मीफॉर्म शवपेटी ज्यामध्ये शरीर होते ते फारोचे मूळ होते, जरी ते पुरातन काळामध्ये कापले गेले असते.

1980 मध्ये, जेम्स हॅरिस आणि एडवर्ड एफ. वेंटे यांनी न्यू किंगडम फारोच्या क्रॅनिया आणि कंकालच्या अवशेषांची एक्स-रे तपासणी केली, ज्यामध्ये थुटमोज III चे ममी केलेले अवशेष समाविष्ट होते. लेखकांनी ठरवले की 18 व्या राजवंशातील रॉयल ममी थोड्याफार फरकांसह समकालीन न्युबियन्सशी मजबूत समानता दर्शवितात.

ममीच्या तपासणीत, शरीरशास्त्रशास्त्रज्ञ ग्राफ्टन इलियट स्मिथ यांनी थुटमोज III च्या ममीची उंची 1.615 मीटर (5 फूट 3.58 इंच) असल्याचे सांगितले, परंतु ममीचे पाय गायब होते, त्यामुळे थुटमोज तिसरा निःसंशयपणे आकृतीपेक्षा उंच होता. स्मिथ यांनी दिले. थुटमोज III ची ममी रॉयल ममी हॉल ऑफ द म्युझियम ऑफ इजिप्शियन पुरातन वस्तू, कॅटलॉग क्रमांक CG 61068, 80 मध्ये वास्तव्य करत होती, एप्रिल 2021 पर्यंत जेव्हा त्याची ममी इतर 17 राजे आणि चार राण्यांसह इजिप्शियन सभ्यतेच्या राष्ट्रीय संग्रहालयात हलविण्यात आली. फारोची गोल्डन परेड नावाच्या एका कार्यक्रमात.

23

राजा हम्मुराबी

राजा हम्मुराबी

Scan for Story Videos - www.itibook.com

हमुराबी (1810 – 1750 BC) हा जुन्या बॅबिलोनियन साम्राज्याचा सहावा अमोरी राजा होता, जो इ.स.पू. इ.स.पू. १७९२ ते इ.स. 1750 इ.स.पू. त्याच्या आधी त्याचे वडील, सिन-मुबालिट होते, ज्यांनी तब्येत बिघडल्यामुळे त्याग केला. त्याच्या कारकिर्दीत, त्याने एलाम आणि लार्सा, एशनुन्ना आणि मारी ही शहरे जिंकली. त्याने ॲसिरियाचा राजा इश्मे-डागन पहिला याला पदच्युत केले आणि त्याचा मुलगा मुट-अशकुरला खंडणी देण्यास भाग पाडले आणि जवळजवळ संपूर्ण मेसोपोटेमिया बॅबिलोनियन राजवटीत आणला.

हममुराबी हा हमुराबीची संहिता जारी करण्यासाठी प्रसिद्ध आहे, जो त्याने बॅबिलोनियन न्याय देवता शमाशकडून प्राप्त केल्याचा दावा केला होता. पूर्वीच्या सुमेरियन कायदा संहितेच्या विपरीत, जसे की उर-नम्मू संहिता, ज्याने गुन्ह्यातील पीडित व्यक्तीला नुकसानभरपाई देण्यावर लक्ष केंद्रित केले होते, हमुराबीचा कायदा हा गुन्हेगाराच्या शारीरिक शिक्षेवर अधिक भर देणारा पहिला कायदा कोड होता. यात प्रत्येक गुन्ह्यासाठी विशिष्ट दंड विहित केला आहे आणि निर्दोषतेचा अंदाज प्रस्थापित करणाऱ्या पहिल्या नियमांपैकी एक आहे. जरी त्याचे दंड आधुनिक मानकांनुसार अत्यंत कठोर असले तरी, चुकीच्या व्यक्तीला सूड म्हणून काय करण्याची परवानगी होती यावर मर्यादा घालण्याचा त्यांचा हेतू होता. हमुराबीची संहिता आणि तोराहमधील मोझेसच्या नियमामध्ये असंख्य समानता आहेत.

हमुराबी यांना त्यांच्या स्वतःच्या हयातीतच अनेकांनी देव म्हणून पाहिले. त्याच्या मृत्यूनंतर, हमुराबी हा एक महान विजेता म्हणून आदरणीय होता ज्याने सभ्यता पसरवली आणि सर्व लोकांना बॅबिलोनियन्सच्या राष्ट्रीय देव मार्डुकला नमन करण्यास भाग पाडले. नंतर, त्याच्या लष्करी कामगिरीवर जोर देण्यात आला आणि आदर्श कायदाकर्ता म्हणून त्याची भूमिका ही त्याच्या वारशाची प्राथमिक बाब बनली. नंतरच्या मेसोपोटेमियाच्या लोकांसाठी, हमुराबीची राजवट दूरच्या भूतकाळात घडलेल्या सर्व घटनांसाठी संदर्भाची चौकट बनली. त्याने बांधलेले साम्राज्य कोसळल्यानंतरही, तो अजूनही एक आदर्श शासक म्हणून आदरणीय होता आणि पूर्वेकडील अनेक राजांनी त्याचा पूर्वज म्हणून दावा केला होता. हमुराबी हा एकोणिसाव्या शतकाच्या उत्तरार्धात पुरातत्वशास्त्रज्ञांनी पुन्हा शोधून काढला आणि तेव्हापासून कायद्याच्या इतिहासात एक महत्त्वाची व्यक्ती म्हणून पाहिले जाते.

हमुराबी हा बॅबिलोनच्या नगर-राज्याचा अमोरी पहिल्या राजवंशाचा राजा होता, आणि त्याच्या वडिलांकडून, सिन-मुबालिट यांच्याकडून इ.स.पू. १७९२ मध्ये सत्ता प्राप्त झाली. मध्य आणि दक्षिणी मेसोपोटेमियाच्या मैदानी प्रदेशात ठिकठिकाणी असलेल्या आणि सुपीक शेतजमिनीवर नियंत्रण मिळवण्यासाठी एकमेकांवर युद्ध पुकारणाऱ्या अनेक मोठ्या प्रमाणात अमोरी शासित नगर-राज्यांपैकी बॅबिलोन हे एक होते. मेसोपोटेमियामध्ये अनेक संस्कृती सह-अस्तित्वात असल्या तरी, बॅबिलोनियन संस्कृतीने हमुराबीच्या नेतृत्वाखाली मध्यपूर्वेतील साक्षर वर्गांमध्ये काही प्रमाणात महत्त्व प्राप्त केले. हमुराबीच्या आधी आलेल्या राजांनी 1894 बीसी मध्ये तुलनेने लहान शहर राज्याची स्थापना केली होती, ज्याने शहराबाहेरील थोडेसे क्षेत्र नियंत्रित केले होते. बॅबिलोनची स्थापना झाल्यानंतर एक शतक किंवा त्याहून अधिक काळ एलाम, ॲसिरिया, इसिन, एशनुन्ना आणि लार्सा यासारख्या जुन्या, मोठ्या आणि अधिक शक्तिशाली राज्यांनी झाकून टाकले होते. तथापि, त्याचे वडील सिन-मुबालिट यांनी बॅबिलोनियन वर्चस्वाखाली दक्षिण मध्य मेसोपोटेमियाच्या एका छोट्या भागावर राज्य बळकट करण्यास सुरुवात केली होती आणि त्याच्या कारकिर्दीपर्यंत, बोर्सिप्पा, किश आणि सिप्पर ही लहान शहर-राज्ये जिंकली होती.

अशाप्रकारे हमुराबी एका किरकोळ राज्याचा राजा म्हणून एका जटिल भू-राजकीय परिस्थितीमध्ये सिंहासनावर आरूढ झाला. एशनुन्नाच्या शक्तिशाली राज्याने वरच्या टायग्रिस नदीचे नियंत्रण केले तर लार्साने नदीच्या डेल्टावर नियंत्रण केले. मेसोपोटेमियाच्या पूर्वेला एलामचे शक्तिशाली राज्य होते, जे नियमितपणे दक्षिण मेसोपोटेमियाच्या छोट्या राज्यांवर आक्रमण करत होते आणि खंडणी वसूल करत होते. उत्तर मेसोपोटेमियामध्ये, ॲसिरियन राजा शमशी-अदाद पहिला, ज्याला आधीच आशिया मायनरमध्ये शतकानुशतके जुन्या ॲसिरियन वसाहतींचा वारसा मिळाला होता, त्याने लेव्हंट आणि मध्य मेसोपोटेमियामध्ये आपला प्रदेश वाढवला होता, 5 जरी त्याच्या अकाली मृत्यूमुळे त्याच्या साम्राज्याचे काही अंशी तुकडे होणार होते.

हममुराबीच्या कारकिर्दीची पहिली काही वर्षे शांततापूर्ण होती. हमुराबीने आपल्या शक्तीचा उपयोग सार्वजनिक कामांची मालिका हाती घेण्यासाठी केला, ज्यात संरक्षणात्मक हेतूंसाठी शहराच्या भिंती उंच करणे आणि मंदिरांचा विस्तार करणे समाविष्ट आहे. इ.स.पू. १७०१ मध्ये, झेग्रोस पर्वत ओलांडून महत्त्वाच्या व्यापारी मार्गांवर पसरलेल्या एलामच्या शक्तिशाली राज्याने मेसोपोटेमियाच्या मैदानावर आक्रमण केले. 8 मैदानी राज्यांतील मित्रांसह, एलामने आक्रमण करून एश्नुन्ना राज्याचा नाश केला, अनेक शहरांचा नाश केला आणि प्रथमच मैदानाच्या काही भागांवर आपले शासन लादले.

आपले स्थान बळकट करण्यासाठी एलामने हमुराबीचे बॅबिलोनियन राज्य आणि लार्साचे राज्य यांच्यात युद्ध सुरू करण्याचा प्रयत्न केला. हमुराबी आणि लार्साचा राजा जेव्हा त्यांना हा दुटप्पीपणा सापडला तेव्हा त्यांनी युती केली आणि ते एलामाइट्सला चिरडण्यात यशस्वी झाले, जरी लार्साने लष्करी प्रयत्नात फारसे योगदान दिले नाही. लार्साच्या मदतीला न आल्याने संतापलेल्या हमुराबीने दक्षिणेकडील सत्ता चालू केली, अशा प्रकारे इ.स.पू. १७६३ पर्यंत खालच्या मेसोपोटेमियाच्या मैदानावर संपूर्ण नियंत्रण मिळवले.

हमुराबीला दक्षिणेतील युद्धादरम्यान उत्तरेकडील यमहाद आणि मारी यांसारख्या मित्रांनी मदत केली असल्याने, उत्तरेकडील सैनिकांच्या अनुपस्थितीमुळे अशांतता निर्माण झाली. आपला विस्तार चालू ठेवत, हमुराबीने आपले लक्ष उत्तरेकडे वळवले, अशांतता कमी केली आणि लवकरच एश्नुनाला चिरडले. पुढे बॅबिलोनच्या सैन्याने बॅबिलोनच्या माजी मित्र मारीसह उर्वरित उत्तरेकडील राज्ये जिंकली, जरी हे शक्य आहे

की मारीचा विजय कोणत्याही वास्तविक संघर्षाशिवाय आत्मसमर्पण होता.

हमुराबीने मेसोपोटेमियाच्या नियंत्रणासाठी अश्शूरच्या इश्मे-डागन I बरोबर प्रदीर्घ युद्धात प्रवेश केला, दोन्ही राजांनी वरचढ होण्यासाठी छोट्या राज्यांशी युती केली. अखेरीस हमुराबीने विजय मिळवला, इश्मे-दागन I ला त्याच्या स्वतःच्या मृत्यूपूर्वीच काढून टाकले. अश्शूरचा नवा राजा मुट-अश्कूर याला हमुराबीला खंडणी द्यायला भाग पाडण्यात आले.

अवघ्या काही वर्षांत, हमुराबीने सर्व मेसोपोटेमियाला त्याच्या अधिपत्याखाली एकत्र करण्यात यश मिळविले. ॲसिरियन राज्य टिकून राहिले परंतु त्याच्या कारकिर्दीत त्याला खंडणी देण्यास भाग पाडले गेले आणि या प्रदेशातील प्रमुख शहर-राज्यांपैकी फक्त लेव्हंटमधील पश्चिमेकडील अलेप्पो आणि कत्ना यांनी त्यांचे स्वातंत्र्य कायम ठेवले. तथापि, हम्मुराबीचा एक शिला दीयारबेकीरपर्यंत उत्तरेकडे सापडला आहे, जिथे तो "अमोराइट्सचा राजा" या पदवीचा दावा करतो.

हमुराबी आणि त्याच्या उत्तराधिकाऱ्यांच्या कारकिर्दीतील कराराच्या गोळ्या, तसेच त्यांची स्वतःची 55 पत्रे सापडली आहेत. ही पत्रे एका साम्राज्यावर राज्य करण्याच्या दैनंदिन चाचण्यांची झलक देतात, पुराचा सामना करणे आणि सदोष कॅलेंडरमध्ये बदल करणे, बॅबिलोनच्या पशुधनाच्या मोठ्या कळपांची काळजी घेणे. हममुराबी मरण पावला आणि इ.स.पू. १७५० मध्ये त्याचा मुलगा सॅमसू-इलुना याच्या हाती साम्राज्याची सूत्रे सोपवली, ज्यांच्या राजवटीत बॅबिलोनियन साम्राज्याचा उलगडा होऊ लागला.

वारसा

मरणोत्तर स्मरण

हमुराबी यांना बीसीच्या दुसऱ्या सहस्राब्दीच्या इतर सर्व राजांपेक्षा जास्त सन्मानित करण्यात आले आणि त्यांना त्यांच्या स्वतःच्या हयातीतच देव म्हणून घोषित करण्याचा अनोखा सन्मान प्राप्त झाला. "हम्मुराबी-इली" म्हणजे "हममुराबी माझा देव आहे" हे वैयक्तिक नाव त्याच्या कारकिर्दीत आणि नंतर सामान्य झाले. त्याच्या मृत्यूच्या काही काळानंतरच्या लिखाणात, हमुराबी यांचे स्मरण प्रामुख्याने तीन कामगिरीसाठी केले जातेः युद्धात विजय मिळवणे, शांतता आणणे आणि न्याय मिळवणे. हमुराबीच्या विजयांना सर्व राष्ट्रांमध्ये सभ्यता पसरवण्याच्या पवित्र मोहिमेचा भाग मानण्यात आले. उरमधील एक स्टीले त्याच्या स्वतः च्या आवाजात एक पराक्रमी शासक म्हणून गौरव करतो जो वाईटाला अधीन होण्यास भाग पाडतो आणि सर्व लोकांना मार्डुकची उपासना करण्यास भाग पाडतो. स्टेले घोषित करतातः "एलम, गुटियम, सुबार्तु आणि तुक्रिशचे लोक, ज्यांचे पर्वत दूर आहेत आणि ज्यांच्या भाषा अस्पष्ट आहेत, मी मार्डुकच्या हातात दिले. मी स्वतः त्यांची गोंधळलेली मने सरळ करणे चालू ठेवले." हममुराबीच्या स्वतःच्या आवाजात लिहिलेले नंतरचे भजनही त्यांना मार्डुकसाठी एक शक्तिशाली, अलौकिक शक्ती म्हणून गौरवते.

हममुराबीच्या स्वतःच्या आवाजात लिहिलेले भजन-

मी राजा आहे, अन्याय करणाऱ्यांना पकडणारा, एक मनाचा माणूस बनवणारा मी,
मी राजांमध्ये एक मोठा अजगर आहे, जो त्यांच्या सल्ल्याला गोंधळात टाकतो,
मी शत्रूवर पसरलेले जाळे आहे,
मी तो भयभीत करणारा आहे, जो आपले उग्र डोळे उचलून अवज्ञा करणाऱ्यांना मृत्युदंड देतो.
वाईट हेतू झाकणारे मी मोठे जाळे आहे,
जाळे आणि राजदंड तोडणारा मी तरुण सिंह आहे,
जो मला अपमानित करतो त्याला पकडणारी मी लढाईची जाळी आहे.

हममुराबीच्या लष्करी कामगिरीचे गौरव केल्यानंतर, स्तोत्र शेवटी घोषित करतेः "मी हममुराबी, न्यायाचा राजा आहे." नंतरच्या स्मरणार्थ, एक महान कायदाकर्ता म्हणून हममुराबीच्या भूमिकेवर त्याच्या इतर सर्व कामगिरीवर जोर देण्यात आला आणि त्याच्या लष्करी कामगिरीवर जोर देण्यात आला. - जोर दिला. हममुराबीची कारकीर्द सुदूर भूतकाळातील सर्व घटनांसाठी संदर्भ बिंदू बनली. इश्तार देवीचे एक भजन, ज्याची भाषा सुचवते की ते हम्मुराबीचे चौथे उत्तराधिकारी अम्मीसादुका याच्या कारकिर्दीत लिहिले गेले होते, असे घोषित केले आहेः "ज्या राजाने हे गाणे तुमच्या वीरतेचे गाणे म्हणून प्रथम ऐकले तो हमुराबी आहे. तुमच्यासाठी हे गाणे त्याच्यामध्ये रचले गेले. राज्य करा. त्याला सदैव जीवन मिळो!" त्याच्या मृत्यूनंतर शतकानुशतके, हमुराबीचे नियम त्यांच्या लेखन व्यायामाचा भाग म्हणून शास्त्रकारांकडून कॉपी केले जात राहिले आणि त्यांचे अंशतः सुमेरियन भाषेत भाषांतरही झाले.

कायदाकर्ता म्हणून हमुराबीच्या ख्यातीमुळे, त्याचे चित्रण अनेक युनायटेड स्टेट्स सरकारी इमारतींमध्ये आढळू शकते. हमुराबी हे युनायटेड स्टेट्स कॅपिटलमधील यूएस हाऊस ऑफ रिप्रेझेंटेटिव्हच्या चेंबरमध्ये संगमरवरी बेस-रिलीफमध्ये चित्रित केलेल्या कायदेकर्त्यांपैकी एक आहेत. अमेरिकेच्या सर्वोच्च न्यायालयाच्या इमारतीच्या दक्षिणेकडील भिंतीवर हमुराबीसह "इतिहासाच्या महान कायदेकर्त्यांचे" चित्रण करणारा ॲडॉल्फ वेनमनचा फ्रीझ आहे. सद्दाम हुसेनच्या वेळी, आधुनिक इराक आणि पूर्व-अरब मेसोपोटेमियन संस्कृती यांच्यातील संबंधावर जोर देण्याच्या प्रयत्नाचा एक भाग म्हणून इराकी सैन्याच्या 1ल्या हममुराबी आर्मर्ड डिव्हिजनचे नाव प्राचीन राजाच्या नावावर ठेवण्यात आले.

24

राजा शार्लेमेन

राजा शार्लेमेन

Scan for Story Videos - www.itibook.com

शार्लेमेन किंवा चार्ल्स द ग्रेट (2 एप्रिल 747 - 28 जानेवारी 814), कॅरोलिंगियन राजवंशाचा सदस्य, 768 पासून फ्रँक्सचा राजा, 774 पासून Lombards चा राजा आणि पहिला 800 पासून पवित्र रोमन सम्राट. शार्लेमेन बहुतेक पश्चिम आणि मध्य युरोप एकत्र करण्यात यशस्वी झाला आणि सुमारे तीन शतकांपूर्वी पश्चिम रोमन साम्राज्याच्या पतनानंतर पश्चिम युरोपमधून राज्य करणारा पहिला मान्यताप्राप्त सम्राट होता. शार्लेमेनने स्थापित केलेले विस्तारित फ्रँकिश राज्य कॅरोलिंगियन साम्राज्य होते. त्याला अँटिपोप पाश्चल तिसरा यांनी मान्यता दिली होती - ही कृती नंतर अवैध मानली गेली होती - आणि आता त्याला कॅथोलिक चर्चमध्ये काहींनी बीटिफाईड (जे संतपदाच्या मार्गावर एक पाऊल आहे) मानले जाते.

शार्लेमेन हा पेपिन द शॉर्ट आणि लाओनचा बर्ट्राडा यांचा मोठा मुलगा होता. त्यांचा जन्म त्यांच्या प्रामाणिक विवाहापूर्वी झाला होता. वडिलांच्या मृत्यूनंतर तो 768 मध्ये फ्रँक्सचा राजा बनला आणि सुरुवातीला 771 मध्ये नंतरच्या मृत्यूपर्यंत त्याचा भाऊ कार्लोमन I सोबत सह-शासक होता. एकमात्र शासक म्हणून, त्याने पोपच्या संरक्षणासाठी आपल्या वडिलांचे धोरण चालू ठेवले आणि उत्तर इटलीमधील लोम्बार्ड्सना सत्तेवरून काढून टाकून आणि मुस्लिम स्पेनमध्ये घुसखोरी करून त्याचे एकमेव रक्षक बनले. त्याने त्याच्या पूर्वेला सॅक्सन लोकांविरुद्ध मोहीम चालवली, त्यांना ख्रिश्चनीकरण केले (मृत्यूच्या शिक्षेवर) ज्यामुळे वर्डेनच्या नरसंहारसारख्या घटना घडल्या. रोममधील ओल्ड सेंट पीटर बॅसिलिका येथे ख्रिसमसच्या दिवशी पोप लिओ तिसरा यांनी रोमन्सचा सम्राट म्हणून राज्याभिषेक केल्यावर त्याने 800 मध्ये त्याच्या शक्तीची उंची गाठली.

शार्लेमेनला "युरोपचा जनक" (पॅटर युरोपे) असे संबोधले जाते, कारण त्याने रोमन साम्राज्याच्या शास्त्रीय कालखंडानंतर प्रथमच बहुतेक पश्चिम युरोपला एकत्र केले, तसेच युरोपच्या काही भागांना एकत्र केले जे कधीही नव्हते. फ्रँकिश किंवा रोमन नियम. त्याच्या कारकिर्दीने कॅरोलिंगियन पुनर्जागरणाला चालना दिली, जो पाश्चात्य चर्चमधील उत्साही सांस्कृतिक आणि बौद्धिक क्रियाकलापांचा काळ होता. ईस्टर्न ऑर्थोडॉक्स चर्चने शार्लेमेनला फिलिओकचा पाठिंबा दिल्याने आणि बायझंटाईन साम्राज्याची पहिली महिला सम्राट, अथेन्सची इरेन हिच्यापेक्षा सम्राट म्हणून पोपची पसंती यामुळे, शार्लमेनकडे कमी अनुकूलतेने पाहिले. या आणि इतर वादांमुळे 1054 च्या ग्रेट स्किझममध्ये रोम आणि कॉन्स्टँटिनोपलचे विभाजन झाले.

फुफ्फुसाच्या संसर्गजन्य आजारामुळे 814 मध्ये शार्लेमेनचा मृत्यू झाला. त्याच्या शाही राजधानी आचेन शहरातील आचेन कॅथेड्रलमध्ये त्याला अंत्यसंस्कार करण्यात आले. त्याने किमान चार वेळा लग्न केले, आणि त्यांना तीन वैध मुलगे होते जे प्रौढत्वापर्यंत जगले. त्यांपैकी फक्त सर्वात धाकटा, लुई द पियस, त्याच्यानंतर जिवंत राहिला. शार्लेमेन आणि त्याचे पूर्ववर्ती हे कॅपेटियन राजवंश, सी ओटोनियन राजवंश, डी हाऊस ऑफ लक्झेंबर्ग ई आणि हाऊस ऑफ इव्हरिया यासह युरोपमधील अनेक राजघराण्याचे थेट पूर्वज आहेत.

शार्लेमेन हे नाव ज्याद्वारे सम्राट सामान्यतः ओळखला जातो इंग्रजीमध्ये, फ्रेंच Charles-le-magne वरून आलेला आहे, ज्याचा अर्थ "चार्ल्स द ग्रेट" आहे. त्याचे दिलेले नाव फक्त चार्ल्स (लॅटिन कॅरोलस, ओल्ड हाय जर्मन कार्लस, रोमान्स कार्लो) होते. त्याचे नाव त्याचे

आजोबा चार्ल्स मार्टेल यांच्या नावावर ठेवण्यात आले होते, ज्याने त्याला मार्टेलचा खरा वारस म्हणून जाणूनबुजून चिन्हांकित केले होते.

मॅग्नस (महान) हे टोपणनाव त्याच्या हयातीतच त्याच्याशी जोडले गेले असावे, परंतु हे निश्चित नाही. समकालीन लॅटिन रॉयल फ्रँकिश ॲनाल्स त्याला नियमितपणे कॅरोलस मॅग्नस रेक्स, "चार्ल्स द ग्रेट किंग" म्हणतात. टोपणनाव म्हणून, हे केवळ 900 च्या आसपास पोएटा सॅक्सोच्या कामांमध्ये निश्चितपणे प्रमाणित आहे आणि 1000 च्या आसपास त्याच्या पूर्वीच्या साम्राज्याच्या सर्व भूभागांमध्ये ते प्रमाणित झाले आहे.

राजकीय पार्श्वभूमी

फ्रान्सिया, 8 व्या शतकाच्या सुरुवातीस

6व्या शतकापर्यंत, क्लोव्हिस I च्या कॅथोलिक धर्मांतरामुळे, फ्रँक्सच्या पश्चिम जर्मन जमातीचे ख्रिश्चनीकरण झाले होते. पश्चिम रोमन साम्राज्यानंतर आलेल्या राज्यांपैकी फ्रान्सिया, मेरोव्हिंगियन्सचे राज्य होते, हे सर्वात शक्तिशाली होते. टेट्रीच्या लढाईनंतर, मेरोव्हिंगियन लोक शक्तीहीनतेत उतरले, ज्यासाठी त्यांना रोईस फेनिएंट्स ("काहीही न करणारे राजे") असे संबोधले जाते. जवळजवळ सर्व सरकारी अधिकार त्यांच्या मुख्य अधिकारी, राजवाड्याचा महापौर वापरत होते.

687 मध्ये, पेपिन ऑफ हर्स्टल, ऑस्ट्रेशियाच्या राजवाड्याचा महापौर, त्याने टेट्री येथे विजय मिळवून विविध राजे आणि त्यांचे महापौर यांच्यातील संघर्ष संपवला. तो संपूर्ण फ्रँकिश राज्याचा एकमेव गव्हर्नर बनला. पेपिन ऑस्ट्रेशियन राज्याच्या दोन महत्त्वाच्या व्यक्तींचा नातू होता: मेट्झचा सेंट अर्नल्फ आणि लँडनचा पेपिन. हर्स्टलचा पेपिन अखेरीस त्याचा मुलगा चार्ल्स याच्यानंतर त्याच्यानंतर चार्ल्स मार्टेल (चार्ल्स द हॅमर) म्हणून ओळखला जातो.

737 नंतर, चार्ल्सने राजाच्या बदल्यात फ्रँक्सवर राज्य केले आणि स्वतःला राजा म्हणवून घेण्यास नकार दिला. 741 मध्ये चार्ल्सचे मुलगे कार्लोमन आणि पेपिन द शॉर्ट, शार्लेमेनचे वडील होते. 743 मध्ये, बंधूंनी परिघातील अलिप्ततावाद रोखण्यासाठी चिल्डरिक III ला सिंहासनावर बसवले. तो शेवटचा मेरोव्हिंगियन राजा होता. कार्लोमनने 746 मध्ये पदाचा राजीनामा दिला, एक भिक्षू म्हणून चर्चमध्ये प्रवेश करण्यास प्राधान्य दिले. पेपिनने पोप झॅचरी यांच्यासमोर राजपदाचा प्रश्न उपस्थित केला आणि विचारले की राजाला शाही शक्ती नसणे तर्कसंगत आहे का. 749 मध्ये पोपने आपला निर्णय दिला आणि असा आदेश दिला की पेपिनला राजा म्हणणे चांगले आहे, कारण पदानुक्रम गोंधळात टाकू नये म्हणून त्याच्याकडे महापौर म्हणून उच्च पदाचे अधिकार आहेत. म्हणून, त्याने त्याला खरा राजा बनण्याचा आदेश दिला.

750 मध्ये, पेपिन फ्रँक्सच्या असेंब्लीद्वारे निवडले गेले, आर्चबिशपने अभिषिक्त केले आणि नंतर राजाच्या पदावर उभे केले. पोपने चाइल्डरिक III ला "खोटा राजा" म्हणून ओळखले आणि त्याला मठात जाण्याचा आदेश दिला. चार्ल्स मार्टेलच्या नावावर असलेल्या कॅरोलिंगियन राजघराण्याने मेरोव्हिंगियन राजवंशाची जागा घेतली. 753 मध्ये, पोप स्टीफन दुसरा इटलीहून फ्रान्सला पळून गेला आणि सेंट पीटरच्या हक्कांसाठी पेपिनला मदतीचे आवाहन केले. या आवाहनाला चार्ल्सचा भाऊ कार्लोमन यांनी पाठिंबा दिला. त्या बदल्यात, पोप फक्त वैधता प्रदान करू शकला. त्याने पेपिनला पुन्हा अभिषेक करून आणि पुष्टी करून हे केले, यावेळी त्याचे तरुण मुलगे कॅरोलस (शार्लेमेन) आणि कार्लोमन यांना राजेशाही वंशामध्ये जोडले. त्याद्वारे ते त्या क्षेत्राचे वारस बनले ज्याने आधीच पश्चिम युरोपचा बहुतेक भाग व्यापला आहे. 754 मध्ये, पेपिनने सेंट पीटरच्या अधिकारांच्या वतीने इटलीला भेट देण्याचे पोपचे आमंत्रण स्वीकारले आणि लोम्बार्ड्सशी यशस्वीपणे व्यवहार केला.

कॅरोलिंगियन्सच्या अंतर्गत, फ्रँकिश साम्राज्य पसरले आणि पश्चिम युरोपातील बहुतेक भाग व्यापले; राज्याच्या नंतरच्या पूर्व-पश्चिम विभाजनाने आधुनिक फ्रान्स आणि जर्मनीचा आधार बनवला. ऑर्मन ३० शार्लेमेनच्या लढाऊ नातवांमधला व्हरडूनचा तह (८४३) हा स्वतंत्र फ्रान्सचा पहिला राजा चार्ल्स द बाल्डच्या अधिपत्याखालील घटना म्हणून चित्रित करतो; पहिला राजा लुई जर्मन याच्या अंतर्गत स्वतंत्र जर्मनी ; आणि एक स्वतंत्र मध्यवर्ती राज्य सीमेवर असलेल्या खालच्या देशांपासून रोमच्या दक्षिणेकडे लोथेर I च्या अंतर्गत पसरले आहे, ज्याने अधिकार क्षेत्राशिवाय सम्राट आणि राजधान्या आचेन आणि रोम राखून ठेवल्या आहेत. मधले राज्य 890 पर्यंत फुटले होते आणि अंशतः पश्चिम साम्राज्य (नंतर फ्रान्स) आणि पूर्वेकडील राज्य (जर्मनी) मध्ये विलीन झाले होते आणि उर्वरित लहान "बफर" राज्यांमध्ये विकसित झाले होते जे आजपर्यंत फ्रान्स आणि जर्मनी दरम्यान अस्तित्वात आहेत, म्हणजे बेनेलक्स आणि स्वित्झर्लंड.

सत्तेचा उदय

प्रारंभिक जीवन

शार्लेमेनच्या जन्माची बहुधा तारीख अनेक स्त्रोतांकडून पुनर्रचना केली जाते. 742 ची तारीख-जानेवारी 814 च्या आयनहार्डच्या मृत्यूच्या तारखेपासून 72 व्या वर्षी मोजली गेली- 744 मध्ये त्याच्या पालकांच्या लग्नाच्या अगोदरची आहे. ॲनालेस पेटविआनी, 747 मध्ये दिलेले वर्ष, अधिक शक्यता असेल, शिवाय ते आइनहार्ड आणि काहींच्या विरोधाभासी असेल. शार्लेमेनला त्याच्या मृत्यूच्या वेळी साठ-सात वर्षांचे बनविण्याचे इतर स्त्रोत. एप्रिलचा महिना आणि दिवस लॉर्श ॲबेच्या कॅलेंडरवर आधारित आहेत.

747 मध्ये, इस्टर 2 एप्रिल रोजी पडला, हा एक योगायोग होता ज्यावर इतिहासकारांनी टिप्पणी केली असती पण ती नव्हती. जर कॅलेंडर वर्षाची सुरुवात म्हणून इस्टर वापरला जात असेल, तर आधुनिक हिशेबानुसार, 2 एप्रिल 747 एप्रिल 748 (इस्टरवर नाही) असू शकतो.

पुराव्याच्या प्राबल्य ४ द्वारे अनुकूल तारीख 2 एप्रिल 742 आहे, चार्लमेनच्या मृत्यूच्या वेळी त्याच्या वयावर आधारित आहे. ही तारीख या संकल्पनेचे समर्थन करते की शार्लेमेन तांत्रिकदृष्ट्या एक अवैध मूल होते, जरी त्याचा विवाह विवाहातून जन्म झाल्यापासून आयनहार्डने त्याचा उल्लेख केलेला नाही; पेपिन आणि बर्ट्राडा त्यांच्या जन्माच्या वेळी खाजगी कराराने किंवा फ्रेडलेहे द्वारे बांधले गेले होते, परंतु 744 पर्यंत त्यांनी लग्न केले नाही.

शार्लेमेनचे नेमके जन्मस्थान अज्ञात आहे, जरी इतिहासकारांनी आधुनिक काळातील जर्मनीतील आचेन आणि सध्याच्या बेल्जियममधील लीज (हर्स्टल) ही संभाव्य ठिकाणे सुचवली आहेत. आचेन आणि लीज हे प्रदेशाच्या अगदी जवळ आहेत जिथून मेरोव्हिंगियन आणि कॅरोलिंगियन कुटुंबांची उत्पत्ती झाली. ड्युरेन, गौटिंग, मुर्लेनबॅच, क्विर्झी आणि प्रुम यासह इतर शहरे सुचवण्यात आली आहेत. कोणताही निश्चित पुरावा प्रश्न सोडवत नाही.

इटालियन मोहिमा

लोम्बार्ड राज्याचा विजय

फ्रँकिश राजा शार्लेमेन हा धर्मनिष्ठ कॅथलिक होता आणि त्याने आयुष्यभर पोपशी घनिष्ठ संबंध ठेवले. 772 मध्ये, जेव्हा पोप एड्रियन I ला आक्रमणकर्त्यांकडून धोका होता, तेव्हा राजा मदत देण्यासाठी रोमकडे धावला. येथे दाखवले आहे, रोमजवळील एका सभेत पोप चार्लमेनला मदतीसाठी विचारतो.

772 मध्ये त्याच्या उत्तराधिकारी, पोप एड्रियन I ने डेसिडेरियसच्या उत्तराधिकाऱ्यांच्या वचनानुसार रेव्हेनाच्या पूर्वीच्या मोहिमेतील काही शहरे परत करण्याची मागणी केली. त्याऐवजी, डेसिडेरियसने काही पोपची शहरे ताब्यात घेतली आणि रोमच्या दिशेने निघालेल्या पेंटापोलिसवर आक्रमण केले. एड्रियनने शरद ऋतूतील शार्लेमेनकडे राजदूत पाठवले आणि विनंती केली की त्याने त्याचे वडील पेपिन यांच्या धोरणांची अंमलबजावणी करावी. डेसिडरियसने पोपचे आरोप नाकारून स्वतःचे राजदूत पाठवले. राजदूतांची थिओनविले येथे भेट झाली आणि शारलेमेनने पोपची बाजू उचलून धरली. पोपने काय विनंती केली होती ते शारलेमेनने मागितले, परंतु डेसिडरियसने कधीही पालन न करण्याची शपथ घेतली. शार्लेमेन आणि त्याचे काका बर्नार्ड यांनी 773 मध्ये आल्प्स पार केले आणि लोम्बार्ड्सचा पाठलाग करून पाव्हियापर्यंत पाठलाग केला, ज्याला त्यांनी वेढा घातला. वेरोना येथे सैन्य उभारणाऱ्या डेसिडेरियसचा मुलगा ॲडेलचिस याच्याशी सामना करण्यासाठी शार्लमेनने तात्पुरता वेढा सोडला. तरुण राजपुत्राचा एड्रियाटिक समुद्रकिनाऱ्यापर्यंत पाठलाग करण्यात आला आणि कॉन्स्टँटिनोपलला पळून गेला आणि कॉन्स्टँटिन V कडून मदत मागितली, जो बल्गेरियाशी युद्ध करत होता.

हा वेढा 774 च्या वसंत ऋतूपर्यंत चालला जेव्हा शारलेमेनने रोममध्ये पोपला भेट दिली. तेथे त्याने आपल्या वडिलांच्या जमिनीच्या अनुदानाची पुष्टी केली, नंतरच्या काही इतिहासाने खोटा दावा केला की त्यांनी टस्कनी, एमिलिया, व्हेनिस आणि कॉर्सिका ही जमीनही दिली. पोपने त्याला कुलपिता ही पदवी दिली. त्यानंतर तो पाविया येथे परतला, जेथे लोम्बार्ड्स आत्मसमर्पण करण्याच्या मार्गावर होते. त्यांच्या जीवनाच्या बदल्यात, लोम्बार्ड्सने शरणागती पत्करली आणि उन्हाळ्याच्या सुरुवातीस दरवाजे उघडले. डेसिडेरियसला कॉर्बीच्या मठात पाठवण्यात आले आणि त्याचा मुलगा ॲडेलचिस कॉन्स्टँटिनोपल येथे मरण पावला, जो पॅट्रिशियन होता. चार्ल्सने, असामान्यपणे, स्वतःला लोखंडी मुकुट घातला होता आणि लोम्बार्डीच्या प्रमुखांनी त्याला पाविया येथे आदरांजली वाहण्यास भाग पाडले होते. बेनेव्हेंटोच्या फक्त ड्यूक अरेचिस II ने स्वाधीन करण्यास नकार दिला आणि स्वातंत्र्याची घोषणा केली. शार्लेमेन तेव्हा लोम्बार्ड्सचा राजा म्हणून इटलीचा मास्टर होता. त्याने त्याच वर्षी पाविया येथील चौकी आणि काही फ्रँकिश मोजणीसह इटली सोडले.

इटलीमध्ये अस्थिरता कायम राहिली. 776 मध्ये, फ्रुलीचे ड्यूक्स ह्रोडगॉड आणि स्पोलेटोचे हिल्डेप्रांड यांनी बंड केले. शार्लमेनने सॅक्सनीहून परत धाव घेतली आणि ड्यूक ऑफ फ्रुलीचा युद्धात पराभव केला; ड्यूक मारला गेला. ड्यूक ऑफ स्पोलेटोने करारावर स्वाक्षरी केली. त्यांचा सहकारी, अरेचीस, वश झाला नाही आणि बायझांटियममधील त्यांचा उमेदवार ॲडेलचीसने ते शहर कधीही सोडले नाही. उत्तर इटली आता विश्वासूपणे त्याचे होते.

दक्षिण इटली

787 मध्ये, शार्लमेनने आपले लक्ष बेनेव्हेंटोच्या डचीकडे वळवले, 75 जिथे अरेचीस II स्वतंत्रपणे प्रिन्सप्सच्या स्व-दर्जित पदवीसह राज्य करत होता. शार्लेमेनच्या सालेर्नोला वेढा घातल्याने अरेचीसला अधीन होण्यास भाग पाडले. तथापि, 787 मध्ये अरेचीस II च्या मृत्यूनंतर, त्याचा मुलगा ग्रिमोआल्ड तिसरा याने डची ऑफ बेनेव्हेंटोची नव्याने स्वतंत्र घोषणा केली. ग्रिमोआल्डवर चार्ल्स किंवा त्याच्या मुलाच्या सैन्याने अनेक वेळा हल्ला केला, निश्चित विजय न मिळवता. शार्लेमेनने रस गमावला आणि पुन्हा कधीही दक्षिण इटलीला परतला नाही जिथे ग्रिमोआल्ड डचीला फ्रँकिश आधिपत्यापासून मुक्त ठेवू शकला.

मृत्यू

शार्लेमेनच्या 814 मृत्यूच्या आच्छादनाचा एक भाग. हे क्वाड्रिगाचे प्रतिनिधित्व करते आणि कॉन्स्टँटिनोपलमध्ये तयार केले गेले. Musée de Cluny, पॅरिस.

813 मध्ये, शार्लेमेनने लुईस द पियस, ऍक्विटेनचा राजा, त्याचा एकमेव जिवंत कायदेशीर मुलगा, आपल्या दरबारात बोलावले. तेथे शार्लेमेनने आपल्या मुलाला सह-सम्राट म्हणून राज्याभिषेक केला आणि त्याला अक्विटेनला परत पाठवले. त्यानंतर 1 नोव्हेंबर रोजी आचेनला परत येण्यापूर्वी त्याने शरद ऋतूतील शिकार करण्यात घालवले. जानेवारीमध्ये तो फुफ्फुसाच्या आजाराने आजारी पडला. खोल उदासीनतेत (बहुतेक कारण त्याच्या अनेक योजना अद्याप साकार झाल्या नाहीत), 21 जानेवारी रोजी तो त्याच्या अंथरुणावर गेला आणि आयनहार्डने सांगितल्याप्रमाणे.

तो अठ्ठावीस जानेवारीला, तो त्याच्या अंथरुणावर गेल्यापासून सातव्या दिवशी, सकाळी नऊ वाजता, होली कम्युनियनमध्ये भाग घेतल्यानंतर, त्याच्या वयाच्या बहात्तरव्या वर्षी आणि चाळीसाव्या वर्षी मरण पावला. त्याच्या कारकिर्दीचा.

शैक्षणिक सुधारणा

समकालीन स्केचमध्ये शार्लेमेन

योद्धा, प्रशासक आणि शासक या नात्याने शार्लेमेनच्या यशाचा एक भाग म्हणजे त्याच्या शिक्षण आणि शिक्षणाबद्दलची प्रशंसा. विद्वत्ता, साहित्य, कला आणि स्थापत्यशास्त्र यांच्या फुलांमुळे त्याच्या कारकिर्दीला कॅरोलिंगियन पुनर्जागरण म्हणून संबोधले जाते. शार्लेमेन इतर देशांच्या (विशेषतः मूरिश स्पेन, अँग्लो-सॅक्सन इंग्लंड, आणि लोम्बार्ड इटली) संस्कृतीशी आणि शिक्षणाच्या संपर्कात आले. त्याने फ्रान्सियामध्ये मठातील शाळा आणि स्क्रिप्टोरिया (पुस्तक-प्रतिलिपीची केंद्रे) तरतुदी मोठ्या प्रमाणात वाढवल्या.

शार्लेमेनला पुस्तकांची आवड होती, काहीवेळा जेवणादरम्यान ती पुस्तकं त्याला वाचून दाखवायची. तो हिप्पोच्या ऑगस्टीनच्या कामांचा आनंद घेत असल्याचे मानले जाते. त्याच्या कोर्टाने प्राथमिक लॅटिन आणि चर्चचे विविध पैलू शिकवणारी पुस्तके तयार करण्यात महत्त्वाची भूमिका बजावली. भाषा आणि ख्रिश्चन विश्वासावर सखोल काम असलेल्या शाही ग्रंथालयाच्या निर्मितीमध्येही याने भूमिका बजावली.

शारलेमेनने धर्मगुरूंना ख्रिश्चन पंथ आणि प्रार्थना यांचे त्यांच्या संबंधित स्थानिक भाषेत भाषांतर करण्यासाठी तसेच व्याकरण आणि संगीत शिकवण्यासाठी प्रोत्साहित केले. बौद्धिक प्रयत्नांची वाढलेली रुची आणि त्यांच्या राजाच्या आग्रहामुळे, भिक्षूंनी इतके प्रत तयार केले की त्या काळातील जवळजवळ प्रत्येक हस्तलिखित जतन केले गेले. त्याच वेळी, त्यांच्या राजाच्या आग्रहास्तव, विद्वान इतिहास, काव्य, कला, संगीत, कायदा, धर्मशास्त्र इत्यादींसह अनेक विषयांवर अधिक सेक्युलर पुस्तकांची निर्मिती करत होते. शीर्षकांच्या वाढलेल्या संख्येमुळे, खाजगी ग्रंथालयांची भरभराट झाली. हे मुख्यत्वे अभिजात आणि चर्चवाले यांचे समर्थन होते जे त्यांना टिकवून ठेवू शकत होते. शार्लेमेनच्या दरबारात, एका ग्रंथालयाची स्थापना करण्यात आली आणि पुस्तकांच्या अनेक प्रती तयार केल्या गेल्या, ज्याचे वितरण शार्लेमेनद्वारे करण्यात आले.पुस्तक निर्मिती हळूहळू हाताने पूर्ण झाली आणि मुख्यतः मोठ्या मठातील ग्रंथालयांमध्ये झाली. शार्लेमेनच्या काळात पुस्तकांना इतकी मागणी होती की या लायब्ररींनी काही पुस्तके उधार दिली, परंतु जर त्या कर्जदाराने त्या बदल्यात मौल्यवान संपार्श्विक ऑफर केली तरच.

व्हिटा करोली मॅग्नी या चरित्रात त्याच्या मृत्यूनंतर आयनहार्डने केलेल्या चांगल्या वर्णनावरून शार्लमेनचे वैयक्तिक स्वरूप ओळखले जाते. आयनहार्ड म्हणतात.

तो जड बांधलेला, बळकट आणि लक्षणीय उंचीचा होता, जरी अपवादात्मक नाही, कारण त्याची उंची त्याच्या स्वतःच्या पायाच्या लांबीच्या सात पट होती. त्याचे डोके गोल, मोठे आणि सजीव डोळे, नेहमीपेक्षा थोडे मोठे नाक, पांढरे पण तरीही आकर्षक केस, चमकदार आणि आनंदी हावभाव, लहान आणि जाड मान, आणि तापाचा त्रास वगळता त्याला चांगले आरोग्य लाभले. त्याच्या आयुष्यातील शेवटची काही वर्षे. शेवटच्या दिशेने, त्याने एक पाय ओढला. तरीही, त्याने जिद्दीने त्याला पाहिजे तसे केले आणि डॉक्टरांचे ऐकण्यास नकार दिला, खरोखरच तो त्यांचा तिरस्कार करीत होता, कारण त्यांना त्याच्या इच्छेप्रमाणे भाजलेले मांस खाणे थांबवण्यास आणि उकडलेल्या मांसावर समाधानी राहण्यास प्रवृत्त करायचे होते.

पोशाख

शार्लमेनने फ्रँकिश लोकांचा पारंपारिक पोशाख परिधान केला होता, ज्याचे वर्णन आयनहार्डने केले.

तो नॅशनल, म्हणजे फ्रँकचा पोशाख परिधान करायचा—त्याच्या कातडीच्या पुढे तागाचा शर्ट आणि तागाचे ब्रीच, आणि त्या वर रेशमी झालर असलेला अंगरखा; पट्ट्यांनी बांधलेल्या नळीने त्याचे खालचे अंग झाकले होते आणि पाय जोडले होते, आणि हिवाळ्यात त्याने ओटर किंवा मार्टेन स्किनच्या जवळ-फिटिंग कोटने आपले खांदे आणि छाती संरक्षित केली होती.

त्याने निळा झगा घातला होता आणि नेहमी सोनेरी किंवा चांदीची तलवार धारण केली होती. मेजवानी किंवा राजदूतांच्या स्वागत समारंभात तो गुंतागुंतीच्या रत्नजडित तलवारी परिधान करत असे. असे असले तरी:

त्याने विदेशी पोशाखांचा तिरस्कार केला, मग तो कितीही देखणा असला, आणि त्याने रोममध्ये दोनदा, रोमन अंगरखा, क्लॅमी आणि शूज घातल्याखेरीज, स्वतःला त्यामध्ये कधीही परिधान करू दिले नाही; पोप हॅड्रियनच्या विनंतीवरून प्रथमच, हॅड्रिअनच्या उत्तराधिकारी लिओचे आभार मानण्यासाठी दुसरी.

मोठ्या मेजवानीच्या दिवशी, तो त्याच्या कपड्यांवर आणि बूटांवर भरतकाम आणि दागिने घालत असे. अशा प्रसंगी त्याच्याकडे त्याच्या कपड्यासाठी सोन्याचा बकल होता आणि तो त्याच्या महान डायडेमसह दिसायचा, परंतु आयनहार्डच्या म्हणण्यानुसार त्याने अशा पोशाखांचा तिरस्कार केला आणि सामान्यतः सामान्य लोकांसारखे कपडे घातले

घरे

शार्लेमेनची त्याच्या संपूर्ण राज्यात निवासस्थाने होती, ज्यामध्ये कॅपिट्युलेर डी व्हिलिस नुसार शासित असलेल्या असंख्य खाजगी मालमत्तांचा समावेश होता. 9व्या शतकातील एक दस्तऐवज ज्यामध्ये अस्नेपियम येथील मालमत्तेच्या यादीचे तपशीलवार वर्णन केले आहे, त्यात पशुधन, वनस्पती आणि भाज्या आणि कढई, पिण्याचे कप, पितळी किटली आणि सरपण यांसह स्वयंपाकघरातील भांडी यांचा समावेश आहे. या जागेत कुलीन आणि कुटुंबातील सदस्यांसाठी अंगणात बांधलेली सतरा घरे होती आणि ती त्याच्या सहाय्यक व्हिलापासून वेगळी होती.

बीटिफिकेशन

बाराव्या शतकानंतर पवित्र रोमन साम्राज्यात आणि इतर काही ठिकाणी शार्लेमेनला संत म्हणून आदरणीय होता. 1165 मध्ये फ्रेडरिक बार्बरोसाची मर्जी मिळविण्यासाठी अँटिपोप पाश्चल III द्वारे अपोस्टोलिक सीने त्याचे अवैध कॅनोनायझेशन ओळखले नाही. अपोस्टोलिक सीने 1179 मध्ये थर्ड लेटरन कौन्सिलमध्ये पाश्चालचे सर्व अध्यादेश रद्द केले. रोमन मार्टिरॉलॉजीमध्ये "चार्ल्स" नावाच्या 28 संतांमध्ये त्यांची गणना केलेली नाही. त्याचे बीटिफिकेशन कल्टस पुष्टी म्हणून मान्य केले गेले आहे आणि 28 जानेवारी रोजी साजरा केला जातो.

25

सायरस द ग्रेट

सायरस द ग्रेट

Scan for Story Videos - www.itibook.com

पर्शियाचा सायरस II (600–530 BC), सामान्यतः सायरस द ग्रेट म्हणून ओळखला जातो आणि ग्रीक लोक सायरस द एल्डर देखील म्हणतात. हे पहिले पर्शियन साम्राज्य अचेमेनिड साम्राज्याचे संस्थापक होते. त्याच्या राजवटीत, साम्राज्याने प्राचीन जवळच्या पूर्वेकडील सर्व पूर्वीच्या सुसंस्कृत राज्यांचा समावेश केला, मोठ्या प्रमाणावर विस्तार केला आणि अखेरीस बहुतेक पश्चिम आशिया आणि मध्य आशियाचा बराचसा भाग जिंकला. भूमध्य समुद्र आणि पश्चिमेला हेलेस्पॉन्ट ते पूर्वेला सिंधू नदीपर्यंत पसरलेले, सायरसने निर्माण केलेले साम्राज्य जगाने पाहिलेले सर्वात मोठे साम्राज्य होते. त्याच्या उत्तराधिकार्‍यांच्या अंतर्गत कमाल मर्यादेपर्यंत, अचेमेनिड साम्राज्य बाल्कनच्या काही भागांपासून (पूर्व बल्गेरिया-पाओनिया आणि थ्रेस-मॅसिडोनिया) आणि दक्षिणपूर्व युरोपपासून पूर्वेला सिंधू खोऱ्यापर्यंत पसरले होते.

सायरसचे राज्य सुमारे तीस वर्षे चालले; मिडियन साम्राज्य, त्यानंतर लिडियन साम्राज्य आणि अखेरीस निओ-बॅबिलोनियन साम्राज्यावर विजय मिळवल्यानंतर त्याचे साम्राज्य रुजले. त्यांनी मध्य आशियातील एका मोहिमेचे नेतृत्व देखील केले, ज्याचा परिणाम "अपवाद न करता प्रत्येक राष्ट्राला अधीनस्थ" असे वर्णन केलेल्या मोठ्या मोहिमांमध्ये झाला. सायरसने इजिप्तमध्ये प्रवेश केला नाही, आणि डिसेंबर 530 मध्ये सिर दर्याजवळ, प्राचीन पूर्व इराणी भटक्या जमाती महासंघ, मॅसेगेटेशी लढताना त्याचा मृत्यू झाल्याचा आरोप आहे. तथापि, झेनोफोनने दावा केला की सायरस युद्धात मरण पावला नाही आणि पर्सेपोलिसच्या अचेमेनिड औपचारिक राजधानीत परत आला. त्याच्यानंतर त्याचा मुलगा, कॅम्बीसेस दुसरा, ज्याने आपल्या अल्पशा शासनकाळात इजिप्त, नुबिया आणि सायरेनायका जिंकले.

सायरस हा त्याने जिंकलेल्या देशांच्या चालीरीती आणि धर्मांचा आदर करण्यासाठी प्रसिद्ध आहे. साम्राज्याच्या सीमावर्ती प्रदेशातील क्षत्रपांवर राज्य करणारे पासरगडे येथे केंद्रीय प्रशासनाची प्रणाली विकसित करण्यात ते महत्त्वपूर्ण होते, ज्याने राज्यकर्ते आणि प्रजा दोघांसाठी अतिशय प्रभावी आणि फायदेशीरपणे काम केले. रिस्टोरेशन ऑफ रिस्टोरेशन, एक सिलेंडर सीलद्वारे प्रमाणित केलेली घोषणा ज्यामध्ये सायरसने निओ-बॅबिलोनियन साम्राज्यावर विजय मिळवल्यानंतर इस्राएल लोकांना इस्रायलच्या भूमीत परत येण्यास अधिकृत केले आणि प्रोत्साहित केले, बायबलमध्ये वर्णन केले आहे आणि त्याचप्रमाणे एक चिरस्थायी वारसा सोडला आहे. बॅबिलोनियन बंदिवास संपवण्याच्या आणि ज्यूंना झिऑनमध्ये परत येण्याच्या त्याच्या भूमिकेमुळे ज्यू धर्म. हिब्रू बायबलच्या यशया ४५:१ नुसार, देवाने सायरसला या कामासाठी अभिषेक केला, अगदी त्याला मशीहा (लि.?'अभिषिक्त') म्हणून संबोधले; सायरस ही बायबलमधील एकमेव गैर-ज्यू व्यक्ती आहे ज्यांना या क्षमतेने आदर दिला जातो.

सायरस यांना मानवाधिकार, राजकारण आणि लष्करी रणनीती, तसेच पूर्वेकडील आणि पाश्चात्य संस्कृतींवरील त्यांच्या प्रभावासाठी देखील ओळखले जाते. प्राचीन जगामध्ये अचेमेनिड प्रभाव अखेरीस अथेन्सपर्यंत विस्तारेल, जेथे उच्च-वर्गीय अथेनियन लोकांनी अचेमेनिड पर्शियाच्या शासक वर्गाच्या संस्कृतीचे पैलू स्वतःचे म्हणून स्वीकारले. इराणच्या आधुनिक काळातील फार्स प्रांताशी साधारणपणे पर्सिसपासून उगम पावलेल्या सायरसने आधुनिक इराणची राष्ट्रीय ओळख निश्चित करण्यात महत्त्वपूर्ण भूमिका बजावली आहे. आधुनिक इराणी लोकांमध्ये तो एक पंथीय व्यक्तिमत्त्व आहे, त्याची थडगी लाखो लोकांसाठी आदराचे स्थान आहे.1970 च्या दशकात, इराणचे शेवटचे शाह, मोहम्मद रेझा पहलवी यांनी सायरस सिलेंडरवर कोरलेली सायरसची प्रसिद्ध घोषणा ही मानवी हक्कांची सर्वात जुनी-ज्ञात घोषणा म्हणून ओळखली, आणि तेव्हापासून सिलिंडर अशाप्रकारे लोकप्रिय झाला. या मतावर काही पाश्चात्य इतिहासकारांनी सिलेंडरच्या सामान्य स्वभावाचा गैरसमज म्हणून टीका केली आहे जे नवीन सम्राटांनी त्यांच्या कारकिर्दीच्या सुरुवातीला केलेले पारंपारिक विधान आहे.

सायरस हे नाव ग्रीक भाषेतील नावावरून आलेले लॅटिनाइज्ड रूप आहे, जे स्वतः जुन्या पर्शियन नाव कुरुस वरून घेतले गेले. नाव आणि त्याचा अर्थ विविध भाषांमधील प्राचीन शिलालेखांमध्ये नोंदवला गेला आहे. प्राचीन ग्रीक इतिहासकार Ctesias आणि Plutarch यांनी म्हटले

आहे की सायरसचे नाव सूर्य (कुरोस) वरून ठेवण्यात आले आहे, ही संकल्पना "सूर्याप्रमाणे" (खुर्वाश) असा अर्थ लावली गेली आहे आणि त्याचा सूर्य, खोर या पर्शियन संज्ञांशी संबंध लक्षात घेऊन केला गेला आहे. -वाश हा समानतेचा प्रत्यय आहे.

कार्ल हॉफमन यांनी इंडो-युरोपियन मूळ "अपमानित करणे" या अर्थावर आधारित भाषांतर सुचवले आहे आणि त्यानुसार, "सायरस" नावाचा अर्थ "शाब्दिक स्पर्धेत शत्रूचा अपमान करणारा" असा होतो. आणखी एक संभाव्य इराणी व्युत्पत्ती म्हणजे "तरुण, मूल", कुर्दिश कुर ("मुलगा, लहान मुलगा") किंवा ओस्सेटियन आय-गुर-उन ("जन्माला") आणि कुर शी संबंधित आहे. पर्शियन भाषेत आणि विशेषतः इराणमध्ये सायरसच्या नावाचे स्पेलिंग . बायबलमध्ये, त्याला हिब्रू भाषेत कोरेश असे संबोधले जाते. काही पुराव्यांवरून असे सूचित होते की सायरस हा के खोसरो, कायनियन वंशाचा एक महान पर्शियन राजा आणि शाहनामेह या पर्शियन महाकाव्यातील एक पात्र आहे.

तथापि, काही विद्वानांचा असा विश्वास आहे की सायरस किंवा कॅम्बीसेस हे दोघेही इराणी नाव नव्हते, त्यांनी असे सुचवले की सायरस मूळचा इलामाईट होता आणि या नावाचा अर्थ विलुप्त झालेल्या इलामाईट भाषेत "ज्याला काळजी देतो" असा होतो. याचे एक कारण असे आहे की, इलामाईटची नावे मध्ये संपुष्टात आली असली तरी, कोणत्याही इलामाइट ग्रंथात असे नाव लिहिलेले नाही - फक्त दरम्यान, जुन्या पर्शियनने नावे मध्ये संपू दिली नाहीत, त्यामुळे पर्शियन भाषिकांना मूळ कुराचा व्याकरणदृष्ट्या योग्य कुरुसमध्ये बदल करणे अर्थपूर्ण ठरेल. दुसरीकडे, इलामाइट शास्त्रकारांना मूळ कुरुचे कुरुसमध्ये बदल करण्याचे कारण नव्हते, कारण दोन्ही प्रकार मान्य होते. म्हणून, कुरास बहुधा मूळ स्वरूपाचे प्रतिनिधित्व करतो.

राजवंशाचा इतिहास

सायरस द ग्रेटचे प्रतिनिधित्व करणारी चार पंख असलेली संरक्षक आकृती किंवा चार पंख असलेला करूब ट्यूटलरी देवता. पासरगाडे येथे एका दरवाजाच्या खांबावर बेस-रिलीफ सापडला ज्याच्या वर एकेकाळी तीन भाषांमध्ये "मी सायरस राजा आहे, एक अकेमेनियन आहे" असे वाक्य कोरलेले होते. संकुलातील इतर राजवाड्यांवर हाच शिलालेख लिहिलेला आहे.

इराणच्या पठारावरील पर्शियन वर्चस्व आणि राज्य हे अचेमेनिड राजवंशाच्या विस्ताराच्या रूपात सुरू झाले, ज्यांनी त्यांचे पूर्वीचे वर्चस्व इ.स.पूर्व ९व्या शतकापासून विस्तारले. राजवंशाचे उपनाम संस्थापक अचेमेनिस (जुन्या पर्शियन हक्सामनीस मधील) होते. Achaemenids हे "Achaemenes चे वंशज" आहेत, कारण राजवंशाचा नववा राजा, डॅरियस द ग्रेट, त्याच्या वंशाचा शोध घेतो, "या कारणास्तव आम्हाला अचेमेनिड्स म्हणतात" असे घोषित केले. अचेमेनेसने इराणच्या नैऋत्येला परसुमाश हे राज्य बांधले आणि त्याच्यानंतर टेस्पेस झाला, ज्याने अनशान शहर ताब्यात घेतल्यानंतर आणि पार्सचा योग्य समावेश करण्यासाठी त्याच्या राज्याचा विस्तार करून "अनशानचा राजा" ही पदवी घेतली. प्राचीन दस्तऐवज नमूद करतात की टेस्पेसला सायरस पहिला नावाचा मुलगा होता, जो त्याच्या वडिलांनंतर "अनशानचा राजा" म्हणूनही आला होता. सायरस मला एक पूर्ण भाऊ होता ज्याचे नाव एरियाराम्नेस म्हणून नोंदवले गेले आहे.

इ.स.पू. ६०० मध्ये सायरस पहिला, त्याचा मुलगा कॅम्बिसेस पहिला, ज्याने ५५९ बीसी पर्यंत राज्य केले. सायरस II "द ग्रेट" हा कॅम्बीसेस I चा मुलगा होता, ज्याने आपल्या मुलाचे नाव त्याच्या वडिलांच्या नावावरून ठेवले होते, सायरस I. सायरस द ग्रेट आणि नंतरच्या राजांचे अनेक शिलालेख आहेत ज्यात कॅम्बिसेस I ला "महान राजा" आणि "अनशानचा राजा" असे संबोधले जाते. यापैकी सायरस सिलिंडरमधील काही परिच्छेद आहेत जेथे सायरस स्वतःला "कॅम्बिसेसचा मुलगा, महान राजा, अनशनचा राजा" म्हणतो. दुसऱ्या शिलालेखात (मुख्यमंत्री यांच्याकडून) कॅम्बीसेस I चा एक "पराक्रमी राजा" आणि "एक अकेमेनियन" असा उल्लेख आहे, जे बहुतेक विद्वानांच्या मतानुसार डॅरियसच्या खाली कोरलेले होते आणि दारियसने नंतरचे खोटे मानले होते. तथापि कॅम्बीसेस II चे आजोबा फर्नास्पेस यांना इतिहासकार हेरोडोटस यांनी "अचेमेनियन" असे नाव दिले आहे. सायरोपीडियामधील झेनोफोनच्या खात्यात पुढे कॅम्बीसेसच्या पत्नीचे नाव मंडाने असे दिले आहे आणि कॅम्बिसेसचा इराणचा राजा (प्राचीन पर्शिया) असा उल्लेख आहे. हे सायरसच्या स्वतःच्या शिलालेखांशी सहमत आहेत, कारण अनशन आणि पर्सा ही एकाच भूमीची वेगवेगळी नावे होती. हे इतर गैर-इराणी खात्यांशी देखील सहमत आहेत, हेरोडोटसच्या एका बिंदूशिवाय कॅम्बिसेस हा राजा नव्हता तर "चांगल्या घराण्यातील पर्शियन" होता. तथापि, इतर काही परिच्छेदांमध्ये, हेरोडोटसचे खाते चिशपिशच्या मुलाच्या नावावर देखील चुकीचे आहे, ज्याचा त्याने कॅम्बिसेस असा उल्लेख केला आहे परंतु आधुनिक विद्वानांच्या मते तो सायरस पहिला असावा.

पुरातत्व संशोधनावर आधारित पारंपारिक दृष्टिकोन आणि बेहिस्टुन शिलालेख आणि हेरोडोटस द्वारे दिलेली वंशावली असे मानते की सायरस द ग्रेट हा अचेमेनिड होता. तथापि, एम. वॉटर्सने असे सुचवले आहे की सायरस हा अचेमेनिड्स किंवा डॅरियस द ग्रेट यांच्याशी संबंधित नाही आणि त्याचे कुटुंब अचेमेनिडच्या ऐवजी टेस्पिड आणि अंशानाइट मूळचे होते.

प्रारंभिक जीवन

जुन्या पर्शियन, इलामाइट आणि अक्कडियन भाषांमध्ये "मी सायरस द किंग, एक अचेमेनियन आहे". पासरगडे येथील पॅलेस पीच्या स्तंभात कोरलेला "सीएमए शिलालेख" म्हणून ओळखला जातो. सायरसच्या वतीने हे शिलालेख बहुधा नंतर डॅरियस I ने त्याच्या वंशाची पुष्टी करण्यासाठी, त्याने तयार केलेली जुनी पर्शियन लिपी वापरून तयार केली होती.

सायरसचा जन्म 600-599 ईसापूर्व काळात, अँशानचा राजा, कॅम्बीसेस पहिला आणि मीडियाचा राजा, अस्टयजेसची मुलगी मंदाने यांच्या पोटी झाला.

त्याच्या स्वतः च्या खात्यानुसार, सामान्यतः आता अचूक असल्याचे मानले जाते, सायरसच्या आधी त्याचे वडील कॅम्बिसेस I, आजोबा सायरस I आणि पणजोबा टेस्पेस यांनी राजा म्हणून काम केले होते. सायरसने कॅसँडेनशी लग्न केले जो एक अकेमेनियन होता आणि फर्नास्पेसची मुलगी ज्याने त्याला दोन मुलगे, कॅम्बीसेस II आणि बर्दिया आणि तीन मुली, एटोसा, आर्टिस्टोन आणि रोक्सेन यांना जन्म दिला. सायरस आणि कॅसँडेन हे एकमेकांवर खूप प्रेम करतात म्हणून ओळखले जात होते - कॅसँडेन म्हणाली की तिला तिचे जीवन सोडून जाण्यापेक्षा सायरस सोडणे अधिक कडू वाटले. तिच्या मृत्यूनंतर, सायरसने राज्यभर सार्वजनिक शोक पाळण्याचा आग्रह धरला. नॅबोनिडस क्रॉनिकलमध्ये असे म्हटले आहे की बॅबिलोनियाने कॅसँडेनवर सहा दिवस शोक केला (21-26 मार्च 538 ईसापूर्व). त्याच्या वडिलांच्या मृत्यूनंतर, सायरसला पासरगाडे येथे पर्शियन सिंहासनाचा वारसा मिळाला, जो अस्त्यागेजचा एक वासल होता. ग्रीक इतिहासकार स्ट्रॅबो यांनी म्हटले आहे की सायरसचे मूळ नाव त्याच्या सावत्र पालकांनी अॅग्रेडेट्स ठेवले होते. हे शक्य आहे की, त्याच्या मूळ कुटुंबाशी पुन्हा एकत्र येताना, नामकरण प्रथेनुसार, सायरसचे वडील, कॅम्बीसेस I, यांनी त्याचे नाव सायरस ठेवले, जो सायरस पहिला होता. पासर्गाडे जवळ सायरस नदीच्या नावावरून सायरस हे नाव.

उदय आणि लष्करी मोहिमा

मध्यम साम्राज्य

सायरस द ग्रेट त्याच्या वडिलांच्या मृत्यूनंतर इ.स.पू. ५५९ मध्ये गादीवर बसला; तथापि, सायरस अद्याप स्वतंत्र शासक नव्हता. त्याच्या पूर्ववर्तींप्रमाणे, सायरसला मध्यवर्ती अधिराज्य ओळखावे लागले. मध्य साम्राज्याचा शेवटचा राजा आणि सायरसचे आजोबा, अस्तिजेस यांनी पश्चिमेकडील लिडियन सीमारेषेपासून पूर्वेकडील पार्थियन आणि पर्शियन लोकांपर्यंत, प्राचीन जवळच्या पूर्वेकडील बहुसंख्य भागांवर राज्य केले असावे.

नॅबोनिडस क्रॉनिकलच्या मते, अस्टयजेसने "अन्सानचा राजा" सायरसवर हल्ला केला. इतिहासकार हेरोडोटसच्या म्हणण्यानुसार, हे ज्ञात आहे की सायरसवर विजय मिळवण्यासाठी अस्तिगेसने हार्पॅगसला मेडियन सैन्याची आज्ञा दिली होती. तथापि, हार्पॅगसने सायरसशी संपर्क साधला आणि माध्यमांविरुद्धच्या बंडाला प्रोत्साहन दिले, अखेरीस अनेक उच्चभ्रू आणि सैन्याचा एक भाग सोबत सोडला. या विद्रोहाची पुष्टी नॅबोनिडस क्रॉनिकलने केली आहे. क्रॉनिकल असे सुचविते की शत्रुत्व कमीत कमी तीन वर्षे (५५३-५५०) चालले आणि अंतिम लढाईचा परिणाम एकबताना ताब्यात घेण्यात आला. नॅबोनिडसच्या 7 वर्षाच्या प्रवेशापूर्वीच्या परिच्छेदामध्ये याचे वर्णन करण्यात आले होते, ज्यात सायरसचा विजय आणि त्याच्या आजोबांना पकडण्यात आले होते. इतिहासकार हेरोडोटस आणि सेटीसियस यांच्या मते, सायरसने एस्टियजेसचे आयुष्य वाचवले आणि त्याच्या मुलीशी, एमिटिसशी लग्न केले. या विवाहाने बॅक्ट्रियन, पार्थियन आणि साका यांच्यासह अनेक वासलांना शांत केले. हेरोडोटसने नोंदवले आहे की सायरसने 546-539 बीसीच्या लष्करी मोहिमेदरम्यान सोग्दियालाही वश करून साम्राज्यात समाविष्ट केले.

अस्तिजेस सत्तेतून बाहेर पडल्याने, त्याचे सर्व वासल (सायरसच्या अनेक नातेवाईकांसह) आता त्याच्या अधिपत्याखाली होते. त्याचा मामा अरसामेस, जो मेडीजच्या अधिपत्याखाली असलेल्या पार्साच्या नगर-राज्याचा राजा होता, म्हणून त्याला आपले सिंहासन सोडावे लागले असते. तथापि, कुटुंबातील सत्तेचे हे हस्तांतरण सुरळीत झाले आहे असे दिसते आणि सायरसच्या अधिकाराखाली अरसेम्स हा अद्यापही पारसाचा नाममात्र राज्यपाल होता - राजापेक्षा अधिक राजकुमार किंवा ग्रँड ड्यूक होता. त्याचा मुलगा, हिस्टास्पेस, जो सायरसचा दुसरा चुलत भाऊही होता, त्याला नंतर पार्थिया आणि फ्रिगियाचा क्षत्रप बनवण्यात आले. अशा प्रकारे सायरस द ग्रेटने पारसा आणि अनशान या दुहेरी अचेमेनिड राज्यांना पर्शियामध्ये एकत्र केले. सायरसच्या दोन्ही मुलांच्या मृत्यूनंतर आपला नातू डॅरियस द ग्रेट, पर्शियाचा शहानशाह बनला हे पाहण्यासाठी आर्समेस जगला. 65 सायरसचा मीडियावर विजय ही केवळ त्याच्या युद्धांची सुरुवात होती.

मृत्यू

सायरसच्या मृत्यूचे तपशील खात्यानुसार बदलतात. त्याच्या इतिहासातील हेरोडोटसचा अहवाल दुस-या क्रमांकाचा तपशील देतो, ज्यामध्ये सायरसने युरेशियन स्टेप्पे प्रदेशांच्या दक्षिणेकडील वाळवंटातील ख्वेरेझम आणि किझिल कुम या इराणी आदिवासी महासंघाच्या मॅसेगेटे यांच्याशी भयंकर युद्ध केले. आधुनिक काळातील कझाकस्तान आणि उझबेकिस्तान, क्रोएससच्या सल्ल्याचे पालन करून त्यांच्यावर त्यांच्याच प्रदेशात हल्ला केला. Massagetae त्यांच्या पेहराव आणि राहणीमान सिथियन संबंधित होते; ते घोड्यावर आणि पायी लढले. तिचे राज्य मिळविण्यासाठी, सायरसने प्रथम त्यांच्या शासक, सम्राज्ञी टॉमिरिसला लग्नाची ऑफर पाठवली, जो तिने नाकारला.

त्यानंतर त्याने ऑक्सस नदी किंवा अमू दर्या या नदीच्या बाजूने पूल बांधून आणि युद्ध नौका बांधून (सी. 529) बळजबरीने मॅसेगेटे प्रदेश ताब्यात घेण्याचा प्रयत्न सुरू केला, ज्याने त्यांना वेगळे केले. त्याला त्याचे अतिक्रमण थांबवण्याची चेतावणी पाठवून (ज्या चेतावणीने तिने सांगितले की तो तरीही दुर्लक्ष करेल अशी ती अपेक्षा होती), टॉमीरिसने त्याला सन्माननीय युद्धात तिच्या सैन्याला भेटण्याचे आव्हान दिले आणि त्याला नदीपासून एक दिवसाच्या कूचसाठी तिच्या देशातील एका ठिकाणी आमंत्रित केले, जिथे त्यांचे दोन सैन्ये औपचारिकपणे

एकमेकांशी संलग्न होतील. त्याने तिची ऑफर स्वीकारली, परंतु, मसागेटे वाइन आणि त्याच्या मादक प्रभावांबद्दल अपरिचित आहेत हे जाणून, त्याने छावणी उभारली आणि नंतर भरपूर शिबिर सोडले, आपल्या सर्वोत्तम सैनिकांना सोबत घेऊन आणि सर्वात कमी सक्षम असलेल्यांना सोडले.

टॉमिरिसच्या सैन्याचा सेनापती, स्पार्गापिसेस, जो तिचा मुलगा देखील होता, आणि मॅसेजेशियन सैन्याचा एक तृतीयांश भाग, सायरसने तेथे सोडलेल्या गटाला ठार मारले आणि छावणीत अन्न आणि वाइनचा चांगला साठा आढळून आला आणि नकळत मद्यपान केले आणि त्यांची संख्या कमी झाली. जेव्हा अचानक हल्ल्याने त्यांना मागे टाकले तेव्हा स्वतःचा बचाव करण्याची क्षमता. ते यशस्वीरित्या पराभूत झाले आणि, जरी त्याला कैद करण्यात आले असले तरी, एकदा त्याला शांतता प्राप्त झाल्यावर स्पार्गापिसेसने आत्महत्या केली. काय घडले हे कळल्यावर, टॉमीरिसने सायरसच्या डावपेचांचा निषेध केला आणि सूडाची शपथ घेतली, ज्यामुळे सैन्याची दुसरी लाट युद्धात उतरली. सायरस द ग्रेट शेवटी मारला गेला आणि त्याच्या सैन्याला मोठ्या प्रमाणात जीवितहानी झाली ज्याला हेरोडोटसने त्याच्या कारकिर्दीतील आणि प्राचीन जगाची सर्वात भयंकर लढाई म्हणून संबोधले. जेव्हा ते संपले तेव्हा टॉमिरिसने सायरसचा मृतदेह तिच्याकडे आणण्याचा आदेश दिला, नंतर त्याचा शिरच्छेद केला आणि त्याच्या रक्ताच्या लालसेचा आणि तिच्या मुलाच्या मृत्यूचा बदला घेण्यासाठी त्याचे डोके रक्ताच्या भांड्यात बुडवले. 83 86 तथापि, काही विद्वानांनी या आवृत्तीवर प्रश्नचिन्ह उपस्थित केले आहे, मुख्यतः कारण हेरोडोटस देखील कबूल करतात की ही घटना सायरसच्या मृत्यूच्या अनेक आवृत्त्यांपैकी एक होती जी त्याने एका विश्वासार्ह स्त्रोताकडून ऐकली होती ज्याने त्याला सांगितले की नंतरचे परिणाम पाहण्यासाठी कोणीही नव्हते.

हेरोडोटसने असेही सांगितले की सायरसने त्याच्या झोपेत हायस्टास्पेसचा सर्वात मोठा मुलगा (डारियस पहिला) त्याच्या खांद्यावर पंख असलेला, एक पंख आशिया आणि दुसऱ्या पंख युरोपसह सावलीत पाहिला. पुरातत्वशास्त्रज्ञ सर मॅक्स मॅलोवन हेरोडोटसचे हे विधान आणि सायरस द ग्रेटच्या चार पंख असलेल्या बेस-रिलीफ आकृतीशी त्याचा संबंध पुढील प्रकारे स्पष्ट करतात.

म्हणून, माझ्या अंदाजाप्रमाणे, हेरोडोटसला या प्रकारच्या पंखांची आकृती आणि इराणी वैभवाची प्रतिमा यांच्यातील जवळचा संबंध माहित असावा, ज्याचा त्याने ऑक्सस ओलांडून शेवटच्या, प्राणघातक मोहिमेपूर्वी राजाच्या मृत्यूची भविष्यवाणी करणाऱ्या स्वप्नाशी संबंध जोडला होता.

मुहम्मद दांडमायेव म्हणतात की पर्शियन लोकांनी सायरसचा मृतदेह मॅसेगेटेमधून परत घेतला असावा, हेरोडोटसच्या दाव्याच्या विपरीत.

क्रॉनिकल ऑफ मायकेल द सीरियन (एडी 1166-1199) नुसार सायरसची ज्यू कैदेच्या 60 व्या वर्षी त्याची पत्नी टॉमिरिस, मॅसेगेटे (मक्साता) ची राणी हिने हत्या केली होती.

Ctesias, त्याच्या Persica मध्ये, सर्वात लांब खाते आहे, जे म्हणतात की सायरस डर्बिसेस पायदळ, इतर सिथियन धनुर्धारी आणि घोडदळ, तसेच भारतीय आणि त्यांचे युद्ध-हत्ती यांच्या सहाय्याने प्रतिकार करत असताना त्याचा मृत्यू झाला. त्यांच्या मते, ही घटना सिर दर्याच्या मुख्य पाण्याच्या ईशान्येस घडली. Xenophon च्या Cyropaedia मधील पर्यायी खाते इतरांच्या विरोधात आहे, असा दावा करते की सायरस त्याच्या राजधानीत शांतपणे मरण पावला. सायरसच्या मृत्यूची अंतिम आवृत्ती बेरोससकडून आली आहे, ज्याने फक्त असे म्हटले आहे की सायरसचा मृत्यू सिर दर्याच्या मुख्य पाण्याच्या वायव्येकडील दाहे धनुर्धार्यांशी लढताना झाला होता.

दफन

सायरस द ग्रेटचे अवशेष त्याच्या राजधानीच्या पासरगाडे शहरात दफन केले गेले असावेत, जिथे आज एक चुनखडीचे थडगे (540-530 ईसापूर्व बांधले गेले) अजूनही अस्तित्वात आहे, ज्याला अनेकांचा विश्वास आहे. अलेक्झांडर द ग्रेटच्या विनंतीवरून दोनदा थडग्याला भेट देणाऱ्या कॅसांड्रियाच्या अरिस्टोबुलसच्या प्रत्यक्षदर्शी अहवालाच्या आधारे स्ट्रॅबो आणि एरियन यांनी थडग्याचे जवळपास सारखेच वर्णन दिले आहे. जरी हे शहर आता उध्वस्त झाले असले तरी, सायरस द ग्रेटचे दफनस्थान मोठ्या प्रमाणात अबाधित राहिले आहे आणि शतकानुशतके त्याच्या नैसर्गिक ऱ्हासाचा सामना करण्यासाठी थडगे अर्धवट पुनर्संचयित केले गेले आहे. प्लुटार्कच्या मते, त्याचे एपिटाफ वाचले.

हे मनुष्य, तू कोणीही असलास आणि तू कुठूनही आलास, कारण तू येशील हे मला माहीत आहे, मी सायरस आहे ज्याने पर्शियन लोकांचे साम्राज्य जिंकले. त्यामुळे माझी हाडे झाकणाऱ्या या मातीचा तुकडा माझ्यासाठी विनवू नकोस.

बॅबिलोनमधील क्यूनिफॉर्म पुराव्यांवरून असे सिद्ध होते की सायरस डिसेंबर 530 ईसापूर्व, च्या सुमारास मरण पावला आणि त्याचा मुलगा कॅम्बिसेस II राजा झाला. कॅम्बिसेसने आपल्या वडिलांचे विस्ताराचे धोरण चालू ठेवले आणि साम्राज्यासाठी इजिप्त ताब्यात घेतला, परंतु केवळ सात वर्षांच्या शासनानंतर लवकरच त्याचा मृत्यू झाला. त्याच्यानंतर सायरसचा दुसरा मुलगा बर्दिया किंवा बरदिया म्हणून भासवणारा ढोंगी, जो सात महिन्यांसाठी पर्शियाचा एकमात्र शासक बनला, जोपर्यंत त्याला डॅरियस द ग्रेटने मारले नाही.

वारसा

बायबलमध्ये सायरस द ग्रेटने जेरुसलेमचे पुनर्वसन आणि पुनर्बांधणी करण्यासाठी बॅबिलोनियन बंदिवासातून ज्यूंना मुक्त केले आणि यहुदी धर्मात त्याला एक सन्माननीय स्थान मिळाले असे म्हटले आहे.

ब्रिटीश इतिहासकार चार्ल्स फ्रीमन असे सुचवितो की "व्याप्ति आणि मर्यादेत त्याच्या सायरस ची कामगिरी मॅसेडोनियन राजा, अलेक्झांडरच्या पेक्षा खूप वरची आहे, जो 320 च्या दशकात अॅकेमेनिड साम्राज्य उद्ध्वस्त करणार होता परंतु कोणताही स्थिर पर्याय प्रदान करण्यात अयशस्वी ठरला." सायरस हा थॉमस जेफरसन, मोहम्मद रेझा पहलवी आणि डेव्हिड बेन-गुरियन यांच्यासह अनेक लोकांसाठी वैयक्तिक नायक आहे.

सायरस द ग्रेटची पुरातन काळातील कामगिरी आज ज्या प्रकारे त्याची आठवण ठेवली जाते त्यावरून दिसून येते. त्याचे स्वतःचे राष्ट्र, इराणी लोकांनी त्याला "द फादर" असे मानले आहे, हीच पदवी सायरसच्या काळात, त्याने जिंकलेल्या अनेक राष्ट्रांनी वापरली होती, झेनोफोनच्या मते:-

आणि जे लोक त्याच्या अधीन होते, त्यांना तो त्याची स्वतःची मुले असल्यासारखे आदराने वागवत असे, तर त्याचे प्रजाही सायरसला आपला "बाप" मानत असत... साम्राज्य उलथून टाकल्यानंतर 'सायरस' शिवाय दुसरा कोणता माणूस? , ज्या लोकांना त्याने त्याच्या अधिकाराखाली आणले होते त्यांच्याकडून "द फादर" ही पदवी घेऊन कधी मरण पावला? कारण हे स्पष्ट सत्य आहे की हे नाव घेणाऱ्याचे नाव न देता देणाऱ्याचे आहे!

बॅबिलोनी लोकांनी त्याला "मुक्तिदाता" मानले.

एज्राच्या पुस्तकात सायरसच्या पहिल्या वर्षी बंदिवासात परतलेल्या पहिल्या परतीची कथा सांगितली आहे, ज्यामध्ये सायरस घोषित करतो: "पृथ्वीवरील सर्व राज्ये स्वर्गातील देव परमेश्वर याने मला दिली आहेत; आणि त्याने मला आज्ञा दिली आहे. यहूदामधील जेरुसलेममध्ये त्याच्यासाठी एक घर बांधा."

सायरस एक राजकारणी आणि सैनिक म्हणून समान रीतीने ओळखले गेले. त्याने तयार केलेल्या राजकीय पायाभूत सुविधांमुळे, त्याच्या मृत्यूनंतर अचेमेनिड साम्राज्य दीर्घकाळ टिकले.

सायरसच्या राजवटीत पर्शियाच्या उदयाचा जागतिक इतिहासावर खोलवर परिणाम झाला. इराणी तत्वज्ञान, साहित्य आणि धर्म या सर्वांनी पुढील सहस्राब्दीच्या जागतिक घटनांमध्ये प्रमुख भूमिका बजावल्या. 7 व्या शतकात इस्लामिक खलिफाने पर्शियावर इस्लामिक विजय मिळवूनही, इस्लामिक सुवर्णयुगात पर्शियाने मध्यपूर्वेमध्ये प्रचंड प्रभाव पाडणे सुरूच ठेवले आणि इस्लामच्या वाढीसाठी आणि विस्तारासाठी विशेषतः महत्त्वपूर्ण भूमिका बजावली.

अचेमेनिड साम्राज्य आणि त्यांच्या राजांच्या अनुषंगाने अनेक इराणी राजवंशांनी स्वतःला सायरस द ग्रेटचे वारस म्हणून पाहिले आणि त्यांनी सायरसने सुरू केलेली वारी सुरू ठेवण्याचा दावा केला. तथापि, सस्सानिड राजघराण्याबाबतही हेच आहे की नाही याबद्दल विद्वानांमध्ये भिन्न मते आहेत.

अलेक्झांडर द ग्रेट स्वतः सायरस द ग्रेटवर मोहित झाला आणि त्याचे कौतुक केले, लहानपणापासूनच झेनोफोनचे सायरोपीडिया वाचले, ज्यामध्ये सायरसच्या युद्धात आणि राज्यकारभारातील वीरता आणि राजा आणि आमदार म्हणून त्याच्या क्षमतांचे वर्णन केले होते. पासर्गाडेला भेट देताना त्याने अॅरिस्टोबुलसला सायरसच्या थडग्यातील सेपल्क्रल चेंबरचा आतील भाग सजवण्याचा आदेश दिला.

प्रोफेसर पॅट्रिक हंट म्हणतात, "जर तुम्ही इतिहासातील महान व्यक्तींकडे पहात आहात ज्यांनी जगाला प्रभावित केले आहे, तर 'सायरस द ग्रेट' हा त्या नावाला पात्र असलेल्या मोजक्या लोकांपैकी एक आहे, जो 'द ग्रेट' म्हणायला पात्र आहे. सायरसने ज्या साम्राज्यावर राज्य केले ते प्राचीन जगाने पाहिलेले सर्वात मोठे साम्राज्य होते आणि आजपर्यंतचे सर्वात मोठे साम्राज्य आहे.

26

राजा ऑगस्टस सीझर

राजा ऑगस्टस सीझर

Scan for Story Videos - www.itibook.com

सीझर ऑगस्टस ए (२३ सप्टेंबर ६३ बीसी - १९ ऑगस्ट इ. १४), ज्याला ऑक्टाव्हियन म्हणूनही ओळखले जाते, हा पहिला रोमन सम्राट होता, त्याने इ.स.पू. २७ पासून इ.स. १४ मध्ये त्याच्या मृत्यूपर्यंत राज्य केले. रोमनचा संस्थापक म्हणून त्याचा दर्जा प्रिन्सिपेट (रोमन साम्राज्याचा पहिला टप्पा) यांनी मानवी इतिहासातील महान नेत्यांपैकी एक म्हणून वारसा मजबूत केला आहे. 3 ऑगस्टसच्या राजवटीने शाही शांततेशी संबंधित एक शाही पंथ आणि युग सुरू केले, पॅक्स रोमाना किंवा पॅक्स ऑगस्टा. साम्राज्याच्या सीमेवर साम्राज्य विस्ताराची सतत युद्धे आणि शाही उत्तराधिकारावर "चार सम्राटांचे वर्ष" म्हणून ओळखले जाणारे वर्षभर चाललेले गृहयुद्ध असूनही, रोमन जग दोन शतकांहून अधिक काळ मोठ्या प्रमाणात संघर्षांपासून मुक्त होते.

मूलतः गायस ऑक्टाव्हियस नावाचा, त्याचा जन्म ऑक्टाव्हिया या plebeian gens च्या जुन्या आणि श्रीमंत अश्वारूढ शाखेत झाला. त्याच्या मामा-काका ज्युलियस सीझरची 44 BC मध्ये हत्या करण्यात आली आणि ऑक्टाव्हियसचे नाव सीझरच्या मृत्यूपत्रात त्याचा दत्तक मुलगा आणि वारस म्हणून ठेवण्यात आले; परिणामी, त्याला सीझरचे नाव, इस्टेट आणि त्याच्या सैन्याची निष्ठा वारशाने मिळाली. त्याने, मार्क अँटनी आणि मार्कस लेपिडस यांनी सीझरच्या मारेकऱ्यांना पराभूत करण्यासाठी दुसरे ट्रायमविरेट तयार केले. फिलीपीच्या लढाईत (42 ईसापूर्व) विजय मिळवल्यानंतर, ट्रायमविरेटने रोमन प्रजासत्ताक आपापसांत विभागले आणि वास्तविक हुकूमशहा म्हणून राज्य केले. अखेरीस सदस्यांच्या स्पर्धात्मक महत्त्वाकांक्षेमुळे ट्रायमविरेटला फाटा दिला गेला; इ.स.पू. 36 मध्ये लेपिडसला हद्दपार करण्यात आले आणि 31 बीसी मध्ये ऍक्टियमच्या लढाईत ऑक्टाव्हियनने अँटोनीचा पराभव केला.

दुसऱ्या ट्रायमविरेटच्या निधनानंतर, ऑगस्टसने मुक्त प्रजासत्ताकाचा बाह्य दर्शनी भाग पुनर्संचयित केला, सरकारी अधिकार रोमन सिनेट, कार्यकारी दंडाधिकारी आणि विधानसभा यांच्याकडे होते, तरीही सिनेटने त्याला कमांडर म्हणून आजीवन कार्यकाळ मंजूर करून निरंकुश अधिकार राखला- इन-चीफ, ट्रिब्यून आणि सेन्सॉर. त्याच्या निवडलेल्या नावांमध्येही अशीच संदिग्धता दिसून येते, राजशाही पदव्यांचा गर्भित नकार ज्याद्वारे त्याने स्वत: ला प्रिन्सेप्स सिव्हिटाटिस (प्रथम नागरिक) असे संबोधले आणि त्याने ऑगस्टस ही प्राचीन पदवी स्वीकारली.

ऑगस्टसने नाटकीयरीत्या साम्राज्याचा विस्तार केला, इजिप्त, डॅलमॅटिया, पॅनोनिया, नोरिकम आणि रायटियाला जोडले, आफ्रिकेतील मालमत्तेचा विस्तार केला आणि हिस्पॅनियाचा विजय पूर्ण केला, परंतु जर्मनीमध्ये मोठा धक्का बसला. सीमांच्या पलीकडे, त्याने क्लायंट राज्यांच्या बफर क्षेत्रासह साम्राज्य सुरक्षित केले आणि मुत्सद्देगिरीद्वारे पार्थियन साम्राज्याशी शांतता प्रस्थापित केली. त्याने रोमन करप्रणालीमध्ये सुधारणा केली, अधिकृत कुरिअर प्रणालीसह रस्त्यांचे जाळे विकसित केले, स्थायी सैन्याची स्थापना केली, प्रॅटोरियन गार्ड, अधिकृत पोलिस आणि रोमसाठी अग्निशमन सेवा स्थापन केली आणि त्याच्या कारकिर्दीत शहराचा बराचसा भाग पुन्हा बांधला. ऑगस्टसचा मृत्यू AD 14 मध्ये वयाच्या 75 व्या वर्षी झाला, बहुधा नैसर्गिक कारणांमुळे. सततच्या अफवा, शाही कुटुंबातील मृत्यूंमुळे काही प्रमाणात सिद्ध होते, असा दावा केला आहे की त्याची पत्नी लिव्हियाने त्याला विष दिले. त्याच्यानंतर त्याचा दत्तक मुलगा टायबेरियस, लिव्हियाचा मुलगा आणि ऑगस्टसची एकुलती एक जैविक मुलगी ज्युलिया हिचा माजी पती हा सम्राट झाला.

सुएटोनियसच्या म्हणण्यानुसार, ऑक्टाव्हियसने 60 बीसी मध्ये अर्भक म्हणून त्याच्या जन्माच्या नावात थुरिनस (लॅटिन:) हे आडनाव जोडले. नंतर, त्याने हे नाव घेतल्यावर सीझरचा, त्याचा प्रतिस्पर्धी मार्क अँटोनीने त्याला कमी लेखण्यासाठी त्याला "थुरिनस" असे संबोधले. प्रत्युत्तरादाखल, त्याने फक्त असे म्हटले की "त्याचे जुने नाव वापरणे हा अपमान आहे असे समजले गेले होते" याचे आश्चर्य वाटले.

गायस ज्युलियस सीझर ऑक्टेव्हियनस. त्याने त्याच्या दत्तक वडिलांचे, ज्युलियस सीझरचे नाव घेतले, परंतु अनेकदा त्याच्यापासून "ऑक्टाव्हियनस" (लॅटिनः), "ऑक्टाव्हियस" चे विशेषण रूप म्हणून ओळखले जात असे. त्याला प्रामुख्याने 44 ते 27 ईसापूर्व काळातील "ऑक्टेव्हियन" या इंग्रजीकरणाद्वारे ओळखले जाते. अधिकृतपणे, त्याने फक्त "गैयस सीझर" वापरला आहे असे दिसते, आणि 42 बीसी मध्ये सीझरच्या देवीकरणानंतर स्वतःला डिवी फिलिअस किंवा डिवी इउली(i) फिलियस ("दैवी ज्युलियसचा मुलगा") स्टाईल करण्यास सुरुवात केली.

Imperator सीझर. इ.स.पू. 38 पासून, ऑक्टाव्हियनने अधिकृतपणे "सीझर" वगळता त्याची सर्व नावे वगळली आणि पारंपारिक रोमन पूर्वनावाच्या जागी विजय शीर्षक इम्पेरेटर ("कमांडर") वापरण्यास सुरुवात केली.

इम्पेरेटर सीझर ऑगस्टसः मार्क अँटनी आणि क्लियोपात्रा यांचा 31 ईसापूर्व पराभव झाल्यानंतर, अंशतः त्याच्या स्वतः च्या आग्रहावर, 16 जानेवारी 27 ईसापूर्व रोमन सिनेटने त्याला "ऑगस्टस" (लॅटिनः) हे अतिरिक्त नाव दिले.). इ.स.पू. 27 ते इ.स. 14 मध्ये त्याचा मृत्यू होईपर्यंत इतिहासकार हे नाव वापरतात.

प्रारंभिक जीवन

त्याचे पितृ कुटुंब रोमच्या आग्नेय दिशेला अंदाजे ४० किलोमीटर (२५ मैल) अंतरावर असलेल्या व्होल्शियन शहरातून होते, ऑगस्टसचा जन्म रोम शहरात २३ सप्टेंबर ६३ ईसापूर्व झाला होता. रोमन फोरमच्या अगदी जवळ पॅलाटिन हिलवरील ऑक्स हेड या छोट्याशा मालमत्तेत त्याचा जन्म झाला. त्याला गायस ऑक्टाव्हियस हे नाव देण्यात आले आणि त्याच्या बाल्यावस्थेत त्याला थुरिनस हे नाव प्राप्त झाले, शक्यतो त्याच्या जन्मानंतर काही वर्षांनी झालेल्या गुलामांच्या बंडखोर गटावर थुरी येथे त्याच्या वडिलांच्या विजयाचे स्मरण म्हणून. सुएटोनियसने लिहिलेः "असे अनेक संकेत आहेत की ऑक्टेव्हियन कुटुंब जुन्या काळात वेलिट्रे येथे एक प्रतिष्ठित होते; कारण फार पूर्वी शहराच्या सर्वात जास्त वारंवार येणा-या भागात एक रस्ता केवळ ऑक्टाव्हियन नावाचाच नव्हता, तर त्याशिवाय तेथे एक वेदी देखील दर्शविली गेली होती, ज्याला पवित्र केले गेले होते. एका ऑक्टाव्हियसने. हा माणूस शेजारच्या शहराशी युद्धात नेता होता..."

त्यावेळच्या रोमच्या गर्दीच्या निसर्गामुळे, ऑक्टाव्हियसला वाढवण्यासाठी त्याच्या वडिलांच्या गावी वेलेट्री येथे नेण्यात आले. ऑक्टाव्हियसने त्याच्या वडिलांच्या अश्वारूढ कुटुंबाचा थोडक्यात उल्लेख त्याच्या आठवणींमध्ये केला आहे. त्याचे आजोबा गायस ऑक्टेव्हियस हे दुसऱ्या प्युनिक युद्धादरम्यान सिसिलीमधील लष्करी ट्रिब्यून होते. त्यांचे आजोबा अनेक स्थानिक राजकीय कार्यालयात कार्यरत होते. त्याचे वडील, ज्याचे नाव गायस ऑक्टाव्हियस देखील होते, ते मॅसेडोनियाचे राज्यपाल होते. त्याची आई, एटिया, ज्युलियस सीझरची भाची होती.

इ.स.पू. 59 मध्ये, जेव्हा तो चार वर्षांचा होता, तेव्हा त्याचे वडील मरण पावले. त्याच्या आईने सीरियाच्या माजी गव्हर्नर लुसियस मार्सियस फिलिपसशी लग्न केले. फिलीपसने अलेक्झांडर द ग्रेटचे वंशज असल्याचा दावा केला आणि 56 BC मध्ये कॉन्सुल म्हणून निवडले गेले. फिलीपसला तरुण ऑक्टाव्हियसमध्ये फारसा रस नव्हता. यामुळे ऑक्टाव्हियसचे संगोपन त्याची आजी, ज्युलिया, ज्युलियस सीझरची बहीण यांनी केले. किंवा 51 BC मध्ये ज्युलियाचा मृत्यू झाला आणि ऑक्टाव्हियसने त्याच्या आजीचे अंत्यसंस्कार केले.

या क्षणापासून, त्याच्या आईने आणि सावत्र वडिलांनी त्याला वाढविण्यात अधिक सक्रिय भूमिका घेतली. त्याने चार वर्षांनंतर टोगा व्हायरिलीस दान केले, आणि 47 बीसी मध्ये कॉलेज ऑफ पोंटिफ्समध्ये निवडून आले. पुढच्या वर्षी त्याला ज्युलियस सीझरने बांधलेल्या व्हीनस जेनेट्रिक्सच्या मंदिराच्या सन्मानार्थ आयोजित केलेल्या ग्रीक खेळांची जबाबदारी देण्यात आली.

दमास्कसच्या निकोलसच्या म्हणण्यानुसार, ऑक्टाव्हियसला आफ्रिकेतील त्याच्या मोहिमेसाठी सीझरच्या कर्मचाऱ्यांमध्ये सामील होण्याची इच्छा होती, परंतु त्याच्या आईने विरोध केल्याने त्याने मार्ग सोडला. 46 बीसी मध्ये, तिने त्याला हिस्पानियामध्ये सीझरमध्ये सामील होण्यास संमती दिली, जिथे त्याने सीझरचा दिवंगत शत्रू पॉम्पीच्या सैन्याशी लढण्याची योजना आखली, परंतु ऑक्टाव्हियस आजारी पडला आणि प्रवास करू शकला नाही. जेव्हा तो बरा झाला, तेव्हा तो पुढच्या दिशेने निघाला, पण जहाज कोसळले. मूठभर साथीदारांसह किनाऱ्यावर आल्यानंतर, त्याने प्रतिकूल प्रदेश ओलांडून सीझरच्या छावणीत प्रवेश केला, ज्याने त्याच्या काकांना खूप प्रभावित केले. 25 वेलीयस पॅटरकुलस सांगतात की त्या काळानंतर सीझरने त्या तरुणाला आपली गाडी वाटून घेण्याची परवानगी दिली. 29 रोममध्ये परतल्यावर, सीझरने व्हेस्टल व्हर्जिनकडे नवीन इच्छापत्र जमा केले, ज्यामध्ये ऑक्टाव्हियसला मुख्य लाभार्थी म्हणून नाव दिले.

सत्तेचा उदय

द डेथ ऑफ सीझर द्वारे विन्सेंझो कॅमुचीनी. 15 मार्च 44 ईसा पूर्व, ऑक्टाव्हियसचे दत्तक वडील ज्युलियस सीझर यांची मार्कस ज्युनियस ब्रुटस आणि गायस कॅसियस लॉन्गिनस यांच्या नेतृत्वाखालील कटाद्वारे हत्या करण्यात आली. गॅलेरिया नाझिओनाले डी'आर्टे मॉडर्ना, रोम

ऑक्टाव्हियस अपोलोनिया, इलिरिया येथे लष्करी प्रशिक्षण घेत होता, जेव्हा ज्युलियस सीझरची इडस ऑफ मार्च (15 मार्च) 44 बीसी येथे हत्या झाली. त्याने मॅसेडोनियामध्ये सैन्यासह आश्रय घेण्याचा काही सैन्य अधिकाऱ्यांचा सल्ला नाकारला आणि त्याला कोणतेही संभाव्य राजकीय भविष्य किंवा सुरक्षा आहे की नाही हे तपासण्यासाठी तो इटलीला गेला. रोमन कायद्यानुसार सीझरला कोणतीही जिवंत वैध मुले नव्हती, डी आणि म्हणून त्याने त्याचा नातवा ऑक्टाव्हियस दत्तक घेतला होता आणि त्याला त्याचा प्राथमिक वारस बनवले होते.

मार्क अँटोनीने नंतर आरोप लावला की ऑक्टाव्हियनने लैंगिक इच्छेद्वारे सीझरकडून दत्तक घेतले होते, जरी सुएटोनियसने अँटोनीच्या आरोपाचे वर्णन राजकीय निंदा म्हणून केले आहे. राजकीय विरोधकांवर अयोग्य लैंगिक संबंध असल्याचा आरोप करून त्यांना अपमानित करण्यासाठी आणि बदनाम करण्यासाठी रोमन प्रजासत्ताकमध्ये निंदा करण्याचा हा प्रकार लोकप्रिय होता. ब्रुंडिसियम जवळ लुपिया येथे उतरल्यानंतर, ऑक्टाव्हियसने सीझरच्या इच्छेतील सामग्री जाणून घेतली आणि त्यानंतरच त्याने सीझरचा राजकीय वारस तसेच त्याच्या दोन तृतीयांश संपत्तीचा वारस बनण्याचा निर्णय घेतला.

दत्तक घेतल्यानंतर, ऑक्टाव्हियसने त्याच्या मोठ्या काकाचे नाव गायस ज्युलियस सीझर धारण केले. नवीन कुटुंबात दत्तक घेतलेल्या रोमन नागरिकांनी सामान्यतः त्यांचे जुने नाव कॉग्नोमन स्वरूपात कायम ठेवले होते (उदा., ऑक्टाव्हियस असलेल्या व्यक्तीसाठी ऑक्टाव्हियनस, एमिलियस झालेल्या व्यक्तीसाठी एमिलियनस इ.). तथापि, त्याच्या समकालीनांपैकी काहींनी असे केले असले तरी, ३७ ऑक्टाव्हियसने अधिकृतपणे ऑक्टाव्हियनस नावाचा वापर केल्याचे कोणतेही पुरावे नाहीत, कारण त्यामुळे त्याचे माफक मूळ अगदी स्पष्ट झाले असते. मृत हुकूमशहाला त्याच्या वारसासह गोंधळात टाकू नये म्हणून इतिहासकार सामान्यतः नवीन सीझरचा दत्तक घेणे आणि ऑगस्टस हे नाव धारण करण्याच्या दरम्यानच्या काळात त्याला ऑक्टेव्हियन म्हणून संबोधतात.

रोमन राजकीय पदानुक्रमाच्या वरच्या भागांमध्ये यशस्वी प्रवेश करण्यासाठी ऑक्टाव्हियन त्याच्या मर्यादित निधीवर अवलंबून राहू शकला नाही. ब्रुंडिसियम येथे सीझरच्या सैनिकांनी जोरदार स्वागत केल्यानंतर, ऑक्टाव्हियनने मध्यपूर्वेतील पार्थियन साम्राज्याविरुद्धच्या युद्धासाठी सीझरने वाटप केलेल्या निधीच्या काही भागाची मागणी केली. पूर्वेकडील लष्करी कारवायांसाठी इटलीतील स्टेजिंग ग्राउंड ब्रुंडिसियम येथे हे 700 दशलक्ष सेस्टर्स साठवले गेले.

सार्वजनिक निधी गायब झाल्याच्या नंतरच्या सिनेटच्या तपासात ऑक्टाव्हियनवर कोणतीही कारवाई झाली नाही, कारण त्यानंतर त्याने त्या पैशाचा वापर सिनेटचा कट्टर शत्रू मार्क अँटनी यांच्याविरुद्ध सैन्य उभारण्यासाठी केला. 43 इ.स.पू. 44 मध्ये ऑक्टाव्हियनने आणखी एक धाडसी पाऊल उचलले, जेव्हा अधिकृत परवानगीशिवाय, त्याने रोमच्या जवळच्या पूर्वेकडील प्रांतातून इटलीला पाठवलेल्या वार्षिक खंडणीचा विनियोग केला.

ऑक्टाव्हियनने सीझरच्या अनुभवी सैन्यासह आणि पार्थियन युद्धासाठी नियुक्त केलेल्या सैन्यासह त्याच्या वैयक्तिक सैन्याला बळ देण्यास सुरुवात केली, सीझरचा वारस म्हणून त्याच्या स्थितीवर जोर देऊन पाठिंबा गोळा केला. इटलीमार्गे रोमकडे कूच करताना, ऑक्टाव्हियनची उपस्थिती आणि नव्याने मिळालेल्या निधीने अनेकांना आकर्षित केले आणि कॅम्पानियामध्ये तैनात असलेल्या सीझरच्या माजी दिग्गजांवर विजय मिळवला. जूनपर्यंत, त्याने 3,000 निष्ठावंत दिग्गजांचे सैन्य गोळा केले होते, प्रत्येकाला 500 दिनारी पगार दिला होता.

वाढता ताण

6 मे 44 ईसापूर्व रोममध्ये आल्यावर, ऑक्टाव्हियनला सीझरचा माजी सहकारी वाणिज्य दूत मार्क अँटोनी, हुकूमशहाच्या मारेकऱ्यांशी एक अस्वस्थ युद्धात सापडला. 17 मार्च रोजी त्यांना सर्वसाधारण माफी देण्यात आली होती, तरीही अँटोनीने सीझरच्या अंत्यसंस्काराच्या वेळी त्यांच्यापैकी बहुतेकांना रोममधून बाहेर काढण्यात यश मिळवले होते आणि मारेकऱ्यांच्या विरोधात जनमत वाढवले होते.

मार्क अँटनी हा राजकीय पाठिंबा मिळवत होता, परंतु सीझरला पाठिंबा देणाऱ्या गटाचा प्रमुख सदस्य म्हणून ऑक्टाव्हियनला त्याला टक्कर देण्याची संधी होती. मार्क अँटनी यांनी सुरुवातीला सीझरला दैवी दर्जा देण्याच्या प्रस्तावाला विरोध केला तेव्हा अनेक रोमन आणि सीझरच्या समर्थकांचा पाठिंबा गमावला होता. ऑक्टाव्हियन अँटोनीला सीझरचे पैसे सोडून देण्यास राजी करण्यात अयशस्वी ठरला. उन्हाळ्यात, तो सीझरियन सहानुभूतीदारांकडून पाठिंबा मिळवण्यात यशस्वी झाला आणि सीझरचे पूर्वीचे शत्रू ऑप्टिमेट्स यांच्याशी देखील साम्य साधले, ज्यांनी त्याला कमी वाईट म्हणून पाहिले आणि त्याला हाताळण्याची आशा केली. 50 सप्टेंबरमध्ये, अग्रगण्य ऑप्टिमेट वक्ता मार्कस टुलियस सिसेरो यांनी अँटोनीला रिपब्लिकन ऑर्डरसाठी धोका असल्याचे चित्रित केलेल्या भाषणांच्या मालिकेत हल्ला करण्यास सुरुवात केली.

अँटनी यांच्याशी पहिला संघर्ष

रोममध्ये त्याच्या विरुद्ध मत आल्याने आणि त्याच्या वाणिज्य दूतावासाचे वर्ष संपुष्टात आल्याने, अँटनीने त्याला सिसलपाइन गॉल प्रांत नेमून देणारे कायदे करण्याचा प्रयत्न केला. ऑक्टाव्हियनने यादरम्यान इटलीमध्ये सीझेरियन दिग्गजांची भरती करून एक खाजगी सैन्य तयार केले आणि 28 नोव्हेंबर रोजी त्याने आर्थिक लाभाच्या मोहक ऑफरसह अँटोनीच्या दोन सैन्यावर विजय मिळवला.

ऑक्टाव्हियनच्या मोठ्या आणि सक्षम शक्तीच्या समोर, अँटोनीला रोममध्ये राहण्याचा धोका दिसला आणि सिनेटला आराम मिळावा म्हणून त्याने रोम सोडले सिसाल्पाइन गॉलसाठी, जे त्याला 1 जानेवारी रोजी सोपवले जाणार होते. तथापि, प्रांत आधी डेसिमस ज्युनियस ब्रुटस अल्बिनस, सीझरच्या मारेकऱ्यांपैकी एकाकडे सोपवण्यात आला होता, ज्याने आता अँटोनीला नकार दिला. अँटोनीने त्याला मुटीना येथे घेराव घातला आणि लढाई थांबवण्यासाठी सिनेटने पारित केलेले ठराव नाकारले. त्यांच्या ठरावांची अंमलबजावणी करण्यासाठी सिनेटकडे सैन्य नव्हते. यामुळे ऑक्टाव्हियनसाठी संधी उपलब्ध झाली, ज्यांना आधीच सशस्त्र सेना म्हणून ओळखले जात होते. ऑक्टाव्हियनचा

उदात्त वंश नसल्याबद्दल आणि ज्युलियस सीझरच्या नावाचा अपमान केल्याबद्दल अँटोनीच्या टोमणाविरुद्ध सिसेरोने ऑक्टाव्हियनचाही बचाव केला, "आमच्या तरुणांमध्ये पारंपारिक धर्मनिष्ठेचे यापेक्षा उज्ज्वल उदाहरण नाही."

सिसेरोच्या आग्रहास्तव, सिनेटने 1 जानेवारी 43 ईसा पूर्व सिनेटर म्हणून ऑक्टाव्हियनला सामील केले, तरीही त्यांना माजी सल्लागारांसोबत मतदान करण्याचा अधिकारही देण्यात आला. याव्यतिरिक्त, ऑक्टेव्हियनला प्रोप्रेटर इम्पीरिअम (कमांडिंग पॉवर) प्रदान करण्यात आले ज्याने त्याच्या सैन्याच्या कमांडला कायदेशीर केले, त्याला हर्टीयस आणि पानसा (43 ईसापूर्व 43 चे वाणिज्य दूत) यांच्यासह वेढा सोडवण्यासाठी पाठवले. त्याने ७ जानेवारी, ६२ ही तारीख ग्रहण केली जी नंतर त्याच्या सार्वजनिक कारकिर्दीची सुरुवात म्हणून स्मरणात ठेवली जाईल. फोरम गॅलोरम (14 एप्रिल) आणि मुटीना (21 एप्रिल) च्या लढाईत अँटोनीच्या सैन्याचा पराभव झाला, ज्यामुळे अँटोनीला ट्रान्सलपाइन गॉलकडे माघार घ्यावी लागली. तथापि, दोन्ही वाणिज्य दूत मारले गेले, तथापि, ऑक्टाव्हियनला त्यांच्या सैन्याची एकमात्र कमान सोडली.

सिनेटने अँटनीला पराभूत केल्याबद्दल ऑक्टाव्हियनपेक्षा डेसिमस ब्रुटसवर बरेच पुरस्कार जमा केले, त्यानंतर डेसिमस ब्रुटसला कॉन्सुलर सैन्याची कमांड देण्याचा प्रयत्न केला. प्रत्युत्तरादाखल, ऑक्टाव्हियन पो व्हॅलीमध्येच राहिला आणि अँटनी विरुद्ध कोणत्याही आक्रमणास मदत करण्यास नकार दिला. जुलैमध्ये, ऑक्टाव्हियनने पाठवलेल्या शतकानुशतकांच्या दूतावासाने रोममध्ये प्रवेश केला आणि हर्टिअस आणि पानसा यांनी रिकामे ठेवलेल्या कौन्सिलशिपची मागणी केली आणि अँटनी यांना सार्वजनिक शत्रू घोषित करणारा हुकूम रद्द करण्यात यावा. याला नकार मिळाल्यावर त्याने आठ सैन्यासह शहरावर कूच केले. रोममध्ये त्याला कोणत्याही लष्करी विरोधाचा सामना करावा लागला नाही आणि 19 ऑगस्ट 43 ईसापूर्व 19 रोजी त्याचे नातेवाईक क्विंटस पेडियस यांच्यासमवेत सह-वाणिज्यदूत म्हणून निवडून आले. दरम्यान, अँटोनीने मार्कस एमिलियस लेपिडस या आणखी एक प्रमुख सीझेरियनशी युती केली.

पोम्पियस बरोबर युद्ध-

सेक्स्टस पॉम्पियसने इटलीतील ऑक्टाव्हियनला भूमध्य समुद्रातून प्रायद्वीपपर्यंत धान्य पाठवण्यास नकार देऊन धमकी दिली. इटलीमध्ये मोठ्या प्रमाणावर उपासमार घडवून आणण्याच्या प्रयत्नात पोम्पियसच्या स्वतःच्या मुलाला नौदल कमांडर म्हणून नियुक्त करण्यात आले. पॉम्पियसच्या समुद्रावरील नियंत्रणामुळे त्याला नेपच्युन फिलियस, "नेपच्यूनचा मुलगा" हे नाव धारण करण्यास प्रवृत्त केले. इ.स.पू. ३९ मध्ये मिसेनमच्या तहाने तात्पुरता शांतता करार झाला; ऑक्टाव्हियनने पॉम्पियस सार्डिनिया, कॉर्सिका, सिसिली आणि पेलोपोनीज यांना मान्यता दिल्यावर इटलीवरील नाकेबंदी उठवण्यात आली आणि 35 ईसापूर्व वाणिज्यदूत म्हणून भविष्यातील स्थान निश्चित केले.

ऑक्टाव्हियन आणि लेपिडस यांनी 36 ईसापूर्व सिसिलीमध्ये सेक्सटस विरुद्ध संयुक्त कारवाई सुरू केली. ऑक्टाव्हियनला धक्का बसला तरीही, सेक्स्टस पॉम्पियसच्या नौदल ताफ्याचा 3 सप्टेंबर रोजी नौलोचसच्या नौदल युद्धात जनरल अग्रिप्पाने जवळजवळ संपूर्णपणे नाश केला. सेक्स्टस त्याच्या उरलेल्या सैन्यासह पूर्वेकडे पळून गेला, जिथे त्याला पुढील वर्षी अँटोनीच्या एका सेनापतीने मिलेटसमध्ये पकडले आणि मृत्युदंड दिला. लेपिडस आणि ऑक्टाव्हियनने पोम्पीयसच्या सैन्याने आत्मसमर्पण स्वीकारले म्हणून, लेपिडसने सिसिलीवर हक्क सांगण्याचा प्रयत्न केला आणि ऑक्टेव्हियनला निघून जाण्याचा आदेश दिला. तथापि, लेपिडसच्या सैन्याने त्याचा त्याग केला आणि ऑक्टाव्हियनला सोडून दिले कारण ते लढाईला कंटाळले होते आणि ऑक्टाव्हियनच्या पैशाच्या आश्वासनांनी मोहित झाले होते.

लेपिडसने ऑक्टाव्हियनला शरणागती पत्करली आणि त्याला पॉन्टिफेक्स मॅक्सिमस (पुरोहितांच्या महाविद्यालयाचे प्रमुख) हे पद कायम ठेवण्याची परवानगी देण्यात आली, परंतु त्याची सार्वजनिक कारकीर्द संपुष्टात आल्याने त्याला ट्रायमविरेटमधून बाहेर काढण्यात आले आणि इटलीमधील केप सर्सी येथील व्हिलामध्ये प्रभावीपणे निर्वासित करण्यात आले. रोमन अधिराज्य आता पश्चिमेकडील ऑक्टेव्हियन आणि पूर्वेकडील अँटनी यांच्यात विभागले गेले होते. ऑक्टाव्हियनने आपल्या साम्राज्याच्या भागात शांतता आणि स्थिरता राखण्यासाठी रोमच्या नागरिकांना त्यांच्या मालमत्तेवरील अधिकारांची खात्री केली. या वेळी, त्याने आपल्या सोडलेल्या सैनिकांना इटलीच्या बाहेर स्थायिक केले, तसेच 30,000 गुलामांना त्यांच्या पूर्वीच्या रोमन मालकांना परत केले - जे गुलाम पोम्पियसच्या सैन्यात आणि नौदलात सामील होण्यासाठी पळून गेले होते.

मृत्यू आणि उत्तराधिकार

23 ईसापूर्व ऑगस्टसच्या आजाराने उत्तराधिकाराची समस्या राजकीय समस्या आणि लोकांच्या समोर आणली. स्थिरता सुनिश्चित करण्यासाठी, त्याला रोमन समाज आणि सरकारमधील त्याच्या अद्वितीय स्थानासाठी वारस नियुक्त करणे आवश्यक होते. हे लहान, कमी आणि वाढीव मार्गांनी साध्य करायचे होते ज्यामुळे राजेशाहीची सिनेटरी भीती निर्माण झाली नाही. जर एखाद्याला ऑगस्टसच्या सत्तेच्या अनधिकृत स्थानावर यश मिळवायचे असेल, तर त्याला स्वतःच्या सार्वजनिकरित्या सिद्ध केलेल्या गुणवत्तेद्वारे ते मिळवावे लागेल.

ऑगस्टसच्या काही इतिहासकारांचा असा युक्तिवाद आहे की संकेत त्याच्या बहिणीचा मुलगा मार्सेलसकडे निर्देशित करतात, ज्याने ऑगस्टसची मुलगी ज्युलिया द एल्डरशी पटकन लग्न केले होते. इतर इतिहासकारांनी यावर विवाद केला कारण ऑगस्टसची इच्छा 23

बीसी मध्ये गंभीरपणे आजारी असताना सिनेटमध्ये मोठ्याने वाचली गेली, त्याऐवजी मार्कस अग्रिप्पाला प्राधान्य दिले गेले, जो ऑगस्टसचा दुसरा प्रभारी होता आणि वादग्रस्तपणे त्याचे एकमेव सहकारी होते. सैन्यावर नियंत्रण ठेवले आणि साम्राज्य एकत्र ठेवले.

वारसा

ऑगस्टसच्या कारकिर्दीने एका राजवटीचा पाया घातला गेला जो एका ना कोणत्या स्वरूपात, पश्चिम रोमन साम्राज्याच्या अंतिम पतनापर्यंत आणि 1453 मध्ये कॉन्स्टँटिनोपलच्या पतनापर्यंत जवळजवळ पंधराशे वर्षे टिकला. त्याचे दत्तक आडनाव, सीझर आणि त्याची पदवी दोन्ही ऑगस्टस त्याच्या मृत्यूनंतर चौदा शतके रोमन साम्राज्याच्या शासकांची कायमची पदवी बनली, जुने रोम आणि नवीन रोम दोन्ही ठिकाणी वापरली गेली. बऱ्याच भाषांमध्ये, सीझर हा सम्राट शब्द बनला, जसे की जर्मन कैसर आणि बल्गेरियनमध्ये आणि नंतर रशियन झार (कधीकधी सीसार किंवा झार). 391 मध्ये थिओडोसियस I द्वारे साम्राज्याचा राज्य धर्म ख्रिश्चन धर्मात बदलेपर्यंत डिव्हस ऑगस्टसचा पंथ चालू राहिला. परिणामी, पहिल्या सम्राटाचे अनेक उत्कृष्ट पुतळे आणि प्रतिमा आहेत. त्यांनी त्यांच्या समाधीसमोर कांस्य अक्षरात कोरलेल्या रेस गेस्टा दिवी ऑगस्टी या त्यांच्या कर्तृत्वाचा लेखाजोखा रचला होता. त्याच्या मृत्यूनंतर संपूर्ण साम्राज्यात मजकूराच्या प्रती कोरल्या गेल्या. लॅटिनमधील शिलालेखांमध्ये त्याच्या शेजारी ग्रीक भाषेतील भाषांतरे आढळतात आणि अनेक सार्वजनिक इमारतींवर कोरलेले होते, जसे की अंकारा येथील मंदिराला मोन्युमेंटम अँसिरेनम असे संबोधले जाते, ज्याला इतिहासकार थिओडोर मॉमसेन यांनी "शिलालेखांची राणी" म्हटले आहे.

रेस गेस्टा हे पुरातन काळापासून टिकून राहिलेले एकमेव कार्य आहे, जरी ऑगस्टसने सिसिली, एपिफॅनस आणि अजाक्स या 13 पुस्तकांचे आत्मचरित्र, एक तात्विक ग्रंथ आणि ब्रुटसच्या यूलॉजी ऑफ कॅटोचे लिखित खंडन असे शीर्षक असलेल्या कविता रचल्या आहेत. इतिहासकार ऑगस्टसने लिहिलेल्या, इतर कामांमध्ये जतन केलेल्या, त्याच्या वैयक्तिक जीवनाबद्दल अतिरिक्त तथ्ये किंवा संकेतांसाठी इतरांना लिहिलेल्या पत्रांचे उतारे विश्लेषित करण्यास सक्षम आहेत.

अनेकजण ऑगस्टसला रोमचा महान सम्राट मानतात; त्याच्या धोरणांमुळे साम्राज्याचे आयुष्य निश्चितच वाढले आणि प्रसिद्ध पॅक्स रोमाना किंवा पॅक्स ऑगस्टा सुरू केला. रोमन सिनेटने त्यानंतरच्या सम्राटांना "ऑगस्टसपेक्षा अधिक भाग्यवान आणि ट्राजनपेक्षा चांगले" अशी इच्छा व्यक्त केली. ऑगस्टस हुशार, निर्णायक आणि एक चतुर राजकारणी होता, परंतु तो कदाचित ज्युलियस सीझरसारखा करिष्माई नव्हता आणि प्रसंगी लिव्हिया (कधीकधी वाईट) द्वारे प्रभावित झाला होता. तरीही, त्याचा वारसा अधिक टिकाऊ ठरला. रोमचे पहिले संस्थात्मक पोलीस दल, अग्निशमन दल आणि कायमस्वरूपी कार्यालय म्हणून म्युनिसिपल प्रिफेक्टची स्थापना करून, ऑगस्टसच्या अंतर्गत रोम शहराचा पूर्णपणे कायापालट झाला. पोलिस दल प्रत्येकी 500 पुरुषांच्या तुकड्यांमध्ये विभागले गेले होते, तर अग्निशमन दलाच्या तुकड्या प्रत्येकी 500 ते 1,000 पुरुष होत्या, 7 तुकड्या शहराच्या 14 विभागांना नियुक्त केल्या होत्या.

एक प्रिफेक्टस व्हिजिलम, किंवा "प्रीफेक्ट ऑफ द वॉच" याला दक्षता, रोमचे अग्निशमन दल आणि पोलिस यांच्या प्रभारी नियुक्त करण्यात आले. रोमच्या गृहयुद्धांच्या समाप्तीनंतर, ऑगस्टस रोमन साम्राज्यासाठी 28 सैन्याच्या आकारमानात सुमारे 170,000 सैनिकांची स्थिर सेना तयार करू शकला. याला प्रत्येकी 500 गैर-नागरिक सैनिकांच्या असंख्य सहाय्यक तुकड्यांनी पाठिंबा दिला होता, बहुतेकदा नुकत्याच जिंकलेल्या भागातून भरती होते.

संपूर्ण इटलीतील रस्त्यांची देखभाल करण्यासाठी त्याच्या आर्थिक मदतीमुळे, ऑगस्टसने प्रिफेक्टस व्हेइक्युलोरम म्हणून ओळखल्या जाणाऱ्या लष्करी अधिकाऱ्याच्या देखरेखीखाली रिले स्टेशनची अधिकृत कुरिअर प्रणाली देखील स्थापित केली. इटालियन राजवटींमध्ये वेगवान दळणवळणाच्या आगमनाव्यतिरिक्त, संपूर्ण इटलीमध्ये त्याच्या विस्तृत रस्त्यांच्या बांधणीमुळे रोमच्या सैन्याला देशभरात वेगाने आणि अभूतपूर्व वेगाने कूच करण्याची परवानगी मिळाली. मध्ये ऑगस्टसने एरेरियम मिलिटेअरची स्थापना केली, नवीन लष्करी खजिन्यात 170 दशलक्ष सेस्टर्स दान केले ज्याने सक्रिय आणि निवृत्त सैनिक दोघांनाही पुरवले.

ऑगस्टसच्या सर्वात चिरस्थायी संस्थांपैकी एक म्हणजे 27 ईसापूर्व प्रेटोरियन गार्डची स्थापना, मूलतः रणांगणावरील वैयक्तिक अंगरक्षक युनिट जी शाही रक्षक तसेच रोममधील एक महत्त्वाची राजकीय शक्ती म्हणून विकसित झाली. 253 त्यांच्याकडे शक्ती होती. सिनेटला घाबरवणे, नवे सम्राट बसवणे आणि त्यांना न आवडलेल्यांना पदच्युत करणे; त्यांनी सेवा केलेला शेवटचा सम्राट मॅक्सेंटियस होता, कारण चौथ्या शतकाच्या सुरुवातीस कॉन्स्टंटाईन पहिला होता ज्याने त्यांना बरखास्त केले आणि त्यांच्या बॅरेक्स, कॅस्ट्रा प्रेटोरियाचा नाश केला.

रोमन साम्राज्यातील सर्वात शक्तिशाली व्यक्ती असली तरी, ऑगस्टसला रिपब्लिकन सद्गुण आणि नियमांच्या भावनेला मूर्त स्वरूप देण्याची इच्छा होती. त्याला प्लेब्स आणि सामान्य लोकांच्या चिंतांशी संबंधित आणि जोडायचे होते. औदार्याच्या विविध माध्यमांतून आणि उदंड अतिरेकातून त्यांनी हे साध्य केले. इ.स.पूर्व 29 मध्ये, ऑगस्टसने प्रत्येकी 250,000 नागरिकांना 400 सेस्टरसेस (रोमन पौंड सोन्याच्या 1/10 च्या बरोबरीचे) दिले, वसाहतींमधील 120,000 दिग्गजांना प्रत्येकी 1,000 सेस्टर्स दिले आणि आपल्या सैनिकांसाठी जमीन खरेदी करण्यासाठी 700 दशलक्ष सेस्टर्स खर्च केले. स्थिरावले. देवतांच्या रोमन पँथिऑनची काळजी प्रदर्शित करण्यासाठी त्याने 82 वेगवेगळ्या मंदिरांचा जीर्णोद्धार देखील केला. इ.स.पू. 28 मध्ये, त्याने त्याच्या प्रतिमेत आणि त्याच्या सन्मानार्थ उभारलेल्या 80 चांदीच्या

पुतळ्या वितळवून टाकल्या, त्याचा काटकसरी आणि विनम्र दिसण्याचा प्रयत्न

महसूल सुधारणा

इंडो-रोमन व्यापाराची साक्ष देणारे, भारतातील सध्याच्या तामिळनाडूच्या पांड्य राज्य, प्राचीन तामिळ देशातून, पुदुकोट्टाई होर्डमध्ये सापडले.

ऑगस्टसच्या सार्वजनिक महसूल सुधारणांचा साम्राज्याच्या नंतरच्या यशावर मोठा प्रभाव पडला. ऑगस्टसने प्रत्येक स्थानिक प्रांताकडून वेगवेगळे, मधूनमधून आणि काहीसे अनियंत्रित खंडणी वसूल करण्याऐवजी रोममधून साम्राज्याच्या विस्तारित जमिनीचा बराच मोठा भाग सातत्यपूर्ण, थेट कर आकारणीखाली आणला. या सुधारणेमुळे रोमच्या प्रादेशिक अधिग्रहणातून निव्वळ महसूल मोठ्या प्रमाणात वाढला, त्याचा प्रवाह स्थिर झाला आणि रोम आणि प्रांतांमधील आर्थिक संबंध नियमित केले गेले, प्रत्येक नवीन मनमानी पद्धतीने खंडणी वसूल केल्याने नवीन संताप निर्माण होण्याऐवजी.

ऑगस्टसच्या कारकिर्दीत कर आकारणीचे उपाय लोकसंख्येच्या जनगणनेद्वारे निर्धारित केले गेले होते, प्रत्येक प्रांतासाठी निश्चित कोटा होता. रोम आणि इटलीच्या नागरिकांनी अप्रत्यक्ष कर भरला, तर प्रांतांकडून प्रत्यक्ष कर वसूल केला गेला. अप्रत्यक्ष करांमध्ये गुलामांच्या किमतीवर 4% कर, लिलावात विकल्या जाणाऱ्या वस्तूंवर 1% कर आणि जवळच्या नातेवाईकांव्यतिरिक्त इतर व्यक्तींकडून 100,000 पेक्षा जास्त किमतीच्या संपत्तीवर 5% कर समाविष्ट आहे.

तितकीच महत्त्वाची सुधारणा म्हणजे खाजगी कर शेती रद्द करणे, ज्याची जागा पगारदार नागरी सेवा कर संग्राहकांनी घेतली. राज्यासाठी कर वसूल करणारे खाजगी कंत्राटदार हे रिपब्लिकन काळात रूढ होते. त्यांच्यापैकी काही रोममधील कार्यालयांसाठी धावणाऱ्या पुरुषांच्या मतांच्या संख्येवर प्रभाव टाकण्यासाठी पुरेसे शक्तिशाली होते. पब्लिकन म्हणून ओळखले जाणारे हे कर शेतकरी त्यांच्या अवनती, प्रचंड खाजगी संपत्ती आणि स्थानिक क्षेत्रांवर कर लावण्याच्या अधिकारासाठी कुप्रसिद्ध होते.

ऑगस्टसने इजिप्तवर विजय मिळवला आणि रोमन सरकारच्या रूपात स्थलांतरित झाल्यामुळे साम्राज्याच्या कामकाजासाठी इजिप्तच्या अफाट जमिनीच्या भाड्याचा वापर झाला. साम्राज्याच्या प्रांताऐवजी ऑगस्टसची खाजगी मालमत्ता प्रभावीपणे मानली जात असल्याने, तो प्रत्येक उत्तराधिकारी सम्राटाच्या वंशाचा भाग बनला.

इजिप्तचा कारभार चालवण्यासाठी आणि त्याच्या किफायतशीर बंदरांची देखरेख करण्यासाठी ऑगस्टसने वारसा किंवा प्रॉकॉन्सुलच्या ऐवजी अश्वारूढ वर्गातील एक प्रीफेक्ट स्थापित केला; प्रेटोरियन गार्डचे प्रीफेक्ट बनण्याबरोबरच हे स्थान कोणत्याही अश्वारूढासाठी सर्वोच्च राजकीय उपलब्धी ठरले. इजिप्तच्या अत्यंत उत्पादक शेतजमिनीतून प्रचंड महसूल मिळाला जो ऑगस्टस आणि त्याच्या उत्तराधिकार्यांना सार्वजनिक कार्ये आणि लष्करी मोहिमांसाठी पैसे देण्यासाठी उपलब्ध होता. त्याच्या कारकिर्दीत सर्कस खेळांमुळे 3,500 हत्ती मारले गेले

शारीरिक स्वरूप आणि अधिकृत प्रतिमा

त्याचे चरित्रकार सुएटोनियस, ऑगस्टसच्या मृत्यूनंतर सुमारे एक शतक लिहितात, त्यांनी त्याचे स्वरूप असे वर्णन केले: "... त्याच्या आयुष्याच्या सर्व कालखंडात असामान्यपणे देखणा आणि अत्यंत सुंदर, जरी त्याला वैयक्तिक सजावटीची काळजी नव्हती. त्याचे केस कापणे, की त्याच्याकडे एकाच वेळी अनेक नाई घाईघाईने काम करतील, आणि त्याच्या दाढीसाठी त्याने आता ते कापले आहे आणि आता मुंडन केले आहे, त्याच वेळी तो एकतर काहीतरी वाचत असेल किंवा लिहित असेल.. त्याचे डोळे स्पष्ट, तेजस्वी होते... त्याचे दात विस्तीर्ण, लहान आणि अव्यवस्थित होते; त्याचे केस किंचित कुरळे आणि सोनेरी रंगाचे होते; 1 त्याच्या भुवया भेटल्या होत्या. त्याचे कान मध्यम आकाराचे होते, आणि त्याचे नाक वरच्या बाजूला थोडासा प्रक्षेपित केला आणि नंतर थोडासा आतील बाजूस वाकलेला. त्याचा रंग गडद आणि गोरा होता. तो कमी उंचीचा होता, जरी त्याचा मुक्त करणारा आणि त्याच्या नोंदी ठेवणारा ज्युलियस मराठस म्हणतो की तो पाच फूट आणि नऊ इंच होता (आधुनिक h मध्ये फक्त 5 फूट 7 इंच किंवा 1.70 मीटरच्या खाली आठ मोजमाप), परंतु हे त्याच्या आकृतीच्या सूक्ष्म प्रमाण आणि सममितीने लपवले गेले होते आणि त्याच्या शेजारी उभ्या असलेल्या काही उंच व्यक्तींशी तुलना करूनच ते लक्षात येण्याजोगे होते...", 285 जोडून की "त्याचे बूट होते काहीसे उंच- तो खरोखर होता त्यापेक्षा उंच दिसण्यासाठी त्याला सोल्ड केले". 286 त्याच्या अधिकृत पुतळ्यांमध्ये सापडलेल्या पेंटच्या ट्रेसच्या वैज्ञानिक विश्लेषणावरून असे दिसून येते की त्याचे केस आणि डोळे बहुधा हलके तपकिरी होते (त्याचे केस आणि डोळे एकाच रंगात दर्शविले गेले होते.

27

राजा चिन शिह हुआंग

राजा चिन शिह हुआंग

Scan for Story Videos - www.itibook.com

किन शी हुआंग (259-210 BCE), किंवा शी हुआंगडी, किन राजवंशाचा संस्थापक आणि एकात्मतेचा पहिला सम्राट होता चीन. पूर्वीच्या शांग आणि झोउ शासकांनी जन्माला घातलेला "राजा" (? वांग) ही पदवी कायम ठेवण्याऐवजी, त्याने 221 ते 210 ईसापूर्व किन राजवंशाचा पहिला सम्राट म्हणून राज्य केले. त्याची स्वतः ची आविष्कृत पदवी "सम्राट" पुढील दोन सहस्राब्दी चिनी राज्यकर्त्यांकडून चालू राहील. ऐतिहासिकदृष्ट्या, त्याला बऱ्याचदा जुलमी शासक आणि कठोर कायदेवादी म्हणून चित्रित केले गेले होते, काही अंशी हान राजघराण्याने त्याच्याबद्दल केलेल्या घृणास्पद मूल्यांकनातून. 20 व्या शतकाच्या मध्यापासून, विद्वानांनी या मूल्यमापनावर प्रश्नचिन्ह निर्माण करण्यास सुरुवात केली, ज्यामुळे त्यांची धोरणे आणि सुधारणांच्या वास्तविक स्वरूपावर लक्षणीय चर्चा झाली. याची पर्वा न करता, सिनॉलॉजिस्ट मायकेल लोवे यांच्या मते "त्याच्या कारकिर्दीतील उपलब्धींनी 1911 मध्ये बंद झालेल्या एका युगाची सुरुवात करून, संपूर्ण चीनच्या त्यानंतरच्या इतिहासावर सर्वोत्कृष्ट प्रभाव पाडला आहे, या मतावर काही लोक विरोध करतील".

झाओ राज्याची राजधानी हँडनमध्ये यिंग झेंग किंवा झाओ झेंग म्हणून जन्मलेले, त्याचे पालक किनचे राजा झुआंग्झियांग आणि लेडी झाओ होते. श्रीमंत व्यापारी Lü Buwei याने त्याच्या वडिलांचा बादशाह क्इनचा शासक बनण्यास मदत केली, त्यानंतर तो झेंग, क्इनचा राजा बनला. जेव्हा तो 38 वर्षांचा होता, तेव्हा किनने इतर सर्व लढाऊ राज्यांवर विजय मिळवला होता आणि 221 BCE मध्ये संपूर्ण चीनला एकत्र केले होते, परिणामी त्याचा चीनचा पहिला सम्राट म्हणून राज्यारोहण झाला. त्याच्या कारकिर्दीत, त्याच्या सेनापतींनी चिनी राज्याचा आकार मोठ्या प्रमाणात वाढवला: चूच्या दक्षिणेकडील मोहिमांनी हुनान आणि ग्वांगडोंगच्या यू भूमीला चिनी सांस्कृतिक कक्षेत कायमस्वरूपी जोडले, आणि आतील आशियातील मोहिमांनी भटक्या झिऑनग्नूपासून ओरडोस लूप जिंकला, जरी त्या नंतर Modu Chanyu अंतर्गत Xiongnu च्या महासंघाकडे नेईल.

किन शी हुआंग यांनी त्यांचे मंत्री ली सी यांच्यासोबत पूर्वीच्या चीनी राज्यांच्या विविध पद्धतींचे मानकीकरण करण्याच्या उद्देशाने मोठ्या आर्थिक आणि राजकीय सुधारणा करण्यासाठी काम केले. पारंपारिकपणे त्याने अनेक पुस्तके बंदी आणि जाळली आणि विद्वानांना फाशी दिली असे म्हटले जाते. त्याच्या सार्वजनिक बांधकाम प्रकल्पांमध्ये विविध राज्यांच्या भिंतींचे चीनच्या एकाच ग्रेट वॉलमध्ये एकत्रीकरण आणि एक भव्य नवीन राष्ट्रीय रस्ता प्रणाली तसेच आजीवन टेराकोटा आर्मीद्वारे संरक्षित शहराच्या आकाराच्या समाधीचा समावेश आहे. पूर्व चीनच्या चौथ्या दौऱ्यात त्याने 210 BCE मध्ये त्याच्या मृत्यूपर्यंत राज्य केले.

आधुनिक चिनी स्त्रोत अनेकदा किन शी हुआंगचे वैयक्तिक नाव यिंग झेंग देतात, यिंग हे आडनाव आणि झेंग हे दिलेले नाव आहे. तथापि, प्राचीन चीनमध्ये, नामकरण पद्धती भिन्न होती आणि कुळाचे नाव झाओ , ज्या ठिकाणी तो जन्मला आणि वाढला, ते आडनाव म्हणून वापरले जाऊ शकते. आधुनिक चिनी नावांच्या विपरीत, प्राचीन चीनमधील श्रेष्ठांची दोन वेगळी आडनावे होती: वडिलोपार्जित नाव मध्ये प्रमुख पूर्वजांकडून आलेल्या मोठ्या गटाचा समावेश होता, सामान्यतः ते तीन सार्वभौम आणि चीनी दंतकथेतील पाच सम्राटांच्या काळात राहत होते असे म्हटले जाते, आणि वंशाच्या नावात लहान गटाचा समावेश होता ज्याने शाखेचे वर्तमान जागी किंवा अलीकडील शीर्षक दर्शवले होते. प्राचीन प्रथा म्हणजे पुरुषांची नावे स्वतंत्रपणे सूचीबद्ध करणे - सिमा कियान यांच्या "बेसिक एनल्स ऑफ द फर्स्ट एम्परर ऑफ किन" मध्ये त्यांची ओळख "झेंग आणि आडनाव झाओ" म्हणून केली जाते किंवा कुळातील आडनाव एकत्र करणे वैयक्तिक नाव: चुच्या सिमाच्या अहवालात राजा काओलीच्या कारकिर्दीच्या सोळाव्या वर्षाचे वर्णन "झाओ झेंग किनचा राजा म्हणून सिंहासनावर विराजमान झाले ते काळ" असे करते. तथापि, आधुनिक चिनी आडनावे (सामान्यतः कुळांच्या नावांवरून उतरलेले असूनही) जुन्या वडिलोपार्जित नावांप्रमाणेच वर्ण वापरत असल्याने, आधुनिक चीनी स्त्रोतांमध्ये सम्राटाचे वैयक्तिक नाव यिंग झेंग असे लिहिलेले पाहणे अधिक सामान्य आहे, डी वडिलोपार्जित नाव वापरून यिंग कुटुंबाचे नाव.

325 BCE मध्ये राजा हुआवेनच्या काळापासून किनच्या राज्यकर्त्यांनी स्वतःला राजे बनवले होते. त्याच्या स्वर्गारोहणानंतर, झेंग किनचा राजा म्हणून ओळखला जाऊ लागला किंवा किनचा राजा झेंग. या पदवीने त्याला शांग आणि झोऊच्या शासकांच्या नाममात्र समान बनवले, ज्यांच्या शेवटच्या राजांना 256 BCE मध्ये किनचा राजा झाओक्सियांग याने पदच्युत केले होते.

221 BCE मध्ये क्यूईच्या आत्मसमर्पणानंतर, राजा झेंगने झोउच्या पूर्वीच्या राज्याच्या सर्व जमिनी पुन्हा एकत्र केल्या. तथापि, राजा म्हणून आपला दर्जा टिकवून ठेवण्याऐवजी, त्याने स्वतःसाठी हुंगडी (सम्राट) ही नवीन पदवी तयार केली. या नवीन शीर्षकाने दोन शीर्षके एकत्रित केली - पौराणिक तीन सार्वभौम (सॅन हुआंग) आणि चिनी प्रागैतिहासिक कल्पित पाच सम्राट चे या शीर्षकाचा हेतू यलो सम्राटाच्या काही प्रतिष्ठेला साजेसा करण्यासाठी होता, ज्याचा पंथ नंतरच्या वॉरिंग स्टेट्सच्या काळात लोकप्रिय होता आणि जो चिनी लोकांचा संस्थापक मानला जात असे. राजा झेंगने पहिल्या सम्राटाचे नवीन राज्य नाव निवडले (शि हुआंगडी, पूर्वी शिह हुआंग-टी असे लिप्यंतरण केले गेले होते) त्याच्या उत्तराधिकार्यांना क्रमशः "द्वितीय सम्राट", "तिसरा सम्राट" असे शीर्षक दिले जाईल आणि याप्रमाणे पिढ्या (खरं तर, ही योजना फक्त त्याचा तात्कालिक वारस, दुसरा सम्राट असेपर्यंत टिकली.) नवीन शीर्षकाला धार्मिक महत्त्व आले. त्या कारणास्तव, पीटर बूडबर्ग किंवा एडवर्ड शेफर पासून सुरू होणारे सिनोलॉजिस्ट-कधीकधी त्याचे भाषांतर "थेर्च" आणि फर्स्ट एम्परर फर्स्ट थेर्च असे करतात.

पहिल्या सम्राटाचा इरादा होता की त्याचे राज्य युगानुयुगे अबाधित राहील परंतु, त्याचा पाडाव आणि त्याच्या मृत्यूनंतर हानने बदली केल्यावर, त्याच्या शीर्षकाचा उपसर्ग किनशी लावण्याची प्रथा बनली.

जन्म आणि पालकत्व

हान राजवंशाच्या काळात सिमा कियान यांनी लिहिलेल्या ग्रँड हिस्टोरियनच्या रेकॉर्डनुसार, पहिला सम्राट हा किन राजकुमार येरेनचा मोठा मुलगा होता, जो नंतर किनचा राजा झुआंग्झियांग झाला. त्या वेळी प्रिन्स येरेन झाओच्या दरबारात राहत होता, किन आणि झाओ राज्यांमधील युद्धविरामाची हमी देण्यासाठी ओलीस म्हणून काम करत होता. प्रिन्स येरेन हे वे ऑफ राज्यातील श्रीमंत व्यापारी लू बुवेईच्या उपपत्नीच्या पहिल्या नजरेतच प्रेमात पडले होते. लूने तिला यिरेनची पत्नी होण्यास संमती दिली, जी नंतर झाओच्या राज्यानंतर लेडी झाओ (झाओ जी) म्हणून ओळखली जाऊ लागली. त्याला झाओ झेंग हे नाव देण्यात आले होते, झेंग हे नाव त्याच्या जन्माच्या महिन्यापासून आले आहे झेंग्यू, चीनी चंद्र दिनदर्शिकेतील पहिला महिना; आईचे नाव किंवा त्याच्या जन्माचे स्थान. उद्धरण आवश्यक (सॉंग झोंग म्हणतो की त्याचा वाढदिवस, लक्षणीयरीत्या, झेंग्यूच्या पहिल्या दिवशी होता.) ल्यू बुवेईच्या षडयंत्रामुळे नंतर येरेनला किन चा राजा झुआंग्झियांग बनण्यास मदत झाली. 250 BCE.

तथापि, रेकॉर्ड्स ऑफ द ग्रँड हिस्टोरियनने असाही दावा केला आहे की पहिला सम्राट हा प्रिन्स येरेनचा खरा मुलगा नसून लू बुवेईचा होता. या वृत्तानुसार, जेव्हा लू बुवेईने नृत्य करणाऱ्या मुलीची राजकुमाराशी ओळख करून दिली, तेव्हा ती लू बुवेईची उपपत्नी होती आणि त्याच्याकडून ती आधीच गर्भवती झाली होती आणि गर्भधारणेच्या विलक्षण दीर्घ कालावधीनंतर बाळाचा जन्म झाला. लू बुवेईच्या ॲनाल्सच्या अनुवादानुसार, झाओ जीने 259 बीसीई मध्ये हंडन शहरात भावी सम्राटाला जन्म दिला, जो किनचा राजा झाओक्सियांगच्या 48 व्या वर्षाच्या पहिल्या महिन्यात होता.

सम्राट हा एक अवैध मूल होता या कल्पनेने, संपूर्ण चिनी इतिहासात व्यापकपणे विश्वास ठेवला गेला, पहिल्या सम्राटाच्या सामान्यतः नकारात्मक दृष्टिकोनाला कारणीभूत ठरले. तथापि, अनेक आधुनिक विद्वानांनी त्याच्या जन्माच्या या अहवालावर शंका व्यक्त केली आहे. सिनोलॉजिस्ट डेर्क बोड्डे यांनी लिहिले: "या असामान्य गर्भधारणेचे वर्णन करणारे वाक्य हे पहिल्या सम्राटाची निंदा करण्यासाठी आणि त्याची राजकीय तसेच जन्मजात अवैधता दर्शवण्यासाठी अज्ञात व्यक्तीने शिह-चीमध्ये जोडलेले एक प्रक्षेप आहे यावर विश्वास ठेवण्याचे चांगले कारण आहे". जॉन नॉब्लॉक आणि जेफ्री रीगेल यांनी लू बुवेईच्या स्प्रिंग अँड ऑटम ॲनाल्सच्या त्यांच्या अनुवादात या कथेला "स्पष्टपणे खोटे" असे म्हटले आहे, ज्याचा अर्थ बदनामी करणे आणि पहिल्या सम्राटावर आरोप करणे दोन्ही आहे. पहिल्या सम्राटाचे जैविक पिता म्हणून लू बुवेई—एक व्यापारी—असा दावा करणे विशेषतः अपमानास्पद होते, कारण नंतरच्या कन्फ्यूशिअन समाजाने व्यापार्यांना सर्व सामाजिक वर्गांमध्ये सर्वात खालचा मानला.

किनचा राजा म्हणून राज्य

246 BCE मध्ये, जेव्हा राजा झुआंग्झियांगचा अवघ्या तीन वर्षांच्या अल्पशा कारकिर्दीनंतर मृत्यू झाला, तेव्हा त्याच्या 13 वर्षांच्या मुलाने गादीवर बसविले. 38 त्यावेळी, झाओ झेंग अजूनही तरुण होता, त्यामुळे लू बुवेईने किन राज्याचे रीजेंट पंतप्रधान म्हणून काम केले, जे अजूनही इतर सहा राज्यांविरुद्ध युद्ध करत होते. नऊ वर्षांनंतर, 235 BCE मध्ये, झाओ झेंगने पूर्ण सत्ता ग्रहण केल्यानंतर लू बुवेईला राणी डोवेगर झाओसोबतच्या घोटाळ्यात गुंतल्यामुळे हद्दपार करण्यात आले.

झाओ चेंगजियाओ, लॉर्ड चांगआन ४१ हा झाओ झेंगचा वैध सावत्र भाऊ होता, त्याच वडिलांचा पण वेगळ्या आईचा. झाओ झेंगला वारसाहक्काने गादी मिळाल्यानंतर, चेंगजियाओने तुनलिऊ येथे बंड केले आणि झाओ राज्याला शरण गेले. चेंगजियाओचे उरलेले अनुचर आणि कुटूंबियांना झाओ झेंगने फाशी दिली.

लाओ आयचा सत्तापालटाचा प्रयत्न

राजा झेंग जसजसा मोठा होत गेला, तसतसे लू बुवेईला भीती वाटू लागली की मुलगा राजा त्याच्या आई लेडी झाओशी आपला संबंध शोधेल. त्याने स्वतः ला दूर ठेवण्याचे ठरवले आणि राणी डोजरची जागा शोधण्याचा निर्णय घेतला. त्याला लाओ आय नावाचा माणूस सापडला. द रेकॉर्ड ऑफ ग्रँड हिस्टोरियनच्या म्हणण्यानुसार, लाओ आयने दाढी उपटून नपुंसकाचा वेश घातला होता. नंतर लाओ आय आणि राणी झाओ जी यांच्यात इतके चांगले जमले की त्यांना गुप्तपणे दोन मुलगे झाले. लाओ आय नंतर मार्क्विस लाओ आय म्हणून नावाजले गेले आणि त्याच्यावर संपत्तीचा वर्षाव झाला. लाओ आयचा कट राजा झेंगच्या जागी लपलेल्या पुत्रांपैकी एक होता. पण एका डिनर पार्टी दरम्यान मद्यधुंद लाओ आय तरुण राजाचा सावत्र पिता असल्याची बढाई मारताना ऐकले होते. मध्ये राजा पूर्वीची राजधानी योंग येथे जात होता. लाओ आयने राणी आईचा शिक्का जप्त केला आणि उठाव आणि बंड सुरू करण्याच्या प्रयत्नात सैन्य जमा केले. जेव्हा राजा झेंगला ही वस्तुस्थिती समजली, तेव्हा त्याने लू बुवेईला लॉर्ड चांगपिंग आणि लॉर्ड चांगवेन यांना लाओ आयवर हल्ला करू देण्याची आज्ञा दिली. शाही सैन्याने राजधानीत शेकडो बंडखोरांना ठार मारले असले तरी लाओ आय या लढाईतून पळून जाण्यात यशस्वी झाला.

लाओ आयच्या डोक्यावर 1 दशलक्ष तांब्याच्या नाण्यांची किंमत ठेवण्यात आली होती जर त्याला जिवंत पकडले गेले किंवा मृत झाल्यास अर्धा दशलक्ष ठेवले गेले. लाओ आयच्या समर्थकांना पकडून त्यांचा शिरच्छेद करण्यात आला; त्यानंतर लाओ आयला बांधून घोडागाडीने पाच तुकडे केले, तर त्याच्या संपूर्ण कुटुंबाला थर्ड डिग्रीने मारण्यात आले. दोन लपलेले मुलगे देखील मारले गेले, तर आई झाओ जी यांना अनेक वर्षांनंतर तिचा मृत्यू होईपर्यंत नजरकैदेत ठेवण्यात आले. लू बुवेईने 235 BCE मध्ये विषारी वाइनचा कप प्याला आणि आत्महत्या

केली. त्यानंतर यिंग झेंगने किन राज्याचा राजा म्हणून पूर्ण सत्ता स्वीकारली. लू बुवेई यांच्या जागी ली सी नवीन कुलपती बनले.

पहिला हत्येचा प्रयत्न

राजा झेंग आणि त्याच्या सैन्याने वेगवेगळी राज्ये ताब्यात घेणे चालू ठेवले. यानचे राज्य लहान, कमकुवत आणि सैनिकांकडून वारंवार छळले जात असे. हे किन राज्याशी जुळणारे नव्हते. म्हणून यानचा क्राउन प्रिन्स डॅन याने 227 BCE मध्ये मिशनवर जाण्यासाठी जिंग केला विनवणी करून, राजा झेंगपासून मुक्त होण्यासाठी हत्येचा प्रयत्न केला. कथानकात जिंग के सोबत किन वुयांग होता. प्रत्येकाने राजा झेंगला भेटवस्तू द्यायची होती: दुकांगचा नकाशा आणि फॅन वूजीचे कापलेले डोके.

चीनचे एकीकरण

230 BCE मध्ये, राजा झेंगने लढाऊ राज्यांच्या काळातील अंतिम मोहिमा सुरू केल्या, उर्वरित स्वतंत्र राज्ये एक-एक करून जिंकण्याची तयारी केली.

230 BCE मध्ये पडणारे पहिले राज्य हान (कधीकधी हान राजवंशाच्या हान पासून वेगळे करण्यासाठी हान म्हटले जाते) होते. त्यानंतर किन ने 229 BCE मध्ये नैसर्गिक आपत्तींचा फायदा घेऊन झाऊवर आक्रमण करून ते जिंकले, जेथे किन शी हुआंगचा जन्म झाला होता. त्याने आता आपल्या शत्रूंना शोधून मारून लहान मुलाच्या बंधक म्हणून केलेल्या खराब वागणुकीचा बदला घेतला.

आर्थिक सुधारणा

किन शी हुआंग आणि ली सी यांनी चीनच्या मोजमापाच्या एककांचे मानकीकरण करून चीनचे आर्थिकदृष्ट्या एकीकरण केले जसे की वजन आणि मापे, चलन आणि गाड्यांच्या धुरीची लांबी रस्ते प्रणालीवर वाहतूक सुलभ करण्यासाठी. सम्राटाने त्यांच्यामधील व्यापार सुधारण्यासाठी प्रांतांना जोडणारे रस्ते आणि कालवे यांचे विस्तृत जाळे देखील विकसित केले. विविध राज्यांच्या चलनांना देखील बॅन लिआंग नाणे (बान लिआंग) म्हणून प्रमाणित करण्यात आले. कदाचित सर्वात महत्वाचे म्हणजे चिनी लिपी एकरूप झाली होती. ली सी अंतर्गत, किन राज्याची सील लिपी किन लिपीतच भिन्न रूपे काढून टाकून प्रमाणित केली गेली. ही नवीन मानकीकृत लिपी नंतर सर्व जिंकलेल्या प्रदेशांमध्ये अधिकृत करण्यात आली, अशा प्रकारे सर्व प्रादेशिक लिपी काढून टाकून एक भाषा, संपूर्ण चीनसाठी एक संवाद प्रणाली तयार करण्यात आली.

तत्वज्ञान

पूर्वीचे युद्धरत राज्ये युग हे स्थिर युद्धाचे होते, तर ते मुक्त विचारांचे सुवर्णयुग मानले जात होते. किन शी हुआंगने कन्फ्यूशियसवाद आणि इतर तत्वज्ञानाचा समावेश असलेल्या शंभर विचारांच्या शाळांचा नाश केला. चीनच्या एकीकरणानंतर, इतर सर्व विचारसरणींवर बंदी घालण्यात आली, कायदेशीरवाद ही किन राजवंशाची मान्यताप्राप्त विचारधारा बनली.

इ.स.पूर्व २१३ मध्ये, ली सीच्या प्रेरणेने आणि विद्वानांच्या भूतकाळाशी त्याच्या कारकिर्दीची तुलना टाळण्यासाठी, किन शी हुआंग यांनी ज्योतिष, कृषी, औषध, भविष्यकथन आणि इतर विषयांवरील पुस्तकांचा अपवाद वगळता बहुतेक विद्यमान पुस्तके जाळण्याचा आदेश दिला. किन राज्याचा इतिहास. अप्रचलित लिपींची उदाहरणे काढून टाकून लेखन पद्धतीच्या चालू सुधारणांना पुढे नेण्याचा उद्देश देखील यामुळे पूर्ण होईल. गाण्यांचे पुस्तक किंवा क्लासिक ऑफ हिस्ट्री यांच्या मालकीची विशेषत: कठोर शिक्षा व्हायची. ग्रँड हिस्टोरिअनच्या नंतरच्या नोंदीनुसार, पुढील वर्षी किन शी हुआंग यांनी निषिद्ध पुस्तकांची मालकी म्हणून सुमारे 460 विद्वानांना जिवंत गाडले होते. या कृत्याबद्दल सम्राटाचा ज्येष्ठ पुत्र फुसू याने त्याच्यावर टीका केली.

अलीकडील संशोधन असे सूचित करते की "कन्फ्यूशियन विद्वानांना जिवंत दफन करणे" ही कन्फ्यूशियन शहीदांची आख्यायिका आहे; उलट, सम्राटाने किमयागारांच्या गटाला (केंग) मारण्याचा आदेश दिला जेव्हा त्यांनी त्याला मूर्ख बनवले. हानच्या काळात, कन्फ्यूशियन विद्वान, ज्यांनी किनची निष्ठापूर्वक सेवा केली होती, त्यांनी त्या घटनेचा उपयोग अयशस्वी राजवंशापासून दूर ठेवण्यासाठी केला. कॉन्फ्यूशियसचा वंशज काँग अँगुओ याने अल्केमिस्ट चे कन्फ्यूशियनवादी मध्ये रूपांतर केले आणि शहीदांच्या आख्यायिकेला पुनर्शोधाच्या विचित्र कथेसह जोडले. त्याच्या पूर्वजांच्या घरातील एका पाडलेल्या भिंतीमागे कन्फ्यूशियसची पुस्तके हरवली. 58 सम्राटाच्या स्वतःच्या लायब्ररीत अजूनही निषिद्ध पुस्तकांच्या प्रती होत्या परंतु 206 BCE मध्ये जेव्हा शियांग यूने शियानयांगचे राजवाडे जाळले तेव्हा त्यातील बहुतेक नष्ट करण्यात आल्या.

किन शी हुआंगने देखील पाच घटकांच्या सिद्धांताचे पालन केले: अग्नि, पाणी, पृथ्वी, लाकूड आणि धातू. झाओ झेंगचा जन्म घटक पाणी आहे, जो काळा रंगाशी जोडलेला आहे. असेही मानले जात होते की पूर्वीच्या वंशाच्या झोऊच्या राजघराण्याने अग्नीच्या शक्तीने राज्य केले होते, ज्याचा रंग लाल होता. नवीन किन राजवंशावर यादीतील पुढील घटक, जे पाणी आहे, काळ्या रंगाने दर्शविले गेले पाहिजे. वस्त्र, ध्वज, पेनंटसाठी काळा रंग बनला. इतर संघटनांमध्ये उत्तरेकडे मुख्य दिशा, हिवाळा ऋतू आणि सहा क्रमांकाचा समावेश होतो. उंच आणि अधिकृत टोपी 15 सेंटीमीटर (5.9 इंच) लांब, कॅरेज दोन मीटर (6.6 फूट) रुंद, एक वेग (?; Bù) 1.4 मीटर (4.6 फूट) होते.

सार्वजनिक कामे

चीनची ग्रेट वॉल

किन ने उत्तर आणि वायव्येकडील भटक्या जमातींशी लढा दिला. Xiongnu जमाती पराभूत आणि दबले गेले नाहीत, अशा प्रकारे मोहीम थकवणारी आणि अयशस्वी झाली आणि Xiongnu ला उत्तरेकडील सीमेवर अतिक्रमण करण्यापासून रोखण्यासाठी, सम्राटाने एक प्रचंड बचावात्मक भिंत बांधण्याचे आदेश दिले. ही भिंत, ज्याच्या बांधकामासाठी शेकडो हजारो लोक एकत्र आले होते, आणि अज्ञात संख्येने मरण पावले होते, ती सध्याच्या चीनच्या ग्रेट वॉलची पूर्ववर्ती आहे. याने मागील चार शतकांत बांधलेल्या अनेक राज्यांच्या भिंती जोडल्या होत्या, नदीच्या संरक्षणास दुर्गम खडकांशी जोडणाऱ्या छोट्या भिंतींचे जाळे.

केंद्रीकृत शासन लादण्याच्या आणि सरंजामशाहीचे पुनरुत्थान रोखण्याच्या हेतूने, यिंग झेंगने पूर्वीच्या राज्यांमध्ये त्याचे साम्राज्य विभाजित करणाऱ्या भिंतींचे भाग नष्ट करण्याचे आदेश दिले. उत्तरेकडील झिऑनग्नू लोकांविरुद्ध साम्राज्य उभे करण्यासाठी, तथापि, त्याने साम्राज्याच्या उत्तर सीमेवर उर्वरित तटबंदी जोडण्यासाठी नवीन भिंती बांधण्याचे आदेश दिले. "बांधा आणि पुढे जा" ही भिंत बांधताना एक केंद्रीय मार्गदर्शक तत्त्व होते, ज्याचा अर्थ चिनी लोक कायमस्वरूपी निश्चित सीमा उभारत नाहीत. बांधकामासाठी आवश्यक असलेल्या मोठ्या प्रमाणात सामग्रीची वाहतूक करणे कठीण होते, म्हणून बांधकाम व्यावसायिक नेहमी स्थानिक संसाधने वापरण्याचा प्रयत्न करतात. पर्वतरांगांवर डोंगरावरील दगडांचा वापर केला गेला, तर मैदानी भागात बांधकामासाठी रॅम्ड पृथ्वीचा वापर केला गेला. किन भिंतींची अचूक लांबी आणि मार्ग दर्शविणारी कोणतीही ऐतिहासिक नोंदी नाहीत. बहुतेक प्राचीन भिंती शतकानुशतके नष्ट झाल्या आहेत आणि आजही काही भाग शिल्लक आहेत. बांधकामाची मानवी किंमत अज्ञात आहे, परंतु काही लेखकांनी असा अंदाज लावला आहे की शेकडो हजारो, दहा लाखांपर्यंत नाही तर, किन भिंत बांधताना कामगार मरण पावले.

लिंगकू कालवा

एक प्रसिद्ध दक्षिण चीन अवतरण "उत्तरेमध्ये महान भिंत आहे, दक्षिणेत लिंगकू कालवा आहे" 214 BCE मध्ये सम्राटाने सैन्याला पुरवठा करण्यासाठी एका मोठ्या कालव्याचा प्रकल्प सुरू केला. कालव्यामुळे उत्तर आणि दक्षिण चीन दरम्यान जलवाहतूक होते. 34 किलोमीटर लांबीचा हा कालवा यांग्त्झे आणि ली जियांग नदीला जोडतो, जी पर्ल नदीत वाहते. या कालव्याने चीनच्या दोन प्रमुख जलमार्गांना जोडले आणि किनच्या दक्षिण-पश्चिमेस विस्ताराला मदत केली. हे बांधकाम प्राचीन चीनी अभियांत्रिकीच्या तीन महान पराक्रमांपैकी एक मानले जाते, इतर महान भिंत आणि सिचुआन दुजियांगयान सिंचन प्रणाली आहेत.

जीवनाचे अमृत

त्याच्या आयुष्यात नंतर, किन शी हुआंगला मृत्यूची भीती वाटली आणि त्याने जीवनाच्या अकल्पित अमृताचा आतुरतेने शोध घेतला, ज्यामुळे त्याला कायमचे जगता येईल. त्याला अमरत्व मिळवण्याचे वेड होते आणि अनेकांना बळी पडले ज्यांनी त्याला कथित अमृत देऊ केले. अमरत्व प्राप्त करण्यासाठी त्यांनी झिफू बेटाला तीन वेळा भेट दिली.

एका प्रकरणात त्याने झिफू बेटावरील झू फू याला गूढ पेंगलाई पर्वताच्या शोधात शेकडो तरुण-तरुणींना घेऊन जाणारी जहाजे पाठवली. त्यांना अंकी शेंग या 1,000 वर्षीय जादूगाराचा शोध घेण्यासाठी पाठवण्यात आले होते, ज्याला किन शी हुआंग त्याच्या प्रवासात भेटले होते आणि ज्याने त्याला तेथे शोधण्यासाठी आमंत्रित केले होते. हे लोक कधीही परतले नाहीत, कदाचित कारण त्यांना माहित होते की जर ते वचन दिलेल्या अमृतशिवाय परतले तर त्यांना नक्कीच मृत्युदंड दिला जाईल. दंतकथा दावा करतात की त्यांनी जपान गाठले आणि तेथे वसाहत केली. हे देखील शक्य आहे की पुस्तक जाळणे, ज्याला फालतू आणि निरुपयोगी साहित्य म्हणून पाहिले जाऊ शकते त्यावरील शुद्धीकरण, काही प्रमाणात, सम्राटाच्या सर्वोत्तम विद्वानांचे मन अल्केमिकल शोधावर केंद्रित करण्याचा प्रयत्न होता. फाशी देण्यात आलेले काही विद्वान असे होते जे त्यांच्या अलौकिक योजनांचा कोणताही पुरावा देऊ शकले नाहीत. त्यांच्या क्षमतेची चाचणी घेण्याचे हे अंतिम माध्यम असू शकते: जर त्यांच्यापैकी कोणामध्ये जादूची शक्ती असेल, तर ते पुन्हा बाहेर पडल्यावर ते नक्कीच जिवंत होतील. 75 सम्राटाला मृत्यू आणि "दुष्ट आत्म्यांबद्दल" भीती वाटत असल्याने, त्याने कामगारांना त्याच्या 200 पेक्षा जास्त राजवाड्यांपैकी प्रत्येकासाठी बोगदे आणि पॅसेजवे बांधायला लावले होते, कारण न पाहिलेला प्रवास केल्याने तो दुष्ट आत्म्यांपासून सुरक्षित राहतो.

शेवटची वर्षे

मृत्यू

किन शी हुआंगचे शाही दौरे

211 BCE मध्ये पिवळ्या नदीच्या खालच्या भागात डोंगजुनमध्ये एक मोठी उल्का पडली असे म्हटले जाते. त्यावर, एका अज्ञात व्यक्तीने "पहिला सम्राट मरेल आणि त्याची जमीन विभाजित केली जाईल" असे शब्द कोरले. जेव्हा सम्राटाला हे कळले तेव्हा त्याने या भविष्यवाणीची चौकशी करण्यासाठी एका शाही सचिवाला पाठवले. कोणीही कृत्याची कबुली देणार नाही, म्हणून आजूबाजूच्या सर्व लोकांना ठार मारण्यात आले.

पूर्व चीनच्या त्याच्या पाचव्या दौऱ्यादरम्यान, सम्राट पिंगयुआनजिन (पिंगयुआन काउंटी, शानडोंग) येथे आल्यानंतर गंभीर आजारी पडला आणि जुलै-ऑगस्ट 210 ईसापूर्व शाक्यु प्रीफेक्चर (शाकिउ पिंगटाई) येथील राजवाड्यात मरण पावला. राजधानी जियानयांगपासून रस्त्याने दोन महिने दूर.

किन शी हुआंगच्या मृत्यूचे कारण अज्ञात आहे. नंतर असा आरोप करण्यात आला की तो अमरत्वाचा अमृत आहे असे मानून त्याच्या अल्केमिस्ट आणि कोर्टाच्या डॉक्टरांनी बनवलेल्या पाराच्या गोळ्या खाल्ल्याने चिनी अल्केमिकल अमृत विषबाधा झाल्यामुळे त्याचा मृत्यू झाला. साम्राज्य चालवण्याच्या तणावामुळे एक संभाव्य योगदान घटक हा आजार होता.

28

राजा जोसेफ दुसरा

राजा जोसेफ दुसरा

Scan for Story Videos - www.itibook.com

जोसेफ II (जर्मन: Josef Benedikt Anton Michael Adam; इंग्रजी: Joseph Benedict Anthony Michael Adam; 13 मार्च 1741 - 20 फेब्रुवारी 1790) ऑगस्ट 1765 पासून पवित्र रोमन सम्राट होता आणि नोव्हेंबर 1780 पासून त्याच्या मृत्यूपर्यंत हॅब्सबर्गचा

एकमात्र शासक होता. तो एम्प्रेस मारिया थेरेसा आणि तिचा नवरा, सम्राट फ्रान्सिस पहिला, आणि मेरी अँटोइनेट, ऑस्ट्रियाची मारिया कॅरोलिना आणि पर्माची डचेस मारिया अमालिया यांचा भाऊ होता. अशाप्रकारे हॅब्सबर्ग आणि लॉरेन या शैलीतील हॅब्सबर्ग आणि लॉरेनच्या युनियनमधील ऑस्ट्रियन अधिराज्यातील तो पहिला शासक होता.

जोसेफ हे प्रबुद्ध निरंकुशतेचे समर्थक होते; तथापि, धर्मनिरपेक्षीकरण, उदारीकरण आणि सुधारणांच्या आधुनिकीकरणाच्या त्याच्या वचनबद्धतेला महत्त्वपूर्ण विरोध झाला, ज्यामुळे त्याचे कार्यक्रम पूर्णपणे लागू करण्यात अपयश आले. दरम्यान, काही प्रादेशिक लाभ मिळवूनही, त्याच्या बेपर्वा परराष्ट्र धोरणाने ऑस्ट्रियाला वाईटरित्या वेगळे केले. त्याला कॅथरीन द ग्रेट ऑफ रशिया आणि फ्रेडरिक द ग्रेट ऑफ प्रशिया यांच्याबरोबर तीन महान ज्ञानी सम्राटांपैकी एक म्हणून स्थान देण्यात आले आहे. उद्धरण आवश्यक असत्य परंतु प्रभावशाली पत्रे त्याला कदाचित त्याच्यापेक्षा काहीसे अधिक मूलगामी तत्वज्ञान म्हणून दर्शवतात. उद्धरण आवश्यक त्याची धोरणे आता जोसेफिनिझम म्हणून ओळखली जातात.

तो कलांचा समर्थक होता आणि सर्वात महत्त्वाचे म्हणजे वुल्फगँग ॲमेडियस मोझार्ट आणि अँटोनियो सॅलेरी सारख्या संगीतकारांचा. हयात असलेल्या मुलांशिवाय तो मरण पावला आणि त्याचा धाकटा भाऊ लिओपोल्ड दुसरा त्याच्यानंतर आला

प्रारंभिक जीवन

जोसेफचा जन्म ऑस्ट्रियन वारसाहक्काच्या युद्धाच्या सुरुवातीच्या उलथापालथीमध्ये झाला. त्याचे औपचारिक शिक्षण डेव्हिड ह्यूम, एडवर्ड गिबन, व्होल्टेअर, जीन-जॅक रौसो आणि एन्सायक्लोपेडिस्ट्स यांच्या लेखनाद्वारे आणि प्रशियाचा राजा फ्रेडरिक II च्या समकालीन (आणि कधीकधी प्रतिस्पर्धी) यांच्या उदाहरणाद्वारे प्रदान केले गेले. त्याचे व्यावहारिक प्रशिक्षण सरकारी अधिकाऱ्यांनी दिले होते, ज्यांना ऑस्ट्रियन अधिराज्य आणि पवित्र रोमन साम्राज्याची रचना करणाऱ्या असंख्य राज्यांच्या प्रशासनाच्या यांत्रिक तपशिलांचे निर्देश देण्याचे निर्देश दिले होते.

सह-शासक

जोसेफला राज्याच्या स्थापन केलेल्या कौन्सिलचे सदस्य बनवले गेले (Statsrat) आणि त्याने आपल्या आईला वाचण्यासाठी मिनिटे काढण्यास सुरुवात केली. या कागदपत्रांमध्ये त्याच्या नंतरच्या धोरणाचे जंतू आहेत आणि शेवटी त्याच्यावर आलेल्या सर्व आपत्तींचा समावेश आहे. तो धार्मिक सहिष्णुतेचा मित्र होता, चर्चची शक्ती कमी करण्यासाठी, शेतकरी वर्गाला सरंजामशाहीच्या ओझ्यांपासून मुक्त करण्यासाठी आणि व्यापार आणि ज्ञानावरील निर्बंध दूर करण्यासाठी उत्सुक होता. यामध्ये, तो फ्रेडरिक किंवा त्याचा स्वतःचा भाऊ आणि उत्तराधिकारी लिओपोल्ड II, 18 व्या शतकातील सर्व ज्ञानी राज्यकर्त्यांपेक्षा वेगळा नव्हता. त्याने दासांना मुक्त करण्याचा प्रयत्न केला, परंतु तो त्याच्या मृत्यूनंतर टिकला नाही.

जेथे जोसेफ महान समकालीन शासकांपेक्षा वेगळा होता आणि कारणास्तव निर्देशित केल्यावर राज्याच्या सामर्थ्यावरील त्याच्या विश्वासाच्या तीव्रतेमध्ये तो जेकोबिन्ससारखाच होता. तथापि, एक निरंकुश शासक म्हणून, कायद्यांद्वारे अनियंत्रित राज्यासाठी बोलण्याच्या त्याच्या अधिकाराबद्दल आणि स्वतःच्या शासनाच्या शहाणपणाबद्दल देखील त्यांना खात्री होती. ऑस्ट्रियाच्या घराचा त्याच्या "ऑगस्ट" गुणवत्तेवर विश्वास आणि त्याच्या सामर्थ्यासाठी किंवा नफ्यासाठी जे काही वांछित वाटेल ते मिळवण्याचा दावा देखील त्याला त्याच्या आईकडून वारसा मिळाला होता. मानवतेच्या मोल्डिंगसाठीच्या त्याच्या तात्विक योजनांना क्षम्य विरोध होऊ शकतो हे त्याला समजू शकले नाही.

पोलंडची पहिली फाळणी आणि 1778-1779 च्या बव्हेरियन युद्धाप्रमाणेच तो तिच्या सहनशीलतेवर आणि स्वभावावर खूप ताण ठेवू शकतो, परंतु शेवटचा उपाय म्हणून सम्राज्ञीने अंतिम शब्द बोलला. म्हणून, 1780 मध्ये त्याच्या आईच्या मृत्यूपर्यंत, जोसेफ त्याच्या स्वतःच्या प्रवृत्तीचे पालन करण्यास कधीही मुक्त नव्हता.

या वर्षांत जोसेफने बराच प्रवास केला. तो फ्रेडरिक द ग्रेटला 1769 मध्ये नीसे येथे खाजगीरित्या भेटला (नंतर फ्रेडरिक II आणि जोसेफ II च्या नीसे येथे 1769 मध्ये मीटिंगमध्ये रंगला), आणि पुन्हा 1770 मध्ये मॅह्रिश-न्यूस्टाड येथे; दोन्ही राज्यकर्ते सुरुवातीला चांगले जमले. दुसऱ्या प्रसंगी, त्याच्यासोबत काउंट कौनिट्झ होते, ज्यांचे फ्रेडरिकसोबतचे संभाषण पोलंडच्या पहिल्या फाळणीचा प्रारंभ बिंदू असल्याचे म्हटले जाऊ शकते. याला आणि इतर प्रत्येक उपायाला ज्याने त्याच्या घराचे वर्चस्व वाढवण्याचे वचन दिले होते, जोसेफने मनापासून मान्यता दिली. अशा प्रकारे, 1775 मध्ये जेव्हा फ्रेडरिक गंभीर आजारी पडला, तेव्हा जोसेफने बोहेमियामध्ये एक सैन्य एकत्र केले जे फ्रेडरिकच्या मृत्यूच्या घटनेत, प्रशियामध्ये जाण्यासाठी आणि सिलेसियाची मागणी करणार होते (ऑस्ट्रियन उत्तराधिकाराच्या युद्धात फ्रेडरिकने मारिया थेरेसाकडून जिंकलेला प्रदेश) . तथापि, फ्रेडरिक बरा झाला आणि त्यानंतर जोसेफबद्दल सावध व अविश्वासू झाला.

29 नोव्हेंबर 1780 रोजी मारिया थेरेसा यांच्या मृत्यूने जोसेफला स्वतःचे धोरण राबविण्यास मोकळीक दिली आणि त्यांनी ताबडतोब आपल्या सरकारला एका नवीन मार्गावर निर्देशित केले, सर्वांच्या भल्यासाठी निश्चित प्रणालीवर कार्य करणाऱ्या प्रबुद्ध तानाशाहीचा आदर्श साकार करण्याचा प्रयत्न केला.

त्यांनी शिक्षणाचा प्रसार, चर्चच्या जमिनींचे धर्मनिरपेक्षीकरण, धार्मिक आदेश आणि पाद्री कमी करणे, सामान्यतः सामान्य राज्याच्या अधीन राहणे, सहिष्णुतेच्या पेटंटचा मुद्दा (१७८१) स्वातंत्र्याची मर्यादित हमी प्रदान केली. उपासना, आणि जर्मन भाषेच्या अनिवार्य वापराद्वारे (लॅटिन किंवा काही घटनांमध्ये स्थानिक भाषांच्या जागी) एकतेचा प्रचार - 18 व्या शतकातील तत्वज्ञानाच्या दृष्टिकोनातून, प्रबोधनाचे युग, "वाजवी" वाटले. पूर्वतयारीशिवाय निकालापर्यंत पोहोचण्यासाठी त्यांनी वैशिष्ट्यपूर्ण घाईने प्रशासकीय ऐक्यासाठी प्रयत्न केले. जोसेफने शेतकरी मुक्तीचे उपाय केले, जे त्याच्या आईने सुरू केले होते आणि 1781 मध्ये गुलामगिरी रद्द केली.

1789 मध्ये, त्यांनी फर्मान काढले की, शेतकऱ्यांना कामगारांच्या जबाबदाऱ्यांऐवजी रोख रक्कम दिली पाहिजे. ही धोरणे उच्चभ्रू आणि शेतकरी दोघांनीही हिंसकपणे नाकारली, कारण त्यांच्या वस्तुविनिमय अर्थव्यवस्थेत पैशाची कमतरता होती. जोसेफने 1787 मध्ये फाशीची शिक्षा रद्द केली, ही सुधारणा 1795 पर्यंत कायम होती.

1789 मध्ये फ्रेंच राज्यक्रांतीचा उद्रेक झाल्यानंतर, जोसेफने फ्रान्सची आपली बहीण राणी मेरी अँटोइनेट आणि तिचा पती फ्रान्सचा राजा लुई सोळावा यांच्या कुटुंबाला मदत करण्याचा प्रयत्न केला. जोसेफने क्रांतीच्या विकासावर लक्ष ठेवले आणि बचाव प्रयत्नाच्या नियोजनात सक्रिय सहभाग घेतला. या योजना अयशस्वी झाल्या, तथापि, एकतर मेरी अँटोइनेटने आपल्या मुलांना वेगवान गाडीच्या बाजूने सोडण्यास नकार दिल्याने किंवा फरारी राजा बनण्यास लुई सोळाव्याच्या अनिच्छेमुळे.

जोसेफ 1790 मध्ये मरण पावला, ऑस्ट्रियाशी संभाव्य बचाव प्रयत्नांबद्दल वाटाघाटी अधिक कठीण झाल्या. 21 जून 1791 पर्यंत काउंट फर्सेन या स्वीडिश सेनापतीच्या मदतीने प्रयत्न केला गेला, ज्याला मेरी अँटोइनेट आणि जोसेफ या दोघांच्याही दरबारात पसंती मिळाली होती. नाण्याच्या मागून राजाची ओळख पटल्यानंतर हा प्रयत्न अयशस्वी झाला. मेरी एंटोइनेट तिच्या मातृभूमीकडून मदतीसाठी हताश झाली, अगदी ऑस्ट्रियाला फ्रेंच लष्करी रहस्येही दिली. असे असले तरी, त्या वेळी ऑस्ट्रियाने फ्रान्सशी युद्ध केले असले तरी, त्याने आतापासून पूर्णपणे विचलित झालेल्या फ्रेंच राणीला थेट मदत करण्यास नकार दिला.

प्रशासकीय धोरणे

मारिया थेरेसा मरण पावल्यावर, जोसेफने 6,000 पेक्षा जास्त, तसेच साम्राज्याच्या प्रत्येक पैलूचे नियमन आणि पुनर्क्रमित करण्यासाठी डिझाइन केलेले 11,000 नवीन कायदे जारी करण्यास सुरुवात केली. जोसेफिनिझमचा आत्मा परोपकारी आणि पितृत्वाचा होता. आपल्या लोकांना आनंदी करण्याचा त्याचा हेतू होता, परंतु त्याच्या स्वतःच्या निकषांनुसार काटेकोरपणे.

जोसेफने त्याच्या वैविध्यपूर्ण भूमीसाठी तर्कसंगत, केंद्रीकृत आणि एकसमान सरकार तयार करण्याचा विचार केला, एक सर्वोच्च हुकूमशहा म्हणून स्वतःच्या खाली एक पदानुक्रम. राज्याच्या सेवेच्या त्याच समर्पित भावनेने सरकारच्या कर्मचाऱ्यांनी स्वतःला अंगी बाणवले पाहिजे अशी अपेक्षा होती. एखाद्या वर्गाच्या किंवा वांशिक उत्पत्तीच्या अनुकूलतेशिवाय त्याची भरती करण्यात आली होती आणि पदोन्नती केवळ गुणवत्तेनुसार होती. पुढे एकरूपता आणण्यासाठी, सम्राटाने संपूर्ण साम्राज्यात अधिकृत व्यवसायाची भाषा जर्मन अनिवार्य केली, ज्याचा विशेषतः हंगेरी राज्यावर परिणाम झाला. हंगेरियन असेंब्लीचे विशेषाधिकार काढून टाकले गेले आणि त्यांना एकत्र बोलावलेही गेले नाही.

खाजगी अर्थमंत्री म्हणून, काउंट कार्ल वॉन झिंझेनडॉर्फ (१७३९-१८१३) यांनी ऑस्ट्रियाच्या राजवटीच्या प्रदेशांचे राज्य महसूल, खर्च आणि कर्जे यांचा लेखाजोखा मांडण्याची एकसमान प्रणाली सुरू केली. नियमित खर्च पूर्ण करण्यात आणि पत मिळवण्यात ऑस्ट्रिया फ्रान्सपेक्षा अधिक यशस्वी ठरला. तथापि, जोसेफ II च्या शेवटच्या वर्षांतील घटनांवरून असेही सूचित होते की 1792 नंतर झालेल्या युरोपियन युद्धांमुळे सरकार आर्थिकदृष्ट्या असुरक्षित होते.

कायदेशीर सुधारणा

व्यस्त जोसेफने कायदेशीर व्यवस्थेत संपूर्ण सुधारणा करण्यास प्रेरित केले, बऱ्याच घटनांमध्ये क्रूर शिक्षा आणि फाशीची शिक्षा रद्द केली आणि सर्व गुन्हेगारांना संपूर्ण समानतेचे उपचार करण्याचे तत्त्व लागू केले. त्यांनी प्रेस आणि थिएटरची सेन्सॉरशिप हलकी केली.

1781-82 मध्ये त्यांनी दासांना पूर्ण कायदेशीर स्वातंत्र्य दिले. शेतकऱ्यांनी दिलेले भाडे ताजच्या अधिकाऱ्यांकडून नियंत्रित केले जायचे आणि जमिनीतून मिळणाऱ्या सर्व उत्पन्नावर कर आकारले जायचे. जमीनदारांना मात्र त्यांची आर्थिक स्थिती धोक्यात आली आणि त्यांनी शेवटी धोरण उलटवले. खरंच, हंगेरी आणि ट्रान्सिल्व्हेनियामध्ये, मॅग्नेटचा प्रतिकार इतका होता की जोसेफला अर्ध्या मार्गाने काही काळ समाधानी राहावे लागले. पाच दशलक्ष हंगेरियन लोकांपैकी, 40,000 कुलीन होते, ज्यापैकी 4,000 मॅग्नेट होते जे जमिनीचे मालक होते आणि राज्य करत होते; उरलेले बहुतेक दास कायदेशीररित्या विशिष्ट इस्टेटशी जोडलेले होते.

होरिया, 1784-85 च्या शेतकरी विद्रोहाच्या पतनानंतर, ज्यामध्ये शंभरहून अधिक रईस मारले गेले, सम्राटाने कार्य केले. 1785 च्या त्याच्या शाही पेटंटने गुलामगिरी रद्द केली परंतु शेतकऱ्यांना जमिनीची मालकी दिली नाही किंवा जमीनदार सरदारांना देय असलेल्या थकबाकीपासून स्वातंत्र्य दिले नाही. त्यामुळे त्यांना वैयक्तिक स्वातंत्र्य मिळाले. हंगेरीच्या राज्यातून शेतकऱ्यांच्या सुटकेने करपात्र जमीनधारकांच्या नवीन वर्गाच्या वाढीस चालना दिली, परंतु सरंजामशाहीच्या खोलवर बसलेल्या आजारांना आणि भूमिहीन कुंटणखान्यांचे शोषण नाहीसे झाले नाही. सरंजामशाही शेवटी १८४८ मध्ये संपली.

कर आकारणीच्या घटनांची बरोबरी करण्यासाठी, जोसेफने साम्राज्याच्या सर्व जमिनींचे मूल्यांकन केले जेणेकरून तो जमिनीवर एकल आणि समतावादी कर लादू शकेल. जमीनमालक आणि शेतकरी यांच्यातील अवलंबित्वाच्या संबंधांचे आधुनिकीकरण करणे, शेतकऱ्यांवरील कराचा काही बोजा कमी करणे आणि राज्याचे महसूल वाढवणे हे उद्दिष्ट होते. जोसेफ यांनी कर आणि जमीन सुधारणा एकमेकांशी जोडलेल्या असल्यासारखे पाहिले आणि ते एकाच वेळी लागू करण्याचा प्रयत्न केला.

सुधारणा घडवून आणण्यासाठी त्यांनी स्थापन केलेल्या विविध आयोगांना अभिजात वर्ग, शेतकरी वर्ग आणि काही अधिकाऱ्यांचा विरोध झाला. 1790 मध्ये जोसेफच्या मृत्यूच्या काही काळापूर्वी किंवा नंतर बहुतेक सुधारणा रद्द करण्यात आल्या होत्या; सुरुवातीपासूनच ते अपयशी ठरले कारण त्यांनी फारच कमी वेळात खूप बदल करण्याचा प्रयत्न केला आणि पारंपारिक रीतिरिवाज आणि नातेसंबंध ज्यांवर गावकरी फार पूर्वीपासून अवलंबून होते त्यात आमूलाग्र बदल करण्याचा प्रयत्न केला.

शहरांमध्ये, प्रबोधनाच्या नवीन आर्थिक तत्वांनी स्वायत्त संघांचा नाश करण्याचे आवाहन केले, जे व्यापारीवादाच्या युगात आधीच कमकुवत झाले होते. जोसेफ II च्या कर सुधारणा आणि कॅटास्ट्रलगेमींडे (मोठ्या इस्टेटसाठी कर जिल्हे) संस्थेने हा उद्देश पूर्ण केला आणि नवीन फॅक्टरी विशेषाधिकारांनी गिल्डचे अधिकार संपवले तर सीमाशुल्क कायदे आर्थिक ऐक्याला उद्देशून आहेत. भौतिक प्रभावामुळे या सुधारणांमध्ये शेतीचाही समावेश झाला.

शिक्षण आणि औषध

साक्षर नागरिक निर्माण करण्यासाठी, सर्व मुला-मुलींसाठी प्राथमिक शिक्षण अनिवार्य करण्यात आले आणि काही निवडक लोकांना व्यावहारिक धर्तीवर उच्च शिक्षण दिले गेले. जोसेफने हुशार गरीब विद्यार्थ्यांसाठी शिष्यवृत्ती निर्माण केली आणि ज्यू आणि इतर धार्मिक अल्पसंख्याकांसाठी शाळा स्थापन करण्यास परवानगी दिली. 1784 मध्ये त्यांनी आदेश दिला की देशाने लॅटिनमधून जर्मनमध्ये शिक्षणाची भाषा बदलली पाहिजे, हे बहुभाषिक साम्राज्यातील एक अत्यंत विवादास्पद पाऊल आहे.

18 व्या शतकापर्यंत, औषधांमध्ये केंद्रीकरणाचा कल होता कारण अधिकाधिक आणि चांगले-शिक्षित डॉक्टर सुधारित सुविधांची विनंती करत होते. स्थानिक रुग्णालयांना निधी देण्यासाठी शहरांमध्ये बजेटची कमतरता होती आणि राजेशाहीला महागड्या महामारी आणि अलग ठेवणे संपवायचे होते. जोसेफने व्हिएन्नामध्ये 1784 मध्ये उघडलेल्या प्रसिद्ध ऑल्जेमेइन्स क्रँकेनहॉस या एकल, मोठ्या हॉस्पिटलच्या बांधकामाद्वारे वैद्यकीय सेवेचे केंद्रीकरण करण्याचा प्रयत्न केला. केंद्रीकरणामुळे स्वच्छतेच्या समस्या बिघडल्या, नवीन हॉस्पिटलमध्ये महामारी आणि मृत्यूचे प्रमाण 20% वाढले; तरीही पुढच्या शतकात हे शहर वैद्यकीय क्षेत्रात अग्रगण्य बनले.

धर्म

बहुधा त्याच्या सर्व सुधारणांपैकी सर्वात लोकप्रिय नसलेली अत्यंत पारंपारिक कॅथोलिक चर्चचे आधुनिकीकरण करण्याचा प्रयत्न होता, ज्याने मध्ययुगीन काळात शार्लेमेनपासून पवित्र रोमन साम्राज्याची स्थापना करण्यास मदत केली होती. स्वतःला कॅथलिक धर्माचा संरक्षक म्हणवून, जोसेफ II ने पोपच्या सत्तेवर जोरदार प्रहार केला. त्याने आपल्या साम्राज्यातील कॅथोलिक चर्चला रोमपासून स्वतंत्र राज्याचे साधन बनवण्याचा प्रयत्न केला. पाळकांना दशमांशापासून वंचित ठेवण्यात आले होते आणि त्यांना सरकारी देखरेखीखाली सेमिनरीमध्ये अभ्यास करण्याचे आदेश देण्यात आले होते, तर बिशपांना मुकुटाच्या निष्ठेची औपचारिक शपथ घ्यावी लागली. त्याने मठांच्या जमिनींची मोठ्या प्रमाणात विक्री करून बिशपिक्स, पॅरिश आणि धर्मनिरपेक्ष पाद्रींमध्ये मोठ्या प्रमाणात वाढ करण्यासाठी वित्तपुरवठा केला

परराष्ट्र धोरण

हॅब्सबर्ग साम्राज्याचे युद्ध, विस्तार, वसाहतीकरण आणि व्यापार तसेच बौद्धिक प्रभावांची निर्यात करण्याचे धोरण होते. प्रशिया आणि तुर्कस्तानला विरोध करताना, ऑस्ट्रियाने फ्रान्सशी आपली बचावात्मक युती कायम ठेवली आणि डॅन्युबियन रियासतांना रशियन प्रभावापासून दूर करण्याचा प्रयत्न केला तरीही रशियाशी मैत्री केली. मेयरने असा युक्तिवाद केला की जोसेफ हा अत्यंत युद्धखोर, विस्तारवादी नेता होता, ज्याने हॅब्सबर्ग राजेशाहीला युरोपियन शक्तींपैकी श्रेष्ठ बनवण्याचा प्रयत्न केला. ऑस्ट्रियन नेदरलँड्सच्या बदल्यात आवश्यक असल्यास, बाव्हेरिया ताब्यात घेणे हे त्याचे मुख्य ध्येय होते, परंतु 1778 मध्ये आणि पुन्हा 1785 मध्ये प्रशियाचा राजा फ्रेडरिक II याने तो हाणून पाडला, ज्याची त्याला खूप भीती वाटत होती; दुस-या प्रसंगी, इतर अनेक जर्मन राजपुत्रांनी, जोसेफच्या त्यांच्या भूमीवरील रचनांपासून सावध राहून, फ्रेडरिकच्या बाजूने सामील झाले.

1780 मध्ये जोसेफच्या रशियाच्या प्रवासामध्ये रशियन सम्राज्ञी कॅथरीन यांच्या भेटीचा समावेश होता, ज्यामुळे चर्चा सुरू झाली ज्यामुळे नंतर रशियन-ऑस्ट्रियन युती होईल, ज्यामध्ये ओटोमन्सच्या विरोधात वापरल्या जाणाऱ्या आक्षेपार्ह कलमाचा समावेश होता. हा एक महत्त्वपूर्ण राजनैतिक विकास होता, कारण त्याने पूर्वीच्या रशियन-प्रशिया युतीला तटस्थ केले ज्याने बव्हेरियन उत्तराधिकाराच्या युद्धादरम्यान राजेशाहीला शांततेत धोका दिला होता. रशियाबरोबरच्या करारामुळे ऑस्ट्रियाला तुर्कांशी (१७८७-१७९१) महागड्या आणि मोठ्या प्रमाणावर निरर्थक युद्धात नेले जाईल. जोसेफ दुसरा "काउंट फाल्केन्स्टाईन" म्हणून घोड्यावर बसून फक्त काही नोकरांसह प्रवास केला. त्याने नेहमीच्या सरायमध्ये थांबणे पसंत केले - कॅथरीन II ला तिच्या राजवाड्याचा पंख बदलण्यास भाग पाडले, तिच्या माळीला सराय म्हणून काम करण्यास भाग पाडले.

ऑट्टोमन युद्धात जोसेफचा सहभाग अनिच्छुक होता, त्याचे श्रेय त्याच्या नेहमीच्या अधिग्रहणामुळे नाही, तर त्याच्या रशियाशी असलेल्या जवळच्या संबंधांमुळे होते, ज्याला त्याने आपल्या लोकांच्या सुरक्षेसाठी भरावी लागणारी आवश्यक किंमत म्हणून पाहिले होते. सुरुवातीच्या पराभवानंतर, ऑस्ट्रियन लोकांनी 1789 मध्ये अनेक विजय मिळवले, ज्यात बाल्कनमधील तुर्कीचा प्रमुख किल्ला बेलग्रेड ताब्यात घेतला. तथापि, हे विजय राजेशाहीसाठी कोणत्याही महत्त्वपूर्ण फायद्याचे ठरणार नाहीत. प्रशियाच्या हस्तक्षेपाच्या धोक्यात आणि फ्रान्समधील क्रांतीच्या चिंताजनक स्थितीसह, 1791 च्या सिस्टोव्हा कराराने केवळ टोकन नफ्यावर युद्ध संपवले.

मारिया थेरेसा आणि जोसेफ II या दोघांच्या बाल्कन धोरणाने प्रिन्स कौनिट्झने प्रोत्साहन दिलेले कॅमेरेलिझम प्रतिबिंबित होते, ज्याने लष्करी सीमारेषेची पुनर्रचना आणि विस्ताराद्वारे सीमावर्ती प्रदेशांच्या एकत्रीकरणावर जोर दिला. 1761 मध्ये ट्रान्सिल्व्हेनियाचा समावेश फ्रंटियरमध्ये करण्यात आला आणि रेजिमेंटल कमांडर लष्करी आणि नागरी शक्तीचा वापर करून फ्रंटियर रेजिमेंट लष्करी ऑर्डरचा कणा बनले. "लोकसंख्यावादी" हा वसाहतवादाचा प्रचलित सिद्धांत होता, ज्याने श्रमाच्या दृष्टीने समृद्धीचे मोजमाप केले. जोसेफ II ने आर्थिक विकासावर देखील भर दिला. अठराव्या शतकाच्या शेवटच्या सहामाहीत बाल्कन विकासामध्ये हॅब्सबर्गचा प्रभाव एक आवश्यक घटक होता

प्रतिक्रिया

1790 मध्ये जोसेफच्या मृत्यूच्या वेळी युरोप. लाल रेषा पवित्र रोमन साम्राज्याच्या सीमा दर्शवते.

जुन्या चालीरीतींसह अनेक हस्तक्षेपांमुळे त्याच्या अधिपत्याच्या सर्व भागात अशांतता निर्माण होऊ लागली. दरम्यान, जोसेफने स्वतःला एकापाठोपाठ एक परकीय धोरणांमध्ये झोकून दिले, ज्याचे सर्व उद्दिष्ट वाढवण्याच्या उद्देशाने होते, आणि सर्वांनी त्याच्या शेजाऱ्यांना नाराज करण्यासाठी समान गणना केली होती - सर्वांनी आवेशाने घेतले आणि निराश झाले. त्याने बॅरियर ट्रीटीपासून मुक्त होण्याचा प्रयत्न केला, ज्याने त्याच्या फ्लेमिश विषयांना शेल्डच्या नेव्हिगेशनपासून परावृत्त केले. जेव्हा त्याला फ्रान्सने विरोध केला तेव्हा तो ऑट्टोमन साम्राज्य आणि व्हेनिस प्रजासत्ताकच्या विभाजनासाठी रशियन साम्राज्याशी युती करण्याच्या इतर योजनांकडे वळला. शेजाऱ्यांच्या आणि विशेषतः फ्रान्सच्या विरोधाला तोंड देत या योजनाही सोडून द्याव्या लागल्या. त्यानंतर जोसेफने बव्हेरिया मिळविण्याचे प्रयत्न पुन्हा सुरू केले - यावेळी ऑस्ट्रियन नेदरलँड्ससाठी देवाणघेवाण करून - आणि प्रशियाच्या फ्रेडरिक II ने आयोजित केलेल्या फर्स्टनबंडच्या निर्मितीलाच उत्तेजन दिले.

त्याच्या संपूर्ण साम्राज्यातील अभिजाततेने त्याच्या करविषयक धोरणांचा आणि त्याच्या समतावादी आणि निरंकुश वृत्तीचा मोठ्या प्रमाणात विरोध केला होता. व्हिएन्ना मध्ये वैयक्तिक नियम. सामान्य लोक सुखी नव्हते. त्यांच्या दैनंदिन जीवनातील प्रत्येक तपशिलात सम्राटाच्या हस्तक्षेपाचा त्यांना तिरस्कार वाटत असे. असे दिसते की, जोसेफ हॅब्सबर्ग साम्राज्याच्या धोरणांमध्ये लोकांच्या भल्याच्या ऐवजी त्याच्या स्वतःच्या निकषांवर आणि वैयक्तिक कलांच्या आधारावर सुधारणा करत होता. गुप्त पोलिसांनी लागू केलेल्या जोसेफच्या अनेक नियमांवरून, ऑस्ट्रियन लोकांना असे वाटले की जणू जोसेफ त्यांच्या पात्रांमध्ये तसेच त्यांच्या संस्थांमध्ये सुधारणा करण्याचा प्रयत्न करत आहे. जोसेफच्या मृत्यूच्या काही आठवड्यांपूर्वी, इम्पीरियल पोलिसांच्या संचालकाने त्याला कळवले: "सर्व वर्ग आणि अगदी ज्यांना सार्वभौम राज्याचा सर्वात जास्त आदर आहे, ते असंतोष आणि नाराज आहेत.

मृत्यू

नोव्हेंबर 1788 मध्ये, जोसेफ बिघडलेल्या तब्येतीने व्हिएन्नाला परतला आणि त्याला सोडून दिले गेले. त्यांचे मंत्री कौनिट्झ यांनी त्यांच्या आजारी खोलीला भेट देण्यास नकार दिला आणि दोन वर्षे त्यांना पाहिले नाही. त्याचा भाऊ लिओपोल्ड फ्लॉरेन्स येथे राहिला. शेवटी, थकलेल्या आणि तुटलेल्या मनाच्या योसेफने ओळखले की त्याचे सेवक त्याच्या योजना पूर्ण करू शकत नाहीत किंवा करणार नाहीत.

20 फेब्रुवारी 1790 रोजी जोसेफचा मृत्यू झाला. त्याला व्हिएन्ना येथील इम्पीरियल क्रिप्टमधील थडग्या क्रमांक 42 मध्ये पुरण्यात आले. त्याने विचारले की त्याचे प्रतिज्ञापत्र असे वाचले: "येथे एक शासक आहे जो त्याच्या सर्वोत्तम हेतू असूनही, त्याच्या सर्व प्रयत्नांमध्ये अयशस्वी ठरला." (Hier liegt ein Fürst, der trotz der besten Meinung keiner seiner Pläne durchsetzen Konnte मूळ जर्मन भाषेत).

जोसेफ नंतर त्याचा भाऊ लिओपोल्ड दुसरा आला.

कलांचे संरक्षक

त्याच्या काळातील अनेक "प्रबुद्ध तानाशाह" प्रमाणे, जोसेफ हा कलेचा प्रेमी आणि संरक्षक होता आणि तो तसाच लक्षात ठेवला जातो. त्याला "म्युझिकल किंग" म्हणून ओळखले जात असे आणि ऑस्ट्रियन उच्च संस्कृतीला अधिक जर्मनिक अभिमुखतेकडे नेले. त्यांनी मोझार्टकडून जर्मन भाषेतील ऑपेरा डाय एंटफुहरुंग ऑस डेम सेरेल सुरू केला. तरुण लुडविग व्हॅन बीथोव्हेनला त्याच्यासाठी एक अंत्यसंस्कार कॅनटाटा लिहिण्याची जबाबदारी देण्यात आली होती, परंतु त्याच्या तांत्रिक अडचणीमुळे ते केले गेले नाही.

जोसेफ पीटर शॅफरच्या ॲमेडियस नाटक आणि त्यावर आधारित चित्रपटात ठळकपणे वैशिष्ट्यीकृत आहे. चित्रपटाच्या आवृत्तीत, तो अभिनेता जेफ्री जोन्सने एक चांगला अर्थपूर्ण परंतु काहीसा गोंधळलेला, मर्यादित परंतु उत्साही संगीत कौशल्याचा राजा म्हणून चित्रित केला आहे, ज्याला सलीरीने सहज हाताळले आहे; तथापि, शॅफरने हे स्पष्ट केले आहे की त्याचे नाटक अनेक बाबतीत काल्पनिक आहे आणि ऐतिहासिक वास्तव चित्रित करण्याचा हेतू नाही. जोसेफची भूमिका डॅनी हस्टनने 2006 च्या मेरी अँटोइनेट चित्रपटात केली होती.

जोसेफने व्हिएन्नाच्या बचावात्मक ग्लेसिसचे सार्वजनिक उद्यानात रूपांतर केले. व्हिएन्नाच्या ऐतिहासिक केंद्राचे रक्षण करणाऱ्या मध्ययुगीन भिंती सुमारे 500 मीटर रुंद खंदक आणि हिमनदींनी वेढलेल्या होत्या, ज्यांना संरक्षणात्मक हेतूंसाठी वनस्पती आणि इमारतींपासून दूर ठेवण्यात आले होते. जोसेफच्या नेतृत्वाखाली खड्डा भरला गेला आणि ग्लॅसिसमधून कॅरेज ड्राईव्ह आणि पायवाट बांधले गेले आणि परिसरात शोभेची झाडे लावली गेली आणि कंदील आणि बेंच दिले गेले. ही हिरवीगार सार्वजनिक जागा १९व्या शतकाच्या उत्तरार्धापर्यंत टिकून राहिली, जेव्हा तेथे रिंगस्ट्रास आणि त्याच्याशी संबंधित इमारती बांधल्या गेल्या.

29

सुलेमान द मॅग्निफिसेंट

सुलेमान द मॅग्निफिसेंट

सुलेमान पहिला 6 नोव्हेंबर 1494 - 6 सप्टेंबर 1566), सामान्यतः पश्चिमेकडील सुलेमान द मॅग्निफिशेंट आणि सुलेमान द म्हणून ओळखले जाते कायदा देणारा, 1520 पासून ऑट्टोमन साम्राज्याचा दहावा आणि सर्वाधिक काळ राज्य करणारा सुलतान होता 1566 मध्ये त्याचा मृत्यू होईपर्यंत. त्याच्या प्रशासनाखाली, ऑट्टोमन खलिफतेने किमान 25 दशलक्ष लोकांवर राज्य केले.

सुलेमानने 30 सप्टेंबर 1520 रोजी सुलतान म्हणून त्याचे वडील, सेलिम प्रथम, नंतर गादीवर बसले आणि मध्य युरोप आणि भूमध्यसागरातील ख्रिश्चन शक्तींच्या विरोधात मोहिमांसह त्याच्या कारकिर्दीची सुरुवात केली. 1521 मध्ये बेलग्रेड आणि 1522-23 मध्ये रोड्स बेट त्याच्या हाती पडले. मोहाक येथे, ऑगस्ट 1526 मध्ये, सुलेमानने हंगेरीचे लष्करी सामर्थ्य तोडले.

सुलेमान हा 16व्या शतकातील युरोपचा एक प्रमुख सम्राट बनला, जो ऑटोमन साम्राज्याच्या आर्थिक, लष्करी आणि राजकीय सामर्थ्याच्या शिखरावर होता. 1529 मध्ये व्हिएन्नाच्या वेढ्यात त्याच्या विजयाची तपासणी होण्यापूर्वी बेलग्रेड आणि ऱ्होड्स तसेच हंगेरीतील बहुतेक ख्रिश्चन किल्ले जिंकण्यासाठी सुलेमानने वैयक्तिकरित्या ऑट्टोमन सैन्याचे नेतृत्व केले. त्याने साफविदांशी झालेल्या संघर्षात मध्यपूर्वेचा बराचसा भाग ताब्यात घेतला. उत्तर आफ्रिका अल्जेरियापर्यंत पश्चिमेला. त्याच्या राजवटीत, ऑट्टोमन ताफ्याने भूमध्य समुद्रापासून तांबड्या समुद्रापर्यंत आणि पर्शियन गल्फमधून समुद्रावर वर्चस्व गाजवले.

विस्तारणाऱ्या साम्राज्याच्या नेतृत्वाखाली, सुलेमानने वैयक्तिकरित्या समाज, शिक्षण, कर आकारणी आणि गुन्हेगारी कायद्याशी संबंधित मोठे न्यायिक बदल घडवून आणले. साम्राज्याचे मुख्य न्यायिक अधिकारी एबुसुद एफेंडी यांच्या संयोगाने केलेल्या त्याच्या सुधारणांनी, सुल्तानिक (कानून) आणि धार्मिक (शरिया) या दोन प्रकारच्या तुर्क कायद्यातील संबंध सुसंवाद साधला. तो एक प्रतिष्ठित कवी आणि सुवर्णकार होता; ऑट्टोमन साम्राज्याच्या कलात्मक, साहित्यिक आणि वास्तुशिल्पाच्या विकासामध्ये "सुवर्ण" युगाची देखरेख करत ते संस्कृतीचे महान संरक्षक बनले.

ऑट्टोमन परंपरेचा भंग करून, सुलेमानने हुर्रेम सुलतानशी लग्न केले, त्याच्या हॅरेममधील एक स्त्री, रूथेनियन वंशाची एक ऑर्थोडॉक्स ख्रिश्चन जिने इस्लाम स्वीकारला आणि तिच्या लाल केसांमुळे पाश्चिमात्यांमध्ये रोक्सेलाना नावाने प्रसिद्ध झाली. त्यांचा मुलगा, सेलीम दुसरा, 46 वर्षांच्या शासनानंतर 1566 मध्ये सुलेमानच्या मृत्यूनंतर गादीवर आला. सुलेमानचे इतर संभाव्य वारस, मेहमेद आणि मुस्तफा यांचा मृत्यू झाला होता; १५४३ मध्ये मेहमेदचा चेचकाने मृत्यू झाला होता आणि १५५३ मध्ये सुलतानच्या आदेशानुसार मुस्तफाचा गळा दाबून खून करण्यात आला होता. 1561 मध्ये सुलेमानच्या आदेशानुसार त्याचा दुसरा मुलगा बायझिदला, बायझिदच्या चार मुलांसह, बंडानंतर फाशी देण्यात आली. जरी विद्वान त्याच्या मृत्यूनंतर कमी होण्याऐवजी "संकट आणि अनुकूलन" यांना प्राधान्य देतात, सुलेमानच्या कारकिर्दीचा शेवट ऑट्टोमन इतिहासात एक जलसमाधी होता. सुलेमानच्या नंतरच्या दशकांमध्ये, साम्राज्याने महत्त्वपूर्ण राजकीय, संस्थात्मक आणि आर्थिक बदल अनुभवण्यास सुरुवात केली, ज्याला ऑट्टोमन साम्राज्याचे परिवर्तन म्हणून संबोधले जाते.

प्रारंभिक जीवन

सुलेमानचा जन्म काळ्या समुद्राच्या दक्षिणेकडील किनारपट्टीवरील ट्रॅबझोन येथे सेहजादे सेलीम (नंतर सेलीम पहिला) येथे झाला, बहुधा 6 नोव्हेंबर 1494 रोजी, जरी ही तारीख पूर्ण खात्रीने किंवा पुराव्यासह ज्ञात नाही. त्याची आई हफसा सुलतान होती, ती अज्ञात मूळची इस्लाम धर्म स्वीकारणारी होती, ज्याचा मृत्यू 1534 मध्ये झाला. वयाच्या सातव्या वर्षी, सुलेमानने कॉन्स्टँटिनोपलमधील शाही टोपकापी पॅलेसच्या शाळांमध्ये विज्ञान, इतिहास, साहित्य, धर्मशास्त्र आणि लष्करी डावपेचांचा अभ्यास सुरू केला. एक तरुण असताना, त्याने परगली इब्राहिम या ग्रीक गुलामाशी मैत्री केली, जो नंतर त्याच्या सर्वात विश्वासू सल्लागारांपैकी एक बनला (परंतु नंतर सुलेमानच्या आदेशानुसार त्याला फाशी देण्यात आली). वयाच्या सतराव्या वर्षी, प्रथम काफा (थिओडोसिया), नंतर मनिसाचा गव्हर्नर म्हणून त्यांची नियुक्ती करण्यात आली, एडिर्न येथे अल्पकाळ कार्यकाळ होता.

प्रवेश

त्याच्या वडिलांच्या मृत्यूनंतर, सेलिम प्रथम (आर. १५१२-१५२०), सुलेमानने कॉन्स्टँटिनोपलमध्ये प्रवेश केला आणि दहावा ऑट्टोमन सुलतान म्हणून सिंहासनावर बसला. सुलेमानचे प्रारंभिक वर्णन, त्याच्या पदग्रहणानंतरच्या काही आठवड्यांनंतर, व्हेनेशियन राजदूत बार्टोलोमियो कॉन्टारिनी यांनी प्रदान केले होते:

सुलतान फक्त पंचवीस वर्षांचा आहे खरेतर जुना, उंच आणि सडपातळ पण कणखर, पातळ आणि हाडाचा चेहरा. चेहऱ्यावरील केस स्पष्ट दिसत आहेत, परंतु केवळ क्वचितच. सुलतान मैत्रीपूर्ण आणि चांगल्या विनोदात दिसतो. अफवा अशी आहे की सुलेमानचे नाव योग्य आहे, त्याला वाचनाची आवड आहे, तो ज्ञानी आहे आणि चांगला निर्णय दर्शवतो."

लष्करी मोहिमा

आपल्या वडिलांच्या उत्तराधिकारी झाल्यानंतर, सुलेमानने लष्करी विजयांची मालिका सुरू केली, अखेरीस 1521 मध्ये ऑट्टोमन-नियुक्त गव्हर्नरच्या नेतृत्वाखाली बंड झाले. सुलेमानने लवकरच हंगेरीच्या राज्यातून बेलग्रेड जिंकण्याची तयारी केली—काहीतरी त्याचे पणजोबा या प्रदेशात जॉन हुन्यादीच्या भक्कम बचावामुळे मेहमेद दुसरा हे साध्य करण्यात अपयशी ठरला होता. अल्बेनियन, बोस्नियाक, बल्गेरियन, बायझेंटाईन्स आणि सर्ब यांच्या पराभवानंतर हंगेरियन आणि क्रोएट्स यांना काढून टाकण्यासाठी ते पकडणे महत्त्वाचे होते, जे युरोपमधील ऑट्टोमनच्या पुढील यशाला रोखू शकणारी एकमेव शक्तिशाली शक्ती राहिले. सुलेमानने बेलग्रेडला वेढा घातला आणि डॅन्यूबमधील एका बेटावरून जोरदार बॉम्बस्फोटांची मालिका सुरू केली. बेलग्रेड, फक्त 700 लोकांची चौकी असलेले, आणि हंगेरीकडून कोणतीही मदत न मिळाल्याने, ऑगस्ट 1521 मध्ये पडली.

हंगेरी आणि ऑस्ट्रियाचा रस्ता मोकळा होता, परंतु सुलेमानने त्याचे लक्ष त्याऐवजी पूर्व भूमध्यसागरीय बेट रोड्सकडे वळवले, जे नाईट्स हॉस्पिटलरचे मूळ तळ आहे. सुलेमानने एक मोठा तटबंदी, मारमारिस किल्ला बांधला, जो ऑट्टोमन नौदलाचा तळ होता. रोड्सच्या पाच महिन्यांच्या वेढा (१५२२) नंतर, ऱ्होड्सने शरणागती पत्करली आणि सुलेमानने नाईट्स ऑफ रोड्सला जाण्याची परवानगी दिली. बेटावर विजय मिळवण्यासाठी ओटोमनला 50,000 ते 60,000 युद्ध आणि आजारपणामुळे मृत्यू झाला (ख्रिश्चन दावे 64,000 ऑट्टोमन युद्ध मृत्यू आणि 50,000 रोग मृत्यू).

एझ्टरगॉमचा ओट्टोमन वेढा (१५४३)

हंगेरी आणि ऑट्टोमन साम्राज्य यांच्यातील संबंध बिघडत असताना, सुलेमानने मध्य युरोपमध्ये आपली मोहीम पुन्हा सुरू केली आणि २९ ऑगस्ट १५२६ रोजी त्याने मोहाकच्या लढाईत हंगेरीच्या लुई II (१५०६-१५२६) चा पराभव केला. किंग लुईच्या निर्जीव शरीराला भेटल्यावर, सुलेमानने शोक व्यक्त केला असे म्हटले जाते: "मी खरोखरच त्याच्या विरोधात आलो होतो; परंतु जीवनाची आणि राजेशाहीची मिठाई चाखण्याआधी तो अशा प्रकारे कापला जावा अशी माझी इच्छा नव्हती." सुलेमान हंगेरीमध्ये प्रचार करत असताना, मध्य अनातोलिया (सिलिसियामध्ये) तुर्कमेन जमातींनी कालेंदर सेलेबीच्या नेतृत्वाखाली उठाव केला.

कायदेशीर आणि राजकीय सुधारणा

सुलतान सुलेमान हा पश्चिमेला "भव्य" म्हणून ओळखला जात असताना, तो नेहमी त्याच्या ऑट्टोमन प्रजेसाठी कानुनी सुलेमान किंवा "कायदेशीर" होता. साम्राज्याचा अधिलिखित कायदा शरीयत किंवा पवित्र कायदा होता, जो इस्लामचा दैवी कायदा म्हणून बदलण्याच्या सुलतानच्या अधिकाराबाहेर होता. तरीही कानून म्हणून ओळखले जाणारे वेगळे कायद्याचे क्षेत्र एकट्या सुलेमानच्या इच्छेवर अवलंबून होते, ज्यामध्ये फौजदारी कायदा, जमीनीचा कार्यकाळ आणि कर आकारणी यासारख्या क्षेत्रांचा समावेश होता. त्याच्या आधीच्या नऊ ऑट्टोमन सुलतानांनी दिलेले सर्व निवाडे त्याने एकत्र केले. डुप्लिकेशन्स काढून टाकल्यानंतर आणि परस्परविरोधी विधानांमधून निवड केल्यानंतर, त्याने इस्लामच्या मूलभूत कायद्यांचे उल्लंघन होणार नाही याची काळजी घेत असताना एकच कायदेशीर कोड जारी केला. या चौकटीतच सुलेमानने, त्याच्या ग्रँड मुफ्ती एबुसुदने समर्थित, वेगाने बदलणाऱ्या साम्राज्याशी जुळवून घेण्यासाठी कायद्यात सुधारणा करण्याचा प्रयत्न केला. जेव्हा कानून कायद्यांनी त्यांचे अंतिम स्वरूप प्राप्त केले तेव्हा कायद्याची संहिता कानून-इ उस्मानी , किंवा "ऑटोमन कायदे" म्हणून ओळखली जाऊ लागली. सुलेमानची कायदेशीर संहिता तीनशे वर्षांहून अधिक काळ टिकणार होती.

सुलतानने पुढील शतके आपल्या साम्राज्यातील ज्यू प्रजेचे रक्षण करण्याची भूमिका बजावली. 1553 च्या उत्तरार्धात किंवा 1554 मध्ये, त्याच्या आवडत्या डॉक्टर आणि दंतचिकित्सक, स्पॅनिश ज्यू मोझेस हॅमनच्या सूचनेनुसार, सुलतानने एक फर्मान जारी केला औपचारिकपणे ज्यूंच्या विरोधात रक्तपाताचा निषेध केला. शिवाय, सुलेमानने नवीन गुन्हेगारी आणि पोलिस कायदे लागू केले, विशिष्ट गुन्ह्यांसाठी दंडाचा एक संच निर्धारित केला, तसेच मृत्यू किंवा विच्छेदन आवश्यक असलेल्या घटना कमी केल्या. कर आकारणीच्या क्षेत्रात, प्राणी, खाणी, व्यापारातील नफा आणि आयात-निर्यात शुल्कासह विविध वस्तू आणि उत्पादनांवर कर आकारले जात होते.

उच्च माध्यमिकांनी विद्यापीठ दर्जाचे शिक्षण दिले, ज्यांचे पदवीधर इमाम किंवा शिक्षक बनले. शैक्षणिक केंद्रे बहुधा मशिदींच्या प्रांगणाच्या आजूबाजूच्या अनेक इमारतींपैकी एक होती, इतरांमध्ये लायब्ररी, बाथ, सूप किचन, निवासस्थाने आणि लोकांच्या फायद्यासाठी रुग्णालये यांचा समावेश होता.

सुलेमान अंतर्गत कला

सुलेमानच्या आश्रयाखाली, ऑट्टोमन साम्राज्याने आपल्या सांस्कृतिक विकासाच्या सुवर्णयुगात प्रवेश केला. टोपकापी पॅलेस या इम्पीरियल सीटवर शेकडो शाही कलात्मक संस्था (ज्याला एहल-आय हिरेफ, "कारागीरांचा समुदाय" म्हणतात) प्रशासित होते. अप्रेंटिसशिपनंतर, कलाकार आणि कारागीर त्यांच्या क्षेत्रात प्रगती करू शकत होते आणि त्यांना त्रैमासिक वार्षिक हप्त्यांमध्ये समान वेतन दिले जाते. पेरोल रजिस्टर्स जी टिकून आहेत ती सुलेमानच्या कलेच्या संरक्षणाच्या व्यापकतेची साक्ष देतात, 1526 मधील सर्वात जुने दस्तऐवज 600 पेक्षा जास्त सदस्य असलेल्या सोसायट्यांची यादी करतात. एहल-इ हिरेफने साम्राज्यातील सर्वात प्रतिभावान कारागीरांना सुलतानच्या दरबारात आकर्षित केले, दोन्ही इस्लामिक जगातून आणि युरोपमधील अलीकडे जिंकलेल्या प्रदेशांमधून, अरबी, तुर्की आणि युरोपीय संस्कृतींचे मिश्रण होते. 6 दरबाराच्या सेवेतील कारागीरांमध्ये चित्रकार, पुस्तक बांधणारे, फरियर, ज्वेलर्स आणि सोनार यांचा

समावेश होता. पूर्वीच्या राज्यकर्त्यांवर पर्शियन संस्कृतीचा प्रभाव होता (सुलेमानचे वडील, सेलिम प्रथम, पर्शियन भाषेत कविता लिहित होते), सुलेमानच्या कलेच्या संरक्षणामुळे ओट्टोमन साम्राज्याने स्वतःचा कलात्मक वारसा सांगितला

मृत्यू

6 सप्टेंबर 1566 रोजी, हंगेरीच्या मोहिमेचे नेतृत्व करण्यासाठी कॉन्स्टँटिनोपलहून निघालेल्या सुलेमानचा वयाच्या ७१ व्या वर्षी हंगेरीतील सिगेटवरच्या वेढा येथे ओट्टोमन विजयापूर्वी मृत्यू झाला आणि त्याचा ग्रँड व्हिजियर सोकोल्लू मेहमेद पाशा याने सेलीम II च्या राज्याभिषेकासाठी माघार घेत असताना त्याचा मृत्यू गुप्त ठेवला. सुलतानचा मृतदेह दफन करण्यासाठी इस्तंबूलला परत नेण्यात आला, तर त्याचे हृदय, यकृत आणि इतर काही अवयव सिगेटव्हरच्या बाहेर टर्बेकमध्ये पुरण्यात आले. दफन स्थळाच्या वर बांधलेली समाधी एक पवित्र स्थान आणि तीर्थक्षेत्र म्हणून ओळखली गेली. एका दशकात त्याच्या जवळ एक मशीद आणि सुफी धर्मशाळा बांधण्यात आली आणि अनेक डझनभर पुरुषांच्या पगारदार चौकीद्वारे या जागेचे संरक्षण करण्यात आले

वारसा

सुलेमानच्या वारशाची निर्मिती त्याच्या मृत्यूपूर्वीच सुरू झाली. त्याच्या संपूर्ण कारकिर्दीत सुलेमानची स्तुती करण्यासाठी आणि एक आदर्श शासक म्हणून त्याची प्रतिमा तयार करण्यासाठी साहित्यिक कामे केली गेली, सर्वात लक्षणीय म्हणजे 1534 ते 1557 या काळात साम्राज्याचे कुलपती सेललजादे मुस्तफा यांनी. नंतरच्या ऑट्टोमन लेखकांनी सुलेमानची ही आदर्श प्रतिमा नावाच्या सल्ले साहित्याच्या जवळच्या पूर्वेकडील साहित्य प्रकारात लागू केली, सुलतानांना त्यांच्या शासनाच्या मॉडेलशी सुसंगत राहण्यासाठी आणि साम्राज्याच्या संस्थांना त्यांच्या सोळाव्या शतकातील स्वरुपात राखण्यासाठी आग्रह केला. असे लेखक सोळाव्या शतकाच्या मध्यानंतर साम्राज्याच्या राजकीय आणि संस्थात्मक परिवर्तनाच्या विरोधात मागे ढकलत होते आणि साम्राज्याच्या अधःपतनाचा पुरावा म्हणून सुलेमानच्या काळात अस्तित्वात असलेल्या सर्वसामान्य प्रमाणापासून विचलनाचे चित्रण केले होते. पाश्चात्य इतिहासकार, हे 'अधोगती लेखक' एका प्रस्थापित साहित्यिक शैलीत काम करत होते आणि साम्राज्यावर टीका करण्यामागे त्यांची वैयक्तिक कारणे होती हे ओळखण्यात अपयशी ठरल्याने, त्यांनी त्यांचे दावे फार पूर्वीपासून मान्य केले आणि परिणामी साम्राज्य अधोगतीच्या काळात प्रवेश करत असल्याची कल्पना स्वीकारली. सुलेमानच्या मृत्यूनंतर.1980 च्या दशकापासून या दृष्टिकोनाचे पूर्णपणे पुनर्परीक्षण केले गेले आहे आणि आधुनिक विद्वानांनी "असत्य मिथक" असे लेबल लावत, नाकारण्याची कल्पना जबरदस्तपणे नाकारली आहे.

सुलेमानच्या विजयांनी साम्राज्यातील प्रमुख मुस्लिम शहरे (जसे की बगदाद), अनेक बाल्कन प्रांत (आजचे क्रोएशिया आणि हंगेरीपर्यंत पोहोचलेले) आणि उत्तर आफ्रिकेतील बहुतांश भाग ताब्यात घेतला. युरोपमध्ये त्याच्या विस्तारामुळे ऑट्टोमन तुर्कांना युरोपीय शक्तीच्या समतोलमध्ये एक शक्तिशाली उपस्थिती मिळाली. खरंच, सुलेमानच्या कारकिर्दीत ओट्टोमन साम्राज्याचा असा समजला धोका होता की ऑस्ट्रियाच्या राजदूत बुसबेकने युरोपच्या आसन्न विजयाबद्दल चेतावणी दिली: " तुर्कांच्या बाजूला बलाढ्य साम्राज्याची संसाधने आहेत, सामर्थ्य कमकुवत आहे, विजयाची सवय, सहनशक्ती आहे. परिश्रम, एकता, शिस्त, काटकसर आणि जागरुकता ... याचा परिणाम काय होईल याबद्दल आपण शंका घेऊ शकतो का? ... जेव्हा तुर्क पर्शियाशी स्थायिक होतील तेव्हा ते संपूर्ण पूर्वेकडील सामर्थ्याने आपल्या गळ्यात उडतील; किती अप्रस्तुत आम्ही असे म्हणण्याची हिंमत नाही." सुलेमानचा वारसा मात्र केवळ लष्करी क्षेत्रात नव्हता. फ्रेंच प्रवासी जीन डी थेवेनॉट एका शतकानंतर "देशाचा मजबूत कृषी आधार, शेतकऱ्यांचे कल्याण, मुख्य खाद्यपदार्थांची विपुलता आणि सुलेमानच्या सरकारमधील संघटनेची प्रमुखता" याचा साक्षीदार आहे.

त्याच्या मृत्यूच्या तीस वर्षांनंतरही, इंग्रजी नाटककार विल्यम शेक्सपियरने द मर्चंट ऑफ व्हेनिसमध्ये "सुलतान सोलीमन" याला लष्करी प्रॉडिजी म्हणून उद्धृत केले होते, जिथे मोरोक्कोच्या राजकुमाराने तीन लढायांमध्ये सुलेमानचा पराभव केला असे सांगून त्याच्या पराक्रमाबद्दल बढाई मारली.

न्यायालयीन संरक्षणाच्या वितरणाद्वारे, सुलेमानने ऑट्टोमन कलेतील सुवर्णयुगाचे अध्यक्षपदही भूषवले, स्थापत्यशास्त्र, साहित्य, कला, धर्मशास्त्र आणि तत्वज्ञान या क्षेत्रांत अफाट कामगिरीचे साक्षीदार होते. आज बॉस्फोरस आणि आधुनिक तुर्की आणि पूर्वीच्या ओटोमन प्रांतातील अनेक शहरांची क्षितीज, मिमार सिनानच्या वास्तुशिल्पाने सुशोभित केलेली आहे. यापैकी एक, सुलेमानी मशीद, सुलेमानचे अंतिम विश्रांतीचे ठिकाण आहे: त्याला मशिदीला जोडलेल्या घुमटाच्या समाधीमध्ये दफन करण्यात आले आहे.

असे असले तरी, सुलेमानच्या कारकिर्दीचे मूल्यमापन वारंवार इतिहासाच्या महान मनुष्य सिद्धांताच्या सापळ्यात पडले आहे. या वयातील प्रशासकीय, सांस्कृतिक आणि लष्करी कामगिरी ही एकट्या सुलेमानचीच नाही, तर त्यांची सेवा करणाऱ्या अनेक प्रतिभावान व्यक्तिमत्त्वांचे उत्पादन होते, जसे की भव्य वजीर इब्राहिम पाशा आणि रुस्तेम पाशा, ग्रँड मुफ्ती एबुसूद एफेंडी, ज्यांनी प्रमुख भूमिका बजावली. कायदेशीर सुधारणांमध्ये भूमिका, आणि कुलपती आणि इतिहासकार सेलालजादे मुस्तफा, ज्यांनी नोकरशाहीच्या विस्तारामध्ये आणि सुलेमानचा वारसा तयार करण्यात प्रमुख भूमिका बजावली.

मी देवाचा गुलाम आणि या जगाचा सुलतान आहे. देवाच्या कृपेने मी मुहम्मदच्या समुदायाचा प्रमुख आहे. देवाचे सामर्थ्य आणि मुहम्मदचे चमत्कार हे माझे सहकारी आहेत. मी सुलेमान आहे, ज्याच्या नावाने मक्का आणि मदिना येथे हुतबे वाचले जाते. बगदादमध्ये मी

शाह आहे, बायझंटाईन साम्राज्यात सीझर आहे आणि इजिप्तमध्ये सुलतान आहे; जो आपले ताफा युरोप, मगरिब आणि भारताच्या समुद्रात पाठवतो. मी सुलतान आहे ज्याने हंगेरीचा मुकुट आणि सिंहासन घेतले आणि ते एका नम्र गुलामाला दिले. व्होइवोडा पेत्रूने बंड करून डोके वर काढले, परंतु माझ्या घोड्याच्या खुरांनी त्याला धूळ चारली आणि मी मोल्डोव्हियाचा देश जिंकला.

सुलेमान युनायटेड स्टेट्स कॅपिटलच्या हाऊस चेंबरच्या गॅलरीच्या दारांवरील 23 रिलीफ पोर्ट्रेटपैकी एकावर उपस्थित आहे ज्यात अमेरिकन कायद्याच्या आधारे तत्त्वे स्थापित करण्यासाठी त्यांच्या कार्यासाठी प्रसिद्ध असलेल्या ऐतिहासिक व्यक्तींचे चित्रण आहे.

30

रशियाचा पीटर पहिला

रशियाचा पीटर पहिला

Scan for Story Videos - www.itibook.com

पीटर I सर्वात सामान्यतः पीटर द ग्रेट म्हणून ओळखले जाणारे, रशियाचे एक सम्राट होते ज्याने त्याचे आधुनिकीकरण केले आणि ते बनवले. युरोपियन शक्ती. त्याने 27 एप्रिल 1682 पासून 1725 मध्ये त्याच्या मृत्यूपर्यंत रशियाच्या त्सारडॉमवर आणि नंतर रशियन साम्राज्यावर राज्य केले, 1696 पूर्वी त्याचा मोठा सावत्र भाऊ इव्हान व्ही सोबत संयुक्तपणे राज्य केले.

अनेक यशस्वी युद्धांद्वारे, त्याने अझोव्ह आणि बाल्टिक समुद्रातील बंदरे काबीज केली, इम्पीरियल रशियन नौदलासाठी पायाभरणी केली, बाल्टिकमधील निर्विवाद स्वीडिश वर्चस्व संपुष्टात आणले आणि त्सारडॉमच्या विस्ताराची सुरुवात मोठ्या साम्राज्यात केली जी एक प्रमुख युरोपीय शक्ती बनली. त्यांनी एका सांस्कृतिक क्रांतीचे नेतृत्व केले ज्याने काही परंपरावादी आणि मध्ययुगीन सामाजिक आणि राजकीय व्यवस्था बदलल्या ज्या आधुनिक, वैज्ञानिक, पाश्चात्य आणि प्रबोधनावर आधारित होत्या. पीटरच्या सुधारणांचा रशियावर कायमस्वरूपी प्रभाव पडला आणि रशियन सरकारच्या अनेक संस्थांनी त्यांचे मूळ त्याच्या कारकिर्दीत शोधले. त्याने 1721 मध्ये झारच्या जुन्या पदवीच्या जागी सम्राट ही पदवी स्वीकारली आणि सेंट पीटर्सबर्ग शहराची स्थापना आणि विकास केला, जे 1918 पर्यंत रशियाची राजधानी राहिले.

तथापि, स्थानिक उच्चभ्रूंची निर्मिती हे त्यांचे मुख्य प्राधान्य नव्हते आणि पहिले रशियन विद्यापीठ-सेंट पीटर्सबर्ग स्टेट युनिव्हर्सिटी-त्याच्या मृत्यूच्या एक वर्ष आधी, 1724 मध्ये स्थापन करण्यात आले. दुसरे, मॉस्को स्टेट युनिव्हर्सिटी, 30 वर्षांनंतर स्थापन झाले. त्याचा मृत्यू, त्याची मुलगी एलिझाबेथच्या कारकिर्दीत.

देवाच्या कृपेने, सर्व रशियाचा सर्वोत्कृष्ट आणि महान सार्वभौम सम्राट प्योत्र अलेक्सेविचः मॉस्कोचा, कीवचा, व्लादिमीरचा, नोव्हगोरोडचा, काझानचा झार, अस्त्रखानचा झार आणि सायबेरियाचा झार, पस्कोव्हचा सार्वभौम, स्मोलेन्स्कचा महान राजपुत्र, ट्वेरचा, युगोर्स्कचा, पर्मचा, व्याटकाचा, बल्गेरियाचा आणि इतरांचा, नोव्हगोरोड खालच्या भूमीचा सार्वभौम आणि महान राजपुत्र, चेर्निगोव्हचा, रियाझानचा, रोस्तोव्हचा, यारोस्लाव्हचा, बेलोझर्स्कचा, उदोराचा, कोंडियाचा आणि सर्व उत्तरेकडील भूभागांचा सार्वभौम, आणि इव्हेरियन भूमीचा सार्वभौम, कार्टलियन आणि जॉर्जियन राजांचा, काबार्डिन देशांचा, सर्केशियन आणि माउंटन राजपुत्रांचा आणि इतर अनेक राज्ये आणि पश्चिमेकडील आणि पूर्वेकडील भूभाग इकडे आणि तिकडे आणि उत्तराधिकारी आणि सार्वभौम आणि शासक.

प्रारंभिक जीवन

पीटरचे नाव प्रेषिताच्या नावावर ठेवण्यात आले आणि "चांगल्या आरोग्यासह, त्याच्या आईचे काळे, अस्पष्ट तातार डोळे आणि औबर्न केसांचा एक टफ्ट" असे नवजात म्हणून वर्णन केले गेले. त्याचे वडिल, रशियाचे झार ॲलेक्सिस, विशेषतः निकिता झोटोव्ह, पॅट्रिक गॉर्डन आणि पॉल मेनेशियस यांनी नियुक्त केलेल्या अनेक शिक्षकांकडून लहानपणापासूनच त्याचे शिक्षण झाले. 29 जानेवारी 1676 रोजी, एलेक्सिस मरण पावला, सार्वभौमत्व पीटरचा मोठा सावत्र भाऊ, रशियाच्या कमकुवत आणि आजारी फेडोर तिसराकडे सोडला. या संपूर्ण कालावधीत, सरकार मुख्यत्वे आर्टमॉन मॅटवीव, ॲलेक्सिसचे एक ज्ञानी मित्र, नॅरीश्किन कुटुंबाचे राजकीय प्रमुख आणि पीटरच्या बालपणीच्या सर्वात मोठ्या उपकारकांपैकी एक होते.

1682 मध्ये फियोडोर मरण पावला तेव्हा ही स्थिती बदलली. फियोडोरने एकही मूल न सोडल्यामुळे, मिलोस्लाव्स्की कुटुंबात (मारिया मिलोस्लाव्स्काया ही ॲलेक्सिस I ची पहिली पत्नी होती) आणि नॅरीश्किन कुटुंबात (नताल्या नारीश्किना त्यांची दुसरी होती) कोणाला वारसा मिळावा यावरून वाद निर्माण झाला. सिंहासन पीटरचा दुसरा सावत्र भाऊ, रशियाचा इव्हान व्ही, पुढच्या पंक्तीत होता, परंतु तो दीर्घकाळ आजारी आणि अशक्त मनाचा होता. परिणामी, बॉयर ड्यूमा (रशियन सरदारांची एक परिषद) ने 10 वर्षांच्या पीटरला झार बनण्यासाठी निवडले आणि त्याची आई रीजेंट होती.

लहानपणी पीटर द ग्रेट

ही व्यवस्था मॉस्कोच्या लोकांसमोर आणली गेली, जसे की प्राचीन परंपरेने मागणी केली आणि त्यास मान्यता देण्यात आली. ॲलेक्सिसच्या पहिल्या लग्नातील मुलींपैकी एक असलेल्या सोफियाने एप्रिल-मे १६८२ मध्ये स्ट्रेल्ट्सी (रशियातील उच्चभ्रू सैन्य दल) च्या बंडाचे नेतृत्व केले. त्यानंतरच्या संघर्षात पीटरच्या काही नातेवाईकांची आणि मित्रांची हत्या करण्यात आली, ज्यात मॅटवीव्ह आणि पीटर साक्षीदार होता. राजकीय हिंसाचाराच्या यापैकी काही कृत्ये.

स्ट्रेल्ट्सीने सोफिया, मिलोस्लावस्की (इव्हानचे कुळ) आणि त्यांच्या सहयोगींना पीटर आणि इव्हान यांना संयुक्त त्सार घोषित करण्याचा आग्रह धरणे शक्य केले आणि इव्हान यांना ज्येष्ठ म्हणून गौरवण्यात आले. त्यानंतर सोफियाने सार्वभौमांच्या अल्पसंख्याक काळात रीजेंट म्हणून काम केले आणि सर्व शक्ती वापरल्या. सात वर्षे तिने हुकूमशहा म्हणून राज्य केले. इव्हान आणि पीटर यांनी वापरलेल्या दुहेरी बसलेल्या सिंहासनाच्या मागील बाजूस एक मोठे छिद्र पाडण्यात आले. सोफिया सिंहासनाच्या मागे बसून ऐकत असे आणि पीटर श्रेष्ठांशी संभाषण करत असताना त्याला माहिती देत असे आणि प्रश्न आणि समस्यांना उत्तरे देत असे. हे सिंहासन मॉस्कोमधील क्रेमलिन आरमोरीमध्ये पाहिले जाऊ शकते.

इतरांनी त्याच्या नावाने राज्य केले याची पीटरला विशेष काळजी नव्हती. तो जहाजबांधणी आणि नौकानयन, तसेच त्याच्या खेळण्यांच्या सैन्यासह उपहासात्मक लढाई यासारख्या मनोरंजनांमध्ये गुंतला होता. पीटरच्या आईने त्याला अधिक पारंपारिक दृष्टिकोन स्वीकारण्यास भाग पाडण्याचा प्रयत्न केला आणि 1689 मध्ये युडोक्सिया लोपुखिनासोबत त्याचे लग्न लावले. लग्न अयशस्वी ठरले आणि दहा वर्षांनंतर पीटरने आपल्या पत्नीला नन बनण्यास भाग पाडले आणि अशा प्रकारे स्वत: ला संघातून मुक्त केले.

1689 च्या उन्हाळ्यात, पीटर, तत्कालीन वयाच्या 17, ने त्याची सावत्र बहीण सोफियाकडून सत्ता घेण्याची योजना आखली, ज्याची स्थिती रशियाच्या दक्षिणेकडील भूमीवर विनाशकारी क्रिमियन तातार आक्रमणे थांबवण्याच्या प्रयत्नात क्रिमियन खानतेविरूद्धच्या दोन अयशस्वी क्रिमियन मोहिमांमुळे कमकुवत झाली होती. . जेव्हा तिला त्याच्या डिझाईन्सबद्दल कळले, तेव्हा सोफियाने स्ट्रेल्ट्सीच्या काही नेत्यांसोबत कट रचला, ज्यांनी सतत अराजकता आणि मतभेद निर्माण केले. पीटर, स्ट्रेल्ट्सीच्या इतरांनी चेतावणी दिली, मध्यरात्री ट्रॉइटसे-सर्गीयेवा लाव्राच्या अभेद्य मठात पळून गेला; तेथे त्याने हळूहळू अनुयायी एकत्र केले ज्यांना वाटले की तो सत्ता संघर्ष जिंकेल. अखेरीस सोफियाचा पाडाव करण्यात आला, पीटर I आणि इव्हान V सह-झार म्हणून काम करत राहिले. पीटरने सोफियाला एका कॉन्व्हेंटमध्ये प्रवेश करण्यास भाग पाडले, जिथे तिने तिचे नाव आणि राजघराण्यातील सदस्य म्हणून तिचे स्थान सोडले.

तरीही, पीटरला रशियन कारभारावर प्रत्यक्ष नियंत्रण मिळवता आले नाही. त्याऐवजी त्याची आई नताल्या नारीश्किना यांनी शक्ती वापरली. 1694 मध्ये जेव्हा नताल्याचा मृत्यू झाला तेव्हाच पीटर, 22 वर्षांचा, स्वतंत्र सार्वभौम झाला. औपचारिकपणे, इव्हान पाचवा हा पीटरसोबत सह-शासक होता, जरी तो अप्रभावी होता. दोन वर्षांनंतर 1696 मध्ये इव्हानचा नर संततीशिवाय मृत्यू झाला तेव्हा पीटर हा एकमेव शासक बनला.

पीटर प्रौढ म्हणून अत्यंत उंच वाढला, विशेषत: त्या कालावधीसाठी, कथितरित्या 6 फूट 8 इंच (2.03 मीटर) उभा राहिला. पीटर, तथापि, एकंदर प्रमाणबद्ध उंचीची कमतरता आणि सामान्यतः त्या आकाराच्या माणसामध्ये आढळते. त्याचे हात आणि पाय दोन्ही लहान होते, उद्धरण आवश्यक आणि त्याचे खांदे त्याच्या उंचीसाठी अरुंद होते; त्याचप्रमाणे, त्याचे डोके त्याच्या उंच शरीरासाठी लहान होते. यामध्ये पीटरच्या चेहऱ्यावरील लक्षवेधी टिप्स जोडल्या गेल्या होत्या, आणि त्याला अपस्माराचा एक प्रकार असलेल्या पेटिट मॅल सीझरने ग्रासले असावे.

तरुणपणात, पीटरने पॅट्रिक गॉर्डन, फ्रांझ लेफोर्ट आणि रशियन सेवेतील इतर अनेक परदेशी लोकांशी मैत्री केली आणि मॉस्कोच्या जर्मन क्वार्टरमध्ये तो वारंवार पाहुणा होता, जिथे तो त्याच्या डच शिक्षिका अण्णा मॉन्सला भेटला.

राजवट

पीटरने रशियाचे आधुनिकीकरण करण्याच्या उद्देशाने व्यापक सुधारणा अंमलात आणल्या. पश्चिम युरोपमधील आपल्या सल्लागारांच्या प्रभावाखाली, पीटरने आधुनिक मार्गांवर रशियन सैन्याची पुनर्रचना केली आणि रशियाला सागरी शक्ती बनविण्याचे स्वप्न पाहिले. त्यांना या धोरणांना घरच्या घरी खूप विरोध झाला पण स्ट्रेल्ट्सी, बाश्कीर, अस्त्रखान आणि त्याच्या कारकीर्दीतील सर्वात मोठा नागरी उठाव, बुलाविन विद्रोह यासह त्याच्या अधिकाराविरुद्ध बंडखोरी निर्दयपणे दडपली.

पीटरने आपल्या दरबारात फ्रेंच आणि पाश्चिमात्य पोशाख सादर करून सामाजिक आधुनिकीकरणाची अंमलबजावणी केली आणि दरबारी, राज्य अधिकारी आणि सैन्याने दाढी मुंडवावी आणि आधुनिक कपड्यांच्या शैलीचा अवलंब करावा. हे साध्य करण्याचा एक मार्ग म्हणजे सप्टेंबर १६९८ मध्ये लांब दाढी आणि झगे यांच्यासाठी कर लागू करण्यात आला.

रशियाचे पाश्चिमात्यीकरण करण्याच्या प्रक्रियेत, त्याच्या कुटुंबातील सदस्यांनी इतर युरोपियन राजघराण्यांशी लग्न करावे अशी त्याची इच्छा होती. भूतकाळात, त्याच्या पूर्वजांनी या कल्पनेला खोडून काढले होते, परंतु आता ते फलदायी ठरत आहे. त्याने आपली भाची अण्णा इव्हानोव्हना हिच्याशी लग्न करण्यासाठी फ्रेडरिक विल्यम, ड्यूक ऑफ कौरलँडशी बोलणी केली. त्याने आपली नवीन राजधानी सेंट पीटर्सबर्ग लाँच करण्यासाठी लग्नाचा वापर केला, जिथे त्याने आधीच पाश्चिमात्य राजवाडे आणि इमारतींचे प्रकल्प तयार करण्याचे आदेश दिले होते. त्याची रचना करण्यासाठी पीटरने इटालियन आणि जर्मन वास्तुविशारदांना नियुक्त केले.

त्याच्या सुधारणांचा एक भाग म्हणून, पीटरने औद्योगिकीकरणाचा प्रयत्न सुरू केला जो मंद पण शेवटी यशस्वी झाला. रशियन उत्पादन आणि मुख्य निर्यात खाण आणि लाकूड उद्योगांवर आधारित होती. उदाहरणार्थ, शतकाच्या अखेरीस रशिया जगातील इतर कोणत्याही देशापेक्षा जास्त लोह निर्यात करू लागला.

समुद्रावरील आपल्या देशाची स्थिती सुधारण्यासाठी, पीटरने अधिक सागरी आउटलेट शोधले. त्यावेळी त्याचे एकमेव आउटलेट अर्खंगेल्स्क येथील पांढरा समुद्र होता. त्या वेळी बाल्टिक समुद्र उत्तरेकडील स्वीडनच्या नियंत्रणाखाली होता, तर काळा समुद्र आणि कॅस्पियन समुद्र हे दक्षिणेकडे अनुक्रमे ऑट्टोमन साम्राज्य आणि सफाविद साम्राज्याच्या नियंत्रणाखाली होते.

पीटरने काळ्या समुद्रावर नियंत्रण मिळवण्याचा प्रयत्न केला, ज्यासाठी आसपासच्या प्रदेशातून टाटारांना बाहेर काढावे लागेल. पोलंडबरोबरच्या कराराचा एक भाग म्हणून कीव रशियाकडे सोपवले, पीटरला क्रिमियन खान आणि खानचा अधिपती, ऑट्टोमन सुलतान विरुद्ध युद्ध करण्यास भाग पाडले गेले. डॉन नदीजवळील अझोव्हच्या ऑट्टोमन किल्ल्याचा ताबा घेणे हे पीटरचे प्राथमिक उद्दिष्ट होते.

1695 च्या उन्हाळ्यात पीटरने किल्ला घेण्यासाठी अझोव्ह मोहिमा आयोजित केल्या, परंतु त्याचे प्रयत्न अयशस्वी झाले.

पीटर नोव्हेंबर 1695 मध्ये मॉस्कोला परतला आणि एक मोठे नौदल तयार करण्यास सुरुवात केली. त्याने 1696 मध्ये ऑटोमन विरुद्ध सुमारे तीस जहाजे सोडली आणि त्याच वर्षी जुलैमध्ये अझोव्ह ताब्यात घेतला. 12 सप्टेंबर 1698 रोजी, पीटरने अधिकृतपणे अझोव्हच्या समुद्रावर टॅगनरोग नावाच्या पहिल्या रशियन नौदलाच्या तळाची स्थापना केली.

1718 नंतर, पीटरने परराष्ट्र व्यवहार, युद्ध, नौदल, खर्च, उत्पन्न, न्याय आणि तपासणी यासह सरकारच्या जुन्या केंद्रीय संस्थांच्या जागी महाविद्यालये स्थापन केली. नंतर इतर जोडले गेले. प्रत्येक महाविद्यालयात एक अध्यक्ष, एक उपाध्यक्ष, अनेक नगरसेवक आणि मूल्यांकनकर्ते आणि एक अधिवक्ता यांचा समावेश होता. विविध महाविद्यालयात काही परदेशी व्यक्तींचा समावेश होता पण अध्यक्ष म्हणून नाही. पीटरचा असा विश्वास होता की त्याच्याकडे विविध विभागांची संपूर्ण जबाबदारी सोपवण्यासाठी पुरेसे निष्ठावान आणि प्रतिभावान व्यक्ती नाहीत. पीटरने व्यक्तींच्या गटांवर अवलंबून राहणे पसंत केले जे एकमेकांवर लक्ष ठेवतील. बहुमताच्या मतावर निर्णय अवलंबून होते.

1722 मध्ये, पीटरने एक नवीन प्राधान्यक्रम तयार केला ज्याला टेबल ऑफ रँक्स म्हणून ओळखले जाते. पूर्वी, जन्मानुसार प्राधान्य निश्चित केले जात असे. बोयर्सना त्यांच्या उच्च पदांपासून वंचित ठेवण्यासाठी, पीटरने निर्देश दिले की योग्यता आणि सम्राटाच्या सेवेद्वारे प्राधान्य निश्चित केले पाहिजे. 1917 मध्ये रशियन राजेशाही उलथून टाकेपर्यंत रँकची सारणी प्रभावी राहिली.

पीटरने ठरवले की सर्व खानदानी मुलांनी काही लवकर शिक्षण घेतले पाहिजे, विशेषतः विज्ञानाच्या क्षेत्रात. म्हणून, 28 फेब्रुवारी 1714 रोजी, त्यांनी सक्तीच्या शिक्षणाची मागणी करणारा एक हुकूम जारी केला, ज्यामध्ये सर्व रशियन 10 ते 15 वर्षे वयोगटातील अभिजात वर्ग, सरकारी कारकून आणि कमी दर्जाच्या अधिकाऱ्यांनी मूलभूत गणित आणि भूमिती शिकणे आवश्यक आहे. त्यांच्या अभ्यासाच्या शेवटी विषयांवर चाचणी केली पाहिजे.

एके काळी दक्षिणेकडील शक्तिशाली पर्शियन सफविद साम्राज्याची अधोगती होत होती. फायदेशीर परिस्थितीचा फायदा घेत, पीटरने 1722-1723 चे रशिया-पर्शियन युद्ध सुरू केले, अन्यथा "पीटर द ग्रेटची पर्शियन मोहीम" म्हणून ओळखले जाते, ज्यामुळे काकेशस आणि कॅस्पियन समुद्राच्या प्रदेशात प्रथमच रशियन प्रभाव प्रचंड वाढला आणि ऑट्टोमन साम्राज्याला प्रदेशात प्रादेशिक लाभ मिळवण्यापासून रोखले. काकेशस आणि उत्तरेकडील मुख्य भूप्रदेशातील अनेक प्रांत आणि शहरे ताब्यात घेतल्यानंतर, सफविडांना डर्बेंट, शिरवान, गिलान, माझंदरन, बाकू आणि अस्त्राबाद यांचा समावेश असलेला प्रदेश रशियाला देण्यास भाग पाडले गेले. तथापि, बारा वर्षांच्या आत सर्व प्रदेश पर्शियाला परत दिले जातील, ज्याचे नेतृत्व आता करिष्माई लष्करी प्रतिभावान नादेर शाह करत आहे, अनुक्रमे रेश्त आणि गांजाच्या तहांचा एक भाग म्हणून आणि ऑट्टोमन साम्राज्याविरुद्ध रशिया-पर्शियन युती, जी होती. दोघांचा समान शत्रू.

सेंट पीटर्सबर्गमधील सुधारणांसाठी पीटरने नवीन कर सुरू केले. त्यांनी जमीन कर आणि घरगुती कर रद्द केला आणि त्यांच्या जागी मतदान कर लागू केला. जमिनीवर आणि घरांवरील कर केवळ मालमत्ता किंवा कुटुंबे सांभाळणाऱ्या व्यक्तींकडूनच देय होते; नवीन हेड टॅक्स, तथापि, दास आणि गरीबांना देय होते. 1725 मध्ये सेंट पीटर्सबर्ग जवळील पीटरहॉफ या राजवाड्याचे बांधकाम पूर्ण झाले. पीटरहॉफ ("पीटर्स कोर्ट" साठी डच) एक भव्य निवासस्थान होते, "रशियन व्हर्साय" म्हणून ओळखले जाऊ लागले.

आजारपण आणि मृत्यू

1723 च्या हिवाळ्यात, पीटर, ज्याचे एकंदर आरोग्य कधीही मजबूत नव्हते, त्याला मूत्रमार्गात आणि मूत्राशयात समस्या येऊ लागल्या. 1724 च्या उन्हाळ्यात, डॉक्टरांच्या एका पथकाने शस्त्रक्रिया करून चार पौंड अवरोधित मूत्र सोडले. उशिरा शरद ऋतूपर्यंत पीटर अंथरुणाला खिळून राहिला. ऑक्टोबरच्या पहिल्या आठवड्यात, अस्वस्थ आणि निश्चितपणे तो बरा झाला होता, पीटरने विविध प्रकल्पांची दीर्घ तपासणी दौरा सुरू केला. पौराणिक कथेनुसार, नोव्हेंबरमध्ये, काही लोखंडी बांधकामांची पाहणी करण्यासाठी फिनिश आखाताच्या बाजूने लख्ता येथे, पीटरने सैनिकांचा एक गट किनाऱ्याजवळ बुडताना पाहिला आणि जवळच्या कमरेच्या खोल पाण्यात जाऊन त्यांना वाचवले.

या बर्फाळ पाण्याच्या बचावामुळे पीटरच्या मूत्राशयाच्या समस्या वाढल्या आणि त्याचा मृत्यू झाला असे म्हटले जाते. तथापि, या कथेकडे काही इतिहासकारांनी संशयाने पाहिले आहे, असे निदर्शनास आणून दिले आहे की जर्मन इतिहासकार जेकब वॉन स्टेहलिन हा कथेचा एकमेव स्त्रोत आहे आणि असे दिसते की इतर कोणीही अशा वीरतेच्या कृत्याचे दस्तऐवजीकरण केले नसते. हे, तसेच या कृती आणि पीटरचा मृत्यू यांच्यातील कालांतराने कोणताही थेट संबंध टाळता येईल असे दिसते.

जानेवारी 1725 च्या सुरुवातीस, पीटरला पुन्हा एकदा युरेमियाचा त्रास झाला. अशी आख्यायिका आहे की बेशुद्ध पडण्यापूर्वी पीटरने एक कागद आणि पेन मागितला आणि एक अपूर्ण चिठ्ठी स्क्रॉल केली ज्यावर लिहिले होते: "सर्वांना सोडा ..." आणि नंतर, प्रयत्नांनी कंटाळलेल्या, आपली मुलगी अण्णाला बोलावण्यास सांगितले. नोट.

8 फेब्रुवारी 1725 रोजी पहाटे चार ते पाचच्या दरम्यान पीटरचा मृत्यू झाला. शवविच्छेदनात त्याच्या मूत्राशयाला गँग्रीनची लागण झाल्याचे स्पष्ट झाले. तो मरण पावला तेव्हा तो बावन्न वर्षांचा, सात महिन्यांचा होता, त्याने बेचाळीस वर्षे राज्य केले. त्याला सेंट पीटर आणि पॉल कॅथेड्रल, सेंट पीटर्सबर्ग, रशिया येथे दफन करण्यात आले.

31

राजा तुतानखामन

राजा तुतानखामन

Scan for Story Videos - www.itibook.com

तुतानखामन , इजिप्तोलॉजिकल उच्चार तुतनखामेन (c. 1341 - c. 1323 BC), सामान्यतः राजा तुत म्हणून ओळखला जातो, हा एक इजिप्शियन फारो होता जो 18 व्या राजवंशाच्या शेवटी राज्य करणारा त्याच्या राजघराण्यातील शेवटचा होता. पारंपारिक कालगणना) इजिप्शियन इतिहासाच्या नवीन साम्राज्यादरम्यान. त्याचे वडील फारो अखेनातेन असल्याचे मानले जाते, ज्याची कबर KV55 मध्ये सापडलेली ममी म्हणून ओळखली जाते. त्याची आई त्याच्या वडिलांची बहीण आहे, ज्याची ओळख डीएनए चाचणीद्वारे अज्ञात ममी म्हणून ओळखली जाते जिला KV35 मध्ये "द यंगर लेडी" म्हणून संबोधले जाते.

तुतानखामूनने वयाच्या आठ किंवा नऊ वर्षांच्या वयात त्याच्या अंतिम उत्तराधिकारी, आयच्या अभूतपूर्व वजीरपदाखाली सिंहासन घेतले, ज्यांच्याशी त्याचा संबंध असावा. त्याने आपल्या सावत्र बहिणी अंकेसेनामुनशी लग्न केले. त्यांच्या लग्नादरम्यान त्यांनी दोन मुली गमावल्या, एक गर्भधारणेच्या 5-6 महिन्यांत आणि दुसरी पूर्ण मुदतीच्या जन्मानंतर लवकरच. त्याची नावे—तुतानखातेन आणि तुतानखामून—अर्थात "एटेनची जिवंत प्रतिमा" आणि "अमुनची जिवंत प्रतिमा" असा समजला जातो, अखेनातेनच्या मृत्यूनंतर ॲटेनची जागा अमूनने घेतली. बॅटिस्कॉम्बे गनसह काही इजिप्तशास्त्रज्ञांचा असा विश्वास आहे की भाषांतर चुकीचे आणि "द-लाइफ-ऑफ-एटेन-इज-प्लेजिंग" च्या जवळ आहे किंवा प्रोफेसर गेर्हार्ड फेच यांच्या मते, "वन-परिपूर्ण-जीवन" असे वाचतात. -आतेन"

तुतानखामूनने प्राचीन इजिप्शियन धर्माचा त्याच्या वडिलांनी विघटन केल्यानंतर पुनर्संचयित केला, दोन महत्त्वाच्या पंथांच्या पुजारी आदेशांना समृद्ध आणि संपन्न केले आणि पूर्वीच्या अमरना काळात खराब झालेल्या जुन्या स्मारकांची पुनर्स्थापना सुरू केली. त्याने आपल्या वडिलांचे अवशेष व्हॅली ऑफ द किंग्जमध्ये पुरले आणि राजधानी अखेतातेन येथून पुन्हा थेबेस येथे हलवली. तुतानखामून हाडांच्या नेक्रोसिससह त्याच्या डाव्या पायाच्या विकृतीमुळे शारीरिकदृष्ट्या अक्षम होता, ज्यासाठी छडी वापरणे आवश्यक होते, त्यापैकी अनेक त्याच्या थडग्यात सापडले. त्याला स्कोलियोसिससह इतर आरोग्य समस्या होत्या आणि त्याला मलेरियाचे अनेक प्रकार झाले होते.

लॉर्ड कार्नार्व्हन यांनी अर्थसहाय्यित केलेल्या उत्खननात, तुतानखामनच्या जवळजवळ अखंड समाधीचा हॉवर्ड कार्टरने 1922 मध्ये शोध लावला, 9 त्याला जगभरातील प्रेस कव्हरेज मिळाले. 5,000 हून अधिक कलाकृतींसह, त्याने प्राचीन इजिप्तमध्ये नूतनीकरण केलेल्या लोकांची आवड निर्माण केली, ज्यासाठी तुतानखामनचा मुखवटा, आता इजिप्शियन संग्रहालयात, एक लोकप्रिय प्रतीक आहे. तुतानखामुनच्या ममीच्या शोधात सामील असलेल्या काही लोकांच्या मृत्यूचे श्रेय फारोच्या शापामुळे लोकप्रिय आहे. त्याचा काही खजिना अभूतपूर्व प्रतिसादाने जगभर फिरला आहे; इजिप्शियन सुप्रीम कौन्सिल ऑफ पुरातन वस्तूंनी 1961 पासून सुरू होणाऱ्या सहलींना परवानगी दिली. त्याच्या अखंड थडग्याचा शोध लागल्यापासून त्याला बोलचालीत "किंग तुत" असे संबोधले जाते.

तुतानखामून, ज्याचे मूळ नाव तुतानखातेन किंवा तुतानखुआतेन होते, त्याचा जन्म इजिप्तच्या अठराव्या राजवंशाच्या उत्तरार्धात अखेनातेनच्या कारकिर्दीत झाला होता. अखेनातेनच्या कारकिर्दीत प्राचीन इजिप्शियन धर्मात नाट्यमय बदल घडून आला, ज्याला एटेनिझम म्हणून ओळखले जाते, आणि राजधानीचे अमरनाच्या जागेवर स्थलांतर केले गेले, ज्याने या युगासाठी आधुनिक शब्दाला

अमरना कालावधी असे नाव दिले. अमरना कालखंडाच्या अखेरीस, रेकॉर्डमध्ये आणखी दोन फारो दिसतात जे वरवर पाहता अखेनातेनचे सह-राज्यकर्ते होते: नेफरनेफेरुतेन, एक महिला शासक जी अखेनातेनची पत्नी नेफर्टिटी किंवा त्याची मुलगी मेरिटेन असावी; आणि स्मेंखकरे, ज्यांना काही इजिप्तोलॉजिस्ट मानतात की नेफर्नेफेरुटेन सारखीच व्यक्ती होती परंतु बहुतेकांना ती वेगळी व्यक्ती मानतात. स्मेंखकरेच्या कारकिर्दीत अखेनातेनचा काळ टिकला की नाही हे अनिश्चित आहे, तर नेफर्नेफेरुटेन हे अखेनातेनच्या मृत्यूच्या काही काळापूर्वी सह-राज्यकर्ते बनले आणि त्यानंतर काही काळ राज्य केले असे मानले जाते.

हर्मोपोलिसच्या शिलालेखात "तुतानखुआतेन" चा "राजाचा मुलगा" असा उल्लेख आहे आणि तो सामान्यतः अखेनातेनचा मुलगा होता असे मानले जाते, जरी काहीजण त्याऐवजी स्मेंखकरे हे त्याचे वडील असल्याचे सुचवतात. तुतानखामुनच्या कारकिर्दीतील शिलालेख त्याला अखेनातेनचे वडील, आमेनहोटेप तिसरा यांचा मुलगा मानतात, परंतु हे केवळ तेव्हाच शक्य आहे जेव्हा अखेनातेनच्या वर्षांच्या कारकिर्दीत त्याच्या वडिलांसोबत दीर्घ सह-राज्याचा समावेश असेल, या शक्यतेला अनेक इजिप्तशास्त्रज्ञांनी एकेकाळी समर्थन दिले होते परंतु आता सोडले जात आहे.

अमरना येथील रॉयल मकबरावरुन मिळालेल्या मदतीच्या आधारे तुतानखामुनची आई मेकेतातेन होती, अखेनातेन आणि नेफर्टिटीची दुसरी मुलगी होती, असे काही सूचना केल्या गेल्या आहेत, ती साधारण 10 वर्षांची असल्याने ही शक्यता कमी मानली जाते. तिच्या मृत्यूची वेळ. नेफर्टिटीला त्याची आई म्हणून मदत करण्याच्या नावाचा आणखी एक अर्थ लावला. त्याच्या थडग्यात सापडलेल्या बॉक्सचे झाकण आणि राज्याभिषेक अंगरखा यांच्या पुनर्तपासणीच्या आधारे मेरिटाटेनला त्याची आई म्हणूनही पुढे केले गेले आहे. तुतानखामुनला माईया नावाच्या एका महिलेने ओले पाजले होते, तिला सक्कारा येथील तिच्या थडग्यावरून ओळखले जाते.

2008 मध्ये, कैरो विद्यापीठाच्या टीमने तुतानखामून आणि इतरांना न्यू किंगडम रॉयल्टी मानल्या गेलेल्या किंवा ओळखल्या जाणार्‍या ममी केलेल्या अवशेषांवर अनुवांशिक विश्लेषण केले गेले. परिणामांनी सूचित केले की त्याचे वडील थडगे KV55 मधील मम्मी होते, ज्याची ओळख अखेनातेन म्हणून ओळखली जाते, आणि त्याची आई ही थडगे KV35 मधील ममी होती, जी "यंगर लेडी" म्हणून ओळखली जाते, जी तिच्या पतीची पूर्ण बहीण असल्याचे आढळून आले. संघाने नोंदवले की हे 99.99 टक्के निश्चित आहे की Amenhotep III हा KV55 मधील व्यक्तीचा पिता होता, जो बदल्यात तुतानखामुनचा पिता होता. 2020 मध्ये प्रकाशित झालेल्या अधिक अलीकडील अनुवांशिक विश्लेषणातून असे दिसून आले आहे की, तुतानखामुनकडे YDNA R1b आणि mtDNA K हे हॅप्लोग्रुप होते, जे दोन्ही जवळच्या पूर्वेला उगम पावले. तो हा Y-हॅपलोग्रुप त्याचे वडील KV55 मम्मी (अखेनातेन), आणि आजोबा, अमेनहोटेप तिसरा आणि त्याचा mtDNA हॅप्लोग्रुप त्याची आई, द यंगर लेडी, त्याची आजी, तिये आणि त्याची आजी थुया यांच्यासोबत शेअर करतो. पूर्वीच्या अनुवांशिक अभ्यासाचे परिणाम. तुतानखमुन आणि अमेनहोटेप III चे प्रोफाइल अपूर्ण होते आणि विश्लेषणाने एकसंध एलील परिणाम असूनही भिन्न संभाव्यता आकडे तयार केले. KV55 ममीशी या दोन मर्मींचे संबंध पूर्वीच्या अभ्यासात पुष्टी झाल्यामुळे, KV55 डेटाच्या संपूर्ण प्रोफाइलवरून दोन्ही मर्मीचे हॅप्लोग्रुप अंदाज काढले जाऊ शकतात. द यंगर लेडीची ओळख अज्ञात आहे परंतु ती नेफर्टिटी असू शकत नाही, कारण ती अखेनातेनची बहीण असल्याचे ज्ञात नव्हते. तथापि, मार्क गॅबोल्डे आणि एडन डॉडसन सारख्या संशोधकांचा असा दावा आहे की नेफर्टिटी ही खरोखरच तुतानखामनची आई होती. डीएनए निकालांच्या या व्याख्येमध्ये, अनुवांशिक जवळीक भाऊ-बहिणीच्या जोडीमुळे नाही तर पहिल्या-चुलत भावाच्या लग्नाच्या तीन पिढ्यांचा परिणाम आहे, ज्यामुळे नेफर्टिटीला अखेनातेनची पहिली चुलत बहीण बनते. किडण्यामुळे संभाव्य ऱ्हासामुळे ममीफाइड अवशेषांमधून मिळालेल्या अनुवांशिक डेटाची वैधता आणि विश्वासार्हतेवर प्रश्नचिन्ह निर्माण झाले आहे.

जेव्हा तुतानखातेन राजा झाला, तेव्हा त्याने अखेनतेनच्या मुलींपैकी एक असलेल्या अंखेसेनपातेनशी लग्न केले, ज्याने नंतर तिचे नाव बदलून अंखेसेनामुन ठेवले. त्यांना दोन मुली होत्या, त्यापैकी एकही बालपणात टिकली नाही. दोन ममी केलेल्या भ्रूणांकडून केवळ एक अपूर्ण अनुवांशिक प्रोफाइल प्राप्त झाले असले तरी, तुतानखामून हे त्यांचे वडील असल्याची पुष्टी करण्यासाठी ते पुरेसे होते. त्याचप्रमाणे, KV21 मधील दोन मादी मर्मीसाठी केवळ आंशिक डेटा आतापर्यंत प्राप्त झाला आहे. KV21A ही गर्भाची आई म्हणून सुचवण्यात आली आहे परंतु डेटा सांख्यिकीयदृष्ट्या इतका महत्त्वपूर्ण नाही की तिला अंकेसेनामुन म्हणून सुरक्षितपणे ओळखता येईल. 2011 मध्ये प्रकाशित झालेल्या संगणित टोमोग्राफी अभ्यासातून असे दिसून आले की एक मुलगी गर्भधारणेच्या 5-6 महिन्यांत अकाली जन्माला आली आणि दुसरी पूर्ण मुदतीच्या, 9 महिन्यांत. तुतानखामुनच्या मृत्यूने 18व्या राजवंशाच्या राजेशाहीचा अंत झाला.

राजवट

तुतानखामून जेव्हा सिंहासनावर आरूढ झाला तेव्हा तो आठ ते नऊ वर्षांचा होता आणि फारो बनला, नेबखेपेरुरे हे सिंहासन नाव घेतले. त्याने सुमारे नऊ वर्षे राज्य केले. तुतानखामनच्या कारकिर्दीत व्हिजियरचे स्थान वरच्या आणि खालच्या इजिप्तमध्ये विभागले गेले होते. अप्पर इजिप्तचा प्रमुख वजीर यूजरमोंटू होता. पेंटजू नावाची दुसरी व्यक्ती देखील वजीर होती परंतु कोणत्या जमिनी आहेत हे स्पष्ट नाही. तुतानखामुनचा उत्तराधिकारी अय याने खरोखर हे पद भूषवले होते की नाही हे पूर्णपणे ज्ञात नाही. KV58 मधील सोन्याच्या फॉइलचा तुकडा सूचित करतो, परंतु निश्चितपणे नाही, की आयचा उल्लेख मातचा पुजारी आणि "वजीर, मातचा कर्ता" असा होता. हे विशेषण नियमित वजीरने वापरलेल्या नेहमीच्या वर्णनात बसत नाही परंतु अनौपचारिक शीर्षक सूचित करू शकते. कदाचित अय्याने वजीरची पदवी अभूतपूर्व

पद्धतीने वापरली असावी.

मॅनेथो नावाच्या एका इजिप्शियन धर्मगुरूने प्राचीन इजिप्तचा सर्वसमावेशक इतिहास लिहिला जेथे तो ओरस नावाच्या राजाचा संदर्भ देतो, ज्याने 36 वर्षे राज्य केले आणि त्याला Acencheres नावाची मुलगी होती जिने बारा वर्षे राज्य केले आणि तिचा भाऊ रथोटीस ज्याने केवळ नऊ वर्षे राज्य केले. अमरना राज्यकर्ते या यादीत मध्यवर्ती आहेत परंतु कोणते नाव कोणत्या ऐतिहासिक व्यक्तीशी संबंधित आहे यावर संशोधकांचे एकमत नाही. ओरुस आणि Acencheres ची ओळख Horemheb आणि Akhenaten आणि Rathotis बरोबर Tutankhamun बरोबर झाली आहे. ही नावे स्मेंखकरे, अमेनहोटेप तिसरा, आय आणि इतरांशी वेगवेगळ्या क्रमाने संबंधित आहेत.

शवागार पंथ आणि संबंधित मंदिरांद्वारे राजांना त्यांच्या मृत्यूनंतर पूज्य करण्यात आले. तुतानखामून त्याच्या हयातीत अशा प्रकारे पूजलेल्या काही राजांपैकी एक होता. कर्नाक येथे सापडलेला आणि अमुन-रा आणि तुतानखामून यांना समर्पित केलेला स्टेला सूचित करतो की राजाला त्याच्या देवत्वात क्षमा करण्यासाठी आणि याचिकाकर्त्याला पापामुळे झालेल्या आजारापासून मुक्त करण्यासाठी आवाहन केले जाऊ शकते. त्याच्या पंथाची मंदिरे नुबियातील कावा आणि फरास येथे बांधली गेली. कुशच्या व्हाईसरॉयच्या बहिणीच्या शीर्षकामध्ये देवतांच्या राजाचा संदर्भ समाविष्ट होता, जो त्याच्या पंथाच्या सार्वभौमिकतेचे सूचक होता.

दैवी पद धारण करणाऱ्या फारोला, लोक आणि देवतांशी जोडले जाण्यासाठी, त्यांच्या सिंहासनावर प्रवेश करताना त्यांच्यासाठी विशेष नाव तयार केले गेले. प्राचीन इजिप्शियन शीर्षकाने देखील एखाद्याचे गुण प्रदर्शित करण्यासाठी आणि त्यांना स्थलीय क्षेत्राशी जोडण्यासाठी सेवा दिली. होरस नावाने सुरू होणारी पाच नावे शतकानुशतके विकसित केली गेली. तुतानखामनचे मूळ नाव, तुतानखातेन, यांना नेब्टी नाव किंवा गोल्ड फाल्कन नाव नव्हते त्याच्याशी संबंधित आहे कारण पूर्ण पाच-नावाच्या प्रोटोकॉलमध्ये काहीही आढळले नाही. तथापि, सर्व इजिप्तोलॉजिस्ट या व्याख्येशी सहमत नाहीत. इंग्लिश इजिप्तोलॉजिस्ट बॅटिस्कोम्बे गन यांचा असा विश्वास होता की जुनी व्याख्या अखेनातेनच्या धर्मशास्त्राशी बसत नाही. गनचा असा विश्वास होता की असे नाव निंदनीय असेल. त्याने tut हे संज्ञा नव्हे तर क्रियापद म्हणून पाहिले आणि त्याचे भाषांतर 1926 मध्ये The-life-of-Aten-is-pleasing असे केले. प्रोफेसर गेर्हार्ड फेच्ट यांचाही विश्वास होता की tut हा शब्द क्रियापद आहे. त्यांनी नमूद केले की अखेनातेनने टिट हा शब्द 'इमेज'साठी वापरला आहे, तुट नाही. Fecht ने tut या क्रियापदाचे भाषांतर "To be perfect/complete" असे केले. Aten हा विषय म्हणून वापरून, Fecht चे पूर्ण भाषांतर "One-perfect-of-life-is-Aten" असे होते. हर्मोपोलिस ब्लॉक (ॲशमुनीनमध्ये सापडलेले दोन कोरीव ब्लॉकचे तुकडे) मध्ये तुतानखुआतेन असे लिहिलेल्या पहिल्या नावाचे एक अद्वितीय स्पेलिंग आहे; ते अँख हे क्रियापद म्हणून वापरते, जे लिव्हिंग-इमेज-ऑफ-एटनच्या जुन्या भाषांतराला समर्थन देते.

अमरण कालावधीचा शेवट

एकदा राज्याभिषेक झाल्यानंतर आणि अमून देवाशी "सल्ला" घेतल्यानंतर, तुतानखामूनने अनेक देणगी दिली ज्यांनी अमून आणि पटाहच्या पंथांच्या पुजारी संख्येला समृद्ध आणि जोडले. त्याने उत्कृष्ट धातू आणि दगडांपासून देवतांच्या नवीन मूर्ती बनवल्या आणि लेबनॉनच्या उत्कृष्ट देवदारापासून बनवलेल्या नवीन मिरवणुकीच्या बार्क होत्या आणि त्या सोन्या-चांदीने सुशोभित केल्या. पुजारी आणि सर्व उपस्थित नर्तक, गायक आणि परिचारक यांची त्यांची पदे पुनर्संचयित करण्यात आली आणि त्यांच्या भविष्यातील स्थिरतेची खात्री करण्यासाठी शाही संरक्षणाचा हुकूम मंजूर करण्यात आला.

फारोच्या रूपात तुतानखामनच्या दुसऱ्या वर्षी जुन्या इजिप्शियन ऑर्डरवर परत येण्यास सुरुवात झाली. त्याने आणि त्याची राणी दोघांनीही त्यांच्या नावातून 'एटेन' काढून टाकले, त्याच्या जागी अमूनने ठेवले आणि राजधानी अखेतातेनहून थेबेस येथे हलवली. त्याने अटेन देवाचा त्याग केला, त्याला अस्पष्टतेकडे नेले आणि इजिप्शियन धर्म त्याच्या बहुदेववादी स्वरूपात परत केला. एक फारो म्हणून त्याची पहिली कृती म्हणजे त्याच्या वडिलांची ममी त्याच्या अखेतातेन येथील थडग्यातून काढून टाकणे आणि राजांच्या खोऱ्यात पुनर्संचयित करणे. यामुळे त्याचे राज्य मजबूत होण्यास मदत झाली. तुतानखामुनने कर्नाक येथे स्टेले, देवस्थान आणि इमारती पुन्हा बांधल्या. त्याने लक्सरमध्ये कामे जोडली तसेच संपूर्ण इजिप्तमध्ये अखेनातेनने लुटलेल्या इतर मंदिरांचा जीर्णोद्धार सुरू केला.

मोहिमा, स्मारके आणि बांधकाम

अखेनातेनच्या कारकिर्दीनंतर देश आर्थिकदृष्ट्या कमकुवत आणि अशांत होता. इतर राज्यांशी राजनैतिक संबंध दुर्लक्षित केले गेले होते आणि तुतानखामुनने त्यांना पुनर्संचयित करण्याचा प्रयत्न केला, विशेषतः मितान्नीसह. त्याच्या यशाचा पुरावा त्याच्या थडग्यात सापडलेल्या विविध देशांच्या भेटवस्तूंवरून दिसून येतो. सुधारित संबंधांसाठी त्याचे प्रयत्न असूनही, थेब्स येथील त्याच्या शवागाराच्या मंदिरात न्युबियन आणि एशियाटिक यांच्याशी झालेल्या लढायांची नोंद झाली. त्याच्या थडग्यात शरीराचे चिलखत, लष्करी मोहिमेसाठी योग्य दुमडलेले स्टूल आणि धनुष्य होते आणि त्याला तिरंदाजीचे प्रशिक्षण देण्यात आले होते. तथापि, त्याचे तारुण्य आणि शारीरिक अपंगत्व लक्षात घेता, चालण्यासाठी छडी वापरावी लागते असे दिसते, बहुतेक इतिहासकारांचा असा अंदाज आहे की त्याने वैयक्तिकरित्या या लढायांमध्ये भाग घेतला नाही.

मेडिनेट हाबू येथील मंदिर संकुलातील क्वार्टझाइट पुतळा तुतानखामनचा असल्याचे मानले जाते

त्याचे वय पाहता, राजाकडे कदाचित सल्लागार होते ज्यात कदाचित आय (तुतानखामून नंतर आलेले) आणि जनरल होरेमहेब, आयचा संभाव्य जावई आणि उत्तराधिकारी यांचा समावेश असावा. होरेमहेब नोंदवतात की राजाने त्याला कायदा राखण्यासाठी वंशपरंपरागत राजकुमार म्हणून "देशाचा स्वामी" म्हणून नियुक्त केले. तरुण राजाचा राग भडकल्यावर त्याला शांत करण्याची क्षमताही त्याने लक्षात घेतली.

त्याच्या तिसऱ्या राजवटीत तुतानखामूनने त्याच्या वडिलांच्या कारकिर्दीत केलेले अनेक बदल उलटवले. त्याने एटेन देवाची उपासना संपवली आणि अमून देवाला वर्चस्व मिळवून दिले. अमूनच्या पंथावरील बंदी उठवली गेली आणि पारंपारिक विशेषाधिकार त्याच्या पुरोहितपदावर पुनर्संचयित केले गेले. राजधानी पुन्हा थेबेस येथे हलविण्यात आली आणि अखेतातेन शहर सोडण्यात आले. त्याच्या जीर्णोद्धाराचा एक भाग म्हणून, राजाने बांधकाम प्रकल्प सुरू केले, विशेषतः थेबेसमधील कर्नाक येथे, जिथे त्याने मटच्या मंदिराकडे जाणारा स्फिंक्स मार्ग तयार केला. स्फिंक्स हे मूलतः अखेनातेन आणि नेफर्टिटीसाठी बनवले गेले होते; त्यांना नवीन मेंढ्याचे डोके आणि राजाचे छोटे पुतळे देण्यात आले. लक्सर मंदिरात त्याने अमेनहोटेप III च्या प्रवेशद्वाराची सजावट पूर्ण केली. अखेनातेनच्या खाली विकृत स्मारके पुनर्संचयित करण्यात आली आणि अमून देवाच्या नवीन पंथ प्रतिमा तयार केल्या गेल्या. पारंपारिक सण आता पुन्हा साजरे केले गेले, त्यात एपिस बुल, होरेमाखेत आणि ओपेट या सणांचा समावेश आहे. कर्णक मंदिरासमोर उभारलेला त्याचा जीर्णोद्धार स्टेला म्हणतो:

देवदेवतांची मंदिरे... भग्नावस्थेत होती. त्यांची देवस्थानं ओसाड आणि वाढलेली होती. त्यांची अभयारण्ये अस्तित्वात नसलेली होती आणि त्यांचे न्यायालय रस्त्यांसारखे वापरले जात होते ... देवतांनी या भूमीकडे पाठ फिरवली ... जर कोणी सल्ल्यासाठी देवाकडे प्रार्थना केली तर तो कधीही प्रतिसाद देत नाही.

टेम्पल-ऑफ-नेबखेपेररे-बेलव्हड-ऑफ-अमुन-हू-पुट्स-थेब्स-इन-ऑर्डर नावाची इमारत, जी कदाचित टेंपल-ऑफ-नेबखेपेरे-इन-थेबेस नावाच्या इमारतीसारखी असू शकते, एक संभाव्य शवागार मंदिर वापरले जाते अखेनातेनच्या पूर्वेकडील कर्नाक एटेन मंदिरांमधून पुनर्नवीनीकरण केलेले तलात हे दर्शविते की ही मंदिरे नष्ट करण्याचे काम आधीच सुरू आहे. 58 तुतानखामुनचे अनेक बांधकाम प्रकल्प त्याच्या मृत्यूच्या वेळी अपूर्ण होते आणि त्याच्या उत्तराधिकाऱ्यांनी, विशेषतः होरेमहेब यांनी पूर्ण केले किंवा हडप केले. स्फिंक्स अव्हेन्यू त्याच्या उत्तराधिकारी आयने पूर्ण केले आणि संपूर्ण होरेमहेबने ताब्यात घेतले. होरेमहेबने रिस्टोरेशन स्टील हडप केले होते; टेम्पल-ऑफ-नेबखेपेरुरे-इन-थेब्सचे तुकडे होरेमहेबच्या स्वतःच्या इमारती प्रकल्पांमध्ये पुनर्नवीनीकरण करण्यात आले.

आरोग्य आणि मृत्यू

तुतानखामून थोडासा बांधला होता, आणि अंदाजे 167 सेमी (5 फूट 6 इंच) उंच होता. त्याच्याकडे मोठे पुढचे कातडे होते आणि थुटमोसिड रॉयल लाइनचे ओव्हरबाइट वैशिष्ट्य होते ज्याचा तो होता. त्याच्या थडग्यात सापडलेल्या कपड्यांचे विश्लेषण, विशेषतः त्याच्या कंबर आणि पट्ट्याचे परिमाण दर्शवते की त्याची कमर अरुंद आणि गोलाकार नितंब होते. कलेतील त्याचे असामान्य चित्रण आणि त्याचा लवकर मृत्यू या दोन्ही गोष्टींचे स्पष्टीकरण करण्याच्या प्रयत्नात असे सिद्ध केले गेले आहे की तुतानखामुनला गायनेकोमास्टिया, मारफान सिंड्रोम, विल्सन-टर्नर एक्स-लिंक्ड बौद्धिक अपंगत्व सिंड्रोम, फ्रोहिलिच सिंड्रोम (एडिपोसोजेनिटल डिस्ट्रोफी), क्लाइनफेल्टर सिंड्रोम, एंड्रोजन असंवेदनशीलता सिंड्रोम, ॲरोमाटेस अतिरिक्त सिंड्रोम सॅगिटल क्रॅनिओसाइनोस्टोसिस सिंड्रोम, अँटले-बिक्सलर सिंड्रोम किंवा त्याच्या प्रकारांपैकी एक. त्याचे पणजोबा थुटमोस चतुर्थ आणि वडील अखेनातेन यांची धार्मिकता आणि त्यांच्या लवकर मृत्यूचे स्पष्टीकरण देण्यासाठी त्यांना टेम्पोरल लोब एपिलेप्सी वारसाहक्काने मिळाली होती असे देखील सूचित केले गेले आहे. तथापि, या निदानामध्ये सावधगिरी बाळगण्याचे आवाहन करण्यात आले आहे.

1980 मध्ये, जेम्स हॅरिस आणि एडवर्ड एफ. वेंटे यांनी न्यू किंगडम फारोच्या क्रॅनिया आणि कंकालच्या अवशेषांची एक्स-रे तपासणी केली, ज्यामध्ये तुतानखामनच्या ममी केलेल्या अवशेषांचा समावेश होता. लेखकांनी ठरवले की 18 व्या राजवंशातील रॉयल ममी थोड्याफार फरकांसह समकालीन न्युबियन्सशी मजबूत समानता दर्शवितात.

जानेवारी 2005 मध्ये तुतानखामनच्या ममीचे सीटी स्कॅन करण्यात आले. परिणामांवरून असे दिसून आले की तरुण राजाला अर्धवट फाटलेले कडक टाळू आणि शक्यतो स्कोलियोसिसचा सौम्य केस होता. याव्यतिरिक्त, त्याला हायपोफॅलॅन्जिझमसह उजव्या पायाचा सपाटपणा असल्याचे निदान झाले, तर त्याच्या डाव्या पायाला क्लब केले गेले होते आणि त्याला दुसऱ्या आणि तिसऱ्या मेटाटार्सल्सचे हाड नेक्रोसिस होते (फ्रीबर्ग रोग किंवा कोहलर रोग II). तथापि, क्लबफूट निदान विवादित आहे. त्याऐवजी जेम्स गॅम्बल असे सुचवितो की कोहलर रोग II मुळे होणाऱ्या वेदनांमुळे तुतानखामुन आपल्या पायाच्या बाहेरील बाजूने चालत असल्याने ही स्थिती आहे; या स्थितीमुळे तुतानखामुनला छडीचा वापर करून चालण्यास भाग पाडले असावे, ज्यापैकी बरेच काही त्याच्या थडग्यात सापडले होते. एसटीआर विश्लेषणाद्वारे अनुवांशिक चाचणीने गायनेकोमास्टिया आणि क्रॅनिओसाइनोस्टोसेस (उदा., अँटली-बिक्सलर सिंड्रोम) किंवा मारफान सिंड्रोमची गृहीते नाकारली. प्लाज्मोडियम फाल्सीपेरमसाठी विशिष्ट STEVOR, AMA1, किंवा MSP1 जनुकांच्या अनुवांशिक चाचणीने तुतानखामुनसह 4 ममींमध्ये मलेरिया ट्रॉपिकाचे संकेत प्रकट केले. हा सध्या या आजाराचा सर्वात जुना ज्ञात अनुवांशिक पुरावा आहे. टीमने परजीवीच्या अनेक जातींमधून डीएनए शोधून काढले, जे दर्शविते की त्याला वारंवार मलेरियाच्या सर्वात गंभीर स्ट्रेनची लागण झाली होती.

त्याच्या मलेरियाच्या संसर्गामुळे शरीरात घातक रोगप्रतिकारक प्रतिक्रिया निर्माण झाली असेल किंवा रक्ताभिसरणाचा धक्का बसला असेल. सीटी स्कॅनमध्ये असेही दिसून आले की त्याला डाव्या पायाचे कंपाऊंड फ्रॅक्चर झाले आहे. फ्रॅक्चरच्या चिंधलेल्या कडांच्या आधारे ही दुखापत आधुनिक नुकसानीचा परिणाम असण्याची शक्यता नाकारण्यात आली होती; आधुनिक नुकसानामध्ये तीक्ष्ण कडा आहेत. फ्रॅक्चरमध्ये एम्बालिंग पदार्थ उपस्थित होते जे दर्शविते की ते खुल्या जखमेशी संबंधित आहे; बरे होण्याची कोणतीही चिन्हे उपस्थित नव्हती.

इजिप्शियन सुप्रीम कौन्सिल ऑफ पुरातन वास्तू आणि नॅशनल जिओग्राफिकने 2005 मध्ये तुतानखामून चे चेहर्यावरील पुनर्बांधणी केली होती. तीन स्वतंत्र संघ - इजिप्शियन, फ्रेंच आणि अमेरिकन - मुलाच्या राजाचा चेहरा अंदाजे करण्यासाठी स्वतंत्रपणे काम केले. इजिप्शियन आणि फ्रेंच संघांना माहित होते की त्यांचा विषय तुतानखामून आहे, तर अमेरिकन संघाने आंधळेपणाने काम केले. सर्व संघांनी खूप समान निकाल दिले, परंतु शेवटी सिलिकॉनमध्ये टाकलेल्या फ्रेंच संघाचाच होता.

मृत्यूचे कारण

तुतानखामुनच्या मृत्यूच्या परिस्थितीची कोणतीही हयात नोंद नाही; हा बराच वादविवाद आणि प्रमुख अभ्यासाचा विषय आहे. हवास आणि त्याच्या टीमने असे मानले आहे की त्याचा मृत्यू त्याच्या बहुधा कमकुवत विकार, पाय फ्रॅक्चर, कदाचित पडल्यामुळे आणि गंभीर मलेरियाच्या संसर्गामुळे झाला होता. तथापि, टिमनन आणि मेयर यांनी असा युक्तिवाद केला आहे की सिकल सेल ॲनिमिया राजाने प्रदर्शित केलेल्या पॅथॉलॉजीशी अधिक योग्य आहे, इजिप्शियन संघाने "रोचक आणि प्रशंसनीय" असे सुचविलेले आहे.

1968 च्या क्ष-किरणात कवटीच्या आतील दोन हाडांचे तुकडे दिसल्याने डोक्याला वार करून हत्या केल्याचा सिद्धांत मांडला गेला. क्ष-किरण आणि सीटी स्कॅनच्या पुढील विश्लेषणाद्वारे हा सिद्धांत खोटा ठरला. आंतर-क्रॅनियल हाडांचे तुकडे ममीच्या आधुनिक अनरॅपिंगचा परिणाम असल्याचे निश्चित केले गेले कारण ते सैल आहेत आणि एम्बॅलिंग राळला चिकटलेले नाहीत. हाडे पातळ झाल्याचा किंवा कॅल्सीफाईड पडदा, जो डोक्याला घातक आघात असल्याचे सूचक असू शकतो, असे कोणतेही पुरावे आढळले नाहीत. असे देखील सुचवले गेले आहे की तरुण राजा रथाच्या अपघातात त्याच्या छातीच्या भिंतीचा पुढचा भाग आणि फासळ्या गहाळ झाल्याच्या वस्तुस्थितीसह चिरडलेल्या जखमांच्या पॅटर्नमुळे मारला गेला होता. तथापि, गहाळ बरगडी मृत्यूच्या वेळी दुखापत झाल्यामुळे असण्याची शक्यता नाही; 1926 मध्ये कार्टरच्या उत्खननाच्या शेवटी घेतलेल्या छायाचित्रांवरून असे दिसून येते की राजाच्या छातीची भिंत शाबूत होती, तरीही फाल्कन-हेडेड टर्मिनल्ससह मणी असलेली कॉलर परिधान केली होती. 1968 च्या क्ष-किरण मध्ये कॉलर आणि छातीची भिंत या दोन्हीची अनुपस्थिती लक्षात आली आणि पुढे सीटी स्कॅनने पुष्टी केली. मण्यांची कॉलर चोरी करताना त्याच्या छातीचा पुढचा भाग दरोडेखोरांनी काढला असण्याची शक्यता आहे; 1926 मध्ये राजाने परिधान केलेली किचकट मणी असलेली कवटीची टोपी देखील 1968 पर्यंत गायब झाली होती.

थडगे

तुतानखामुनची पेंट केलेली, लाकडी आकृती त्याच्या शाही थडग्यात सापडली

तुतानखामुनला त्याच्या स्थितीचा विचार करता असामान्यपणे लहान असलेल्या थडग्यात पुरण्यात आले. भव्य शाही थडगे पूर्ण होण्याआधीच त्याचा मृत्यू अनपेक्षितपणे झाला असावा, ज्यामुळे त्याची मम्मी इतर कोणासाठी तरी असलेल्या थडग्यात दफन करण्यात आली. यामुळे मृत्यू आणि दफन दरम्यान 70 दिवस प्रथा पाळल्या जातील. त्याची कबर पुरातन काळामध्ये किमान दोनदा लुटली गेली होती, परंतु घेतलेल्या वस्तू (नाशवंत तेले आणि परफ्यूमसह) आणि घुसखोरीनंतर थडग्याच्या जीर्णोद्धाराच्या पुराव्याच्या आधारे, या दरोडे कदाचित सुरुवातीच्या दफनाच्या वेळी अनेक महिन्यांत घडले. थडग्याचे स्थान गमावले गेले कारण ते नंतरच्या कबरेच्या ढिगाऱ्यांद्वारे पुरले गेले होते आणि समाधीच्या प्रवेशद्वारावर कामगारांची घरे बांधली गेली होती.

अफवा शाप

बर्याच वर्षांपासून, "फॅरोचा शाप" (कदाचित शोधाच्या वेळी विक्री शोधणाऱ्या वर्तमानपत्रांमुळे वाढलेली) अफवा कायम राहिल्या, ज्यांनी थडग्यात प्रवेश केला होता त्यांच्यापैकी काहींच्या लवकर मृत्यूवर जोर दिला. सर्वात प्रमुख जॉर्ज हर्बर्ट, कार्नार्वॉनचे 5 वे अर्ल होते, ज्यांचा मृत्यू 5 एप्रिल 1923 रोजी झाला, 4 नोव्हेंबर 1922 रोजी थडग्याकडे जाणारी पहिली पायरी सापडल्याच्या पाच महिन्यांनंतर.

कार्नार्वॉनच्या मृत्यूचे कारण म्हणजे चेहऱ्यावरील erysipelas (त्वचेचा स्ट्रेप्टोकोकल संसर्ग आणि अंतर्निहित मऊ ऊती) वर निमोनिया होणे हे होते. अर्लला 1901 मध्ये ऑटोमोबाईल अपघात झाला होता ज्यामुळे तो खूप अस्वस्थ आणि कमजोर झाला होता. त्याच्या डॉक्टरांनी उबदार हवामानाची शिफारस केली म्हणून 1903 मध्ये कार्नार्वन्स इजिप्तला गेले जेथे अर्लला इजिप्तोलॉजीमध्ये रस निर्माण झाला. उत्खननाच्या ताणाबरोबरच, जेव्हा संसर्गामुळे न्यूमोनिया झाला तेव्हा कार्नार्वॉन आधीच कमकुवत अवस्थेत होता.

एका अभ्यासात असे दिसून आले आहे की जेव्हा थडगे आणि सारकोफॅगस उघडले तेव्हा उपस्थित असलेल्या 58 लोकांपैकी फक्त आठ जण डझनभरात मरण पावले; हॉवर्ड कार्टर 1939 मध्ये लिम्फोमामुळे वयाच्या 64 व्या वर्षी मरण पावले. शेवटच्या वाचलेल्यांमध्ये लेडी एव्हलिन हर्बर्ट, लॉर्ड कार्नार्वॉनची मुलगी, जी नोव्हेंबर 1922 मध्ये समाधीचा शोध घेतल्यानंतर प्रथम लोकांमध्ये प्रवेश करत होती, जी आणखी 57 वर्षे जगली आणि 1980 मध्ये मरण पावली, आणि अमेरिकन पुरातत्वशास्त्रज्ञ JO किनमन यांचा समावेश होता. 1961 मध्ये,

घटनेनंतर 39 वर्षांनी.

32

हेले सेलासी I

हेले सेलासी I

Scan for Story Videos - www.itibook.com

हेले सेलासी I (23 जुलै 1892 - 27 ऑगस्ट 1975) 1930 ते 1974 पर्यंत इथिओपियाचा सम्राट होता . तो 1930 पासून सम्राज्ञी Zewditu साठी इथियोपियाचा रीजेंट प्लेनिपोटेंशरी (Enderase) म्हणून सत्तेवर आला. आधुनिक इथिओपियन इतिहासातील एक परिभाषित व्यक्तिमत्व मानले जाते, आणि रास्ताफारी, जमैकामधील धार्मिक चळवळीची प्रमुख व्यक्तिमत्त्व जी 1930 मध्ये सम्राट झाल्यानंतर लवकरच उदयास आली. तो सोलोमोनिक राजवंशाचा सदस्य होता जो राजा सोलोमनचा मुलगा आणि शेबाची राणी माकेडा यांचा मुलगा मानल्या जाणाऱ्या सम्राट मेनेलिक प्रथमचा वंश शोधण्याचा दावा करतो.

Haile Selassie ने राजकीय आणि सामाजिक सुधारणांच्या मालिकेद्वारे देशाचे आधुनिकीकरण करण्याचा प्रयत्न केला, ज्यामध्ये 1931 ची राज्यघटना, तिची पहिली लिखित राज्यघटना आणि गुलामगिरीचे उच्चाटन यांचा समावेश आहे. दुसऱ्या इटालो-इथिओपियन युद्धादरम्यान इथिओपियाचे रक्षण करण्याच्या अयशस्वी प्रयत्नांचे नेतृत्व केले आणि इटालियन व्याप्तीचा बहुतांश काळ इंग्लंडमध्ये घालवला. 1940 मध्ये, इथिओपियातील फॅसिस्ट विरोधी संघर्षात समन्वय साधण्यासाठी त्यांनी सुदानला प्रवास केला आणि पूर्व आफ्रिकन मोहिमेनंतर 1941 मध्ये त्यांच्या मायदेशी परतले. त्यांनी 1950 मध्ये यूएन जनरल असेंब्लीने स्थापन केलेल्या इथिओपिया आणि इरिट्रियाचे फेडरेशन विसर्जित केले आणि अलिप्तता रोखण्यासाठी लढा देत इरिट्रियाला इथिओपियाचा एक प्रांत म्हणून जोडले.

Haile Selassie च्या आंतरराष्ट्रीय विचारांमुळे इथिओपिया संयुक्त राष्ट्रांचा सनदी सदस्य बनला.1963 मध्ये, त्यांनी आफ्रिकन युनियनच्या अग्रदूत असलेल्या ऑर्गनायझेशन ऑफ आफ्रिकन युनिटीच्या स्थापनेचे अध्यक्षपद भूषवले आणि त्याचे पहिले अध्यक्ष म्हणून काम केले. 1974 मध्ये, मार्क्सवादी-लेनिनवादी जंटा, डर्ग यांनी लष्करी उठाव करून त्यांचा पाडाव केला. 27 ऑगस्ट 1975 रोजी हेले सेलासीची हत्या झाली.

रास्ताफारी चळवळीच्या काही सदस्यांपैकी, हेले सेलासी यांना बायबलचा परत आलेला मशीहा, देव अवतार असे संबोधले जाते. हा फरक असूनही, तो एक ख्रिश्चन होता आणि इथिओपियन ऑर्थोडॉक्स चर्चच्या सिद्धांत आणि धार्मिक विधींचे पालन करतो. रास्ताफारी चळवळीची स्थापना जमैकामध्ये 1930 च्या आसपास कधीतरी झाली होती आणि 2012 पर्यंत त्याचे अनुयायी 700,000 ते एक दशलक्ष दरम्यान असल्याचा अंदाज आहे.

त्याच्या सुधारणांना सातत्याने विरोध करणाऱ्या जमीनी अभिजात वर्गातील (मेसाफिंट) बंडखोरी दडपल्याबद्दल काही इतिहासकारांनी त्याच्यावर टीका केली आहे; काही समीक्षकांनी इथिओपियाचे वेगाने आधुनिकीकरण करण्यात अपयशी ठरल्याची टीकाही केली आहे. त्याच्या राजवटीत हरारी लोकांचा छळ झाला आणि अनेकांनी हरारी प्रदेश सोडला. मानवाधिकार वॉच सारख्या मानवी हक्क गटांनी त्यांच्या शासनावर निरंकुश आणि उदारमतवादी म्हणून टीका केली होती. जरी काही स्रोत सांगतात की त्याच्या शासनकाळात ओरोमो भाषेवर शिक्षण, सार्वजनिक बोलणे आणि प्रशासनात वापर करण्यावर बंदी घालण्यात आली होती कोणत्याही भाषेला गुन्हेगार ठरवणारा अधिकृत कायदा किंवा सरकारी धोरण कधीही नव्हते. हेले सेलासी सरकारने असंख्य अम्हारास दक्षिण इथिओपियामध्ये स्थलांतरित केले जेथे त्यांनी सरकारी प्रशासन, न्यायालये आणि चर्चमध्ये काम केले. 26 जून 2020 मध्ये हचालू हुंडेसा यांच्या मृत्यूनंतर, कॅनिझारो पार्क, लंडनमधील हेल सेलासीचा पुतळा ओरोमो आंदोलकांनी नष्ट केला आणि हरारमधील त्याच्या वडिलांचे अश्वारूढ स्मारक काढून टाकले.

Haile Selassie ला लहानपणी Lij Tafari Makonnen म्हणून ओळखले जात असे. लिजचे भाषांतर "मूल" असे केले जाते आणि तरुण हे उदात्त रक्ताचे आहे हे सूचित करते. त्याचे दिलेले नाव, तफारी, याचा अर्थ "ज्याला आदर आहे किंवा ज्याची भीती आहे." बहुतेक इथिओपियांप्रमाणे, त्याचे वैयक्तिक नाव "तफारी" नंतर त्याचे वडील मॅकोनेन आणि आजोबा वोल्डेमिकेल यांचे नाव आहे. त्याचे नाव, हेले सेलासी, त्याला त्याच्या बाळाच्या बाप्तिस्म्याच्या वेळी देण्यात आले आणि 1930 मध्ये त्याच्या राज्याच्या नावाचा भाग म्हणून पुन्हा दत्तक घेण्यात आले.

1 नोव्हेंबर 1905 रोजी, वयाच्या तेरा वर्षे आणि तीन महिन्यांच्या वयात, त्याच्या वडिलांनी त्याला गारा मुलट्टा (हरारच्या नैऋत्येस सुमारे वीस मैलांवर असलेला प्रदेश) डेजाझमॅच म्हणून नियुक्त केले. डेजाझमॅचचे शाब्दिक भाषांतर "दाराचा रक्षक" आहे आणि हे काउंटच्या बरोबरीचे खानदानी शीर्षक आहे. 27 सप्टेंबर 1916 रोजी, त्यांना क्राउन प्रिन्स, हेअर अपरेंट टू द थ्रोन (अल्गा वोरॅच) म्हणून घोषित करण्यात आले आणि रीजेंट प्लेनिपोटेंशियरी (बालेमुलु सिल्ट'न एन्डरेस) या पदावर नियुक्ती करण्यात आली.11 फेब्रुवारी 1917 रोजी त्याला लेउल-रस राज्याभिषेक करण्यात आला आणि तो रास ताफारी माकोनेन ऐका (मदत·माहिती) म्हणून ओळखला जाऊ लागला. रासचे भाषांतर "हेड" असे केले जाते आणि ड्यूकच्या समतुल्य अभिजाततेचा दर्जा आहे; जरी त्याचे भाषांतर "प्रिन्स" असे केले जाते. मूलतः Le'ul, ज्याचा अर्थ "युवर हायनेस" हे शीर्षक फक्त संबोधनाच्या रूपात वापरले गेले होते 38 तथापि 1917 मध्ये Le'ul-Ras हे शीर्षक Ras Bitwoded चे वरिष्ठ कार्यालय बदलले आणि ते रॉयलच्या समतुल्य आहे. ड्यूक. 1928 मध्ये, सम्राज्ञी झेवदितुने त्यांना शेवाचे सिंहासन देण्याची योजना आखली, तथापि शेवटच्या क्षणी काही प्रांतीय राज्यकर्त्यांच्या विरोधामुळे बदल घडवून आणला आणि भौगोलिक पात्रता किंवा व्याख्या न करता त्यांची नेगस किंवा "राजा" ही पदवी बहाल करण्यात आली.

2 नोव्हेंबर 1930 रोजी, सम्राज्ञी झेवदितूच्या मृत्यूनंतर, ताफारीला नेगुसा नागस्त, शब्दशः राजांचा राजा, इंग्रजीमध्ये "सम्राट" असे अनुवादित केले गेले. त्याच्या स्वर्गारोहणानंतर, त्याने त्याचे राज्याचे नाव Haile Selassie I असे घेतले. Haile चा अर्थ गीझमध्ये "पॉवर ऑफ" आणि सेलासी म्हणजे ट्रिनिटी-म्हणूनच हेल सेलासी याचा अनुवाद "पॉवर ऑफ द ट्रिनिटी" असा होतो. हेले सेलासीचे पदावरील संपूर्ण शीर्षक "बाय द कॉन्करिंग लायन ऑफ द ट्राइब ऑफ द ट्राइब, हिज इम्पीरियल मॅजेस्टी हेले सेलासी I, किंग्सचा राजा, लॉर्ड्स ऑफ लॉर्ड्स, इलेक्ट ऑफ गॉड" असे होते. एनबी ४ हे शीर्षक इथिओपियन राजवंश परंपरा प्रतिबिंबित करते, जे असे मानते की सर्व सम्राटांनी त्यांचा वंश मेनेलिक I कडे शोधला पाहिजे, ज्याचे वर्णन केब्रा नागस्ट (१४व्या शतकातील सीई राष्ट्रीय महाकाव्य) यांनी केले आहे. 10व्या शतकातील बीसीई राजा शलमोन आणि शेबाची राणी यांचा मुलगा.

इथिओपियन लोकांसाठी, हेले सेलासी अनेक नावांनी ओळखले जाते, ज्यात जान्हॉय, तालकु मेरी, आणि अब्बा टेकेल यांचा समावेश आहे. 49 रास्ताफारी चळवळ यापैकी अनेक नावांचा वापर करते, त्यांना जाह, जाह जाह, जाह रास्ताफारी, आणि एचआयएम ("हिज इम्पीरियल मॅजेस्टी" चे संक्षिप्त रूप) असेही संबोधतात.

प्रारंभिक जीवन

हेल सेलासीची राजेशाही वंश (त्याच्या वडिलांच्या आईद्वारे) शेवान अम्हारा सोलोमोनिक राजा, साहले सेलासीपासून आली. त्यांचा जन्म 23 जुलै 1892 रोजी इथिओपियाच्या हरार प्रांतातील एजेरसा गोरो गावात झाला. हेले सेलासीची आई ओरोमो वंशाची आणि मातृत्वाने गुरेज वंशाची होती, तर त्याचे वडील मातृत्वाने अम्हारा वंशाचे होते परंतु त्यांचा पितृ वंश विवादित आहे. त्याची आई वोइझेरो ("लेडी") येशीमबेट अली अब्बा जिफर होती, वोलो प्रांतातील वेरे इलू येथील सत्ताधारी प्रमुख देजाझमाच अली अब्बा जिफर यांची मुलगी . त्याची आजी गुरेज वारसा हक्काची होती. हेल सेलासीचे वडील रास माकोनेन वोल्डे मिकेल होते, जो राजा साहले सेलासीचा नातू होता जो एकेकाळी शेवाचा शासक होता. त्याने पहिल्या इटालो-इथियोपियन युद्धात सेनापती म्हणून काम केले, अडवाच्या लढाईत महत्त्वाची भूमिका बजावली; हेले सेलासी आपल्या आजी, वोइझेरो टेनाग्नेवर्क साहले सेलासी यांच्या माध्यमातून शाही सिंहासनावर चढू शकले. सम्राट मेनेलिक II ची काकू आणि शेवाचा सोलोमोनिक अम्हारा राजा, नेगस साहले सेलासी यांची मुलगी. अशा प्रकारे, हेल सेलासी यांनी मेकेडा, शेबाची राणी आणि प्राचीन इस्रायलचा राजा सोलोमन यांच्या थेट वंशाचा दावा केला.

रास माकोनेन यांनी तफारी तसेच त्याचा पहिला चुलत भाऊ इमरू हेले सेलासी यांना इथिओपियन कॅपुचिन साधू अब्बा सॅम्युअल वोल्डे काहिन आणि ग्वाडेलूप येथील सर्जन डॉ. विटालियन यांच्याकडून हरारमध्ये सूचना प्राप्त करण्याची व्यवस्था केली. 1 नोव्हेंबर 1905 रोजी वयाच्या 13 व्या वर्षी तफारीचे नाव डेजाझमाच (शब्दशः "गेटचा कमांडर", अंदाजे "गणना" च्या समतुल्य) ठेवण्यात आले. त्यानंतर लवकरच, 1906 मध्ये त्याचे वडील रास माकोनेन कुलिबी येथे मरण पावले.

राज्यपालपद

ताफारीने 1906 मध्ये सेलालेचे नाविक गव्हर्नरपद स्वीकारले, जे किरकोळ महत्त्वाचे क्षेत्र आहे, परंतु ज्याने त्याला आपला अभ्यास सुरू ठेवण्यास सक्षम केले. 1907 मध्ये, त्यांची सिदामो प्रांताच्या काही भागावर राज्यपाल म्हणून नियुक्ती करण्यात आली. असा आरोप आहे की त्याच्या किशोरवयीन वयाच्या अखेरीस, हेले सेलासीचे वोइझेरो अल्तायेचशी लग्न झाले होते आणि या युनियनमधून त्याची मुलगी प्रिन्सेस रोमनवर्कचा जन्म झाला होता.

1907 मध्ये त्याचा भाऊ येल्मा यांच्या मृत्यूनंतर, हरारचे गव्हर्नरेट रिक्त राहिले, आणि त्याचा कारभार मेनेलिकच्या निष्ठावंत सेनापती देजाझमाच बालचा सफोकडे सोपवण्यात आला. बालचा साफोचा हरारचा कारभार कुचकामी ठरला आणि म्हणून मेनेलिक II च्या शेवटच्या आजारपणात आणि सम्राज्ञी तैतु बिटुलच्या संक्षिप्त कारकिर्दीत, तफारीला 1910 किंवा 1911 मध्ये हरारचा राज्यपाल बनवण्यात आले.

3 ऑगस्ट 1911 रोजी, त्याने सिंहासनाचा वारस लिज इयासूची भाची, ॲम्बेसेलच्या मेनन असफॉशी विवाह केला.

रीजन्सी

लिज इयासूला पदच्युत करण्याच्या चळवळीत टाफारी माकोनेनने किती प्रमाणात योगदान दिले याची विस्तृत चर्चा केली आहे, विशेषतः हेले सेलासीच्या स्वतःच्या तपशीलवार माहितीमध्ये. इयासू हा 1913 ते 1916 पर्यंत इथिओपियाचा नियुक्त परंतु मुकुट नसलेला सम्राट होता. इयासूची निंदनीय वागणूक आणि त्याचे आजोबा, मेनेलिक II यांच्या दरबारातील उच्चभ्रू लोकांप्रती अनादरपूर्ण वृत्ती, यामुळे त्याची प्रतिष्ठा खराब झाली. साम्राज्याच्या इथिओपियन ऑर्थोडॉक्स ख्रिश्चन नेतृत्वामध्ये इयासूचे इस्लामशी फ्लर्टिंग देशद्रोही मानले गेले. 27 सप्टेंबर 1916 रोजी इयासू यांना पदच्युत करण्यात आले.

इयासूला पदच्युत करणाऱ्या चळवळीत योगदान देणारे पुराणमतवादी होते जसे की फितावरारी हब्ते जिओर्गिस, मेनेलिक II चे दीर्घकाळ युद्ध मंत्री. इयासूला पदच्युत करण्याच्या चळवळीने तफारीला प्राधान्य दिले कारण त्याला पुरोगामी आणि पुराणमतवादी अशा दोन्ही गटांकडून पाठिंबा मिळाला. सरतेशेवटी, इयासूला इस्लाम धर्मात बदलण्याच्या कारणावरून पदच्युत करण्यात आले. त्याच्या जागी, मेनेलिक II (इयासूची मावशी) च्या मुलीचे नाव एम्प्रेस झेवदितू असे ठेवण्यात आले होते, तर ताफारीला रासच्या पदावर उन्नत करण्यात आले होते आणि त्याला उत्तराधिकारी आणि क्राउन प्रिन्स बनवण्यात आले होते. त्यानंतर झालेल्या सत्ता व्यवस्थेत, ताफारीने रीजेंट

प्लेनिपोटेन्शियरी (बालेमुलु 'इंदरेसे) एनबी 5 ची भूमिका स्वीकारली आणि इथिओपियन साम्राज्याचा वास्तविक शासक बनला (मांगीस्ता इत्योप'या). झेवदितु राज्य करतील तर ताफारी प्रशासन करतील. 27 सप्टेंबर 1916 रोजी इयासूला पदच्युत करण्यात आले असताना, 8 ऑक्टोबर रोजी तो ओगाडेन वाळवंटात पळून जाण्यात यशस्वी झाला आणि त्याचे वडील, वोलोचे नेगस मिकेल यांना त्याच्या मदतीला येण्याची वेळ आली. 27 ऑक्टोबर रोजी, नेगस मिकेल आणि त्याच्या सैन्याने झेवडीतू आणि ताफारी यांच्याशी एकनिष्ठ असलेल्या फितावरारी हबते गियोर्गिसच्या नेतृत्वाखाली सैन्य भेटले. सेगेलच्या युद्धादरम्यान, नेगस मिकेलचा पराभव झाला आणि पकडला गेला. इयासूला पुन्हा सिंहासन मिळण्याची कोणतीही शक्यता संपुष्टात आली आणि तो लपला. 11 जानेवारी 1921 रोजी, सुमारे पाच वर्षे पकड टाळल्यानंतर, इयासूला गुग्सा आराया सेलासीने ताब्यात घेतले.

11 फेब्रुवारी 1917 रोजी झेवदितूचा राज्याभिषेक झाला. तिने तिच्या रीजेंट, ताफारीद्वारे न्याय्यपणे राज्य करण्याचे वचन दिले. ताफारी हा दोघांमध्ये अधिक दिसत होता, तर झेवदितू मानद शासकापासून दूर होता. तिने प्रतिस्पर्धी गटांच्या दाव्यांची मध्यस्थी करणे आवश्यक आहे. दुसऱ्या शब्दांत, तिच्याकडे शेवटचा शब्द होता. ताफारीने दैनंदिन प्रशासनाचा भार उचलला, परंतु, त्याची स्थिती तुलनेने कमकुवत असल्यामुळे, हे सहसा निरर्थकतेचे व्यायाम होते. सुरुवातीला त्याचे वैयक्तिक सैन्य फारसे सुसज्ज नव्हते, त्याचे वित्त मर्यादित होते आणि महारानी, युद्ध मंत्री किंवा प्रांतीय गव्हर्नर यांच्या एकत्रित प्रभावाचा सामना करण्यासाठी त्याच्याकडे फारसा फायदा नव्हता.

त्याच्या रीजेंसी दरम्यान, नवीन क्राउन प्रिन्सने मेनेलिक II ने सुरू केलेले सावध आधुनिकीकरणाचे धोरण विकसित केले. तसेच, या काळात, तो 1918 च्या फ्लू साथीच्या आजारातून वाचला, आजारपणाने खाली आला. गुलामगिरीचे उच्चाटन करण्याचे वचन देऊन त्यांनी १९२३ मध्ये लीग ऑफ नेशन्समध्ये इथिओपियाला प्रवेश मिळवून दिला; टेवोड्रॉस II पासून प्रत्येक सम्राटाने गुलामगिरी थांबवण्यासाठी घोषणा जारी केल्या होत्या, परंतु परिणाम न होता: आंतरराष्ट्रीय स्तरावर तिरस्कृत प्रथा हेले सेलासीच्या कारकिर्दीत 1930 च्या सुरुवातीच्या काळात इथिओपियामध्ये अंदाजे 2 दशलक्ष गुलामांसह टिकून राहिली.

परदेश प्रवास

1924 मध्ये, रास ताफारीने जेरुसलेम, अलेक्झांड्रिया, पॅरिस, लक्झेंबर्ग, ब्रसेल्स, ॲमस्टरडॅम, स्टॉकहोम, लंडन, जिनिव्हा आणि अथेन्सला भेट देऊन युरोप आणि मध्य पूर्वेचा दौरा केला. त्याच्या दौऱ्यात त्याच्यासोबत एक गट होता ज्यात पश्चिम टिग्रे प्रांतातील रास सेयुम मंगाशा यांचा समावेश होता; गोज्जम प्रांतातील रास हैलू टेकले हेमनोत; इलुबाबोर प्रांतातील रास मुलुगेटा येग्गाझू; रास माकोनेन एंडेलकाच्यू; आणि Blattengeta Heruy Welde Sellase. इथिओपियाला समुद्रात प्रवेश मिळवून देणे हे युरोपच्या सहलीचे प्राथमिक ध्येय होते. पॅरिसमध्ये, Tafari फ्रेंच परराष्ट्र मंत्रालय (Quai d'Orsay) कडून शोधून काढणार होते की हे लक्ष्य साध्य होणार नाही. तथापि, हे अयशस्वी झाल्याने, त्याने आणि त्याच्या सेवानिवृत्तांनी शाळा, रुग्णालये, कारखाने आणि चर्चची तपासणी केली. युरोपियन मॉडेल्सनंतर अनेक सुधारणांचे नमुने तयार केले असले तरी, Tafari युरोपियन दबावापासून सावध राहिले. आर्थिक साम्राज्यवादापासून बचाव करण्यासाठी, Tafari ने सर्व उद्योगांना किमान आंशिक स्थानिक मालकी असणे आवश्यक होते. त्याच्या आधुनिकीकरणाच्या मोहिमेबद्दल, त्यांनी टिप्पणी केली, "आम्हाला युरोपियन प्रगतीची गरज आहे कारण आपण ते वेढलेलो आहोत. हे एकाच वेळी एक फायदा आणि दुर्दैव आहे."

Tafari च्या युरोप, Levant आणि इजिप्तमधील प्रवासादरम्यान, त्याचे आणि त्याच्या सेवकांचे उत्साह आणि आकर्षणाने स्वागत करण्यात आले. त्याच्यासोबत सेयुम मंगाशा आणि हैलू टेकले हेमनोट हे, जे ताफारीप्रमाणेच, एडवाच्या लढाईत एक चतुर्थांश शतकापूर्वी इटलीविरुद्ध विजयी युद्धात योगदान देणाऱ्या सेनापतींचे पुत्र होते. त्याच्या दलातील आणखी एक सदस्य, मुलुगेटा येग्गाझू, तरुणपणी अडवा येथे लढला. इथिओपियन लोकांचे "ओरिएंटल डिग्निटी" आणि त्यांचे "श्रीमंत, नयनरम्य दरबारी पोशाख" यांनी प्रसारमाध्यमांमध्ये खळबळ माजवली; त्याच्या समुहामध्ये त्याने सिंहाचा गौरव देखील समाविष्ट केला होता, जो त्याने फ्रान्सचे राष्ट्राध्यक्ष अलेक्झांडर मिलरँड आणि पंतप्रधान रेमंड पॉइनकारे, युनायटेड किंगडमचा राजा पाचवा जॉर्ज आणि फ्रान्सच्या पॅरिसच्या प्राणी उद्यान (जार्डिन झूलॉजिक) यांना भेटवस्तू म्हणून वितरित केला होता. एका इतिहासकाराने नमूद केल्याप्रमाणे, "क्वचितच एखाद्या दौऱ्याने अनेक उपाख्यानांना प्रेरणा दिली असेल". दोन सिंहांच्या बदल्यात, युनायटेड किंगडमने सम्राट तेवोड्रोस II चा शाही मुकुट देऊन ताफारीला सम्राज्ञी झेवदितूला सुरक्षित परत आणले. जनरल सर रॉबर्ट नेपियर यांनी 1868 च्या ॲबिसिनिया मोहिमेदरम्यान हा मुकुट घेतला होता.

या काळात, क्राउन प्रिन्सने जेरुसलेमच्या आर्मेनियन मठाला भेट दिली. तेथे, त्याने आर्मेनियन अनाथ मुलांना (?????? अर्बा लिजोच, "चाळीस मुले") दत्तक घेतले, ज्यांनी आर्मेनियन नरसंहारादरम्यान त्यांचे पालक गमावले होते. ताफारीने तरुणांच्या संगीत शिक्षणाची व्यवस्था केली आणि त्यांनी शाही ब्रास बँड तयार केला.

राजा आणि सम्राट

1928 मध्ये जेव्हा देजाझमाच बालचा सफो मोठ्या प्रमाणात सशस्त्र फौजेसह अदिस अबाबाला गेला तेव्हा ताफारीच्या अधिकाराला आव्हान देण्यात आले. जेव्हा ताफारीने प्रांतांवर आपली पकड मजबूत केली तेव्हा मेनेलिकच्या अनेक नियुक्त्यांनी नवीन नियमांचे पालन करण्यास नकार दिला. कॉफीने समृद्ध सिदामो प्रांताचे गव्हर्नर (शम) बालचा सफो विशेषतः त्रासदायक होते. त्याने केंद्र सरकारला

पाठवलेला महसूल जमा झालेला नफा दर्शवत नाही आणि तफारीने त्याला अदिस अबाबाला परत बोलावले. म्हातारा माणूस मोठ्या सैन्यासह आला आणि अपमानास्पदपणे, मोठ्या सैन्यासह. डेजाझमॅचने सम्राज्ञी झेवदितुला श्रद्धांजली वाहिली, परंतु टाफारीला चकवा दिला.18 फेब्रुवारी रोजी, बालचा सफो आणि त्याचा वैयक्तिक अंगरक्षक अदिस अबाबामध्ये असताना, तफारीने रास कासा हेले दार्जेने त्याचे सैन्य विकत घेतले आणि बिरू वोल्डे गेब्रियलने सिदामो प्रांताच्या शम म्हणून त्याला विस्थापित करण्याची व्यवस्था केली स्वतःची जागा देस्टा डॅमट्यूने घेतली.

तरीसुद्धा, बालचा सफोच्या हावभावाने सम्राज्ञी झ्वेडिटूला राजकीयदृष्ट्या सक्षम केले आणि तिने ताफारीवर देशद्रोहाचा प्रयत्न करण्याचा प्रयत्न केला. 2 ऑगस्ट रोजी स्वाक्षरी केलेल्या 20 वर्षांच्या शांतता करारासह इटलीसोबतच्या त्याच्या परोपकारी व्यवहारासाठी त्याच्यावर खटला चालवण्यात आला. सप्टेंबरमध्ये, महाराणीच्या काही दरबारी लोकांसह राजवाड्यातील प्रतिगामींच्या गटाने ताफारीपासून मुक्त होण्याचा अंतिम प्रयत्न केला. सत्तापालटाचा प्रयत्न त्याच्या उत्पत्तीमध्ये दुःखद होता आणि शेवटी कॉमिक होता. जेव्हा ताफारी आणि त्याच्या सैन्याच्या एका कंपनीचा सामना झाला, तेव्हा बंडाच्या सरदारांनी मेनेलिकच्या समाधीमध्ये राजवाड्याच्या मैदानावर आश्रय घेतला. ताफारी आणि त्याच्या माणसांनी त्यांना घेरले फक्त झेवडीटूच्या वैयक्तिक रक्षकाने वेढले. ताफारीचे खाकी परिधान केलेले अधिक सैनिक आले आणि त्यांनी शस्त्रांच्या श्रेष्ठतेने निकाल त्याच्या बाजूने ठरवला. लोकप्रिय पाठिंबा, तसेच पोलिसांचा पाठिंबा, Tafari सोबत राहिला. शेवटी, महाराणीने धीर दिला आणि 7 ऑक्टोबर 1928 रोजी तिने ताफारीला नेगस (अम्हारिक: "राजा") म्हणून राज्याभिषेक केला.

इटलीशी संघर्ष

१९३० च्या दशकात इथिओपिया नूतनीकृत इटालियन साम्राज्यवादी रचनांचे लक्ष्य बनले. बेनिटो मुसोलिनीची फॅसिस्ट राजवट पहिल्या इटालो-ॲबिसिनियन युद्धात इथिओपियाला झालेल्या लष्करी पराभवाचा बदला घेण्यासाठी आणि "उदारमतवादी" इटलीने देश जिंकण्याचा अयशस्वी प्रयत्न हाणून पाडण्यासाठी उत्सुक होती, जसे की अडवा येथील पराभवाचे प्रतीक आहे. इथिओपियाच्या विजयामुळे फॅसिझमच्या कारणाला बळ मिळू शकते आणि त्याच्या साम्राज्याच्या वक्तृत्वाला बळ मिळू शकते. इथिओपिया इटलीच्या एरिट्रियन आणि इटालियन सोमालीलँडच्या मालमत्तेमध्ये पूल देखील प्रदान करेल. लीग ऑफ नेशन्समधील इथिओपियाच्या स्थानामुळे इटालियन लोकांना 1935 मध्ये आक्रमण करण्यापासून परावृत्त झाले नाही; लीगने कल्पना केलेली "सामूहिक सुरक्षा" निरुपयोगी ठरली आणि जेव्हा होरे-लावल कराराने हे उघड केले की इथिओपियाचे लीग सहयोगी इटलीला खूश करण्याचा कट रचत होते तेव्हा एक घोटाळा उघड झाला.

सामूहिक सुरक्षा आणि लीग ऑफ नेशन्स, 1936

मुसोलिनीने इथिओपियावर आक्रमण केले आणि तातडीने स्वतःचे "इटालियन साम्राज्य" घोषित केले. लीग ऑफ नेशन्सने हेले सेलासीला असेंब्लीला संबोधित करण्याची संधी दिल्यानंतर, 12 मे 1936 रोजी इटलीने आपले लीग प्रतिनिधीमंडळ मागे घेतले. याच संदर्भात हेले सेलासी लीग ऑफ नेशन्सच्या सभागृहात गेले, ज्याची ओळख असेंब्लीच्या अध्यक्षांनी "हिज इम्पीरियल मॅजेस्टी, द एम्परर ऑफ इथियोपिया" (सा मॅजेस्टे इम्पेरिअल, एल'एम्पेरर डी'एथिओपी) म्हणून केली. या प्रस्तावनेमुळे गॅलरीतील अनेक इटालियन पत्रकारांनी थट्टा, हेलपाटे आणि शिट्टी वाजवली. असे झाले की, त्यांना यापूर्वी मुसोलिनीचे जावई काउंट गॅलेझ्गो सियानो यांनी शिट्ट्या दिल्या होत्या.रोमानियन प्रतिनिधी, निकोले टिटुलेस्कू, प्रत्युत्तरात त्याच्या पायावर उडी मारली आणि ओरडली "पात्र्यांसह दाराकडे!" आणि आक्षेपार्ह पत्रकारांना सभागृहातून काढून टाकण्यात आले. हेल सेलासीने सभागृह मोकळे होण्याची शांतपणे वाट पाहिली आणि 20 व्या शतकातील सर्वात ढवळून निघालेल्या भाषणांपैकी काहींनी कोणाद्वारे? विचारात घेतलेल्या भाषणाला "शानदारपणे" प्रतिसाद दिला.

लीगची कामकाजाची भाषा फ्रेंच भाषेत अस्खलित असूनही, हेल सेलासी यांनी त्यांचे ऐतिहासिक भाषण त्यांच्या मूळ अम्हारिक भाषेत देणे निवडले. त्यांनी ठामपणे सांगितले की, त्यांचा "लीगवरचा विश्वास पूर्ण" असल्यामुळे आता त्यांच्या लोकांची कत्तल केली जात आहे. त्यांनी निदर्शनास आणून दिले की लीग ऑफ नेशन्समध्ये इथिओपियाच्या बाजूने सापडलेली तीच युरोपीय राज्ये इटलीला मदत करताना इथिओपिया क्रेडिट आणि मॅटेरियल नाकारत आहेत, जे सैन्य आणि नागरी लक्ष्यांवर रासायनिक शस्त्रे वापरत होते.

ज्या वेळी मकलेला वेढा घालण्याच्या ऑपरेशन्स चालू होत्या त्या वेळी इटालियन कमांडने, पराभवाच्या भीतीने, त्या प्रक्रियेचे पालन केले, ज्याचा आता जगाला निषेध करणे माझे कर्तव्य आहे. विमानात विशेष स्प्रेअर बसवण्यात आले होते जेणेकरून ते बाष्पीभवन करू शकतील, प्रदेशाच्या विस्तीर्ण भागावर, दंड, मृत्यूला सामोरे जाणारा पाऊस. नऊ, पंधरा, अठरा विमानांचे गट एकमेकामागे गेले की त्यांच्यापासून निघणाऱ्या धुक्याने एक अखंड पत्र तयार केले. जानेवारी 1936 च्या अखेरीस, सैनिक, स्त्रिया, मुले, गुरेढोरे, नद्या, तलाव आणि कुरणे या प्राणघातक पावसाने सतत भिजत होते. सर्व जिवंत प्राण्यांना पद्धतशीरपणे मारण्यासाठी, अधिक खात्रीने पाणी आणि कुरणांना विषारी करण्यासाठी, इटालियन कमांडने त्याचे विमान वारंवार पास केले. ती त्याची युद्धाची मुख्य पद्धत होती.

त्याचे स्वतःचे "12 दशलक्ष रहिवासी असलेले छोटे लोक, शस्त्राशिवाय, संसाधनांशिवाय" हे लक्षात घेऊन इटलीसारख्या मोठ्या सामर्थ्याने, त्याच्या 42 दशलक्ष लोकांसह आणि "अमर्यादित प्रमाणात मृत्यू-दंड देणारी शस्त्रे" यांच्या हल्ल्याला कधीही तोंड देऊ शकत नाहीत. आक्रमकतेमुळे सर्व लहान राज्यांना धोका निर्माण झाला होता आणि सामूहिक कारवाईच्या अनुपस्थितीत सर्व लहान राज्ये प्रभावीपणे वासल राज्यांमध्ये कमी झाली होती. त्याने लीगला असा सल्ला दिला की "देव आणि इतिहास तुमचा निर्णय लक्षात ठेवेल."

ही सामूहिक सुरक्षा आहे: लीग ऑफ नेशन्सचे ते अस्तित्व आहे. हा विश्वास आहे की प्रत्येक राज्याने आंतरराष्ट्रीय करारांमध्ये ठेवावे... एका शब्दात, आंतरराष्ट्रीय नैतिकता धोक्यात आहे. स्वाक्षरी करणाऱ्या अधिकाऱ्यांचे वैयक्तिक, थेट आणि तात्काळ हितसंबंध गुंतलेले असल्यावरच स्वाक्षऱ्या कराराच्या मूल्याला जोडल्या आहेत का?

या भाषणाने सम्राटला जगभरातील फॅसिस्टविरोधी प्रतीक बनवले आणि टाइमने त्याला "मॅन ऑफ द इयर" असे नाव दिले. तथापि, त्याला सर्वात जास्त आवश्यक असलेल्या गोष्टी मिळविण्यात तो अयशस्वी झाला: लीगने इटलीवर केवळ आंशिक आणि अप्रभावी निर्बंध घालण्यास सहमती दर्शविली. 1937 मध्ये फक्त सहा राष्ट्रांनी इटलीचा कब्जा ओळखला नाही: चीन, न्यूझीलंड, सोव्हिएत युनियन, स्पेन प्रजासत्ताक, मेक्सिको आणि युनायटेड स्टेट्स. इटलीच्या ॲबिसिनियावरील आक्रमणाचा निषेध करण्यात अयशस्वी झाल्यामुळे लीग ऑफ नेशन्स प्रभावीपणे कोसळल्याचे अनेकदा म्हटले जाते.

आंतरराष्ट्रीय समर्थनासाठी सम्राटाची विनंती युनायटेड स्टेट्समध्ये रुजली, विशेषत: इथिओपियन कारणाविषयी सहानुभूती असलेल्या आफ्रिकन-अमेरिकन संस्थांमध्ये. 1937 मध्ये, हेले सेलासी अमेरिकन लोकांना ख्रिसमसच्या दिवशी रेडिओ संबोधित करणार होते जेंव्हा त्याच्या टॅक्सी अपघातात गुडघा फ्रॅक्चर झाला होता तेव्हा त्याच्या समर्थकांचे आभार मानायचे होते. रेडिओ प्रसारण रद्द करण्याऐवजी, त्यांनी भाषण दिले, ज्यामध्ये त्यांनी ख्रिस्ती धर्म आणि सद्भावना यांचा संबंध लीग ऑफ नेशन्सच्या कराराशी जोडला आणि असे प्रतिपादन केले की "युद्ध थांबवण्याचे एकमेव साधन युद्ध नाही":

देवाच्या पुत्राच्या जन्मासह, एक अभूतपूर्व, एक अप्रत्याशित आणि दीर्घ-अपेक्षित घटना घडली. त्याचा जन्म राजवाड्याऐवजी स्थिरस्थावर, घरकुल ऐवजी गोठ्यात झाला. ज्ञानी लोकांच्या अंतःकरणाला त्याच्या भव्य नम्रतेमुळे भीती आणि आश्चर्य वाटले. राजांनी त्याला साष्टांग दंडवत घातला. 'शांति असो ज्यांची इच्छा आहे'. हा पहिला संदेश ठरला.

...शहाण्या लोकांच्या परिश्रमाने त्यांना आदर मिळत असला तरी, दुष्टांचा आत्मा या जगावर आपली सावली टाकत असतो हे जीवनाचे सत्य आहे. अहंकारी लोक त्यांच्या लोकांना गुन्हेगारी आणि विनाशाकडे नेत असल्याचे दिसून येते. लीग ऑफ नेशन्सच्या कायद्यांचे सतत उल्लंघन केले जाते आणि युद्धे आणि आक्रमणाची कृत्ये वारंवार घडतात... जेणेकरून ख्रिस्ताने आपल्या रक्ताने ज्याची सुटका केली त्या मानवजातीवर शापित आत्म्याचे वर्चस्व प्राप्त होणार नाही, सर्व शांतताप्रेमी लोकांनी सहकार्य केले पाहिजे. कायदेशीरपणा आणि शांतता टिकवून ठेवण्यासाठी आणि प्रोत्साहन देण्यासाठी खंबीरपणे उभे रहा.

या काळात हेले सेलासीला अनेक वैयक्तिक दुःखांचा सामना करावा लागला. त्याचे दोन जावई, रास देस्ता डॅमटेव आणि देजाझमाच बेयेने मेरिड, या दोघांनाही इटालियन लोकांनी फाशी दिली. सम्राटाची मुलगी, प्रिन्सेस रोमनवर्क, डेजाझमाच बेयेने मेरिडची पत्नी, तिला तिच्या मुलांसह बंदिवासात नेण्यात आले आणि 1941 मध्ये तिचा इटलीमध्ये मृत्यू झाला. 1942 मध्ये जीर्णोद्धार झाल्यानंतर लगेचच त्यांची मुलगी त्सेहाईचा बाळाच्या जन्मादरम्यान मृत्यू झाला.

इथिओपियाला परतल्यानंतर, त्यांनी फेअरफिल्ड हाऊस बाथ शहराला वृद्धांसाठी निवासस्थान म्हणून दान केले. सप्टेंबर 2019 मध्ये हेले सेलासीच्या स्मरणार्थ दोन निळ्या फलकांचे अनावरण त्यांच्या नातवाने केले, एक फेअरफिल्ड हाऊस येथे आणि एक वेस्टन-सुपर-मेरे येथे, जिथे त्याने ट्रॉपिकाना पूलमध्ये पोहले होते.

युनायटेड किंगडम, कॉमनवेल्थ ऑफ नेशन्स, फ्री फ्रान्स, फ्री बेल्जियम आणि इथिओपियन देशभक्तांच्या सैन्याने इटलीचा पराभव केला. 5 मे 1941 रोजी, हेले सेलासी यांनी अदिस अबाबामध्ये प्रवेश केला आणि इथिओपियन लोकांना वैयक्तिकरित्या संबोधित केले, फॅसिस्ट सैन्याने अदिस अबाबामध्ये प्रवेश केल्यानंतर पाच वर्षांनी.

आज तो दिवस आहे ज्या दिवशी आपण आपल्या शत्रूचा पराभव केला. म्हणून, जेव्हा आपण म्हणतो की आपण आपल्या अंतःकरणाने आनंदित होऊ या, तेव्हा आपला आनंद इतर कोणत्याही मार्गाने होऊ नये परंतु ख्रिस्ताच्या आत्म्याने होऊ द्या. वाईटासाठी वाईट परत करू नका. शत्रू आपल्या नेहमीच्या पद्धतीने, अगदी शेवटपर्यंत जे अत्याचार करत आला आहे, ते करू नका.

शत्रूच्या लायकीच्या कृत्याने इथिओपियाचे चांगले नाव खराब होणार नाही याची काळजी घ्या. आपले शत्रू ज्या मार्गाने आले होते त्याच मार्गाने त्यांना निःशस्त्र करून पाठवले आहे हे आपण पाहू. ड्रॅगनला मारणारे सेंट जॉर्ज हे आपल्या सैन्याचे तसेच आपल्या मित्रपक्षांचे संरक्षक संत असल्याने, नव्याने उदयास आलेल्या देवहीन आणि क्रूर ड्रॅगनच्या विरोधात उभे राहण्यास सक्षम होण्यासाठी आपण आपल्या मित्रांसोबत चिरंतन मैत्री आणि सौहार्दात एक होऊ या. जे मानवजातीवर अत्याचार करत आहे.

27 ऑगस्ट 1942 रोजी, हेले सेलासीने संपूर्ण साम्राज्यात इटलीने लागू केलेल्या गुलामगिरीच्या निर्मूलनासाठी कायदेशीर आधाराची पुष्टी केली आणि गुलामांच्या व्यापारासाठी मृत्यूसह कठोर दंड ठोठावला. दुसऱ्या महायुद्धानंतर इथिओपिया संयुक्त राष्ट्रांचा सनदी सदस्य बनला. 1948 मध्ये, इटालियन सोमालीलँड आणि ब्रिटिश सोमालीलँड या दोन्ही देशांशी वादग्रस्त असलेला ओगाडेन हा प्रदेश इथिओपियाला देण्यात आला. 2 डिसेंबर 1950 रोजी, यूएन जनरल असेंब्लीने ठराव 390 (V) स्वीकारून इथियोपियामध्ये इरिट्रिया (पूर्वीची इटालियन वसाहत) फेडरेशनची स्थापना केली. इरिट्रियाचे स्वतःचे संविधान असावे, जे वांशिक, भाषिक आणि सांस्कृतिक समतोल प्रदान करेल, तर इथिओपियाने त्याचे आर्थिक, संरक्षण आणि परराष्ट्र धोरण व्यवस्थापित करावे.

सामूहिक सुरक्षेचे तत्त्व पाळत, ज्यासाठी तो एक स्पष्टवक्ता होता, हेले सेलासी यांनी संयुक्त राष्ट्रांच्या कमांडला पाठिंबा देऊन कोरियन युद्धात भाग घेण्यासाठी जनरल मुलुगुएटा बुली यांच्या नेतृत्वाखाली एक तुकडी पाठवली. हे अमेरिकन 7 व्या पायदळ डिव्हिजनशी संलग्न होते आणि पोर्क चॉप हिलच्या लढाईसह अनेक युद्धांमध्ये लढले गेले. 1954 च्या भाषणात, हेले सेलासी यांनी सामूहिक सुरक्षेच्या तत्त्वांची पूर्तता म्हणून कोरियन युद्धात इथिओपियन सहभागाबद्दल सांगितले:

जवळपास दोन दशकांपूर्वी, मी वैयक्तिकरित्या इतिहाससमोर माझ्या प्रिय लोकांचे भवितव्य सामूहिक सुरक्षेच्या मुद्द्यावर टाकण्याची जबाबदारी स्वीकारली होती, निश्चितपणे, त्या वेळी आणि जागतिक इतिहासात प्रथमच, हा मुद्दा सर्व स्पष्टतेने समोर आला होता. . माझ्या सद्सद्विवेकबुद्धीच्या शोधामुळे मला माझ्या वाटचालीच्या योग्यतेबद्दल खात्री पटली आणि जर, अकथित त्रासानंतर आणि आक्रमणाच्या वेळी, खरोखरच, विनाअनुदानित प्रतिकार केल्यानंतर, आता आम्ही कोरियामधील आमच्या संयुक्त कारवाईमध्ये त्या तत्त्वाचे अंतिम समर्थन पाहतो, तर मी फक्त असेच होऊ शकतो. देवाने मला त्याच्या अलीकडील गौरवशाली न्यायाच्या क्षणापर्यंत आपल्या विश्वासावर टिकून राहण्यासाठी शक्ती दिली याबद्दल आभारी आहे

क्रांती

फेब्रुवारी 1974 मध्ये, अचानक आर्थिक चलनवाढीच्या विरोधात अदिस अबाबामध्ये चार दिवसांच्या गंभीर दंगलीत पाच जणांचा मृत्यू झाला. सम्राटाने राष्ट्रीय दूरचित्रवाणीवर पेट्रोलच्या किमती कमी करण्याची आणि मूलभूत वस्तूंच्या किमती फ्रीज करण्याची घोषणा करून प्रतिक्रिया दिली. यामुळे लोक शांत झाले, परंतु वचन दिलेली 33% लष्करी वेतनवाढ लष्कराला शांत करण्यासाठी पुरेशी नव्हती, जी नंतर अस्मारा पासून सुरू झाली आणि संपूर्ण साम्राज्यात पसरली. या विद्रोहामुळे 27 फेब्रुवारी 1974 रोजी पंतप्रधान अकलीलू हब्ते-वोल्ड यांनी राजीनामा दिला. हेले सेलासी पुन्हा दूरचित्रवाणीवर जाऊन लष्कराच्या अधिक पगाराच्या मागणीला सहमती दर्शवली आणि एंडेलकाच्यू मॅकोनेन यांना त्यांचे नवीन पंतप्रधान म्हणून नियुक्त केले. एंडलकॅच्यूच्या अनेक सवलती असूनही, असंतोष मार्चमध्ये चार दिवसांच्या सामान्य संपाने चालूच राहिला ज्याने देशाला स्तब्ध केले.

तुरुंगवास

लष्कराच्या मागण्यांची चौकशी करण्यासाठी जूनमध्ये स्थापन करण्यात आलेल्या खालच्या दर्जाचे लष्करी अधिकारी आणि सूचीबद्ध पुरुषांची एक समिती द डर्गने 12 सप्टेंबर रोजी 82 वर्षीय हेले सेलासी यांना पदच्युत करण्यासाठी सरकारच्या गोंधळाचा फायदा घेतला. एरिट्रियन वंशाचे प्रोटेस्टंट जनरल अमन मिकेल एंडोम, यांनी परदेशात वैद्यकीय उपचार घेतलेल्या क्राउन प्रिन्स असफा वोसेनच्या परत येईपर्यंत काही काळ तात्पुरते राज्य प्रमुख म्हणून काम केले. हेले सेलासी यांना अदिस अबाबा येथील 4थ्या आर्मी डिव्हिजनमध्ये थोडक्यात नजरकैदेत ठेवण्यात आले. त्याच वेळी, त्याच्या कुटुंबातील बहुतेकांना राजधानीच्या उत्तरेकडील हरारच्या उशीरा ड्यूकच्या निवासस्थानी ताब्यात घेण्यात आले. सम्राटाच्या आयुष्यातील शेवटचे महिने ग्रँड पॅलेसमध्ये तुरुंगवासात घालवले गेले. अहवालानुसार, त्याची मानसिक स्थिती अशी होती की तो अजूनही इथिओपियाचा सम्राट असल्याचे त्याला वाटत होते.

नंतर, शाही कुटुंबातील बहुतेकांना आदिस अबाबा तुरुंगात कैद करण्यात आले, ज्याला "अलेम बेकाग्ने" किंवा "मला हे जग पुरेसे आहे" असेही म्हटले जाते. 23 नोव्हेंबर 60 रोजी शाही सरकारच्या माजी उच्च अधिकाऱ्यांना चाचणीशिवाय गोळीबार पथकाद्वारे मृत्युदंड देण्यात आला, ज्यामध्ये हेल सेलासीचा नातू इस्किंदर देस्टा, एक रिअर ॲडमिरल, तसेच जनरल एंडोम आणि दोन माजी पंतप्रधानांचा समावेश होता. इथिओपियन लोकांना "ब्लडी सॅटरडे" म्हणून ओळखल्या जाणाऱ्या या हत्यांचा क्राउन प्रिन्स असफा वोसेन यांनी निषेध केला होता; डर्गने त्याच्या शाही वैधतेची पोचपावती रद्द करून आणि सोलोमोनिक राजवंशाच्या समाप्तीची घोषणा करून त्याच्या निषेधाला प्रतिसाद दिला.

मृत्यू आणि हस्तक्षेप

28 ऑगस्ट 1975 रोजी, राज्य माध्यमांनी वृत्त दिले की हेले सेलासी 27 ऑगस्ट रोजी "श्वसन निकामी" मुळे प्रोस्टेट तपासणी आणि प्रोस्टेट ऑपरेशन नंतरच्या गुंतागुंतीमुळे मरण पावला. डॉ. असरत वोल्डेयस यांनी गुंतागुंत झाल्याचा इन्कार केला आणि त्यांच्या मृत्यूची सरकारी आवृत्ती नाकारली. प्रोस्टेट ऑपरेशन वरवर पाहता राज्य माध्यमांनी दावा केल्याच्या काही महिन्यांपूर्वी झाला होता आणि हेले सेलासीला त्याच्या शेवटच्या दिवसांत मजबूत आरोग्य लाभले होते. 1994 मध्ये, एका इथिओपियन न्यायालयाने अनेक माजी लष्करी अधिकाऱ्यांना 1975 मध्ये सम्राटाचा त्याच्या पलंगावर गळा दाबून खून केल्याबद्दल दोषी आढळले. लष्करी समाजवादी डर्ग राजवट उलथून टाकल्यानंतर तीन वर्षांनी न्यायालयाने त्यांच्यावर नरसंहार आणि हत्येचा आरोप लावला आणि असा दावा केला की त्यांनी कागदपत्रे मिळवली होती. "सरंजामशाही" चे नेतृत्व केल्याबद्दल हेले सेलासीची हत्या करण्यासाठी लष्करी राजवटीच्या उच्च-स्तरीय आदेशाची पुष्टी करणे. 10 डर्गचा अंतिम हत्येचा आदेश आणि लष्करी राजवटीचा शिक्का आणि स्वाक्षरी असलेले दस्तऐवज ऑनलाइन मोठ्या प्रमाणावर प्रसारित केले गेले आहेत. या दस्तऐवजांची सत्यता लष्करी डर्ग राजवटीच्या अनेक माजी सदस्यांनी पुष्टी केली आहे.

सोव्हिएत-समर्थित पीपल्स डेमोक्रॅटिक रिपब्लिक ऑफ इथिओपिया, डर्गचा उत्तराधिकारी, 1991 मध्ये पडला. 1992 मध्ये, हेले सेलासीची हाडे राजवाड्याच्या मैदानावर एका कॉंक्रीट स्लॅबखाली सापडली, हेले सेलासीची शवपेटी भाटा चर्चमध्ये जवळपास विसावली.

त्याचे काका मेनेलिक II यांच्या विश्रांती स्थळाजवळ. 5 नोव्हेंबर 2000 रोजी, इथिओपियन ऑर्थोडॉक्स चर्चने त्यांना अंत्यसंस्कार दिले, परंतु सरकारने या समारंभाला अधिकृत शाही अंत्यविधी घोषित करण्याचे आवाहन नाकारले.

सीबीसीला 1967 च्या रेकॉर्ड केलेल्या मुलाखतीत, हेल सेलासीने त्याचे कथित देवत्व नाकारले. मुलाखतीत बिल मॅकनील म्हणतात: "संपूर्ण जगात लाखो ख्रिस्ती आहेत, महाराज, जे तुम्हाला येशू ख्रिस्ताचा पुनर्जन्म मानतात." Haile Selassie ने त्याच्या मूळ भाषेत उत्तर दिले:

मी ही कल्पना ऐकली आहे. मी ठराविक रास्ताफेरियन्सनाही भेटलो. मी त्यांना स्पष्टपणे सांगितले की मी एक माणूस आहे, मी नश्वर आहे, आणि माझी जागा येणाऱ्या पिढीकडून घेतली जाईल, आणि त्यांनी कधीही देवतेपासून मनुष्य उत्पन्न झाला आहे असे मानण्यात किंवा ढोंग करण्यात चूक करू नये.

33
प्रशियाचा फ्रेडरिक दुसरा

प्रशियाचा फ्रेडरिक दुसरा

Scan for Story Videos - www.itibook.com

फ्रेडरिक II (24 जानेवारी 1712 - 17 ऑगस्ट 1786) 1740 ते 1772 पर्यंत प्रशियाचा राजा होता आणि 1772 ते 1786 मध्ये त्याचा मृत्यू होईपर्यंत प्रशियाचा राजा होता. त्याच्या सर्वात महत्त्वपूर्ण कामगिरीमध्ये सिलेस युद्धातील त्याच्या लष्करी यशांचा समावेश होतो. प्रशिया आर्मीची त्यांची पुनर्रचना, पोलंडची पहिली फाळणी आणि कला आणि प्रबोधन यांना त्यांचे संरक्षण. फ्रेडरिक हा प्रशियातील राजा म्हणून नावाजलेला शेवटचा होहेनझोलर्न सम्राट होता आणि त्याने 1772 मध्ये पोलिश-लिथुआनियन कॉमनवेल्थमधून पोलिश प्रशियाला जोडल्यानंतर स्वतःला प्रशियाचा राजा घोषित केले. प्रशियाने आपल्या प्रदेशात मोठ्या प्रमाणात वाढ केली आणि त्याच्या राजवटीत युरोपमधील एक प्रमुख लष्करी शक्ती बनली. तो फ्रेडरिक द ग्रेट म्हणून ओळखला जाऊ लागला आणि त्याला "ओल्ड फ्रिट्झ" (जर्मन: "डर अल्टे फ्रिट्झ") असे टोपणनाव देण्यात आले.

तरुणपणात, फ्रेडरिकला युद्धाच्या कलेपेक्षा संगीत आणि तत्त्वज्ञानात अधिक रस होता, ज्यामुळे त्याचे हुकूमशाही वडील, प्रशियाच्या फ्रेडरिक विल्यम I यांच्याशी संघर्ष झाला. तथापि, प्रशियाच्या सिंहासनावर आरूढ झाल्यावर, त्याने 1742 मध्ये सिलेशियाच्या समृद्ध ऑस्ट्रियन प्रांतावर हल्ला केला आणि त्याचा ताबा घेतला, त्याने स्वतःची आणि प्रशियाची लष्करी प्रशंसा केली. तो एक प्रभावशाली लष्करी सिद्धांतकार बनला ज्याचे विश्लेषण त्याच्या विस्तृत वैयक्तिक रणांगण अनुभवातून उद्भवले आणि रणनीती, रणनीती, गतिशीलता आणि रसद या विषयांचा समावेश केला.

शासक हा राज्याचा पहिला सेवक असावा असे सांगून फ्रेडरिक हे प्रबुद्ध निरंकुशतेचे समर्थक होते. त्यांनी प्रशियातील नोकरशाही आणि नागरी सेवेचे आधुनिकीकरण केले आणि सहिष्णुतेपासून ते पृथक्करणापर्यंतच्या संपूर्ण क्षेत्रात धार्मिक धोरणांचा पाठपुरावा केला. त्यांनी न्यायव्यवस्थेत सुधारणा केली आणि खालच्या दर्जाच्या पुरुषांना न्यायाधीश आणि वरिष्ठ नोकरशहा बनणे शक्य केले. फ्रेडरिकने विविध राष्ट्रीयता आणि धर्माच्या स्थलांतरितांना प्रशियामध्ये येण्यासाठी प्रोत्साहित केले, जरी त्याने सिलेशिया आणि पोलिश प्रशियामध्ये कॅथलिकांविरुद्ध जाचक उपाय केले. त्यांनी ज्या कला आणि तत्वज्ञांना पसंती दिली त्यांना त्यांनी पाठिंबा दिला आणि प्रेस आणि साहित्याच्या स्वातंत्र्याला परवानगी दिली. फ्रेडरिक जवळजवळ निश्चितच समलैंगिक होता आणि त्याची लैंगिकता हा बराच अभ्यासाचा विषय आहे. त्याला त्याच्या आवडत्या निवासस्थानी, पॉट्सडॅममधील सॅन्सोसी येथे पुरण्यात आले आहे. तो निपुत्रिक मरण पावल्यामुळे, त्याचा पुतण्या, फ्रेडरिक विल्यम दुसरा त्याच्यानंतर आला.

19व्या शतकातील जवळजवळ सर्व जर्मन इतिहासकारांनी फ्रेडरिकला गौरवशाली योद्ध्याचे रोमँटिक मॉडेल बनवले, त्याच्या नेतृत्वाची, प्रशासकीय कार्यक्षमता, कर्तव्याची निष्ठा आणि प्रशियाला युरोपमधील एक महान शक्ती बनविण्यात यश मिळवून त्याची प्रशंसा केली. पहिल्या महायुद्धात जर्मनीच्या पराभवानंतर फ्रेडरिक हे एक प्रशंसनीय ऐतिहासिक व्यक्तिमत्व राहिले आणि नाझींनी त्याला वैयक्तिकरित्या आदर्श मानणारा ॲडॉल्फ हिटलरचा एक महान जर्मन नेता म्हणून गौरव केला. द्वितीय विश्वयुद्धानंतर जर्मनीमध्ये त्याची प्रतिष्ठा कमी झाली, त्याचे अंशतः नाझी प्रतीक म्हणून दर्जा. याची पर्वा न करता, 21 व्या शतकातील इतिहासकार फ्रेडरिककडे एक उत्कृष्ट

लष्करी नेता आणि सक्षम सम्राट म्हणून पाहतात, ज्यांच्या प्रबोधन संस्कृती आणि प्रशासकीय सुधारणांबद्दलच्या वचनबद्धतेमुळे प्रशिया राज्याला जर्मन राज्यांमधील नेतृत्वासाठी ऑस्ट्रियन हॅब्सबर्ग यांच्याशी स्पर्धा करण्याची परवानगी मिळाली.

फ्रेडरिक हा प्रशियाचा क्राउन प्रिन्स फ्रेडरिक विल्यम आणि त्याची पत्नी सोफिया डोरोथियाचा हॅनोवरचा मुलगा होता. त्यांचा जन्म 24 जानेवारी 1712 रोजी रात्री 11 ते 12 च्या दरम्यान बर्लिन सिटी पॅलेसमध्ये झाला आणि बेंजामिन उर्सिनस वॉन बार यांनी 31 जानेवारी रोजी फ्रेडरिक या एकमेव नावाने बाप्तिस्मा घेतला. जन्माचे स्वागत त्याचे आजोबा फ्रेडरिक I यांनी केले, कारण त्याचे दोन पूर्वीचे नातू बालपणातच मरण पावले होते. 1713 मध्ये फ्रेडरिक I च्या मृत्यूनंतर, त्याचा मुलगा फ्रेडरिक विल्यम I हा प्रशियामध्ये राजा बनला, अशा प्रकारे तरुण फ्रेडरिक हा युवराज बनला. फ्रेडरिकला नऊ भावंडे होती जी तारुण्यापर्यंत जगली. त्याला सहा बहिणी होत्या. सर्वात मोठा विल्हेल्माइन होता, जो त्याचा सर्वात जवळचा भावंड बनला. 3 त्याला ऑगस्टस विल्यम आणि हेन्री यांच्यासह तीन लहान भाऊ देखील होते. नवीन राजाची इच्छा होती की आपल्या मुलांनी राजेशाही म्हणून नव्हे तर साध्या लोकांप्रमाणे शिक्षण घेतले पाहिजे. त्यांना मादाम डी मॉन्टबेल या फ्रेंच महिलेने शिकवले होते, ज्याने फ्रेडरिक विल्यम यांनाही शिक्षण दिले होते.

फ्रेडरिक विल्यम I, ज्याला "सैनिक राजा" असे लोकप्रिय म्हटले जाते, त्याने एक मोठे आणि शक्तिशाली सैन्य तयार केले होते ज्यात त्याच्या प्रसिद्ध "पॉट्सडॅम जायंट्स" च्या रेजिमेंटचा समावेश होता, त्याने राज्याच्या संपत्तीचे काळजीपूर्वक व्यवस्थापन केले आणि एक मजबूत केंद्रीकृत सरकार विकसित केले. त्याचा हिंसक स्वभाव देखील होता आणि त्याने ब्रँडनबर्ग-प्रशियावर पूर्ण अधिकाराने राज्य केले. 6 याउलट, फ्रेडरिकची आई सोफिया, ज्यांचे वडील, ब्रन्सविक-लुनेबर्गचे जॉर्ज लुई, 1714 मध्ये किंग जॉर्ज I म्हणून ब्रिटिश सिंहासनावर बसले होते, विनम्र, करिष्माई आणि विद्वान होत्या. फ्रेडरिकच्या पालकांमधील राजकीय आणि वैयक्तिक मतभेदांमुळे तणाव निर्माण झाला, 8 ज्यामुळे फ्रेडरिकचा शासक म्हणून त्याच्या भूमिकेकडे पाहण्याचा दृष्टीकोन, संस्कृतीबद्दलचा त्याचा दृष्टिकोन आणि त्याच्या वडिलांशी असलेल्या नातेसंबंधावर परिणाम झाला.

तरुणपणाच्या सुरुवातीच्या काळात, फ्रेडरिक त्याची आई आणि बहीण विल्हेल्माइन यांच्यासोबत राहत होते, जरी ते नियमितपणे कोनिग्स वुस्टरहॉसेन येथे त्यांच्या वडिलांच्या शिकार लॉजला भेट देत असत. फ्रेडरिक आणि त्याच्या मोठ्या बहिणीचे जवळचे नाते निर्माण झाले, जे 1758 मध्ये तिच्या मृत्यूपर्यंत टिकले. फ्रेडरिक आणि त्याच्या बहिणींचे संगोपन ह्युगेनॉट गव्हर्नस आणि शिक्षकाने केले आणि फ्रेंच आणि जर्मन एकाच वेळी शिकले. आपले शिक्षण पूर्णपणे धार्मिक आणि व्यावहारिक असावे अशी त्याच्या वडिलांची इच्छा असूनही, तरुण फ्रेडरिकने संगीत, साहित्य आणि फ्रेंच संस्कृतीला प्राधान्य दिले. फ्रेडरिक विल्हेल्मला वाटले की ही स्वारस्ये अप्रामाणिक आहेत, कारण त्यांचा त्याच्या सैन्यवादाशी संघर्ष झाला, परिणामी फ्रेडरिकचा वारंवार मारहाण आणि अपमान झाला. असे असले तरी, फ्रेडरिकने लॅटिन भाषेतील त्याच्या शिक्षिका जॅक ड्युहानच्या मदतीने स्वत:साठी तीन हजार खंडांचे काव्य, ग्रीक आणि रोमन अभिजात आणि तत्त्वज्ञान यांचे गुप्त ग्रंथालय आपल्या अधिकृत धड्यांना पूरक म्हणून विकत घेतले.

जरी त्याचे वडील, फ्रेडरिक विल्यम I, प्रशियामध्ये ल्यूथेरन राज्याच्या विश्वासाच्या असूनही कॅल्विनिस्ट म्हणून वाढले असले तरी, त्यांना भीती होती की तो देवाच्या निवडलेल्यांपैकी नाही. त्याचा मुलगा फ्रेडरिक याच चिंतेने प्रेरित होण्याची शक्यता टाळण्यासाठी, राजाने आपल्या वारसाला पूर्वनिश्चिततेबद्दल शिकवू नये असा आदेश दिला. वडिलांचा हेतू असूनही, फ्रेडरिकने स्वतःसाठी पूर्वनियोजिततेची भावना स्वीकारल्याचे दिसून आले.

राजकुमार

वयाच्या 16 व्या वर्षी, फ्रेडरिकने राजाच्या 17 वर्षांच्या पानावर, पीटर कार्ल क्रिस्टोफ वॉन कीथशी संलग्नता निर्माण केली. विल्हेल्माइनने नोंदवले की ते दोघे "लवकरच अविभाज्य झाले. कीथ हुशार होता, परंतु शिक्षणाशिवाय. त्याने माझ्या भावाची खरी भक्तीच्या भावनांपासून सेवा केली, आणि त्याला राजाच्या सर्व कृतींची माहिती दिली." विल्हेल्माइन पुढे रेकॉर्ड करेल की "जरी मी हे लक्षात आले होते की तो या पृष्ठाशी त्याच्या स्थितीत योग्य होता त्यापेक्षा अधिक परिचित अटींवर होता, मला माहित नव्हते की मैत्री किती घनिष्ट आहे." फ्रेडरिक जवळजवळ निश्चितच समलैंगिक होता, कीथशी त्याचे नाते समलैंगिक होते, जरी त्यांच्या जवळीकतेची व्याप्ती संदिग्ध राहिली आहे. जेव्हा फ्रेडरिक विल्यमने त्यांच्या नात्याच्या अफवा ऐकल्या तेव्हा कीथला डच सीमेजवळ एका लोकप्रिय नसलेल्या रेजिमेंटमध्ये पाठवण्यात आले.

1720 च्या दशकाच्या मध्यात, राणी सोफिया डोरोथियाने फ्रेडरिक आणि त्याची बहीण विल्हेल्माइन यांचा विवाह तिचा भाऊ किंग जॉर्ज II ची मुले अमेलिया आणि फ्रेडरिक यांच्याशी लावण्याचा प्रयत्न केला, जो स्पष्ट वारस होता. प्रशिया आणि ग्रेट ब्रिटन यांच्यातील युतीच्या भीतीने, बर्लिनमधील ऑस्ट्रियाचे राजदूत फील्ड मार्शल फॉन सेकेंडॉर्फ यांनी प्रशियाचे युद्ध मंत्री फील्ड मार्शल वॉन ग्रुम्बको आणि लंडनमधील प्रशियाचे राजदूत बेंजामिन रेचेनबॅच यांना लाच दिली. या जोडीने लाचखोरी आणि निंदा वापरून ब्रिटीश आणि प्रशिया न्यायालयांमधील संबंध कमी केले. अखेरीस फ्रेडरिक विल्यमला राग आला या कल्पनेने फ्रेडरिकचे एका इंग्रज पत्नीशी लग्न झाले आहे आणि ब्रिटिश न्यायालयाच्या प्रभावाखाली आहे. त्याऐवजी, त्याने ऑस्ट्रियाशी करारावर स्वाक्षरी केली, ज्याने अस्पष्टपणे ज्युलिच-बर्गच्या रियासतांना प्रशियाचे अधिकार मान्य करण्याचे वचन दिले, ज्यामुळे लग्नाचा प्रस्ताव रद्द झाला.

वारसा

1786 मध्ये फ्रेडरिकच्या मृत्यूच्या वेळी, ब्रँडनबर्ग-प्रशिया वायलेटमध्ये असलेले युरोप, दाखवते की प्रशियाचा प्रदेश त्याच्या सिलेशियन युद्धांमुळे, पूर्व फ्रिसियाचा वारसा आणि पोलंडच्या पहिल्या फाळणीमुळे मोठ्या प्रमाणात वाढला आहे.

एका अर्थाने फ्रेडरिक अपवादात्मक वारशाने सिंहासनावर येईल. फ्रेडरिक विल्यम I याने त्याला अत्यंत लष्करी राज्यासह सोडले होते. लोकसंख्येच्या बाबतीत प्रशिया हा युरोपमधील बारावा मोठा देश होता, परंतु त्याचे सैन्य चौथ्या क्रमांकाचे होते: केवळ फ्रान्स, रशिया आणि ऑस्ट्रियाचे सैन्य मोठे होते. प्रशियामध्ये प्रत्येक 28 नागरिकांमागे एक सैनिक होता, तर ग्रेट ब्रिटनमध्ये प्रत्येक 310 नागरिकांमागे फक्त एक सैनिक होता आणि सैन्याने प्रशियाच्या राज्याच्या बजेटच्या 86% भाग घेतला होता. शिवाय, फ्रेडरिकच्या राज्यारोहणाच्या वेळी, फ्रेडरिक विल्यम I द्वारे प्रशिक्षित प्रशियातील पायदळ शिस्त आणि अग्निशक्तीत अतुलनीय होती. 1770 पर्यंत, दोन दशकांनी शांततेच्या मध्यांतराने युद्धाला शिक्षा दिल्यानंतर, फ्रेडरिकने वारशाने मिळालेल्या प्रचंड सैन्याचा आकार दुप्पट केला. परिस्थितीचा सारांश मीराबेऊ यांना दिलेल्या मोठ्या प्रमाणात अनुवादित आणि उद्धृत केलेल्या अफोरिझममध्ये देण्यात आला आहे, ज्याने 1786 मध्ये असे प्रतिपादन केले होते की "ला प्रुसे एन'एस्ट पास अन पेस क्यू ए यूने आर्मी, सी'एस्ट यूने आर्मी क्वि ए अन पेस" (" प्रशिया हे सैन्याच्या ताब्यात असलेले राज्य नव्हते, तर राज्याच्या ताब्यात असलेले सैन्य होते"). त्याच्या काटकसरी वडिलांनी जो संसाधने जोपासली होती त्याचा वापर करून, फ्रेडरिक अखेरीस प्रशियाला पाचवी आणि सर्वात लहान युरोपीय महासत्ता म्हणून स्थापित करू शकला.

प्रिन्स फ्रेडरिक अठ्ठावीस वर्षांचा होता जेव्हा त्याचे वडील फ्रेडरिक विल्यम I मरण पावले आणि ते प्रशियाच्या सिंहासनावर आरूढ झाले. त्याच्या राज्यारोहणाच्या आधी, फ्रेडरिकला डी'अलेमबर्टने सांगितले होते, "प्रत्येक देशातील तत्वज्ञानी आणि अक्षरे असलेले माणसे, सर, तुम्हाला त्यांचा नेता आणि आदर्श म्हणून पाहत आहेत." राजकीय वास्तवानुसार. 1740 मध्ये जेव्हा फ्रेडरिक तिसरा "प्रशियाचा राजा" म्हणून सिंहासनावर आरूढ झाला, तेव्हा त्याच्या कार्यक्षेत्रात पवित्र रोमन साम्राज्याच्या पश्चिमेकडील क्लेव्हज, मार्क आणि रेवेन्सबर्गसह विखुरलेल्या प्रदेशांचा समावेश होता; साम्राज्याच्या पूर्वेला ब्रँडनबर्ग, हिदर पोमेरेनिया आणि फारदर पोमेरेनिया; आणि प्रशियाचे राज्य, प्रशियाचे पूर्वीचे डची, पोलिश-लिथुआनियन कॉमनवेल्थच्या सीमेवर असलेल्या साम्राज्याच्या बाहेर. त्याला प्रशियातील राजा ही पदवी देण्यात आली कारण त्याच्या राज्यामध्ये ऐतिहासिक प्रशियाचाच भाग समाविष्ट होता; 1772 मध्ये पोलंडच्या पहिल्या फाळणीनंतर तो स्वत:ला प्रशियाचा राजा घोषित करणार होता.

राजवट

प्रमुख लढाया-

जेव्हा फ्रेडरिक राजा बनला, तेव्हा त्याच्यासमोर प्रशियाच्या कमकुवतपणावर मात करण्याचे आव्हान होते, कमजोर आर्थिक पायासह असुरक्षितपणे खंडित होल्डिंग्स होती. प्रशियाची स्थिती मजबूत करण्यासाठी, त्याने मुख्यतः ऑस्ट्रियाविरुद्ध युद्धे केली, ज्यांच्या हॅब्सबर्ग राजवंशाने 15 व्या शतकापासून पवित्र रोमन सम्राट म्हणून राज्य केले. अशाप्रकारे, 31 मे 1740 रोजी सिंहासनावर आरूढ झाल्यावर, फ्रेडरिकने पवित्र रोमन सम्राट चार्ल्स सहाव्याची कन्या ऑस्ट्रियाच्या मारिया थेरेसा हिच्याकडून हॅब्सबर्ग डोमेनचा वारसा सुनिश्चित करण्यासाठी 1713 च्या व्यावहारिक मंजुरीला मान्यता देण्यास नकार दिला. 29 ऑक्टोबर 1740 रोजी चार्ल्स VI च्या मृत्यूनंतर, फ्रेडरिकने 23 वर्षीय मारिया थेरेसाच्या हॅब्सबर्ग भूमीवरील उत्तराधिकाराच्या अधिकारावर वाद घातला, त्याच बरोबर ऑस्ट्रियन प्रांतातील सिलेसियावर स्वतःचा हक्क सांगितला.

त्यानुसार, पहिले सिलेशियन युद्ध (1740-1742, ऑस्ट्रियन उत्तराधिकाराच्या युद्धाचा भाग) 16 डिसेंबर 1740 रोजी सुरू झाले जेव्हा फ्रेडरिकने आक्रमण केले आणि सात आठवड्यांच्या आत जवळजवळ संपूर्ण सिलेशिया ताब्यात घेतला. फ्रेडरिकने राजवंशीय कारणास्तव आपल्या व्यवसायाचे समर्थन केले असले तरी, हॅब्सबर्ग साम्राज्याच्या या लष्करी आणि राजकीयदृष्ट्या असुरक्षित भागावरील आक्रमणामुळे दीर्घकालीन आर्थिक आणि धोरणात्मक फायदे मिळण्याची क्षमता होती. सिलेशियाच्या ताब्यामुळे फ्रेडरिकच्या राज्यात सर्वात घनतेने औद्योगिकीकृत जर्मन प्रदेश जोडला गेला आणि त्याने ओडर नदीवर ताबा मिळवला. यामुळे प्रशियाची लोकसंख्या जवळपास दुप्पट झाली आणि त्याचा प्रदेश एक तृतीयांश वाढला. याने पोलंडचा राजा ऑगस्टस तिसरा आणि सॅक्सनीचा निर्वाचक यांनाही सिलेसियाच्या माध्यमातून स्वतःच्या भिन्न जमिनी जोडण्याचा प्रयत्न करण्यापासून रोखले.

धोरणे

प्रशासकीय आधुनिकीकरण-

त्याच्या सुरुवातीच्या प्रकाशित कामात, अँटी-मॅचियावेल, आणि त्याच्या नंतरच्या करारातील राजकारण (राजकीय करार), फ्रेडरिकने लिहिले की सार्वभौम हा राज्याचा पहिला सेवक होता. या भूमिकेत अभिनय केल्याने फ्रेडरिकने मदत केली. प्रशियाला युरोपियन बॅकवॉटरमधून आर्थिकदृष्ट्या मजबूत आणि राजकीयदृष्ट्या सुधारित राज्यात बदला. 182 त्यांनी आपल्या उद्योगांना उच्च दर आणि देशांतर्गत व्यापारावरील किमान निर्बंधांसह संरक्षण दिले. त्यांनी प्रेस आणि साहित्यातील भाषण स्वातंत्र्य वाढवले, न्यायिक छळाचे बहुतेक वापर रद्द केले, आणि मृत्युदंडाची शिक्षा होऊ शकणाऱ्या गुन्ह्यांची संख्या कमी केली. आपल्या ग्रँड चॅन्सेलर सॅम्युअल वॉन कोकेजी यांच्यासोबत काम करून, त्यांनी न्यायिक व्यवस्थेत सुधारणा केली आणि ती अधिक कार्यक्षम बनवली, आणि त्यांनी विशेष सामाजिक

वर्गांसाठी विशेष न्यायालये काढून न्यायालयांना सर्व नागरिकांच्या अधिक कायदेशीर समानतेकडे नेले. फ्रेडरिकच्या मृत्यूनंतर ही सुधारणा पूर्ण झाली, परिणामी 1794 च्या प्रशिया कायदा संहिता, ज्याने कायद्यासमोर समानतेसह मानवी हक्क आणि कॉर्पोरेट विशेषाधिकारांसह निरंकुशता संतुलित केली. कायदा संहितेचे स्वागत मिश्रित होते कारण ते सहसा विरोधाभासी मानले जात होते.

फ्रेडरिकने प्रशियाची वित्तीय व्यवस्था व्यवस्थित ठेवण्याचा प्रयत्न केला. जानेवारी 1750 मध्ये, जोहान फिलिप ग्रौमन यांची फ्रेडरिकचे वित्त, लष्करी व्यवहार आणि राजेशाही मालमत्तांवरील गोपनीय सल्लागार, तसेच सर्व टांकसाळ सुविधांचे महासंचालक म्हणून नियुक्ती करण्यात आली. ग्रौमनच्या चलन सुधारणेने प्रशियान थेलरची चांदीची सामग्री चांदीच्या 1/12 कोलोन चिन्हावरून 1/14 पर्यंत कमी केली, ज्यामुळे थॅलरची धातूची सामग्री त्याच्या दर्शनी मूल्यासह संरेखित झाली, आणि त्यामुळे प्रशियाचे प्रमाणीकरण झाले. नाणे व्यवस्था. परिणामी, प्रशियातील नाणी, जी टांकसाळीप्रमाणेच वेगाने देश सोडून जात होती, प्रशियामध्ये चलनात राहिली. याव्यतिरिक्त, फ्रेडरिकचा असा अंदाज आहे की त्याने सिग्नोरेजवर सुमारे एक दशलक्ष थेलर्स नफा कमावला. हे नाणे अखेरीस प्रशियाच्या पलीकडे सर्वत्र स्वीकारले गेले आणि उद्योग आणि व्यापार वाढण्यास मदत झाली. डच डकॅटला बाल्टिक व्यापारातून बाहेर काढण्यासाठी फ्रेडरिक डी'ओर नावाचे सोन्याचे नाणे देखील काढण्यात आले. तथापि, सोने आणि चांदीमधील निश्चित गुणोत्तरामुळे सोन्याची नाणी अधिक मौल्यवान मानली गेली, ज्यामुळे ते प्रशियामध्ये चलनात आले. फ्रेडरिकच्या नफ्याच्या अपेक्षा पूर्ण करू न शकल्यामुळे, 1754 मध्ये ग्रौमन यांना काढून टाकण्यात आले.

जरी फ्रेडरिकने सात वर्षांच्या युद्धाला निधी देण्यासाठी नाण्यांच्या अवमूल्यनाने प्रशियाच्या चलन प्रणालीला गोंधळात टाकले, मे १७६३ च्या मिंट एडिक्टने घसरलेली नाणी स्वीकारली जातील आणि कर भरावे लागतील असे दर निश्चित करून ते स्थिरता आणले. युद्धपूर्व मूल्याचे चलन. इतर अनेक राज्यकर्त्यांनी लवकरच त्यांच्या स्वतःच्या चलनांमध्ये सुधारणा करण्यासाठी फ्रेडरिकच्या पावलांचा अवलंब केला - यामुळे तयार पैशांचा तुटवडा निर्माण झाला, त्यामुळे किमती कमी झाल्या. सुधारणांच्या कार्यक्षमतेने आणि स्थिरतेने प्रशियाच्या चलन प्रणालीला उत्तर जर्मनीमध्ये मानक बनवले.

1751 च्या सुमारास फ्रेडरिकने चीनसोबत व्यापार वाढवण्यासाठी एम्डेन कंपनीची स्थापना केली. अर्थव्यवस्थेला स्थैर्य देण्यासाठी त्यांनी लॉटरी, अग्नि विमा आणि गिरो सवलत आणि क्रेडिट बँक सुरू केली. सात वर्षांच्या युद्धानंतर फ्रेडरिकच्या यशांपैकी एक म्हणजे धान्याच्या किमतींवर नियंत्रण, ज्याद्वारे सरकारी भांडारगृहे गरजू प्रदेशात नागरी लोकसंख्या टिकवून ठेवू शकतील, जेथे कापणी खराब होती. त्यांनी जोहान अर्न्स्ट गोट्झकोव्स्की यांना व्यापाराला चालना देण्यासाठी आणि - फ्रान्सशी स्पर्धा करण्यासाठी - एक रेशीम कारखाना ठेवला जेथे लवकरच 1,500 लोकांना रोजगार मिळाला. फ्रेडरिकने टोल आकारणी आणि आयात निर्बंधांच्या क्षेत्रात गोट्झकोव्स्कीच्या शिफारसींचे पालन केले. 1763 च्या ॲमस्टरडॅम बँकिंग संकटाच्या वेळी गोट्झकोव्स्कीने पुढे ढकलण्याची मागणी केली तेव्हा फ्रेडरिकने त्याच्या पोर्सिलेन कारखाना ताब्यात घेतला, जो आता केपीएम म्हणून ओळखला जातो.

फ्रेडरिकने प्रशियाच्या नागरी सेवेचे आधुनिकीकरण केले आणि पूर्व प्रशियातील अधिक स्थायिकांना आकर्षित करण्यासाठी त्याच्या संपूर्ण क्षेत्रात धार्मिक सहिष्णुतेला प्रोत्साहन दिले. फ्रेंच तज्ज्ञांच्या मदतीने त्यांनी अप्रत्यक्ष करप्रणालीची व्यवस्था केली, ज्यामुळे राज्याला प्रत्यक्ष कर आकारणीपेक्षा अधिक महसूल मिळाला; जरी त्याचे प्रशासन करणाऱ्या फ्रेंच अधिकाऱ्यांनी काही नफा खिशात टाकला असावा. 1781 मध्ये, फ्रेडरिकने कॉफीला राजेशाही मक्तेदारी बनवली आणि बेकायदेशीरपणे कॉफी भाजणाऱ्या नागरिकांची हेरगिरी करण्यासाठी अपंग सैनिक, कॉफी स्निफर्सची नियुक्ती केली, ज्यामुळे सर्वसामान्यांना त्रास झाला.

फ्रेडरिकने आपल्या कारकिर्दीत अनेक सुधारणा सुरू केल्या, तरी त्या पूर्णत्वाकडे पाहण्याची त्याची क्षमता त्याच्या लष्करी यशांइतकी शिस्तबद्ध किंवा परिपूर्ण नव्हती.

धर्म

त्याने आपल्या क्षेत्रातील सर्व धर्मांना सहन केले, परंतु प्रोटेस्टंट धर्म हाच पसंतीचा धर्म राहिला आणि उच्च राज्य पदांसाठी कॅथलिकांची निवड केली गेली नाही. फ्रेडरिकला संपूर्ण देशाचा विकास हवा होता, प्रत्येक क्षेत्राच्या गरजेनुसार अनुकूल होता. जेसुइट शिक्षक, ह्युगेनॉट नागरिक किंवा यहुदी व्यापारी आणि बँकर यांच्याकडून विविध कौशल्ये आपल्या देशात आकर्षित करण्यात त्याला रस होता. फ्रेडरिकने जेसुइट्सना सिलेसिया, वार्मिया आणि नेट्झ डिस्ट्रिक्टमध्ये शिक्षक म्हणून कायम ठेवले, त्यांच्या शैक्षणिक क्रियाकलापांना राष्ट्राची संपत्ती म्हणून मान्यता दिली. पोप क्लेमेंट चौदाव्याच्या दडपशाहीनंतरही तो त्यांना पाठिंबा देत राहिला. त्यांनी रोमन कॅथोलिक प्रिन्स-वॉर्मियाचे बिशप, इग्नेसी क्रॅसिकी यांच्याशी मैत्री केली, ज्यांना त्यांनी 1773 मध्ये सेंट हेडविग कॅथेड्रल पवित्र करण्यास सांगितले. त्यांनी बोहेमियातील असंख्य प्रोटेस्टंट विणकरांनाही स्वीकारले, जे मारिया थेरेसाच्या धर्मनिष्ठ कॅथलिक शासनापासून पळून जात होते, त्यांना कर आणि लष्करी सेवेपासून स्वातंत्र्य दिले. आपल्या जमिनी स्थायिक करण्यासाठी सतत नवीन वसाहतवाद्यांचा शोध घेत, त्याने वारंवार जोर देऊन इमिग्रेशनला प्रोत्साहन दिले की राष्ट्रीयत्व आणि धर्म त्याच्यासाठी चिंताजनक नाहीत. या धोरणामुळे प्रशियाच्या लोकसंख्येला फ्रेडरिकच्या तीन युद्धांमध्ये झालेल्या नुकसानीतून फार लवकर सावरता आले.

पर्यावरण आणि शेती

फ्रेडरिकला जमिनीच्या वापरामध्ये, विशेषतः दलदलीचा निचरा करण्यात आणि वसाहतकर्त्यांसाठी नवीन शेतजमीन उघडण्यात खूप रस होता ज्यामुळे राज्याचा अन्नपुरवठा वाढेल. त्याला त्यांनी Peuplierungspolitik (लोकलिंग धोरण) म्हटले. त्याच्या कारकिर्दीत सुमारे बाराशे नवीन गावांची स्थापना झाली. त्याने व्हॉल्टेअरला सांगितले, "जो माती सुधारतो, पडीक जमिनीवर शेती करतो आणि दलदलीचा निचरा करतो, तो रानटीपणातून विजय मिळवितो". सुधारित तंत्रज्ञानाचा वापर करून त्याला देशातील ओडरब्रुच दलदलीच्या प्रदेशात मोठ्या प्रमाणात ड्रेनेज प्रोग्रामद्वारे नवीन शेतजमीन तयार करण्यास सक्षम केले. या कार्यक्रमाने अंदाजे 60,000 हेक्टर (150,000 एकर) नवीन शेतजमीन तयार केली, परंतु नैसर्गिक अधिवासाचा विपुल भाग काढून टाकला, प्रदेशातील जैवविविधता नष्ट केली आणि असंख्य मूळ वनस्पती आणि प्राणी समुदायांना विस्थापित केले. फ्रेडरिकने या प्रकल्पाला निसर्गाचा "टामिंग" आणि "विजय" म्हणून पाहिले, शेती नसलेल्या जमिनीला "निरुपयोगी" मानले, एक दृष्टीकोन जी त्याच्या ज्ञानयुगाची, विवेकवादी संवेदनशीलता दर्शवते. त्यांनी पिके बाजारात आणण्यासाठी कालवे बांधण्याचे अध्यक्षपद भूषवले आणि नवीन पिके, विशेषतः बटाटा आणि सलगम, देशाला सादर केली. यासाठी, त्याला कधीकधी डेर कार्टोफेल्कोनिग (बटाटा राजा) असे संबोधले जात असे.

फ्रेडरिकला जमीन सुधारण्यात स्वारस्य त्याच्या संगोपनामुळे निर्माण झाले असावे. लहानपणी, त्याचे वडील, फ्रेडरिक विल्यम I, यांनी तरुण फ्रेडरिकला प्रदेशातील प्रांतांमध्ये काम करायला लावले आणि त्या मुलाला त्या भागातील शेती आणि भूगोल शिकवले. यामुळे शेती आणि विकासामध्ये रस निर्माण झाला जो मुलगा शासक झाल्यावर कायम ठेवला.

फ्रेडरिकने प्रशियामध्ये पहिली पशुवैद्यकीय शाळा स्थापन केली. असामान्यपणे त्या काळासाठी आणि त्याच्या खानदानी पार्श्वभूमीसाठी, त्याने शिकारवर क्रूर, उग्र आणि अशिक्षित अशी टीका केली. जेव्हा कोणी एकदा फ्रेडरिकला विचारले की तो घोडा चालवताना स्पर्स का घालत नाही, तेव्हा त्याने उत्तर दिले, "तुमच्या उघड्या पोटात काटा चिकटवण्याचा प्रयत्न करा, आणि तुम्हाला लवकरच कळेल की ते का आहे." त्याला कुत्रे आणि त्याचा घोडा आवडतो आणि त्याला व्हायचे होते. त्याच्या ग्रेहाऊंड्ससह पुरले. 1752 मध्ये त्याने आपल्या बहिणीला विल्हेल्माइनला लिहिले की निष्ठावान प्राण्यांबद्दल उदासीन लोक त्यांच्या मानवी साथीदारांनाही समर्पित होणार नाहीत आणि खूप कठोर होण्यापेक्षा खूप संवेदनशील असणे चांगले आहे. तो निसर्गाच्याही जवळ होता आणि त्याने वनस्पतींचे संरक्षण करण्याचे फर्मान जारी केले.

कला आणि शिक्षण

फ्रेडरिक हे संगीताचे संरक्षक होते, आणि त्यांनी ज्या दरबारी संगीतकारांना पाठिंबा दिला त्यात सीपीई बाख, कार्ल हेनरिक ग्रॅन आणि फ्रांझ बेंडा यांचा समावेश होता. पॉट्सडॅममध्ये 1747 मध्ये जोहान सेबॅस्टियन बाख यांच्याशी झालेल्या भेटीमुळे बाखच्या द म्युझिकल ऑफरिंगचे लेखन झाले. तो स्वतः एक प्रतिभावान संगीतकार आणि संगीतकार होता, ट्रान्सव्हर्स बासरी वाजवत होता, तसेच बासरी आणि कंटिन्युओसाठी सोनाटा, बासरी आणि तारांसाठी चार कॉन्सर्ट, तीन मिलिटरी मार्च आणि सात एरियास तयार केले होते. याव्यतिरिक्त, होहेनफ्रीडबर्गर मार्श हे कथितरित्या फ्रेडरिकने दुसऱ्या सिलेशियन युद्धादरम्यान होहेनफ्रीडबर्गच्या लढाईतील विजयाच्या स्मरणार्थ लिहिले होते. जोहान जोआकिम क्वांट्झ, जे फ्रेडरिकचे तारुण्यात अधूनमधून संगीताचे शिक्षक होते आणि 1741 मध्ये संगीतकार आणि बासरी निर्माता म्हणून त्यांच्या दरबारात सामील झाले होते फ्रेडरिकचे बासरीचे सोनाटस बारोक शैलीमध्ये लिहिलेले आहेत ज्यामध्ये बासरी राग वाजवते, काहीवेळा आरिया आणि वाचन सारख्या ओपेरेटिक व्होकल शैलीचे अनुकरण करते, तर बासरीचा नाजूक आवाज ठळक करण्यासाठी सहसा प्रति भाग फक्त एक वाद्य वाजवले जाते.

फ्रेडरिकने ऑपेरासाठी स्केचेस, रूपरेषा आणि लिब्रेटी देखील लिहिली जे बर्लिन ऑपेरा हाऊसच्या प्रदर्शनाचा भाग म्हणून समाविष्ट केले गेले. ही कामे, जी अनेकदा ग्रॅनच्या सहकार्याने पूर्ण झाली, डी त्यात कोरिओलानो (१७४९), सिला (१७५३), मॉन्टेझुमा (१७५५), आणि इल टेम्पिओ डी'अमोर (१७५६) या ऑपेरांचा समावेश होता. प्रशियातील अंधश्रद्धा आणि पिएटिझम यावर टीका करण्यासाठी त्याचा वापर करून ज्ञानविषयक तत्वज्ञान प्रदान करण्यात ऑपेरा महत्वाची भूमिका बजावत असल्याचे फ्रेडरिकने पाहिले. ऑपेरामध्ये मोफत प्रवेश देऊन त्यांनी प्रवेश वाढवण्याचाही प्रयत्न केला.

फ्रेडरिकने तत्वज्ञानविषयक कामे देखील लिहिली, द वर्क्स ऑफ अ सॅन्स-सोसी फिलॉसॉफर या शीर्षकाखाली त्याचे काही लेखन प्रकाशित केले. फ्रेडरिकने प्रमुख फ्रेंच ज्ञानी व्यक्तींशी पत्रव्यवहार केला, ज्यात व्होल्टेअर यांचा समावेश होता, ज्यांनी फ्रेडरिकला तत्वज्ञानी-राजा म्हणून घोषित केले, आणि मार्क्विस डी'आर्गेन्स, ज्यांना त्यांनी 1742 मध्ये रॉयल चेंबरलेन म्हणून नियुक्त केले आणि नंतर प्रशियाचे संचालक म्हणून नियुक्त केले. कला अकादमी आणि बर्लिन स्टेट ऑपेरा. त्यांच्या तत्वज्ञानाच्या मोकळेपणाला मर्यादा होत्या. त्याने आपल्या काळातील ज्ञानकोश किंवा फ्रेंच बौद्धिक अवांत-गार्डे यांची प्रशंसा केली नाही, जरी त्याने अनेक वर्षे छळापासून रुसोला आश्रय दिला. शिवाय, एकदा तो प्रशियाच्या सिंहासनावर आरूढ झाल्यानंतर, त्याला त्याच्या तरुणपणातील तात्विक कल्पना राजा म्हणून त्याच्या भूमिकेत लागू करणे अधिक कठीण वाटू लागले.

फ्रान्सच्या चौदाव्या लुईच्या प्रतिष्ठेचा आणि त्याच्या दरबाराचा प्रभाव असलेल्या त्या काळातील अनेक युरोपियन शासकांप्रमाणे, फ्रेडरिकने फ्रेंच अभिरुची आणि शिष्टाचार स्वीकारले, जरी फ्रेडरिकच्या बाबतीत, त्याच्या फ्रँकोफाइल प्रवृत्तीची व्याप्ती देखील असू शकते.

त्यांच्या वडिलांनी निर्माण केलेल्या कौटुंबिक वातावरणाच्या तपस्याबद्दलची प्रतिक्रिया, ज्यांना फ्रान्सबद्दल तीव्र घृणा होती आणि त्यांनी आपल्या राज्यासाठी कठोर संस्कृतीचा प्रचार केला. त्यांचे शिक्षण फ्रेंच शिक्षकांकडून झाले, आणि त्यांच्या ग्रंथालयातील जवळजवळ सर्व पुस्तके, ज्यात गणित, कला, राजकारण, अभिजात आणि 17 व्या शतकातील फ्रेंच लेखकांच्या साहित्यकृतींसारख्या वैविध्यपूर्ण विषयांचा समावेश आहे, फ्रेंच भाषेत लिहिलेली होती. फ्रेंच ही फ्रेडरिकची बोलणे आणि लिहिण्यासाठी पसंतीची भाषा होती, जरी त्याला त्याच्या स्पेलिंगमधील अडचणी सुधारण्यासाठी प्रूफरीडरवर अवलंबून राहावे लागले.

जरी फ्रेडरिकने त्याच्या प्रशासनात आणि सैन्यात जर्मन भाषेचा वापर केला असला तरी, त्याने ती कधीही योग्यरित्या शिकली नसल्याचा दावा केला आणि बोलण्यात किंवा लिहिण्यात कधीही पूर्ण प्रभुत्व मिळवले नाही. त्याला जर्मन भाषा देखील नापसंत होती, ती विसंगत आणि विचित्र वाटत होती. त्यांनी एकदा टिप्पणी केली की जर्मन लेखक "कंसावर कंस तयार करतात आणि बऱ्याचदा तुम्हाला संपूर्ण पानाच्या शेवटी फक्त क्रियापद सापडते ज्यावर संपूर्ण वाक्याचा अर्थ अवलंबून असतो". त्याने आपल्या काळातील जर्मन संस्कृती, विशेषतः साहित्य आणि नाट्य, फ्रान्सपेक्षा निकृष्ट मानली; तीस वर्षांच्या युद्धाच्या विध्वंसामुळे तो अडथळा ठरला होता असा विश्वास आहे. त्याने सुचवले की ते शेवटी आपल्या प्रतिस्पर्ध्यांची बरोबरी करू शकते, परंतु यासाठी जर्मन भाषेचे संपूर्ण कोडीफिकेशन, प्रतिभावान जर्मन लेखकांचा उदय आणि जर्मन शासकांकडून कलांचे व्यापक संरक्षण आवश्यक आहे. हा एक प्रकल्प होता जो त्याला एक शतक किंवा त्याहून अधिक काळ लागेल असा विश्वास होता. फ्रेडरिकचे फ्रेंच संस्कृतीबद्दलचे प्रेमही मर्यादेशिवाय नव्हते. त्याने फ्रेंच शाही दरबारातील लक्झरी आणि उधळपट्टी नाकारली. त्याने जर्मन राजपुत्रांची, विशेषतः सॅक्सनीचा निर्वाचक आणि पोलंडचा राजा ऑगस्टस तिसरा यांची खिल्ली उडवली, ज्यांनी फ्रेंच वैभवाचे अनुकरण केले. त्याचे स्वतःचे दरबार खूपच स्पार्टन, काटकसरी आणि लहान होते आणि जवळच्या मित्रांच्या मर्यादित वर्तुळापुरते मर्यादित होते, त्याच्या वडिलांच्या दरबाराप्रमाणेच एक मांडणी होती, जरी फ्रेडरिक आणि त्याचे मित्र फ्रेडरिक विल्यमपेक्षा सांस्कृतिकदृष्ट्या अधिक प्रवृत्तीचे होते.

जर्मन भाषेबद्दल त्यांची अनास्था असूनही, फ्रेडरिकने 1741 मध्ये कोनिग्सबर्ग येथे स्थापन झालेल्या Königliche Deutsche Gesellschaft (रॉयल जर्मन सोसायटी) प्रायोजित केले, ज्याचा उद्देश जर्मन भाषेचा प्रचार आणि विकास करणे हा होता. त्यांनी असोसिएशनला "रॉयल" असे शीर्षक देण्यास आणि कोनिग्सबर्ग कॅसलमध्ये बसण्याची परवानगी दिली, परंतु त्यांनी समाजाच्या कामात फारसा रस घेतल्याचे दिसत नाही. फ्रेडरिकने कायद्याच्या क्षेत्रात लॅटिनऐवजी जर्मन भाषेच्या वापरास प्रोत्साहन दिले, जसे की कायदेशीर दस्तऐवज प्रोजेक्ट डेस कॉर्पोरिस ज्युरीस फ्रिडेरिसियानी (प्रोजेक्ट ऑफ द फ्रेडरिसियन बॉडी ऑफ लॉज) मध्ये, जे स्पष्ट आणि सहज समजण्यायोग्य होण्याच्या उद्देशाने जर्मनमध्ये लिहिले गेले होते. शिवाय, त्याच्या कारकिर्दीत बर्लिन हे जर्मन ज्ञानाचे एक महत्त्वाचे केंद्र बनले.

लष्करी सिद्धांत

त्याच्या वडिलांच्या भीतीच्या विरूद्ध, फ्रेडरिक एक सक्षम लष्करी कमांडर बनला. मोलविट्झच्या लढाईतील त्याच्या पहिल्या रणांगणातील अनुभवाचा अपवाद वगळता, फ्रेडरिकने स्वतःला युद्धात शूर असल्याचे सिद्ध केले. त्याने वारंवार वैयक्तिकरित्या आपल्या लष्करी दलांचे नेतृत्व केले आणि युद्धादरम्यान त्याच्या खाली अनेक घोडे मारले गेले. त्याच्या कारकिर्दीत त्याने सोळा मोठ्या लढाया आणि विविध वेढा, चकमकी आणि इतर कृतींमध्ये प्रशियाच्या सैन्याला कमांड दिले, शेवटी त्याचे जवळजवळ सर्व राजकीय उद्दिष्टे साध्य केली. त्याच्या सामरिक कौशल्यासाठी, विशेषतः युद्धाच्या तिरकस क्रमाचा वापर केल्याबद्दल, विरोधी रेषेच्या एका बाजूवर केंद्रित असलेला हल्ला, त्याच्या सैन्याची संख्या एकंदरीत जास्त असली तरीही स्थानिक फायदा मिळवून देतो म्हणून त्याची अनेकदा प्रशंसा केली जाते. 280 त्याचे ऑपरेशनल यश अधिक महत्त्वाचे होते, विशेषतः संख्यात्मकदृष्ट्या वरिष्ठ विरोधी सैन्यांचे एकत्रीकरण रोखण्यासाठी आणि प्रशियाच्या मुख्य प्रदेशाचे रक्षण करण्यासाठी अंतर्गत रेषांचा वापर.

नेपोलियन बोनापार्टने प्रशियाच्या राजाला प्रथम श्रेणीचा लष्करी कमांडर म्हणून पाहिले; 1807 मध्ये नेपोलियनने चौथ्या युतीवर विजय मिळविल्यानंतर, त्याने पॉट्सडॅममधील फ्रेडरिकच्या थडग्याला भेट दिली आणि आपल्या अधिकाऱ्यांना सांगितले, "सज्जनहो, जर हा माणूस जिवंत असता तर मी येथे नसेल". नेपोलियनने वारंवार "फ्रेडरिकच्या मोहिमेतील कथनांचा छडा लावला होता आणि त्याचा एक पुतळा त्याच्या वैयक्तिक मंत्रिमंडळात ठेवला होता".

रणांगणावर फ्रेडरिकचे सर्वात उल्लेखनीय लष्करी विजय म्हणजे होहेनफ्रीडबर्गची लढाई, जून १७४५ मध्ये ऑस्ट्रियाच्या उत्तराधिकारी युद्धादरम्यान लढली गेलेली लढाई; रॉसबॅकची लढाई, जिथे फ्रेडरिकने ४१,००० च्या एकत्रित फ्रँको-ऑस्ट्रियन सैन्याचा पराभव केला. 21,000 सैनिक (फ्रँको-ऑस्ट्रियाच्या बाजूने 10,000 मरण पावले आणि प्रशियासाठी फक्त 550 हताहत); आणि ल्युथेनची लढाई, रॉसबॅकचा पाठपुरावा विजय ज्यामध्ये फ्रेडरिकच्या 39,000 सैन्याने 22,000 कैद्यांसह 22,000 लोकांना तुरुंगात टाकले. , चार्ल्स ऑफ लॉरेनच्या ऑस्ट्रियन फोर्सवर 65,000.

फ्रेडरिक द ग्रेटचा असा विश्वास होता की युती करणे आवश्यक आहे, कारण प्रशियाकडे फ्रान्स किंवा ऑस्ट्रियासारख्या राष्ट्रांची संसाधने नाहीत. जरी त्याची कारकीर्द नियमितपणे युद्धात गुंतलेली असली तरी त्याने प्रदीर्घ युद्धाचा पुरस्कार केला नाही. त्याने सांगितले की

प्रशियासाठी, युद्धे लहान आणि जलद असली पाहिजेत: दीर्घ युद्धांमुळे सैन्याची शिस्त नष्ट होईल, देश ओस पडेल आणि त्याची संसाधने संपुष्टात येतील.

फ्रेडरिक हे एक प्रभावशाली लष्करी सिद्धांतकार होते ज्यांचे विश्लेषण त्यांच्या विस्तृत वैयक्तिक युद्धक्षेत्रातील अनुभवातून उद्भवले आणि त्यात रणनीती, रणनीती, गतिशीलता आणि लॉजिस्टिक या विषयांचा समावेश होता. 290 ऑस्ट्रियन सह-शासक, सम्राट जोसेफ II यांनी लिहिले, "जेव्हा प्रशियाचा राजा युद्धाच्या कलेशी संबंधित समस्यांवर बोलतो, ज्याचा त्याने सखोल अभ्यास केला आहे आणि ज्यावर त्याने प्रत्येक कल्पनीय पुस्तक वाचले आहे, तेव्हा सर्वकाही कठोर, ठोस आणि असामान्यपणे शिकवणारे आहे. . तेथे कोणतेही गोंधळ नाहीत, त्यांनी केलेल्या दाव्याचे तथ्यात्मक आणि ऐतिहासिक पुरावे देतात, कारण ते इतिहासात पारंगत आहेत."

रॉबर्ट सिटिनो फ्रेडरिकच्या धोरणात्मक दृष्टिकोनाचे वर्णन करतात:

"युद्धात ... त्याला सहसा विजयाचा एक मार्ग दिसला, आणि तो म्हणजे शत्रूच्या सैन्याला जागोजागी स्थिर करणे, त्याच्या जवळ किंवा त्याच्या सभोवताली युक्ती करणे आणि स्वत: ला आक्रमणासाठी अनुकूल स्थिती देणे आणि नंतर अनपेक्षित दिशेने जबरदस्त धक्का देऊन तो मोडणे. तो शतकातील सर्वात आक्रमक फील्ड कमांडर होता, कदाचित सर्व काळातील, आणि जो सतत शक्यतेच्या मर्यादा पुढे ढकलणारा होता

नंतरची वर्षे आणि मृत्यू

बटाट्यांसह सॅन्सोसी येथे फ्रेडरिकची कबर, जिथे त्याला जर्मन पुनर्मिलनानंतरच पुरण्यात आले. (त्याला त्याच्या कुत्र्यांजवळ विश्रांती घेण्याची इच्छा होती, परंतु याकडे मुळात दुर्लक्ष केले गेले.)

त्याच्या आयुष्याच्या शेवटच्या जवळ, फ्रेडरिक अधिकाधिक एकाकी होत गेला. सॅन्सोसी येथील त्याच्या जवळच्या मित्रांचे वर्तुळ हळूहळू काही बदलीमुळे मरण पावले आणि फ्रेडरिक नागरी सेवा आणि अधिकारी कॉर्प्सच्या निराशेमुळे अधिकाधिक गंभीर आणि मनमानी बनले. फ्रेडरिक प्रशियाच्या लोकांमध्ये त्याच्या प्रबुद्ध सुधारणांमुळे आणि लष्करी वैभवामुळे प्रचंड लोकप्रिय होता; जेव्हा तो प्रशासकीय किंवा लष्करी आढावा घेऊन परत आला तेव्हा बर्लिनमधील नागरिकांनी त्याचा नेहमी आनंद केला. कालांतराने, प्रशियाच्या लोकांनी त्याला डेर अल्टे फ्रिट्झ (ओल्ड फ्रिट्झ) असे टोपणनाव दिले आणि हे नाव त्याच्या वारशाचा भाग बनले. फ्रेडरिकला सामान्य लोकांमध्ये त्याच्या लोकप्रियतेचा फारसा आनंद मिळाला नाही, त्याऐवजी त्यांच्या पाळीव प्राण्याचे इटालियन ग्रेहाऊंड्स, ज्याला त्याने त्याचा "मार्क्विसेस डी पोम्पाडौर" म्हणून संबोधले, त्याला फ्रेंच राजेशाही शिक्षिका म्हणून संबोधले. अगदी 60 च्या दशकाच्या उत्तरार्धात आणि 70 च्या दशकाच्या सुरुवातीच्या काळात जेव्हा तो दमा, संधिरोग आणि इतर आजारांमुळे अधिकाधिक अपंग झाला होता, तेव्हा तो पहाटेच्या आधी उठला, दिवसातून सहा ते आठ कप कॉफी प्यायचा, "मोहरी आणि मिरपूड घालून" आणि राज्य व्यवसायात सहभागी झाला. वैशिष्ट्यपूर्ण दृढता.

17 ऑगस्ट 1786 रोजी सकाळी, फ्रेडरिक 74 वर्षांच्या सॅन्सोसी येथे त्याच्या अभ्यासात आरामखुर्चीवर मरण पावला. त्याने सँसोसीच्या कॉर्प्स डी लॉजिसच्या बाजूला, व्हाइनयार्ड टेरेसवर त्याच्या ग्रेहाऊंड्सच्या शेजारी दफन करावे अशा सूचना सोडल्या. त्याचा पुतण्या आणि उत्तराधिकारी फ्रेडरिक विल्यम II याने फ्रेडरिकच्या मृतदेहाला पॉट्सडॅम गॅरिसन चर्चमध्ये त्याचे वडील फ्रेडरिक विल्यम I यांच्या शेजारी दफन करण्याचे आदेश दिले. द्वितीय विश्वयुद्धाच्या शेवटी, जर्मन हुकूमशहा अॅडॉल्फ हिटलरने फ्रेडरिकची शवपेटी विनाशापासून संरक्षण म्हणून मीठाच्या खाणीत लपविण्याचा आदेश दिला. युनायटेड स्टेट्स आर्मीने 1946 मध्ये मारबर्ग येथे अवशेष स्थलांतरित केले; 1953 मध्ये, फ्रेडरिक आणि त्याच्या वडिलांच्या शवपेटी बर्ग होहेनझोलेर्न येथे हलविण्यात आल्या.

34

नेपोलियन बोनापार्ट

नेपोलियन बोनापार्ट

नेपोलियन, नेपोलियन बोनापार्ट ए (जन्म नेपोलियन बुओनापार्ट; 15 ऑगस्ट 1769 - 5 मे 1821), आणि नंतर नेपोलियन I या नावाने ओळखला जाणारा, एक फ्रेंच लष्करी आणि राजकीय नेता होता जो फ्रेंच क्रांतीदरम्यान प्रसिद्ध झाला आणि अनेक नेतृत्व केले. क्रांतिकारी युद्धांदरम्यान यशस्वी मोहिमा. 1799 ते 1804 या काळात तो फ्रेंच रिपब्लिकचा फर्स्ट कॉन्सुल म्हणून होता. नेपोलियन पहिला म्हणून तो 1804 ते 1814 पर्यंत आणि पुन्हा 1815 मध्ये फ्रेंचचा सम्राट होता. नेपोलियनचा राजकीय आणि सांस्कृतिक वारसा टिकून आहे आणि तो एक होता. जागतिक इतिहासातील सर्वात प्रसिद्ध आणि वादग्रस्त नेत्यांपैकी.

नेपोलियनचा जन्म कॉर्सिका बेटावर, फ्रान्सने विलीन केल्यानंतर, अल्पवयीन इटालियन खानदानी कुटुंबात झाला होता. फ्रेंच सैन्यात सेवा करत असताना त्यांनी 1789 मध्ये फ्रेंच क्रांतीला पाठिंबा दिला आणि त्याचे आदर्श आपल्या मूळ कॉर्सिकामध्ये पसरवण्याचा प्रयत्न केला. राजेशाही बंडखोरांवर गोळीबार करून प्रशासकीय फ्रेंच डिरेक्टरी वाचवल्यानंतर तो सैन्यात वेगाने वाढला. 1796 मध्ये, त्याने ऑस्ट्रियन आणि त्यांच्या इटालियन सहयोगींच्या विरोधात लष्करी मोहीम सुरू केली, निर्णायक विजय मिळवले आणि राष्ट्रीय नायक बनले. दोन वर्षांनंतर, त्यांनी इजिप्तमध्ये लष्करी मोहिमेचे नेतृत्व केले ज्याने राजकीय सत्तेसाठी स्प्रिंगबोर्ड म्हणून काम केले. नोव्हेंबर 1799 मध्ये त्यांनी सत्तापालट केला आणि प्रजासत्ताकाचा पहिला कॉन्सुल बनला. युनायटेड किंगडमशी मतभेद म्हणजे फ्रेंचांनी 1805 पर्यंत तिसऱ्या युतीच्या युद्धाचा सामना केला. नेपोलियनने उल्म मोहिमेमध्ये आणि ऑस्टरलिट्झच्या लढाईत विजय मिळवून या युतीचा भंग केला, ज्यामुळे पवित्र रोमन साम्राज्याचे विघटन झाले. 1806 मध्ये, चौथ्या युतीने त्याच्याविरुद्ध शस्त्रे उचलली कारण प्रशिया खंडावर वाढत्या फ्रेंच प्रभावाबद्दल चिंतित झाले. नेपोलियनने जेना आणि ऑरस्टेडच्या लढाईत प्रशियाचा पराभव केला, ग्रांडे आर्मीने पूर्व युरोपमध्ये कूच केले आणि फ्रिडलँड येथे जून 1807 मध्ये रशियनांचा पराभव केला, चौथ्या युतीच्या पराभूत राष्ट्रांना टिलसिटचे करार स्वीकारण्यास भाग पाडले. दोन वर्षांनंतर, पाचव्या युतीच्या युद्धात ऑस्ट्रियन लोकांनी पुन्हा फ्रेंचांना आव्हान दिले, परंतु नेपोलियनने वग्रामच्या लढाईत विजय मिळवल्यानंतर युरोपवर आपली पकड मजबूत केली.

महाद्वीपीय व्यवस्थेचा विस्तार करण्याच्या आशेने, ब्रिटनवरील त्याच्या निर्बंधामुळे, नेपोलियनने इबेरियन द्वीपकल्पावर आक्रमण केले आणि 1808 मध्ये त्याचा भाऊ जोसेफ याला स्पेनचा राजा घोषित केले. स्पॅनिश आणि पोर्तुगीजांनी द्वीपकल्पीय युद्धात बंड केले आणि नेपोलियनच्या मार्शलचा पराभव झाला. नेपोलियनने 1812 च्या उन्हाळ्यात रशियावर आक्रमण सुरू केले. परिणामी मोहिमेने नेपोलियनच्या ग्रांडे आर्मीची आपत्तीजनक माघार पाहिली. 1813 मध्ये, प्रशिया आणि ऑस्ट्रिया फ्रान्सविरूद्ध सहाव्या युतीमध्ये रशियन सैन्यात सामील झाले. एका गोंधळलेल्या लष्करी मोहिमेमुळे ऑक्टोबर 1813 मध्ये लीपझिगच्या लढाईत मोठ्या आघाडीच्या सैन्याने नेपोलियनचा पराभव केला. युतीने फ्रान्सवर आक्रमण केले आणि पॅरिस काबीज केले, एप्रिल 1814 मध्ये नेपोलियनला पदत्याग करण्यास भाग पाडले. त्याला कॉर्सिका आणि इटलीच्या दरम्यान असलेल्या एल्बा बेटावर हद्दपार करण्यात आले. . फ्रान्समध्ये, बोर्बन्स पुन्हा सत्तेवर आले. तथापि, नेपोलियनने फेब्रुवारी 1815 मध्ये एल्बा सोडला आणि फ्रान्सचा ताबा घेतला. मित्र राष्ट्रांनी एक सातवी युती तयार करून प्रतिसाद दिला, ज्याने जून १८१५ मध्ये वॉटरलूच्या लढाईत नेपोलियनचा पराभव केला. ब्रिटिशांनी त्याला अटलांटिकमधील सेंट हेलेना या दुर्गम बेटावर हद्दपार केले, जेथे १८२१ मध्ये वयाच्या ५१ व्या वर्षी त्याचा मृत्यू झाला. आधुनिक जगावर व्यापक प्रभाव, त्याने जिंकलेल्या अनेक देशांमध्ये उदारमतवादी सुधारणा आणल्या, विशेषत: निम्न देश, स्वित्झर्लंड आणि आधुनिक इटली आणि जर्मनीचे काही भाग. फ्रान्स आणि पश्चिम युरोपमध्ये त्यांनी अनेक उदारमतवादी धोरणे राबवली.

नेपोलियनचे कुटुंब मूळचे इटालियन होते. त्याचे पितृपूर्व पूर्वज, बुओनापार्टेस, 16व्या शतकात कॉर्सिका येथे स्थलांतरित झालेल्या अल्पवयीन टस्कन कुलीन कुटुंबातील वंशज होते आणि त्यांचे मातृ पूर्वज, रामोलिनोस, हे अल्पवयीन जेनोईज कुलीन कुटुंबातून आले होते. बुओनापार्ट्स हे पिएट्रासेंटास, कोस्टास, पॅराविसिनिस आणि बोनेलिस या आतील भागातील सर्व कॉर्सिकन कुटुंबांचे लग्न आणि जन्माने नातेवाईक होते. त्याचे आईवडील कार्लो मारिया डी बुओनापार्ट आणि मारिया लेटिझिया रामोलिनो यांनी अजॅचियोमध्ये "कासा बुओनापार्ट" नावाचे वडिलोपार्जित घर सांभाळले. याच घरी, १५ ऑगस्ट १७६९ रोजी नेपोलियनचा जन्म झाला. तो कुटुंबातील चौथा मुलगा आणि तिसरा मुलगा होता. पॉलीन, कॅरोलिन आणि जेरोम. नेपोलियनने नेपोलियन या नावाने कॅथोलिक म्हणून बाप्तिस्मा घेतला. त्याच्या तारुण्यात, त्याचे नाव नॅबुलिओन, नाबुलिओ, नेपोलियन आणि नेप्युलियन असे देखील होते.

नेपोलियनचा जन्म त्याच वर्षी झाला ज्या वर्षी रिपब्लिक ऑफ जेनोआ (पूर्वीचे इटालियन राज्य) यांनी कॉर्सिका प्रदेश फ्रान्सला दिला. त्याच्या जन्माच्या एक वर्ष आधी राज्याने सार्वभौम हक्क विकले आणि त्याच्या जन्माच्या वर्षी फ्रान्सने हे बेट जिंकले. 500 वर्षे जेनोईज राजवटीत आणि 14 वर्षांच्या स्वातंत्र्यानंतर हे औपचारिकपणे 1770 मध्ये प्रांत म्हणून समाविष्ट करण्यात आले. त्याचे वडील कार्लो हे वकील होते ज्यांनी फ्रान्सविरुद्धच्या कॉर्सिकनच्या स्वातंत्र्ययुद्धात देशभक्त पास्क्वेले पाओली यांना पाठिंबा दिला होता आणि सक्रियपणे सहकार्य केले होते; 1769 मध्ये पॉन्टे नोव्हू येथे कॉर्सिकन पराभवानंतर आणि पाओलीच्या ब्रिटनमध्ये हद्दपार झाल्यानंतर, कार्लोने नवीन

फ्रेंचसाठी काम करण्यास सुरुवात केली. सरकार आणि 1777 मध्ये लुई सोळाव्याच्या दरबारात बेटाचे प्रतिनिधी म्हणून नाव देण्यात आले.

नेपोलियनच्या बालपणाचा मुख्य प्रभाव त्याच्या आईचा होता, जिच्या कठोर शिस्तीने एका उग्र मुलाला रोखले. नंतरच्या आयुष्यात, नेपोलियनने सांगितले की, "मुलाचे भविष्यकाळ हे नेहमीच आईचे काम असते." नेपोलियनच्या आजीने तिच्या दुसऱ्या लग्नात स्विस फेश कुटुंबात लग्न केले होते आणि नेपोलियनचे काका, कार्डिनल जोसेफ फेश, बोनापार्ट कुटुंबाचा काही वर्षे संरक्षक म्हणून भूमिका पार पाडेल. नेपोलियनच्या उदात्त, माफक प्रमाणात संपन्न पार्श्वभूमीमुळे त्याला त्या काळातील सामान्य कॉर्सिकनपेक्षा अभ्यासाच्या अधिक संधी उपलब्ध झाल्या.

जेव्हा तो 9 वर्षांचा झाला, 24 25 तेव्हा तो फ्रेंच मुख्य भूभागावर गेला आणि जानेवारी 1779 मध्ये त्याने ऑटुन येथील एका धार्मिक शाळेत प्रवेश घेतला. मे मध्ये, त्याने शिष्यवृत्तीसह ब्रायन-ले-चॅटो येथील लष्करी अकादमीमध्ये बदली केली. तारुण्यात ते स्पष्टवक्ते कॉर्सिकन राष्ट्रवादी होते आणि त्यांनी फ्रान्सपासून राज्याच्या स्वातंत्र्याला पाठिंबा दिला. अनेक कॉर्सिकन लोकांप्रमाणे, नेपोलियन कोर्सिकन (त्याची मातृभाषा म्हणून) आणि इटालियन (कोर्सिकाची अधिकृत भाषा म्हणून) बोलत आणि वाचत असे. त्याने वयाच्या 10 व्या वर्षी शाळेत फ्रेंच शिकायला सुरुवात केली. जरी तो फ्रेंच भाषेत अस्खलित झाला असला तरी तो विशिष्ट कॉर्सिकन उच्चाराने बोलला आणि फ्रेंचमध्ये अचूक शब्दलेखन कसे करावे हे त्याने कधीही शिकले नाही. परिणामी, नेपोलियनला त्याच्या सहकाऱ्यांकडून अन्यायकारक वागणूक मिळाली. तथापि, तो एक वेगळा मामला नव्हता, कारण 1790 मध्ये असा अंदाज लावला गेला होता की फ्रान्सच्या 28 दशलक्ष लोकसंख्येपैकी 3 दशलक्षपेक्षा कमी लोक प्रमाणित फ्रेंच बोलू शकत होते आणि जे ते लिहू शकतात ते त्याहूनही कमी होते.

नेपोलियनला त्याचे उच्चार, जन्मस्थान, लहान उंची, वागणूक आणि पटकन फ्रेंच बोलता न येणे या कारणास्तव त्याच्या समवयस्कांकडून नेहमीच त्रास दिला जात होता. तो राखीव आणि खिन्न झाला, त्याने स्वतःला वाचनात झोकून दिले. एका परीक्षकाने असे निरीक्षण नोंदवले की नेपोलियन "गणितातील त्याच्या अनुप्रयोगासाठी नेहमीच वेगळे मानले गेले आहे. त्याला इतिहास आणि भूगोलाची चांगली माहिती आहे... हा मुलगा एक उत्कृष्ट खलाशी होईल".

शाळेत नेपोलियनबद्दल सांगितलेली एक गोष्ट अशी आहे की, त्याने कनिष्ठ विद्यार्थ्यांना स्नोबॉलच्या लढतीत वरिष्ठ विद्यार्थ्यांविरुद्ध विजय मिळवून दिला आणि त्याची नेतृत्व क्षमता दाखवली. तरुणपणाच्या सुरुवातीच्या काळात, नेपोलियनचा थोडक्यात लेखक बनण्याचा हेतू होता; त्यांनी कोर्सिकाचा इतिहास आणि रोमँटिक कादंबरी लिहिली.

1784 मध्ये ब्रायन येथे शिक्षण पूर्ण केल्यानंतर नेपोलियनला पॅरिसमधील इकोले मिलिटेअरमध्ये दाखल करण्यात आले. त्याने तोफखाना अधिकारी बनण्याचे प्रशिक्षण घेतले आणि जेव्हा त्याच्या वडिलांच्या मृत्यूमुळे त्याचे उत्पन्न कमी झाले तेव्हा त्याला दोन वर्षांचा अभ्यासक्रम एका वर्षात पूर्ण करणे भाग पडले. इकोले मिलिटेअरमधून पदवी प्राप्त करणारे ते पहिले कोर्सिकन होते. 37 प्रसिद्ध शास्त्रज्ञ पियरे-सायमन लाप्लेस यांनी त्यांची तपासणी केली.

करिअरची सुरुवात

सप्टेंबर 1785 मध्ये पदवी प्राप्त केल्यानंतर, बोनापार्टला ला फेरे आर्टिलरी रेजिमेंटमध्ये सेकंड लेफ्टनंट म्हणून नियुक्त करण्यात आले. 1789 मध्ये फ्रेंच राज्यक्रांती सुरू होईपर्यंत त्यांनी व्हॅलेन्स आणि ऑक्सोनमध्ये सेवा दिली. हा तरुण अजूनही उत्कट कॉर्सिकन राष्ट्रवादी होता. या कालावधीत आणि नॅशनल असेंब्लीने कॉर्सिकाला परत येण्याची परवानगी दिल्यावर त्याच्या गुरू पास्क्वेले पाओलीमध्ये सामील होण्यासाठी रजा मागितली. पाओलीला नेपोलियनबद्दल कोणतीही सहानुभूती नव्हती, तथापि, त्याने आपल्या वडिलांना कॉर्सिकनच्या स्वातंत्र्यासाठी आपले कारण सोडून दिल्याबद्दल देशद्रोही मानले होते.

त्याने कॉर्सिकातील क्रांतीची सुरुवातीची वर्षे राजेशाहीवादी, क्रांतिकारक आणि कॉर्सिकन राष्ट्रवादी यांच्यातील जटिल त्रि-मार्गी संघर्षात घालवली. तथापि, नेपोलियनने क्रांतीचे आदर्श स्वीकारले, जेकोबिन्सचे समर्थक बनले आणि पाओलीच्या धोरणाला आणि त्याच्या अलिप्ततेच्या आकांक्षांना विरोध करणाऱ्या फ्रेंच समर्थक कॉर्सिकन रिपब्लिकनमध्ये सामील झाले. त्याला स्वयंसेवकांच्या बटालियनची कमांड देण्यात आली आणि जुलै 1792 मध्ये त्याला नियमित सैन्यात कॅप्टन म्हणून पदोन्नती देण्यात आली, त्याने अनुपस्थितीची रजा ओलांडली आणि फ्रेंच सैन्याविरुद्ध दंगल केली. जेव्हा कॉर्सिकाने फ्रान्सपासून औपचारिक अलिप्तपणाची घोषणा केली आणि ब्रिटिश सरकारच्या संरक्षणाची विनंती केली तेव्हा नेपोलियन आणि फ्रेंच राज्यक्रांतीची त्याची वचनबद्धता पाओलीशी संघर्षात आली, ज्याने एक्सपेडिशन डी सरडायग्नीमध्ये कॉर्सिकन योगदानाची तोडफोड करण्याचा निर्णय घेतला होता, फ्रान्सवरील फ्रेंच आक्रमण रोखून. ला मॅडालेनाचे सार्डिनियन बेट. पाओलीशी विभक्त झाल्यामुळे बोनापार्ट आणि त्याच्या कुटुंबाला जून 1793 मध्ये फ्रेंच मुख्य भूभागावरील टूलॉन येथे पळून जाण्यास भाग पाडले गेले.

जरी त्याचा जन्म "नेपोलियन बुओनापार्ट" झाला असला तरी, त्यानंतर नेपोलियनने स्वत: ला "नेपोलियन बोनापार्ट" स्टाईल करण्यास सुरुवात केली परंतु त्याच्या कुटुंबाने 1796 पर्यंत बुओनापार्ट हे नाव सोडले नाही. बोनापार्ट म्हणून त्याच्या नावावर स्वाक्षरी करण्याचा पहिला ज्ञात रेकॉर्ड वयाच्या वयात होता. (1796 मध्ये).

टूलॉनचा वेढा

जुलै 1793 मध्ये, बोनापार्टने ले सूपर डी ब्यूकेअर (सुपर ॲट ब्यूकेअर) नावाचे प्रजासत्ताक समर्थक पुस्तिका प्रकाशित केले ज्याने त्याला क्रांतिकारी नेते मॅक्सिमिलियन रॉबेस्पीयर यांचा धाकटा भाऊ ऑगस्टिन रॉबेस्पियर यांचा पाठिंबा मिळवला. त्याचा सहकारी कॉर्सिकन अँटोइन क्रिस्टोफ सॅलिसेटीच्या मदतीने, बोनापार्टला रिपब्लिकन सैन्याचा वरिष्ठ तोफखाना आणि तोफखाना कमांडर म्हणून नियुक्त करण्यात आले जे 8 सप्टेंबर रोजी टूलॉन येथे आले.

शहराच्या बंदरावर रिपब्लिकन तोफा वर्चस्व गाजवू शकतील आणि ब्रिटिशांना तेथून बाहेर पडण्यास भाग पाडू शकतील अशा टेकडीवर कब्जा करण्याची योजना त्यांनी स्वीकारली. पोझिशनवरील हल्ल्यामुळे शहर ताब्यात घेण्यात आले, परंतु त्या दरम्यान बोनापार्टला 16 डिसेंबर रोजी मांडीला जखम झाली. सार्वजनिक सुरक्षा समितीचे लक्ष वेधून घेत, त्याला फ्रान्सच्या इटलीच्या सैन्याच्या तोफखान्याचा प्रभार देण्यात आला. 22 डिसेंबर रोजी तो नाइस येथील त्याच्या नवीन पदावर जात होता, वयाच्या 24 व्या वर्षी कर्नल पदावरून ब्रिगेडियर जनरल या पदावर पदोन्नती झाली. फ्रान्सच्या पहिल्या युतीविरुद्धच्या मोहिमेचा भाग म्हणून त्याने सार्डिनिया राज्यावर हल्ला करण्याची योजना आखली.

फ्रेंच सैन्याने एप्रिल 1794 मध्ये सॉर्जिओच्या लढाईत बोनापार्टची योजना पार पाडली आणि नंतर पर्वतांमध्ये ओरमिया ताब्यात घेण्यासाठी पुढे सरसावले. ऑर्मिया येथून, ते सॉर्जच्या आसपास ऑस्ट्रो-सार्डिनियन स्थानांना मागे टाकण्यासाठी पश्चिमेकडे निघाले. या मोहिमेनंतर, ऑगस्टिन रोबेस्पियरने बोनापार्टला जेनोवा प्रजासत्ताक येथे मोहिमेवर पाठवले की फ्रान्सच्या दिशेने त्या देशाचा हेतू निश्चित केला.

पहिली इटालियन मोहीम

लग्नाच्या दोन दिवसांनंतर, बोनापार्ट इटलीच्या सैन्याची कमांड घेण्यासाठी पॅरिसला निघून गेला. ऑस्ट्रियन मित्रपक्षांनी हस्तक्षेप करण्यापूर्वी पिडमॉटच्या सैन्याचा पराभव करण्याच्या आशेने तो ताबडतोब आक्रमक झाला. मॉन्टेनॉट मोहिमेदरम्यान वेगवान विजयांच्या मालिकेत, त्याने दोन आठवड्यांत पीडमॉन्टला युद्धातून बाहेर काढले. त्यानंतर फ्रेंचांनी उर्वरित युद्धासाठी ऑस्ट्रियन लोकांवर लक्ष केंद्रित केले, ज्याचे मुख्य आकर्षण मंटुआसाठी दीर्घकाळ चाललेले संघर्ष बनले. ऑस्ट्रियन लोकांनी वेढा तोडण्यासाठी फ्रेंचांवर आक्रमणांची मालिका सुरू केली, परंतु नेपोलियनने कॅस्टिग्लिओन, बासानो, अर्कोल आणि रिव्होलीच्या लढायांमध्ये विजय मिळवून प्रत्येक मदत प्रयत्नांचा पराभव केला. जानेवारी 1797 मध्ये रिव्होली येथे निर्णायक फ्रेंच विजयामुळे इटलीमधील ऑस्ट्रियाचे स्थान कोसळले. रिवोली येथे ऑस्ट्रियन लोकांनी 14,000 पुरुष गमावले तर फ्रेंच लोकांनी सुमारे 5,000 लोक गमावले.

मोहिमेच्या पुढील टप्प्यात हॅब्सबर्ग हार्टलँड्सवर फ्रेंच आक्रमण होते. 1796 मध्ये दक्षिणी जर्मनीतील फ्रेंच सैन्याचा आर्कड्यूक चार्ल्सकडून पराभव झाला होता, परंतु नेपोलियनच्या हल्ल्याबद्दल जाणून घेतल्यानंतर आर्कड्यूकने व्हिएन्नाच्या संरक्षणासाठी आपले सैन्य मागे घेतले. दोन सेनापतींमधील पहिल्या चकमकीत, नेपोलियनने आपल्या प्रतिस्पर्ध्याला मागे ढकलले आणि मार्च 1797 मध्ये टार्विसच्या लढाईत विजय मिळवल्यानंतर ऑस्ट्रियाच्या प्रदेशात खोलवर गेला. सुमारे 100 किमी अंतरावर असलेल्या लिओबेनपर्यंत पोहोचलेल्या फ्रेंच जोरामुळे ऑस्ट्रियन लोक घाबरले. व्हिएन्ना येथून, आणि शेवटी शांततेसाठी खटला भरण्याचा निर्णय घेतला. लिओबेनच्या तहाने, त्यानंतर कॅम्पो फॉर्मिओच्या अधिक व्यापक संधिने, फ्रान्सला उत्तर इटली आणि निम्न देशांच्या बहुतेक भागांवर नियंत्रण दिले आणि एका गुप्त कलमाने ऑस्ट्रियाला व्हेनिस प्रजासत्ताक देण्याचे वचन दिले. बोनापार्टने व्हेनिसवर कूच केले आणि शरणागती पत्करली, व्हेनेशियन स्वातंत्र्याच्या 1,100 वर्षांचा अंत झाला. सेंट मार्कच्या घोड्यांसारखा खजिना लुटण्यासाठी त्याने फ्रेंचांना अधिकृत केले. प्रवासात, बोनापार्टने पुरातन काळातील योद्धा, विशेषतः अलेक्झांडर, सीझर, स्किपिओ आणि हॅनिबल यांच्याबद्दल बरेच काही बोलले. त्यांनी त्यांच्या रणनीतीचा अभ्यास केला आणि ते स्वतःच्या रणनीतीशी जोडले. बोरिएनच्या एका प्रश्नात, त्याने अलेक्झांडर किंवा सीझरला आपले प्राधान्य दिले का, असे विचारले असता, नेपोलियनने सांगितले की तो अलेक्झांडर द ग्रेटला पहिल्या क्रमांकावर ठेवतो, त्याचे मुख्य कारण म्हणजे त्याची आशियावरील मोहीम आहे.

चौथ्या युती आणि तिलसित युद्ध

ऑस्टरलिट्झनंतर, नेपोलियनने 1806 मध्ये राइन कॉन्फेडरेशनची स्थापना केली. फ्रान्स आणि मध्य युरोपमधील बफर झोन म्हणून काम करण्याच्या उद्देशाने जर्मन राज्यांचा संग्रह, कॉन्फेडरेशनच्या निर्मितीमुळे पवित्र रोमन साम्राज्याचा अंत झाला आणि प्रशियाच्या लोकांमध्ये लक्षणीयरीत्या भीती निर्माण झाली. फ्रेंचांनी जर्मन प्रदेशाची निर्लज्ज पुनर्रचना केल्यामुळे या प्रदेशात प्रशियाचा प्रभाव धोक्यात येण्याचा धोका होता, जर ते पूर्णपणे काढून टाकले नाही. 1806 च्या संपूर्ण उन्हाळ्यात बर्लिनमध्ये युद्धाचा ताप सतत वाढत होता. त्याच्या दरबारी, विशेषतः त्याची पत्नी राणी लुईस यांच्या आग्रहावरून, फ्रेडरिक विल्यम तिसराने मध्य युरोपवरील फ्रेंच वर्चस्वाला युद्धात उतरून आव्हान देण्याचा निर्णय घेतला.

प्रारंभिक लष्करी युद्धे सप्टेंबर 1806 मध्ये सुरू झाली. मोहिमेच्या योजनेची माहिती देणाऱ्या मार्शल सॉल्टला लिहिलेल्या पत्रात नेपोलियनने नेपोलियन युद्धाच्या आवश्यक वैशिष्ट्यांचे वर्णन केले आणि ले बॅटेलॉन-कॅरे ("स्क्वेअर बटालियन") हा वाक्यांश सादर केला. बॅटेलॉन-कॅरे प्रणालीमध्ये, ग्रांडे आर्मीच्या विविध तुकड्या जवळच्या अंतरावर एकसमानपणे कूच करतील. कोणत्याही एका तुकडीवर हल्ला

झाल्यास, इतर त्वरीत कृतीत उतरू शकतील आणि मदतीसाठी पोहोचू शकतील.

नेपोलियनने 180,000 सैन्यासह प्रशियावर आक्रमण केले आणि साले नदीच्या उजव्या तीरावर वेगाने कूच केले. मागील मोहिमांप्रमाणे, त्याचे मूलभूत उद्दिष्ट एका प्रतिस्पर्ध्याला दुसऱ्याकडून मजबुतीकरणाने युद्धाचे संतुलन बिघडण्याआधी नष्ट करणे हे होते. प्रशियाच्या सैन्याचा ठावठिकाणा कळल्यावर, फ्रेंच पश्चिमेकडे झुकले आणि जबरदस्त ताकदीने साले पार केले. 14 ऑक्टोबर रोजी झालेल्या जेना आणि ऑरस्टेडच्या दुहेरी लढाईत, फ्रेंचांनी खात्रीपूर्वक प्रशियाचा पराभव केला आणि प्रचंड जीवितहानी केली. अनेक प्रमुख सेनापती मृत किंवा अक्षम झाल्यामुळे , प्रशियाचा राजा सैन्याला प्रभावीपणे कमांड देण्यास असमर्थ ठरला, ज्याचे त्वरीत विघटन होऊ लागले.

इतिहासकार रिचर्ड ब्रूक्स यांच्या म्हणण्यानुसार, "नेपोलियन युद्धाच्या शिखराचे" प्रतीक असलेल्या एका अथक प्रयत्नात, फ्रेंचांनी एकाच महिन्यात 140,000 सैनिक, 2,000 पेक्षा जास्त तोफगोळे आणि शेकडो दारूगोळा वॅगन काबीज केले. इतिहासकार डेव्हिड चांडलर यांनी प्रशियाच्या सैन्याविषयी लिहिले: "कोणत्याही सैन्याचे मनोधैर्य कधीच खचले नाही". त्यांचा जबरदस्त पराभव असूनही, रशियन लोकांना लढाईत प्रवेश करण्याची संधी मिळेपर्यंत प्रशियाने फ्रेंचांशी वाटाघाटी करण्यास नकार दिला.

त्याच्या विजयानंतर, नेपोलियनने नोव्हेंबर 1806 मध्ये जारी केलेल्या बर्लिन डिक्रीद्वारे कॉन्टिनेंटल सिस्टमचे पहिले घटक लागू केले. युरोपीय राष्ट्रांना ब्रिटनशी व्यापार करण्यास मनाई करणाऱ्या कॉन्टिनेन्टल सिस्टमचे त्याच्या संपूर्ण कारकिर्दीत मोठ्या प्रमाणावर उल्लंघन झाले. पुढच्या काही महिन्यांत, नेपोलियनने पोलंडमधून पुढे जाणाऱ्या रशियन सैन्याविरुद्ध कूच केले आणि फेब्रुवारी 1807 मध्ये इलाऊच्या लढाईत रक्तरंजित गोंधळात तो सहभागी झाला. दोन्ही बाजूंच्या विश्रांती आणि एकत्रीकरणाच्या कालावधीनंतर, हेल्सबर्ग येथे सुरुवातीच्या संघर्षाने जूनमध्ये युद्ध पुन्हा सुरू झाले जे अनिर्णयकारक ठरले.

14 जून रोजी नेपोलियनने फ्रिडलँडच्या लढाईत रशियन लोकांवर जबरदस्त विजय मिळवला आणि अत्यंत रक्तरंजित संघर्षात बहुतेक रशियन सैन्याचा नाश केला. त्यांच्या पराभवाच्या प्रमाणामुळे रशियन लोकांना फ्रेंचशी शांतता प्रस्थापित करण्यासाठी खात्री पटली. 19 जून रोजी झार अलेक्झांडरने नेपोलियनशी युद्धविराम मागण्यासाठी एक दूत पाठवला. नंतरच्याने राजदूताला आश्वासन दिले की विस्तुला नदी युरोपमधील फ्रेंच आणि रशियन प्रभावांमधील नैसर्गिक सीमांचे प्रतिनिधित्व करते. त्या आधारावर, दोन सम्राटांनी निमेन नदीवरील एका प्रतिष्ठित तराफ्यावर भेटल्यानंतर तिलसिट शहरात शांतता वाटाघाटी सुरू केल्या. अलेक्झांडरने नेपोलियनला सांगितलेली पहिली गोष्ट कदाचित चांगल्या प्रकारे कॅलिब्रेट केली गेली होती: "मी तुमच्याइतकाच इंग्रजांचा तिरस्कार करतो". त्यांची बैठक दोन तास चालली. एकमेकांविरुद्ध युद्धे करूनही दोन्ही सम्राट एकमेकांवर खूप प्रभावित आणि मोहित झाले. "कधीच नाही," अलेक्झांडर नंतर म्हणाला, "मी त्या माणसावर जसे प्रेम केले तसे मी कोणत्याही माणसावर प्रेम केले का."

नेपोलियनशी शांतता प्रस्थापित करण्यासाठी अलेक्झांडरला त्याचा भाऊ ड्यूक कॉन्स्टंटाईन यांच्या दबावाचा सामना करावा लागला. त्याने नुकताच मिळवलेला विजय पाहता, फ्रेंच सम्राटाने रशियन लोकांना तुलनेने सौम्य अटी देऊ केल्या - रशियाने कॉन्टिनेन्टल सिस्टीममध्ये सामील व्हावे, वालाचिया आणि मोल्डेव्हिया येथून आपले सैन्य मागे घ्यावे आणि आयोनियन बेटे फ्रान्सच्या ताब्यात द्यावीत अशी मागणी केली. याउलट, नेपोलियनने प्रशियासाठी अत्यंत कठोर शांतता अटी लागू केल्या, राणी लुईसच्या अखंड उपदेशांना न जुमानता. नकाशावरून अर्धा प्रशिया प्रदेश पुसून टाकून, नेपोलियनने वेस्टफेलिया नावाचे 2,800 चौरस किलोमीटर (1,100 चौरस मैल) एक नवीन राज्य निर्माण केले आणि त्याचा राजा म्हणून त्याचा तरुण भाऊ जेरोम याची नियुक्ती केली. टिलसिट येथे प्रशियाने केलेल्या अपमानास्पद वागणुकीमुळे एक खोल आणि कडवट वैमनस्य निर्माण झाले जे नेपोलियन युगाच्या प्रगतीत वाढले. शिवाय, नेपोलियनशी मैत्री करताना अलेक्झांडरच्या ढोंगांमुळे नंतरच्या त्याच्या रशियन समकक्षाच्या खऱ्या हेतूंचा गंभीरपणे चुकीचा अंदाज लावला गेला, जो पुढील काही वर्षांत कराराच्या असंख्य तरतुदींचे उल्लंघन करेल. या समस्या असूनही, टिलसिटच्या तहांनी शेवटी नेपोलियनला युद्धापासून विश्रांती दिली आणि त्याला फ्रान्सला परत जाण्याची परवानगी दिली, जी त्याने 300 दिवसांहून अधिक काळ पाहिली नव्हती.

रशियावर आक्रमण

1808 मध्ये, नेपोलियन आणि झार अलेक्झांडर रशिया-फ्रेंच युती टिकवण्यासाठी एरफर्टच्या काँग्रेसमध्ये भेटले. 1807 मध्ये तिलसिट येथे त्यांच्या पहिल्या भेटीनंतर नेत्यांचे मैत्रीपूर्ण वैयक्तिक संबंध होते. 1811 पर्यंत, तथापि, तणाव वाढला होता आणि अलेक्झांडरवर रशियन अभिजात वर्गाकडून युती तोडण्याचा दबाव होता. संदर्भ आवश्यक दोन राष्ट्रांमधील संबंधांवर एक मोठा ताण रशियन लोकांकडून कॉन्टिनेंटल सिस्टमचे नियमित उल्लंघन बनले. अर्थव्यवस्था अपयशी ठरत होती, ज्यामुळे नेपोलियनने अलेक्झांडरला ब्रिटनशी युती केल्यास गंभीर परिणाम भोगावे लागतील अशी धमकी दिली होती.

सहाव्या युतीचे युद्ध

1812-13 च्या हिवाळ्यात लढाई मंदावली होती, तर रशियन आणि फ्रेंच दोघांनीही त्यांच्या सैन्याची पुनर्बांधणी केली होती; नेपोलियन 350,000 सैन्य तैनात करण्यास सक्षम होता. रशियात फ्रान्सच्या पराभवामुळे हळहळलेल्या प्रशियाने ऑस्ट्रिया, स्वीडन, रशिया, ग्रेट ब्रिटन, स्पेन आणि पोर्तुगाल यांच्यासोबत नव्या युतीमध्ये सामील झाले. नेपोलियनने जर्मनीमध्ये कमांड स्वीकारली आणि ऑगस्ट 1813 मध्ये ड्रेसडेनच्या लढाईत पराभूत झालेल्या युतीला पराभवाची मालिका दिली.

या यशानंतरही, नेपोलियनच्या विरोधात संख्या वाढतच गेली आणि फ्रेंच सैन्याला त्याच्या दुप्पट आकाराच्या सैन्याने खाली पाडले आणि लीपझिगच्या लढाईत हरले. नेपोलियन युद्धातील ही आतापर्यंतची सर्वात मोठी लढाई होती आणि एकूण 90,000 हून अधिक लोक मारले गेले.

मित्र राष्ट्रांनी नोव्हेंबर 1813 मध्ये फ्रँकफर्टच्या प्रस्तावात शांततेच्या अटी देऊ केल्या. नेपोलियन फ्रेंचचा सम्राट म्हणून कायम राहील, परंतु तो त्याच्या "नैसर्गिक सीमा" पर्यंत कमी केला जाईल. याचा अर्थ असा होता की फ्रान्स बेल्जियम, सॅव्हॉय आणि ऱ्हाइनलँड (राईन नदीच्या पश्चिम किनाऱ्यावर) नियंत्रण ठेवू शकेल, तसेच स्पेन आणि नेदरलँड्स आणि इटली आणि जर्मनीच्या बहुतेक भागांसह उर्वरित सर्व नियंत्रण सोडू शकेल. मेटर्निचने नेपोलियनला सांगितले की या सर्वोत्कृष्ट अटी आहेत जे मित्र राष्ट्र देऊ शकतील; पुढील विजयानंतर, अटी अधिक कठोर आणि कठोर होतील. युद्धांची अत्यंत अस्थिरता निर्माण करणारी मालिका संपवताना रशियन धमक्यांविरुद्ध फ्रान्सचा समतोल राखणे ही मेटेर्निचची प्रेरणा होती.

नेपोलियन, युद्ध जिंकण्याची अपेक्षा करत, खूप उशीर झाला आणि ही संधी गमावली; डिसेंबरपर्यंत मित्र राष्ट्रांनी ऑफर मागे घेतली होती. 1814 मध्ये जेव्हा त्याची पाठ भिंतीकडे होती तेव्हा त्याने फ्रँकफर्टचे प्रस्ताव स्वीकारून शांतता वाटाघाटी पुन्हा सुरू करण्याचा प्रयत्न केला. मित्र राष्ट्रांकडे आता नवीन, कठोर अटी होत्या ज्यात फ्रान्सच्या 1791 च्या सीमेवर माघार घेणे समाविष्ट होते, ज्याचा अर्थ बेल्जियमचे नुकसान होते. नेपोलियन सम्राट राहील, तथापि, त्याने पद नाकारले. ब्रिटीशांना नेपोलियनला कायमचे काढून टाकायचे होते, आणि ते विजयी झाले, परंतु नेपोलियनने ठामपणे नकार दिला.

नेपोलियनने फ्रान्समध्ये माघार घेतली, त्याच्या सैन्यात 70,000 सैनिक आणि थोडे घोडदळ कमी झाले; त्याने मित्र राष्ट्रांच्या तीन पटापेक्षा जास्त सैन्याचा सामना केला. नेपोलियनचा मोठा भाऊ जोसेफ बोनापार्टने 13 डिसेंबर 1813 रोजी स्पेनचा राजा म्हणून त्याग केला आणि कोसळणारे साम्राज्य वाचवण्यासाठी लेफ्टनंट जनरल ही पदवी ग्रहण केली. फ्रेंचांनी वेढले होते: ब्रिटीश सैन्याने दक्षिणेकडून दबाव आणला आणि इतर युती सैन्याने जर्मन राज्यांवरून हल्ला केला. जानेवारी 1814 च्या मध्यापर्यंत, युतीने आधीच फ्रान्सच्या हद्दीत प्रवेश केला आणि पॅरिसवर द्वि-पक्षीय हल्ला सुरू केला, उत्तरेकडून प्रशिया आणि पूर्वेकडून ऑस्ट्रियाने आत्मसमर्पण केलेल्या स्विस संघाच्या बाहेर कूच केले. फ्रेंच साम्राज्य मात्र इतक्या सहजासहजी खाली जाणार नाही. नेपोलियनने सहा दिवसांच्या मोहिमेत विजयांची मालिका सुरू केली. त्यांनी युती सैन्याला परतवून लावले आणि पॅरिसचा ताबा घेण्यास किमान एक महिना उशीर केला, परंतु ते भरती वळवण्यासाठी पुरेसे लक्षणीय नव्हते. 29 मार्च रोजी युतीने राजधानीच्या बाहेरील भागात तळ ठोकला. एका दिवसानंतर, ते शहराचे रक्षण करणाऱ्या निराश सैनिकांवर चढले. जोसेफ बोनापार्टने पॅरिसच्या वेशीवर अंतिम लढाईचे नेतृत्व केले. त्यांची संख्या खूप जास्त होती, कारण 30,000 फ्रेंच सैनिक त्यांच्या पेक्षा 5 पट जास्त असलेल्या संयुक्त आघाडीच्या सैन्याविरुद्ध उभे होते. त्यांचा पराभव झाला आणि योसेफ शहरातून माघारला. पॅरिसच्या नेत्यांनी मार्च 1814 च्या शेवटच्या दिवशी युतीला शरणागती पत्करली. 1 एप्रिल रोजी अलेक्झांडरने सेनेटच्या संरक्षकाला संबोधित केले. नेपोलियनशी लांब नम्रता, टॅलीरँडच्या प्रेरणेने ते त्याच्या विरोधात गेले होते. अलेक्झांडरने सिनेटला सांगितले की मित्र राष्ट्रे फ्रान्स नव्हे तर नेपोलियनविरुद्ध लढत आहेत आणि नेपोलियनला सत्तेवरून हटवल्यास सन्माननीय शांतता अटी देण्यास ते तयार आहेत. दुसऱ्या दिवशी, सेनेटने ॲक्ट डी डेचेन्स डी एल'एम्पेरर ("सम्राटाचा मृत्यू कायदा") पारित केला, ज्याने नेपोलियनला पदच्युत घोषित केले.

पॅरिस पडल्याचे कळल्यावर नेपोलियनने फॉन्टेनब्लूपर्यंत प्रगती केली होती. जेव्हा नेपोलियनने राजधानीवर सैन्याच्या मोर्चाचा प्रस्ताव ठेवला तेव्हा त्याच्या वरिष्ठ अधिकारी आणि मार्शलने बंड केले. 4 एप्रिल रोजी नेपोलियनच्या नेतृत्वाखाली वरिष्ठ अधिकाऱ्यांनी नेपोलियनचा सामना केला. जेव्हा नेपोलियनने सैन्य त्याच्या मागे येईल असे ठामपणे सांगितले तेव्हा ने उत्तर दिले की सैन्य आपल्या सेनापतींचे अनुसरण करेल. सामान्य सैनिक आणि रेजिमेंटल अधिकारी लढू इच्छित असताना, वरिष्ठ कमांडर पुढे चालू ठेवण्यास तयार नव्हते. कोणत्याही वरिष्ठ अधिकारी किंवा मार्शलशिवाय, पॅरिसवर कोणतेही संभाव्य आक्रमण अशक्य होते. अपरिहार्यतेला नमन करून, 4 एप्रिल रोजी नेपोलियनने आपल्या मुलाच्या बाजूने राजीनामा दिला, मेरी लुईस रीजेंट म्हणून. तथापि, अलेक्झांडरच्या प्रेरणेने मित्र राष्ट्रांनी हे स्वीकारण्यास नकार दिला, ज्यांना भीती होती की नेपोलियन सिंहासन परत घेण्याचे निमित्त शोधू शकेल. त्यानंतर दोनच दिवसांनी नेपोलियनला बिनशर्त त्यागाची घोषणा करणे भाग पडले.

20 एप्रिल रोजी ओल्ड गार्डच्या सैनिकांना निरोप देताना नेपोलियन म्हणाला:

"माझ्या ओल्ड गार्डच्या सैनिकांनो, मी तुम्हाला निरोप द्यायला आलो आहे. वीस वर्षे तुम्ही मला सन्मान आणि वैभवाच्या मार्गावर निष्ठेने साथ दिली आहे. ... तुमच्यासारख्या माणसांसह, आमचे कारण गमावले, परंतु युद्ध अखंडपणे खेचले गेले असते. , आणि ते गृहयुद्ध झाले असते. ...म्हणून मी आपल्या देशाच्या हितासाठी बलिदान देत आहे. ...माझ्या नशिबावर शोक करू नका; जर मी जगण्याचे मान्य केले असेल तर ते आपल्या गौरवासाठी आहे. मला लिहायचे आहे. आम्ही एकत्र केलेल्या महान कृत्यांचा इतिहास. अलविदा, माझ्या मुलांनो.

नेपोलियनच्या पदत्यागाची कृती

फॉन्टेनब्लूच्या तहात, मित्र राष्ट्रांनी नेपोलियनला टस्कन किनाऱ्यापासून 10 किमी (6 मैल) अंतरावर भूमध्य समुद्रातील 12,000 रहिवाशांच्या बेटावर नेपोलियनला हद्दपार केले. त्यांनी त्याला बेटावर सार्वभौमत्व दिले आणि त्याला सम्राटाची पदवी कायम ठेवण्याची परवानगी दिली. मॉस्कोमधून माघार घेत असताना नेपोलियनने जवळ जवळ रशियन लोकांनी पकडल्यानंतर घेतलेली गोळी घेऊन आत्महत्येचा प्रयत्न केला. तथापि, वयानुसार त्याची क्षमता कमी झाली होती आणि तो निर्वासित होण्यापासून वाचला, तर त्याची पत्नी आणि मुलाने ऑस्ट्रियामध्ये आश्रय घेतला.

कॅप्टन थॉमस उशरने त्याला HMS अनडॉन्टेड बेटावर पोचवले आणि 30 मे 1814 रोजी तो पोर्तोफेरायो येथे पोहोचला. एल्बाच्या पहिल्या काही महिन्यांत त्याने एक लहान नौदल आणि सैन्य तयार केले, लोखंडाच्या खाणी विकसित केल्या, नवीन रस्त्यांच्या बांधकामाची देखरेख केली. , आधुनिक कृषी पद्धतींवर हुकूम जारी केला आणि बेटाच्या कायदेशीर आणि शैक्षणिक प्रणालीची दुरुस्ती केली.

काही महिन्यांच्या वनवासात, नेपोलियनला कळले की त्याची माजी पत्नी जोसेफिन फ्रान्समध्ये मरण पावली आहे. या बातमीने तो उद्ध्वस्त झाला, त्याने स्वतःला त्याच्या खोलीत कोंडून घेतले आणि दोन दिवस बाहेर जाण्यास नकार दिला.

शंभर दिवस

ऑस्ट्रियाला परतलेल्या आपल्या पत्नी आणि मुलापासून विभक्त होऊन, फॉन्टेनब्लूच्या तहाने त्याला दिलेला भत्ता कापला आणि त्याला अटलांटिक महासागरातील एका दुर्गम बेटावर हद्दपार केले जाणार असल्याच्या अफवांची जाणीव झाली, नेपोलियन 26 फेब्रुवारी 1815 रोजी 700 पुरुषांसह ब्रिग इनकॉन्स्टंटमध्ये एल्बा येथून पळून गेला. दोन दिवसांनंतर, तो गोल्फ-जुआन येथे फ्रेंच मुख्य भूमीवर उतरला आणि उत्तरेकडे जाऊ लागला.

5 व्या रेजिमेंटला त्याला रोखण्यासाठी पाठवण्यात आले आणि 7 मार्च 1815 रोजी ग्रेनोबलच्या अगदी दक्षिणेकडे संपर्क साधला. नेपोलियन एकटाच रेजिमेंटजवळ आला, त्याने त्याचा घोडा उतरवला आणि तो बंदुकीच्या गोळीच्या हद्दीत असताना सैनिकांना ओरडले, "हा मी आहे. मारून टाका. सम्राट, तुमची इच्छा असल्यास." सैनिकांनी त्वरीत उत्तर दिले, "व्हिव्ह ल'एम्पेरर!" ने, ज्याने पुनर्संचयित बोर्बन राजा लुई XVIII ला बढाई मारली होती की तो नेपोलियनला लोखंडी पिंजऱ्यात पॅरिसला आणेल, त्याने आपल्या माजी सम्राटाचे प्रेमाने चुंबन घेतले आणि बोर्बन सम्राटाशी असलेली आपली निष्ठा विसरली. त्यानंतर दोघांनी वाढत्या सैन्यासह पॅरिसच्या दिशेने कूच केले. अलोकप्रिय लुई XVIII बेल्जियमला पळून गेला आणि लक्षात आले की त्याला राजकीय पाठिंबा नाही. 13 मार्च रोजी, व्हिएन्नाच्या कॉंग्रेसमधील अधिकारांनी नेपोलियनला अवैध घोषित केले. चार दिवसांनंतर, ग्रेट ब्रिटन, रशिया, ऑस्ट्रिया आणि प्रशियाने प्रत्येकी 150,000 पुरुषांना त्याच्या शासनाचा अंत करण्यासाठी मैदानात उतरवण्याचे वचन दिले.

नेपोलियन 20 मार्च रोजी पॅरिसमध्ये आला आणि त्याने हंड्रेड डेज नावाच्या कालावधीसाठी राज्य केले. जूनच्या सुरुवातीस, त्याच्याकडे उपलब्ध असलेल्या सशस्त्र दलांची संख्या 200,000 पर्यंत पोहोचली होती आणि त्याने येणाऱ्या ब्रिटीश आणि प्रशियाच्या सैन्यामध्ये फूट पाडण्याचा प्रयत्न करण्यासाठी आक्रमण करण्याचा निर्णय घेतला. उत्तरेकडील फ्रेंच सैन्याने सीमा ओलांडून नेदरलँड्सच्या युनायटेड किंगडममध्ये, आधुनिक बेल्जियममध्ये प्रवेश केला.

18 जून 1815 रोजी वॉटरलूच्या लढाईत नेपोलियनच्या सैन्याने ब्रिटिश ड्यूक ऑफ वेलिंग्टन आणि प्रशिया प्रिन्स ब्ल्यूचर यांच्या नेतृत्वाखालील दोन युतीच्या सैन्यांशी लढा दिला. वेलिंग्टनच्या सैन्याने फ्रेंचांच्या वारंवार होणाऱ्या हल्ल्यांना तोंड दिले आणि प्रशियाच्या सैन्यात येताच त्यांना मैदानातून हाकलून दिले. आणि नेपोलियनच्या उजव्या बाजूने तोडले.

नेपोलियन पॅरिसला परतला आणि त्याला असे आढळले की कायदेमंडळ आणि लोक दोन्ही त्याच्या विरोधात गेले आहेत. आपली स्थिती अशक्य असल्याचे लक्षात येताच त्यांनी 22 जून रोजी आपल्या मुलाच्या बाजूने राजीनामा दिला. तीन दिवसांनंतर त्याने पॅरिस सोडले आणि जोसेफिनच्या पूर्वीच्या राजवाड्यात मालमायसन (पॅरिसच्या पश्चिमेला सुमारे 17 किलोमीटर (11 मैल) सीनच्या पश्चिम किनाऱ्यावर) स्थायिक झाले. नेपोलियनने पॅरिसला प्रवास केला असतानाही, युतीच्या सैन्याने फ्रान्समधून (२९ जून रोजी पॅरिसच्या परिसरात पोहोचले) लुई XVIII ला फ्रेंच सिंहासनावर पुनर्संचयित करण्याच्या उद्दिष्टाने सांगितले.

जेव्हा नेपोलियनला कळले की प्रशियाच्या सैन्याने त्याला मृत किंवा जिवंत पकडण्याचे आदेश दिले आहेत, तेव्हा तो युनायटेड स्टेट्सला पळून जाण्याचा विचार करून रोशेफोर्टला पळून गेला. ब्रिटीश जहाजे प्रत्येक बंदर रोखत होती. नेपोलियनने 15 जुलै 1815 रोजी एचएमएस बेलेरोफोनवर कॅप्टन फ्रेडरिक मैटलँडला शरणागती पत्करली.

मृत्यू

नेपोलियनचे वैयक्तिक वैद्य, बॅरी ओ'मीरा यांनी लंडनला इशारा दिला की त्याची खालावलेली तब्येत मुख्यत्वे कठोर उपचारांमुळे होते. त्याच्या आयुष्याच्या शेवटच्या काही वर्षांत, नेपोलियनने लॉंगवुडच्या त्याच्या ओलसर, बुरशीने ग्रस्त आणि खराब वस्तीमध्ये स्वतःला काही महिने बंदिस्त केले. एकटेपणा आणि एकाकीपणाच्या अनेक वर्षांनी त्याचा परिणाम होऊ लागला आणि नेपोलियनला नैराश्याची गंभीर लक्षणे दिसू लागली.

फेब्रुवारी 1821 मध्ये, नेपोलियनची तब्येत झपाट्याने खराब होऊ लागली आणि त्याने कॅथोलिक चर्चशी समेट केला. मार्चपर्यंत तो अंथरुणावरच बंदिस्त झाला होता. नेपोलियनचे मृत्यूशय्येवरून फादर अँजे विग्नाली यांच्या उपस्थितीत शेवटची कबुली, एक्स्ट्रीम अनक्शन आणि व्हिएटिकम केल्यानंतर, 5 मे 1821 रोजी लाँगवुड हाऊस येथे वयाच्या 51 व्या वर्षी निधन झाले. त्याचे शेवटचे शब्द होते, फ्रान्स.

त्याच्या मृत्यूनंतर लवकरच, शवविच्छेदन करण्यात आले आणि शवविच्छेदन करणाऱ्या डॉक्टर फ्रान्सिस्को अँटोमार्ची यांनी नेपोलियनचे लिंग कापून टाकले. नेपोलियनचा मूळ मृत्यू मुखवटा 6 मे च्या सुमारास तयार करण्यात आला, हे स्पष्ट नाही. डॉक्टरांनी ते तयार केले. त्याच्या मृत्युपत्रात, त्याने सीनच्या काठावर दफन करण्यास सांगितले होते, परंतु ब्रिटीश गव्हर्नरने सांगितले की त्याला व्हॅली ऑफ द विलोमध्ये सेंट हेलेना येथे पुरण्यात यावे

मृत्यूचे कारण

नेपोलियनच्या मृत्यूचे कारण वादातीत आहे. त्याचे डॉक्टर, फ्रँकोइस कार्लो अँटोमार्ची यांनी शवविच्छेदन केले, ज्यात पोटाचा कर्करोग असल्याचे आढळून आले. Antommarchi यांनी अधिकृत अहवालावर स्वाक्षरी केली नाही. नेपोलियनच्या वडिलांचा पोटाच्या कर्करोगाने मृत्यू झाला होता, जरी शवविच्छेदनाच्या वेळी हे उघडपणे अज्ञात होते. Antommarchi पोटात व्रण पुरावा आढळले; ब्रिटिशांसाठी हे सर्वात सोयीचे स्पष्टीकरण होते, ज्यांना नेपोलियनच्या काळजीबद्दल टीका टाळायची होती.

धार्मिक मुक्ती

नेपोलियनने ज्यूंना, तसेच कॅथोलिक देशांतील प्रोटेस्टंट आणि प्रोटेस्टंट देशांतील कॅथलिकांना, त्यांना घेट्टोपर्यंत प्रतिबंधित करणाऱ्या कायद्यांपासून मुक्त केले आणि त्यांनी त्यांचे मालमत्ता, उपासना आणि करिअरच्या अधिकारांचा विस्तार केला. नेपोलियनच्या धोरणांवर विदेशी सरकार आणि फ्रान्समधील सेमिटिक प्रतिक्रिया असूनही, ज्यूंना इतरत्र असलेल्या निर्बंधांना सामोरे जावे लागल्यामुळे मुक्तीमुळे फ्रान्सला देशाकडे आकर्षित करून त्याचा फायदा होईल.

1806 मध्ये नेपोलियनने ज्यू आणि ख्रिश्चन यांच्यातील संबंधांशी संबंधित 12 प्रश्नांवर तसेच फ्रेंच समाजात समाकलित होण्याच्या ज्यूंच्या क्षमतेशी संबंधित इतर मुद्द्यांवर चर्चा करण्यासाठी ज्यू प्रतिष्ठित लोकांची एक सभा जमवली होती. नंतर, सम्राटाच्या म्हणण्यानुसार प्रश्नांची समाधानकारक उत्तरे दिल्यानंतर, उत्तरांचे रूपांतर निर्णयांमध्ये करण्यासाठी एक "महान सनहेड्रिन" एकत्र आणले गेले जे फ्रान्स आणि उर्वरित साम्राज्यातील ज्यूंच्या भविष्यातील स्थितीचा आधार बनतील. नेपोलियन बांधत होता.

ते म्हणाले, "ज्यू लोकांना फ्रान्स सोडून जाण्यास भाग पाडणारे कोणतेही प्रस्ताव मी कधीही स्वीकारणार नाही, कारण माझ्या दृष्टीने ज्यू हे आपल्या देशातील इतर नागरिकांसारखेच आहेत. त्यांना देशाबाहेर पळवून लावण्यासाठी कमकुवतपणा लागतो, परंतु त्यासाठी आवश्यक आहे. त्यांना आत्मसात करण्याची ताकद". तो ज्यूंसाठी इतका अनुकूल म्हणून पाहिला गेला की रशियन ऑर्थोडॉक्स चर्चने त्याला औपचारिकपणे "ख्रिस्तविरोधी आणि देवाचा शत्रू" म्हणून दोषी ठरवले.

सनहेड्रिनच्या अंतिम बैठकीनंतर एक वर्षानंतर, 17 मार्च 1808 रोजी, नेपोलियनने ज्यूंना प्रोबेशनवर ठेवले. 17 वर्षांपूर्वी ज्यूंना दिलेले नागरिकत्व प्रतिबंधित करणारे अनेक नवीन कायदे त्या वेळी स्थापित केले गेले. तथापि, अनेक ख्रिश्चन समुदायांच्या नेत्यांकडून ज्यू मुक्ती देण्यापासून परावृत्त करण्यासाठी दबाव असूनही, नवीन निर्बंध जारी केल्याच्या एका वर्षाच्या आत, संपूर्ण फ्रान्समधील ज्यूंच्या आवाहनाला प्रतिसाद म्हणून ते पुन्हा एकदा उठवण्यात आले

व्यक्तिमत्व

इतिहासकार महत्वाकांक्षेच्या ताकदीवर जोर देतात ज्याने नेपोलियनला एका अस्पष्ट गावातून युरोपच्या बहुतेक भागावर राज्य करण्यासाठी नेले. त्याच्या सुरुवातीच्या आयुष्याविषयी सखोल शैक्षणिक अभ्यासातून असा निष्कर्ष निघतो की वयाच्या 2 व्या वर्षापर्यंत त्याचा "सौम्य स्वभाव" होता. त्याचा मोठा भाऊ, जोसेफ, त्याच्या आईचे वारंवार लक्ष वेधून घेत असे ज्यामुळे नेपोलियन अधिक दृढ आणि मान्यताप्राप्त बनले. त्याच्या शालेय शिक्षणाच्या सुरुवातीच्या काळात, त्याच्या कोर्सिकन ओळख आणि फ्रेंच भाषेवर मर्यादित प्रभुत्व यासाठी वर्गमित्रांकडून त्याला कठोरपणे मारहाण केली जायची. तणावाचा सामना करण्यासाठी तो दबंग बनला, शेवटी एक कनिष्ठता संकुल विकसित झाला.

जॉर्ज एफई रुडे त्याच्या "इच्छाशक्ती, बुद्धी आणि शारीरिक जोम यांच्या दुर्मिळ संयोजनावर" भर देतात. एकामागून एक परिस्थितींमध्ये त्याचा सामान्यतः लोकांवर संमोहन प्रभाव होता, असे दिसते की सर्वात मजबूत नेत्यांना त्याच्या इच्छेनुसार वाकवले जाते. त्याला लष्करी तंत्रज्ञान समजले, परंतु त्या संदर्भात ते नवोदित नव्हते. फ्रान्सची आर्थिक, नोकरशाही आणि राजनैतिक संसाधने वापरण्यात तो एक नवोदित होता. भविष्यातील प्रत्येक टप्प्यावर प्रमुख युनिट्स कुठे असण्याची अपेक्षा होती हे लक्षात घेऊन तो त्याच्या अधीनस्थांना अनेक जटिल आदेशांची मालिका वेगाने हुकूम देऊ शकत असे आणि बुद्धिबळ मास्टरप्रमाणे, सर्वोत्तम नाटके पुढे सरकतात. हा बौद्धिक जोम त्याच्या योजना अयशस्वी होताना "उल्लेखनीय करिष्मा आणि इच्छाशक्ती" आणि "उग्र स्वभाव" यांचे मिश्रण होते; ज्याने त्याच्या सहायकांकडून आदर आणि भीतीची आज्ञा दिली होती.

नेपोलियनने कठोर, कार्यक्षम कामाच्या सवयी जपल्या, जे करणे आवश्यक आहे त्यास प्राधान्य दिले. त्याने कार्डांवर फसवणूक केली, परंतु नुकसान परत केले; त्याने केलेल्या प्रत्येक गोष्टीत त्याला जिंकायचे होते. त्यांनी कर्मचारी आणि सचिवांची रिले कामावर ठेवली. बऱ्याच सेनापतींप्रमाणे, नेपोलियनने अशाच परिस्थितीत हॅनिबल किंवा अलेक्झांडर किंवा इतर कोणी काय केले हे विचारण्यासाठी इतिहासाचे परीक्षण केले नाही. समीक्षकांनी सांगितले की त्याने अनेक लढाया केवळ नशिबाने जिंकल्या; नेपोलियनने प्रतिसाद दिला, "मला भाग्यवान सेनापती द्या", असा युक्तिवाद करून की "नशीब" अशा नेत्यांना येते जे संधी ओळखतात आणि ती मिळवतात. ड्वायर सांगतात की ऑस्टरलिट्झ आणि जेना येथे नेपोलियनच्या 1805-06 मधील विजयांनी त्याच्या आत्म-भव्यतेची भावना वाढवली आणि त्याच्या नशिबाची आणि अजिंक्यतेची त्याला आणखी खात्री दिली. "मी त्या वंशातील आहे ज्याने साम्राज्ये निर्माण केली" त्याने स्वतःला प्राचीन रोमचा वारस समजत एकेकाळी बढाई मारली होती.

घटनांच्या प्रभावाच्या बाबतीत, नेपोलियनच्या व्यक्तिमत्त्वापेक्षा ते प्रभावी होते. युद्धांसाठी लागणारी माणसे आणि पैसा पुरवण्यासाठी त्याने फ्रान्सचीच पुनर्रचना केली. त्याने आपल्या माणसांना प्रेरणा दिली - ड्यूक ऑफ वेलिंग्टनने सांगितले की रणांगणावर त्याची उपस्थिती 40,000 सैनिकांची होती, कारण त्याने खाजगी व्यक्तींपासून फील्ड मार्शलपर्यंत आत्मविश्वास निर्माण केला. त्याच्या व्यक्तिमत्त्वाच्या शक्तीने भौतिक अडचणींना तटस्थ केले कारण त्याचे सैनिक नेपोलियन प्रभारी असताना ते नक्कीच जिंकतील या आत्मविश्वासाने लढले

जेव्हा त्याचे समकालीन लोक त्याला व्यक्तिशः भेटले, तेव्हा त्याच्या लक्षणीय कृत्ये आणि प्रतिष्ठेच्या विरूद्ध त्याच्या वरवर पाहता अविस्मरणीय शारीरिक स्वरूपामुळे अनेकांना आश्चर्य वाटले, विशेषतः त्याच्या तारुण्यात, जेव्हा त्याचे सातत्याने लहान आणि पातळ म्हणून वर्णन केले जात असे. 1802 मध्ये नेपोलियनचे वैयक्तिक निरीक्षण करणारे इंग्रजी चित्रकार जोसेफ फॅरिंग्टन यांनी टिप्पणी केली की "सॅम्युअल रॉजर्स माझ्यापासून थोड्या अंतरावर उभे राहिले आणि... नेपोलियनच्या चेहऱ्यावर "चेहरा" पाहून निराश वाटले आणि ते म्हणाले थोडे इटालियन." फॅरिंग्टन म्हणाले की नेपोलियनचे डोळे "फिकट आणि राखाडी रंगाचे होते, जे मला त्याच्या रंगावरून अपेक्षेपेक्षा जास्त आहे", "त्याची व्यक्ती मध्यम आकारापेक्षा कमी आहे" आणि "त्याचा सामान्य पैलू मी आधी विचार केला होता त्यापेक्षा सौम्य होता."

नेपोलियनच्या एका वैयक्तिक मित्राने सांगितले की, जेव्हा तो तरुणपणात ब्रिएन-ले-शॅटो येथे त्याला पहिल्यांदा भेटला तेव्हा नेपोलियन केवळ "त्याच्या रंगाच्या गडद रंगासाठी, त्याच्या छेदन आणि सूक्ष्म नजरेसाठी आणि त्याच्या संभाषणाच्या शैलीसाठी लक्षणीय होता. "; त्याने असेही म्हटले की नेपोलियन वैयक्तिकरित्या एक गंभीर आणि धीरगंभीर माणूस होता: "त्याच्या संभाषणात विनोदाचा देखावा होता, आणि तो नक्कीच फार मिलनसार नव्हता." जोहान लुडविग वुर्स्टेमबर्गर, जो 1797 मध्ये कॅम्प फोर्नियो येथून नेपोलियनसोबत आला होता. 1798 च्या स्विस मोहिमेने असे नमूद केले की "बोनापार्ट थोडासा आणि क्षीण दिसत होता; त्याचा चेहरा देखील खूप पातळ होता, गडद रंगाचा होता... त्याचे काळे, भुकटी न केलेले केस दोन्ही खांद्यावर समान रीतीने लटकले होते", परंतु ते, त्याचे थोडेसे आणि अस्पष्ट स्वरूप असूनही, " ह दिसणे आणि अभिव्यक्ती प्रामाणिक आणि शक्तिशाली होते

डेनिस डेव्हिडॉव्ह त्याला वैयक्तिकरित्या भेटले आणि त्याला दिसण्यात लक्षणीय सरासरी मानले:

त्याचा चेहरा नेहमीच्या वैशिष्ट्यांसह किंचित चकचकीत होता. त्याचे नाक फार मोठे नव्हते, परंतु सरळ, थोडेसे, क्वचितच लक्षात येण्याजोगे वाकलेले होते. त्याच्या डोक्यावरचे केस गडद लालसर गोरे होते; त्याच्या भुवया आणि पापण्या त्याच्या केसांच्या रंगापेक्षा जास्त गडद होत्या आणि त्याच्या निळ्या डोळ्यांनी, जवळजवळ काळ्या फटक्यांनी, त्याला एक अतिशय आनंददायी अभिव्यक्ती दिली ... मी पाहिलेला माणूस लहान उंचीचा होता, फक्त पाच फुटांपेक्षा जास्त उंच होता , तो केवळ 37 वर्षांचा असला तरी तो खूपच भारी होता

सुधारणा

नेपोलियनने उच्च शिक्षण, एक कर संहिता, रस्ते आणि गटार प्रणाली यासारख्या विविध सुधारणांची स्थापना केली आणि फ्रेंच इतिहासातील पहिली केंद्रीय बँक बँक दे फ्रान्सची स्थापना केली. त्याने कॅथोलिक चर्चशी 1801 च्या कॉनकॉर्डॅटची वाटाघाटी केली, ज्याने बहुतेक कॅथोलिक लोकसंख्येला त्याच्या राजवटीत समेट करण्याचा प्रयत्न केला. फ्रान्समधील सार्वजनिक उपासनेचे नियमन करणाऱ्या ऑर्गेनिक लेखांसोबत ते सादर करण्यात आले. 19व्या शतकाच्या उत्तरार्धात जर्मन एकीकरणापूर्वी त्याने पवित्र रोमन साम्राज्य विसर्जित केले. लुईझियाना प्रदेश युनायटेड स्टेट्सला विकल्याने युनायटेड स्टेट्सचा आकार दुप्पट झाला.

मे 1802 मध्ये, त्याने नागरी आणि लष्करी कामगिरीला प्रोत्साहन देण्यासाठी जुन्या राजेशाही सजावट आणि शौर्यच्या ऑर्डरचा पर्याय म्हणून लीजन ऑफ ऑनरची स्थापना केली; ऑर्डर अजूनही फ्रान्समधील सर्वोच्च सजावट आहे

नेपोलियन कोड

नेपोलियनच्या नागरी कायद्यांचा संच, कोड सिव्हिल - ज्याला आता अनेकदा नेपोलियन कोड म्हणून ओळखले जाते - जीन जॅक रेगिस डी कॅम्बासेरेस, द्वितीय वाणिज्यदूत यांच्या देखरेखीखाली कायदेशीर तज्ञांच्या समित्यांनी तयार केले होते. नेपोलियनने मसुदे सुधारित करणाऱ्या राज्य परिषदेच्या सत्रांमध्ये सक्रियपणे भाग घेतला. संहितेचा विकास हा नागरी कायदा कायदेशीर व्यवस्थेच्या स्वरूपातील एक मूलभूत बदल होता ज्याचा ताण स्पष्टपणे लिखित आणि सुलभ कायद्यावर होता. इतर कोड ("लेस सिंक कोड") नेपोलियनने गुन्हेगारी आणि वाणिज्य कायदा संहिताबद्ध करण्यासाठी नियुक्त केले होते; फौजदारी सूचना संहिता प्रकाशित करण्यात आली, ज्याने योग्य प्रक्रियेचे

नियम लागू केले.

नेपोलियन कोडचा संपूर्ण युरोप खंडात अवलंब केला गेला होता, जरी त्याने जिंकलेल्या देशांतच, आणि नेपोलियनच्या पराभवानंतरही तो लागू राहिला. नेपोलियन म्हणाला: "चाळीस लढाया जिंकणे हे माझे खरे वैभव नाही... वॉटरलू अनेक विजयांच्या स्मृती पुसून टाकेल. ... परंतु ... जे कायमचे जगेल, ते माझे नागरी संहिता आहे". संहितेचा जगातील एक चतुर्थांश अधिकारक्षेत्र जसे की कॉन्टिनेंटल युरोप, अमेरिका आणि आफ्रिकेवर प्रभाव पडतो.

डायटर लॅन्गेविशे यांनी या संहितेचे वर्णन "क्रांतिकारक प्रकल्प" म्हणून केले आहे ज्याने जर्मनीतील बुर्जुआ समाजाच्या विकासास चालना दिली ज्यामुळे मालमत्तेच्या अधिकाराचा विस्तार झाला आणि सरंजामशाही संपुष्टात आली. नेपोलियनने पवित्र रोमन साम्राज्याची पुनर्रचना केली, जे सुमारे तीनशे क्लेइन्स्टाटेरेईचे होते, अधिक सुव्यवस्थित चाळीस-राज्य कॉन्फेडरेशन ऑफ द राइनमध्ये; यामुळे जर्मन महासंघ आणि 1871 मध्ये जर्मनीचे एकीकरण होण्यास मदत झाली.

इटालियन एकीकरणाच्या दिशेने नेपोलियनच्या राजवटीतही अशीच चळवळ उभी राहिली होती. या बदलांमुळे राष्ट्रवाद आणि राष्ट्र राज्याच्या विकासाला हातभार लागला.

नेपोलियनने ब्रिटीश इतिहासकार अँड्रयू रॉबर्ट्सने सारांशित केल्याप्रमाणे, फ्रान्स आणि संपूर्ण युरोप खंडात, विशेषतः इटली आणि जर्मनीमध्ये उदारमतवादी सुधारणांची विस्तृत श्रेणी लागू केली:

आपल्या आधुनिक जगाला आधार देणाऱ्या कल्पना - योग्यता, कायद्यासमोर समानता, मालमत्तेचे अधिकार, धार्मिक सहिष्णुता, आधुनिक धर्मनिरपेक्ष शिक्षण, सुदृढ वित्त इत्यादी - नेपोलियनने चॅम्पियन, एकत्रित, संहिताबद्ध आणि भौगोलिकदृष्ट्या विस्तारित केले होते. त्यांच्यासाठी त्यांनी तर्कशुद्ध आणि कार्यक्षम स्थानिक प्रशासन, ग्रामीण डाकूगिरीचा अंत, विज्ञान आणि कलांना प्रोत्साहन, सरंजामशाहीचे उच्चाटन आणि रोमन साम्राज्याच्या पतनानंतर कायद्यांचे सर्वात मोठे संहिता जोडले.

नेपोलियनने पश्चिम महाद्वीपीय युरोपमधील बहुतेक सरंजामशाहीचे अवशेष थेट उखडून टाकले. त्याने संपत्तीचे कायदे उदार केले, सीग्नेरिअल देय संपुष्टात आणले, उद्योजकता सुलभ करण्यासाठी व्यापारी आणि कारागीरांचे संघ रद्द केले, घटस्फोट कायदेशीर केले, ज्यू वस्ती बंद केली आणि ज्यूंना इतर सर्वांच्या बरोबरीचे केले. पवित्र रोमन साम्राज्याप्रमाणेच इन्क्विझिशन संपले. चर्च न्यायालये आणि धार्मिक अधिकारांची शक्ती झपाट्याने कमी करण्यात आली आणि कायद्यानुसार सर्व पुरुषांसाठी समानता घोषित करण्यात आली

युद्ध

राखाडी आणि फॉस्फरस रंगाच्या अश्वारूढ पुतळ्याचा फोटो. नेपोलियन घोड्यावर बसलेला आहे, जो वर पाळत आहे, तो उजवा हात वर करून पुढे पाहतो आणि पुढे इशारा करतो; त्याच्या डाव्या हाताने लगाम धरला आहे.

1858 मध्ये नेपोलियन तिसऱ्याने चेरबर्ग-ऑक्टेव्हिलमधील पुतळ्याचे अनावरण केले. नेपोलियन Iने ब्रिटीश नौदलाचे आक्रमण रोखण्यासाठी शहराचे संरक्षण मजबूत केले.

लष्करी संघटनेच्या क्षेत्रात, नेपोलियनने पूर्वीच्या सिद्धांतकारांकडून जसे की जॅक अँटोइन हिप्पोलाइट, कॉम्टे डी गुइबर्ट, आणि पूर्वीच्या फ्रेंच सरकारांच्या सुधारणांकडून कर्ज घेतले आणि नंतर जे काही आधीच अस्तित्वात होते ते विकसित केले. मुख्यतः गुणवत्तेवर आधारित पदोन्नतीचे धोरण त्यांनी क्रांतीतून पुढे चालू ठेवले.

कॉर्प्सने सर्वात मोठ्या सैन्य युनिट्स म्हणून विभागांची जागा घेतली, मोबाइल तोफखाना राखीव बॅटरीमध्ये समाकलित केला गेला, कर्मचारी यंत्रणा अधिक द्रव बनली आणि फ्रेंच लष्करी सिद्धांतातील एक महत्त्वाची निर्मिती म्हणून घोडदळ परत आले. या पद्धतींना आता नेपोलियन युद्धाची आवश्यक वैशिष्ट्ये म्हणून संबोधले जाते. जरी त्याने डिरेक्टरीद्वारे सुरू केलेली आधुनिक भरतीची प्रथा मजबूत केली, परंतु पुनर्संचयित राजेशाहीच्या पहिल्या कृतींपैकी एक म्हणजे ते संपवणे.

त्याचे विरोधक नेपोलियनच्या नवकल्पनांमधून शिकले. 1807 नंतर तोफखान्याचे वाढलेले महत्त्व त्यांनी अत्यंत फिरत्या तोफखाना दलाची निर्मिती, तोफखान्याच्या संख्येत झालेली वाढ आणि तोफखान्याच्या सरावातील बदलांमुळे उद्भवले. या घटकांचा परिणाम म्हणून, नेपोलियन, शत्रूच्या बचावासाठी पायदळावर विसंबून राहण्याऐवजी, आता पायदळ आणि घोडदळांना पाठिंबा देऊन शोषण केलेल्या शत्रूच्या ओळीत ब्रेक मारण्यासाठी मोठ्या तोफखान्याचा वापर करू शकत होता. 1807 पासून फ्रेंच सैन्याने तोफखान्यावर वाढता अवलंबित्व हा फ्रेंच पायदळाच्या घसरत्या गुणवत्तेचा आणि नंतर, घोडदळाच्या संख्येत फ्रान्सच्या कनिष्ठतेचा परिणाम होता, असा पर्यायी सिद्धांत मॅकॉनाचीने नाकारला. क्रांतिकारी आणि नेपोलियन कालखंडात शस्त्रे आणि इतर प्रकारचे लष्करी तंत्रज्ञान स्थिर राहिले, परंतु 18 व्या शतकातील ऑपरेशनल गतिशीलता बदलली.

नेपोलियनचा सर्वात मोठा प्रभाव युद्धाच्या आचरणावर होता. अँटोइन-हेन्री जोमिनी यांनी नेपोलियनच्या पद्धती व्यापकपणे वापरल्या जाणाऱ्या पाठ्यपुस्तकात स्पष्ट केल्या ज्याने सर्व युरोपियन आणि अमेरिकन सैन्यावर प्रभाव टाकला. नेपोलियनला प्रभावशाली लष्करी सिद्धांतकार कार्ल फॉन क्लॉजविट्झ यांनी युद्धाच्या ऑपरेशनल आर्टमध्ये प्रतिभाशाली मानले होते आणि इतिहासकारांनी त्यांना एक महान लष्करी सेनापती म्हणून स्थान दिले होते. वेलिंग्टन यांना विचारले असता, त्या काळातील महान सेनापती कोण होता, त्यांनी उत्तर

दिले: "या युगात, मागील युगात, कोणत्याही युगात, नेपोलियन".

नेपोलियनच्या काळात, शत्रूच्या सैन्याच्या केवळ चाचण्या न करता, विनाशाकडे एक नवीन जोर आला. शत्रूच्या प्रदेशावरील आक्रमणे व्यापक आघाड्यांवर झाली ज्यामुळे युद्धे महाग आणि अधिक निर्णायक बनली. युद्धाचा राजकीय प्रभाव वाढला; युरोपियन सत्तेचा पराभव म्हणजे एकाकी एन्क्लेव्हच्या नुकसानापेक्षा अधिक. जवळ-कार्थागिनियन शांततेने संपूर्ण राष्ट्रीय प्रयत्नांना जोडले, एकूण युद्धाच्या क्रांतिकारक घटनेला तीव्रता दिली.

मेट्रिक प्रणाली

सप्टेंबर 1799 मध्ये मेट्रिक प्रणालीची अधिकृत ओळख फ्रेंच समाजातील मोठ्या वर्गांमध्ये लोकप्रिय नव्हती. नेपोलियनच्या राजवटीने केवळ फ्रान्समध्येच नव्हे तर संपूर्ण फ्रेंच प्रभावक्षेत्रात नवीन मानक स्वीकारण्यास मोठ्या प्रमाणात मदत केली. नेपोलियनने 1812 मध्ये एक प्रतिगामी पाऊल उचलले जेव्हा त्याने किरकोळ व्यापारासाठी mesures usuelles (मापनाची पारंपारिक एकके) लागू करण्यासाठी कायदा केला, एक मापन प्रणाली जी क्रांतिपूर्व एककांसारखी होती परंतु किलोग्राम आणि मीटरवर आधारित होती; उदाहरणार्थ, लिव्रे मेट्रिक (मेट्रिक पाउंड) 500 ग्रॅम, लिव्रे डु रोई (राजा पौंड) च्या मूल्याच्या उलट, 489.5 ग्रॅम. 19व्या शतकाच्या मध्यात युरोपच्या काही भागांमध्ये मेट्रिक प्रणालीचा निश्चित परिचय होण्यापूर्वी मोजमापाची इतर एकके समान पद्धतीने गोलाकार करण्यात आली होती.

शिक्षण

नेपोलियनच्या शैक्षणिक सुधारणांनी फ्रान्समध्ये आणि संपूर्ण युरोपमध्ये आधुनिक शिक्षण पद्धतीचा पाया घातला. स्थिर, सुशिक्षित आणि समृद्ध समाजाची स्थापना करण्याच्या उद्देशाने नेपोलियनने प्राचीन काळातील सर्वोत्कृष्ट शैक्षणिक घटकांचे संश्लेषण केले, ज्ञान आणि क्रांती. त्यांनी फ्रेंच ही एकमेव अधिकृत भाषा केली. त्यांनी काही प्राथमिक शिक्षण धार्मिक आदेशांच्या हातात सोडले, परंतु त्यांनी माध्यमिक शिक्षणास सार्वजनिक समर्थन देऊ केले. नेपोलियनने अनेक राज्य माध्यमिक शाळा (लाइसेस) ची स्थापना केली ज्याची रचना संपूर्ण फ्रान्समध्ये एकसमान असलेल्या प्रमाणित शिक्षणासाठी केली गेली.

सर्व विद्यार्थ्यांना आधुनिक आणि अभिजात भाषांसह विज्ञान शिकवण्यात आले. प्राचीन काळातील व्यवस्थेच्या विपरीत, धार्मिक विषयांचे अभ्यासक्रमावर वर्चस्व नव्हते, जरी ते पाळकांच्या शिक्षकांसह उपस्थित होते. नेपोलियनने सामाजिक स्थिरता निर्माण करण्यासाठी धर्माचा वापर करण्याची अपेक्षा व्यक्त केली होती. त्यांनी इकोले पॉलिटेक्निक सारख्या प्रगत केंद्रांवर विशेष लक्ष दिले, ज्याने लष्करी कौशल्य आणि विज्ञानातील अत्याधुनिक संशोधन दोन्ही प्रदान केले. 320 धर्मनिरपेक्ष आणि सार्वजनिक शिक्षणाची व्यवस्था स्थापन करण्यासाठी नेपोलियनने काही प्रथम प्रयत्न केले. केव्हा? या प्रणालीमध्ये शिष्यवृत्ती आणि कठोर शिस्त होती, परिणामी फ्रेंच शैक्षणिक प्रणालीने युरोपियन समकक्षांपेक्षा जास्त कामगिरी केली, ज्यापैकी अनेकांनी फ्रेंचांकडून कर्ज घेतले.

मेमरी आणि मूल्यांकन

टीका

राजकीय क्षेत्रात, इतिहासकार वादविवाद करतात की नेपोलियन "आधुनिक युरोपचा पाया रचणारा एक ज्ञानी हुकूमशहा" होता किंवा "हिटलर येण्यापूर्वी कोणत्याही माणसापेक्षा मोठे दुःख घडवणारा महापुरुष होता". अनेक इतिहासकारांनी असा निष्कर्ष काढला आहे की त्याच्याकडे परराष्ट्र धोरणाची भव्य महत्त्वाकांक्षा होती. 1808 च्या उत्तरार्धात महाद्वीपीय शक्ती त्याला त्याचे जवळजवळ सर्व लाभ आणि पदव्या देण्यास तयार होत्या, परंतु काही विद्वानांचे म्हणणे आहे की तो अती आक्रमक होता आणि त्याचे साम्राज्य कोसळेपर्यंत त्याला खूप ढकलले गेले.

त्यावेळी आणि तेव्हापासून त्याच्या विरोधकांनी त्याला जुलमी आणि हडपखोर मानले होते. त्याच्या समीक्षकांचा असा आरोप आहे की हजारो लोकांसाठी युद्ध आणि मृत्यूची शक्यता असताना त्याला त्रास झाला नाही, त्याने निर्विवाद शासनाचा शोध संपूर्ण युरोपमध्ये संघर्षांच्या मालिकेत बदलला आणि करार आणि अधिवेशनांकडे दुर्लक्ष केले. हैतीयन क्रांतीमधील त्यांची भूमिका आणि फ्रान्सच्या परदेशातील वसाहतींमध्ये गुलामगिरी पुनर्स्थापित करण्याचा निर्णय वादग्रस्त आहे आणि त्यांच्या प्रतिष्ठेला प्रभावित करते. फ्रेंच उदारमतवादी विचारवंत बेंजामिन कॉन्स्टंट (१७६७-१८३०) हे राजकीय एकरूपता आणि व्यक्तिमत्व पंथाचे कट्टर समीक्षक होते ज्याने नेपोलियन फ्रान्सवर वर्चस्व गाजवले आणि नेपोलियनचा निषेध करणारी अनेक पुस्तके लिहिली जसे की "विजय आणि उपभोगाचा आत्मा" (1814) आणि "राजकारणाची तत्त्वे लागू. सर्व प्रतिनिधी सरकारे" (1815). कॉन्स्टंटच्या मते, बोनापार्टिझम हा बोर्बन राजेशाहीपेक्षाही अधिक अत्याचारी होता, कारण त्याने साम्राज्यवाद आणि जिंगोइझमच्या माध्यमातून जनतेला त्याच्या भव्य सार्वत्रिक कथनाचे समर्थन करण्यास भाग पाडले.

www.ingramcontent.com/pod-product-compliance
Lightning Source LLC
LaVergne TN
LVHW082033051026
849532LV00011B/3340
9798888837276